પ્રવીણ પ્રકાશન

લય-પ્રલય

(ભાગ - ૨)

હરકિસન મહેતા

પ્રવીણ પુસ્તક ભંડાર
લાભ ચેમ્બર્સ, મ્યુ. કૉર્પો. સામે, રાજકોટ.
Website : www.pravinprakashan.com
E-mail : pravinprakashan@yahoo.com

LAY-PRALAY Part - 2 (Gujarati Novel)
By : HARKISHAN MEHTA
Published by
PRAVIN PRAKASHAN PVT. LTD.
Dhebar Road, Rajkot

પ્રકાશક
પ્રવીણ પ્રકાશન પ્રા. લિ.,
લાભ ચેમ્બર્સ, મ્યુ. કોર્પો. સામે,
ઢેબર રોડ, રાજકોટ - ૩૬૦ ૦૦૧
ફોન : (૦૨૮૧) ૨૨૩૨૪૬૦ / ૨૨૩૪૬૦૨

આવૃત્તિ ૧લી : ૧૯૯૫
આવૃત્તિ ૨જી : ૧૯૯૮
આવૃત્તિ ૩જી : ૨૦૦૩
આવૃત્તિ ૪થી : ૨૦૦૮
આવૃત્તિ ૫મી : ૨૦૧૪
આવૃત્તિ ૬ઠ્ઠી : ૨૦૨૧

ISBN : 978-81-7790-759-9

કિંમત : રૂા. ૧૫૦૦
(ભાગ ૧-૨-૩ સેટની)

મુદ્રક
પ્રવીણ પ્રકાશન પ્રા. લિ.
વેરાવળ (શાપર),
જિલ્લો : રાજકોટ.

અર્પણ

ચિરંજીવ

શૈલેષ વોરા, દીપક શાહ
પ્રશાંત પટેલ

જમાઈ ત્રિપુટીને
અંતરના આશિષ
સાથે

પડખે ઊભા રહેનારા મિત્ર

જીવનમાં જેમ બધું જ બદલાય છે તેમ પત્રકારત્વની પણ વિભાવના બદલાઈ. જે લોકો સમય સાથે બદલાતા નથી એ લોકોની પ્રતિભા થીજી જતી હોય છે અને છેવટે શોષાવું સાપ્તાહિકને પડે છે. હરકિસન મહેતા જાગૃત તંત્રી હતા. બદલાતી વિભાવના સાથે એ બદલાતા રહ્યા. એક અમેરિકન કવિએ કહ્યું છે એમ What does not change is the will to change. હરકિસન મહેતાએ સમય પ્રમાણે સિદ્ધાંતની બાંધછોડ કર્યા વિના પરિવર્તનનો પડકાર પણ ઝીલ્યો હતો.

ઘણી વાર એ વાતવાતમાં કહેતા કે હવે ટેબલ જર્નાલિઝમ રહ્યું નથી. ઍરકંડિશન્ડ ઑફિસમાં બેઠાં બેઠાં તંત્રીપદને માણવું એ પૂરતું નથી. જે સ્થળે ઘટના બની હોય એ સ્થળે પહોંચી જવાની ત્રેવડવાળો સ્ટાફ હોવો જોઈએ. સ્ટફ વિનાના માણસોને એ કદીયે સાંખતા નહીં. ઇન્વેસ્ટિગેટિવ જર્નાલિઝમના એ આગ્રહી હતા. જેમ કોઈ સારા વક્તાને શ્રોતાની પલ્સની સમજ પડે છે તેમ એ વાચકની નાડ પારખનારા હતા.

ધારાવાહિક નવલકથાના એ કીમિયાગાર હતા. જાણે કે જીવનની પળેપળનો હિસાબ એમણે પોતાને આપ્યો અને 'ચિત્રલેખા'ને પણ આપ્યો છતાં કોઈ એમ ન માને કે એ માત્ર કામગરા હતા. એ જે કંઈ કરતા એ પૂરેપૂરી ચીવટથી કરતા પણ જેવું કામ પૂરું થયું એટલે મિત્રો સાથે મળીને આનંદને પણ પૂરેપૂરો માણતા. નિરાંતને જીવે જામના સાન્નિધ્યમાં અને સિગારેટના વહી જતા ધુમાડામાં એમના આનંદની લિપિ ઓળખાઈ જતી.

– સુરેશ દલાલ

લય-પ્રલયની આરપાર

વિશ્વની સૌથી વૈભવી મનાતી સ્ટીમર ક્વીન એલિઝાબેથ-ટુમાં પ્રવાસ કરવો એ ખુશનસીબી મનાય છે. રોજના દસેક હજાર રૂપિયા જેટલો દર ચૂકવીને પ્રવાસ કરવાનું આમ તો મોંઘું પડી જાય, પણ આજના શ્રીમંતોને દસ હજારની કોઈ કિંમત રહી નથી. ખરેખર તો એ શિપની જાહોજલાલી માણી શકે એને માટે તો પૈસા વસૂલ થઈ જાય એટલી બધી સુવિધા અને વૈવિધ્યતા કુનાર્ડ કંપનીએ પોતાના આ લકઝરી લાઈનરમાં ઠાંસીઠાંસીને ભરી છે.

મે, 1992માં અમને આ શિપના પ્રવાસી બનવાનો ચાન્સ મળ્યો. સ્નેહી શ્રી મોહનભાઈ પટેલે અમારી અગિયારની ટીમ તૈયાર કરી એટલે લંડન-ન્યૂયૉર્કનો પાંચ દિવસનો સાગરપ્રવાસ ખેડવાનો યોગ કુંડળીમાં ખોડાયો. લંડન-ન્યૂયૉર્કની એ ટુરમાં માત્ર અમે અગિયાર જ શાકાહારી તથા ઇન્ડિયન્સ હતા. બાકીના કોણ જાણે, કેટકેટલા દેશના ઉતારુઓનો શંભુમેળો તરતા મહેલની મોજ મહાલવા વહાણે ચડ્યો હતો.

પરંતુ મને તો કોઈની નજર લાગી હોય તેમ હું પાંચે દિવસ બીમાર હાલતમાં આ વૈભવી સફરમાં શારીરિક રીતે સફરિંગ કરતો રહ્યો. બધા જોગિંગ કરતા હોય, સ્વિમિંગ કરતા હોય, બ્રેકફાસ્ટ કરતા હોય., લંચ-ડિનરમાં મચી પડ્યા હોય, કેસિનો, થિયેટર, ડાન્સ ફ્લૉર, લેક્ચર્સ, લાઈબ્રેરી... જ્યાં જીવ લાગે, મન ખેંચાય, સાથીદાર તાણી જાય ત્યાં જવાનું. પાંચ દિવસમાં બધું જ માણી લેવાનું એટલે ચોવીસ કલાકમાંથી પાંચ-સાત કલાક સિવાય મોજમજા-મસ્તીનો કસ કાઢી શકનારા પણ ઘણાબધા હતા.

આ સૌમાં હું એક અપવાદ રહ્યો. પાંચેપાંચ દિવસ બીમાર. ઠંડી સહન થાય નહીં. શરીરના સાંધા જડકાઈ જાય એટલે હલચલ બંધ, સોરાયસિસના વ્યાધિના કારણે સ્વિમિંગ થઈ શકે નહીં. ખાવાપીવામાં જેટલી છૂટ લેવાય એનો બદલો વ્યાજસહિત બીજે દિવસે વાળી આપવો પડે.

આવી સ્થિતિમાં પણ લેખકનું મન, તેની પોતાની જાણ વિના ક્યાંક્યાં વિહાર કરતું હોય છે, ક્યારે કયા પાત્રોના માનસમાં પ્રવેશ કરી લેતું હોય, પ્રસંગોના કેવા આટાપાટા ગૂંથવા માંડતું હશે એની પ્રતીતિ તો નવલકથા લખવાની શરૂઆત કરી ત્યારે થવા લાગી. ઈ-ટુની જેમ અમેરિકાની જુગારી નગરી લાસ વેગાસ પણ ઘણા વખતથી દૂર બેઠે મારા મન ફરતે ઘેરો ઘાલવા લાગી હતી, પરંતુ અણુબૉમ્બ સાથે લાસ વેગાસને શો સંબંધ ! તેમ છતાં મન આવી દલીલ માને ખરું ?

ટ્રેનમાંથી લાસ વેગાસ સ્ટેશને ઊતર્યો કે સામે લેવા આવનાર ભાઈ જગદીશ પટેલ પોતે જ અણુ ઈજનેર નીકળ્યા. યુવાન કવિ ચન્દ્ર શાહ અને ઈશાનીએ આ વ્યવસ્થા કરી આપેલી. આમ તો લાસ વેગાસમાં હોટેલમાં જ ઊતરવાનું હોય, પણ જગદીશભાઈ ઘરે વાળુ કરવા લઈ ગયેલા. સાંજના સાત-આઠ વાગ્યાના અજવાળામાં એમના વાડામાં બેસી બિયર પીવા લાગ્યા ત્યાં મોરલો ટહુક્યો. અરે ! આ જુગારનગરીમાં આપણું રાષ્ટ્રીય પંખી ! એ મોરના ટહુકાઓ વચ્ચે મેં જગદીશભાઈને સીધું જ પૂછ્યું : "ઈ-ટુ જેવી વિરાટ સ્ટીમરના તળિયામાં વિનાશક અણુબૉમ્બ ગોઠવીને લંડનથી મુંબઈ સુધી લઈ જવાનો વિચાર તમને કેવો લાગે છે ?"

મને હતું કે હમણાં એ અટ્ટહાસ્ય કરશે. મારી બાલિશ કલ્પનાની ઠેકડી ઉડાવશે. તેને બદલે એમની આંખોમાં ચમક ઊપસી આવતી દેખાઈ. બસ, 'લય-પ્રલય'ના શ્રીગણેશ મનોમન તો એ સાંજે મોરલાના ટહુકાની સાક્ષીએ જ મંડાઈ ચૂક્યા હતા.

પછી તો 92-92 પ્રકરણ સુધી 'ચિત્રલેખા'માં પ્રવાસ ચાલ્યો. ઘૂઘવતા સમુદ્રનાં ભરતી-ઓટની જેમ લખવામાં સ્વાસ્થ્યને કારણે વચ્ચેવચ્ચે વિક્ષેપ આવ્યો. નારાજગી સાથે વાચકોએ બે-ત્રણ વખતના એ અનિવાર્ય સંજોગોને સહી લીધા. જોકે મને પોતાને ક્યારેક એવું લાગ્યું હતું કે આ નવલકથા કદાચ પૂરી કરવા નહીં પામું, પરંતુ આખરે તો પાર ઊતર્યાનો જ આનંદ હોય છે ને !

– હરકિસન મહેતા

14 જૂન, 1995
7, ગુરુકૃપા, છઠ્ઠો રસ્તો,
જૂહુ સ્કીમ, વિલેપાર્લે (પશ્ચિમ),
મુંબઈ 400 056

પાત્રોનું સર્જન, પોતાનું વિસર્જન

એક નવલકથાકાર પોતાના લેખનકાળ દરમ્યાન જેટલું સર્જન કરે છે એનાથી વધુ તે વિસર્જન કરે છે. નવલકથાના દરેક પાત્રની લાક્ષણિકતાઓ નક્કી કરતી વખતે, પાત્રોના સ્વભાવની ખામીઓ અને ખૂબીઓ વર્ણવતી વખતે કે વિવિધ પરિસ્થિતિઓમાં મૂકાતા પાત્રોની પ્રતિક્રિયાઓ વિશે વિચારતી વખતે લેખકે પોતાના સ્વભાવથી પોતાના ચારિત્ર્યની લાક્ષણિકતાઓથી અને પોતાના દ્વારા અપાયેલી પ્રતિક્રિયાઓથી દૂર જઈને વિચારવું પડતું હોય છે; અન્યથા પાત્રોમાં એકવિધતા પ્રવેશી જાય, નવલકથાનાં તમામ પાત્રો એકસરખાં લાગવા માંડે; એટલું જ નહીં, પોતાની એક નવલકથાનાં અને બીજી નવલકથાનાં પાત્રો વચ્ચે ઝાઝો તફાવત પણ ન રહે, દરેક નવા પાત્રના જન્મ સાથે સર્જક એના પોતાનાપણાનું વિસર્જન કરતો રહે છે, એ વિના એના સર્જનનું વૈવિધ્ય કુંઠિત થઈ જાય. સર્જનની ક્રિયા અહમ્‌ના વિસર્જનની શરૂઆત છે.

નવલકથાકાર પોતાના અંતરમનમાં પડેલી સુષુપ્ત લાગણીઓને જગાડીને એના વાચકોમાં વહેંચી દે છે ત્યારે પાત્રો જીવંત થઈ જાય છે, એ પોતે ખાલી થઈ જાય છે. આ ખાલી થઈ ગયેલા લેખકને એના સર્જનના ભાવકોનો પ્રતિભાવ મળતો જાય છે ત્યારે એ ફરી છલકાવાનું શરૂ કરે છે.

હરકિસન મહેતા સતત છલકાતા, ઊભરાઈ જતા લેખક હતા. એમની વીસ નવલકથાઓ પંદર હજાર પાનાઓમાં ફેલાયેલી છે. બેહિસાબ વાચકોનો અખૂટ પ્રેમ મેળવનાર નવલકથાકાર હરકિસન મહેતાએ 'ચિત્રલેખા'ના તંત્રી તરીકે પણ એટલા જ વાચકોનો આદર-સત્કાર પ્રાપ્ત કર્યો. ૨૫ મે, ૧૯૨૮થી આરંભાયેલી એમની જીવનયાત્રા ૩ એપ્રિલ, ૧૯૯૮ના રોજ વિરમી ત્યારે બે યુગ આથમી ગયા. પ્રચંડ લોકપ્રિયતા પામતી ધારાવાહીક નવલકથાનો યુગ અને ગુજરાતી સાપ્તાહિકોના પત્રકારત્વમાં વિક્રમસર્જક ફેલાવાનો યુગ. હપ્તાવાર નવલકથાઓ હજુ પણ લખાય છે અને ગુજરાતી સાપ્તાહિકો પણ નિયમિત પ્રગટ થતાં રહે છે. પરંતુ હરકિસન મહેતાએ આ બેઉ ક્ષેત્રે જે શિખરો સર કર્યા તેની સરખામણી વર્તમાન પરિસ્થિતિ સાથે થાય છે ત્યારે ગુજરાતી સાહિત્ય-પત્રકારત્વની દરિદ્રતા છતી થાય છે, આ બેઉ ક્ષેત્રોમાં હરકિસન મહેતાએ કરેલા કામની મહત્તા પુનઃસ્થાપિત થાય છે.

- સૌરભ શાહ

હરકિસન મહેતાના
બેસ્ટ-સેલર પુસ્તકો

સર્જન-વિસર્જન
અંત આરંભ ૧-૨
લયપ્રલય ૧-૨-૩
મુક્તિબંધન ૧-૨
વંશ વારસ ૧-૨-૩
પીળા રૂમાલની ગાંઠ ૧-૨-૩
ડૉ. રોશનલાલ
જોગ-સંજોગ
ભેદ ભરમ
પ્રવાહ પલટાયો
સંસારી સાધુ
ભાગ્ય સૌભાગ્ય
ચંબલ તારો અજંપો ૧-૨-૩
જડ ચેતન ૧-૨
વેરનાં વળામણાં ૧-૨-૩
તરસ્યો સંગમ ૧-૨
શેષ-વિશેષ ૧-૨
સંભવ-અસંભવ
પાપ પશ્ચાત્તાપ
દેવ-દાનવ
માણસ નામે ગુનેગાર
સાગરને ખોળે ૩૨ દિવસ
સ્વીડન સોનાનું પીંજર
વાદ-સંવાદ
વેદના-સંવેદના
સીયામી જોડીયા

33

કેનેડી રેસ્ટોરાંમાં સાત નંબરના ટેબલ પર ડૉક્ટર ઇરાની સિવાયનાં સૌ ગોઠવાઈ ગયાં હતાં. બીમાર નીરજાદેવીની ખાલી ખુરસીમાં તાનિયાએ મહેમાન તરીકે નિમંત્રેલાં મૅડમ સોરાયા બેઠાં હતાં. લંચ માટે આવનારાંમાંથી ઘણાં તાનિયાને આગલી રાતે મળેલા વન મિલિયન ડૉલરના વારસા બદલ અભિનંદન આપતાં જતાં હતાં.

'ડૉક્ટર તાનિયા શાહ, સવારે ઊઠીને મેં મારાં વાઈફને શું કહ્યું હશે, અનુમાન કરો જોઈએ !'

પચાસેક વરસના અમેરિકન પ્રવાસી મિલ્ટને અભિનંદન આપીને આવું ઉખાણા જેવું પૂછ્યું ત્યારે તાનિયાને તેમાં ઉખાણા જેવું કાંઈ લાગ્યું નહોતું.

'આજના દિવસે તો દરેક વ્યક્તિ ઊઠીને જે કોઈ સામે મળે તેને *હૅપી ન્યૂ યર* જ કહે ને, મિસ્ટર મિલ્ટન... એ સિવાયનું તમે કાંઈ કહ્યું હોય તો અમને સૌને એ જાણવામાં રસ છે.'

'બીજાં સૌને રસ હોય કે નહીં, પણ મને તો તમને જણાવવામાં રસ છે.' કહી મિસ્ટર મિલ્ટને ફ્લાવર-વાઝમાંથી એક ફૂલ લઈ તાનિયાના હાથમાં આપતાં કહ્યું :

'સવારે ઊઠીને મેં પત્ની સમક્ષ એવો પ્રસ્તાવ મૂક્યો કે તું મને ડિવૉર્સ આપી દે તો હું મિલિયોનર બનેલી તાનિયાને પરણવાનો પ્રસ્તાવ મૂકી મારું નવું વરસ સુધારી દઉં !'

સાંભળીને સૌ ખડખડાટ હસી પડ્યાં, પણ તાનિયાને તાકી રહેલા ઓમકારે હોઠ ભીડી જ રાખ્યા. આગલી રાતની પાર્ટીમાં લેડી સ્મિથસને તાનિયાને દસ લાખ ડૉલરનો વારસો આપવાનું જાહેર કર્યું તેની ખુશાલી વ્યક્ત કરીને ઓમકાર એને કહ્યા વિના રહી શક્યો નહોતો : *તાની, બે દિવસ અગાઉ મેં લગ્ન માટે પ્રસ્તાવ મૂક્યો તેના પર હવે બહુ વિચાર નહીં કરતી...* આટલું સાંભળીને તાનિયા તેને અચરજથી નિહાળવા લાગેલી એટલે ઓમકારે ફોડ પાડવો પડ્યો : *હવે તો તું કરોડપતિ થઈ ગઈ, તારા પતિ બનવા માટે અત્યારથી જ લાઇન લાગવા માંડશે...*

અને અત્યારે પેલા મિલ્ટને તાનિયા સમક્ષ મજાકમાં લગ્નનો પ્રસ્તાવ મૂક્યો છતાં ઓમકારે તેના પર હસવાને બદલે હોઠ ભીડીને જાણે મહેણું સંભળાવ્યું : *જોયું ને, આ પચાસ વરસના ટાલિયાએ લાઈનમાં નંબર લગાવવાનું શરૂ કરી દીધું ને !*

પરંતુ તાનિયાનો જવાબ સાંભળીને ઓમકારે ભોંઠા પડવા જેવું થયું.

'જેન્ટલમૅન, હું તમને ઓળખતી નથી, તમારું નામ સુધ્ધાં જાણતી નથી છતાં હું રાતોરાત મિલિયોનર બની ગઈ એટલા ખાતર તમે પત્નીને ડિવૉર્સ આપી મને પરણવા તૈયાર થયા એ મારાં સદ્ભાગ્ય ગણાય !'

એને ગંભીર સ્વરે આવું બોલતી વખતે સાંભળીને ઓમકાર તો ઠીક, પણ યોગીજી પણ નવાઈ પામતા દેખાયા.

'પરંતુ મને પરણવા માગતા તમારા જેવા સૌને મારા તરફથી આટલું કહી દેજો.'

મિલ્ટને આપેલું ફૂલ સપ્રેમ પરત કરતી તાનિયા બોલી ગઈ : 'કહેજો કે આ મિલિયન ડૉલર્સ હું મારા અંગત ખર્ચામાં વાપરવાની નથી. મારા વતનમાં સેવાકાર્ય કરવા માટે આ રકમનું એક ટ્રસ્ટ બનાવવાની છું અને મને પરણવા માગતા પુરુષે આ ટ્રસ્ટમાં બીજી એટલી જ રકમ ડોનેટ કરવાની રહેશે. એવી તૈયારી હોય એ જ મને પરણવાનો પ્રસ્તાવ મૂકે.'

'શાબાશ !' યોગીજીએ ઊભા થઈ જઈ તેનો ખભો થપથપાવ્યો : 'તારી પાસેથી મેં આવી જ કાંઈક અપેક્ષા રાખી હતી.' કહી પેલા અંગ્રેજને સંભળાવ્યું :

'આનું નામ દિલેરીનો જવાબ ખેલદિલી... એકે ઉદારતાથી વારસો લખી આપ્યો, બીજીએ વારસાની રકમ મળતાં પહેલાં તો પરમાર્થ માટે તેનો ઉપયોગ કરવાનો સંકલ્પ પણ જાહેર કરી દીધો.'

પેલો મિલ્ટન એટલી વારમાં તો ટાલિયું માથું ખંજવાળતો એના ટેબલ તરફ રવાના થઈ ગયો હતો અને એ જ વખતે ડૉક્ટર ઇરાની અણધાર્યા આવી ચડ્યા હોય તેમ એમની ખુરસીમાં ગોઠવાઈ ગયા.

'ઓહ, ડૉક્ટર, તમે !' યોગી સુખદ આશ્ચર્ય સાથે બોલી ઊઠ્યા : 'આખરે તમે અમારા ગ્રૂપમાં પાછા આવ્યા ખરા.'

'ખરું પૂછો તો નવા વરસે આપણે સૌ સાથે લંચ લઈએ એટલા માટે અને...' કહી ડૉક્ટર ઈરાનીએ પરદાનશીન સોરાયા તરફ જોઈ લેતાં ઉમેર્યું : 'આપણા ટેબલ પર એમને જોયાં એટલે જિજ્ઞાસાવશ લંચમાં જોડાઈ ગયો.'

'પરંતુ, ઈરાનીસાહેબ, એ આપણી સાથે લંચ લેવાનાં નથી.' તાનિયાએ સ્પષ્ટતા કરી : 'આપણે ભોજન લઈશું અને મૅડમ સોરાયા આપણને પરદા પાછળથી જોયા કરશે એટલું જ...'

'એ કાંઈ સારું ન કહેવાય.' બ્યૂટિશિયન કેથેરિન જેક્સને મમરો મૂક્યો : 'આપણે જમીએ અને એ જોયા કરે... કેટલું અસભ્ય કહેવાય !'

'ઓહ !' પરદાનશીન સોરાયા ગરદન હલાવતી બોલી ઊઠી : 'તમને એમાં અસભ્યતા જેવું લાગતું હોય તો લો, હું ઊભી થઈ જાઉં.'

કહેતી એ ખરેખર ઊભી થવા જતી હતી, પણ તાનિયાએ તેનું કાંડું પકડી લીધું. એમ કરવા જતાં સોરાયાએ ડાબા હાથની વચલી આંગળીમાં પહેરેલી હીરાની અંગૂઠી ઝળહળી ઊઠી.

'અરે, તમે તો બહુ મૂલ્યવાન વીંટી પહેરે છે ને !' બિલ જેક્સનની કીકીઓમાં સળવળાટ થવા લાગ્યો : 'હવે તો કેથેરિનની જેમ મને પણ તમારું મુખ જોવાની ચટપટી જાગી છે, મૅડમ સોરાયા !' કહી પત્ની તરફ જોઈને ઉમેર્યું :

'કેથી, એક આંગળીમાં આટલી કીમતી અંગૂઠી પહેરી છે, તો એમની ડોકમાં કોને ખબર, કેટલું મૂલ્યવાન ઝવેરાત હશે !'

'એનો શું અર્થ, બિલ !' કેથેરિને હોઠ મરડીને સંભળાવ્યું : 'સ્ત્રીનો સ્વરૂપવાન ચહેરો અને મૂલ્યવાન આભૂષણ પરદા પાછળ સંતાડી રાખવાથી એની કિંમત કોડીની થઈ જાય છે.'

કેથેરિનની આ ટકોર તાનિયાને ખટકી. કોઈને ભોજનના ટેબલ પર નિમંત્રીને મહેમાન તરીકે માન ન આપે એ તો ઠીક, પણ બિનજરૂરી નિંદા કરે એ કેવું અસભ્ય ગણાય ! અને તે પણ નવા વરસના શુભ દિવસે જ !

'મને લાગે છે, આપણે વાતનો વિષય બદલીએ તો કેમ ?'

કેથેરિન સામે કતરાઈને તાનિયાએ સૂચન કર્યું ત્યારે બિલ જેક્સન કાંઈક બોલવા જતો હતો તેમાં યોગી કૃષ્ણમૂર્તિ વચ્ચે પડ્યા :

'વિષયાન્તર કરવાનું મારા પર છોડી દો, ડૉક્ટર તાનિયા !' ભોજનની વાનગીઓ ટેબલ પર મુકાઈ ત્યાં સુધી રોકાઈને યોગી કૃષ્ણમૂર્તિએ આગળ ચલાવ્યું :

'કેથેરિન, તમે બ્યૂટિશિયન છો એટલે તમને પડદા પાછળનું સૌન્દર્ય નિહાળવાની તાલાવેલી હોય એ સમજી શકાય છે... એવી જ રીતે બિલ જેક્સનને ઝવેરાતના મૂલ્યાંકનનો શોખ છે એટલે એ મૅડમ સોરાયાનાં આભૂષણો બાબત જિજ્ઞાસા સેવવા લાગે એમાં પણ અજુગતું નથી, પરંતુ...'

એમના પરંતુ પર સૌ ટાંપી રહ્યાં.

'ખરી રીતે અત્યારે આપણે મૅડમ સોરાયાનાં સૌન્દર્ય કે મૂલ્યવાન અલંકારને બદલે એમની ભવિષ્ય ભાખવાની શક્તિ વિશે જિજ્ઞાસા દાખવવી જોઈએ. આ વિદ્યા એ ક્યાંથી શીખ્યાં ? ઇસ્લામમાં જ્યોતિષનો નિષેધ છે છતાં એક મુસ્લિમ મહિલા આ વિદ્યામાં નિપુણતા પ્રાપ્ત કરીને જાહેરમાં તેનો ઉપયોગ કરે એ કેવી રીતે શક્ય બન્યું ? ઇસ્લામના ફરમાન મુજબ પોતે પડદો પાળે છે અને ઇસ્લામની મનાઈ છતાં ભવિષ્ય ભાખે છે એ કેવો વિરોધ ગણાય !'

'આપની વાત વિચારમાં નાખી દે એવી છે, યોગીજી !' ડૉક્ટર ઈરાનીએ પ્રતિભાવ દર્શાવ્યો, પણ યોગી કૃષ્ણમૂર્તિનું કથન હજુ પૂરું થયું નહોતું.

'આજ સવારે લેડી સ્મિથસને અમને એટલે કે મને અને મૅડમને બ્રેકફાસ્ટ માટે નિમંત્ર્યાં હતાં.'

કહીને યોગી અટક્યા. કોઈએ પૂછ્યું નહીં કે *શું કામ નિમંત્ર્યાં હતાં*, છતાં સૌ સાંભળવા માટે જિજ્ઞાસુ દેખાયાં.

'લેડીને આ બધી ચમત્કારક વિદ્યાઓ અને દૈવી શક્તિઓમાં રસ જાગ્યો છે.'

'એ વિદ્યાઓ શીખવામાં ?'

કેથેરિને કટાક્ષમાં પૂછ્યું, પણ તેના વ્યંગને લક્ષમાં લીધા વગર યોગીએ આગળ ચલાવ્યું :

'લેડીની ઇચ્છા એવી છે કે ચમત્કારક જણાતી આ બધી જ વિદ્યાઓના અભ્યાસ અર્થે એક રીસર્ચ સેન્ટર ખોલવું જોઈએ અને એ માટે લેડી પોતાની મિલકતમાંથી દસ લાખ ડૉલરનું ફંડ આપવાનું વિચારી રહ્યાં છે.'

'બીજા વન મિલિયન ડૉલર્સ !'

બ્યૂટિશિયન કેથેરિનના હાથમાંથી સૂપનો ચમચો વચકી પડ્યો : *આ બાઈને ડોનેશનનું ગાંડપણ વળગ્યું છે કે શું ?* એ શબ્દો અપ્રગટ જ રહ્યા અને બીજું કોઈ પણ કાંઈ બોલે તે પહેલાં હેડ સ્ટુઅર્ડે આવીને મૅડમ સોરાયાના હાથમાં એક ચિઠ્ઠી પકડાવી દીધી : 'કૅપ્ટનસાહેબે આપને માટે તાકીદનો સંદેશો મોકલ્યો છે.'

નકાબની જાળી સામે ચિઠ્ઠી રાખીને સંદેશો વાંચતાંની સાથે જ મૅડમ સોરાયા સફાળી ઊભી થઈ ગઈ. કૅપ્ટને લખ્યું હતું : એક કટોકટી ઊભી થઈ છે. તમે યોગી કૃષ્ણમૂર્તિ તથા ડૉક્ટર તાનિયાને લઈ તૂતક પર આવી જાઓ. લંચ લેતાં હો તો પડતું મૂકીને પણ ધસી આવજો.

ચિઠ્ઠીમાં દર્શાવેલી તાકીદે સોરાયાને ભીતરમાં ધ્રુજાવી દીધી, જે બીજા કોઈના ધ્યાનમાં આવ્યું નહીં, પણ ચિઠ્ઠી વાંચીને સોરાયાની સાથે યોગીજી અને તાનિયા પણ ઊભાં થઈને ચાલવા લાગ્યાં ત્યારે બાકીનાં સૌ સ્તબ્ધ બનીને તેમને જોતાં રહ્યાં. *શું થયું ?* એમ પૂછવાનો અવકાશ મળે એ પહેલાં તો પેલાં ત્રણે ઝડપભેર દૂર નીકળી ચૂક્યાં હતાં.

*

તૂતકના બ્રિજ પર લટાર મારતા કૅપ્ટન વારેવારે એકાદ દરિયાઈ માઈલના અંતરે દેખાતી ફ્રીગેટ પર નજર નાખી લઈ દાઢી પસવારીને બબડતા હતા : આવી ક્રાઈસિસની તો કલ્પના પણ કરી નહોતી !

'સર, ત્રણે વ્યક્તિ હાજર છે.'

ફર્સ્ટ ઑફિસરે પીઠ પાછળથી કહ્યું ત્યારે કૅપ્ટનથી ચોંકીને પછવાડે જોવાઈ ગયું. પછી ખ્યાલ આવ્યો કે પોતે વધુ પડતા અસ્વસ્થ બની ગયા હતા. પેલાં ત્રણેને પોતાની કૅબિનમાં બેસાડવાનું પોતે જ કહ્યું હતું, તો પછી આ રીતે ઝાટકા સાથે પાછળ જોવાની ચેષ્ટામાં ફર્સ્ટ ઑફિસર સમક્ષ પોતાનો ગભરાટ ઉઘાડો પડી ગયો. કૅપ્ટન તરીકે આના કરતાં પણ વધુ વસમી કસોટીમાંથી પોતે સ્વસ્થ રહીને પાર પડી ચૂક્યા હતા.

'અહીં આવવા માટે એ લોકો અણધાર્યાં રેસ્ટોરાંમાંથી નીકળી પડ્યાં એથી બીજાં પૅસેન્જર્સ પર કોઈ અસર તો થઈ નથી ને ?'

'ખાસ નહીં !' ઑફિસરે અહેવાલ આપ્યો : 'સ્ટુઅર્ડ સાથે ચિઠ્ઠી મોકલીને હું દૂરથી જોતો હતો. એમનાં ટેબલ પાર્ટનર્સ થોડાં અચરજમાં પડી ગયેલાં દેખાયાં. એ સિવાય બીજા કોઈએ એમને બહાર નીકળી જતાં પણ જોયાં નહીં હોય.'

'ઠીક છે. હું કૅબિનમાં જાઉં છું. એ મામલો આપણે બહુ ચુપકીદીથી જ હૅન્ડલ કરવો પડશે.' પગ ઉપાડતાં ઉમેર્યું : 'બી કૅરફુલ.'

'ઓકે, સર !'

કૅપ્ટને ધાર્યું હતું તેમ પેલાં ત્રણે કૅબિનમાં પોતાની વાટ જોતાં ઊચક જીવે ઊભાં જ હતાં.

'પ્લીઝ સીટ ડાઉન.' ત્રણેને થોડી ધરપત આપવાના હેતુથી કૅપ્ટને હળવાશથી કહ્યું, પણ એમના ચહેરાની તંગ રેખા ગંભીરતાની ચાડી ખાતી ડતી.

'શું બાબત છે, કૅપ્ટન ?'

યોગીએ બેઠક લેતાં પૂછ્યું ત્યાં સુધીમાં કૅપ્ટને ચાંપ દાબીને કૅબિનની બારી પરથી પરદો હટાવી દીધો હતો :

'સામે જુઓ, શું દેખાય છે ?'

ત્રણેની નજર બહાર દરિયા પર દોડી ગઈ. યોગીજી અને તાનિયાને માત્ર એટલું જ સમજાયું કે તૂતક પર નાની સાઈઝની તોપ ધરાવતી મોટા કદની એક બોટ *ઓકે-વન*ની આગળ ચાલી રહી છે... પરંતુ પડદાની જાળીમાંથી નિહાળતી સોરાયા ફ્રીગેટ પર ફરકતો ઇરાની ધ્વજ જોતાં પરિસ્થિતિ પામી ગઈ. ફ્રીગેટનું સુકાન સંભાળી રહેલા કૅપ્ટનની બંને બાજુમાં મશીનગન સાથે ઊભેલા બે શખસ પણ સોરાયાના ધ્યાન બહાર રહ્યા નહીં.

'યસ, કૅપ્ટન !' ઊંડો શ્વાસ લઈને છોડતાં સોરાયાએ કૅપ્ટન તરફ ગરદન ઘુમાવીને કહ્યું :

'ચિઠ્ઠીમાં લખ્યા મુજબ ખરેખર બહુ જબરી કટોકટી આવી પડી !'

યોગી અને તાનિયાને હજુય કાંઈ સમજાયું નહીં પણ સોરાયાના અવાજમાં રહેલી ધ્રુજારી તેમનાથી અજાણી રહી નહીં.

'એ લોકો શું કહે છે, કૅપ્ટન ?' સોરાયાએ પૂછ્યું ત્યારે કૅપ્ટન ઘડીભર બારીમાંથી દરિયાનાં મોજાં નિહાળતા ખામોશ રહ્યા. કહેવા માટે જીભ ઊપડતી ન હોય તેમ સોરાયાને તાકવા લાગ્યા.

'અરે, અમને સમજાય એવી રીતે તો વાત કરો !'

અકળામણ સહેવાતી ન હોય તેમ અથરા અવાજે યોગીજી બોલી ઊઠ્યા.

'આ કટોકટી કોના પર તોળાઈ રહી છે એ તો સમજાવો !' તાનિયાએ પણ તેનો સૂર પુરાવ્યો : 'એ નાનકડી બોટ આટલી વિરાટ શિપનો રસ્તો આંતરીને આગળ વધી રહી હોય એવું કાંઈક દેખાઈ રહ્યું છે. કોણ છે એ લોકો, કૅપ્ટન ?'

'એ છે ઈરાનની ખૌમૈની સેનાના ઘાતકી સૈનિકો.' દાંત પીસીને સોરાયા કહેવા લાગી :

'એ લોકો મારો પીછો કરતા અહીં સુધી આવી પહોંચ્યા છે... અને હવે શિપમાં આવીને મને પકડી જવા માગતા હશે.' કહીને સોરાયાએ કૅપ્ટન સામે જોયું : 'હું બરાબર કહું છું ને, કૅપ્ટન ?'

'હા, મૅડમ ! માલ્ટાના દરિયાઈ વિસ્તારમાં દાખલ થવાને હજુ બે કલાકની વાર છે. અત્યારે આપણે આંતરરાષ્ટ્રીય સમુદ્રનાં હંકારી રહ્યાં છીએ. પહેલાં તો થયું કે ઈરાનની આ ફ્રીગેટ પણ માલ્ટા બંદરે જઈ રહી છે. ધીમેધીમે એ આપણો માર્ગ આંતરવા લાગી ત્યારે અમે નિયમ મુજબ તેને ચેતવણી આપી, *રસ્તામાંથી ખસી જાઓ !*'

'એ ક્યારે બન્યું ?'

'હજુ પંદર-વીસ મિનિટ પહેલાં... વાયરલેસ દ્વારા આપેલી ચેતવણીના જવાબમાં પડકાર સાંભળવા મળ્યો કે *તમે સ્પીડ ઘટાડી નાખો ! અમે તમારો રસ્તો રોકવા જ આવ્યા છીએ !*'

આમ કહી કૅપ્ટને ફરી સોરાયાના નકાબ સામે નજર નાખી લઈ આગળ ચલાવ્યું :

'મેં પૂછ્યું કે તમારે શું જોઈએ ? તો જવાબ મળ્યો *ધ લેડી ઈન વ્હાઈટ !*

'મેં અજાણ્યા થઈને પૃચ્છા કરી, *એ વળી કોણ ?* તો એણે કરડાકીથી સંભળાવ્યું કે *પોતાની જાતને મૅડમ સોરાયા તરીકે ઓળખાવતી, પરદાનશીન ઔરત, જેણે કાચના ગોળામાં ભવિષ્ય જોવાને બહાને તમારો આશ્રય લીધો છે.*'

'એ વાત સાચી છે, કૅપ્ટન ! હું એ લોકોથી છુપાતી-નાસતી ફરું છું. માલ્ટા પહોંચવા માટે મારે તમારી શિપનો આશ્રય લેવો પડ્યો.'

'પણ હવે એ લોકો તમને માલ્ટા સુધી પહોંચવા દેવા નથી માગતા.'

'તો એ લોકો માગે છે શું ?' અકળાઈ ગયેલા યોગીજી પૂછી બેઠા, પછી ખ્યાલ આવ્યો કે કટોકટી વખતે આમ અસ્વસ્થ થઈ જવાનું યોગ્ય ન ગણાય, એટલે ભૂલ થયાના હાવભાવ સાથે મંદ અવાજે ઉમેર્યું : 'એ ચાંચિયાઓની માગણી શું છે ?'

'મૅડમ સોરાયાને જીવતાં સોંપી દેવાની !'

થોડી વાર માટે કૅબિનમાં સન્નાટો છવાઈ ગયો.

'મૅડમને જીવતાં સોંપી દેવાની એ ચાંચિયાઓની માગણીના જવાબમાં તમે શું કહ્યું, કૅપ્ટન ?'

'હું બીજું શું કહું !' કૅપ્ટને લાચારી દર્શાવી : 'મેં રાબેતા મુજબ કહ્યું કે *એ મારાં પૅસેન્જર છે, આમ મધદરિયે મારાથી એમની સોંપણી તમને ન કરી શકાય. પૉર્ટ પર એ ઊતરે પછી તમારે જે કરવું હોય તે કરી શકો છો...* પણ એ સાંભળીને ખૌમેની સેનાના આગેવાને વાયરલેસ પર વડચકું ભર્યું : *અમે દલીલો સાંભળવા ટેવાયેલા કે બંધાયેલા નથી. એ ઔરતને સીધેસીધી સોંપી દો, નહીંતર અમારા એક ડઝન સશસ્ત્ર સૈનિકો તમારી શિપમાં બળજબરીથી ચડી જઈ હાહાકાર મચાવી દેશે...* આમ ધમકાવીને મને પંદર મિનિટનો સમય આપ્યો... મેં અડધા કલાકનો સમય માગી તમને લોકોને બોલાવ્યા... હવે કરવું શું ?'

કૅપ્ટનનો સવાલ પેચીદો હતો છતાં તેને ટાળી શકાય તેમ નહોતો.

'કૅપ્ટન, આંતરરાષ્ટ્રીય કાયદો શું કહે છે ?'

'યોગીજી, આ લોકો બળ સિવાય બીજા કાયદાને માનતા નથી.' કૅપ્ટનને બદલે સોરાયાએ જ કહેવું પડ્યું :

'ખૌમેની સેનાનો બોલ એ કાયદો. એ મને બંદર સુધી પહોંચવા નહીં દે, કારણ કે ત્યાં મને પકડી લે તો માલ્ટા સરકાર સાથે વેર બંધાય.'

એ આગળ કહેવા જાય એ પહેલાં વાયરલેસની બઝર વાગી ઊઠી. કૅપ્ટને સંદેશો સાંભળવા બટન દબાવ્યું. બાકીનાં ત્રણે અધ્ધર શ્વાસે કાન સરવા કરીને સાંભળતાં રહ્યાં.

'કૅપ્ટન, અર્ધા કલાકની મુદત પૂરી થઈ.'

સ્પષ્ટ ઉચ્ચારવાળા અંગ્રેજીમાં રુઆબભેર એ કહેતો હતો :

'એની સોંપણી કરવી છે કે મારી બોટને તમારી શિપ સુધી લઈ આવું ?'

'પ્લીઝ લિસન...'

કૅપ્ટન કાંઈક કહેવા જતા હતા, પણ સામેવાળો સાંભળવા તૈયાર ન હોય તેમ અધીર અવાજે બોલી ગયો :

'અમારે માત્ર *હા* કે *ના*માં જવાબ જોઈએ. પ્લીઝ-બ્લીઝ કે લિસન-બિસનનો શિષ્ટાચાર અમને માફક નથી આવતો. જસ્ટ સે... યસ ઓર નો ?'

'યસ !'

કૅપ્ટનને બદલે સોરાયાએ જ ફેંસલો સંભળાવી દીધો ત્યારે ત્રણે તો સ્તબ્ધ થઈ ગયાં. પરંતુ સામેવાળો પણ ઘડીભર અવાક્ બની ગયો.

'એ જનાના અવાજ કોનો હતો ?'

'સોરાયા ઉર્ફે વહીદા ઉર્ફે...'

'નાપાક ઔરત !' સામેવાળાએ ધગધગતા શબ્દોમાં સંભળાવ્યું : 'તને તો તહેરાનના ચોકમાં નગ્ન કરીને જીવતી જલાવી દેવા માટે અમારા હાથ ચટપટી રહ્યા છે !'

'અત્યારે ખુદાને વાસ્તે...'

'છટ્ ! તારા હોઠો પર ખુદાનું નામ... શરમ કર... શેતાનની ઓલાદ !' કહી પેલાએ ત્રાડ નાખી -

'કૅપ્ટન, અમે એ નાપાકની સાથે જબાન લડાવવા માગતા નથી... હવે તો એનો કબજો લેવા જ આવી રહ્યા છીએ. યાદ રાખજો, અમને એ જીવતી જોઈએ !'

કૅપ્ટન શું બોલે ? એમણે સોરાયા સામે જોયું, જાણે પૂછતો હોય : *હવે મારે શું કરવું ?*

'કૅપ્ટન, એની પાસે માત્ર દસ મિનિટનો સમય માગો.' સોરાયાએ ગરદન ટટ્ટાર કરી મક્કમ અવાજે કહ્યું : 'એમને કહો કે તમારી નમાજનો સમય થઈ ગયો છે. તમે લોકો અલ્લાહતાલ્લાને યાદ કરી લો ત્યાં સુધીમાં હું સૅન્ડવિચ ખાઈ લઉં છું.'

કૅપ્ટને શબ્દશઃ વાયરલેસ દ્વારા એ જવાબ આપ્યો ત્યારે પેલા લોકો તેનો વિરોધ ન કરી શક્યા છતાં સંભળાવ્યા વિના પણ રહી ન શક્યા :

'એ નાપાક અમને નમાજ પઢવાની યાદ દેવડાવે છે... સાલી !'

યોગી કૃષ્ણમૂર્તિ અને તાનિયા તો મૂંગાંમંતર બની ગયાં હતાં. જાણે બોલવા-કહેવાનું કાંઈ સૂઝતું નહોતું.

'કૅપ્ટનસાહેબ, આપ એમને એ પણ કહો કે *તમારી બોટ આ તરફ મને લેવા આવશે તો બીજાં પૅસેન્જર્સ માટે તમાશો જોવાનો થશે*' અને એમાં કૅપ્ટન તરીકે તમારી હાંસી થશે... *માટે અમારી જ બોટમાં બેસાડીને એને તમારી પાસે પહોંચતી કરીએ છીએ...* બસ, દસ જ *મિનિટનો સમય આપો !'*

કૅપ્ટને એ પ્રમાણે ફ્રીગેટને વિનંતી કરી તો એનો સ્વીકાર થયો ખરો, સાથોસાથ ચેતવણીય સંભળાવી :

'કોઈ ચાલાકી નહીં જોઈએ... અમારે એના જિસ્મની બોટીબોટી કરીને કૂતરાઓને ખવડાવી દેવી છે ! એટલા માટે અમને એ જીવતી જોઈએ, કૅપ્ટન !'

'નહીં, કૅપ્ટન !' યોગી કૃષ્ણમૂર્તિ ખુરસીમાંથી ઊભા થતાં બરાડી ઊઠ્યા : 'આ રીતે મધદરિયે ધાડુપાડુઓ કોઈ ઓરતની માગણી કરે અને આપણે એને સોંપી દઈએ એ ક્યાંનો ન્યાય ? એ ક્યાંની સભ્યતા ?'

'સાચી વાત છે !' તાનિયા ગળું ખંખેરતી માંડ બોલી શકી : 'આ માણસો કેવી ગાળી-ગલોચની ભાષા વાપરે છે ! એ બદમાશોની ધમકીને વશ થવાને બદલે આપણે સાથે મળીને સામનો શું કામ ન કરવો, કૅપ્ટન ?'

'એ શક્ય નથી.' કૅપ્ટનનો અવાજ તરડાઈ ગયો : 'આમ જુઓ તો મૅડમ સોરાયા અમારી પૅસેન્જર નથી. છેલ્લી ઘડીએ કાસાબ્લાન્કાના એજન્ટે રીક્વેસ્ટ કરી કે *એ બાહોશ ભવિષ્યવેત્તા છે. માલ્ટા સુધીની સફરમાં તમારાં પૅસેન્જર્સનું ભાવિ ભાખીને તેમને ખુશ કરશે અને આ બિચારીને ચાર-પાંચ હજાર ડૉલરની આમદાની થશે...* એટલા ખાતર મેં હા પાડી. મને શું ખબર કે આ લેડી ઈન ધ વ્હાઈટ...'

'આપત્તિનો પહાડ પુરવાર થશે !'

સોરાયાએ જ કૅપ્ટનનું વાક્ય પૂરું કરીને કહ્યું : 'યોગીજી, તમે અને તાનિયા આમાં કાંઈ જ કરી નહીં શકો. મારે ખાતર કૅપ્ટનને બદનામી વહોરી લેવી પડે, બીજાં મુસાફરો આફતમાં આવી પડે અને આખો કિસ્સો છાપે ચડે એવું આપણા કોઈના હિતમાં નથી.'

'પરંતુ, મૅડમ સોરાયા, એ લોકો તને જીવતી...'

'જલાવી દેવા માગે છે, એમ જ ને, યોગીજી !' જાણે મોતની સજાનો ભય ન હોય તેમ એ બોલી ગઈ :

'મારો અપરાધ પણ એવો જ છે... મેં મૌલવીઓ અને ખૌમેનીઓ સામે બળવો પોકારવા માટે સ્ત્રીઓને ઉશ્કેરી છે. મરદોની દાદાગીરી સહી નહીં લેવા માટે એમને ઢંઢોળી છે. *અરે, બુરખામાં ગોંધાઈ રહેવાને બદલે અગાઉની જેમ ઈરાની ઓરત તરીકે ખુલ્લેઆમ ફરવાના તમારા હક્કો પાછા મેળવવાની લડત ચલાવો* એવા પોકારો પાડીને મેં ઈરાની ઓરતોને ઉશ્કેરી છે...'

બોલતાં-બોલતાં શ્વાસ ખાવા રોકાઈને એણે ઉમેર્યું : 'બોલો, આ મારો જેવોતેવો અપરાધ ગણાય ? તમે આજે મને નહીં સોંપો તો આવતી કાલે, પરમદિવસે, દરિયામાંથી નહીં તો પાતાળમાંથી પણ મને પકડી સજા ફટકારશે. બીજી ઓરતો પર ધાક બેસાડવા માટે એમણે મને રિબાવી-રિબાવીને માર્યે જ છૂટકો !'

તેના આ બેધડક શબ્દો સાંભળનારાં ત્રણે દિગ્મૂઢ બની ગયાં. બુરખાને કારણે એના મુખભાવ ભલે દેખાતા નહોતા, પણ એના શબ્દોમાં લડાયક જુસ્સો ઊછળતો હતો, અવાજમાં જાનફિશાનીનું જોશ ઘૂંટાતું જતું હતું. લોકોનાં ભવિષ્ય જોનારી તરીકે અત્યાર સુધી જેને ઓળખી એ સ્ત્રી કેવી બળવાખોર નીકળી ! સ્ત્રીજાતિને ખાતર પોતાના ભવિષ્યને હોડમાં મૂકનારી નીકળી !

'હું એક મિનિટમાં આવી.'

કહેતી સોરાયા કૅપ્ટનની કૅબિનના છેવાડે આવેલા બાથરૂમ તરફ સરકી ત્યારે એની ગેરહાજરીમાં શું બોલવું એ ત્રણમાંથી કોઈને સૂઝતું-સમજાતું નહોતું.

'મારાથી તો આ નહીં જોઈ શકાય, કૅપ્ટન !'

યોગી કૃષ્ણમૂર્તિએ વિષાદભાવે અને દર્દીલા સ્વરે કહી તાનિયા તરફ જોયું.

'મારું ચાલે તો હું પણ સોરાયા સાથે એ બોટ સુધી જાઉં. પછી ભલે એ જાલિમોને જે કરવું હોય તે કરે.'

'એ તો આત્મહત્યાનો માર્ગ કહેવાય.' કૅપ્ટને નિઃશ્વાસ નાખતાં કહ્યું : 'એક વાત નક્કી છે કે સોરાયાને જીવતી સોંપવા સિવાય આપણી પાસે કોઈ જ વિકલ્પ નથી.' તેમનો કંઠ રૂંધાવા લાગ્યો :

'મારી કારકિર્દીમાં આવું ધર્મસંકટ પહેલવહેલું જ આવ્યું. તમે કહેતાં હો તો હું એને બદલે મારો જાન આપી દઉં, પણ બીજાં પૅસેન્જર્સની જાનહાનિનું જોખમ તો કોઈ હિસાબે નહીં લઉં !'

'એવું કાંઈ જ કરવાની જરૂર નથી.' બાથરૂમમાંથી બહાર આવતી સોરાયાએ દૂરથી જ કૅપ્ટનની મૂંઝવણ વિખેરી નાખવાના આશયથી કહ્યું :

'જેમની પાસેથી હું ભવિષ્ય ભાખવાની વિદ્યા શીખી એણે મને કહી જ રાખ્યું હતું કે તારું મૃત્યુ ન તો જમીન પર થશે કે ન આસમાનમાં... અને મારા એ ઉસ્તાદને સાચા પાડવા માટે પણ મારે મોતને ભેટવું જ રહ્યું.'

એના એ વાક્યનો ગર્ભિત ઇશારો સમજવા જેટલી સ્વસ્થતા પેલાં ત્રણેમાં ક્યાં હતી ?

'દસ મિનિટ પૂરી થઈ ગઈ !'

વાયરલેસ પરથી ફરી તાકીદ થઈ એટલે કૅપ્ટને વૉકીટૉકી પર સેકન્ડ ઑફિસરને આદેશ આપ્યો : 'ત્રણ નંબરની સ્પીડબોટને નીચે ઉતારી સીડી પાસે તૈયાર રાખો... આપણા એક પૅસેન્જરને ટ્રાન્સ્ફર કરવાની ઈમર્જન્સી ઊભી થઈ છે.'

'ઓકે, સર ! વિધિન ફાઈવ મિનિટ્સ નંબર થ્રી બોટ વિલ બી રેડી.'

'એ પાંચ મિનિટમાં મારે એક અગત્યનું કામ પતાવવાનું છે.'

કહી બુરખાધારી સોરાયાએ તાનિયાને પોતાની નજીક બોલાવી : 'વિદાય લેતાં પહેલાં મારે તમને મારી અમાનત સોંપતાં જવી છે.' કહેતાં-કહેતાં એણે ડાબા હાથની આંગળીમાંથી રત્નજડિત વીંટી કાઢવા માંડી.

'જરા તમારો હાથ લંબાવો તો !'

તાનિયાને વિનંતી કરી અને તેણે હાથ ધર્યો એટલે તેની હથેળીમાં મૂલ્યવાન અંગૂઠી મૂકીને આંચકા સાથે મોઢા પરથી નકાબ હટાવી દીધો :

'આ બોટમાં એક વ્યક્તિ તો એવી હોવી જોઈએ જેણે મારો આ બદસૂરત ચહેરો જોયો હોય.'

બદસૂરત !

તાનિયાની આંખો અંજાઈ ગઈ. કૅપ્ટનની કેબિનમાં જાણે રોશની ઝળહળી ઊઠી હોય એટલી હદે સોરાયાનો ખૂબસૂરત ચહેરો ચમકતો હતો. સ્વરૂપવતી સ્ત્રીઓ તો ઘણી જોઈ, પણ આ નારીના નૂરમાં કોઈક અનોખી આભા વર્તાઈ !

'આવા, બેહદ ખૂબસૂરત ચહેરાને કોણ બદસૂરત કહી શકે, મૅડમ ?'

'કેમ, ડાબા ગાલ પર બદસૂરતીની ચોકડી ન દેખાઈ તમને ?' અચાનક તેના બોલવામાં કટુતા આવી ગઈ : 'ડૉક્ટર તાનિયા, એ કાળી ચોકડીને ખૂબસૂરતી વધારતું લાખું માની લેવાની ભૂલ નહીં કરી બેસતાં !'

તાનિયા તેની આંખોના ભીંજાતા ખૂણા જોતી સાંભળતી રહી :

'એક યુવાને મારી ખૂબસૂરતી પર વારી જઈ ગાલ પર ચુંબન ચોડી દીધું એની સજારૂપે વડીલોએ અહીં ધગધગતા ડામ દઈને ચોકડી ચીતરી દીધી !'

'ઓહ ગૉડ !' તાનિયાના હોઠ વચ્ચેથી ચીસ નીકળી ગઈ : 'આવી ક્રૂર સજા !'

'અમારા સમાજમાં એવું જ થતું આવ્યું છે. ગુનાની પહેલ મરદ કરે અને સજા ઓરત ભોગવે... માત્ર આ ડામ દઈને જ એ લોકો અટક્યા નહીં. એમણે મને એવા મરદ સાથે પરણાવી દીધી કે જેની બાજુમાં ઊભી રહું તો જોનારા અમારા કજોડા પર હસીહસીને બેવડ વળી જાય અને મને શરમના માર્યા જમીનમાં સમાઈ જવાની ઇચ્છા થઈ જાય !'

'એટલે તમે શાદીસુદા છો, સોરાયા ?'

'જેને તમે મારો મદદનીશ માનો છો એ બદસૂરત બટકો મનસૂર એ જ મારો ખાવિંદ !'

'ઓહ નો !' ફરી ચિત્કાર નાખ્યો તાનિયાએ.

'એ મનસુર તમારો હસબન્ડ ?' યોગી કૃષ્ણમૂર્તિએ પીઠ પાછળથી પૂછ્યું : 'તો પછી આ લોકો તમારી એકલાંની જ કેમ માગણી કરે છે ?'

'એ લોકો એને માગીને શું કરે ?'

ચહેરા પરથી નકાબ હટાવી લીધેલો હતો એટલે તેણે ગરદન ફેરવ્યા વિના જ જવાબ વાળ્યો :

'મારો એ ખાવિંદ તો એમનો મળતિયો છે. અમારી આ સફરની કદાચ એણે જ આ લોકોને જાણ કરી દીધી હશે. હવે મારો કબજો મળ્યા પછી એ લોકો મનસૂરને ઇસ્લામનો કોઈ ખિતાબ આપીને બહાદુર ઠરાવશે.'

તેના શબ્દેશબ્દમાં મનસૂર પ્રત્યે નફરત નિચોવાતી હતી.

'સર, નંબર થ્રી બોટ ઈઝ રેડી !'

વૉકીટૉકી પર સેકન્ડ ઑફિસરે જાણ કરી ત્યારે ઘડીભર માટે તાનિયાનું હૃદય ધબકવાનું ચૂકી ગયું.

'તાનિયા, તારે બીજો હાથ પણ ધરવો પડશે.'

એક હાથ લંબાવીને ઊભેલી તાનિયાએ બીજા હાથની હથેળી જોડીને ખોબો ધર્યો એટલી વારમાં સોરાયાએ ડોકમાંથી હીરાનો હાર કાઢીને સોંપી દેતાં કહ્યું :

'આ મૂલ્યવાન ઝવેરાત હું તને આપતી જાઉં છું. થોડી વાર પહેલાં તું કહેતી હતી ને કે લેડીના મિલિયન ડૉલર્સનું ટ્રસ્ટ બનાવવાની છો... બસ, આની જે રકમ ઊપજે એ તારા ટ્રસ્ટમાં જમા કરાવી દેજે.'

સોરાયા બોલતી હતી અને તાનિયાની આંખો ઊભરાતી હતી. બંને હાથ લંબાવ્યા હોવાથી એ આંસુ પણ લૂછી શકતી નહોતી.

'અને છેલ્લે બીજું એક કામ પણ સોંપતી જાઉં છું.'

કહી બુરખાની અંદર હાથ નાખી ખિસ્સામાંથી એક પરબીડિયું કાઢી તાનિયાના ખોબા પર ગોઠવી દીધું :

'આ કવર તમારે પહોંચાડી દેવાનું છે'

બોલતાં-બોલતાં તેની જીભ પહેલીવાર થોથરાઈ.

'કોને પહોંચાડવાનું છે, મૅડમ ?'

'હિઝ હાઇનેસને.'

'હિઝ હાઇનેસને ?' તાનિયાની જેમ દૂરથી સાંભળતા યોગી પણ ચોંક્યા.

'ડૉક્ટર, હાઈનેસનું નામ સાંભળીને ચમકવાની જરૂર નથી.' સોરાયા સહેજ હસી, પણ એ સ્મિતમાં દર્દ છલકાતું લાગ્યું :

'તમે મને લંચ માટે બોલાવી ત્યારે જ આ પત્ર સાથે લાવી હતી. આમ તો મારે બંદરે ઊતરવાનું હતું, પણ હવે મધદરિયે ઊતરી જવાનું આવ્યું એટલે પત્ર પહોંચાડવાનું પણ સોંપતી જાઉં છું...' કહીને એ થોડું અટકી, પછી તાનિયાના ગાલ પરથી દડતાં આંસુને પોતાની આંગળીથી લૂછવા લાગી :

'પત્ર તમારે જાતે પહોંચાડવાનો નથી... મને ખબર છે એ માણસ તમને દીઠો ગમતો નથી.'

મને જે દીઠો ગમતો નથી એને તમે પત્ર લખો એ રહસ્ય જેવું લાગે છે. તાનિયાના મનમાં પડઘો પડ્યો-ન-પડ્યો ત્યાં તો વાયરલેસ પર છેલ્લી તાકીદ સંભળાઈ :

'બોટ તૈયાર કરીને પેલી ક્યાં સંતાઈ ગઈ ? તમે લોકો કોઈ ચાલાકી તો...'

'નહીં-નહીં... શી ઈઝ જસ્ટ લીવિંગ માય કૅબિન.'

ફ્રીગેટવાળાને જવાબ આપીને કૅપ્ટને તાકીદ કરી : 'મૅડમ, ચાલો, હું તમને સીડી સુધી મૂકી જાઉં.'

'નહીં !' ચહેરાને બુરખાથી ઢાંકી દેતી સોરાયા ગરદનને ઝાટકો આપતી આગળ વધી : 'તમારામાંથી કોઈ જ મને મૂકવા ન આવશો.'

પછી કૅબિનમાંથી બહાર નીકળીને ઉમેર્યું પણ ખરું :

'કૅપ્ટન, તમે ઇચ્છતા હતા કે કોઈ જાતનો શૉ થવો ન જોઈએ... બીજાં પૅસેન્જર્સને આ કટોકટીની ગંધ પણ ન આવવી જોઈએ.'

કહીને એ જરા વાર રોકાઈ. દરેક પર એક નજર નાખી લીધી પછી પગ ઉપાડ્યા ત્યારે શરીરનું સંતુલન સહેજ ગુમાવતી ફરી જાતને સંભાળી લેતી આગળ વધી ગઈ.

બે-ચાર મિનિટ સુધી કૅપ્ટનની કૅબિનમાં બેઠેલાં ત્રણે જણ કોઈ દુઃસ્વપ્ન જોતાં હોય તેમ જડવત્ બની ગયાં. સોરાયાએ સોંપેલી અમાનત તાનિયા પોતાની પર્સમાં મૂકવા લાગી ત્યારે બારીમાંથી જોઈ રહેલા કૅપ્ટનના શબ્દો કાને પડ્યા :

'જુઓ, મૅડમ સીડી ઊતરીને બોટમાં બેસી ગયાં.'

તેમની એ માહિતી પર હોઠ કરડી લઈ યોગીએ બારીમાંથી જોયું ત્યારે નાવિકે સ્પીડબોટની મોટર સ્ટાર્ટ કરી દીધી હતી.

'સમદ્રનાં પાણી અશાન્ત છે.'

મોટરબોટને ફ્રીગેટ તરફ જતી જોઈને કૅપ્ટન બોલતા રહ્યા :

'અરે, મૅડમ બોટમાં હાલકડોલક કેમ થાય છે ?'

સાંભળીને તાનિયાએ ટેબલ પરથી દૂરબીન ઊંચકીને આંખે માંડ્યું :

'ઓહ, એ તો બોટમાં આડાં થઈ ગયાં... શું થયું એમને ?'

તાનિયાનો અવાજ ધ્રૂજતો હતો.

'આખરે તો મૃત્યુને ભેટવા જવાનું છે... ગમે તેવું મનોબળ હોય, છેવટે તો માણસ ભાંગી જ પડે !'

યોગીના એ શબ્દો સાંભળ્યા ન હોય તેમ દૂરબીનમાંથી જોતી તાનિયા લગભગ ચીસ પાડીને બોલી ઊઠી :

'મોટરબોટ ફ્રીગેટ પાસે પહોંચી ગઈ. તમારો નાવિક હાથ પકડીને મૅડમને ઊભાં કરી રહ્યો છે...'

બોલતાં-બોલતાં તાનિયાને હાંફ ચડવા લાગી :

'અરે, ફ્રીગેટમાંથી મશીનગનધારી મરદ કેવી બેહૂદી રીતે મૅડમને ખભેથી પકડી પોતાની બોટમાં ખેંચી રહ્યો છે અને...'

એનું ગળું રૂંધાયું :

'અને મૅડમે તો ડોક ઢાળી દીધી... મને સોરાયાના મોઢામાંથી ફીણ નીકળતાં કેમ દેખાય છે ?'

બોલતાં-બોલતાં તાનિયા રડી પડી. દૂરબીનનો ભાર લાગતો હોય તેમ કૅપ્ટનના હાથમાં સોંપી દઈ ધ્રુસકે-ધ્રુસકે રડતી રહી.

'તમે દગો કર્યો !'

વાયરલેસમાંથી અવાજ ઊછળ્યો : 'એ નાપાક ઓરતને તમે ઝેર આપીને મોકલી.'

સાંભળીને ત્રણેનાં હૈયાંમાં કંપારી વછૂટી. ઝાટકા સાથે ગરદન ઊંચી કરતી તાનિયાએ પર્સમાંથી પેલી હીરાજડિત વીંટી કાઢીને તેના ટોચકાને ગાળ ઘુમાવતાં જ એ ઊઘડી ગયું.

'ઓહ ગૉડ ! જતાં પહેલાં સોરાયાએ વીંટીમાં રાખેલું ઝેર પી લીધું હતું !'

'ઓહ !' યોગીના ઉદ્‌ગારમાં દર્દ છલકાયું :

'એ બોલી ગઈ હતી... ભવિષ્ય જોવાની વિદ્યા શીખનાર ઉસ્તાદે તેને કહ્યું હતું... *તારું મૃત્યુ નથી જમીન પર કે નથી આસમાનમાં...* એનો અર્થ હવે સમજાય છે કે ઉસ્તાદની ભવિષ્યવાણી સાચી પડવાની ખાતરી સાથે એ ઝેર પીને જ અહીંથી નીકળી હતી !'

'પણ અમે એને એમ મરવા નહીં દઈએ !'

વાયરલેસમાંથી ત્રાડ સંભળાઈ : 'અમે એને જીવતી કરીને જ જંપીશું ! જીવતી લઈ જઈને તહેરાનના ચોકમાં જલાવીશું... એવી જ સજાને લાયક છે આ નાપાક ઓરત...'

કૅપ્ટને વાયરલેસની સ્વિચ ઑફ કરી દીધી ત્યારે તાનિયા બોલતી સંભળાઈ :

'હે ઈશ્વર, એને હવે જિવાડીશ નહીં !'

□

34

તાનિયા માટે તો ઈસુ ખ્રિસ્તના નવા વર્ષનો આનંદ નંદવાઈ ગયો. કાચના ગોળામાં જોઈને ભવિષ્ય ભાખનારી ધ લેડી ઈન વ્હાઈટ મૅડમ સોરાયા પરદાનશીન રૂઢિચુસ્ત નારીને બદલે ક્રાન્તિકારી સ્ત્રી નીકળી એનું ગૌરવ વાગોળવા જેટલોય અવકાશ ન મળે એટલી ઝડપથી બધું બની ગયું. મહેલ જેવી વિરાટ સ્ટીમર *ઓક-વન*ને નાની એવી ફ્રીગેટે આંતરીને રીતસરની દાદાગીરીથી મૅડમ સોરાયાને સોંપી દેવાની માગણી કરી અને અજોડ ગણાતી લક્ઝરી લાઈનરના કૅપ્ટને કોઈ પણ પ્રકારના સામના વિના એક બહાદુર સ્ત્રીની સોંપણી કરી દેવી પડી એ આખી ઘટના તેને માનવતાની મશ્કરી જેવી લાગવા માંડી.

શિપની *કૅનેડી રેસ્ટોરા*માં લંચ દરમિયાન કંપની આપવા માટે પોતે સોરાયાને નિમંત્રી ત્યારે ક્યાં કલ્પના હતી કે ત્યાર પછીના બે કલાકે એ સ્ત્રીનું અસ્તિત્વ જ સાવ ભૂંસાઈ જવાનું ? ખૌમેની સેનાના સૈનિકો તેને જાહેરમાં રિબાવી, બદનામ કરીને મોતને હવાલે કરે એ પહેલાં સોરાયાએ પોતે જ ઝેર ઘોળીને મોત વહાલું કરી લીધું એમાં કરુણતા તો હતી જ, સાથોસાથ એ ગૌરવભેર મૃત્યુને ભેટી એટલું આશ્વાસન પણ હતું... છતાં એક હોનહાર વ્યક્તિનું અસ્તિત્વ આ રીતે ભૂંસાઈ જવાનો પરિતાપ તાનિયાને સખત સતાવી રહ્યો હતો.

ઑકે-વન લક્ઝરી લાઈનર માલ્ટાના વેલેટા આઈલૅન્ડ તરફ આગળ વધી ગઈ અને સોરાયાને લઈ જતી ફ્રીગેટ સામી દિશામાં પુરપાટ હંકારી ગઈ કે તરત જ શોકમગ્ન તાનિયાએ ચૂપચાપ કૅપ્ટનની કૅબિનમાંથી ચાલતી પકડી હતી. એક સ્ત્રીને આ રીતે વિના-વિરોધે ધર્મઝનૂની હિંસકોના હવાલે કરી દેવા બદલ એને કૅપ્ટન પર રીસ ચડી હતી, તો યોગી કૃષ્ણમૂર્તિ જેવી હસ્તી પણ સોરાયાને બચાવી ન શકી એનો પણ રોષ હતો. સોરાયાએ સોંપેલું મૂલ્યવાન ઝવેરાત તથા હાઇનેસને આપવાના પત્રવાળી પર્સ લઈને એ ત્યાંથી સરકી ગયા પછી સાંજ સુધી એ પોતાની કૅબિનની બહાર નીકળી નહીં. સોરાયાના શોક વચ્ચે એક જ કૌતુક વારંવાર તેના મગજને આડા માર્ગે ફંટાવી દેતું હતું અને એ કૌતુક એટલે સોરાયાએ હાઇનેસને લખેલો પત્ર !

એક ઈરાની બળવાખોર નારી ઈન્ડિયાના એક કહેવાતા હિઝ હાઇનેસ પર પત્ર શું કામ લખે ? સવારે એ લેડી સ્મિથસનના સ્વીટમાંથી હાઇનેસને પાંચેક મિનિટ મળવા ગઈ હતી, પણ એ તો હાઇનેસ તેને પોતાના ભવિષ્ય બાબત કાંઈક પૂછવા માગતા હતા એટલે ગયેલી અને તેની સાથે ગયેલા આત્માએ કહ્યા પ્રમાણે મહારાજાને કમરમાં દુખાવો ઊપડ્યો એટલે સોરાયા આન્ટી તરત જ ત્યાંથી નીકળી ગયાં હતાં... પરંતુ હિઝ હાઇનેસે ભવિષ્ય અંગે કાંઈક જાણવા એને બોલાવી હોય તો એ કાચનો ગોળો લઈ જવાને બદલે આત્માને શું કામ જોડે લઈ ગઈ હશે ? એને શું હિઝ હાઇનેસના ઇરાદા વિશે શંકા આવી હશે ? પણ તો પછી એના પર પત્ર શું કામ લખે ? સોરાયા આ બંદરે ઊતરી જવાની હતી એટલે પત્ર લખીને જ લંચમાં આવી હતી એવું એ બોલી ગયેલી... એનો અર્થ એ કે વિદાય લેતાં પહેલાં એ હાઇનેસને કાંઈક કહી દેવા માગતી હતી, જે રૂબરૂ કહી શકાય તેમ નહીં હોય અથવા તો રૂબરૂ કહેવું નહીં હોય એથી પત્ર દ્વારા જાણ કરી હોય !

વારંવાર તાનિયા પર્સમાંથી પરબીડિયું કાઢી તેને તાકી લેતી, કેમ જાણે પરબીડિયું ઉઘાડ્યા વિના એક્સરે કેમેરાની જેમ તેની આરપાર પોતાની દૃષ્ટિ પહોંચી જઈને અંદરનું લખાણ વાંચી લેવાની હોય ! ઘણી વાર સુધી આવો વ્યર્થ વ્યાયામ કરી લઈને એ પોતાની જાતને ટપારતી હતી : *પત્રમાં ગમે તે લખ્યું હોય, એની પંચાતમાં પડ્યા વિના હાઇનેસને એ પહોંચતો કરી તારી ફરજ પૂરી કર એટલે પત્યું...* આ તાકીદના જવાબમાં મન ફરી બીજી પૃચ્છામાં ફંટાઈ જતું : *સોરાયા પત્ર સોંપતી વખતે એમ પણ બોલી ગયેલી કે તમને હાઇનેસ દીઠોય ગમતો નથી એ હું જાણું છું... તો આની એને કેવી રીતે જાણ થઈ હશે ? અને જાણતી હોવા છતાં આવો અંગત પત્ર મને જ કેમ સોંપતી ગઈ ? પાછી એમ પણ કહેતી ગઈ કે તમે કોઈકની મારફત જ પત્ર પહોંચાડી દેશો... જો આવું જ કરવું હતું તો યોગીને પણ એ પરબીડિયું સોંપી શકી હોત. એને બદલે મને જ શું કામ સોંપ્યું ? એવા વિશ્વાસ સાથે કે તેનો આ પત્ર હું નહીં વાંચું ?*

તો-તો જરૂર હાઇનેસ અને સોરાયા વચ્ચે કાંઈક એવું રહસ્યમય રંધાયું હોવું જોઈએ. આગલી રાતે લેડીની પાર્ટીમાં બાર વાગ્યે વીજળીની બત્તીઓ બુઝાવી નાખવામાં આવી ત્યારે હિઝ હાઇનેસ કોણ જાણે ક્યાંથી સરકીને સોરાયા પાસે ક્યારે પહોંચી ગયા અને એનો નકાબ ઊંચકીને મીણબત્તીના અજવાળે પરદાનશીન સોરાયાનું મુખ નિહાળી લીધું. એ વખતે બંનેની ચેષ્ટા પર અનુમાન કરવાનો તેને અવકાશ મળ્યો નહોતો... અને હવે સોરાયાએ હાઇનેસને આપવા માટે સોંપેલા પત્રે તાનિયાને જાતજાતના તર્ક-વિતર્કને રવાડે ચડાવી દીધી. *જરૂર એ બંને વચ્ચે સંબંધની કોઈક કડી હોવી જોઈએ...* વિચારી લઈ તેણે પરબીડિયાની કિનારી ફાડવા માંડી.

એ ક્રિયામાં અર્ધે પહોંચી ત્યાં હાથ અટકી ગયા. *મારાથી આવું કેમ થાય ? કોઈનો પત્ર ફોડીને વાંચવો એ કોઈના માટે વ્યક્ત થયેલા કોઈના અંગત વિચાર કે સમાચારની ચોરી કરવા જેવો ગુનો ગણાય... અને હું માનસચિકિત્સક થઈને આવું કરવા તૈયાર કેમ થઈ ? અરે, જે સ્ત્રી પત્ર આપીને થોડા વખત પછી મૃત્યુને ભેટી એના વિશ્વાસનો ભંગ મારાથી થાય જ કેમ ?*

મનને શબ્દોનો તમાચો મારીને તાનિયા અડધું ફાડેલું પરબીડિયું પર્સમાં મૂકવા જતી હતી ત્યાં મગજમાં ઝબકારો થયો : *યોગી કૃષ્ણમૂર્તિએ મને હિઝ હાઇનેસની અસલિયત જાણી લેવાનું*

કામ સોંપ્યું છે. કદાચ આ પત્રમાં એને લગતી કોઈક કડી મળી જાય. ક્યારેક અનૈતિક લાગતું કામ પણ માણસે કરવું પડે છે અને હવે અડધું ફાડેલું પરબીડિયું પહોંચાડવાથી તો હાઇનેસ વહેમાશે કે કોઈકે આ પત્ર વાંચી લીધો છે. તેને બદલે કવર ખોલી, કાગળ વાંચી લઈને ફરી બીજા કવરમાં પૅક કરીને તેમને પહોંચતો કરી દેવાથી એમને વહેમ નહીં આવે અને મારી જિજ્ઞાસા પણ સંતોષાઈ જતાં અજંપો ઓસરી જશે.

અને તેણે મક્કમ થઈને કવરની બાકીની કિનારી ફાડીને અધીરાઈપૂર્વક અંદરથી કાગળ કાઢ્યો. એક્સરસાઈઝ નોટબુકના લીટીવાળા કાગળની ગડી ખોલતી વખતે તેના હૃદય-ધબકાર વધી ગયા. અંદરનું લખાણ પ્રેમપત્ર જેવું તો નહીં હોય ને ? ક્રાન્તિકારી નારી તરીકે હું જેના માટે ગૌરવ અનુભવતી રહી એણે હિઝ હાઇનેસ જેવા સંકુચિત માનસના પુરુષ જોડેની અલપઝલપ મુલાકાત-માત્રમાં જ તેના પર મોહી પડીને આવો છાનો પ્રેમપત્ર લખ્યો હોય તો એ સ્ત્રીને માટેનું બધું માન ઊતરી જવાનું...

પરંતુ આ શું ? કાગળની ગડી ખોલીને તેના પર અધીર નજર દોડાવી તો લખાણ ઉર્દૂ ભાષામાં હતું ! ઓહ ગૉડ ! રહસ્ય ઉકેલવા ગઈ તેમાં તો એ વધારે ઘેરું બની ગયું... હવે શું કરવું ? તાનિયા તેના ઈરાની પતિને કારણે ફારસી ભાષા અને લિપિની થોડીઘણી જાણકાર હતી, પણ ઉર્દૂની લિપિ ક્યારેય પલ્લે પડી નહોતી એને તેને ઊંધી બાજુએથી વાંચવા-લખવાની શૈલી સામે તો એને ભારે ચીડ હતી.

હતાશ થઈને તેણે કાગળ ફરી પરબીડિયામાં સરકાવી તો દીધો પણ મનમાંથી અજંપાને ખંખેરી શકી નહીં. અરે, સોરાયાએ હાઇનેસને ઉર્દૂમાં પત્ર કેમ લખ્યો ? શું એ જાણતી હશે કે હાઇનેસ ઉર્દૂ વાંચી જાણે છે ? પણ હિન્દુ હાઇનેસ ઉર્દૂ વાંચી શકે એ તો વિચિત્ર કહેવાય... નક્કી પત્રમાં ગુપ્ત વાત લખવામાં આવી છે અને પત્ર બીજાના હાથમાં જાય તોપણ ગુપ્તતા જળવાઈ રહે એવી સાવચેતી અજમાવવામાં આવી છે. હાઇનેસની જેમ તાનિયાને હવે સોરાયા પણ રહસ્યમય રમણી લાગવા માંડી. હવે તો પત્ર ઉકેલ્યે જ છૂટકો ! પણ કોની પાસે ઉકેલવો ? શિપ પર એવું તે કોણ હોઈ શકે જે ઉર્દૂ જાણતું હોય ? અને હું કેટલાંને પૂછવા જાઉં કે તમે ઉર્દૂ વાંચી શકો છો ?

અરે, આવું પૂછવા જવાની જરૂર જ ક્યાં રહી ? બેડમાં આડી પડેલી તાનિયા સફાળી બેઠી થઈ ગઈ. તેને કેબ્રે ડાન્સર ગુલનાર યાદ આવી ગઈ. ફ્લૉર શોમાં ગુલનારનાં કેબ્રે નૃત્ય પેશ કરતાં પહેલાં તેના પરિચયમાં એવું સાંભળવા મળ્યું હતું કે આ નૃત્યસુંદરી માત્ર કાયાનાં કામણ ધરાવે છે એવું જ નથી, નૃત્યની યુનિવર્સલ લૅંગ્વેજ(વિશ્વની ભાષા)ની જાણકાર હોવા ઉપરાંત એ ઇંગ્લિશ, ફ્રેન્ચ, ઈરાની, પારસી, ઉર્દૂ જેવી અનેક ભાષામાં ડર્ટી જોક્સ સંભળાવીને ભલભલા પુરુષોને ચત્તાપાટ પાડી દેવામાં પણ માહેર છે.

કેબ્રે ડાન્સરના પરિચયમાં ડર્ટી જોક્સની વાત બંધબેસતી હોવા છતાં ચત્તાપાટ પાડી દેવાનો શબ્દપ્રયોગ તાનિયાને બહુ ખટક્યો હતો. પણ એના પ્રતાપે તો અત્યારે તેને સ્ટ્રાઈક થયું કે આ ગુલનાર જ ઉર્દૂમાં લખાયેલો પત્ર ઉકેલી આપશે. એને અત્યારે ક્યાં પકડવી ? તાનિયાએ કાંડાઘડિયાળમાં જોયું. પહેલી જાન્યુઆરીથી ઢળતી બપોરના સવા-ચાર વાગ્યા હતા. રીમોટ કન્ટ્રોલની સ્વિચ દબાવીને

ટીવીમાં જોયું તો *ઓકે-વન* શિપ વેલેટા બંદરે લાંગરી હતી. એનો અર્થ એ કે સાંજ ગાળવા માટે પૅસેન્જર્સ હજુ બંદર પર ઊતરવાનાં બાકી છે. *ત્યાર પહેલાં ગુલનારને પકડી પાડું તો પત્રનું રહસ્ય ઊકલી જાય અને હું અજંપામાંથી મુક્ત થઈ જાઉં.*

'મને જરા કહી શકશો કે મિસ ગુલનારનો સંપર્ક ક્યાં થઈ શકે ?'

શિપના પબ્લિક રિલેશન વિભાગમાં ફોન જોડી તાનિયાએ ગુલનારનો નંબર જાણી લીધો.

'મિસ ગુલનાર !' વિનાવિલંબે નંબર જોડી તાનિયાએ ગૂડ નૂનનો શિષ્ટાચાર પતાવીને કહ્યું : 'હું ડૉક્ટર તાનિયા શાહ બોલું છું. મને તમારું કામ પડ્યું છે.'

'ઓહ ડૉક્ટર ! ઈટ ઈઝ સરપ્રાઈઝિંગ... અમારા જેવાં શૉ બિઝનેસ સાથે સંકળાયેલાંને માનસચિકિત્સકની વારંવાર જરૂર પડે. તમને વળી કેબ્રે ડાન્સરનું શું કામ પડ્યું, ડૉક્ટર ?'

'મારે તમારી પાસે એક પત્ર વંચાવવો છે.' કહીને તેણે હળવેકથી ઉમેર્યું : 'લેટર ઉર્દૂમાં લખાયેલો છે.'

'પ્રેમપત્ર છે, ડૉક્ટર ?'

સ્ટેજ પરથી દૂર બેઠેલાં દર્શકોને શબ્દોનાં ગલગલિયાં કરાવવાની ધંધાદારી કુનેહ ધરાવતી ગુલનારે મીઠી મજાકરૂપે ટહુકો કર્યો ત્યારે તાનિયાના હોઠે આવતું રહી ગયું કે *પ્રેમપત્ર જ લાગે છે.* પણ એવા જવાબને હોઠેથી પાછો વાળી દેવા માટે તાનિયા મૂંગી રહી એટલે સામેથી મશ્કરી આગળ વધી :

'ડૉક્ટર, શરમાવાની જરૂર નથી. આપણી શિપમાં પ્રવાસે નીકળેલાં મુસાફરોમાંથી થોડાંક એકબીજાનાં જીવનમાં જોડાઈ જશે તો કેટલાંક સફર દરમિયાન લફરાં કરીને પોતપોતાના પૉર્ટ પર ઊતરીને પ્રેમી-પ્રેયસી એકબીજાને સમુદ્રની ઓટની જેમ વીસરી જશે.'

'મિસ ગુલનાર, એ પત્ર મારા પર લખાયેલો નથી.' કેબ્રે ડાન્સરની ટકોર પર લક્ષ આપ્યા વિના તાનિયાએ ઉતાવળ દર્શાવી : 'તમને હમણાં સમય હોય તો હું મળી જાઉં.'

'હમણાં ?' પૂછતી ગુલનાર કદાચ કાંઈક બહાનું બતાવે એ પહેલાં જ તાનિયાએ તેને મનાવી લીધી : 'પ્લીઝ, હું પત્રનું લખાણ જાણી લઉં તો સત્વરે મારી ફરજ પૂરી થાય.'

'ઓકે, આવી જાઓ.' ગુલનાર રમતિયાળ અવાજે બોલી ગઈ : 'હું બંદરે ઊતરવા માટે કપડાં બદલું છું. પણ તમે ખુશીથી આવી શકો છો.' કહી એ હસવા લાગી : 'જાહેરમાં કપડાં ઉતારતી કેબ્રે ડાન્સરને વળી કોઈની હાજરીમાં ચેન્જ કરવાનો સંકોચ શાનો ? અને તે પણ સ્ત્રીની સમક્ષ !'

તેનું આમ બોલવું તાનિયાને નફ્ફટાઈના પ્રદર્શન જેવું લાગ્યું, પણ અત્યારે એને ગુલનારની ગરજ હતી અને ગમે તેમ તોય એ તત્કાલ સહકાર આપવા તૈયાર થઈ હતી એ તેની કાઇન્ડનેસ જ કહેવાય ને !

પથારીમાં બે કલાક પડખાં ફેરવ્યાં હોવાથી કપડાં ચોળાઈ ગયાં હતાં એ બદલવા જેટલીય તેની ધીરજ રહી નહીં. લિફ્ટ પકડીને એ ઉપર જઈ રહી હતી ત્યાં માઈક પર એનાઉન્સમેન્ટ થયું :

'હવે આપણે વેલેટા બંદરે લાંગરી ચૂક્યાં છીએ. અહીંનો શિયાળો ખુશનુમા ગણાય છે અને એ ગુલાબી ઠંડીમાં પૅસેન્જર્સને ત્રણ કલાક માટે બહાર લઈ જવાનો પ્રબંધ થઈ ચૂક્યો

છે. પાંચ વાગ્યે રવાના થઈને સાઈટસીઈંગ પતાવી સવાઆઠ વાગ્યે સૌને પાછાં લઈ આવીશું. ત્યાર પછી ડિનર અને મોડી રાતે નવા વરસના એન્ટરટેઈનમેન્ટ પ્રોગ્રામ માટે સૌ તૈયાર રહેજો.'

જાહેરાત સમાપ્ત થઈ ત્યાં સુધીમાં તાનિયા ગુલનારની કેબિનના દરવાજે પહોંચી ગઈ હતી. તેણે ટકોરા માર્યા પછી ખ્યાલ આવ્યો કે બારણું અધખુલ્લું જ રાખ્યું હતું : 'કમ ઇન. ઇટ્સ ઓપન.'

તાનિયાએ તરત જ દરવાજાને હડસેલો માર્યો, પણ પેલીને ડ્રેસિંગ-ટેબલના અરીસા સામે કમરની ઉપરથી સાવ ઉઘાડે ડિલે બેઠેલી જોઈને તેના પગ થંભી ગયા.

'અટકી કેમ ગયાં, ડૉક્ટર !' અરીસામાં જોતાં-જોતાં છાતી પર કોઈ સુગંધી દ્રવ્યોનો લેપ લગાડતી એ બોલી ઊઠી : 'તમે સાઈકિયાટ્રિસ્ટ અમને કોચ પર સુવડાવીને કહેતાં હો છો કે માનસિક રોગનું નિદાન કરવા માટે દરદીએ મન પરથી તમામ આવરણો હટાવી લેવાં જોઈએ... એવી જ રીતે હું કહું છું કે માનવજાતે વસ્ત્રોની શોધ કરીને સભ્યતાનો અંચળો ભલે ઓઢ્યો, પરંતુ તે કારણે માણસોમાં એક પ્રકારનો મનોવિકાર પણ જાગ્યો એ કબૂલવું પડશે તમારે, ડૉક્ટર !'

તાનિયા ધીમાં ડગલે આગળ વધતી એને સાંભળતી રહી. દર્શકોને ગલગલિયાં કરાવતી આ કેબ્રે ડાન્સર ખરેખર કાંઈક ગૂઢ બોલી રહી છે.

'તમને ખબર છે, ડૉક્ટર !' એણે બ્રેસિયર પહેરતાં ઉમેર્યું : 'નગ્નતા થોડા વખત માટે માણસમાં રહેલા મૂળભૂત જનાવરને ઉશ્કેરી દે છે અને એટલા માટે તો પુરુષની એ પશુતાને જગાડવા માટે અમે અર્ધનગ્નતાનું શસ્ત્ર છૂટથી અજમાવીએ છીએ. થોડું ઉઘાડું શરીર જોઈને બાકીનું ઢાંકેલું જોવાની માણસની ઉત્સુકતા ટળવળવા લાગે છે અને અમે કેબ્રે ડાન્સર એમની આ ઘેલછાને ટટળાવતાં રહીએ છીએ.'

બ્રેસિયર પહેરાઈ ગઈ એટલે હસતી-હસતી રીવૉલ્વિંગ સ્ટૂલ પર એ તાનિયા તરફ ફરી : 'ડૉક્ટર, તમને થશે કે હું વળી ક્યાં ફિલસૂફી ઝાડવા બેઠી ? પણ આ તો અમારી અનુભવવાણી છે જેમાં ફિલસૂફી કરતાં કરુણતા વધારે છે.'

ત્યારે તાનિયાને થયું કે પોતે કાગળ વંચાવવા માટે પસંદ કરેલી વ્યક્તિ વિશ્વાસપાત્ર નીકળી.

'લાવો, ક્યાં છે તમારો પત્ર ?'

'લ્યો !' પર્સમાંથી પરબીડિયું કાઢી તાનિયાએ તેના હાથમાં સોંપ્યું : 'ફરીથી કહું કે એ મારા પર લખાયેલો નથી.'

'આ બાબત તમે આટલાં બધાં સભાન કેમ છો, ડૉક્ટર ?' પેલીએ કવરમાંથી કાગળ કાઢતાં કહ્યું : 'પત્ર ગમે તેના પર લખાયો હોય, મારું કામ તો લખાણ વાંચી-સંભળાવીને ભૂલી જવાનું છે.'

કહી પેલીએ પત્રના લખાણ પર નજર માંડી કે તરત તાનિયા તેને તાકવા લાગી. અધીરાઈ એટલી બધી હતી કે પેલી સંભળાવે એ પહેલાં તેના મુખભાવ વાંચીને જાણે જલદી જાણી લેવાની હોય !

અને ગુલનારના ગુલાબી મુખ પર તાનિયાને અણધાર્યા હાવભાવ ઊપસી આવતા દેખાયા. હસુંહસું થતા હોઠ તંગ બની ગયા. આંખોની પટપટતી પાંપણ સ્થિર થઈ ગઈ.

'પત્રમાં કાંઈ ચિંતાજનક તો નથી, મિસ ?'

'ઓહ નો !' પેલીએ ઝડપભેર ચહેરા પરના પ્રત્યાઘાત ભૂંસી નાખી હસવાની ચેષ્ટા કરી : 'ડૉક્ટર, તમને ખરેખર ખબર નથી કે આ પત્ર કોના પર લખાયો છે ?'

પેલીએ તેને એકીટશે તાકી રહીને પૂછ્યું ત્યારે તાનિયાએ ખોટું બોલવાનું ટાળી દીધું.

'મિસ ગુલનાર, એ પત્ર મૅડમ સોરાયાએ લખેલો છે.'

'ઓહ ! પેલી પરદાનશીન લેડીએ - જેને બંદર આવતાં પહેલાં શિપમાંથી ઉતારી દેવામાં આવી એ ?'

તમને પણ એની ખબર પડી ગઈ ? તાનિયા પૂછવા જતી હતી, પછી માંડી વાળ્યું. તેને બદલે પત્રની વાત આગળ વધારી : 'શિપ છોડતાં પહેલાં મૅડમ સોરાયા આ પત્ર હિઝ હાઇનેસને પહોંચાડવા માટે મને આપતાં ગયેલાં.'

'ઓહ !' ગુલનાર હવે કેબ્રે ડાન્સર મટી જઈને ઠાવકી નારી બની ગઈ હતી :

'અને ડૉક્ટર, પત્ર હાઇનેસને સોંપતાં પહેલાં તમે એનું લખાણ જાણી લેવા માગો છો, એમ જ ને ?'

અરે, આણે તો પત્ર વાંચી સંભળાવવાને બદલે મારી ચોરી પકડી પાડવાની ઊલટતપાસ શરૂ કરી દીધી ! તાનિયાને પૃચ્છા કઠી છતાં હસતાં રહેવું પડ્યું :

'વાત એમ છે કે મૅડમ સોરાયાએ પત્ર લખતી વખતે તાકીદ કરેલી... લેટર તમારે હાઇનેસને આપવાનો છે, પણ તેનું લખાણ તમારેય યાદ રાખવાનું છે.'

'ખરેખર ?' ગુલનારે એવી ધારદાર નજરે જોયું કે પોતે જુઠ્ઠાબોલી હોવાનું ખુદ તાનિયાએ મહેસૂસ કર્યું : 'હવે તમે પત્રનો સાર કહી સંભળાવો જેથી કરીને હું રવાના થાઉં અને તમે તૈયાર થઈ જાઓ.'

'એ વાત સાચી.'

લુચ્ચું મલકી લઈને એણે પત્ર વાંચવા માંડ્યો :

'હિઝ હાઇનેસ ઑફ ફલાણા-ફલાણા સ્ટેટ...'

'વેઈટ અ મિનિટ !' તાનિયા વચ્ચે બોલ્યા વગર રહી શકી નહીં : 'તેમાં ખરેખર ફલાણા ફલાણા સ્ટેટ એવું લખ્યું છે ?'

તેની એ પૃચ્છાએ ગુલનારની ગરદન ટટ્ટાર કરી દીધી.

'એ તો મેં અમસ્તું જ ફલાણા-ફલાણા વાંચ્યું.' ગુલનારે આંખો પત્ર તરફ ઢાળી દેતાં કહ્યું :

'ખરેખર તો એમાં સો ઍન્ડ સો સ્ટેટ એટલે કે કયા સ્ટેટના હાઇનેસને પત્ર લખી રહી છું એવી અજ્ઞાનતા દર્શાવતું સંબોધન વાપર્યું છે એ બાઈએ.'

'પછી ?'

'પછી લખ્યું છે : *યોર હાઇનેસ, તમે મારી ભવિષ્યવાણી બાબત શંકા દર્શાવીને એવું બોલી ગયેલા કે મોઢેથી કહેવાતી આગાહીને હું આધારભૂત માનતો નથી. તમે જે કહ્યું છે એ લેખિત આપો જેથી એ ખોટી પડે તો હું તમારા જ લખાણથી ભવિષ્ય ભાખવાની અણઆવડતને જગજાહેર કરી શકું... તમારા આ પડકારના જવાબમાં હું આ પત્ર લખી રહી છું.*'

'શું ?' તાનિયાની અધીરાઈએ ઉછાળો માર્યો : 'હાઇનેસ માટે એમણે શું આગાહી કરી છે, મિસ ગુલનાર ! જરા જલદી વાંચી સંભળાવો ને !'

ત્યારે પેલી તેની સામે ટગરટગર જોવા લાગી. જાણે પૂછતી હોય : સાચું કહેજો, માનસચિકિત્સક લેડી, હાઇનેસ વિશેની આગાહી જાણવાની આટલી બધી ઉત્કંઠા પાછળ એ માણસમાં તમને વધુ પડતો ઇન્ટરેસ્ટ તો નથી ને ? તમે એની સાથે તમારું ભવિષ્ય જોડવાનું તો વિચારતાં નથી ને, સાઈકિયાટ્રીસ્ટ તાનિયા શાહ ?

'તમે મારી સામે જોતાં ચૂપ કેમ થઈ ગયાં, મિસ ગુલનાર ?'

સાંભળીને પેલી હસી પડી.

'લોકોનાં મનોવિશ્લેષણો કરવાનો તમારો વ્યવસાય છે, પણ અમારા જેવાંનેય ક્યારેક તો થાય ને કે ચાલો, તમારા જેવાં કોઈકના મનનો તાગ લઈએ... બે ઘડી ગમ્મત ખાતર !'

કહીને એણે પત્રનો બાકીનો ભાગ વાંચી સંભળાવ્યો.

'આમાં લખ્યું છે : યોર હાઇનેસ, તમે એવું જાણવાની ઉત્સુકતા દર્શાવી છે કે જે મિશન પર જઈ રહ્યા છો એમાં કામિયાબી હાંસલ થશે ખરી ? તો એનો જવાબ છે કે તમારી આજુબાજુની કેટલીક વ્યક્તિઓ વિઘ્નરૂપ બનશે છતાં તમે તમારા સાહસમાં જરૂર ફતેહ થશો... એવી આગાહી આ પત્ર દ્વારા હું બેધડક કરું છું. ખુદા હાફિઝ !'

વાંચીને કાગળની ગડી કરતી ગુલનારે ઉમેર્યું : 'અને નીચે દસ્તકમાં લખ્યું છે...'

'બીજું શું લખ્યું હોય ? *મૅડમ સોરાયા કે ધ લેડી ઈન વ્હાઈટ* એ રીતે જ સહી કરી હોય ને !'

'ઑફ કોર્સ !' કહી પરબીડિયામાં પત્ર સરકાવીને તેને પાછો સોંપી દીધો. પરંતુ માનસચિકિત્સક તાનિયા જો એનું મન વાંચી શકવા સમર્થ હોત તો ગુલનારે વાંચી સંભળાવેલો સાર સાવ જુદો હતો અને નીચે સહી કરનાર તરીકે લખાયેલું નામ પણ સાવ જુદું જ હતું !

'થૅન્ક્સ !'

પત્રનું લખાણ ઉકેલવાની જિજ્ઞાસા તો સંતોષાઈ, પણ ધાર્યું એવું કોઈ રહસ્ય નીકળ્યું નહીં એવી હતાશા સંતાડતી તાનિયા ઊભી થઈ.

'મને લાગે છે, મૅડમ સોરાયા હાઇનેસને ભાખેલી આગાહીમાં મને સાક્ષી બનાવવા માગતાં હશે એટલે પત્રનું લખાણ જાણી લેવાનું કહેતાં ગયાં હશે.'

તાનિયા બહાર નીકળી ગઈ એટલે પગેથી પાટુ મારી દરવાજો ભીડી દેતી ગુલનારે ખડખડાટ અટ્ટહાસ્ય કર્યું : 'કેવી બેવકૂફ બનાવી ! બેવકૂફને ખબર નથી કે એ કાગળ હિઝ હાઇનેસ માટે ટાઈમબૉમ્બ જેવો છે. પત્રમાં જે લખ્યું છે તે સાચેસાચું વાંચી સંભળાવ્યું હોત તો મારા વહાલા હાઇનેસે ચાલુ સફરે સમુદ્રમાં ઝંપલાવી દેવાનો વખત આવત... શુક્રગુજાર ખુદાનો કે ખુદાએ તેને પત્ર વંચાવવા મારી પાસે મોકલી. અને હિઝ હાઇનેસ, તમારે પણ મારી બુદ્ધિને દાદ દેવી પડશે કે પેલી સાઈકિયાટ્રિસ્ટને પત્રનું લખાણ વાંચી સંભળાવતી વખતે તાબડતોબ એવું જુઠ્ઠાણું ઉપજાવી કાઢ્યું, જેમાં એને કોઈ જાતની શંકા ન જાગે... બોલો, આ બ્યૂટી પાસે બ્રેઈન પણ છે ને ? છતાં તમે બીજી સ્ત્રીઓમાં ફાંફાં કેમ મારો છો, બનાવટી હાઇનેસ ?'

*

હિઝ હાઇનેસ બહુ બેચેન હતા. સવારે વહીદા પેલા આત્માને લઈ મળવા આવી ત્યારથી નવા વરસનો દિવસ બગાડવાનો અણસાર આવી ગયો હતો. પેલા છોકરાને બાલ્કનીમાં દરિયો જોવા મોકલી દઈને પાંચ મિનિટના એ એકાન્તમાં પોતે તેનો બુરખો ઊંચો કરવા માટે ઝાપટ મારવા ગયા તેમાં કમર લચકાઈ ગઈ, ટિપાઈ પરથી ફ્લાવર વાઝ નીચે પડી ગયું અને દોઢડાહ્યા આત્માએ ટકોર કરી કે *હાઇનેસ, તમારી કમર ઝલાઈ ગઈ એટલે હવે તમે લિસ્બન જેવી કસરત નહીં કરી શકો !* સાલો એ ટાબરિયો દૂરબીનથી મને નમાજ પઢતાં જોઈ ગયેલો તે મારી સામે બકી માર્યું, પણ હવે બીજા કોઈને જાણ કરી દેશે તો હું હિન્દુ મહારાજા નહીં પણ મુસ્લિમ છું એ ભેદ ઉઘાડો પડી જશે... આ સંતાપે મારી સવાર બગાડી હતી અને તે ઓછું હોય તેમ પેલા મનસૂર પાસેથી જાણવા મળ્યું એણે તો પડ્યા પર પાટું મારવા જેવું કામ કર્યું.

પોતે ભરજુવાનીમાં ચુંબન કર્યું હતું એ જન્નતની પરી જેવી વહીદાએ બેડોળ અને બટકા મનસૂર સાથે શાદી કરવી પડી એ પહેલાં તો હાઇનેસના માનવામાં આવતું નહોતું. લંચની દાવત આપીને પોતાના સ્વીટમાં બોલાવેલ મનસૂરે આવું કહ્યું ત્યારે ખરેખર તો એની ગળચી દાબી દઈને જમાડેલું બધું જ ઓકાવી દેવા જેવું ખુન્નસ તેમને ચડી આવ્યું હતું : *મારી માશૂકને પરણનાર તું ? બબૂચક ?* એવી દાઝ તેના પર ઉતારવી હતી, પણ બીજી જ પળે પેલા બાયલાએ ચોખવટ કરી દીધેલી : 'હાઇનેસ, એ ઓરત સાથે નિકાહ તો પઢ્યો, પણ પહેલી રાતે જ એણે વીફરેલા મિજાજે મને સંભળાવ્યું હતું : તું મારો ખાવિંદ ખરો, પણ મને ભોગવવાનો અધિકાર હું તને આપતી નથી. ખબરદાર, ક્યારેય મારી સામે વાસનાની નજરે જોયું છે તો... ધણીપણું અજમાવવા જઈશ તો કહી દઉં છું, મનસૂર...'

કહેતો મનસૂર આટલાં વરસ પછી પણ પરસેવે રેબઝેબ થઈ ગયેલો. હાઇનેસે તેને પાણીનો ગ્લાસ ધરી પૂછ્યું : 'કહી દઉં છું કહીને એણે શું કહેલું, મનસૂર ?'

'કહેવામાં તો કમરમાં ખોલેલી કટારી દેખાડીને ઈશારામાં મને સમજાવ્યું કે મરદપણું દેખાડવા જઈશ તો આ કટારીથી તારી મરદાનગી જ વાઢી નાખીશ !'

'ઓહ ! એણે એવું કહ્યું હતું ?'

'કહ્યું હતું એટલે કરી દેખાડવાની તાકાત સાથે કહ્યું હતું, હાઇનેસ ! એ ઓરત તો આગ છે આગ ! એને અડવા જતાંય દાઝી જવાય... વરસો પહેલાં કોઈક તેના ગાલે બોસો ભરી ગયેલો એ પણ ત્યાર પછી પૃથ્વી પરથી એવો ગાયબ થઈ ગયો, જાણે જીવતો સળગી મર્યો હોય !'

એ સાંભળીને હાઇનેસનાં જડબાં ભીંસાયાં હતાં. એ કહેવા જતા હતા કે *ઈરાની ગુલશનના ગુલ જેવી એ ખીલતી કળીના ગાલે બોસો ભરનાર તારી સામે જીવતો બેઠો છે, બેવકૂફ ! સળગી મર્યો નથી ! પણ એને જોઈને એ કેવો સળગી રહ્યો છે એ તને ક્યાંથી સમજાય, મારી માશૂકાના બાયલા શૌહર !*

મનસૂરને વિદાય કરી હાઇનેસે ગુલઝારને ફોન પર પકડ્યો હતો : 'ઝાર, પેલી પરદાનશીન અત્યારે ક્યાં છે ? એ જ્યાં હોય ત્યાં હું એને મળવા માગું છું...' મળવાનું કારણ પોતે મનમાં જ મમળાવ્યું હતું : *એ હજુય કુંવારી છે. ભલે એ જાણતી હોય કે હું હાઇનેસ નથી, પણ આ સફર પાછળનો મારો મકસદ કહીને, વતનને ખાતર હું ફના થવા તૈયાર છું એનો પ્લાન સમજાવીને*

વહીદાના દિલમાં મારી મરદાનગીની છાપ કોતરી દઉં તો આ ઈરાની બુલબુલ મારી જિંદગીમાં ચહેકતું થઈ જાય !

પરંતુ વીસ મિનિટમાં જ રૂબરૂ મળવા ધસી આવેલા ગુલઝારે મૅડમ સોરાયાના ખબર આપ્યા ત્યારે એમણે સૂનમૂન બની જવું પડ્યું. ફર્સ્ટ ઑફિસર પાસેથી કઢાવેલી બાતમી અનુસાર ફ્રીગેટમાં આવેલા ખૌમેની સેનાના જવાનો મધદરિયે મૅડમ સોરાયાનું અપહરણ કરી ગયા અને જતાં-જતાં કહેતા ગયા કે અમે આ નાપાક ઓરતને તહેરાનના ચોકમાં નગ્ન કરીને જીવતી જલાવી દેવાના છીએ...

નાપાક ઓરત ! હાઇનેસનો ચહેરો લાલઘૂમ બની ગયો. જેણે પોતાના ધણીને નજીક ફરકવા ન દીધો એ ઓરતને તમે નાપાક ગણો છો ? એના ગાલે કોઈકે એક ચુંબન ચોડી દીધું હતું એટલા જ ખાતર ?

પોતાની માશૂકાનું અપહરણ કરી જનારાને પડકારવાનું શૂરાતન તો ચડી આવ્યું, પણ બીજી જ પળે હાઇનેસ ઢીલા પડી ગયા. ખોફનાક ખૌમેની સેનાના વિચારે તેમની મરદાનગીનાં પાણી ઉતારી નાખ્યાં. અરે, તેમને જાણ થાય કે વહીદાના ગાલે બોસો ભરનાર ગુનેગાર હું પોતે જ છું તો-તો મને પણ અહીંથી ઉપાડી જઈને તહેરાનના ચોકમાં કોરડા ફટકારીને મોતભેગો કરી દે !

એ કલ્પના-માત્રથી હાઇનેસના શરીરમાં કંપારી વછૂટી ગઈ.

'શું થયું, બૉસ ?'

'ખાસ કંઈ નહીં.' હાઇનેસે કમરે હાથ મૂકીને ખોટું બોલવું પડ્યું : 'સવારે કમરમાં ટચકિયું થયું છે તે ક્યારેક નાની યાદ આવી જાય એવી પીડા પેદા કરી જાય છે.'

જોકે હાઇનેસનું એ કારણ ગુલઝારને ગળે ઊતર્યું નહીં. એને એટલું તો સમજાઈ ચૂક્યું હતું કે હાઇનેસ પેલી પરદાનશીન પાછળ પાગલ થઈ રહ્યા છે. એટલા માટે તો પેલા મનસૂર જેવા ફાલતુને દાવત આપીને લંચ પર નોતર્યો... અને હવે ખબર પડી કે એ પરદાનશીનને પેલા ખૌમેનીવાળા ઊંચકી ગયા ત્યારે દિલમાં સણકા આવવા લાગ્યા અને બહાનું બતાવે છે કમરના ટચકિયાનું...

પરંતુ પોતે એમને બે ઘડીમાં એ દુઃખ ભુલાવીને ફરી હસતા કરી શકે એમ છે.

'બૉસ, પેલા છોકરાના બારામાં બધું જ ગોઠવાઈ ગયું છે.'

'હેં !' વહીદાના ખ્યાલમાંથી બહાર નીકળવામાં બળ પડતું હોય તેમ વાતનો મરમ પામતાં થોડી વાર લાગી. પછી તરત ખ્યાલ આવી ગયો કે ગુલઝાર પેલા આત્માની વાત કરી રહ્યો છે. સવારે એ છોકરાએ નમાજ પઢવાની પોલ જાહેર કરી દીધા પછી ખરેખર તો એને સ્વીટની બહાર જ જીવતો જવા દેવાય નહીં. પરંતુ પેલી પરદાનશીન વહીદા હાજર હતી અને એ છોકરાને ખતમ કરવામાં સાવચેત રહેવું જરૂરી હતું. શંકાની આંગળી પોતાના તરફ ચીંધાવી ન જોઈએ... એટલે એ ઘાતકી કામ ગુલઝારને સોંપાયું હતું : 'ઓમકારનો બેટો આવતી કાલની સવાર જોવા ન પામે એની જવાબદારી તારી !'

આ ફરમાન સાથે તાકીદ પણ કરી હતી : 'એને દરિયામાં ધકેલીને ખતમ કરી દેવાનું આસાન

છે, પણ એનું મોત એવી રીતે થવું જોઈએ કે લાશ હાથ લાગે નહીં અને છોકરો ગુમ થઈ ગયો છે એવો જ દેખાવ થાય. પછી ભલે સાલાઓ એને શોધવા જહન્નમ સુધી જાય !'

સાંભળીને ગુલઝાર ભીતરથી કંપી ગયો હતો. બીજા કોઈને પણ ખતમ કરવાનું કહ્યું હોત તો શૂરાતન ચડત. એકને બદલે બેચારની લાશો ઢાળી દેવાનું સોંપ્યું હોત તોપણ હસતાં-હસતાં પાર પાડી દેત. પરંતુ પરાણે વહાલા લાગે એવા આ છોકરાને...

એવો ખચકાટ અનુભવનારો ગુલઝાર અત્યારે બૉસને ખુશ કરવા કહી રહ્યો હતો : 'અત્યારે સાઈટસીઈંગમાં એ તેના બાપ સાથે જઈ રહ્યો છે. ત્રણ કલાક પછી અમે બધાં પાછાં ફરશું ત્યારે બાપ એકલો હશે અને દીકરાને ગુમાવી બેસવાના શોકમાં ગમગીન દેખાતો હશે.'

કહીને ગુલઝારે નિર્દયપણે ઉમેર્યું : 'એ વખતે ઓમકારને દિલાસોજી આપનારાઓમાં તમે સૌની મોખરે હશો, યોર હાઇનેસ !'

'પરંતુ, ઝાર, તેં ગોઠવ્યું છે કઈ રીતે એ તો કહે !'

ગુલઝાર જાણતો હતો કે હાઇનેસ મર્ડર-પ્લાનની રજેરજ જાણ્યા વિના તેને ગ્રીન સિગ્નલ નહીં આપે. અગાઉ એક ડબલ મર્ડરના કેસમાં પોતે સિંગલ ભૂલ કરી બેઠેલો ત્યારે પોલીસની હાથકડી હાઇનેસના હાથથી થોડા ફૂટ પૂરતી જ દૂર રહી હતી. બસ ત્યારથી બેવડા દોરે કામ કરવાનો આગ્રહ રાખતા થઈ ગયા હતા હિઝ હાઇનેસ !

'બૉસ, આત્માને અમર કરવાનો પ્લાન હું આપને અંદર જઈને કહી સંભળાવું તો ?'

આજુબાજુમાં જોઈ લેતાં ગુલઝારે નાટકીય ઢબે કહ્યું, કેમ જાણે એનો પ્લાન દીવાલો સાંભળી જવાની તેને દહેશત હોય !

અને પંદર મિનિટ પછી એ વિદાય લઈને જતો રહ્યો હતો ત્યારે હાઇનેસ ખુશખુશાલ દેખાતા હતા. પોતાને નમાજ પઢતો જોઈ જનાર એ ચિબાવલા છોકરાને જહન્નમમાં પહોંચાડવાનો આથી વધારે ઘાતકી અને ઘૃણાજનક પ્લાન બીજો કયો હોઈ શકે ?

'તારો પ્લાન સાંભળીને મને ખુદને ત્યાં હાજર રહેવાની લાલચ થઈ આવે છે, ઝાર !' તેને રવાના કરતાં હાઇનેસથી બોલતાં-બોલતાં કમર પર હાથ મુકાઈ ગયો :

'ઓહ ગૉડ ! કોણ જાણે આ કમર મને ક્યાં સુધી આ કમરામાં પૂરી રાખશે ?'

'એને માટે પણ એક પ્લાન છે.' દરવાજે પહોંચીને રોકાઈ જતા ગુલઝારે થોડી છૂટ લેવાની હિંમત કરી.

'બૉસ, કહેવાય છે કે ટચકિયું થાય ત્યારે કોઈ કુંવારી છોકરીને કમર પરથી કુદાવીએ તો તત્કાળ મટી જાય.' કહેતો એ ખંધું હસ્યો :

'કહેતા હો તો માલ્ટા ટાપુની કોઈ ચૌદ-પંદર વરસની કાચી કુંવારીને લેતો આવું.'

સાંભળીને ઘડીભર માટે વહીદા યાદ આવી ગઈ. તેમનાથી નિઃશ્વાસ નખાઈ ગયો. *એના જેવી કાચી કુંવારી જગતમાં બીજી ક્યાંથી મળે ?*

'ઝાર, જતાં-જતાં બારણાની બહાર *ડોન્ટ ડિસ્ટર્બ*નું બોર્ડ લટકાવતો જજે.'

કેમ જાણે વહીદાની યાદમાં કોઈ ખલેલ ન પહોંચાડે એવી ચોકસાઈ કરવા માગતા હોય તેમ કહીને ઉમેર્યું પણ ખરું :

'બેત્રણ કલાક નિરાંતે પડ્યા રહેવું છે... એટલા માટે તો ફોનનું રીસીવર પણ નીચે મૂકી દઉં છું.'

અને સાચે જ ગુલઝાર જતાંની સાથે જ તેમણે ફોનનું રીસીવર ઊંચકીને બાજુએ મૂકી દઈ પથારીમાં લંબાવ્યું. *વહીદાની યાદને વાગોળવાની મજા આવશે* એવું એમણે માનેલું, પણ સવારે જતી વખતે એણે કહેલા શબ્દોના ભણકારાએ યાદની મજાને ખાટી કરી નાખી. એ બોલી ગઈ હતી : *દરેક વખતે આપણા ગુનાની સજા બીજા ભોગવે એવું નથી બનતું !*

ચુંબન કરવાનો ગુનો મેં કર્યો અને સજા એને ભોગવવી પડી, તેમ હિન્દુ થઈને ફરતો હોવા છતાં જાહેરમાં નમાજ પઢવાની ભૂલ મારી હતી, પણ એ જોઈ જવા બદલ હવે સજા આત્માને થવાની હતી !

બેચેનીએ તેમને વધુ વાર આળોટવા નહીં દીધા. *એ છોકરાને છેલ્લી વાર માટે જતો જોઈ લઉં...* બબડતા હાઇનેસ ઊભા થયા. કબાટમાં ટીંગાતું દૂરબીન કાઢી બાલ્કનીમાં ગયા. બે-ચાર મિનિટ દૂરબીનમાંથી બંદરનું નિરીક્ષણ કર્યું. બીજાં બધાં પૉર્ટ કરતાં વેલેટાના ધક્કાની રચના એવી હતી કે શિપમાંથી ઊતરવામાં નાની સીડી જ લગાવવી પડે.

એ જ વખતે સીડી પરથી નીચે ઊતરતાં પૅસેન્જર્સ દેખાયાં અને તેમાં આત્મા જ સૌની આગળ હતો. ખભે કૅમેરા લટકાવીને બાળસહજ ઉત્સાહથી તેના પપ્પાની આંગળી છોડાવી તે આગળ દોડી રહ્યો હતો.

'છોકરા, મોતને ભેટવાની આટલી બધી ઉતાવળ આવી ગઈ ?'

દૂરબીનમાંથી જોઈ રહેલા હાઇનેસ બબડ્યા. થોડી વારે ગુલઝાર પણ એ બધાની જોડે બહાર નીકળતો દેખાયો ત્યારે એમનાથી ફરી મનોમન બોલાઈ ગયું :

'સાલાએ પ્લાન ખરેખર આબાદ બનાવ્યો છે ! આત્માના મોતના સાક્ષી બનનાર એ દશ્ય કદાપિ ભૂલી નહીં શકે, બાય ગૉડ !'

□

35

કમરની દુખતી નસ દબાય નહીં એ રીતે તકિયાનો ટેકો લઈને બિછાનામાં આડા પડેલા હિઝ હાઇનેસે ચિરૂટ તો સળગાવેલી વહીદાના યાદને વાગોળવા માટે, પણ લાઈટર પેટાવતાંની સાથે જ *અભી ન જાઓ છોડ કર, અભી તો દિલ ભરા નહીં* ગીતની ધૂન સંભળાવા લાગી એટલે ટીવી ચૅનલ બદલાઈ જાય તેમ ભમવા નીકળેલા એમના મને ઈરાનથી છેક કાશ્મીર સુધીનો લૉંગ જમ્પ લગાવી દીધો. વહીદાને બદલે નફીસાએ દિમાગનો કબજો લઈ લીધો.

'બંદૂકનું આટલું બધું ગુમાન સારું નહીં, જનાબ !'

એ સોળ વરસની છોકરીએ દાંત વચ્ચે દુપટ્ટાનો છેડો દબાવીને ટોણો માર્યો ત્યારે એ ઘડીભર ઓઝપાઈ ગયો હતો. પોતાને હજુ તો મૂછનો દોરો માંડ ફૂટ્યો હતો ત્યાં એની માના આશક દિલાવરખાને તેને બંદૂકથી નિશાન લેતાં શીખવી દીધેલું. સવારે ઊઠીને ગુલમર્ગની મોટી મસ્જિદ પાસેના ચાના ધાબે જઈને એ બેસતો. બીજા બધા ઘરાક લાકડાના બાંકડા પર બેસતા ત્યારે દિલાવરખાનનો આ બંદૂકધારી લોંડો લોખંડની ખુરસી પર બેઠક જમાવી માટીની કુલડીમાં ગરમાગરમ કાવાના ઘૂંટ ભરતો. કાળો કામળો વીંટાળીને બેઠેલો કમાલ હસન કડકડતી ટાઢમાં પણ કાવો પીવાની સબૂરી રાખતો, કારણ કે કાવાના ઘૂંટ સાથે નફીસાના દીદાર કરવાનું તેને બંધાણ થઈ ગયેલું. દમથી પીડાતા બાપ માટે નફીસાએ રોજ હકીમને ત્યાં દવા લેવા જવું પડતું અને એ ધાબા પાસેથી પસાર થતી ત્યારે કમાલ ગોઠણ પર બંદૂકની નાળ ટેકવી કુલડીમાંથી કાવો પીતો-પીતો પેલીના મુખનું નિશાન તાકતો. જોનારાને તો એમ જ લાગે કે *આ જુવાનિયો પેલી બિચારીને ફૂંકી ન મારે તો સારું...* પરંતુ ખરેખર તો બંદૂકના ટાર્ગેટ પૉઈન્ટમાંથી નફીસાના રતૂમડા ગાલ પર પડતાં ખંજનને તાકવાની તેની એ ચેષ્ટા હતી.

દિવસો સુધી આ ચેષ્ટા ચાલુ રહી. કમાલે કાવો પીવા ધાબે આવવાનું અને નફીસાએ હકીમને ત્યાં દવા લેવા માટે પસાર થવાનું. કોઈક પોતાને તાકતો રહે છે એ નફીસા જાણે અને આ છોકરીને જોયા વિના પોતાનો દિવસ શરૂ થતો નથી એવું કમાલ માને. કોઈ બોલચાલ નહીં,

બીજી કોઈ હિલચાલ નહીં, પરંતુ નફીસાના બાપના મોતે બંનેના આ સિલસિલાને સાવ અચાનક જ આગળ વધતો અટકાવી દીધો ત્યારે જેને પોતે કદી જોયાય નહોતા એ નફીસાના અબ્બાના ઇંતકાલનો ઘેરો સદમો લાગેલો : *હવે નફીસાના દીદારનું શું ?*

છ મહિના માટે નફીસા સાવ ગુમ થઈ ગઈ. બાપના મોત પછી માની હારે મામાને ત્યાં ગઈ છે એટલી જાણ થઈ ત્યારે જિંદગીની દરેક સવાર સૂરજના ઊગ્યા વિના ઊગતી હોય એવું કમાલને લાગતું અને છ મહિને નફીસા ગુલમર્ગ પાછી ફરી ત્યારે એકાએક જાણે જુવાન થઈ ગઈ હોય તેમ પરદાનશીન બની ગઈ હતી. શેરીમાંથી પસાર થતી છતાં એના દીદાર થઈ શકતા નહીં. બંદૂકના ટાર્ગેટ પૉઈન્ટમાંથી તેના ગોળ મુખડાના ગોરા ગાલ પર પડતાં ખંજનને તાકવાનો મોકો મળતો નહીં. ગળામાં રૂમાલ બાંધીને મજનૂની માફક કમાલ તેના ઘરની આસપાસ ચક્કર લગાવ્યા કરતો. એ દિવસોમાં દિલાવરખાન પાકિસ્તાનમાં કાશ્મીરીઓને ટ્રેનિંગ આપવા માટે શરૂ થયેલા કેમ્પમાં ગયા હતા એટલે કમાલને રોકટોક કરનારું પણ કોઈ હતું નહીં.

એવામાં એક દિવસ નફીસાના દીદાર થઈ ગયા. એ સલવાર-કમીઝમાં તેની કોઈ હિન્દુ બહેનપણીને ઘેર જઈ રહી હતી. બર્ફીલી સાંજના એકાન્તમાં સાંકડી શેરીમાંથી પસાર થતી નફીસાની આડે ઊતરેલા કમાલે બંદૂકની નાળ આડી ધરીને રોકી પાડી. એ જ વખતે પેલીએ સંભળાવ્યું હતું : *બંદૂકનું આટલું બધું ગુમાન સારું નહીં, જનાબ !*

એણે પોતાના જેવા મૂછ વગરના જવાનને *જનાબ* કહ્યો એ જ ગુમાન કરવા જેવી બાબત હતી, પણ *જનાબ*નું એ સંબોધન તો મહેણું મારવા માટે તેણે વાપર્યું હતું. જાણે કહેતી હોય, કેટલાય દિવસથી નાના છોકરાની જેમ નિશાન તાકીને બેસી રહે છે, પણ એકાદ વખત તો જબાન ચલાવવી હતી ! માણસને મારવા કે જિવાડવા માટે પ્યાર જેવું સચોટ શસ્ત્ર બીજું કોઈ નથી.

'તો શેનું ગુમાન હોવું જોઈએ, છોરી ?'

બંદૂકની નાળ ખસેડી લઈને આંખોમાં આંખો પરોવતાં પોતે પૂછવાની હિંમત કરી હતી : 'આટલા દિવસથી તારું નિશાન તાકું છું, પણ એકેય વાર આંખોની શરારતથી જવાબ વાળ્યો નહીં અને હવે બંદૂકના ગુમાનનું ડહાપણ ડહોળવા બેઠી !'

ત્યારે પેલીએ દાંત વચ્ચે દબાયેલા દુપટ્ટાનો છેડો માથા પર ગોઠવીને ચાલતી પકડવા માટે પગ ઉપાડ્યા અને કોણ જાણે કેમ, કમાલની જબાન પર ગીતની એક પંક્તિ ગુંજી ઊઠી : *અભી ન જાઓ છોડકર, દિલ અભી ભરા નહીં !*

અને જાણે બેડી પડી ગઈ હોય તેમ પેલીના પગ જમીન પર ખોડાઈ ગયા. એના ચહેરા પર અનોખી પ્રસન્નતા પ્રસરતી દેખાઈ. કમાલને પહેલી વાર ભાન થયું કે બંદૂકની ધાક કરતાં દિલ્લગીની હાક વધુ તાકતવર છે. તેણે એ પંક્તિ દોહરાવીને 'હમદોનોં' ફિલ્મના દેવ આનંદની અદાથી ગાઈ સંભળાવી.

અને પેલી ખિલખિલાટ હસી પડેલી.

'કેમ આટલું બધું હસે છે ?'

ક્યાંય સુધી એ હસતી રહી એનું ખરાબ લાગ્યું હોય તેમ એણે પૂછ્યું હતું : 'ફિલ્મમાં હીરોઈન ગીત સાંભળીને આમ હસતી નથી.'

'એની મને શું ખબર ? મેં ક્યાં ફિલ્મ જોઈ છે ?'

'નથી જોઈ ?' પૂછતાં પુછાઈ ગયા પછી એણે વાળી લીધું હતું : 'મેં પાંચ વાર જોઈ નાખી... કાલે છઠ્ઠી વાર જોવા જવાનો છું...' કહીને કોણ જાણે ક્યાંથી હિંમત ઊગી નીકળી કે બેધડક પૂછી પણ લીધું : 'બોલ, આવીશ મારી સાથે ફિલ્મ જોવા ?'

સાંભળીને પેલી ટગરટગર તેને તાકી રહી હતી. પછી થોડું મલકી. એનું એ હાસ્ય રમતિયાળ હતું કે રહસ્યમય તે કમાલ કળી શક્યો નહીં. સિનેમા જોવા આવવાની પેલી હમણાં ના પાડી દેશે એવી દહેશતથી એ અધીર અવાજે બોલી ઊઠ્યો :

'બુરખામાં કોઈ તને ઓળખી નહીં જાય.'

સાંભળીને પેલી સહેજ મરકી એટલે હિંમતભેર ઉમેર્યું હતું : 'મિયાં-બીબીની નવી જોડી ફિલમ જોવા આવી છે એવું ધારી લેશે.'

'છટ !' છણકો કરતી નફીસા રસ્તો કરવા માટે તેને હડસેલો મારીને આગળ વધી ગઈ ત્યારે કમાલ ઘડીભર મૂંઝાયો. એના છટમાં નારાજીનો છણકો હતો કે રાજીપાનો રણકો - એની ખબર પડે એ પહેલાં તો નફીસા હવામાં દુપટ્ટો ફરફરાવતી ઘણી આગળ નીકળી ગઈ.

'એય... જવાબ તો આપતી જા !' કમાલે લગભગ દોટ મૂકવી પડી હતી : 'કાલે બપોરે બે વાગ્યે શાલીમાર પર આવી જજે.' હાંફતા શ્વાસે એ કહેતો હતો : 'બાલ્કનીની બે ટિકિટ લઈને હું તારો ઇંતજાર કરું છું.'

પેલી મુસ્કુરાવા લાગી. જાણે કહેતી હોય, *હવે મરદ જેવી વાત કરી. ઓરતને મરદનો હુકમ કે આજીજી બંનેનો અણગમો હોય છે. હોંશથી હક્ક બજાવે તો અમે દિલથી હોંકારો દઈએ.*

'ભલે !' નફીસા તેની બદામી આંખો પહોળી કરીને સંભળાવ્યા વગર ન રહી : 'હું આવું કે ન આવું, તું ગળામાં તારી આ બંદૂક લટકાવીને આવતો નહીં.'

કહીને આંખોની પાંપણો પટપટાવવા લાગી :

'શું સમજ્યા ?'

'સમજી ગયો.' કમાલે સમજ્યા વગર જ કહી દેવું પડ્યું : 'તું ના કહે છે તો રાઈફલ લીધા વગર આવીશ.'

પરંતુ એ સાંભળવા માટે પેલી રોકાઈ નહોતી. ગલીનો વળાંક પકડીને તેની બહેનપણીના ઘરમાં અદશ્ય થઈ ગયા પછી છેક બપોરે બે વાગ્યે શાલીમાર પર દેખાઈ ત્યારે કમાલના હૃદયમાં ઉન્માદની સાથોસાથ ઉલઝન પણ હતી : *આ અલ્લડ છોકરી સાથે કેવી રીતે પેશ આવવું ?*

પરંતુ *'હમદોનોં'* જોવામાં બંને એવાં મશગૂલ થઈ ગયેલાં કે સાથે હોવા છતાં જોડે સિનેમા જોવા બેઠાં છે એવો ન તો ક્ષોભ જાગ્યો કે ન અજુગતી છેડછાડનો વિચાર આવ્યો. હા, ક્યારેક પોતાનો ખભો નફીસાના ખભા સાથે અફળાઈ જતો ત્યારે એ અછડતા સ્પર્શથી પણ કમાલ ખળભળી ઊઠેલો... પરંતુ નફીસા તો સાવ નિર્લેપ જેવી જ રહી હતી. માત્ર એક વાર એણે એને ટોક્યો હતો. *અભી ન જાઓ* વાળું ગીત આવ્યું અને કમાલ ડોક હલાવતો હલકથી દેવ આનંદની સાથે ગાવા લાગ્યો ત્યારે પેલીએ કોણીનો ઠોંસો મારીને વાર્યો હતો : 'રાગડા તાણવા રહેવા દે. તને ગાણું આવડે છે એ સૌ જાણે છે, શું સમજ્યો ?'

અને તેણે *સમજી ગયો*ના વિવેક સાથે ગાવું બંધ કરી દીધું એથી નફીસા મનોમન હરખાઈ હતી.

'કેવી લાગી ફિલમ ?'

બહાર નીકળી તેના રતૂમડા ગાલનાં ખંજન નિહાળવાની તાલાવેલી સાથે તેણે પૂછ્યું ત્યારે પેલીએ ચહેરા પર નકાબ ચડાવીને હાજરજવાબી દાખવી હતી :

'તું બંદૂક વગર આવ્યો એટલે ફિલમ અને તું બંને સારાં લાગ્યાં.' કહી ખાસિયત મુજબ ઉમેર્યું હતું : 'સમજી ગયો ને ?'

'સમજી ગયો...' કોણ જાણે આ છોકરીની આંખોમાં અને બોલચાલમાં કેવો જાદુ છે કે પોતે આજ્ઞાંકિત બની જાય છે : 'હું તને ગમતો હોઉં અને મારી બંદૂક ન ગમતી હોય તો જઈને રાઈફલ દાલસરોવરમાં ફેંકી આવું.'

'જેવી તારી મરજી.' કહીને સિનેમા જોવા આવેલા જનાના-ટોળામાં ભળી જતાં એ આબાદ છટકી ગયેલી અને પોતે ભોટની જેમ ક્યાંય સુધી *અભી ન જાઓ છોડકર* ગણગણતો ત્યાં જ ખોડાઈ રહેલો.

અત્યારે પંદર વરસ પછી તરતા મહેલ જેવી *ઓશનકિંગ-વન* શિપના વૈભવી સ્વીટમાં હિઝ હાઇનેસના રુઆબથી પલંગમાં પડ્યાં-પડ્યાં ચિરૂટ પી રહેલા કમાલ હસનને વિના કારણ લાઈટર પેટાવી એ ગીતની ધૂન સાંભળવાની ચાનક ચડી આવી. યાદ તો કરવી હતી વહીદાને, પણ *કાશ્મીર કી કલી* જેવી નફીસાની યાદ તેનો પીછો છોડતી નહોતી.

દાલ-લેકમાં રાઈફલ ફેંકી દેવાની તૈયારી દર્શાવ્યા પછી બંનેની બે-ત્રણ મુલાકાતો થઈ તેમાં *દિલ અભી તો ભરા નહીં* જેવી સ્થિતિ બંને બાજુ સર્જાઈ ગઈ. નફીસાનું યૌવન હવે ઝાલ્યું રહેતું નહોતું અને કમાલ શરૂઆત કરતાં અચકાતો-ખચકાતો હતો. પુરુષ આગળ વધવામાં ઉતાવળ ન કરે ત્યારે સ્ત્રી કાં તો તેને નમાલો માની લે અથવા સંયમી ગણી લે. પરંતુ ક્યારેક એ બે સિવાય કાંઈક ત્રીજું જ કારણ પુરુષને રોકતું હોય છે અને તે છે બિનઅનુભવીની ભીતિ !

પોતે રાઇફલની ટ્રેનિંગ લેવાની શરૂ કરી તેના પહેલા જ દિવસે દિલાવરખાને તેને સંભળાવ્યું હતું : 'બંદૂક ચલાવવાની ખરી ખૂબી નિશાન તાકવામાં છે, પણ ઓરતને વશ કરવાની ખરી તાલીમ તો તેના પ્યારમાં પડ્યા પછી શરૂ થાય છે અને એ કોઈ પાસે શીખવા જવાની હોતી નથી. તારો બાપ હસન નમાલો હતો એટલે તો તારી માએ એને છોડી દઈને મારું પડખું પસંદ કર્યું... બંદૂક કે ઓરતની બાબતમાં તું હસન જેવો નમાલો નહીં પાકતો !'

બસ, ત્યારથી એની મનમાં ગ્રંથિ બંધાઈ ગઈ હતી. બંદૂકની તાલીમમાં તો કમાલ આરપાર નીકળી ગયો, પણ ઓરતને વશ કરવાનો કીમિયો અજમાવતાં ભીતિ લાગતી હતી.

'દાલ-લેકની સહેલગાહે આવીશ ને, નફી ?'

સિનેમા જોવાનો પ્રસ્તાવ મૂક્યો તેમ સરોવરની સહેલગાહ માટે પૂછ્યું, તો પેલી જાણે એની જ રાહ જોતી હોય એમ પૂછી બેઠી : 'કોણ-કોણ જવાનાં ?'

'હું અને તું... ત્રીજાની શું જરૂર ?'

'ત્રીજાની જરૂર નહીં, પણ બે એકલાં જઈએ તેની બીક લાગે છે.'

'બીક વળી શેની ?' તેના ગાલ પર ફરફરતાં રેશમી જુલ્ફાંને આંગળીથી રમાડતાં એણે પૂછ્યું : 'મારી બીક લાગે છે ?'

ત્યારે પેલીની ગરદન શરમથી ઝૂકી જવી જોઈતી હતી, પણ તેને બદલે એ દાંત દેખાડતાં હસીને બોલી ગઈ :

'તને હોડી હંકારતાં ન આવડે તો ડૂબી મરવાની બીક લાગે છે !'

'અરે, પગલી ! મને મારા અબ્બાએ જેલમનાં ધસમસતાં પૂરમાં ધકેલી દીધો હતો છતાં ડૂબ્યો નહીં, તો પછી માના ખોળા જેવા શાન્ત સરોવરમાં આપણે ક્યાંથી ડૂબવાનાં !'

'તો ભલે, ઘેર અમ્મીની પાસે ખોટું બોલીને આવવું પડશે.' એ આવું બોલી ગઈ ત્યારે કમાલને ખાતરી થઈ ગઈ કે *હવે એને મારા માટે પાકો લગાવ લાગી ચૂક્યો છે. છોકરીને બીજું કાંઈક મા જેટલું વહાલું લાગવા માંડે ત્યારે એ પ્યારમાં પડી છે એમ કહેવાય* એવું પેલો ચાના ધાબાવાળો વારંવાર બોલ્યા કરે છે.

'કેમ ગુમસૂમ થઈ ગયો ?'

દાલ-લેકમાં હોડીને હલેસાં મારતા કમાલને પેલીએ પૂછ્યું ત્યારે એણે સાચો જવાબ આપી દીધેલો :

'દિલાવરચાચા ટેપરેકૉર્ડર રાખે છે એવું મારી પાસે હોત તો અત્યારે એમાં *અભી ન જાઓ*વાળું ગાણું સાંભળતાં-સાંભળતાં સહેલગાહમાં ઔર મજા પડી જાત ને.'

'ઓહ, એમાં રોતલ ચહેરો કરીને બેઠો છે !'

કહી સરોવરનાં પાણી ખોબામાં લઈ નફીસાએ તેના મોઢા પર છાલક મારી. એ ભીની મસ્તીએ કમાલને ખુશ-મિજાજમાં લાવી દીધો, પણ એના કરતાંય નફીસાએ ખુશાલીનો વધુ સુખદ આઘાત તો પોતે *અભી ન જાઓ*વાળું ગીત ગાવા માંડીને આપ્યો.

પહેલી પંક્તિ સાંભળી ત્યાં તો કમાલના માનવામાં આવ્યું નહીં. *એનો કંઠ આટલો સૂરીલો અને ગાવાની હલક પણ અસલ 'હમદોનોં'ની સાધના જેવી ! એક જ વાર ફિલમ જોઈ હતી છતાં આખું ગીત એણે મોઢે ક્યાંથી કરી લીધું ? પોતાને આ ગીત બહુ ગમે છે એટલે જ એણે ગાતાં શીખી લીધું હશે ને ?*

એનું ગીત પૂરું થયું ત્યાં સુધીમાં કમાલે હોડીને કિનારે લગાવી દીધી હતી. જરાતરા હાલક-ડોલક થતી નૌકામાં ગોઠણભેર થઈને એ નફીસા તરફ ઝૂક્યો :

'હું તને છોડીને એમ કાંઈ જવાનો નથી.'

મદહોશ હાલતમાં પ્યારના બેચાર શબ્દો આગ પેટાવવા માટે પૂરતા હોય છે. નફીસા પણ સામે ઝૂકી. પહેલી વાર બંને પ્રેમી બાહુપાશમાં ભિડાયાં. નૌકા અસ્થિર હતી, પણ એ બંને પ્રણયસમાધિમાં સ્થિર બની ગયાં હતાં.

'ખરેખર તું મને ક્યારેય છોડીને નહીં જાય ને, કમાલ ?'

જવાબ આપવાને બદલે કમાલ તેને ઊંચકીને કિનારાની વનરાજિ સુધી લઈ ગયો. લીલીછમ હરિયાળી પર તેને સુવાડીને ચુંબન લેવા ઝૂક્યો ત્યાં પેલીએ હાથ આડો ધરી દીધો :

'જવાબ નહીં આપ્યો તેં ?'

'છોડીને જવાનો સવાલ જ કેમ પૂછ્યો તેં ?'

'પ્યારમાં પડતી દરેક છોકરીને આ સવાલ સતાવતો હોય છે, બુધ્ધુ !'

'હું બુધ્ધુ અને તું બુદ્ધિશાળી છે તો તું જ કહે ને...' કમાલે તેના ગાલને આંગળીનાં ટેરવાંથી રમાડતાં છેડછાડ કરી : 'દરેક છોકરી પ્રેમમાં પડતી વખતે આવો સવાલ પૂછે છે ત્યારે છોકરો શું જવાબ આપે છે એ તું જ કહે ને.'

'હં ? છટ્ !' એણે ઘાસ પર પડખું ફરી જઈને છણકો કર્યો હતો : 'પહેલી વાર પ્રેમમાં પડે એને આવું તે પુછાતું હશે ?'

'તો જા, ખુદાકસમ કહું છું કે તને છોડી જવાનો વિચાર ક્યારેય નહીં કરું.'

ખરેખર તો એની કામવૃત્તિ એટલી અધીર બની હતી કે માગે તે વચન આપી દેવા એ તૈયાર હતો, પણ નફીસા હજુ અડગ રહી શકી હતી :

'મને છોડી નહિ જવાની અને મારી શોક્ય જેવી બંદૂકને છોડી દેવાની.'

'બંદૂક છોડી દેવાની !' ધક્કો લાગ્યો હોય તેમ ઝૂકેલો કમાલ ટટ્ટાર થઈ ગયો : 'એ શું કામ ?'

'બંદૂક ચલાવનારાઓ સારા માણસ રહી શકતા નથી. મોટા થઈને બગડી જતા હોય છે.'

પોતાને તાકી રહેલા કમાલના માથા પર હાથ પસવારી તેના વાળમાં પોતાનાં આંગળાં પરોવીને એ કેવું બોલી ગઈ હતી ?

'કમાલ, મારે સારા માણસની... મોટા માણસની બીબી બનવું છે.'

'તો ભલે, તારો સાથ હશે તો હું બધું જ છોડી શકીશ, નફી !'

આમ કહી તેણે પેલીને મનાવી લીધી હતી. ખરેખર તો દિલાવરચાચાએ સાદી રાઈફલથી લઈને એ. કે. ફોર્ટિસેવન જેવી આધુનિક રાઈફલો આપીને તેને હથિયારથી એવો હેળવી દીધો કે આજે હવે ઍટમબૉમ્બ પણ તેના હાથવેંતમાં હતો. આમાં બિચારી નફીસાને આપેલું વચન તો ક્યારનું કચડાઈ ગયું હતું. દાલ-લેકના કિનારાની વનરાજિ વચ્ચે પ્રથમ આલિંગન સાથે આપેલા વચન ખાતર કમાલ તેને ભગાડી જઈ નિકાહ પઢી લેવાય તૈયાર થયો હતો. દિલાવરચાચાની નજરથી દૂર દુનિયાના કોઈક ખૂણે નફીસા સાથે સંસાર વસાવવાનાં સપનાં પણ પંપાળવા લાગ્યો હતો, પરંતુ...

ત્યાર પછી આવેલા વળાંક પર કમાલે યાદદાસ્તની એ યાત્રાને અટકાવી દેવી પડી. નફીસા સાથેના સંબંધમાં પડેલી તિરાડની પીડાને એ તાજી કરવા માગતા ન હોય તેમ ઝાટકા સાથે હિઝ હાઇનેસ સફાળા બેઠા થવા ગયા તેથી કમરની દુખતી નસ દબાઈ ગઈ અને મોંમાંથી રાડ નીકળી ગઈ : 'યા અલ્લાહ !'

થોડી વાર એમ જ પડ્યા રહીને ઘડિયાળમાં જોયું તો સવાપાંચ થવા આવ્યા હતા. ડ્રિન્ક્સ લેવાનો સમય નહોતો છતાં ધીમેધીમે બેઠા થયા. એક હાથ કેડ પર દાબેલો રાખી બારના કબાટ સુધી પહોંચ્યા. અંદર વ્હિસ્કી, રમ, જીન, વૉડકાની બૉટલ્સ રાખેલી હતી તેમાંથી શું પીવું એ વિચારતા હતા ત્યાં દરવાજા પાસે કોઈનો પગરવ સંભળાયો. કોઈક આવી રહ્યું છે એમ વિચારી પીઠ ફેરવીને બારણે તાકી રહ્યા, પણ ન તો ટકોરા પડ્યા કે ન કોઈએ ડૉરબેલ

વગાડી. દરવાજાની નીચેની તિરાડ દ્વારા દેખાતી હિલચાલ પરથી માત્ર એટલું જ સમજાતું હતું કે કોઈક હજુ ત્યાં ઊભું છે.

અને દરવાજા નીચેથી કાંઈક સરકતું અંદર આવ્યું. ધ્યાનથી જોયું તો સફેદ રંગનું લાંબું પરબીડિયું હતું. પોતે દબાતા પગલે દરવાજે પહોંચ્યા. હળવેકથી બારણું ઉઘાડીને જોવા માગતા હતા કે પેલું કવર અંદર સરકાવનાર કોણ છે ? પરંતુ દબાતાં પગલે ચાલવાની ચેષ્ટામાં ફરી કમરનો દુખાવો ઊપડ્યો અને અર્ધી મિનિટના એ વિલંબમાં પેલી વ્યક્તિનો બારોબાર ચાલ્યા જવાનો પગરવ સંભળાયો. તેમણે બારણું ઉઘાડીને બહાર ડોકિયું કર્યું ત્યાં સુધીમાં તો એ અદશ્ય થઈ ચૂકી હતી. ઘડીભર એમને થયું કે આવી રીતે જાસાચિઠ્ઠીની જેમ પરબીડિયું સરકાવી જનારને પકડી પાડું, પણ એ જ વખતે એમની નજર દરવાજાની નૉબ પર લટકતા *ડોન્ટ ડિસ્ટર્બ*ના પૂંઠા પર પડી અને હાઇનેસે ભોંઠા પડવા જેવું થયું.

મેં નકામો કાગનો વાઘ કર્યો... એમ બબડતાં તેમણે ગાલીચા પરથી પરબીડિયું ઉપાડી લીધું. જોયું તો કવર પર શિપિંગ કંપનીનો ગરુડનો લોગો હતો : *આ તો ઓકે-વનવાળાએ કોઈ સર્ક્યુલર મોકલ્યો લાગે છે. ડીલિવર કરવા આવનારે બહાર દરવાજે ડોન્ટ ડિસ્ટર્બ વાંચી અર્ધી મિનિટ મૂંઝવણ અનુભવી હશે. બારણે ટકોરા મારી ખલેલ પહોંચાડવી નહોતી એટલે બિચારાએ નીચેથી સરકાવીને ચાલ્યા જવું પડ્યું.*

એ સફેદ કવરને ટેબલ તરફ ફંગોળવા જતા હતા ત્યાં એના એક ખૂણા પર લાલ શાહીથી ઝીણા અક્ષરોમાં લખાયેલા *અર્જન્ટ* પર તેની નજર પડી. પાછી અક્ષરોના વળાંકમાં સ્ત્રીની હથોટી વર્તાઈ એટલે તરત જ પરબીડિયાની કિનારી ફાડીને અંદરથી કાગળ કાઢી અધીર નજરે વાંચવા લાગ્યા :

'શું સંબોધન કરું, હિઝ હાઇનેસ કે કમાલ હસન ?'

શરૂઆત જ આંચકો આપે એવી કરનારને ઓળખી લેવા માટે તેમણે નીચે જોયું તો *વહીદા* વાંચતાંની સાથે જ શરીરનાં રૂંવાડાં ઊભાં થઈ ગયાં : *ઓહ ! ઈરાની મહેબૂબાએ મારા નામ પર ખત લખ્યો !*

'ત્રણ-ચાર કલાક પછી વેલેટા બંદરે ઊતરીને અદશ્ય થઈ જતાં પહેલાં આ પત્ર લખવાની ફરજ પડી છે, નહીંતર હું તને કદાપિ વતાવવાનું પસંદ કરું નહીં.

સવારે આત્માને લઈ તારા સ્વીટમાં મળવા આવી ત્યારે કાંઈક તારી કમર લચકાઈ ગઈ અને પેલા છોકરાએ તને પૂછ્યું કે *હાઇનેસ અંકલ, હવે તમે સવારની કસરત નહીં કરી શકો...* નમાજના અર્થમાં તેણે સવારની કસરતનો ઉલ્લેખ કર્યો એથી તારા હોશકોશ ઊડી ગયા. તું એ છોકરાને ત્યાં ને ત્યાં કાચો ખાઈ જવા માગતો હો એવું ખુન્નસ તારી આંખોમાં ત્યારે આળોટવા લાગ્યું હતું.

તારી આ સમુદ્ર-સફરનો ઇરાદો તો હું જાણતી નથી, પણ હિઝ હાઇનેસના સ્વાંગમાં મોંઘા સ્વીટમાં સફર ખેડી રહ્યો છે એના પરથી અનુમાન કરી શકું છું કે કોઈ ખાસ મકસદમાં આ છોકરો હરકત ઊભી કરી શકે તેમ હોવાથી તું એનો નિકાલ કરવાનું વિચારવા લાગ્યો હોઈશ, પરંતુ ખુદાને ખાતર એવો ઘાતકી નહીં બનતો. ઈરાનથી છૂટ્યા પછી તેં શાદી કરીને ઘર વસાવ્યું

છે કે નહીં, તારે ઘેર બાળકો રમતાં થયાં છે કે નહીં એ તો હું જાણતી નથી, પણ તારા હાથે આ છોકરાનો વાળ વાંકો ન થાય એની તાકીદ ખાતર આ પત્ર લખી રહી છું. એ છોકરો મને મારા ખુદના બેટા જેવો વહાલો લાગવા માંડ્યો છે. તું એને કોઈ પણ રીતે ખતમ કરવા માગતો હો તો સાવધાન ! તારો ભેદ ખુલ્લો પાડવાની જોગવાઈ હું કરતી જાઉં છું.'

અહીં સુધી વાંચતાં લગીમાં હાઇનેસના હોઠ દાંત વચ્ચે દબાવા લાગ્યા હતા. ઘૂંટાતા શ્વાસે તેમણે આગળ વાંચવા માંડ્યું :

'આ પત્ર તને લખું છું તેમ શિપમાં સફર કરનાર એક મહત્ત્વની વ્યક્તિને પણ તારો ભેદ લખીને સોંપતી જાઉં છું. તેમાં મેં લખ્યું છે કે કોઈ સંજોગોમાં આત્મા ઓમકાર દેવ નામના છોકરાનું મૃત્યુ થાય, અકસ્માતથી મૃત્યુ થાય તો જ આ કવર ઉઘાડીને વાંચજો જેથી શકમંદ મૃત્યુમાં કોનો હાથ છે એની જાણ તમને થઈ જશે.... એટલું જ નહીં, હત્યા પાછળનો ભેદ પણ તમે જાણી શકશો.

તો હિઝ હાઇનેસ, આ પત્ર મળ્યા પછી એ છોકરા પર રહેમનજર રાખવાની આદત પાડજો, નહીંતર પછી જેવાં એનાં તકદીર અને આપનો અંજામ !

ખુદાહાફિઝ, કમાલ હસન !

લિ. : વહીદા ઈરાની.'

કાગળ પૂરો વંચાઈ રહ્યો ત્યાં સુધીમાં પોતે પલંગમાં ક્યારે ફસડાઈને બેસી પડ્યો એનું પણ હાઇનેસને ભાન રહ્યું નહીં.

યા ખુદા ! આ ઓરત જતાં-જતાં કેવી બેવકૂફી કરતી ગઈ ! એક છોકરાને ખાતર મારો ભેદ ઉઘાડો પાડી દેવાનો દાવ ખેલી નાખ્યો એણે ! હવે શું કરવું મારે ?

હાંફળાફાંફળા હાઇનેસે ઘડિયાળમાં જોયું તો પાંચ ને પાંત્રીસ થવા આવી હતી. *ગુલઝારના કહેવા પ્રમાણે પેલો છોકરો દી આથમ્યા પછી આ પૃથ્વીના પટ પર શોધ્યો ન જડે એ રીતે ગાયબ થઈ જવાનો છે... અને ખરેખર એવું થયું તો વહીદા જેના પર પત્ર લખતી ગઈ હશે એ મારા તરફ આંગળી ચીંધી દેશે : હું હાઇનેસ નથી, કાશ્મીરી મિલિટન્ટ છું એ બધું જાહેર થઈ જશે... ઓહ ગૉડ ! હવે શું કરવું !*

સંકટ-સમયે એનું મગજ બહુ સતર્ક બની જતું. નર્વસ થઈ જવાથી સમસ્યાનો ઉકેલ જલદી સૂઝતો નથી. માણસ જેટલો વધારે ગભરાય એટલો એ વધારે ગૂંચવાય છે. હાઇનેસ એ વર્ગનો કાચોપોચો માણસ નહોતો. તેની નજર ટેલીફોન પર ગઈ. પોતે આરામ કરવા માટે નીચે મૂકી રાખેલા રીસીવર પર તરાપ મારી. ઑપરેટરને કહી શિપના પબ્લિક રિલેશન ઑફિસરનું કનેક્શન માગ્યું.

'ઑફિસર, મારે અહીંના ઝુઓલોજિકલ ગાર્ડનમાં જવાનું હતું, પણ વધુ પડતું ઊંઘી રહ્યો એટલે સૌની સાથે જવાનું ચુકાઈ ગયું.'

'નો પ્રૉબ્લેમ સર, આપને માટે કારનો તાબડતોબ બંદોબસ્ત કરું છું.' સામેથી જવાબ મળ્યો : 'ગાર્ડન સવાઆઠ વાગ્યા સુધી ખુલ્લો રહે છે.'

'મારે તો ખાસ પેલો શાર્ક-શૉ જોવો છે.'

'ઓહ ! એ જ તો ત્યાંનું મેઈન એટ્રેક્શન છે, સર ! ખૂંખાર શાર્ક તીક્ષ્ણ દાંતવાળાં મોઢાં ફાડીને ઊંચે જોતી હોય અને ઉપરથી ફેંકાતા માંસના લોચા મોઢામાં ઝીલી લે એ નિહાળવા માટે ટૂરિસ્ટો અચૂક ત્યાં જતાં હોય છે.'

સાંભળતાં-સાંભળતાં હાઇનેસનાં માનસચક્ષુ સમક્ષ તો જડબાં ફાડેલા શાર્કના મોંમાં ફેંકાતો આત્મા દેખાતો હતો. 'સર, આપ મૂંગા કેમ થઈ ગયા ?'

'હું વિચારતો હતો કે એનો પહેલો શૉ શરૂ થઈ ગયો હશે ખરો ?'

'લેટ મી સી.' કહીને પેલાએ પાકું કરીને કહ્યું : 'સર, હજુ તો પોણા કલાકની વાર છે.'

'હું કારમાં તત્કાલ રવાના થાઉં તો પહેલો શૉ ચાલતો હોય એ દરમિયાનમાં પહોંચી શકું ખરો ?'

'ટ્રાય કરી જુઓ, સર ! ટ્રાફિક પર બધો આધાર રાખે છે. છતાં હું ડ્રાઈવરને તાકીદ કરું છું કે એ આપને શૉર્ટકટના રૂટથી લઈ જાય.'

'ઓકે. હું આવી પહોંચું છું.'

કહી રીસીવર મૂકી હાઇનેસે રીતસરની છલાંગ મારી. આફત આવે ત્યારે માણસ પોતાની પીડા ભૂલી જાય તેમ કમરનો દુખાવો વીસરી જઈ ફટાફટ પોશાક બદલીને એમણે રીતસર લિફ્ટ તરફ દોટ મૂકી.

કેવી ગજબનાક કટોકટી સર્જાઈ ગઈ ! જે છોકરાને પોતે મરેલો જોવા આતુર હતા એને જ બચાવી લેવા માટે શ્વાસભેર દોડવું પડ્યું અને છતાં બચાવી લેવા માટે સમયસર પહોંચવા બાબતની તેમને કોઈ ખાતરી નહોતી.

જો આવું થશે તો હવે હું પોતે જ શિપ પર પાછો નહીં ફરું... સલામ ઑપરેશન કાલભૈરવ !

*

'મધર મેરી, યૂ આર વેરી-વેરી કાઈન્ડ ટુ મી.'

હિઝ હાઇનેસને લિફ્ટમાંથી બહાર નીકળતા જોઈ હાથે બનાવેલી સિગારેટ બુઝાવી નાખી, ગળામાં લટકતા ક્રૉસને કપાળે અડાડીને વાસ્કોએ મધર મેરીની કૃપાનો ગણ માન્યો. વેલેટા બંદરે જહાજ લાંગર્યું કે તરત જ વિઝિટર્સ પાસ લઈને *ઓકે-વન*માં ચડેલા, તિજોરી તોડવાના એક્સપર્ટ વાસ્કોને જાણવા મળ્યું કે હિઝ હાઇનેસ તેમનો સ્વીટ છોડીને સાઈટસીઈંગ માટે જવાના નથી ત્યારે હતાશ થઈ ગયો હતો. લક્ઝરી લાઇનરે લિસ્બન બંદર છોડ્યું ત્યારથી એ આ દિવસની રાહ જોતો હતો. ઈન્ડિયન મહારાજા તેમનાં જર-ઝવેરાત માટે બહુ ગવાયેલા હોવાથી આ પોર્ટુગીઝ તિજોરીતોડે મોટો હાથ મારવાનો પ્લાન ઘડી રાખ્યો હતો. ગઈ સીઝનમાં *ક્વીન એલિઝાબેથ-ટ* અહીં લાંગરી ત્યારે બ્રિટિશ ઉમરાવના સ્વીટની તિજોરી ખોલીને લેડી બેટનનો પાંચ હજાર પાઉન્ડનો નેકલેસ આસાનીથી એ તફડાવી ગયો હતો. નાનામોટા હાથ મારીને આબાદ છટકી જનાર વાસ્કો એક જ વાર પોલીસના હાથમાં ઝડપાઈ ગયો ત્યારે પિસ્તાળીસ દિવસની નજીવી જેલ ભોગવવી પડેલી એટલું જ... જોકે તેમાં એની ઉસ્તાદી જગજાહેર થઈ ગયેલી અને તેના ફોટા પોલીસ ફાઈલમાં ચડી ગયા એ નડતર કાયમનું બની ગયું. એટલા ખાતર તો એણે વારંવાર વેશપલટો કરીને હાથ મારવા નીકળવું પડતું.

અત્યારે વાસ્કો ક્લીનશેવન મોઢા પર દાઢી-મૂછ લગાડીને આવ્યો હતો અને ટકલા માથા પર લાંબા વાળની વિગ પહેરી લીધી હતી. નાનપણથી તાળાં તોડ્યા વગર ખોલી આપવાની તરકીબ શીખી ગયેલા વાસ્કો માટે જગતની કોઈ તિજોરી એવી નહોતી જે પોતે ખોલી ન શકે - એવો એનો દાવો અતિશયોક્તિભર્યો હોવા છતાં હસી કાઢવા જેવો તો નહોતો જ. તસ્કરીના ધંધામાં તેણે કોઈ ભાગીદાર રાખ્યો નહોતો અને તિજારી ખોલવાની વિદ્યા શીખવા માટે વારંવાર આવતા તફડંચીબાજોમાંથી કોઈને હજુ સુધી તેણે ચેલો બનાવ્યો નહોતો. એકાદ મોટો હાથ માર્યા પછી ખાઈ-પીને અથવા ખરેખર તો પી-ખાઈને પડ્યો રહેતો વાસ્કો માલ ખૂટી ન જાય ત્યાં સુધી કામે ચડે નહીં એટલો બધો સંતોષી જીવ હતો એ.

'મારા કોઈ મેસેજ આવે તો લઈ લેજો...' હાઇનેસ રસ્તામાં મળેલા સ્ટુઅર્ડને કહેતા સંભળાયા : 'કહેજો કે મારે અચાનક બહાર જવાનું થયું.'

તેમના પાછલા વાક્યના *અચાનક* શબ્દે વાસ્કોને ચાનક ચડાવી : 'ઉપરવાળાએ મારી પ્રાર્થના સાંભળી એટલે જ તારે અચાનક બહાર જવું પડ્યું, ઇન્ડિયન મહારાજા !'

ઉત્સાહભેર તેણે હાઇનેસના સ્વીટ તરફ પગ ઉપાડ્યા. લક્ઝરી લાઈનર *ઓકે-વન* તૈયાર થતી હતી ત્યારથી વાસ્કોએ તેની લૉકિંગ સિસ્ટમનો કોન્ટ્રાક્ટ લેનાર કંપની વિશે બધી બાતમી મેળવી લીધી હતી અને મનસૂબો ઘડી રાખ્યો હતો કે તેની પહેલી સફરમાં જ આ શિપની એકાદ તિજોરી પર હાથ મારવો છે. સ્વીટના પ્રવેશદ્વારના લૉકને અનલૉક કરવાનું કામ તો વાસ્કો માટે ડાબા હાથના ખેલ જેવું હતું. કદાચ હિઝ હાઇનેસને પોતાને અસલી ચાવીથી દરવાજો ખોલતાં વાર લાગે એના કરતાં ઓછા સમયમાં જાદૂગરની ઝડપે સ્વીટનો દરવાજો ખોલી મલકતો વાસ્કો અંદર સરકી ગયો.

સ્વીટની સજાવટ જોઈને ખુશ થતો હોય તેમ બેચાર સિસોટી વગાડી. કામ કરતી વખતે ઉશ્કેરાઈ નહીં જવાનો અંકુશ ધરાવતા વાસ્કોએ પલંગની બાજુમાં પડેલી હવાના સિગારનું પૅકેટ ઊંચકી તેને નાક સુધી લઈ જઈ સૂંઘ્યું : *મહારાજો શોખીન છે !* એવા ભાવ સાથે સ્વીટના અંદરના રૂમમાં પણ લટાર મારી આવ્યો. પછી બાથરૂમ બાજુની દીવાલ પર બનાવેલા ઈલેક્ટ્રિક કનેક્શનનું બૉક્સ ખોલ્યું. વ્હિસલ વગાડતાં-વગાડતાં તેનો ફ્યુઝ કાઢી લીધો એટલે એક-બે લાઈટ ઑફ થઈ ગઈ. ખરેખર તો સેફ બૉક્સ સાથે કનેક્ટ કરેલા એલાર્મ ઑફ કરી દેવા માટે તેણે આમ કર્યું હતું, જેથી તિજારી ખોલતાંની સાથે એલાર્મ વાગી ઊઠવાની ભીતિ ટળી જાય. જોકે તિજોરીમાંથી તફડંચી કરતી વખતે અંધારું હોય તેમાં એને વધારે ફાવટ હતી. કદાચ એટલા માટે હશે કે પોતે કોઈ ખોટું કામ કરી રહ્યો છે એવું અંધારામાં એ મહેસૂસ નહીં કરતો હોય. ગમે તે હોય પણ હાઇનેસના સ્લીટની બાલ્કનીના પડદા ઢાળી દીધા પછી વાસ્કોએ તિજોરી ખોલવાનો કસબ હાથ ધર્યો. કોઈ આસ્તિક ઈશ્વરની આરાધનામાં એકાગ્ર બની જાય એટલી એકાગ્રતાથી વાસ્કો સેફના નંબર ફેરવવા લાગ્યો. એ જાણતો હતો કે એક-ત્રણ-પાંચ-સાત અને નવના આંકનું કૉમ્બિનેશન ગોઠવ્યું હતું. ચોવીસે કલાક સાથે રહેતી હાથ-બૅટરીની રોશનીથી તેણે નંબરનું કૉમ્બિનેશન તો મેળવી લીધું, પણ તિજોરી અનલૉક થઈ નહીં. જોર અજમાવ્યું તોપણ સજ્જડ રહી ત્યારે વાસ્કો માથાની વિગના નકલી વાળ ખંજવાળવા લાગ્યો. કૉમ્બિનેશન

નંબરનો તાળો ન મળે તો સવાર સુધી પોતે મગજમારી કરતો રહે છતાં પણ સેફ નહીં ખૂલે એની એને પાકી ખાતરી હતી. *તો પછી આમાં ખૂટે છે શું ?*

અને તેના મગજમાં ઝબકારો થયો. છઠ્ઠો આંક ખૂટે છે, જે એકની પહેલાંનો હોય અથવા નવની પછીનો હોવો જોઈએ. અરે, એવો આંક તો છે શૂન્ય ! કોયડો ઊકલી ગયો હોય તેમ વાસ્કોની આંખો અંધારામાં વધારે ચમકી ઊઠી અને તેનું અનુમાન સાચું ઠર્યું. શૂન્યનો આંક જોડતાંની સાથે જ સેફની કળ ઊઘડી ગઈ અને ક્લિક અવાજ સાથે તિજોરીનો દરવાજો ખૂલી ગયો !

વાસ્કોએ ખુશાલીની વ્હિસલ વગાડી. *ઓશનકિંગ*માં સફર કરતા ઇન્ડિયન કિંગનો દલ્લો હાથ લાગવાની ઝણઝણાટી અનુભવી. કોને ખબર, એના કરતાં પણ વધારે માલ હાથ લાગી જાય !

એવું વિચારતા વાસ્કોએ તિજારીમાં હાથ નાખ્યો. અંધારામાં કાંઈ દેખાતું નહોતું એટલે બીજા હાથે બૅટરી ધરી રાખી. હાથમાં કોઈક ખરબચડી ચીજનો સ્પર્શ થયો. કદાચ જુદા આકારની ઝવેરાતની પેટી હશે એમ માની એને બહાર ઊંચકી લઈ તેના પર બૅટરીનો પ્રકાશ ફેંકતાંની સાથે જ ખોપરી પર નજર પડતાં જ વાસ્કોના મોતિયા મરી ગયા. બ્લડપ્રેશરના પેશન્ટ વાસ્કોની છાતીનાં પાટિયાં ભીંસાયાં. હાથમાંથી ખોપરી ઊછળી પડી અને પોતે મડદું બેઠું થતું જોયું હોય એવા આઘાતના ધક્કાથી ગાલીચા પર ચત્તોપાટ ઝીંકલાઈ પડ્યો. પડતાં-પડતાં પણ બૅટરીની રોશનીમાં દેખાતી માનવખોપરીએ હાર્ટએટૅક જેવો બીજો આઘાત આપ્યો અને પડતાંવેંત જ મૂર્છાવશ થઈ ગયો.

બરાબર એ જ વખતે લેડી સ્મિથસનના સામેના સ્વીટમાંથી સ્ટુઅર્ડ બહાર નીકળતો હતો તેના કાને કાંઈક પડવાનો ધબાકો અફળાયો. હિઝ હાઇનેસના સ્વીટમાંથી અવાજ આવ્યો અને એમને કમરની તકલીફ હતી એ જાણતા વેઈટરે કુતૂહલ ખાતર ડૉરબેલ દબાવી, પરંતુ ઘંટડી વાગી નહીં એ વધારે વિચિત્ર લાગ્યું. તેણે આસ્તેથી જ દરવાજાને ધક્કો માર્યો અને એ ઊઘડી ગયો.

ઊઘડતા દરવાજામાં પગ મૂકતાં વેઈટર અંધારામાં કોઈ અજાણ્યાને ગાલીચા પર પડેલો જોઈને છળી પડ્યો. તેનાથી રાડ પડાઈ ગઈ, જે સામેના સ્વીટના દરવાજાની આરપાર જઈને યોગી કૃષ્ણમૂર્તિના કાને અફળાઈ.

‘કોઈકે ભયના માર્યા ચીસ પાડી લાગે છે !’

લેડી સ્મિથસનને યોગશાસ્ત્રનું વિજ્ઞાન સમજાવવા આવેલા કૃષ્ણમૂર્તિ બહાર ધસી ગયા ત્યારે પેલો વેઈટર થરથર ધ્રૂજતો ઊભો હતો અને હાઇનેસના સ્વીટનો દરવાજો અધખુલ્લો દેખાતો હતો.

‘શું થયું ?’

ભૂત જોયાની ધાક બેસી ગઈ હોય તેમ એણે ધ્રૂજવાનું ચાલુ રાખી હાઇનેસના સ્વીટ તરફ ઇશારો કરી કાંપતા હોઠે એ એટલું જ કહી શક્યો : ‘અંદર.... કોઈક...’

‘કોણ છે અંદર ?’

કહી એમણે આખું બારણું ખોલી નાખ્યું.

'અહીં તો કોઈ નથી... માત્ર ગાઢ અંધકાર જ છે !'

'પણ... મેં એક માણસને પડેલો જોયો ને !'

ફિલિપિનો વેઈટરની ધ્રુજારી હવે કાંઈક ઓછી થઈ ગઈ હતી, પણ ચહેરા પરનો ભય ઓસર્યો નહોતો.

'હું અંદર જઈને જોઈ લઉં છું.'

યોગી કૃષ્ણમૂર્તિ સાચવીને આગળ વધ્યા તોપણ બે ડગલાં ચાલ્યા ત્યાં એમના પગમાં કાંઈક અફળાયું. અંધારામાં સફેદ રંગ આંખમાં ચમકી ગયો. વાંકા વળીને જોયું તો ખોપરી !

ઝાપટ મારીને ઊંચકી લઈ ખભે વીંટાળેલા ખેસમાં તેને સંતાડી દીધી. પછી નજર સતેજ કરીને સેફ તરફ જોયું તો એ ઉઘાડી હતી. પળવારમાં બધું જ સમજાઈ ગયું, પણ બીજા કોઈને કાંઈ સમજાય ત્યાર પહેલાં બહાર નીકળી જઈ લેડી સ્મિથસનના સ્વીટમાં જઈ પહેલાં તો પોતાના બગલથેલામાં ખોપરી સરકાવી દીધી અને તેના પર ખેસનો ડૂચો વાળી દીધો જેથી કોઈની નજરે ચડે નહીં.

પાંચ-સાત મિનિટ પછી ઈલેક્ટ્રિશિયને આવીને હાઇનેસના ફ્યુઝ ઠીક કરીને લાઈટ કરી તો તેનાથી પણ ચીસ નખાઈ ગઈ :

'સેફમાંથી કોઈ ચોરી કરીને નાસી ગયું લાગે છે !'

ત્યાં સુધીમાં યોગીજી પાછા આવી પહોંચ્યા હતા.

'કોઈ નાસી ક્યાંથી જાય ? હું અહીં ઊભો છું ને ?'

પંદર મિનિટમાં તો આખી શિપમાં વાત પ્રસરી ગઈ કે હિઝ હાઇનેસના સ્વીટમાં ચોરી થઈ. તિજોરી ખુલ્લી રાખીને ચોર નાસી ગયો, પણ વેઈટર તો કહે છે કે એણે ભૂત જોયું !

□

36

આમ તો ભૂમધ્યસમદ્રમાં આવેલા ટાપુ-દેશ માલ્ટામાં ટૂરિસ્ટો માટે વિશેષ આકર્ષણો નથી, છતાં *ઓશનકિંગ*ના અઢારસો ઉતારુઓમાંથી સાડાચારસો જેટલાં તેના રાજધાની બંદર વેલેટાના કાંઠે સાઈટસીઈંગ માટે ઊતર્યાં હતાં. *ફૉર એ ચેન્જ* માણસ ઘણુંબધું કરતો હોય છે. ધરતી પર રહેનારો આકાશ કે સમુદ્રમાં વિહાર કરવા નીકળે, પરંતુ છેવટે તો માણસનો મુકામ જમીન પર જ રહે છે. લક્ઝરી શિપની જાહોજલાલીના ચાર-પાંચ દિવસ પછી જે કોઈ ટાપુએ શિપ લાંગરે ત્યાં પગ છૂટા કરવાનું મન થઈ જતું હોય છે.

બંદરના કાંઠે લાઈનબંધ ઊભેલી દસેક લક્ઝરી બસમાં ઉતારુઓ ગોઠવાઈ ગયાં એટલે દરેક બસની ટૂર ઑપરેટરે માઈક પર પોતાની કામગીરી ચાલુ કરી દીધી : 'અમારા આ નાનકડા દેશના રળિયામણા પાટનગરના દર્શને નીકળતાં પહેલાં એ વિશે બે-ચાર વાત કહી દેવાનું જરૂરી ગણાય. અમારો દેશ પાંચ ટાપુનો બનેલો છે : માલ્ટા, કોમિનો, કોમિનોટ્ટો, ફિલ ફલા અને ગોઝો. ચાર લાખથી પણ ઓછી વસતિ હોવા છતાં જમીનનો વિસ્તાર એટલો સંકુચિત છે કે સરેરાશ એક કિલોમીટરના ક્ષેત્રફળમાં બારસો માણસો ગીચોગીચ વસે છે.

અહીંના ટૂરિસ્ટ એટ્રેક્શનમાં કલા અને સ્થાપત્ય મુખ્ય છે. સમગ્ર દેશ સમુદ્રથી વીંટળાયેલો હોવાથી માત્ર વરસાદના પાણીથી જ ખેતી થાય છે અને અહીં આવનારાઓ ટેકરી પર પગથિયાં જેવા ચાસ પાડીને થતી ખેતી જોવાનું ચૂકતા નથી. ઉપરાંત હમણાં સરકારે રચેલું એક વિશિષ્ટ આકર્ષણ છે અહીંનું ઝૂ... જ્યાં દુનિયાભરમાંથી પ્રાણીઓને લઈ આવીને વસાવ્યાં છે અને તેમાંય ખાસ જોવા જેવી છે શાર્ક ટનલ. તીક્ષ્ણ દાંત ધરાવતી ભયાનક શાર્કની જૉઝ નામની ફિલ્મ તમારામાંથી ઘણાંબધાંએ જોઈ હશે ! એનાં જડબાંમાં જે કાંઈ જાય તે કોળિયો થઈ જાય એ પ્રત્યક્ષ દેખાડવા માટે ઝૂમાં ચારચાર શાર્ક પાળી છે, જેમને ઉપરથી તાજું માંસ ફેંકવામાં આવે છે ત્યારે એ ફાડેલાં જડબાંમાં કેટલી ઝડપથી કોળિયો કરી જાય છે એ જોવા માટે અને તેના

ફોટા પાડવા કે ફિલ્મ ઉતારવા માટે ટૂરિસ્ટ્સ પડાપડી કરતા હોય છે. આપણા આજના સાઈટસીઈંગ કાર્યક્રમની પરાકાષ્ઠા એ શાર્ક-ટનલથી થશે. પરંતુ...'

ટૂર કન્ડક્ટર ગાઈડ માઈક આગળ કાંઈક કહેવા જતી હતી, પરંતુ ત્યાં આગળ તેને અટકી જવું પડ્યું. બસના દરવાજેથી કોઈ તેના હાથમાં ચિઠ્ઠી પકડાવીને ચાલ્યું ગયું. મહિલા ગાઈડે માઈક પર સંદેશો વાંચી સંભળાવ્યો :

'મિસ્ટર ઓમકાર દવેને ડૉક્ટર તાનિયા શાહે તાકીદનો સંદેશો પાઠવ્યો છે કે મારે એમની કંપનીની જરૂર હોવાથી સાઈટસીઈંગમાં જવાનું મુલતવી રાખી શિપ પર પાછા ફરી જાય.'

સાંભળતાં જ ઓમકાર તેની બેઠકમાંથી ઊભો થયો એટલે બાજુમાં બેઠેલા આત્માએ ઊઠવાની આનાકાની સાથે પૂછ્યું :

'પપ્પા, મારે પણ તમારી સાથે આવવાનું છે ?'

પહેલાં તો પુત્રનો સવાલ ઓમકારને સહેજ વિચિત્ર લાગ્યો. *એને એકલો થોડો મોકલાય ?* એવો વિચાર આવ્યો ન આવ્યો ત્યાં તાનિયાએ લખી મોકલેલા સંદેશાના અર્ધા વાક્યે એના હોઠને મલકાવી દીધા. *મારે એમની કંપનીની જરૂર હોવાથી... વાહ ! તાનિયા મારી કંપની માટે ઝંખતી હોય એનો અર્થ એ કે ત્યારે ત્યાં ત્રીજા કોઈની હાજરી હોવી ન જોઈએ.*

'ના, દીકરા !' કહીને ઓમકારે પાછળ બેઠેલાં જેક્સન દંપતીને જોઈ ધરપત પણ દર્શાવી : 'આ અંકલ-આન્ટી છે પછી મારે શેની ચિંતા ?'

'ઑફ કોર્સ, તમારા સનને અમે સંભાળી લેશું.' કહી બ્યૂટિશિયન કેથેરિન કટાક્ષમાં સંભળાવ્યા વિના રહી શકી નહીં : 'અમે આ છોકરાને કંપની આપશું અને તમે પેલી સાઈકિયાટ્રિસ્ટની કંપનીમાં મોજ માણજો.'

ઓમકારને એટલી બધી અધીરાઈ આવી ગઈ હતી કે પેલીના વ્યંગ તરફ લક્ષ આપવાનું તો ઠીક, તાનિયાએ મોકલેલા સંદેશાની ચિઠ્ઠી લેવાનું પણ ભાન રહ્યું નહીં. એણે તો બસમાંથી ઊતરી શિપ પર પહોંચી જવા માટે રીતસરની દોટ મૂકી. અને લક્ઝરી કોચમાં એની ખાલી પડેલી બેઠક પર આવીને હિઝ હાઇનેસનો સેક્રેટરી ગુલઝાર એવી રીતે ગોઠવાઈ ગયો જાણે પોતે મોડો પડ્યો હોવાથી જે બસમાં જ્યાં જગ્યા મળી ત્યાં બેસી ગયો હોય !

કેબિનના બારણે ટકોરા સાંભળીને તાનિયાએ વિનાકારણ એવી ધ્રુજારી અનુભવી કે તેના હાથમાંથી હિઝ હાઇનેસને પહોંચાડવાનું પરબીડિયુંય નીચે સરી પડ્યું. પોતાનાં પરિચિત બધાં સાઈટસીઈંગ માટે રવાના થાય પછી તરત હાઇનેસના સ્વીટમાં દરવાજા નીચેથી પરબીડિયું સરકાવી પોતે છાનીમાની ઝડપભેર ત્યાંથી પાછી ફરી જશે એવું તેણે મનમાં ગોઠવ્યું હતું. એવે વખતે કોઈનું આ રીતે અચાનક આવી ચડવું તેને ખટક્યું.

'યસ'ની હાક મારીને એ થોડું અટકી, પછી પૂછ્યું : 'કોણ છે ?'

બહાર ઊભેલા ઓમકારને હું છ કહેવાની અધીરાઈ તો તીવ્ર હતી, પણ પોતાની કંપની ઝંખનારને જરા પજવવાની ઇચ્છા થઈ એટલે અવાજ બદલીને કહ્યું : 'એ સ્ટ્રેન્જર !'

સ્ટ્રેન્જર ! તેને એ વધારે ખટક્યું. ઘેર કોઈ અજાણ્યો માણસ આવી ચડે એ સમજાય, પણ બંદરે લાંગરેલી સ્ટીમરમાં બારણાં ખટખટાવીને પાછો ઉપરથી કહે કે *હું અજનબી છું...* અને તે પણ માલ્ટા જેવા દેશના પાટનગરમાં !

'હું કોઈ અજનબીને ઓળખતી નથી.' અણગમાના આવેશથી તાનિયા ભળતુંસળતું બોલી ગઈ ત્યારે બહાર ઊભેલો ઓમકાર ખડખડાટ હસી પડ્યો. હસતો-હસતો એ કહેતો હતો : 'અરે, માનસચિકિત્સક ડૉક્ટર ! જેમને ન ઓળખતાં હોઈએ તેમને જ અજાણ્યા કહેવાય. જરા વિચારીને બોલો.'

'ઓહ, યૂ !' દરવાજો ઉઘાડીને સામે હસતો ઓમકાર દેખાયો એટલે તાનિયાથી ગુસ્સામાં કહેવાઈ ગયું : 'આ શું મશ્કરી માંડી છે ?' પછી સ્વસ્થ થઈ જઈને આશ્ચર્ય દર્શાવવાનું સૂઝ્યું :

'પણ તમે તો સાઇટસીઇંગ માટે નીકળી ગયેલા ને ?' ચકળવકળ આંખે એ જોઈ રહી હતી : 'આઉટિંગનો પ્રોગ્રામ કૅન્સલ થયો કે શું ?'

પોતાની જેમ તાનિયા રોમૅન્ટિક મૂડમાં દેખાઈ નહીં ત્યારે ઓમકારે ભોંઠપ અનુભવી. એના નામે સંદેશો મોકલીને કોઈકે મજાક કરી છે એવો ખ્યાલ તો આવી ગયો, છતાં હૃદયના તળિયે પડેલી આશાએ તેને હસતો રાખ્યો :

'મને એમ કહેવામાં આવ્યું કે એકલી પડેલી તું મારી કંપનીની ઝંખે છે, એટલે મારે જલદી તારી પાસે પહોંચી જવું.'

'એવું તને કોણે કહ્યું ?'

સાંભળીને ઓમકાર પામી ગયો કે જરૂર કાંઈક લોચો વળી ગયો છે.

'અમારી બસની ગાઇડ સાઇટસીઇંગ કાર્યક્રમની પ્રસ્તાવના સંભળાવી રહી હતી ત્યારે કોઈ તારા સંદેશાની ચિઠ્ઠી લઈને આવી ચડ્યું.... એટલે પેલીએ અધવચ્ચેથી માઇક પર તારી ચિઠ્ઠી વાંચી સંભળાવી જેમાં મારા નામે સંબોધીને લખવામાં આવ્યું હતું કે તને મારી કંપનીની જરૂર હોવાથી મારે જલદી તારી પાસે પહોંચી જવું !'

'એવા સંદેશાની ચિઠ્ઠી ક્યાં ?'

હજુય તાનિયા તેના પર શંકાશીલ હોય એ રીતે કેબિનના દરવાજે ઊભી તેનો રસ્તો રોકી રહી હતી. બધાને છોડીને પોતાની પાસે દોડી આવનાર ઓમકારની દાનત બાબત તેને સંશય જાગે એ સ્વાભાવિક છે. એટલે જ ખાતરી કરવા ચિઠ્ઠી માગીને હાથ લંબાવ્યો : 'જોઉં તો ખરી, સંદેશો કોના હસ્તાક્ષરમાં લખાયો છે ?'

'ચિઠ્ઠી લાવવાની તો રહી જ ગઈ !'

પોતાને કોઈકે બેવકૂફ બનાવ્યો હોવાનું જાણી ઓમ વારંવાર હાથની મુઠ્ઠીઓ ઉઘાડ-બંધ કરતો ડોક હલાવતો હતો.

'તો-તો, ઓમ, કોઈકે તમને ઉલ્લુ બનાવ્યા.' હળવાશથી બોલ્યા પછી એ ગંભીર બની ગઈ : 'પણ એ માટે મારા નામનો ઉપયોગ શું કામ થવો જોઈએ ? એ બાલિશ મજાક વળી કોને સૂઝી ?'

'જેને સૂઝી એને, તાની ! હવે તો હું આવી ગયો અને બસ પણ ઊપડી ગઈ.'

હજુય એ બાઘાની જેમ ઉંબરે ઊભો હતો. કોણ જાણે કેમ, તાનિયા સાથે કડકપણે વર્તવાનું એને ફાવતું નહોતું અને કોમળ છેડછાડ કરવા જાય તો પેલી છંછેડાઈ પડે એવી દહેશત હતી.

'બસ ઊપડી ગઈ અને આત્મા ?'

'આત્માને તો હું બસમાં જ રાખીને આવ્યો.' ઓમકારને હવે એમાં પણ પોતાની મૂર્ખાઈનું ભાન થયું : 'એ જવા માગતો હતો અને જેક્સન દંપતીએ તેને સાચવવાનું માથે લીધું એટલે....'

'એટલે એ બિચારો અજાણ્યાંઓ વચ્ચે એકલો-અટૂલો પડી ગયો અને તમે અહીં લટકી પડ્યા, એમ જ ને ?'

'લટકી પડ્યો !'

તાનિયાના હાવભાવ કે અવાજમાં ટીખળ વર્તાઈ નહીં એથી ઓમકારે આઘાત અનુભવ્યો. *ભલે ચિઠ્ઠી કોઈ બીજાએ લખી હોય પણ હવે હું આવી જ ગયો છું ત્યારે એ તક ઝડપી લઈને અંદર આવવાનુંય કહેતી નથી !* પછી તેના પોશાક પર ધ્યાન ગયું એટલે ધારી લીધું :

'તાની, તું ડ્રેસ ચેન્જ કરીને ક્યાંક જતી હતી ત્યારે જ હું આવી ચડ્યો એવું તો નથી ને ? તારે કોઈની સાથે....'

'તમારા લોકો સાથે ટૂરમાં જવાની ના પાડ્યા પછી મને સમજાયું કે અહીં એકલીએકલી બૉર થવા કરતાં ફ્રેશ થઈને ડેક પર ફ્રેશ એરમાં લટાર શું કામ ન મારું ?' તેણે ખોટું બોલવું પડ્યું. હિઝ હાઇનેસને કાગળ પહોંચાડીને એણે થિયેટરમાં બેસી જવાનું વિચાર્યું હતું. જે ફિલ્મ દેખાડતા હશે એ જોઈ નાખવાનો મનસૂબો હતો, પણ એવું કહી દે તો ઓમકાર તરત હાથ પકડી લે : *ચાલ, હુંય તારી સાથે ફિલ્મ જોવા આવું...* અંધારા એકાન્તમાં ઓમકાર સાથે બેસવાનું જોખમ તેને ધ્રુજાવી ગયું, એટલે વાત વાળી લીધી :

'કોઈકે ભલે તમારી મશ્કરી કરીને અહીં દોડાવ્યા, પણ હવે આવી જ ગયા છો તો ખરેખર ચાલો આપણે કાર પકડીને વેલેટાનું સાઇટસીઇંગ કરવા નીકળી પડીએ. બીજાં બધાં ક્યાંક તો ભટકાઈ જશે ને ? આપણને આવી ચડેલાં જોઈને આત્મા કેટલો ખુશ થઈ જશે...'

એને આવું બોલતી સાંભળતો હોવા છતાં ઓમકારના માનવામાં આવ્યું નહીં. *થોડી વાર પહેલાં ઊલટતપાસ લેનારી તાનિયા હવે કારમાં નીકળી પડવાનું કહે છે !* હવે તો ઓમને એવુંય લાગવા માંડ્યું કે *તાનિયાને સાચે જ સંદેશો મોકલ્યો હશે. મારી કંપની એ ખરેખર ઝંખતી હશે, પણ તેનો ક્ષોભ કે અહંકાર આડે આવતો હશે એટલે એવી રીતે પ્રસ્તાવ મૂકી રહી છે.*

'ઓહ તાનિયા ! એવું થાય તો-તો આપણી સાંજ સુધરી ગઈ સમજો !' ફરી ઓમકાર રોમૅન્ટિક મૂડમાં આવી ગયો : 'અહીંના ખુશનુમા હવામાનમાં હરતાં-ફરતાં થોડી દિલની વાતો કરીશું. થોડી દિલ્લગી પણ કરી લઈશું.'

હવે તાનિયાને ઓમકાર લુચ્ચો લાગ્યો. થોડી વાર પહેલાં નજર મેળવી શકતો નહોતો અને હવે રોમાન્સના ડાયલૉગ બોલતો થઈ ગયો ! ખરેખર તો તાનિયા તેના આવા જ વર્તાવની અપેક્ષા રાખતી હતી. સ્ત્રીદાક્ષિણ્ય સારી વાત છે, પણ જેના પ્રત્યે પ્રેમ જાગે એના પર થોડોક રુઆબ છાંટવો જોઈએ અને થોડીક પુરુષગીરી પણ કરી લેવી જોઈએ... ખરી રીતે તો સાત વરસ પહેલાં પોતે હસ્તમેળાપનું નાટક ભજવીને જેને મૂર્ખ બનાવ્યો હતો એ પુરુષ હવે સામે ચાલીને તેનો હાથ પકડે એવું ક્યારેક-ક્યારેક થઈ આવતું હતું... કારણ કે એણે નિર્ણય લેવાનો હતો : *પેટમાં રોપાયેલા ઓમકારના બીજને મુંબઈ પહોંચીને મસળી નાખવું કે પછી....*

'તમે નીચે ઊતરીને કારની વ્યવસ્થા કરો.' હાઇનેસને પત્ર પહોંચાડવાની જવાબદારી પાર પાડવા માટે તેણે એકલાં પડવાની જરૂર હતી :

'હું પાંચ જ મિનિટમાં તમારી સાથે જોડાઉં છું.' કહી હસીને ઉમેર્યું : 'ઓકે ?'

'ફાઇન, તાની !' તાનિયાના ગાલે હળવી ટાપલી મારીને ઓમે પોતાનો હર્ષ ઉછાળ્યો : 'આપણા માટે આ સાંજ વિશેષ યાદગાર બની રહે એવી પ્રાર્થના કરતો હું નીચે પહોંચી જાઉં છું.'

અને સાચ્ચે જ સહવાસ-ઘેલા ઓમકારે ઉત્સાહભેર દોટ મૂકી ત્યારે તાનિયા તેની એ ઘેલછા પર મુસ્કુરાઈ ઊઠી.

અને હાઇનેસના સ્વીટમાં મૅડમ સોરાયાએ સોંપેલું પરબીડિયું સરકાવી દઈ, જવાબદારીના ભારમાંથી હળવી થતી તાનિયા પાંચ મિનિટમાં તો ઓમકાર સાથે કારમાં સાઇટસીઇંગ માટે રવાના પણ થઈ ગઈ.

પરંતુ એ બંનેને જાણ નહોતી કે મૅડમ સોરાયાનો ઉર્દૂ પત્ર વાંચીને કમરના દુખાવાની પરવા કર્યા વિના આત્માને શાર્કનો કોળિયો થતો બચાવી લેવા માટે હાઇનેસે પણ કારમાં દોટ મૂકી હતી.

અને હાઇનેસને પણ એ ક્યાં જાણ હતી કે એમના જતાંની સાથે તિજોરીતોડ વાસ્કોએ સ્વીટમાં ઘૂસી જઈ એમની સેફ ખોલી નાખી હતી, પણ અંદરથી નીકળેલી ખોપરીએ એને બેહોશ કરી દીધો તેમાં યોગી કૃષ્ણમૂર્તિએ પોતાની ચીજ પર ચૂપચાપ કબજો જમાવી દીધો.

બનવાકાળ ઘણુંબધું બની ગયું હતું !

*

'બૉય, હવે તને મજા પડે એવી જગ્યાએ આપણે આવી પહોંચ્યાં.'

બિલ તથા કેથેરિન જેક્સનની આંગળીએ પ્રાણીસંગ્રહસ્થાનમાં દાખલ થતા આત્માને બ્યૂટિશિયને આછેરા ઉમળકા સાથે કહ્યું, એટલે સવાચાર વરસના છોકરાએ ખભેથી કૅમેરા ઉતારી ઉત્સાહભેર તેનું લેધરકેસ ખોલવા માંડ્યું : 'હવે મજા પડશે.'

અત્યાર સુધી ઐતિહાસિક ઇમારતો, ધાર્મિક સ્થાનો અને સાંસ્કૃતિક ધામો જોઈને થોડા થાકેલા અને થોડા કંટાળેલા આત્માના પગમાં સ્ફૂર્તિ આવેલી જોઈ કેથેરિન હરખાઈ ઊઠી. પતિ બિલ સામે જોઈ તેના કાનની સાવ લગોલગ જઈને એ બોલ્યા વિના રહી શકી નહીં : 'આપણને પણ આવો એક સન હોત તો...'

'ટૂરમાંથી પાછા ફરીને આપણે ટ્રાય કરીશું, કેથી !'

'રિયલી !' ટ્રાય કરવાનો અર્થ કેથી સમજી ગઈ હોવા છતાં તેણે પાકું કરવા જ પૂછ્યું : 'ટેસ્ટટ્યુબ બેબી માટેની ટ્રીટમેન્ટ લેવા સામે હવે તું વાંધો નહીં લે ને ?'

'આ છોકરાને એક કલાક આંગળીએ ફેરવતાં રહીએ તેમાં જાણે એનાં પાંચ આંગળાંમાં રહેલી નિર્દોષતા મારા દેહમાં પ્રવેશી ગઈ હોય એવું કાંઈક ફીલ કરું છું, કેથી !'

'મારામાં પણ તેના સહવાસને લીધે માતૃત્વની ઝંખના ઝંકાર કરવા લાગી, બિલ !'

ઘણા વખતે આત્માને કારણે પતિ-પત્નીના દામ્પત્યજીવનમાં જાણે નવી ચેતના પ્રસરવા લાગી હોય તેમ બેઉ પરસ્પરને ચુંબન આપવા નિકટ તો આવ્યાં પણ આત્માની હાજરીએ એમને છેલ્લી પળે રોકી પાડ્યાં. *ઓહ, આ છોકરો આપણામાં કેવો છવાઈ ગયો છે કે એની હાજરીમાં કિસ કરવાનોય સંકોચ થવા લાગ્યો !* આટલા દિવસ ડિનર-ટેબલ પર અણમાનીતો રહેલો આત્મા એકાએક બંનેને આત્મીય લાગવા માંડ્યો એની એમને ખુદને નવાઈ લાગતી હતી.

'હાય, બ્રેવ બૉય આત્મા !'

પાછળથી ગુલઝારનો સાદ સંભળાયો. બસમાં આત્માની બાજુમાં બેસીને, તેણે એને વાતચીત કરવા જેટલો હેળવી લીધો હતો.

'મિસ્ટર સેક્રેટરી, તમને પણ અમારી જેમ આ છોકરો વહાલો-વહાલો લાગવા માંડ્યો ને !' કહી કેથેરિને ઉમેર્યું : 'પણ તમે એને બ્રેવ બૉય કેમ કહ્યો, એ નહીં સમજાયું મને !'

'સમજાવું તમને, મિસિસ જેક્સન.'

આત્માના માથે હેતાળ હાથ ફેરવવાના દેખાવ સાથે ગુલઝારે સમજાવ્યું :

'આખા રસ્તે મને એ પૂછ્યા કરતો હતો કે ઝૂ ક્યારે આવશે ? મારે શાર્ક માછલીના ફોટા પાડવા છે... ત્યારે મેં એને પૂછેલું કે શાર્કને તો તીણા દાંત હોય છે. એ જડબાં ફાડે ત્યારે આપણને બીક લાગવા માંડે છે અને તું એના ફોટા પાડવા માગે છે ? તું એને જોઈને એવો ધ્રૂજી જઈશ કે તારા હાથમાંથી કૅમેરા ફંગોળાઈને સીધો શાર્કના મોંમાં પડશે.'

'છતાં એ ડર્યો નહીં ?'

'નહીં રે, એણે તો મને સામું સંભળાવ્યું કે હું મુંબઈથી લંડન પ્લેનમાં એકલો જ આવ્યો હતો. અમારું પ્લેન હિથ્રો પહોંચ્યું એ પહેલાં હાઈજેક થયું હતું. હિથ્રોને બદલે વિમાન બીજા એરપૉર્ટે ઉતાર્યું પછી બૉમ્બ-બંદૂકવાળા બદમાશોએ જીવતો બૉમ્બ પ્લાસ્ટિકની થેલીમાં રાખી મારા હાથમાં એ થેલી પકડાવીને એર-હૉસ્ટેસ આન્ટીની આંગળીએ ચાલતાં જવા કહ્યું, છતાં હું ડર્યા વિના ચાલ્યો હતો.'

'તો-તો છોકરો ખરેખર બ્રેવ કહેવાય !'

બિલ જેક્સન એટલું બોલે ત્યાં જિરાફના ફોટા પાડવા માટે પાની ઊંચી કરીને કૅમેરાને સરખો ગોઠવતો આત્મા બોલી ઊઠ્યો :

'તમારા માનવામાં ન આવતું હોય તો મારા પપ્પાને પૂછી જોજો... લંડનનાં છાપાંમાં મારા ફોટા છપાયા હતા એ પપ્પા તમને દેખાડશે.'

સાંભળીને કેથેરિન બિલને નીરખવા લાગી એટલે પેલાએ નજીક જઈને તેના કાનમાં ફૂંક મારી : 'હું સમજી ગયો કે તું શું કહેવા માગે છે... યૂ આર રાઈટ, આપણો સન પણ આવો જ બહાદુર થશે.'

એ જ વખતે ઊંચા જિરાફના ફોટા પાડવામાં આસાની રહે એટલા માટે ગુલઝારે આત્માને ઊંચકી લઈ પોતાના ખભે બેસાડી દીધો એટલે ખુશ થતો આત્મા ચિત્કાર સાથે બોલી ઊઠ્યો :

'અંકલ, શાર્કના ફોટા પાડવા માટે પણ તમે મને આમ જ ઊંચકી લેજો... એટલે કૅમેરા પડી જવાની બીક નહીં.'

સાંભળીને ગુલઝાર સ્તબ્ધ થઈ ગયો. પોતે આમ જ વિચારી રાખ્યું હતું. શાર્કના ફોટા પાડવાનાં ફાંફાં મારતા આત્માની પાછળ જઈને તેને ખભે બેસાડી દેવો અને બધાં શાર્કને માંસનો કોળિયો કરતી જોવામાં એકચિત્ત બની જાય ત્યારે છોકરાને ખભા પરથી ટનલમાં પડતો મૂકી દેવો... અને એ છોકરો જ અત્યારે એવું કાંઈક કહી ગયો ત્યારે ગુલઝારનો આત્મા કોચવાવા લાગ્યો : *આવડા છોકરાને શાર્કનાં જડબાંમાં ધકેલી દેવા માટે જીવ ચાલતો નથી,* પણ એવું

કર્યા વિના છૂટકોય નથી. હાઈનેસનો ઑર્ડર એટલે ઑર્ડર ! એમાં હું નિષ્ફળ જાઉં તો કોને ખબર, એ ક્યારે મારું કાસળ કઢાવી નાખે ! ગુલઝારથી નિઃશ્વાસ નખાઈ ગયો.

'તમે આ ત્રીજી વાર નિસાસો નાખ્યો, ઓમ !'

કારમાં શિપની ટૂરિસ્ટ બસનો પીછો કરવા નીકળેલાં ઓમ-તાનિયા દરેક સ્થળે થોડી મિનિટ માટે લક્ઝરી કોચનો મેળાપ ચૂકી જતાં હતાં અને દરેક વખતે ઓમકારને નિઃશ્વાસ નાખતો સાંભળી ત્રીજી વાર તાનિયાથી ચૂપ રહેવાયું નહીં એટલે પૂછી લીધું :

'મારા નામે કોઈએ મોકલેલા બનાવટી સંદેશાથી પ્રેરાઈને તમે આત્માને એકલો મૂકી મારી પાસે દોડી આવ્યા એ બદલ અફસોસ થાય છે તમને ?'

ત્યારે એરકન્ડિશન્ડ કારની બારીમાંથી નજર પાછી વાળી લઈને ઓમકાર તાનિયાને નીરખવા લાગ્યો. બંનેની દૃષ્ટિ મળી. તાનિયા નિખાલસ જવાબ માગતી હતી અને પોતે પણ હવે દિલ ખોલી નાખવા માટે બાવરો બની ગયો હતો.

'તાની, વારંવાર નિઃશ્વાસ નાખવાનું કારણ તું જ છે એ સાચું, પણ એનું અનુસંધાન તો સાત વરસ અગાઉ તું મને હાથતાળી આપીને મારા જીવનમાં આવતી અટકી ગઈ એ છે.'

'ઓહ, ગુનેગાર હું અને સજા તમે ભોગવો એના જેવું થયું.' નિખાલસપણે કહી તાનિયાએ ઉમેર્યું : 'થવા-કાળ થઈ ગયું. તેને યાદ કરવાથી કે નિઃશ્વાસ નાખવાથી શું વળે, ઓમ ?'

'હું ક્યારનો એટલા માટે નિસાસો નાખું છું, તાની ! કે આપણે જો ત્યારે પરણ્યાં હોત, આ રીતે *ઓશનકિંગ-વન* જેવા લક્ઝરી જહાજમાં પ્રવાસે નીકળ્યાં હોત અને આત્મા જેવો પુત્ર પણ આપણી સાથે હોત...'

'...તો આ પ્રવાસ દરમિયાન આત્માના ભાઈ કે બહેનના આગમનના ખુશખબર હું તમને સંભળાવી શકી હોત...'

બોલતાં તો બોલાઈ ગયું તાનિયાથી, પણ પછી ડઘાઈ ગયાની જેમ તેનું મોઢું ફાટેલું રહ્યું અને પોતે જે સાંભળ્યું એ સપનું તો નહોતું ને એની ખાતરી કરવા ઓમકાર ફાટી આંખે તેને તાકતો રહી ગયો.

'એટલે કે, તાનિયા ! તું...' સુખનું એક બટકું માગનાર સામે કોઈએ આખો થાળ ધરી દીધો હોય તેમ ઓમકારના મોંમાં પાણી વછૂટ્યાં. એ બરાબર બોલી શક્યો નહીં : 'તું શું બોલી ગઈ, તાની ?'

હું મૂર્ખાઈ કરી બેઠી, ઓમ !

તાનિયાના મનમાં પડઘો પડ્યો અને સિફતપૂર્વક સત્વરે તેણે ભૂલ સુધારવાની ઠાવકાઈ અપનાવી લીધી :

'આપણે બંને કલ્પનામાં રાચતાં હતાં, ઓમ ! પરંતુ વાસ્તવિકતા અને કલ્પના વચ્ચે હોત અને *તો* નામની ઊંચી દીવાલ તેમ જ ઊંડી ખાઈ રહેલી છે.'

'તો હું દીવાલને તોડી નાખવા તૈયાર છું. ખાઈને ઓળંગી જવા માગું છું, તાની !' કહેતાં આવેશમાં ઓમકારે તેનો હાથ પકડી લીધો :

'નિઃશ્વાસમાંથી હવે મારામાં વિશ્વાસ જાગ્યો, તાની !'

'શેનો વિશ્વાસ, ઓમ ?' તેણે હાથ છોડાવ્યા વિના જ પૂછી લીધું : 'હવે જીભ કચરી છે તો હિંમતથી પૂરું જ કરજો.'

'હું તો આપણાં બંને વચ્ચેનાં અધૂરાં અરમાન પૂરાં કરવા માગું છું, તાની !' ઓમકારે તેનો હાથ દાબ્યો : 'હું તને મારા આત્માની માતા બનાવવા માગું છું.... તું રાજી હોય તો મુંબઈ પહોંચીને પહેલું કામ પરણી જવાનું કરવું છે.'

ભીતરથી હરખાઈ ઊઠેલી છતાં ડઘાઈ જવાનો ડોળ કરતી તાનિયા તેને ટગરટગર જોવા લાગી. હિંમત કરીને પરણી જવાનો પ્રસ્તાવ મૂકનાર પુરુષ હમણાં શરમાઈ જશે એવું તેણે ધારેલું તેને બદલે એ ઉત્કટ સ્નેહભરી નજરે તેને નિષ્પલક નિહાળતો જ રહ્યો ત્યારે તાનિયાએ કાંઈક કહ્યા વિના ચાલે નહીં એવું થયું.

'ઓમ, આત્માની માતા થવા બદલ હું જરૂર ગર્વ અનુભવું છું. તમારા જેવાની સાથે જીવન જોડવાનું પણ મને ગમે, છતાં...'

'છતાં ?' ઓમકાર અધીરપણે વચ્ચે બોલી ઊઠ્યો : 'નહીં, તાની, હવે કાંઈ છતાં-બતાંને વચ્ચે લાવતી નહીં.'

કહી તેણે તાનીના હાથના પોંચા પર આછું ચુંબન ચોડી દીધું. તેના પ્રતિભાવમાં તાનિયા મલકવા માગતી હતી, પણ મક્કમ રહી હોઠને મંજૂરી આપી નહીં.

'સમજુ માણસોએ આવા મહત્ત્વના નિર્ણયને બધી બાજુથી તપાસી લેવા જોઈએ... હું સગી-સાવકી માતા અંગેના પૂર્વગ્રહથી પીડાતી નથી. હું તો મારી કૂખે નહીં જન્મેલાં અનેક બાળકોને પારવાર સ્નેહ આપવાની ભાવનાથી થનગનું છું. પરંતુ લગ્ન પછી મારું પોતાનું બાળક થાય ત્યારે મારા પોતાના બાળક પર હું સમગ્ર માતૃત્વ કેન્દ્રિત કરી દઉં તો આત્માને અન્યાય નહીં કરી બેસું ને એવી ભીતિ મને લગ્નનું પગલું ભરતાં રોકે છે.'

એકીશ્વાસે સ્વસ્થ અવાજે અને ગંભીર સ્વરે એ બોલી ગઈ ત્યારે ઓમકાર એટલા જ દઢ સ્વરે કહેવા જતો હતો : *તાની, તેં આટલી હદે વિચાર કર્યો એ જ દેખાડે છે કે મારી જેમ તું પણ પરણી જવા માટે તત્પર છે. આત્મા અને તારા બાળક વચ્ચે તારા હૃદયમાં ક્યારેય ભેદભાવ ઉત્પન્ન નહીં થાય એની તો મને ધરપત છે. છતાં પણ આપણે એક સંકલ્પ કરીશું કે આત્મા તારો પુત્ર છે અને પરણ્યા પછી તું મારા બાળકની માતા બને એ બાળક વિશેષ રીતે મારું છે, એમ આપણે બંનેને ઉછેરીશું... માટે તારા મનમાંથી ભીતિ-બીતિ કાઢી નાખ !*

પરંતુ ઓમકાર આવું કાંઈ કહે એ પહેલાં કાર થોભાવીને ડ્રાઈવરે પાછળ જોવાના અરીસા પર નજર માંડીને કહ્યું :

'આ સામે દેખાય છે તે *વિશ ફુલફિલ ફાઉન્ટન* છે.'

'*વિશ ફુલફિલ ?*'

'હા, મૅડમ, અમારા આખા દેશની ધરતીમાં મીઠા પાણીનું ટીપુંય પ્રાપ્ત થતું નથી... પરંતુ આ ચમત્કારક જગ્યામાં શરબત જેવું મીઠું પાણી નીકળ્યું એટલે લોકો દૈવી જળ તરીકે તેનાં દર્શન કરવા આવે છે.'

'મીઠા પાણીનો એટલો બધો મહિમા !'

ઓમકારે આશ્ચર્ય દ્વારા પડઘો પાડ્યો.

'બીજો પણ એક મહિમા છે આ ફાઉન્ટનનો... દર દસ મિનિટે ફાઉન્ટન ચાલુ થાય એટલે તેની ફરતે ટૂરિસ્ટો ગોઠવાઈ જાય. ચોતરફ ફુવારાની ધાર ઊડે તેની સામે મોં ફાડીને ઊભાં રહે અને જેના મોંમાં પાણીના થોડા છાંટા પણ ટપકે તો એ પળે કરેલી ઇચ્છા પરિપૂર્ણ થાય એવી માન્યતા છે. ઘણાંને તેના પરચા પણ મળ્યા છે.'

'એમ વાત છે !' ઓમકારના મોંમાંથી હર્ષના ઉદ્ગાર સરી પડ્યા તેની તાનિયાને વિશેષ નવાઈ ઊપજી : *માણસ ન્યુક્લિયર સાયન્ટિસ્ટ હોય એથી શું થઈ ગયું ? શ્રદ્ધા, આસ્થા અને ચમત્કારની ઘટના વિશે જાણી તેનામાં રહેલો આદમી તરત માથું ઊંચકે છે.*

'તાની, ચાલ ને આપણે ફાઉન્ટનનું પારખું કરી લઈએ.' કહી તેણે કારને પ્રવેશદ્વાર પાસે લેવડાવી ત્યાં સુધી તો તાનિયા કાંઈ બોલી નહીં, પણ નીચે ઊતરવા માટે ઓમે બારણું ઉઘાડ્યું એટલે પૂછી બેઠી :

'પારખું કરવા માટે કોઈક ઇચ્છા તો પ્રગટ કરવી પડશે ને ?'

'ઇચ્છા !' ડ્રાઈવરે તાનિયા તરફનું બારણું ઉઘાડ્યું છતાં ઓમે હાથ પકડી તેને કારમાંથી ઉતારતાં કહી દીધું :

'અત્યારે તો એક જ ઇચ્છા પરિપૂર્ણ કરવાની તાલાવેલી છે... આપણા બંનેના એક થવાની !'

એ જ વખતે ઢળતી સંધ્યાનું સલૂણું વાતાવરણ સંગીતની સૂરાવલીથી ગુંજી ઊઠ્યું એટલે ડ્રાઈવરે માહિતી આપી :

'હમણાં જ ફુવારો ચાલુ થશે. આપ પહોંચી જાઓ.'

અને ઓમકારે પકડી રાખેલો હાથ ખેંચી તાનિયાને પણ પોતાની સાથે દોડવાની ફરજ પાડી. એ વખતે તેણે એવું જ મહેસૂસ કર્યું કે દામ્પત્યજીવનની દોટમાં તાનિયા તેની સાથે જોડાઈ ચૂકી છે.

*

'હજુ કેટલે દૂર છે, ડ્રાઈવર ?'

અર્ધા કલાકમાં સાત-આઠ વખત એકની એક પૃચ્છા કરી રહેલા હાઇનેસના અવાજમાં આ વખતે કરડાકી આવી ગઈ : 'આપણે મોડા પડીશું તો પરિણામ બહુ માઠું આવશે, એ ધ્યાનમાં રાખજે !'

'બસ, સર, હવે તો માત્ર દસ-બાર કિલોમીટરનો જ રન છે.' ડ્રાઈવરે ગાડીની ગતિ તેજ કરવાનો પ્રયાસ કરતાં કહ્યું : 'એક તો સાંજના *રશ અવર્સ*નો સમય, પાછો અમારા શહેરનો આ વ્યસ્ત વિસ્તાર... મોડા ન પડવા માટે હું બધું જ કરી છૂટીશ, સર !'

હાઇનેસે કાંડાઘડિયાળમાં જોયું. પોણા સાત થયા હતા. પંદર મિનિટમાં દસ-બાર કિલોમીટર કાપી નાખે તો સાત સુધીમાં જરૂર પહોંચી જવાય. શાર્કનો લાઈવ શૉ લગભગ એ વખતે જ શરૂ થતો હોય છે. ડ્રાઈવર કહેતો હતો તેમ કદાચ એવું પણ બને કે પચાસ-પચાસના બેચ(ગ્રુપ)માં પ્રવાસીઓને શૉ દેખાડતા હોય તો પછી આત્માનો વારો બીજા-ત્રીજા ગ્રૂપમાં પણ આવે... તો-તો પોતે થોડા વહેલા પહોંચી જઈને નિરાંતે બધું થાળે પાડી શકે.

'ડ્રાઈવર, ઝૂના શાર્ક-શૉમાં ક્યારેય કોઈ અકસ્માત થયો છે ખરો ?'

ખરી રીતે તો ડ્રાઈવરને કારની ગતિ પર લક્ષ રાખવા દેવા માટે એમણે તેને વતાવવો જોઈએ નહીં, પણ હાઇનેસ પોતે જ એટલા આકુળવ્યાકુળ હતા કે મનને વાતોમાં રોક્યા વિના સખ પડે એમ નહોતું. ફરીફરીને તેમની નજર સમક્ષ શાર્કનાં ઉઘાડાં જડબાંમાં પછડાતા આત્માનું આભાસી દશ્ય દેખાતું અને તેની સાથે જ *ઑપરેશન કાલભૈરવ*નો ફિયાસ્કો થવાના ખ્યાલથી ધ્રૂજી જવાતું હતું.

'સર, તમે કેવા પ્રકારના એક્સિડન્ટનું પૂછી રહ્યા છો ?'

'કોઈક ટૂરિસ્ટ શૉ જોતાં ટનલમાં પડી ગયો હોય, શાર્કનો શિકાર બની ગયો હોય...'

'ટૂરિસ્ટની બાબતમાં તો એવું બન્યું નથી, પણ એક વાર તેના બે રખેવાળ વચ્ચે તકરાર થઈ. શાર્કને માંસ ખવડાવવાના ક્વૉટામાં ગોલમાલ કરીને બંને સારી એવી કમાણી કરી લેતા. એક વાર ભાગ પાડવામાં તકરાર થઈ. બંને ચિક્કાર પીધેલા હતા. લડતા-ઝઘડતા ટનલ પાસે પહોંચ્યા ત્યાં સુધીમાં મારામારી પર પહોંચી ચૂક્યા હતા. ઉશ્કેરાટમાં આવી જઈને તગડા રખેવાળે બીજા દૂબળાને ઊંચકી લઈ ટનલમાં ફગાવી દીધો. પછી શું કરી બેઠો એનું ભાન થયું ત્યારે સત્તાવાળાને જાણ કરવાને બદલે નાસી ગયો અને પેલો બિચારો...'

'ડૂબી મર્યો ?'

'નહીં, શાર્કોએ સાથે મળીને તેને ચૂંથી નાખ્યો !' કિસ્સો પૂરો કરી ડ્રાઈવરે ઉમેર્યું : 'ત્યાર પછી સલામતી ખાતર ટનલની ઉપર જાળી લગાડી દીધી અને ભોંયરાને સળિયાવાળા દરવાજા જડાવી દીધા, જેથી શૉના ટાઈમ સિવાય શાર્ક છૂટી ન રહે.'

તેણે એ છેલ્લું વાક્ય ઉચ્ચાર્યું એ વખતે આગલા ટાયરમાં પંક્ચર પડ્યું અને હાઇનેસના ભીંસાતા દાંત વચ્ચેથી એક હળવી ચીસ નીકળી ગઈ : 'ઓહ ગૉડ ! ટૂરિસ્ટ માટેની કારનાં ટાયર પણ આવાં તકલાદી રાખો છો તમે લોકો ?'

'સાહેબ, એમાં કારના ટાયરનો વાંક નથી. અમારા રસ્તામાં વચ્ચેવચ્ચે ખીલા જડેલા છે, એમાંથી કોઈ બહાર નીકળી જાય તો...'

'નૉનસેન્સ !' બારણું ઉઘાડીને એ નીચે ઊતરવા લાગ્યા : 'હવે મારે બીજું વાહન પકડવું પડશે.'

'એમ કરવા જતાં પાંચ મિનિટ નીકળી જશે. તેને બદલે ટાયર બદલતાં મને બે મિનિટ પણ નહીં લાગે.' કહી એ કામે લાગી ગયો અને શાર્કનો શિકાર બનતા આત્માનું દશ્ય હાઇનેસના મગજ પર સતત આક્રમણ કરતું રહ્યું.

'વેલકમ, લેડીઝ ઍન્ડ જેન્ટલમેન !' શાર્ક-શૉના પ્રારંભ પહેલાં ઝૂની મહિલા ગાઈડે માહિતી આપવા માટે આવું સંબોધન કર્યું ત્યાં કેથેરિન જેક્સને ઊંચા અવાજે તેના સંબોધનમાં સુધારો સૂચવ્યો : 'અહીં લેડીઝ અને જેન્ટલમેન ઉપરાંત એક બહાદુર બૉય પણ હાજર છે.'

'વેરી ગૂડ.' સૂચનને સહર્ષ વધાવી લેતી ગોરી ગાઈડે આત્મા સામે જોઈને કહ્યું, 'અમારા ઝૂના આ નાનકડા મહેમાનનું હું સવિશેષ સ્વાગત કરું છું... અને આપણે શાર્ક-શૉ શરૂ થતાં પહેલાં જગતની અત્યંત વિકરાળ માછલી વિશે થોડી જાણકારી હાંસલ કરી લઈએ તો કેમ ?

શાર્ક માછલી હોવા છતાં એ એકમાત્ર દરિયાઈ જીવ છે જે માંસ ખાય છે. હા, બીજી માછલીઓની માફક એ તેનાં જડબાંમાં ઘૂસી જતી નાનીનાની જીવતી માછલીઓ પણ મુખવાસની માફક ચાવી જતી હોય છે. શાર્કની ૩૦૦ જાતો છે, જેમાં સૌથી વિરાટ જાત તેના કદ તથા દેખાવને કારણે વ્હેલ શાર્ક તરીકે ઓળખાય છે.... તમે ધારી લો જોઈએ, આ વ્હેલ શાર્કનું વજન કેટલું હશે ? ચાલો, હું જ તમને કહી દઉં : લગભગ ૧૪ ટન ! એટલે કે આફ્રિકાના હાથી કરતાં બમણું વજન અને તેનું કદ તો દસ-દસ માણસોને આડા સુવડાવી દો એટલું.... મતલબ કે ૬૦ ફૂટ અને સૌથી નાની શાર્ક કેટલી લાંબી હશે ! ના, તમે ધારી નહીં શકો - માત્ર ચાર ઈંચ !

આટલી બધી જાતની શાર્ક મચ્છીઓમાં માત્ર પચીસ જાતની શાર્ક માણસનો શિકાર કરનારી છે. બે વરસ પહેલાં અહીં અમે આઠ પ્રકારની શાર્ક માછલી આયાત કરી તેને માટે આ ટનલ બનાવી. ટનલના તળિયે ચારે બાજુ ચાર ભોંયરાં અને ચાર દરવાજા છે. રોજ રાત્રે શૉ ગોઠવાય ત્યારે ચાર દરવાજામાંથી વારફરતી એક દરવાજો ખાલીને શાર્કને માંસનું ભોજન ઉપરથી ફેંકવામાં આવે છે... તો હવે તૈયાર થઈ જાઓ : શાર્ક-ફીડિંગ લાઈવ-શૉ, જે તમને ઉત્તેજિત કરશે, ભયનો ચિત્કાર કરાવશે, તેની સાથોસાથ અજાયબીભર્યું યાદગાર મનોરંજન પણ આપશે.'

માઈક મૂંગું થઈ ગયું અને ટનલની ચારે તરફ ઊંચાઈએ ગોઠવેલી ફ્લડ લાઈટ ઝળકી ઊઠી. તેની રંગીન રોશનીથી ટનલનાં ભૂરાં પાણી ઝળહળી ઊઠ્યાં. ક્યાંથી કઈ સ્વિચ દબાવવામાં આવી એની તો ટનલની ફરતે ગોઠવાઈને અધ્ધર શ્વાસે પાણીમાં ડોકાતાં ટૂરિસ્ટોને ખબર ન પડી, પણ સ્વિચ દબાતાંની સાથે જ એક દરવાજો ઊઘડવાનો અવાજ કાને અફળાયો અને સાથોસાથ બહાર આવેલી ભૂખી શાર્કના સપાટાથી સ્થિર પાણીની સપાટીમાં સર્જાતાં મોજાંના ઘુઘવાટે સૌને ઉત્તેજિત કરી દીધાં.

'એક વાત તો કહેવાની રહી ગઈ !' માઈક પરથી અચાનક અવાજ પ્રસર્યો ત્યારે કેટલાંકે તો હળવી ધ્રુજારી અનુભવી.

'તમે જે શાર્કને નિહાળી રહ્યાં છો, એ બાસિંગ શાર્ક છે. પુખ્તવયે પહોંચેલી શાર્ક ચોવીસ ફૂટ લાંબી થઈ શકે છે અને પહોળાં જડબાંમાં ઘૂસેલી કોઈ પણ ચીજ તેના તીક્ષ્ણ દાંતના સકંજામાં સપડાઈ જાય પછી કોઈ પણ તાકાત તેને બહાર કાઢી શકે નહીં. હજુ સુધી શાર્કનાં જડબાંમાં જઈ આવીને તેના અનુભવ કહી શકે એવું કોઈ જીવતું પાછું ફર્યું નથી... એવી આ શાર્કને પાંચ મિનિટમાં પંદર કિલો માંસ ઓહિયાં કરતી નિહાળો અને પેટ ભરી ફોટા-ફિલ્મ ઉતારો.'

સૂચના સમાપ્ત થઈ અને રખેવાળે મોટા ટબમાં ખડકેલા માંસના ગોટા નીચે ફેંકવા માંડ્યા. ભૂખીડાંસ શાર્ક જાણે માંસનો બૉલ કૅચ કરી લેવા માગતી હોય તેમ ફાટેલાં જડબાં સાથે પૂંછડીભેર ઊછળી-ઊછળીને હડપ કરવા લાગી. પ્રેક્ષકો ફાટી આંખે એની આ ભોજનચેષ્ટા નિહાળીને તાજુબી સાથે ધ્રુજારી પણ અનુભવતાં હતાં. સવાચાર વરસના આત્માનું હૃદય ધકધક થવા લાગ્યું. માંસ આરોગતી શાર્કને જોવામાં પહેલાં તો તેને ચીતરી ચડી. દાદીમાના આ ધર્મનિષ્ઠ પૌત્રે માંસની સૂગ દાબી દઈને ફટાફટ તેના ફોટા પાડવા માંડ્યા. તેની બંને બાજુ ઊભેલાં બિલ

તથા કેથેરિન શૉ જોવામાં એટલાં તલ્લીન બની ગયેલાં કે આત્મા અધ્ધર થઈને ફ્રીટા પાડી રહ્યો છે એનું તેમને ભાન રહ્યું નહીં. એકમાત્ર ગુલઝાર જ એવો હતો જેને શાર્કની હિલચાલ જોવામાં જરાય રસ નહોતો. એ તો દર્શકો શાર્કને નિહાળવામાં સંપૂર્ણપણે તન્મય બની જાય એ ઘડીની પ્રતીક્ષા કરતો હતો. એ ધીમેધીમે સરકતો આત્માની પાછળ જઈને ગોઠવાઈ ગયો.

બરાબર એ જ વખતે કારમાંથી ઊતરીને હિઝ હાઇનેસે ટનલ તરફ દોટ મૂકી. પોતે મોડા પડી ચૂક્યા છે એવા ફફડાટ સાથે એ ટનલની નિકટ પહોંચ્યા ત્યારે ફ્લડ- લાઈટ રોશનીમાં સામે છેડે ઊભેલો આત્મા દેખાયો. એ દોડીને આત્મા તરફ ધસી જવા માગતા હતા, પણ એ જ વખતે ગુલઝારે પાછળથી તેના બંને હાથ આત્માની કમર પર મૂક્યા. હાઇનેસને તેનાં જડબાં તંગ થતાં દેખાયાં. હવે તો માત્ર ઘડી-બે-ઘડીનો જ સવાલ હતો. પોતે દોડીને ત્યાં પહોંચી શકે તેમ નહોતા અને દૂરથી ચીસ પાડીને ગુલઝારને રોકવા જાય તોપણ ગભરાટને કારણે ગુલઝારને ઘાતકી કૃત્ય કરતો રોકવાની તેમની ચેષ્ટા સૌની આગળ ઉઘાડી પડી જાય.

અને હાઇનેસે કટોકટીની ઘડીને ટાળવા ખાતર કોટના ખિસ્સામાંથી ગન કાઢી માંસનાં ચોસલાં ખાવા માટે ઊછળતી શાર્કનું નિશાન લઈ ધડાધડ તેનાં જડબાં અને મોઢા પર ત્રણ-ચાર ગોળીઓ ધરબી દીધી. અણધાર્યા ધડાકાએ ગુલઝારને તેના કૃત્યથી પાછો વાળવાને બદલે ધક્કો મારવા માટે અધીર બનાવી દીધો. ચીસોચીસ વચ્ચે સૌએ આત્માને ટનલમાં ધકેલાઈ જતો જોયો. કેટલાંકનાં મોંમાંથી રાડ-ત્રાડ નીકળતી સંભળાઈ, એટલી વારમાં રખેવાળ દોડીને ટનલની વચ્ચોવચ જડેલી જાળી ખોલી નાખવા ગયો, જેથી પડનાર વ્યક્તિ પાણી સુધી પહોંચે નહીં. પરંતુ એમ કરવાની લાયમાં એણે જુદી જ સ્વિચ દબાવી દીધી અને તે કારણે તમામ ફ્લડ-લાઈટ્સ બુઝાઈ ગઈ. અંધકારે લોકોના ભયને પરાકાષ્ઠાએ પહોંચાડી દીધો.

ગનના ધડાકાએ ઝૂના સીક્યુરિટી ગાર્ડ્સને સાવધ કરી દીધા. અડધો ડઝન જેટલા સશસ્ત્ર ચોકિયાતો આવી ચડ્યા. એક જણાએ ફ્લડ-લાઈટ ચાલુ કરી દીધી. ધકધક થતાં હૃદયે સૌ ટનલમાં ડોકાયાં તો એમની આંખો માનવા તૈયાર ન થાય એવું દૃશ્ય જોવા મળ્યું. આત્મા પાણીની સપાટી પર ટકી રહેલા હાથ-પગ હલાવતો ઉપર જોઈને *બચાવો-બચાવો*ની ચેષ્ટા કરતો હતો અને જે તેને ગળી ચૂકી હશે એમ સૌ માનતાં હતાં એ જ ત્યાં દેખાતી નહોતી. ઘવાયેલી શાર્ક ગભરાઈને કે અંધારાથી છળીને કે પછી બીજા કોઈ પણ કારણસર ટનલની ઉઘાડી બારીમાંથી ભોંયરામાં ભરાઈ પડી અને તેની પાછળ લોહીથી ખરડાયેલું પાણી રાખતી ગઈ.

બીજી જ પળે કોઈએ ભોંયરાનો દરવાજો પાડી દીધો અને ત્રીજી પળે કોઈએ પાણીમાં ઝંપલાવીને આત્માને બચાવી લીધો.

પરંતુ પરાકાષ્ઠાના આ સુખદ અન્ત પછીય કોઈને એ સમજાયું નહીં કે ગન કોણે ચલાવી, શું કામ ચલાવી અને એ વ્યક્તિ ક્યારે શું કામ છટકી ગઈ ?

□

37

'ઈટ્સ અનબીલીવેબલ !'

શાર્ક લાઈવ શૉ દરમિયાન ટનલમાં ઊથલી પડેલો આત્મા ચમત્કારકપણે ઊગરી જવાની ઘટના દરેકને અસંભવિત લાગતી હતી. ટનલમાંથી સીક્યુરિટી ગાર્ડ આત્માને હેમખેમ બહાર લઈ આવ્યા પછી થોડી વારે ત્યાં પહોંચેલાં ઓમ-તાનિયાએ આ જાણ્યું ત્યારે સવાચાર વરસના પુત્રને છાતીએ વળગાડી અણુવિજ્ઞાનીએ ધ્રુસકે-ધ્રુસકે હર્ષનાં આંસું વહાવ્યાં હતાં. તાનિયાને કંપની આપવા જતાં માસૂમ પુત્રને રેઢો મૂકી દેવા બદલ એનું પોતાનું જ દિલ ડંખવા લાગ્યું હતું.

'મારો કૅમેરા ક્યાં ?' જીવ બચી ગયો એ જાણે ઓછું હોય તેમ આત્માએ કૅમેરાનું રટણ ચાલુ કરી દીધેલું. લક્ઝરી કોચમાં હવે આત્મા સાથે તાનિયા પણ જોડાઈ હતી અને બધાં પૅસેન્જર વારફરતી આત્માને પોતાની નજીક લઈ તેના માથા પર હાથ પસવારી લેતાં હતાં. ભીનાં કપડે ટનલમાંથી બહાર નીકળેલો આત્મા થરથર કાંપતો હતો ત્યારે ગુલઝારે જ તેનાં કપડાં ઉતારી પોતાનો કોટ તેના ડિલ ફરતે વીંટાળી દીધો હતો. એને સમજાતું નહોતું કે *પોતે ધક્કો માર્યા પહેલાં ટનલમાં ઊછળતી શાર્ક પર ગોળીઓ કોણે ચલાવી ? શા માટે ચલાવી ? પોતે આત્માને અંદર ધકેલી દીધો એ શું કોઈની નજરે ચડી ગયું હશે ખરું ?* કોઈ તેને શંકાશીલ નજરે જોતું દેખાયું નહીં એટલે એણે ધરપત અનુભવી, પણ શિપ પર પાછા ફરતાં જીવ ચાલતો નહોતો : *હવે હાઇનેસ મારો કાંટો કાઢી નાખવાનો પ્લાન ઘડી કાઢશે. નાકામિયાબીની સજા એટલે મોત !*

યા ખુદા ! એક ઉપાધિ ટાળવા જતાં મેં બીજી ઉપાધિ તો વહોરી નથી લીધી ને ? ઝૂથી નાસી છૂટેલા હાઇનેસ શિપ પર પહોંચવા સુધીના આખા રસ્તે આ એકનો એક ઉદ્વેગ વાગોળતા રહ્યા હતા. સમયસર પહોંચવામાં પંક્ચરનું વિઘ્ન ઊભું થયું ત્યારે ડ્રાઈવરે માત્ર બે જ મિનિટમાં ટાયર બદલી આપવાની ધરપત આપી હતી. પણ એ વિઘ્નને પોતે ફાયદામાં પલટાવી નાખ્યું. દસ ડૉલરની નોટ કાર-ડ્રાઈવરના હાથમાં પકડાવીને *હું તો આ ચાલ્યો...* કહી રસ્તા પર પસાર થતા મોટરસાઈકલસવારને રોકી કોઈ જાતનો ખુલાસો કર્યા વિના તેની પાછળ ગોઠવાઈ ગયા

હતા... 'હવે તું શિપ પર કાર પાછી લઈ જજે, હું બસમાં જ પાછો ફરી જઈશ.' બાઈકવાળાને ઝૂ તરફ મોટરસાઈકલ ભગાવવાનું કહી કાર-ડ્રાઈવરને સૂચના સાથે લાલચ આપવાનુંય ચૂક્યા નહોતા : 'પાછા ફરીને આ હાઇનેસ તને પચાસ ડૉલરની બક્ષિસથી જરૂર ખુશ કરી દેશે !'

મોટરસાઈકલની લિફ્ટ ન હોત તો હાઇનેસ સમયસર શાર્કના લાઈવ શૉમાં સર્જાતી કટોકટી વખતે પહોંચવા પામ્યા જ ન હોત. આગળ ટ્રાફિકજામ હતો જેમાંથી મોટરસાઈકલ આસાનીથી માર્ગ કરતી સાપની જેમ સડસડાટ ઝૂ પહોંચી ગઈ, એટલું જ નહીં, પ્રવેશ માટેની વિધિ કરવી પડે એ પણ ટાળી દઈને બાઈકસવાર તેમને સીધો ટનલની લગોલગ ઉતારી ગયો. અરે, હાઇનેસે તેને પચાસ ડૉલરની ટિપ આપવાની ચેષ્ટા કરી તો એનો પણ અસ્વીકાર કરીને કહેતો ગયો : 'તમે તો અમારા માનવંતા મહેમાન ગણાઓ. મદદ કરવાની તો અમારી ફરજ ગણાય...' અને તેના જતાંની સાથે જ પોતાને ટનલમાં ઊછળતી શાર્ક પર ગોળીબાર કરવાની ફરજ પડી, છતાં આત્માને તો પોતે બચાવી શક્યાની ખાતરી નહોતી. બધું એટલી ઝડપે અને એવી વિચિત્ર રીતે બની ગયું કે અચાનક ફ્લડ-લાઈટ ઑફ થવાને કારણે ફેલાયેલા અંધકારનો લાભ લઈને પોતે ઘટનાસ્થળેથી નાસી છૂટ્યા, પણ શાર્ક-શૉની ટનલ પાસે મચી ગયેલા હાહાકારે તેમને ગભરાવી મૂક્યા હતા. પરાયા દેશમાં ગનનો ઉપયોગ કરવો એ જ મોટો ગુનો થતો હતો, તેમાં પોતે કરેલા ગોળીબારથી પેલી શાર્ક જખમી થઈ એ સરકારી માલિકીની હતી એટલે પોતે સરકારના ગુનેગાર બની જતા હતા. અધૂરામાં પૂરું આત્માની હત્યા થઈ હોય તો-તો આ દુર્ઘટના પોતાને ક્યાંયનો નહીં રહેવા દે... એવા રઘવાટ અને ઉચાટ સાથે ઝૂની બહાર ઊભેલી ટૅક્સી પકડી એમણે બંદરનો રસ્તો તો લીધો, પણ પરિસ્થિતિથી વાકેફ થયા વિના શિપ પર ધસી જવું એ તો સામે ચાલીને પોલીસના સકંજામાં સપડાઈ જવા જેવું હતું. એટલે એમણે ટૅક્સી ડ્રાઈવરને હોલીડે પ્લાઝા હોટેલ હંકારી જવા કહ્યું. *ત્યાં બારમાં જઈ, બેએક પેગ પેટમાં પધરાવીને શિપ પર ફોન જોડીને મામલો જાણી લઈશ. પછી જ આગળનું પગલું ભરવું ઘટે. ઈન્શાલ્લાહ, ટનલમાં કરેલા આંધળા ગોળીબારનો અંજામ બૂરો ન આવે તો બગડતી બાજી સુધરી ગઈ સમજી લે !*

હોટેલના ડોન્ટ વરી બી હૅપી બારમાં રમનો પહેલો પેગ પીતાં-પીતાં હાઇનેસે પીઠાના નામ પ્રમાણે ચિંતા કરવાનું ત્યજી દઈ સુખની શોધમાં વિહાર કરવાની ચેષ્ટા અજમાવી. એ માટે તેમણે મૅડમ સોરાયા ઉર્ફે વહીદાની યાદનો આશરો લેવો પડ્યો. પોતે *જેના ગાલે ભરજવાનીમાં બોસો ભર્યો હતો એ સ્ત્રી આટલી બળવાખોર નીકળી ! ખૌમેનીના ફરમાન સામે અડગ રહી ! બબૂચક ધણીને 'ખબરદાર, મારી કાયાને હાથ લગાડવાની ચેષ્ટા કરી છે તો...' એવું છૂરીની અણીએ સંભળાવી દેનાર મર્દ-મિજાજી બની ગઈ ! અને જતાં-જતાં આત્માને બચાવવા માટે પત્ર લખવાની ચીવટ દેખાડી ગઈ ! એના વિશે આટલી બધી જાણકારી ન મળી હોત તો પત્રમાં તેણે આપેલી ધમકીની પોતે પરવાય ન કરી હોત. મારી અસલિયત ઉઘાડી પાડતો પત્ર એ કોઈકને સોંપી ગઈ હોય એવો એનો જિદ્દી મિજાજ જાણ્યા પછી માનવું જ પડે તેમ હતું. એટલે તો આત્માને બચાવી લેવા માટે અધ્ધર શ્વાસે દોટ મૂકવી પડી. ખરેખર જો આત્મા બચી ગયો હોય તોપણ હું બચી ગયો એમ સમજવું !*

હજુ તો રમના બેચાર ઘૂંટ પીધા હશે ત્યાં અજંપ મન આત્મા ફરતે ઘૂમરી લેવા માંડ્યું.

કદાચ શિપમાં પાછા ફરવાનું અશક્ય બની જાય તો ક્યાં જવું ? લેધરનું પાઉચ ખોલીને તેમાં પાસપોર્ટ સાથે રાખેલી રોકડ તપાસી જોઈ તો બારસો ડૉલર કૅશ ઉપરાંત પાંચ હજાર ડૉલરના ટ્રાવેલર્સ ચેક હતા. દુનિયાના કોઈપણ ખૂણે પહોંચી જવા માટે આટલા પૈસા પૂરતા હતા. પણ પછી શું ? ઑપરેશન અધૂરું છોડી, કરોડો રૂપિયા અને મહિનાઓની મહેનત પર પાણી ફેરવીને નાસી જનારને દુનિયાના કોઈ પણ ખૂણેથી આ લોકો પકડી પાડ્યા વિના રહે નહીં. *કાં તો મને ગદ્દાર ઠરાવીને ઠાર કરી દે અથવા તો જીવતો પકડીને કાશ્મીર ઉઠાવી જઈ રિબાવી-રિબાવીને મોતને ઘાટ ઉતારી દે.*

હાઇનેસના ઉપલા હોઠ પર પસીનો વળવા લાગ્યો. ગ્લાસનો બાકીનો રમ ગટગટાવી જઈ વેઈટરને એક નંબર લખી આપ્યો. 'જરા આ નંબર જોડાવીને રીસીવર મને આપી જા ને...' નંબરની ચિઠ્ઠી સાથે દસ ડૉલરની નોટ પણ વેઈટરના ખિસ્સામાં સરકી ગઈ.

'હું તમારો પૅસેન્જર હિઝ હાઇનેસ બોલું છું.'

'ઓહ યોર હાઇનેસ !' શિપની ઑપરેટરના ઉદ્‌ગારમાં હાઇનેસના સંબોધન પર વધુ પડતો ભાર વર્તાયો : 'આપ હોલ્ડ કરજો, હું સીક્યુરિટી ઑફિસરને લાઈન આપું છું.'

સિક્યુરિટી ઑફિસર ! હાઇનેસના ગળામાંથી અવાજ નીકળતાં થોડી વાર લાગી : 'મારે તો તમને પૂછવું હતું કે ઇઝ એવરીથિંગ ઑલરાઈટ ધૅર ?'

પરંતુ એ બોલતા રહ્યા અને લાઈન સ્ટીમરના સીક્યુરિટી ચીફ રૉબિન્સને ટ્રાન્સફર થઈ ગઈ. હાઇનેસના છેલ્લા શબ્દો એમના કાને પડ્યા હોય તેમ રૉબિન્સ બોલી ઊઠ્યા :

'યોર હાઇનેસ, આપ ક્યાં છો ? પ્લીઝ કમ સૂન...'

સીક્યુરિટી ચીફના એ શબ્દોમાં સત્તાની આજ્ઞા હતી કે ઉચાટનો રણકો એ સમજાય એ પહેલાં સામેવાળાએ જાણ કરી : 'યોર હાઇનેસ, તમારા સ્વીટમાં ચોરી થઈ ગઈ !'

'ચોરી !' *ઓત્તારીની ! આ તો કાંઈક જુદી જ વાત નીકળી પડી* : 'શેની ચોરી થઈ, ઑફિસર ?'

'એ તો આપ અહીં પધારો પછી જ ખબર પડે.' રૉબિન્સે સુધારી લેતાં કહ્યું : 'ખરેખર તો ચોરી થઈ એમ કહેવાને બદલે તમારા સ્વીટમાં માલ્ટાનો નામચીન તિજોરીતોડ વાસ્કો ઘૂસ્યો હતો એમ કહેવું જોઈએ.'

'તિજોરીતોડ ?'

'જી હા, આપના સ્વીટની તિજોરી ઉઘાડી છે, પણ તેમાંથી શું ચોરાયું એ તો આપ આવીને જુઓ ત્યારે ખબર પડે.'

'એટલે તમે એમ કહેવા માગો છો કે ચોર ઓળખાયો છતાં નાસી છૂટ્યો ?'

'પ્લીઝ, યોર હાઇનેસ !' ઑફિસરના અવાજમાં આજીજી આવી ગઈ : 'આપ સત્વરે અહીં આવી જાઓ. અહીંની પોલીસને પણ અમે બોલાવી રાખી છે.'

લોકલ પોલીસ ! રીસીવર ઑફ કરતાં હાઇનેસ વિચારમાં પડી ગયા : *હવે શું કરવું ? હું આત્મા વિશે જાણવા માગતો હતો તેને બદલે મારા સ્વીટમાં તિજોરીતોડ ઘૂસ્યો એ ખબર સાંભળવા મળ્યા. કદાચ મને શિપ સુધી ખેંચી જવા માટે છટકું તો નહીં ગોઠવ્યું હોય ને ?*

એટલે જ આત્મા બાબત ઑફિસરે એક પણ શબ્દ ઉચ્ચાર્યો નહીં હોય, કેમ જાણે પોતે સાવ અજાણ્યા હોય !

હવે તેમણે જાતે જ *ઓશનકિંગ-વન*નો નંબર જોડ્યો. ઑપરેટરે રીસીવર ઊંચકીને *હેલ્લો, ઑકે-વન* કહ્યું એટલે હાઇનેસે અવાજ બદલીને કહ્યું, 'પ્લીઝ પુટ મી ટુ મિસ ગુલનાર, યોર કર્વેશિયસ કેબ્રે ડાન્સર !'

મરોડદાર અંગોવાળી કેબ્રે ડાન્સર એવું સાંભળીને શિપની ઑપરેટરે માન્યું કે ગુલનારનો કોઈ માલ્ટીઝ શિકાર હોવો જોઈએ, એટલે પોતે પાતળું હસી લઈ *પ્લીઝ હોલ્ડ ઑન* કહી ગુલનાર સુધી લાઇન પહોંચાડી. જોકે એનેય કહ્યા વિના રહી નહીં *કોઈક તારો આશિક લાગે છે, એને બરાબરનો ખંખેરજે !*

'ગુલ !' સામેથી ગુલનારનું *હલ્લો* સંભળાયું એટલે હાઇનેસે અધીરાઈ દર્શાવી : 'હું પૂછું એનો જવાબ આપજે, જલદી !'

'ભલે, યોર હાઇનેસ.'

'હું હાઇનેસ છું એ પણ હમણાં જાહેર નહીં કરતી.'

'શું બાબત છે ?'

'હું તને એ જ પૂછવા માગું છું કે ત્યાં બધું શું ચાલી રહ્યું છે ?'

'અહીં તો બધું બરાબર ચાલી રહ્યું છે પણ ઝૂના શાર્ક લાઈવ-શૉમાં પેલો આત્મા...'

બોલતાં-બોલતાં એ અટકી ગઈ. પળવારમાં બધું પામી ગઈ. તાનિયા તેની પાસે ઉર્દૂ પત્ર વંચાવવા આવી હતી એ યાદ આવી ગયો. *ક્યારેક આપણા બૉસને પણ ટટળાવવાની મજા આવતી હોય છે.*

'આત્માનું શું છે, ગુલ ?' હાઇનેસનો કંઠ શોષાવા લાગ્યો : 'તું અટકી કેમ ગઈ ?'

'એ બચી ગયો... આબાદ બચી ગયો.'

'ઓહ !' છાતી પર ચડી બેઠેલો આત્મા એકાએક કૂદકો મારીને ઊતરી ગયો હોય એવી રાહત અનુભવતા હાઇનેસના ઉદ્ગારનો ગુલનારે જુદો અર્થ તારવ્યો.

'એ બચી ગયો તેમાં તમે આટલા બધા હતાશ કેમ થઈ ગયા ?'

'હું ? હતાશ !' કહેતાં હાઇનેસ એટલું બધું ખડખડાટ હસવા લાગ્યા કે ગુલનારે ફોન મૂકી દેવો પડ્યો અને હાઇનેસ રમનો પેગ રીપીટ કરવાનો ઑર્ડર આપીને પોતાની ખુશનસીબી પર મુસ્કુરાવા લાગ્યા.

વીસ મિનિટ પછી હાઇનેસ શિપ પર પહોંચ્યા ત્યારે કોઈ ઉત્સવ જેવું વાતાવરણ જોવા મળ્યું. કેટલાંકે તો એમને દૂરથી જોતાં જ હાંક મારી : 'યોર હાઇનેસ, આજે જીવસટોસટની એક અભૂતપૂર્વ ઘટના બની ગઈ જેના સાક્ષી બનવાનો ચાન્સ તમે ગુમાવ્યો !'

ફ્રન્ટ ડેક પર એકઠાં થયેલાં પાંચસો જેટલાં પૅસેન્જર્સ વચ્ચે સવાચાર વરસનો આત્મા એકના હાથમાંથી બીજાના હાથમાં ઊછળતો દેખાયો. *લકી ચાઈલ્ડ, વન્ડર બૉય, શાર્કનાં જડબાંમાંથી પાછો ફરેલો છોકરો...* જેવાં વિશેષણોથી સૌ તેને નવાજી રહ્યાં હતાં.

કૅપ્ટને ડિનરનો સમય અડધો કલાક લંબાવીને પોતાના તરફથી આત્મા ઊગરી જવાની

ખુશાલીરૂપે એકએક પેગ પીરસવાની ઑફર કરી ! ત્યાર પછી તો મૂડમાં આવી ગયેલાં ઉતારુઓએ પોતાના ખર્ચે ડ્રિન્ક્સ ચાલુ કરી દીધાં. ઓમકાર અને તાનિયા પણ તેમાં જોડાયાં : 'આજનો પ્રસંગ જ એવો છે કે સેલીબ્રેટ કર્યા વિના ચાલે નહીં.' કહી તાનિયાએ લેમન-જીનનો ગ્લાસ ઓમકારના વ્હિસ્કીના ગ્લાસ સાથે ટકરાવી ચિયર્સ કર્યું ત્યારે તાનીના *આજનો પ્રસંગ* શબ્દપ્રયોગને કયા અર્થમાં લેવો એની વિમાસણમાં પડી ગયો ઓમ.

ઝૂ જતાં પહેલાં ટૅક્સી-ડ્રાઈવરના કહેવાથી એ બંને *વીશ ફુલફિલ ફાઉન્ટન*માં ગયેલાં તેનું બહુ વિચિત્ર પરિણામ આવ્યું. ઇચ્છાપૂર્તિ કરનારો એ ફુવારો ચાલુ થયો અને હવામાં ઊછળતી ધારાને ઝીલી લેવા માટે ઉઘાડા મોઢે સૌ ફુવારા ફરતે ગોઠવાઈ ગયાં તેમાં તાનિયાના મોંમાં ફુવારાની ધાર પડી, પણ ઓમનું મોઢું સાવ કોરું રહી ગયું.

'મારો પ્રયોગ તો નિષ્ફળ ગયો, તાની !' ઉપરછલ્લું હસીને બોલી ગયેલો ઓમકાર પૂછ્યા વિના રહી શક્યો નહોતો : 'તારા મોંમાં તો સરસ રીતે ફુવારની ધાર પડતી મેં જોઈ.'

'બીજાના મોં તરફ ધ્યાન કરવા જઈએ પછી પોતે લાભ ચૂકી જ જાય ને.'

'પરંતુ તેં શું ઇચ્છા ધારણ કરી હતી એ તો કહે ?'

'એ પરિપૂર્ણ થશે ત્યારે સૌથી પહેલી તમને જ કહીશ, બસ !' કહીને તાનિયાએ તેને ટટળાવ્યો હતો. ઝૂ પહોંચતાં સુધી ઓમકારે પૂછપૂછ કરીને તેને તંગ કરી દીધી ત્યારે એણે અર્ધસત્ય ઉચ્ચાર્યું હતું :

'ઓમ, મેં માતા બનવાની ઇચ્છા પ્રગટ કરી હતી.'

'ઓહ !' ઓમકાર ખુશીથી ઊછળી પડ્યો હતો : 'તો-તો મારા સંતાનની માતા બનવાની તારી ઇચ્છા અચૂક પૂર્ણ થશે, તાની !'

આ ઉદ્ગાર સાથે જ એમની કાર ઝૂ પહોંચી ગઈ હતી અને આત્માની ઘટનાના શોરબકોરે બંનેને બીજી બધી વાતનું ભાન ભુલાવી દીધું હતું. અત્યારે એ આત્મા બધાંના હાથમાંથી ફરતો-ફરતો હાઇનેસ પાસે પહોંચી ગયો ત્યારે ઓમકારે પૂછવાની હિંમત કરી :

'તાની, આજના પ્રસંગની ઉજવણીમાં આટલાં બધાં સહપ્રવાસીઓ સામેલ થયાં છે તો પછી એને યાદગાર બનાવી દેવા માટે આપણે એક જાહેરાત કરીએ તો કેમ ?'

'શેની જાહેરાત, ઓમ ?'

'આપણે બંનેએ સગાઈથી જોડાવાનું નક્કી કર્યું છે એ જાહેરાતને સૌ તાળીઓથી વધાવી લેશે.'

'પરંતુ એ માટે તમે આપેલો કોલ પાળવાનો હજુ બાકી છે.'

'શેનો કૉલ, તાની ?'

ત્યારે તાનિયાએ ગરદન ફેરવીને જે દિશામાંથી હાઇનેસ આત્માને ઊંચકી બધાં વચ્ચેથી રસ્તો કરતા આવી રહ્યા હતા ત્યાં નજર માંડી.

'આ માણસ ખરેખર કોણ છે અને એની સાથે તમારે સાથે શું સંબંધ છે એની જાણ કરવાનું તમે મને વચન આપ્યું છે.'

'મને યાદ છે, તાની ! પણ અમારા સંબંધ સાથે એક મિશન સંકળાયેલું છે.' ઓમકાર

કાનમાં કહેતો હોય એટલા ધીમા અવાજે બોલી ગયો : 'આ બાબત કોઈની સમક્ષ ખુલ્લી નહિ પાડવા માટે હું પ્રતિજ્ઞાથી બંધાયેલો છું... તું એ વાતને શું કામ વચ્ચે લાવ્યા કરે છે, તાની ?'

એનાથી અથરા અવાજે પુછાઈ ગયું ત્યારે હાઇનેસને સાવ નજીક આવેલા જોઈ તાનિયાએ માત્ર આંખોથી જ એને જવાબ વાળવો પડ્યો : *મારો આત્મા કહે છે કે એ માણસ સારો નથી એટલે એનું મિશન પણ સારું ન હોઈ શકે...*

'હેલ્લો, દેવ !' ઓમકાર સાથે હાથ મિલાવી ઉષ્માભેર બેચાર વખત ઝાટકા સાથે હલાવી હાઇનેસે હર્ષ ઉછાળ્યો :

'આ છોકરાની ઘાત ગઈ એ જાણીને તમને જેટલો આનંદ થયો એનાથી મને રતીભાર ઓછો આનંદ થયો નથી.'

તાનિયાને તેના શબ્દોમાં દંભની ગંધ આવી, પણ હાઇનેસ સચ્ચાઈના રણકા સાથે કહી રહ્યા હતા.

'મારા જેટલો આનંદ તો તાનિયાને, થયો હોય, યોર હાઇનેસ !' ઓમકારે કહ્યું.

સાંભળીને હાઇનેસનું દિલ ડંખ્યું. તેમણે બનાવટી સ્મિત ફરકાવતાં સંભળાવ્યું :

'આત્માના અકસ્માત વખતે તમે ઘટનાસ્થળે હાજર હોવાને બદલે આ ડૉક્ટર શાહ સાથે સહેલગાહમાં મશગૂલ હતા એની ચર્ચા હમણાં જ મારા કાને પડી.'

'યૂ શટ અપ !' તાનિયાનો ચહેરો રાતોચોળ થઈ ગયો. *આ માણસ એવો આક્ષેપ કરવા માગતો હતો કે મેં ઓમકારને તેના દીકરાથી છૂટો પાડી દીધેલો, જ્યારે ખરેખર તો કોઈએ બનાવટી ચિઠ્ઠી મોકલીને ઓમકારને બસમાંથી નીચે ઊતારવાની ફરજ પાડી હતી...* આ બધા શબ્દો ઉશ્કેરાટને કારણે તાનિયાના ગળામાં જ અટવાઈ ગયા અને બંને વચ્ચે ચકમક ઝરે એ પહેલાં પેલી બ્યૂટિશિયન કેથેરિન ટપકી પડી.

'યોર હાઇનેસ, આપ અહીંયાં છો અને ત્યાં આપની રાહ જોવાઈ રહી છે.'

'ક્યાં, મિસિસ જેક્સન ?'

'આપના સ્વીટ પર... કદાચ આપને હજુ જાણ થઈ નથી લાગતી !' કહી કેથેરિને દુઃખી ચહેરે અને તરડાયેલા સ્વરે ખબર આપ્યા : 'કોઈકે આપના સ્વીટમાં ઘૂસી જઈને તિજોરી ઉઘાડી નાખી !'

'મને ખબર છે. પણ એના કરતાં આ આત્માના ઊગરી જવાના સમાચાર વધુ મહત્ત્વના ગણાય, મિસિસ જેક્સન... મારી તિજોરીમાંથી જે કાંઈ ચોરાયું એ આ છોકરાની જિંદગી કરતાં વધારે મૂલ્યવાન તો નહીં જ હોય.'

સાંભળીને ઓમકાર ગદ્‌ગદ બની ગયો, પણ તાનિયાએ તો અણગમા સાથે નીચેનો હોઠ દાંત વચ્ચે કચરી લેવો પડ્યો.

એ જ વખતે કૅપ્ટન તરફથી આવેલા સેકન્ડ ઑફિસરે હાઇનેસના કાનમાં સંદેશો રેડ્યો : 'અહીંની પોલીસ આપની રાહ જુએ છે. એ તમને કાંઈક પૂછપરછ કરવા માગે છે.'

એકાએક હાઇનેસના પલટાતા મુખભાવ તાનિયાની નજરે ચડી ગયા અને તેણે પૂછવાનો મોકો ઝડપી લીધો :

'યોર હાઇનેસ, સાંજે તો તમે કમરના દુખાવાથી પીડાતા હતા, તો પછી એકાએક બહાર કેમ જવું પડ્યું ? બૅકપેઇનની ટ્રીટમેન્ટ માટે ગયા હતા કે શું ?'

એની પૃચ્છામાં રહેલો કટાક્ષ હાઇનેસના અહમ્‌ને વીંધી તો ગયો પણ એનો જવાબ આપવાનું વિચારે ત્યાર પહેલાં એમની નજર ખૂણામાં ઊભેલી ગુલનાર પર પડી. એ જાણે તેમની પ્રતીક્ષા કરતી હોય એ રીતે એકીટશે તાકી રહી હતી.

'અત્યારે તો તમારો જવાબ ઉધાર રાખું છું, પછી ક્યારેક વાત...' કહેતાં આત્માના માથા પર હાથ પસવારતા એ ત્યાંથી સરકી ગયા. પોતે જાણે અચાનક ગુલનાર પાસેથી પસાર થઈ રહ્યા હોય એમ પેલીના *હેલ્લા*નો જવાબ આપવા ઊભા રહ્યા ત્યાં સાંભળવા મળ્યું :

'બૉસ, છોકરાને ઉગારી લેવા માટે ગન ચલાવવી પડી ?'

હાઇનેસ હચમચી ગયા. ગુલનાર પોતાની કહ્યાગરી હોવા છતાં એને આટલી જલદી જાણ થઈ ગઈ એનો ધ્રાસકો પડ્યો : *શું કોઈ પોતાને ગોળી ચલાવતાં જોઈ ગયું હશે ?*

'ડૉન્ટ વરી, બૉસ.' હાઇનેસના હાવભાવ જોઈને ગુલે ધરપત આપી ધીમા અવાજે કહ્યું : 'મારા સિવાય કોઈ જાણતું નથી, સિવાય કે તાનિયાએ પેલો પત્ર બીજા કોઈ પાસે પણ વંચાવ્યો હોય...'

તાનિયાએ ? પત્ર ? હાઇનેસના ચહેરા પર પ્રશ્નોની કરચલી પડતી દેખાઈ. બધું જાણી લેવાની અધીરાઈ હતી, પણ આટલાં બધાંની હાજરી વચ્ચે વાતચીત લાંબી ચલાવવામાં જોખમ હતું, છતાં ટૂંકમાં ગુલનાર પાસેથી જે કાંઈ જાણ્યું એ તેમને ચિંતામાં નાંખી દેવા માટે પૂરતું હતું. તાનિયા ગુલનાર પાસે પત્ર વંચાવવા ગઈ તેમાં ઉપરવાળાની રહેમ જ કામ કરી ગઈ, પણ ગુલનાર કહે છે તેમ એણે એ પત્ર બીજા કોઈ પાસે વંચાવ્યો હોય તો ? કદાચ પાકું કરવા માટે એ બાઈ આવું કરે એવી છે અને તેમના મગજમાં ઝબકારો થયો : *એ બાઈએ હમણાં તો મને કટાક્ષમાં પૂછ્યું પણ ખરું કે કમરનો દુખાવો હોવા છતાં એકાએક ક્યાં ઊપડી ગયા હતા ?*

આપત્તિ આવી જ છે તો હવે મરદની માફક એનો સામનો કરવો પડશે.

ટટ્ટાર થતાં હાઇનેસે ગુલનારની સાવ લગોલગ ઊભા રહી ગુસપુસ અવાજે કહ્યું : 'ગુલ, મારા જૅકેટના ખિસ્સામાં ગન છે તે સિફતથી કાઢી લઈને તારા પર્સમાં સરકાવી દે.'

'સમજી ગઈ.' ચતુર ગુલનારે નર્તકીની ત્વરાથી એ કામ કરી દેખાડ્યું : 'અહીંની પોલીસ કદાચ તમારી ગન જોવા માગે અને તેની ગોળી સાથે શાર્કને જમખી કરનાર ગોળી મળતી આવે તો...'

'યૂ આર વેરી સ્માર્ટ !' કહી હાઇનેસે કોટના ખાલી ખિસ્સામાં હાથ ખોસી ચાલતી પકડી. એમણે પગ તો બીજી દિશામાં ઉપાડ્યા હતા, પણ પછી વિચાર બદલી ઓમ-તાનિયા તરફ ફંટાયા.

'મને થયું કે લાંબો વખત ઉધારી રાખવી સારી નહીં.' એમણે શ્વાસ ઘૂંટીને જવાબ પરખાવ્યો :

'ડૉક્ટર તાનિયા શાહ, તમે હમણાં જિજ્ઞાસા દર્શાવેલી ને કે કમર દુખતી હોવા છતાં મારે કેમ બહાર નીકળવું પડ્યું... તો જવાબ સાંભળી લો.'

બોલીને એ થોડી પળ માટે ચૂપ થઈ ગયા. અત્યાર સુધી આત્મા તેમને જોખમી લાગતો હતો તેમાં હવે તાનિયાનો પણ ઉમેરો થયો હોય એવી વેધક નજરે તેમને નિહાળતા રહીને સંભળાવ્યું :

'એક લેડી મારા સ્વીટના દરવાજા હેઠળથી કોઈનો પત્ર સરકાવી ગઈ... અને એ પત્રમાં અર્જન્ટ મળી જવાની માગણી હતી... અને એ માગણી કરનાર એક અત્યંત ખૂબસૂરત સ્ત્રી હતી.'

કહી આગળ વધી જવા માટે પગ ઉપાડતાં મમરો મૂક્યો :

'હવે તમે જ કહો, ડૉક્ટર, કોઈ ખૂબસૂરત સ્ત્રીનો સહવાસ માણી આવ્યા પછી કમરનો દુખાવો ગાયબ થઈ જાય કે નહીં ?'

અને તાનિયા સ્તબ્ધ થઈને તેમની પીઠને એવી રીતે તાકતી રહી જાણે ગન જેવું કોઈ હથિયાર હાજર હોત તો આ માણસને પોતે નિર્દયપણે વીંધી નાખ્યો હોત !

પરંતુ ત્યાર પછી તરત જ તેને હાઇનેસ-ગુલનાર વચ્ચે થતી ગુસપુસનો વિચાર આવ્યો. *અરે, આ કેબ્રે ડાન્સર તો હાઇનેસની લાસ-વેગાસની ગર્લફ્રેન્ડ હોવાનું ઓમકારે જ મને કહ્યું હતું, છતાં હું તેની પાસે જ મૅડમ સોરાયાનો પત્ર વંચાવવા ગઈ ! તો શું એણે પત્રના ઉર્દૂ લખાણનું ભાષાન્તર કરીને સંભળાવ્યું તે સાચે સાચું હશે કે બનાવટી ?*

હમણાં હાઇનેસ મને પત્ર બાબત મહેણું સંભળાવી ગયા એનો અર્થ પણ એ જ થયો કે ગુલનારે એમને જાણ કરી દીધી. એ પત્ર મૅડમ સોરાયા મને સોંપતાં ગયેલાં... ઓહ ગૉડ, ગુલનાર પાસે પત્ર વંચાવીને હાથમાં આવેલું રહસ્ય ગુમાવી દેવાની કેવી મૂર્ખાઈ કરી બેઠી હું !

*

'અમે આપની જ પ્રતીક્ષા કરતા હતા, યોર હાઇનેસ !'

શિપના સીક્યુરિટી ચીફ રૉબિન્સે હાઇનેસ સાથે હાથ મિલાવી પોતાની પડખે ઊભેલા ખાખી યુનિફૉર્મધારી પોલીસ ઑફિસર સાથે એમનો પરિચય કરાવતાં કહ્યું :

'આ છે વેલેટાના પોલીસ ઇન્સ્પેક્ટર અબુ બર્ક.'

આફ્રિકન અને આરબનું મિશ્ર લોહી ધરાવતા પોલીસ ઑફિસરે ધોળા દાંત દેખાડતું હાસ્ય વેરીને હસ્તધૂનન કર્યું :

'યોર હાઇનેસ, શિપના કૅપ્ટન તરફથી ફરિયાદ મળી એટલે અમે તાબડતોબ કારવાઈ ચાલુ કરી દીધી. તિજોરી ખોલનાર ઉસ્તાદ વાસ્કો હતો એની નિશાનીઓ પણ મળી આવી... હવે આપે કહેવાનું છે કે તિજોરીમાંથી કે બીજા સામાનમાંથી શું માલમતા ગઈ ?'

સ્વીટ પર પહોંચતાં પહેલાં સિક્યુરિટી ઑફિસરે આખી ઘટના કહી સંભળાવીને આશ્ચર્ય વ્યક્ત કર્યું :

'સમજાતું નથી કે તિજોરી ખોલ્યા પછી એ માણસ ભોંય પર પટકાઈ કેમ પડ્યો ? કારણ કે તિજોરી સાથે જોડેલું એલાર્મ વાગી ન ઊઠે એટલા ખાતર તો એણે મેઇન સ્વિચનો ફ્યુઝ કાઢી નાખ્યો હતો એટલે શૉક લાગવાનો સવાલ ઊઠતો નથી.'

'બીજું આશ્ચર્ય એ છે કે તેને દરવાજા પાસે પડેલો જોઈને છળી ઊઠેલા વેઇટરે સીક્યોરીટી ગાર્ડને જાણ કરી અને પાંચ મિનિટમાં ગાર્ડ અહીં આવ્યો, ત્યારે પેલો માણસ ગાયબ થઈ ગયેલો !'

આમ કહી પોલીસ ઇન્સ્પેક્ટરે ગુનેગારની ખાસિયત સમજાવતાં ઉમેર્યું : 'આ વાસ્કો બ્લડપ્રેશરનો દરદી છે. શરાબનો શોખીન છે. કદાચ એણે તિજોરી ઉઘાડતાં પહેલાં ખૂબ ઢીંચ્યો હશે અને એની અસરમાં ઢળી પડ્યો હોય એવું અનુમાન થઈ શકે, પરંતુ તમારા સ્વીટની બધી બૉટલ્સ અકબંધ છે.'

પરંતુ એમનાં છેલ્લાં વાક્યો પર હાઇનેસે લક્ષ આપ્યું નહીં. સ્વીટમાં દાખલ થઈને ઉઘાડી તિજોરીમાં નજર નાખતાં જ એ પામી ગયા કે શું ગુમ થયું છે. પોતે તિજોરીમાં માનવખોપરી અને કાલભૈરવની છબી સિવાય કાંઈ જ રાખ્યું નહોતું, એટલે તો કંઈ ચોરાઈ જવાની ચિંતા નહોતી, *પણ પેલી ખોપરી ક્યાં ગઈ ? કોણ લઈ ગયું ?*

એમણે તિજોરીમાં હાથ નાખ્યો તો કાલભૈરવની છબી મઢેલી ફ્રેમ હાથમાં આવી. થોડીવાર સુધી હાઇનેસ તેને તાકતા રહ્યા. વર્ષો પહેલાં પોતાને જેલમનદીમાં તણાતાં બચાવનાર પંડિતજી તેને કાલભૈરવના મંદિરમાં લઈ ગયા હતા, ત્યારથી એ તેનો મહિમા સમજતો થયો હતો. પણ ત્યાર પછી તો બધું જ બદલાઈ ગયું. પોતે કટ્ટર મુસલમાન બની ગયો. હિન્દુઓને કાફર કહેતો થઈ ગયો. પૃથ્વીના પટ પરથી હિન્દુમાત્રને ભૂંસી નાખવાનું ખુન્નસ ઘૂંટવા લાગ્યો. જોકે ભારત પાસેથી કાશ્મીર પડાવી લેવા માટે આદરેલા ઑપરેશનને પોતે *કાલભૈરવ* નામ કેમ આપ્યું એ ખુદ તેને જ રહસ્યમય લાગ્યું હતું.

'એ કોની છબી છે, હાઇનેસ ?'

પાછળ ઊભેલા શિપના સીક્યુરિટી ચીફે કુતૂહલવશ પૂછ્યું ત્યારે બનાવટી નિઃશ્વાસ નાખીને એણે કહેવું પડ્યું :

'આ અમારા હિન્દુઓના એવા દેવતા છે જે રૂઠે તો માણસનું નખ્ખોદ કાઢી નાખે.'

'ઓહ, હવે સમજાયું !' ઇન્સ્પેક્ટર અબુ બર્કનો ચહેરો ચમકી ઊઠ્યો : 'પેલો તિજોરી-તોડ વાસ્કો આ છબી જોઈને જ મૂર્છા પામી ગયો હશે.'

'પરંતુ એ ગયો ક્યાં ?' હાઇનેસને ખોપરીનું કુતૂહલ કનડતું હતું : 'એની મૂર્છા આટલી જલદી વળી ગઈ હોય તોપણ કોઈની નજરે ચડ્યા વિના નાસી કઈ રીતે શકે ?'

'એને તો અમે પાતાળમાંથી પણ પકડી પાડીશું, યોર હાઇનેસ !' કહી ઇન્સ્પેક્ટરે ફરિયાદનામાનાં પેપર્સ તેમની સામે ધર્યાં : 'આપે અમને લખાવવાનું છે કે સેફમાંથી શું-શું માલમતા ચોરાઈ ગઈ અને...'

અને કહીને ઇન્સ્પેક્ટર દાઢી ખંજવાળવા માંડ્યા ત્યારે હાઇનેસ પ્રશ્નસૂચક દૃષ્ટિથી તેમને તાકવા લાગ્યા : *અને શું ?*

'આપે એ પણ જણાવવું પડશે કે તમારા સ્વીટમાં ચોર ઘૂસ્યો એ વખતે તમે ક્યાં હતા ?'

'બીજાં બધાં પૅસેન્જર્સની જેમ હું પણ બહાર હતો.'

'ક્યાં, ઝૂમાં ?' ઇન્સ્પેક્ટરે ઊલટતપાસની જેમ પૂછીને ઉમેર્યું : 'હવે તો તમે જાણી ચૂક્યા હશો કે શાર્કના લાઇવ-શૉમાં ભયાનક દુર્ઘટના થતી-થતી રહી ગઈ... છતાં આટલાં બધાંની હાજરી વચ્ચે કોઈ અજાણ્યો માણસ ટનલમાં ઊછળતી શાર્ક પર ગોળીબાર કરીને ગાયબ થઈ જાય એ ઘટના અહીંની પોલીસને માટે કલંક લગાડનારી કહેવાય.'

'એમ તો તમારો તિજોરી તોડનારો આ ઉસ્તાદ સ્વીટમાં ઘૂસી જાય, કોઈથી નહીં ઊઘડી શકનારી સેફ ખોલી જાય અને મૂર્છા ખાઈને ઢળી પડે, છતાં કોઈના હાથમાં ન આવે એ પણ તમારા પોલીસખાતા તેમ જ શિપના સીક્યુરિટી સ્ટાફ માટે શરમ જેવું જ ગણાય ને, ઇન્સ્પેક્ટર ?'

'પરંતુ તમે હમણાં જ કહ્યું કે તિજોરીમાંથી કાંઈ જ ચોરાયું નથી !' ઇન્સ્પેક્ટરે બચાવ કર્યો : 'તો પછી વાસ્કો આજે પકડાય કે કાલે, શું ફેર પડે છે ?'

'એવી જ રીતે શાર્ક પર ગોળી ચલાવનાર આજે પકડાય કે કાલે, શું ફરક પડવાનો ?'

'ફરક એ પડવાનો કે વાસ્કો આ દેશ છોડીને ક્યાંય જવાનો નથી, જ્યારે તમે... એટલે કે આ શિપનાં પૅસેન્જર્સ તો કાલે અહીંથી રવાના થઈ ગયાં હશે... તેમાંથી જ કોઈકે શાર્કની ટનલમાં ગોળીબાર કર્યો હોય એનો પુરાવો મળે તોપણ અમારો દરિયો વટાવ્યા પછી અમે તેને ગિરફ્તાર કરી ન શકીએ.'

'ઠીક છે. હું તમને લખાવું છું કે એ વખતે હું ઝૂ પર હાજર નહોતો. ટનલમાં થયેલા ગોળીબાર સાથે મને કોઈ લાગતુંવળગતું નથી... અને મારા સ્વીટમાં થયેલી ઘૂસણખોરી અંગે પણ મારે કોઈ જ ફરિયાદ નોંધાવવી નથી.' મક્કમ સ્વરે કહીને પૂછ્યું : 'હવે હું જઈ શકું છું ? મારે એક અર્જન્ટ કામ પતાવવાનું છે.'

ઇન્સ્પેક્ટર અબુ બર્ક હાઇનેસની ગરમી સામે ઓગળી ગયો : 'ઓકે, યોર હાઇનેસ, આ કેસ બન્યો જ નથી એવું માની લઈએ છીએ, બસ ને !'

'બસ !' કહી કાલભૈરવની પેલી છબી કોટના ખિસ્સામાં મૂકી દઈને એ દાંત કચકચાવતા લિફ્ટ તરફ ધસી ગયા. ચોથા માળે ઊતરવા માટેનું બટન દબાવ્યું ત્યારે એમના મગજમાં ત્રણ હજાર પંચોતેરનો આંકડો ઘુમરાતો હતો, કારણ કે એ હતો યોગીજી કૃષ્ણમૂર્તિનો કૅબિન નંબર.

ત્રણ હજાર પંચોતેરમાં પૂજાના ભગવા પોશાકમાં યોગી કૃષ્ણમૂર્તિ ખોપરી સામે નતમસ્તકે બેસી ગદ્‌ગદ અવાજે મંત્રોચ્ચાર કરતા હતા. હિઝ હાઇનેસની સ્વીટમાંથી સાવ અણધારી રીતે કાલભૈરવની પૂજા માટે અનિવાર્ય એવી ખોપરી પાછી મળી ત્યારથી એમનું અંતર પ્રસન્ન-પ્રસન્ન બની ગયું હતું. એના વિયોગમાં પોતાનો ભક્તિભાવ પ્રભાવ ગુમાવી બેઠો હોય તેમ આટલા દિવસથી એ આકુળવ્યાકુળ રહેતા હતા. હવે ખોપરી હાથ લાગ્યા પછી તેને નવેસરથી પૂજા યોગ્ય બનાવવા માટે પ્રાણપ્રતિષ્ઠા જેવી વિધિમાં ઓતપ્રોત બની ગયા હતા. એટલા માટે તો બહાર ચાલતા ઉત્સવમાં તે સામેલ થયા નહોતા. કૅબિનના દરવાજા બહાર *ડોન્ટ ડિસ્ટર્બ*નું પતાકડું લટકાવી દીધું હતું અને ફોનનું રીસીવર પણ ઊંચકીને બાજુએ મૂકી દીધેલું.

બારણે ટકોરા પડ્યા. યોગીજીને એ વિક્ષેપ ખટક્યો. સામે બર્થ પર સૂતેલાં બીમાર નીરજાદેવી તરફ નજર કરી લીધી. ના, એ તો ગાઢ નિદ્રામાં પોઢેલાં છે.

'કોણ ?' જરૂર કરતાં વધારે ઊંચા અવાજે એમણે પૂછ્યું : 'કોણ છે ?'

'હું...' બહારથી હાઇનેસે પોતાનું નામ ઉચ્ચાર્યા વિના જવાબ આપ્યો : 'હું છું.'

'પધારો !' આવકારના એ શબ્દો ઉચ્ચારવામાં વ્યંગ હતો : 'બારણું અટકાવેલું છે, ધક્કો મારીને આવી જાઓ.'

અને બહારવાળાએ જરૂર કરતાં વધારે જોરથી હડસેલો મારી બારણું ઉઘાડ્યું. હાઇનેસની

નજર પહેલાં યોગીજી સાથે ટકરાઈ અને પછી ખોપરી પર ચોંટી ગઈ. મનમાં અનેક આકરા શબ્દો ઘૂંટતાં-ઘૂંટતા એ આવ્યા હતા. *ક્યાં છે પેલી ખોપરી ? વેઈટરે દરવાજો ઉઘાડ્યો ત્યારે તમે જ ત્યાં પહેલા પહોંચ્યા હોવાનું સૌ કહે છે ! હવે જુઠ્ઠું બોલવાનો કોઈ અર્થ નથી, શ્રીમાન યોગી કૃષ્ણમૂર્તિજી !*

પરંતુ શબ્દોના આ પ્રહાર કરવાની તક જ ન સાંપડી, કારણ કે એમનું આગમન થતાં જ યોગી કૃષ્ણમૂર્તિએ જમણા હાથે ખોપરી ઊંચકીને તેમની સામે ધરી. હાઇનેસને થયું કે એ હમણાં કાંઈક બોલશે, પરંતુ હોઠને બદલે એમની આંખો બોલતી લાગી : *આખરે મારી ચીજ મારી પાસે પાછી આવી ગઈ ને ?*

ઘડીભર હાઇનેસને બોલવા માટે શબ્દો જડ્યા નહીં અને એટલી વારમાં તો યોગીની ત્રાટક-દૃષ્ટિએ એમને એવા વશ કરી લીધા હતા કે કોટના ખિસ્સામાં સાથે લીધેલી કાલભૈરવની છબી બહાર કાઢીને તેમની સામે ધરી.

'સારું થયું એ પરત કરવાની તમને પ્રેરણા મળી.' યોગીએ વ્યંગને બદલે ઠાવકાઈથી કહ્યું : 'યોર હાઇનેસ, એ છબીને અહીં પધરાવી દો અને હું પૂજામાંથી પરવારું ત્યાં સુધી તમે સામે જ બેસી રહેજો.'

એમણે કહ્યું તો હતું મૃદુ સ્વરે, છતાં હાઇનેસે આજ્ઞાંકિતપણે બરાબર સામે બેઠક લેવી પડી. યોગીજીની ત્રાટક-નજર હવે પોતાની પાસે ધાર્યું કરાવી શકશે એવી તેમને દહેશત જાગી. વરસો પહેલાં પોતાને જેલમનદીનાં પૂરમાંથી ઉગારી લેનાર પંડિતજીએ ત્રાટકવિદ્યાનો પહેલો પાઠ શીખવવા પોતાને તેમની પાસે આવી જ રીતે બેસાડ્યો હતો. એ વખતે તાંત્રિક પંડિતજી કંઈક એવું બોલી ગયેલા કે *દૃષ્ટિની શક્તિ અપાર છે. સંમોહનવિદ્યા શીખી ગયા પછી તું સિંહને પણ બકરા જેવો નમાલો બનાવી શકીશ.*

આટલો વિચાર કર્યો ત્યાં સુધીમાં યોગીજીની વશીકરણવિદ્યા હાઇનેસના જ્ઞાનતંતુઓ પર કબજો જમાવવા લાગી હતી. હાઇનેસને થયું : *શરીરનાં અંગો શિથિલ બનવા લાગ્યાં છે. ઊભા થઈ જવાની ઇચ્છા જાગે છે, પણ તેનો અમલ કરવાનું જોર હાથ-પગમાંથી ઓસરી ગયું છે. કોઈક આવીને પોતાને આ વશીકરણના બંધનમાંથી છોડાવે તો જ હવે તો છૂટી શકીશ, નહીંતર...*

અને શિપની માઈક-સિસ્ટમમાં સળવળાટ થયો. જાણે એમની ઇચ્છાનો પડઘો પડતો હોય તેમ માઈક પર તેમને જ સંબોધન થતું સંભળાયું :

'યોર હાઇનેસ... યોર હાઇનેસ !'

યોગી કૃષ્ણમૂર્તિએ જોયું તો હાઇનેસની ઉઘાડી આંખોની પાંપણમાં ફરફરાટ થતો વર્તાયો.

'આપ જ્યાં હો ત્યાંથી તરત સીક્યુરિટી ઑફિસમાં પધારવા વિનંતી છે... યોર હાઇનેસ !'

ફરી યોગી કૃષ્ણમૂર્તિએ ચકાસ્યું તો હવે હાઇનેસના ખભા સુધી ચેતના પ્રસરી ગઈ હોય તેમ એમના બંને ખભા હલબલતા દેખાયા.

'યોર હાઇનેસ, આપને જાણ કરવાની કે આપના સ્વીટનો સેફબ્રેકર વાસ્કો પકડાઈ ગયો છે...'

અને એ વાક્યે હાઇનેસને હર્ષનો એવો ધક્કો આપ્યો કે યોગીના વશીકરણમાંથી એક ઝાટકે મુક્ત થઈ સફાળા ઊભા થઈ ગયા. પછી તો પાછું વાળીને જોયા વિના જ એમણે દોટ

મૂકી. ના, વાસ્કોને જોવા માટે નહીં, પણ કૃષ્ણમૂર્તિના કહ્યાગરા બની જઈ પોતે બધું જ બકી મારશે એવી બીકના માર્યા એ નાસી છૂટ્યા હતા.

'યોર હાઇનેસ, આ તરફ.'

લિફ્ટમાં ઉપર પહોંચીને પોતાના સ્વીટ તરફ જતી સીડીનાં પગથિયાં ચડવા જાય ત્યાં પાછળથી સીક્યુરિટી ગાર્ડે તેમને હાંક મારીને જાણ કરી :

'એ વાસ્કો આપના સ્વીટને અડીને આવેલા બીજી બાજુના સ્વીટમાંથી મળી આવ્યો.' કહી એ તેમની આગળ થયો : 'આ બાજુ ચાલો.'

બીજી બાજુની સીડી ચડીને હાઇનેસ લેડી ગેટીના સ્વીટ પર પહોંચ્યા તો દરવાજા પર જ પોલીસ ઇન્સ્પેક્ટર અબુ બર્ક સાથે સીક્યુરિટી ચીફ રૉબિન્સ ઊભા હતા.

'આજે બધું ન ધારેલું બની રહ્યું છે.'

પોલીસ ઇન્સ્પેક્ટરના બોલવામાં ખેદ હતો કે ખુશી એ હાઇનેસને સમજાયું નહીં.

'આપ અંદર જઈને જાતે જુઓ, કેવી હાલતમાં એ પકડાયો.'

હાઇનેસની જિજ્ઞાસા તીવ્ર બની. લેડી ગેટીના સ્વીટમાં જઈને સામા છેડે નજર દોડાવી તો બાથરૂમના અધખુલ્લા દરવાજામાં એક પડછંદ આદમી ઘસઘસાટ ઊંઘતો હોય એમ પડ્યો હતો.

'હાર્ટ ફેઈલ થઈ ગયું લાગે છે.'

હાઇનેસ પેલાની નજીક પહોંચ્યા એટલે ઇન્સ્પેક્ટરે અનુમાન કરીને ઉમેર્યું : 'ડૉક્ટર આવીને તપાસે એટલે પાકું થશે, પરંતુ મારું માનવું છે કે એ તમારા સ્વીટમાં પછડાયો ત્યારે સંપૂર્ણપણે મૂર્ચ્છાવશ નહીં થયો હોય. કદાચ હાર્ટ-એટૅક જેવું આવ્યું હશે. પછી વેઈટરે દરવાજો ઉઘાડીને ચીસ પાડી એટલે જોર કરીને ઊભો થયો હશે. દૂર નાસી જવા માટે તેની પાસે સમય અને તાકાત નહીં હોવાથી તમારા સ્વીટની બાલ્કનીમાંથી કૂદીને આ સ્વીટમાં ઘૂસી આવ્યો.'

હાઇનેસનું ધ્યાન એમને સાંભળવાને બદલે મૃત્યુ પામેલા વાસ્કોના જમણા હાથની બંધ મુઠ્ઠીમાં દેખાતી કાગળની કાપલી પર ચોટ્યું હતું.

'પછી સંતાવા માટે બાથરૂમમાં ઘૂસ્યો હશે, પણ વધુપડતા પરિશ્રમને કારણે ફરી હૃદય ઉપર હુમલો થયો હશે એટલે આમ ઢળી પડ્યો... અમારા દેશનો નંબર વન સેફ-બ્રેકર !'

હવે હાઇનેસે વાસ્કોની લાશ પાસે બેસી જઈ તેના જમણા હાથની બંધ મુઠ્ઠી ઉઘાડવા જોર અજમાવ્યું, પણ મડાગાંઠ જેવી મુઠ્ઠી ઊઘડી નહીં.

'શું બાબત છે, હાઇનેસ ?'

ત્યારે એ મડદા પાસેથી ઊભા થઈ ગયા :

'ઇન્સ્પેક્ટર, તમે પૂછતા હતા ને કે મારી કોઈ ચીજ ચોરાઈ છે ખરી ? તેનો જવાબ મેં નકારમાં આપ્યો હતો, પણ એ મારી ભૂલ હતી. હવે સમજાય છે કે એની મુઠ્ઠીમાં રહેલી કાપલી એ ચોરી જવા માગતો હતો.'

'કાગળની કાપલી !'

'જી હા, તમે પેલી છબી જોઈ હતી ને, એના પૂજાપાઠનો મંત્ર એ કાગળમાં લખ્યો હતો.'

'પરંતુ વાસ્કોને ધન-દોલત કે જર-ઝવેરાતમાં રસ હોય... કોઈ દેવી-દેવતાના મંત્ર સાથે એને શું લાગેવળગે ?'

'એને ભલે લાગતુંવળગતું ન હોય, પણ દેવી-દેવતાની આવી કોઈ પવિત્ર ચીજ માણસ લઈને નાસી છૂટવા જાય તો એ દસ ડગલાંથી વધારે દૂર ભાગી ન શકે... કાં તો એ આંધળો થઈ જાય અથવા તો એની છાતીનાં પાટિયાં ભીંસાઈ જાય.'

'ઓહ !' સાંભળનાર સૌની આંખો પહોળી થઈ ગઈ : 'એવું શું છે ?' ઇન્સ્પેક્ટરની છાતીમાં કાંઈક થવા લાગ્યું.

'તો-તો ડૉક્ટર આવે એટલે એની મુઠ્ઠી ખોલીને કાગળની એ કાપલી તમને જ સોંપી દઈશું.'

'ત્યાં સુધી હું તમારી સાથે જ રહીશ, ઇન્સ્પેક્ટર !'

અને એ જ વખતે શિપના મુખ્ય ડૉક્ટર દ'ગોલ નર્સ સાથે આવી પહોંચ્યા. હાઇનેસને એક જ વાતની અધીરાઈ હતી કે યોગીએ ખોપરીમાં ખોસી રાખેલી પેલી ચિઠ્ઠી વાસ્કોની મુઠ્ઠીમાંથી સીધી પોતાના હાથમાં આવી જાય... પ્રાકૃતમાં લખાયેલી એ કાપલીમાં શું છે એનો ભેદ ઉકેલ્યા વિના યોગીના હાથમાં એ જવી ન જોઈએ...

પરંતુ એ માટે તો હાઇનેસે પ્રાકૃત વાંચી શકનાર કોઈને શોધવો પડે તેમ હતો અને એવો માણસ મેળવવો ક્યાંથી ?

□

38

માલ્ટાના વેલેટા બંદરે લાંગરેલા *ઓશનકિંગ-વન* માટે ઈસુના નવા વરસનો પ્રથમ દિવસ ઘટના-દુર્ઘટનાથી ઘેરાયેલો નીવડ્યો. ઝૂમાં શાર્ક-શૉ જોતાં-જોતાં ટનલમાં ઊથલી પડેલો આત્મા આબાદ રીતે મૃત્યુના મોંમાંથી ઊગરી ગયો એની ઉત્તેજના હજી પૂરેપૂરી ઓસરી નહોતી ત્યાં ઉસ્તાદ તિજોરીતોડ વાસ્કોની લાશ લેડી ગેટીના સ્વીટના બાથરૂમમાંથી મળી આવી એ રહસ્યમય ઘટનાએ જુદા જ પ્રકારની હલચલ મચાવી દીધી.

હાઇનેસ આત્માને ઉગારી લેવા દુખતી કમર છતાં પણ ઝૂ જવા રવાના થઈ ગયા એનો લાભ લઈ એમના સ્વીટમાં ઘૂસેલો વાસ્કો ખરેખર તો મૃત્યુના માર્ગનો ઉંબરો ઓળંગી રહ્યો હતો. ગમે તેવી સેફ ખોલવાનો કસબ ધરાવતા વાસ્કોએ હાઇનેસની તિજોરી તો ઉઘાડી નાખી, પણ અંદરથી મૂલ્યવાન જર-ઝવેરાતને બદલે માણસની ખોપરી હાથમાં આવતાં જ એને આઘાતનો જોરદાર ધક્કો લાગ્યો હતો. તેના જમીન પર પટકાઈ જવાના અવાજે બાજુમાંથી પસાર થતા વેઈટરની જિજ્ઞાસા જગાડી. દરવાજાને ધક્કો મારતાં જ એ ઊઘડી તો ગયો, પણ લાંબી દાઢીવાળા વાસ્કોને જમીન પર પડેલો જોઈને ભયથી છળી પડેલા વેઈટરે ચીસ પાડીને દોટ મૂકી.... તેની એ ચીસથી અર્ધમૂર્છામાંથી જાગ્રત થયેલા વાસ્કોએ બચી જવા માટે મરણિયા બનીને નાસી જવાની પેરવી તો કરી, પણ એ બહુ દૂર જઈ શકે તેમ નહોતો. બાલ્કની ઓળંગીને લેડી ગેટીના બાજુવાળા સ્વીટમાં ઘૂસી જવામાં એટલો બધો પરિશ્રમ પડ્યો કે બીજો હાર્ટ-એટેક આવ્યો હોય તેમ વાસ્કો બાથરૂમમાં એવી હાલતમાં ઢળી પડ્યો કે અડધું શરીર અંદર અને અડધું ઉંબરાની બહાર...

બહાર ફરીને પાછાં ફરેલાં લેડી ગેટીની નજર સ્વીટમાં દાખલ થતાં જ વાસ્કો પર પડી અને એમણે પણ હૃદય ચિરાઈ જાય એવો ચિત્કાર કર્યો. સીક્યુરિટી ગાર્ડ અને પોલીસ ઇન્સ્પેક્ટર અબુ બર્ક આવી પહોંચ્યા ત્યારે લેડી ગેટી પોતે જ બેહોશ બનીને પ્રવેશદ્વાર પાસે ફસડાઈ પડ્યાં હતાં. એમની મૂર્છા તો પાંચ-સાત મિનિટમાં વળી ગયેલી પણ પેલો તિજારીતોડ વાસ્કો તો મૂએલો જ હાથ લાગ્યો, જેના હાથની મુઠ્ઠીમાં ભીંસાયેલી યોગી કૃષ્ણમૂર્તિના ગુરુએ નીરજાદેવીના હસ્તાક્ષરમાં

લખાયેલા ત્રણ સંકેતોની ચબરખીએ હાઇનેસને ઊંચા-નીચા કરી દીધા હતા. ખોપરીમાં ભરાવેલી એ ચિઠ્ઠી સંસ્કૃતમાં નહીં પણ પ્રાકૃત ભાષામાં હતી એ તો હાઇનેસે પહેલી જ નજરે જ પારખી લીધેલું, કારણ કે પોતાને જેલમનદીમાંથી ઉગારી લેનાર પંડિતજીને વારંવાર કાગળ પર પ્રાકૃત લિપિમાં શ્લોકો ટપકાવતા તેમણે જોયેલા. એકાદ વખતે તેણે પૂછી પણ લીધેલું : 'દાદાજી, આ લિપિ મને ક્યારે શિખડાવશો ?' તેના જવાબમાં પંડિતજીએ મીઠું મલકીને કહ્યું હતું : 'કમલાસન, પહેલાં સંસ્કૃત શીખી જા, પછી પ્રાકૃતનો વારો... કાલભૈરવને સાધવા આ લિપિ અવશ્ય શીખી લેવી પડે છે અને તને હું મારી બધી જ ગુપ્ત વિદ્યાઓ આપીને જ મરવાનો છું, બેટા !'

પરંતુ અચાનક આવી ચડેલા મુજાહિદોએ પંડિતજીને ઠાર કરી દીધા પછી તો કમલાસનમાંથી ફરી કમાલ હસન બની જવું પડ્યું અને સંસ્કૃત-પ્રાકૃત બંનેને એ ઉર્દૂની દુશ્મન ભાષા તરીકે ધિક્કારવા લાગ્યો હતો. આજે હિઝ હાઇનેસના સ્વાંગમાં તેને એ જ દુશ્મન ભાષા ઉકેલવાની ગરજ પડી હતી.

'પોણાત્રણ કલાક પહેલાં એનું હાર્ટ ધબકતું બંધ થઈ ગયું હતું.'

ડૉક્ટર દ'ગોલે વાસ્કોના મૃતદેહની ચકાસણી કરીને નિદાન કર્યું એટલે હાઇનેસે કાંડાઘડિયાળમાં જોયું : 'બરાબર લાગે છે, ડૉક્ટર ! ત્રણ કલાક અગાઉ મેં સ્વીટ છોડ્યો હતો. ત્યારપછી એ તરત જ અંદર ઘૂસ્યો હશે અને પાંચ જ મિનિટમાં સેફ ખોલી નાખી હશે... ઓહ ગૉડ, એણે તો વિશ્વવિખ્યાત અમેરિકન કંપનીનાં ગર્વ અને ગૌરવનું ખંડન કરી નાખ્યું ! અમારાં લૉકર ખોલનારો હજુ સુધી કોઈ પાક્યો નથી એવા દાવાને આ ઉસ્તાદે માત્ર પાંચ જ મિનિટમાં પોકળ કરી નાખ્યો !'

બાજુમાં ઊભેલા કૅપ્ટનને લાગ્યું કે હાઇનેસે પોતાને મહેણું સંભળાવ્યું.

'હાઇનેસ, મેં આ બાબત લૉકર કંપની પાસેથી ખુલાસો માગ્યો છે. પણ એવું બને કે તમારા સ્વીટની સેફ ખોલવાનો કોડ નંબર વાસ્કોએ કોઈકની પાસેથી જાણી લીધો હોય.'

હાઇનેસ સામું સંભળાવવા જતા હતા કે *આવો ભેદ કોઈ માણસ સહેલાઈથી જાણી શકતો હોય તો તમારા સેફમાં રાખેલી તમામ માલમતાની સેફ્ટી શું... ?* પરંતુ એવું કહેવાની તક મળી નહીં. ડૉક્ટરે વાસ્કોની બંધ મુઠ્ઠીમાંથી કાઢેલી કાગળની ચોળાઈ ગયેલી કાપલી હાઇનેસના હાથમાં સોંપતાં કહ્યું હતું :

'લો, તમારું પવિત્ર સ્લોગન.'

'સ્લોગન નહીં, ડૉક્ટર, અમારી સંસ્કૃત ભાષામાં એને શ્લોક કે મંત્ર કહેવાય છે, સૂત્ર નહીં !'

કહી હાઇનેસ ખિસ્સામાં કાપલી સરકાવવા જતા હતા, પણ ડૉક્ટરની જિજ્ઞાસા સળવળી ઊઠી :

'યોર હાઇનેસ, એ મંત્ર કે જે હોય તે એ અમને વાંચી સંભળાવો.' કહેતાં ડૉક્ટરે ઉમેર્યું :

'પેરિસના મારા નર્સિંગહોમમાં એક ઇન્ડિયન પેશન્ટ રોજ સવારે મોટા અવાજે તમે કહો છો એવા મંત્રો બોલતો. શરૂઆતમાં તો બીજાં પેશન્ટ્સ ફરિયાદ કરવા લાગ્યાં કે એના રાગડા અમને ડિસ્ટર્બ કરે છે, પણ ત્યાં સુધીમાં સૌને મંત્રો સાંભળવાની એવી આદત પડી ગયેલી

કે એક-બે દિવસ બંધ રહ્યા પછી બીજાં બધાંએ પેલાને ફરી મોટેથી મંત્રો બોલવાનો આગ્રહ કરવો પડ્યો.'

'અમારા મંત્રો માત્ર સાંભળવા જ ગમે છે એવું નથી.' હાઇનેસે પરાણે હિન્દુધર્મના શ્લોકની પ્રશંસા કરવી પડી : 'એ સાંભળવાથી મનને શાંતિ પણ સાંપડે છે, ડૉક્ટર.'

'તો પછી અમને તમારો એ પવિત્ર મંત્ર સંભળાવો ને, યોર હાઇનેસ !'

પ્રશંસા કરવા જતાં સપડાઈ જવા જેવું થયું હાઇનેસ માટે ! પ્રાકૃતમાં લખાયેલો મંત્ર વાંચી શકે તેમ નહોતા અને ગમે તે સંસ્કૃત શ્લોક સાચો-ખોટો સંભળાવી શકે એ પણ શક્ય નહોતું, કારણ કે દુશ્મન ભાષા ભૂલેચૂકે હોઠ પર આવી ન જાય એટલી હદે તેને માટે ધિક્કાર ઘૂંટ્યો હતો એમણે. પરંતુ બીજી જ પળે એ ધર્મસંકટમાંથી ઊગરી ગયા.

'સર, એક વિચિત્ર પ્રૉબ્લેમ ઊભો થયો છે.' શિપની પબ્લિક રિલેશન ઑફિસરે આવીને કૅપ્ટન સમક્ષ સમસ્યા રજૂ કરતાં કહ્યું : 'લેડી ગેટી એમનો સ્વીટ બદલવા માગે છે.'

'હેં !' કૅપ્ટને બરાબર સાંભળ્યું નહીં : 'મિસ નેલ્સન, તમે કાંઈક એવું બોલ્યાં કે લેડી ગેટી એમનો સ્વીટ બદલવા માગે છે... ઍમ આઈ રાઈટ ?'

'યસ સર, એ કહે છે કે...' કહેતી નેન્સી નેલ્સને જરા વાર અટકીને વાસ્કોના મૃતદેહ પર નજર નાખી લીધી : 'સર, લેડી કહે છે કે એમને હવે આ માણસના ભૂતની બીક લાગે છે.'

સાંભળીને ઇન્સ્પેક્ટર અબુ બર્ક ખડખડાટ હસી પડ્યા : 'ઓત્તારીની ! હજુ તો આ વાસ્કોની અંતિમવિધિ થઈ નથી ત્યાં તમારાં એ લેડીને એનું ભૂત દેખાવા લાગ્યું !'

'સૉરી, ઇન્સ્પેક્ટર !' કૅપ્ટને પોતાના માનવંતા પૅસેન્જરની મશ્કરી અટકાવી દેતાં કહેવું પડ્યું : 'કોઈની માન્યતા સાચી હોય કે ભ્રામક, આપણાથી એમ હસી ન પડાય.'

કહી મહિલા પી.આર.ઓ. નેન્સીની આગળ થતાં કૅપ્ટને કહ્યું : 'ઇન્સ્પેક્ટર, તમે તમારા આ મોસ્ટ વૉન્ટેડ થીફની લાશની દરકાર કરો.... હું મારાં માનવંતાં પૅસેન્જરનો પ્રૉબ્લેમ સૉલ્વ કરવા જાઉં છું.'

'ચાલો હું પણ તમારી સાથે આવું.' હાઇનેસ પેલો શ્લોક સંભળાવવાની લપ ટાળવા માગતા હોય તેમ કૅપ્ટન સાથે જોડાઈ ગયા : 'લેડી ગેટીને સમજાવી લેવામાં હું કદાચ તમને મદદરૂપ થઈ શકું.'

પરંતુ લેડી ગેટી કૅપ્ટન કે હાઇનેસની કોઈ સમજાવટ કાને ધરવા તૈયાર જ નહોતાં : 'ઘોસ્ટની મને બહુ બીક લાગે છે. તમે એને અહીંથી ખસેડ્યો હોવા છતાં હું જેવી મારી આંખો બંધ કરું છું કે મને એ બંધ આંખે ત્યાં પડેલો દેખાય જ છે.'

'બંધ આંખે દેખાય છે !' હાઇનેસ કટાક્ષ કરવા જતા હતા, પણ થોડી વાર પહેલાં કૅપ્ટને પેલા ઇન્સ્પેક્ટરને કરેલી ટકોર યાદ આવી ગઈ એટલે વિકલ્પ સૂચવ્યો :

'લેડી આપણે એક કામ કરીએ.... તમે મારા સ્વીટમાં આવી જાઓ અને હું અહીં શિફ્ટ થઈ જાઉં... પ્રૉબ્લેમ સૉલ્વ્ડ !'

'યૂ આર વેરી કાઈન્ડ, યોર હાઇનેસ !' લેડી ગેટીએ એવી રીતે આભાર વ્યક્ત કર્યો કે જાણે સમસ્યા સુલઝી ગઈ હોય. પણ ખરેખર એવું નહોતું.

'ભૂતની વધારે બીક તો તમારા સ્વીટમાં લાગે છે, યોર હાઇનેસ !' લેડી ધ્રૂજતા અવાજે બોલી ઊઠ્યાં : 'એને પહેલો એટેક તમારા સ્વીટમાં આવ્યો. એનો પ્રેતાત્મા તમારા અને મારા સ્વીટ વચ્ચે ગતિ કર્યા કરશે... નહીં રે, તમારા સ્વીટમાં તો હું પગ સુધ્ધાં ન મૂકું !'

તો પછી શું કરવું ?

સૌ વિમાસણમાં મુકાઈ ગયાં. ત્યાં અચાનક આવી ચડ્યાનો દેખાવ કરતી કેથેરિને ઉકેલ દર્શાવ્યો :

'લેડી, તમને સ્વીટમાં એકલાં રહેતાં બીક લાગતી હોય તો હું તમને કંપની આપવા તૈયાર છું... બોલો, કહેતાં હો તો તત્કાળ મારો લગેજ અહીં ટ્રાન્સફર કરાવી લઉં.'

'ઓહ, સો કાઈન્ડ ઑફ યૂ, કેથી !'

લેડી ગદ્ગદ થઈ ગયાં. ખરેખર તો ભૂત-પ્રેતનું તૂત એમના મગજમાં ઘૂસ્યા પછી એ કોઈ પણ સ્વીટમાં રાત્રે એકલાં રહી શકવાનાં નહોતાં. કેથેરિન પોતાની સાથે રહેવા તૈયાર થઈ ગઈ એથી એ રાજી થયાં, પણ ગમે તેમ તોય કેથી પોતાની જેવી એક સ્ત્રી ગણાય... રાત્રે કાંઈક થાય, કોઈની હિલચાલનાં પગલાં સંભળાય, તો-તો એ બિચારી પણ ગભરાઈ જાય.

'કેથી, તારો આઈડિયા મને ગમી ગયો, પણ હું તને અને બિલને જુદાં પાડવા નથી માગતી.'

જાણે લેડી ગેટી આવું બોલે એની રાહ જ જોતી હોય તેમ કેથેરિને મહામહેનતે ભીતરની ઉત્તેજના દેખાવા દીધા વિના તક ઝડપી લીધી :

'ઓહ, લેડી ! આપ ખરેખર સમજદાર છો... બિલ એક ઘડી પણ મારાથી અળગો રહી શકતો નથી.' કહી હળવેકથી ઉમેર્યું : 'એને હું સમજાવી લઈશ. એ પણ અહીં આપણી સાથે રહેવા આવી જશે... બસ ?'

'ઓહ ! એવી અરેન્જમેન્ટ થાય તો મારે સ્વીટ બદલવાની જરૂરત જ ક્યાં રહી ?' લેડી ગેટી ખુશખુશાલ થઈ ગયાં. કેપ્ટને પણ રાહત અનુભવી. હિઝ હાઇનેસને કેથેરિનની ઑફર સમજાઈ નહીં, પણ બિલ જેક્સને બ્યૂટિશિયન પત્ની પાસેથી આ ગોઠવણ વિશે જાણ્યું ત્યારે તેને એ જ ઘડીએ શેમ્પેઈનની બૉટલ ફોડીને ખુશાલી ઉછાળવાનું મન થઈ આવ્યું : 'કેથી, તું કમાલ છે ! અજોડ છે... લેડી ગેટી સાથે એક રાત રહેવા મળે તોપણ હું મારું કામ પતાવી શકું એમ છું. એમનો મિલિયન ડૉલરનો ડાયમન્ડ નેકલેસ એક વાર નિરાંતે જોવા મળે તો કાગળ પર તેની કૉપી કરી લઉં. બસ, પછી તો હૉંગકૉંગમાં શિપ છોડીએ એટલે આપણે મિલિયોનર બની ગયાં ! એમાં મીનમેખ નથી, ડાર્લિંગ !'

મરેલાના ભૂતથી ડરી ગયેલાં લેડીને કલ્પનાય નહીં હોય કે પોતે જીવતાનાં કરતૂતમાં ફસાવા સામે ચાલીને તૈયાર થયાં હતાં !

*

'આઈ ફીલ સો હૅપ્પી !'

લેડી ગેટી એકાએક જોલી મૂડમાં આવી ગયાં. વાસ્કોના શબને લઈને નર્વસ બ્રેકડાઉન જેવી સ્થિતિમાં આટલો જલદી, આવો અણધાર્યો સુખદ પલટો આવી જશે એની તો એમણે

કલ્પનાય કરી નહોતી. કેથેરિન અને બિલનો સામાન ગોઠવાઈ ગયા પછી એમનો સ્વીટ ભર્યોભર્યો લાગવા માંડ્યો.

'વર્ષો પછી મને મારાં દીકરા અને વહુ સાથે રહેવાનું મળ્યું હોય એવો આનંદ થાય છે, તમારા બંનેના સહવાસથી !'

પહેલી વાર લેડી ગેટીએ એમનાં પુત્ર અને પુત્રવધૂને યાદ કર્યાં એથી કેથીની જિજ્ઞાસા જાગ્રત થઈ ગઈ : 'લેડી, તમારાં સન અને ડૉટર-ઈન-લૉ ન્યૂયોર્કમાં નથી રહેતાં ?'

'નહીં રે ! દીકરો તો અમારી નજીક રહેવા માગે છે, પણ પુત્રવધૂ કહે છે કે હું તો લોસ એન્જલિસ છોડવાની નથી.'

વાત ઉચ્ચારી જ દીધી હતી એટલે લેડીએ આગળ ચલાવ્યું :

'દીકરો જ્યૉર્જ છે સાડત્રીસનો અને વહુ ફેની હશે ત્રીસની... લૉર્ડ ગેટીના દીકરાના પ્રેમમાં પડવા માટે છોકરીઓની લાઈન લાગતી, તેમાં આ સાત વરસ નાની ફેની તેને ફસાવી ગઈ.'

'ફસાવી ગઈ ?' કેથેરિન વાત કઢાવવામાં પાવરધી હતી : 'એ કઈ રીતે, લેડી ?'

'પેલી સત્તર વરસની હશે અને જ્યૉર્જે ત્રેવીસ વરસ પૂરાં કર્યાં હતાં. બંનેનું ડેટિંગ ચાલતું હતું તેમાં ફેની પ્રેગ્નન્ટ બની ગઈ. જ્યૉર્જે એબૉર્શન કરાવી નાખવા ઘણું સમજાવી પણ માની નહીં. એણે તો એક જ જીદ પકડી : ગેટી ખાનદાનના સંતાનને જન્મ આપતાં પહેલાં એની હત્યા મારાથી નહીં થાય... છેવટે એનું ધાર્યું થયું. જ્યૉર્જ અને ફેનીને પરણાવી દેવાં પડ્યાં. લગ્નના સાતમે મહિને એ બંને મા-બાપ બની ગયાં.'

'અને તમે દાદીમા !' કેથેરિને વાતને આગળ વધારવા હોંકારાનો હળવો હડસેલો માર્યો : 'એક રીતે તો એ સારું જ થયું કહેવાય.'

'પરંતુ ફેની ખરેખર જ્યૉર્જને ચાહતી નહોતી. એને તો અબજોપતિ ગેટી કુટુંબની પુત્રવધૂ બનીને વૈભવ-વિલાસમાં આળોટવું હતું.' કહી કાનમાં કહેવાની ઢબે લેડી ગેટીએ ધીમેથી ઉમેર્યું : 'એની કૂખે અવતરેલો દીકરો ખરેખર તો મારા જ્યૉર્જનો છે જ નહીં.'

'હેં ! શું વાત કરો છો ?' કેથીએ આશ્ચર્ય ઉચ્ચાર્યું : 'આટલી હદે બનાવટ કરી ગઈ એ !'

'અમને તો પાંચ વરસ પછી ખબર પડી.' ગેટીએ વાત આગળ ચલાવી : 'લૉર્ડ ગેટી અને મારી ઇચ્છા એમ કે ઘરમાં એક દીકરી હોય તો સારું. અને જ્યૉર્જને સમજાવ્યો કે તેં એક પુત્ર તો આપ્યો, હવે પુત્રી માટે ટ્રાય કર ને.'

'પછી ?'

'એની ટ્રાય તો ચાલુ જ હતી. ડૉક્ટર પાસે ચેક-અપ કરાવ્યું ત્યારે ખબર પડી કે જ્યૉર્જ સંપૂર્ણ પુરુષ હોવા છતાં બાપ ન બની શકે એવી ખામી એ ધરાવે છે... એનો અર્થ એ થયો ને કે એ અમને બધાંને બનાવી ગઈ !'

'હાસ્તો !' કેથીએ ટાપશી પુરાવીને પૂછી લીધું : 'પરંતુ છોકરું પારકું છે એ જાણ્યા પછી તમે લોકોએ ડિવૉર્સ કેમ ન લેવડાવ્યા ?'

'અમારે જાહેરમાં ભવાડા કરવા નહોતા અને લૉર્ડ ગેટીને પેલા પોતરા સાથે એવી માયા

લાગી ગયેલી કે એનાથી એ જુદા પડવા તૈયાર નહોતા. છેવટે બધું ભીનું સંકેલી લીધું અને ફેનીએ તેનો ભરપૂર ફાયદો ઉઠાવવા માંડ્યો. જ્યૉર્જ જાણે એ રીતે ફેની બીજા પુરુષો સાથે હરવા-ફરવા લાગી અને બેફામ પૈસા ઉડાવવા માંડી તે કારણે જ્યૉર્જ માનસિક રીતે ભાંગી પડ્યો. આલ્કોહૉલિક બની ગયો. સવાર, બપોર ને સાંજ નશો કરવા મંડ્યો.' કહી નિઃશ્વાસ નાખીને લેડી ગેટીએ વાત પૂરી કરી : 'ફેનીને તો ફાવતું થઈ ગયું. ધંધાને કારણે અમારે ન્યૂયૉર્ક રહેવા જવું પડ્યું, પણ ફેની હોલીવુડનો માહોલ માણવા ખાતર લોસ એન્જલિસ છોડવા તૈયાર નહોતી.'

'તો-તો બિચારા લૉર્ડે તેમના ગ્રાન્ડ સનનો વિજોગ વેઠવો પડતો હશે.' સહાનુભૂતિનો વળ ચડાવીને કેથીએ ઉમેર્યું : 'પુરુષોને પુત્ર કરતાંય પૌત્ર વધારે વહાલો હોય છે. ફેનીએ એમનો તો વિચાર કરવો જોઈતો હતો ને.'

'ફેની !' મોઢું કડવું થઈ ગયું હોય એવા ભાવ સાથે લેડીએ ઊભરો ઠાલવ્યો : 'એ બાઈ તો છોકરા માટે દાદાની લાગણીને વટાવે એવી નીકળી. દર વરસે સમર વૅકેશનમાં અમારા ગ્રાન્ડસન જ્હોનીને એ એક વીક રહેવા મોકલે છે, પણ તેની સામે એક આકરી શરત રાખી છે એણે.'

'આકરી શરત ?'

'જ્હોની અમારે ત્યાંથી પાછો ફરે ત્યારે એના દાદાએ જ્હોનીની મધરને ઓછામાં ઓછા હન્ડ્રેડ થાઉઝન્ડ (એક લાખ) ડૉલરની જ્વેલરી પ્રેઝન્ટ તરીકે મોકલવી પડે.'

'હન્ડ્રેડ થાઉઝન્ડ ? એવરી ટાઈમ ?'

'હા. પાંચ વરસથી આ રીતે ચાલ્યું આવે છે.'

'એટલે કે અત્યાર સુધીમાં એણે ફાઈવ હન્ડ્રેડ થાઉઝન્ડની ડાયમન્ડ ગિફ્ટ તેના સસરા પાસેથી પડાવી લીધી !'

'અરે, એનો ડોળો તો મારા ડાયમન્ડ નેકલેસ પર છે.' બોલતાં-બોલતાં લેડી ગેટીની આંખોમાં હીરા જેવી ચમક આવી ગઈ : 'વૉટ એ નેકલેસ !'

ડાયમન્ડની વાત આવી એટલે કેથીના હૈયામાંય ગલીપચી થવા લાગી. *નસીબ પાધરાં છે એટલે પેલો વાસ્કો આ સ્વીટમાં મૂઓ અને લેડીની સાથે રહેવા મળ્યું. અધૂરામાં પૂરું દીકરા-વહુની વાતમાંથી એ પોતે જ જ્વેલરીને વચ્ચે લઈ આવ્યાં. હવે સાચવીને પૃચ્છા કરવી પડશે.*

'ત્યારે તો તમારો એ નેકલેસ લીઝ ટેલરના નેકલેસનેય ટક્કર મારે એવો હોવો જોઈએ, લેડી !'

સ્ત્રીમાત્રના મોંમાંથી ઝવેરાતની વાત સાંભળીને પાણી છૂટતું હોય છે, એટલે લેડીને કેથીની જિજ્ઞાસા બાબત બીજી કોઈ શંકા જાગવાનું કારણ નહોતું.

'લીઝ ટેલરનો નેકલેસ જ્યાં બન્યો હતો ત્યાં જ લૉર્ડ ગેટીએ મારા માટે ફાઈવ મિલિયન (પચાસ લાખ) ડૉલરનો એ નેકલેસ બનાવ્યો હતો.'

'ફાઈવ મિલિયન ડૉલર્સ !'

પચાસ લાખના આંકડાએ કેથીની બંને આંખો પચાસ પળ સુધી પહોળી કરી દીધી : 'લેડી, તમે ખરેખર ખુશનસીબ છો... મારા જેવી તો એવો નેકલેસ જિંદગીમાં ક્યારેય જોવા સુધ્ધાં ન પામે... પહેરવાની વાત તો જવા દો.'

'જોવો છે તારે ?'

આ પ્રશ્ન સાંભળીને કેથીની ઉત્તેજના સડસડાટ ઊંચે ચડી ગઈ : 'ખરેખર, લેડી, તમે મને એ મૂલ્યવાન નેકલેસ દેખાડશો ?'

'તું ભવિષ્યની વાત કરે છે, ગાંડી !' તેના ગાલે ટાપલી મારીને લેડીએ હૂંફાળું સ્મિત ફરકાવ્યું : 'તું કહેતી હો તો હમણાં જ તને દેખાડું.'

'હું કહેતી હોઉં તો....' કહીને ફાટેલા મોઢે એ તેમને તાકતી રહી : 'એવો નેકલેસ જોવા મળે તો હું ધન્ય થઈ જાઉં !'

'તો ચાલ.' કહી લેડીએ હાથ પકડી તેને હોંશે-હોંશે ઊભી કરી : 'તારો બિલ તો હજુ બાથરૂમમાં છે ત્યાં તને ખાનગીમાં એ દેખાડી દઉં... મરદોને હીરા-ફીરામાં ઝાઝી ગતાગમ પડે નહીં. ઝવેરાત માટેની આપણી લાગણીને એ લોકો ઘેલછા અને ગાંડપણ કહીને વગોવતા રહે...'

'બિલની ચિંતા ન કરતાં, લેડી.' બાથરૂમ પાસેથી પસાર થતી કેથીએ અંદરવાળો સાંભળે એ રીતે વધારે ઊંચા અવાજે સંભળાવ્યું : 'મારો હસબન્ડ તમારા સ્વીટના બાથરૂમ પર એવો મોહી પડ્યો છે કે હજુ અડધા કલાક સુધી બહાર નીકળવાનો નહીં.'

ખરી રીતે તો કેથીએ લેડીનો હાથ પકડીને દોરી જવા જોઈતાં હતાં, પણ પોતાને અણમોલ ખજાનો દેખાડવાના પોરસમાં આવી ગયેલાં લેડી જ કેથીનું કાંડું પકડી તેને સીટિંગ હૉલમાંથી બેડરૂમમાં ખેંચી ગયાં.

'કેથી, તારો હાથ ધગતો હોય એમ કેમ લાગે છે મને ?'

ડઘાઈ ગઈ કેથેરિન... ભીતરની ઉત્તેજના જાણે ઉઘાડી પડી ગઈ. પચાસ લાખના હીરા ભવિષ્યમાં પોતાના બની શકે એવા સંજોગોએ તેની નસોમાં વહેતા લોહીને ધગાવી દીધું હતું અને એ ગરમાવો લેડીનાય ધ્યાન બહાર રહ્યો નહીં ! કેથેરિન ખુલાસો શોધવા રહી ત્યાં ખુદ લેડીએ જ એ કામ કરી દીધું.

'કેથી, હીરાની વાત જ એવી જલદ હોય છે કે કોઈપણ સ્ત્રીને ધગાવી દે.' લેડી સેફ પાસે પહોંચીને થોભ્યાં, પછી ઉમેર્યું :

'લૉર્ડ મારા માટે ફાઈવ મિલિયનનો નેકલેસ લાવવાના છે એ જાણીને જ મારું બ્લડપ્રેશર વધી ગયું હતું. અને એ પહેર્યા પછી તો...'

બોલતાં-બોલતાં સાઠ વરસ વટાવી ચૂકેલાં લેડીના મુખ પર જુવાનીની લજ્જા પ્રસરતી દેખાઈ.

'પહેર્યા પછી શું થયું હતું, લેડી ?'

'જાણે પરણ્યાની પહેલી રાત ઊજવતી હોઉં એટલી બધી એક્સાઈટ થઈ ગઈ હતી હું એ ઘડીએ.'

'રીઅલી ?' કેથીએ પૂછ્યું, પણ તેની નજર તો સેફનો નંબર ફેરવતાં લેડીનાં આંગળાં પર હતી. આદત પ્રમાણે પાછાં એ નંબર બોલતાં પણ જતાં હતાં : 'ફાઈવ, ફોર. થ્રી, ટુ વન, ઝીરો !'

કેથેરિન માટે એ નંબર યાદ રાખવાનું સાવ સરળ હતું.

'સાચું કહું ?' સેફનું બટન દબાવતાં જ દરવાજો ઊઘડી ગયો. લેડીએ કહેવાનું ચાલુ રાખ્યું :

'કેથી, હું રોજ રાતે સૂતાં પહેલાં આ નેકલેસ જોઈ લઉં છું.' કહી એવું હસ્યાં કે ચહેરા પર કરચલીઓ વળી ગઈ : 'એને જોયા વિના હું રાતે ઊંઘી શકતી નથી.'

'ઓહ !' કેથેરિનની અધીરાઈ વધી ગઈ હતી :

'હવે સમજાયું કે શિપના સેફ ડિપોઝિટ વૉલ્ટમાં મૂકવાને બદલે આવો કીમતી હાર તમે અહીં સાથે જ કેમ રાખો છો... તો જ સૂતાં પહેલાં જોઈ લેવાનું બને ને.'

'લે,આજે તું પણ જોઈ લે !'

સેફની અંદર એક ખાનાનું હૅન્ડલ ઘુમાવી લેડી ગેટીએ મખમલના આવરણવાળું એક બૉક્સ કાઢ્યું. જેમ-જેમ ઘડી નજીક આવતી ગઈ તેમ-તેમ કેથેરિનનો ઉશ્કેરાટ ઉગ્ર બનતો ગયો. હૃદયના ધબકારા વધી ગયા, નાડીની ગતિ તીવ્ર બની, નસોમાં લોહી અધિક ઝડપે વહેવા લાગ્યું.

અને લેડીએ પેલું બૉક્સ ખોલી તેની આંખો સામે ધર્યું ત્યારે તો બ્યૂટિશિયન કેથેરિન જેક્સનની કાયાના રૂંવાડે-રૂંવાડે રોમાંચની જ્યોત પ્રગટી ઊઠી... અને લેડીએ હાર હાથમાં લઈ પોતાની ડોકમાં પહેરીને પૂછ્યું :

'બોલ, કેવો શોભે છે મને ?'

ત્યારે કેથીએ ધકધક છાતી પર હાથ દાબી દેવો પડ્યો. હોઠને બળજબરીથી ભીડી રાખ્યા ન હોત તો જરૂર વાચા ફૂટી હોત કે *એ હાર તમારા કરતાં તો મને વધારે શોભે છે, યૂ ઑલ્ડ લેડી !*

'બેનમૂન... અતિસુંદર... અલૌકિક !'

બોલતાં-બોલતાં કેથેરિને હારના એક હીરાને સ્પર્શ કર્યો ત્યારે જાણે આકાશના તારાને આંબી લીધો હોય એટલી બધી ઉત્તેજિત થઈ ગઈ એ.

પરંતુ આ રંગમાં ધણીએ જ ભંગ પડાવ્યો. બહારના રૂમના બાથરૂમનો દરવાજો ઊઘડવાનો અવાજ સાંભળીને લેડીએ સત્વરે ડોકમાંથી હાર ઉતારી, ચીવટપૂર્વક સંકેલી લઈ બૉક્સમાં ગોઠવી દીધો.

'તું એની પાસે જા. હું બધું બરાબર કરીને આવું છું.'

કેથેરિને પરાણે બહાર નીકળી જવું પડ્યું. લોહચુંબકથી લોઢાને અલગ કરવા માટે જોર કરવું પડે તેમ એકએક પગલું બળપૂર્વક ઉપાડવું પડ્યું એણે.

*

કેથેરિન વારેવારે ઘડિયાળના કાંટા જોઈ લેતી હતી. સવાદસ અને સાડાદસ વચ્ચેની પંદર મિનિટમાં તેણે ત્રણ વખત ઘડિયાળમાં જોઈને ઊંઘમાં ઊતરી રહેલાં લેડી ગેટી પર નજર નાખી લીધી. બસ, હવે બે-પાંચ મિનિટમાં જ એ ઘસઘસાટ ઊંઘમાં સરી પડશે. પછી...

લેડીનો પચાસ લાખનો ડાયમન્ડ નેકલેસ પોતાની ડોકમાં પડવાના વિચારથી જ તેની છાતી ધકધક થવા લાગી. અત્યારે તો બ્યૂટિશિયન કેથી લેડી ગેટીના માથામાં આંગળીનાં ટેરવાંથી મસાજ કરીને એમને ઊંઘાડી રહી હતી.

'આમ તો મને ગાઢ નીંદર આવી જાય છે.' ત્રણે જણાંએ સ્વીટમાં જ ભરપેટ ભોજન લીધા પછી થોડી વાર ગપસપ લડાવી પથારીમાં પડતાં પહેલાં લેડીએ કહેલું :

'પહેલી ઊંઘમાં નાખોરાં પણ બોલાવું છું. તને એનાથી ખલેલ પહોંચશે ખરી, પણ એટલા ખાતર તું બાજુમાંથી ઊઠીને બહાર સૂવા નહીં ચાલી જતી.'

'અરે હોય કાંઈ ? તમને રાત્રે એકલું ન લાગે એટલે તો અમે અહીં શિફ્ટ થઈ ગયાં... પછી એકલાં કેમ છોડાય તમને ?'

'પાંચ-દસ મિનિટ માટે તું તારે બિલ પાસે જઈ આવજે.' વૃદ્ધા લેડીએ આંખ મિચકારતાં એને છૂટ આપી હતી : 'જમતી વખતે તારો બિલ રોમૅન્ટિક મૂડમાં દેખાતો હતો. વાઈન પણ થોડો વધારે લગાવ્યો છે એણે... એટલે પડખું સેવવા માટે તને બોલાવ્યા વિના નહીં રહે.'

ત્યારે એ મરકમરક થતી શરમાઈ ગઈ હતી. એ કઈ રીતે કહે કે *ફાઈવ મિલિયનના નેકલેસે બિલને રોમૅન્ટિક મૂડમાં લાવી દીધો હતો... અત્યારે આપણે જો શિપને બદલે ટ્રેન કે કારમાં મુસાફરી કરતાં હોત તો પચાસ લાખના એ હાર ખાતર તમારું ગળું ઘોંટીને ક્યારનાં પલાયન થઈ ગયાં હોત... અહીં તો નાસી જવાય એવું છે નહીં અને બધું જ સિફતથી કરવાનું છે, ધીરજથી કામ લેવાનું છે.*

ડિનર લેતાં-લેતાંય લેડીએ ડાયમન્ડ નેકલેસની વાત ઉચ્ચારી હતી : 'પડતર-કિંમત ભલે પાંચ મિલિયન ડૉલર હોય, પણ બજારમાં આજે એના સાડાસાત મિલિયન(પંચોતેર લાખ)નું મૂલ્ય અચૂક ગણાય.'

પંચોતેર લાખ ! બિલ અને કેથીના મગજમાં એ આંકડાએ ગજબનાક હલચલ મચાવી દીધી હતી. લોસ એન્જલિસમાં ફિલ્મ સ્ટાર્સ જે વિસ્તારમાં રહે છે ત્યાં ચાર બેડરૂમનો એક લક્ઝુરિયસ બંગલો, શોફરની સાથેની કાર ઉપરાંત પંદર-વીસ લાખ ડૉલર્સની જ્વેલરી વસાવીને બાકીની જિંદગી વૈભવમાં વિતાવી શકાય એવી તક ઊભી થઈ હતી.

'તો-તો તમે એનો ઇન્સ્યોરન્સ પણ મોટી રકમનો જ ઉતરાવ્યો હશે ને ?'

બિલે વીમો ઉતરાવવાનું શું કામ પૂછ્યું એ કેથીને સમજાયું નહીં, પણ એક વાત નક્કી હતી કે હાર ગુમ થાય કે અસલીની બદલીમાં નકલી મુકાઈ જાય, તો વીમા કંપની હાથચાલાકી કરનારને પકડી લાવવા માટે આકાશપાતાળ એક કર્યા વિના રહે નહીં. એટલે જ વીમાની પૉલિસી અંગે સમજી લેવું જરૂરી હતું.

જોકે લેડી પાસેથી એ વિશે બહુ જાણવા મળ્યું નહોતું : 'વીમા-બીમા ઉતરાવવાનું કામ તો લૉર્ડનું. આપણે તો *ડાયમન્ડ્સ આર ફૉર એવર*માં માનીએ. જિંદગીભર એની હૂંફ મળતી રહે એટલે બસ...'

કહીને થોડી વાર જેક્સન યુગલને જોયા કરી, કહેવા ન કહેવાની વિમાસણ પછી લેડી બોલી ગયેલાં :

'અરે, મને તો થાય છે કે અગાઉ ઈજિપ્તના સમ્રાટોની સાથોસાથ કબરમાં મૂલ્યવાન જર-ઝવેરાત પણ દફનાવવામાં આવતું તેમ મારા મૃત્યુ પછી મને કૉફિનમાં મૂકે ત્યારે આ ડાયમન્ડનો નેકલેસ મારા ગળામાં પહેરેલો હોય તો એના જેવું પરમ સદ્ભાગ્ય બીજું કોઈ નહીં !'

લેડી ગેટીના એ શબ્દો હજી પણ કેથીના મનમાં પડઘાતા હતા. ઊંઘતાં લેડીને જોઈને એ મનોમન તેમને કહેવા લાગી : *આજે તમારા આ મૂલ્યવાન હારને તિજોરીમાંથી બહાર કાઢી, તેના ફોટોગ્રાફ્સ લઈ, ડાયમન્ડની નકલી જ્વેલરી બનાવનાર નિષ્ણાતને એ ફોટા પહોંચાડી, બનાવટી હાર સાથે હૉંગકૉંગ આવી પહોંચવા માટે જણાવશું... હૉંગકૉંગમાં શિપ બે દિવસ રોકાશે એ દરમિયાન તમારા સેફમાં અસલી-નકલી હારની અદલાબદલી થઈ ગઈ હશે અને અમે તમને ગૂડ બાય કહીને રવાના થઈ જઈશું... પછી તમતમારે એ નકલી હાર રોજ રાતે જોઈને મનોમન હરખાતાં રહેજો. કદાચ તમે ક્યારેય જાણવા નહીં પામો કે બનાવટી હીરાનો હાર જોઈને તમે મફતનાં પોરસાઓ છો અને અસલી નેકલેસ તો અમે ક્યારનો સાઠ-સિત્તેર લાખમાં વેચીને તાગડધિન્ના કરતાં થઈ ગયાં હોઈશું...*

અને કેથીએ ધ્રુજારી અનુભવી. લેડી ગેટીએ નસકોરાં બોલાવવાં શરૂ કર્યાં તેની થ્રિલની એ મીઠી ધ્રુજારી હતી. તેણે લેડીના શરીર પર હાથ પસવાર્યો, પછી સુંવાળું ઓઢવાનું ઓઢાડ્યું અને છેલ્લે તેના મુખ પર ઝૂકી. ગાલને હોઠ અડાડ્યા વિના *ગૂડ નાઈટ કિસ* કરીને દબાતા પગલે સરકી ગઈ.

'ઍટ લાસ્ટ !'

પત્નીને સીટિંગ રૂમમાં દાખલ થતી જોતાં જ બિલ સોફા પરથી સફાળો ઊભો થઈ ગયો : 'આખરે તું આવી ખરી !' મલકાતા મુખે એણે તેના ગાલે ટાપલી મારી : 'એકએક સેકન્ડ મને આકરા તપ જેવી લાગતી હતી. આખરે ડોસીને ઊંઘાડી ખરી.'

'પરંતુ નિરાંતે બેસીને વાટ જોવાને બદલે તું આંટાફેરા શું કામ કરતો હતો ?' કેથીએ છણકા સાથે કહ્યું : 'તારો પગરવ સાંભળીને ડોશીને ભૂતના ભણકારા સંભળાતા હોય એમ એ તરફડતાં હતાં.' 'શું કરું, મારે વારેવારે બાથરૂમ જવું પડ્યું.' બિલે કબૂલ કરી લીધું : 'ડાયમન્ડના નેકલેસે એટલો બધો ઉત્તેજિત કરી દીધો કે મેકવૉટર કરવા દોડી જવું પડે.'

'વધારે પડતો વાઈન પીધો એમ કહેતો નથી અને નેકલેસને દોષ દે છે !'

'ડાર્લિંગ, નેકલેસ તો આપણા માથા પર ! એને દોષ દેવાય ખરો ?'

'નેકલેસ આપણા માથા પર નહીં, મારા ગળામાં એમ કહે બિલ.'

'ગળાની વાત પછી, પહેલાં હાથમાં તો આવવા દે.' બિલે તેને બાવડેથી પકડી : 'ચાલ, જલદી સેફ ઉઘાડ. લૉકરના નંબર તો બરાબર યાદ છે ને ?'

'હોય જ ને !' કેથીએ બેડરૂમમાં જવા માટે પગ ઉપાડ્યા. ઘડીભર તેને ગભરામણ થઈ. લાખની લૉટરી લાગે અને ટિકિટ ખોવાઈ જાય તેમ અત્યારે પોતે લૉકર ખોલવાનો નંબર ભૂલી જાય તો ? લખલખું પસાર થઈ ગયું કેથીના શરીરમાં....

'થૅન્ક ગૉડ !'

લૉકરના નંબર ફેરવીને બટન દબાવતાં જ ખટાક અવાજ સાથે સેફ ખૂલતી દેખાઈ એટલે પતિ-પત્નીનાં હૈયાંમાં હજાર-હજાર વીજળીના દીવા જેવો ઉજાસ પ્રસરી ગયો. આ કામ કરતાં પહેલાં કેથી એક વાર લેડી ગેટીના બેડ પાસે જઈને ચકાસી આવી હતી : ડોશીમા બરાબર ઊંઘે છે ને ?

'જલદી કર !' અધીરાઈથી થનગનતો બિલ સ્થિર ઊભો રહી શકતો નહોતો.

'ઉતાવળ શું છે ?' એમ કેથીએ કહ્યું તો ખરું, પણ એ સવાઈ અધીરી બની હતી. સેફમાં હાથ નાખી અંદરથી બૉક્સ કાઢ્યું એટલે બિલે તે ઝૂંટવી લીધું : 'તેં તો હાર જોઈ લીધો છે.'

'બિલ !' કેથેરિનથી જરા ઊંચા અવાજે બોલાઈ ગયું એટલે *સૉરી* કહીને ઉમેર્યું : 'તું આટલો બધો અધીરો નહીં થા. લેડીનાં નસકોરાં કહે છે, આપણે નિરાંતે કામ પતાવી શકીશું.'

'ઓકે.... હું બૉક્સ લઈને બહાર જાઉં છું. તું સેફનો ડૉર અટકાવીને આવી પહોંચ.'

કહી બિલ દબાતા પગલે પાછો ફરી ગયો અને કેથી આવે એ પહેલાં બૉક્સ ખોલીને હીરાના હારને પાંચ આંગળીમાં ઊંચકી નજર સામે ધર્યો. ઘડીભર તો આંખો એવી અંજાઈ ગઈ, જાણે વાદળો વચ્ચેથી અચાનક સૂર્ય ઝળહળી ઊઠ્યો હોય. અધ્ધર શ્વાસે એ નેકલેસના પૅન્ડન્ટના મોટી સાઈઝના હીરાને નીરખતો રહ્યો, પારખતો રહ્યો. કેટલા કૅરેટનો હશે, કોની કારીગરીનો હશે, બજારમાં એની કેટલી કિંમત ઊપજે અને તેના જેવો નકલી નેકલેસ બનાવવાનું કેટલું કઠિન છે.... એ બધાનો તાળો એણે બે જ મિનિટમાં મેળવી લીધો.

'નેકલેસને એમ ન નીરખાય, મિસ્ટર !'

તેનાં આંગળાંમાં લટકતો હાર ખૂંચવી લઈ કેથીએ પોતાની ડોકમાં પહેરી લીધો.

'હવે તું મને જો, નેકલેસમાં હું કેવી લાગું છું ?' કહી એ અરીસાની સામે જઈને ઊભી રહી ગઈ :

'એટલા ખાતર તો મેં પાર્ટી ડ્રેસ પહેરી રાખ્યો છે. મારા માટે તો આ જિંદગીનું સુખદ સંભારણું બની રહેશે.' કહી તેની સામે હવામાં મુક્કો ઉગામ્યો.

'બબૂચકની જેમ મને જોયા કરવાને બદલે ફટાફટ પાંચ-પંદર ફોટા પાડી નાખ.'

'કેથી, પ્લીઝ, તું આવા બધામાં સમય બગાડ નહીં.' એણે સ્વિચ દાબીને ફોટા પાડતાં કહ્યું : 'એક-બે ફોટા બસ છે... મારે નેકલેસના પંદર-વીસ ઍંગલથી ક્લોઝઅપ લેવાના છે. કાગળ પર ડીઝાઈન પણ ચીતરી લેવી છે. ઘણુંબધું કરવાનું છે.'

બોલતાં-બોલતાં બીજા બે-ચાર સ્નૅપ ઝડપી લીધા ત્યાં અચાનક તેના હાથ થંભી ગયા. બેડરૂમના દરવાજા તરફ નજર પડી તો લેડી ગેટી ત્યાં ઊભાં હતાં.

બિલને થયું કે હમણાં હૃદય બંધ પડી જશે. પાંચ-પંદર પળ સુધી શરીરનાં તમામ અંગ જડ જેવાં બની ગયાં. મહામહેનતે ઇશારો કરીને તેણે કેથીનું ધ્યાન ખેચ્યું કે તારી ડોશી ત્યાં ઊભી છે !

કેથીએ એ તરફ ડોક ફેરવી તો એને પણ થયું કે હમણાં ધરતી ફાટશે અને પોતે અંદર ગરક થઈ જશે. એક મિનિટ બધું જ સ્થિર થઈ ગયું, સમય પણ જાણે થંભી ગયો અને...

કેથેરિન ખ્યાલ આવ્યો કે લેડી ગેટી આંખો મીંચીને જ ઊભી હતી. એમના ચહેરા પર વિસ્મયના કે આઘાતના કોઈ જ ભાવ જણાતા નહોતા. જાણે ઊભાં-ઊભાં ઊંઘી રહ્યાં હોય !

'ઓહ !' તેના મોંમાંથી હળવો ઓહકારો નીકળી ગયો. ગેટી થોડા દિવસ પહેલાં બોલી ગયેલાં કે *મને ઊંઘમાં ચાલવાની આદત છે. ક્યારેક-ક્યારેક એનો ઍટેક આવી જાય છે, પણ એકલી હોઉં ત્યારે ખબર પણ ક્યાંથી પડે કે હું ઊંઘમાં ચાલેલી યા નહીં ?*

કેથીએ નાક પર આંગળી મૂકી બિલને ચૂપચાપ એમ જ રહેવાની તાકીદ કરી. ગળામાંથી હાર કાઢી સ્કર્ટના ખિસ્સામાં સેરવી દીધો. પછી ધીમેધીમે લેડી પાસે જઈ કાંઈ જ બોલ્યા વિના એમનું કાંડું પકડી લઈ પથારી તરફ દોરી ગઈ.

તેના સુખદ આશ્ચર્ય વચ્ચે લેડી બંધ આંખે પલંગ પર બેઠાં, એ જ અવસ્થામાં બિછાનામાં લંબાવ્યું અને જાણે કોઈ સુખદ સપનું જોઈ રહ્યાં હોય તેમ હોઠ મલકવા લાગ્યાં.

એ જોઈને કેથીનો શ્વાસ તો બેઠો, છતાં ભીતરમાં ભય તો ઘુમરાતો રહ્યો : *કદાચ લેડી ગેટી ઊંઘમાં ચાલવાનો દેખાવ કરીને પોતે જે કાંઈ જોયું છે એ રાતપૂરતું છાનું રાખવા તો નહીં માગતાં હોય ને ?*

પચાસ-પંચોતેર લાખના નેકલેસ જેવો જ કાતિલ સસ્પેન્સ કેથેરિનના હૈયાની આરપાર ભોંકાઈ ગયો.

□

39

ટાપુ-દેશ માલ્ટાના પાટનગર બંદર વેલેટાની વિદાય લેવા માટે, સૂર્યોદય વખતની ભરતીનો લાભ લઈ લક્ઝરી લાઈનર ઓશનકિંગ-વનના તોતિંગ ભૂંગળામાંથી ઘોઘરો સિસોટો વાગ્યો કે તરત કાંઠા પર ઊભેલા સો-સવાસો જેટલા માલ્ટાવાસી હાથ હલાવી, તરતા મહેલ જેવી સ્ટીમરને *આવજો આવજો* કહેવા લાગ્યા. કાંઠા સાથે જોડતાં બંધનનાં દોરડાં એક પછી એક છૂટવા લાગ્યાં. ડેક પર ઊભેલાં ઉતારુઓ એક બંદર છોડી બીજા અજાણ્યા બંદરના પ્રયાણને નિહાળતાં પવનના સુસવાટામાં ફરફરતા માથાના વાળ અને કપડાં ઠીકઠાક કરતા હતા. બસ, હવે લંગર ઊંચકાય અને ધક્કા સાથે જોડતો પુલ ખેંચાય એટલી વાર હતી, ત્યાં એક આસામી વેઈટ વેઈટની બૂમો પાડતો, એક હાથમાં સૂટકેસ ઊંચકી બીજો હાથ સ્ટીમરને રોકાઈ જવા હલાવતો હાંફળોફાંફળો દોડી આવ્યો. ચાલતી ટ્રેને કોઈ મુસાફર ગાડી પકડવા દોડે એવો એનો તાલ જોઈને સૌ હસવા લાગ્યાં.

પરંતુ તેની પાછળપાછળ આવવા પૉર્ટ ઑફિસરના યુનિફૉર્મધારી આદમીએ લાલ ધજા ફરકાવીને રોકાઈ જવાની સંજ્ઞા આપવા માંડી ત્યારે થયું કે મોડો પડેલો મુસાફર સ્ટીમર ચૂકી નહીં જાય.

'વૉટ ઈઝ ધિસ નૉનસેન્સ !'

શિપમાં કૅપ્ટન પછીનો બીજા નંબરનો હોદ્દો ધરાવતા ફર્સ્ટ ઑફિસરે વૉકીટૉકી પર ગોદીના ઉપરીને સહેજ ઉગ્ર અવાજે પૂછ્યું : 'અમારે અહીંથી કોઈ પૅસેન્જરને લેવાનો નથી... તો પછી છેલ્લી ઘડીએ આ રીતે ધસી આવનાર કોણ છે ? અને તેને ખાતર શિપને ઊપડતી રોકવાની તમારી ચેષ્ટા અસભ્ય ગણાય, મિસ્ટર સુપરિન્ટેન્ડેન્ટ !'

'સૉરી, કૅપ્ટન !'

'હું કૅપ્ટન નહીં, ફર્સ્ટ ઑફિસર છું... બોલો, તમે શું કહેવા માગો છો ?'

'ઑફિસર, બરાબર છે. એ તમારો પૅસેન્જર નથી પણ સ્કૉટલૅન્ડ યાર્ડનો ડિટેક્ટિવ છે. તમે મિસ્ટર ઝુલ્ફીકારને લેવા ન માગતા હો તો તમારી મરજી. યુ મે ગો અહેડ.'

'સ્કૉટલૅન્ડ યાર્ડનો ડિટેક્ટિવ !' *ઓકે-વન*ના ફર્સ્ટ ઑફિસરનો રુઆબ થોડો પાતળો પડી ગયો. એ જ વખતે કૅપ્ટન આવી પહોંચ્યા એટલે તેમને સમજાવ્યું :

'સર, પૉર્ટ ઑથોરિટી કહે છે કે સ્કૉટલૅન્ડ યાર્ડનો કોઈ ડિટેક્ટિવ એમ્બાર્ક કરવા માગે છે.'

'સુપરરિન્ટેન્ડેન્ટ !' કૅપ્ટને વૉકીટૉકી હાથમાં લઈ બંદરના અધિકારીને પૃચ્છા કરી : કૅપ્ટન સ્પીકિંગ હિયર. તમારી કસ્ટમે એનાં બધાં જ પેપર્સ બરાબર ચેક કર્યાં છે ખરાં ?'

'યસ, કૅપ્ટન ! મિસ્ટર ઝુલ્ફીકાર પાસે ઈંગ્લૅન્ડના સ્કૉટલૅન્ડ યાર્ડના વડાનો ભલામણપત્ર છે. એમાં લખ્યું છે કે એક અર્જન્ટ મિશન માટે અમારા આ ડિટેક્ટિવને તમારા બંદરેથી *ઓશનકિંગ-વન*માં ચડાવી દેવાનું અનિવાર્ય છે. એમ નહીં થાય અને કોઈ દુર્ઘટના બનશે તો એને માટે તમારી પૉર્ટ ઑથોરિટી જવાબદાર ઠરશે.'

'ઓહ !' કૅપ્ટને સત્વરે નમતું જોખી દીધું : 'ઓકે, લેટ હિમ કમ. હું અમારા સીક્યુરિટી ઑફિસર્સને સૂચના આપું છું કે પૂરી ચકાસણી કરીને એ મિસ્ટર... શું કહ્યું એમનું નામ ?'

'મિસ્ટર ઝુલ્ફીકાર.'

'એ નામ ઈંગ્લિશ નથી લાગતું.'

'હા, અમે પણ એ જ પૃચ્છા કરી. જવાબમાં એણે કહ્યું કે પોતે એશિયન મુસ્લિમ છે. પાંચેક વરસથી સ્કૉટલૅન્ડ યાર્ડમાં જોડાયો છે અને તેને સોંપાયેલી કામગીરી એશિયાને લગતી જ છે.'

'હાં તો હું કહેતો હતો કે એ મિસ્ટર ઝુલ્ફીકારને અમારા સીક્યુરિટી ઑફિસર્સ ચેક કરીને અંદર લઈ જશે... ઑકે ?'

'ઑકે ઍન્ડ બૉં વૉયેજ, કૅપ્ટન !'

'થૅન્ક્સ !' કહી કૅપ્ટને મોડા પડેલા મુસાફર માટે જરૂરી કાર્યવાહી કરવા માટે લાગતાવળગતાને સૂચનાઓ આપવા માંડી. જોકે એમના મનમાં આશંકા તો આળોટવા લાગી હતી. સ્કૉટલૅન્ડ યાર્ડના એક ડિટેક્ટિવ મેક્સવેલે શિપનાં ઉતારુઓમાંથી એક ખૂનીને પકડી પાડ્યો. હવે ઝુલ્ફી જેવું વિચિત્ર નામ ધરાવતો આ બીજો ડિટેક્ટિવ કોણ જાણે કેવાં કરતૂતનો પીછો કરવા આવ્યો હશે ? *ક્વીન એલિઝાબેથ*ના કૅપ્ટન તરીકેની ઉજ્જ્વળ કારકિર્દી પાર પાડીને નિવૃત્ત થવાનાં બે વરસ બાકી હતાં ત્યાં *ઓશનકિંગ*ની લલચાવનારી ઑફર આવી. ત્રણ વરસના કરારમાં એ પાંચ વરસ જેટલું કમાઈને નિરાંતે નિવૃત્ત થઈ શકશે એવી ગણતરીએ આ નવી જવાબદારી ઉપાડી. તેની પહેલી જ સફરના પહેલા જ દોરમાં એક ખૂનકેસ તો પકડાયો. કોને ખબર, આ મેઈડન વૉયેજ પૂરી થતાં પહેલાં કેવી-કેવી કસોટીમાંથી પાર ઊતરવાનું નસીબમાં લખાયું હશે !

'સર, મિસ્ટર કબીર આપને મળવા માગે છે.'

નીચેથી સીક્યુરિટી ચીફ રૉબિન્સે ઇન્ટરકૉમમાં કહ્યું :

'કોણ મિસ્ટર કબીર ? આ નામ તો હું પહેલી વાર સાંભળું છું.'

'હમણાં જે પૅસેન્જર આવી ચડ્યા એ...'

'ઓહ ! પહેલાં એ ઝુલ્ફીકાર હતો અને હવે કબીર બની ગયો ? ગુનેગારની જેમ ડિટેક્ટિવો પણ એક કરતાં વધુ નામ રાખવા લાગ્યા કે ?'

'નહીં, સર, ઝુલ્ફીકાર એનું ફર્સ્ટ નેમ છે અને કબીર એની સરનેમ.' કહી સીક્યુરિટી ઑફિસરે ઉમેર્યું :

'સ્કૉટલૅન્ડ યાર્ડના ચીફે આપના પર લખેલો અંગત પત્ર મિસ્ટર કબીર આપને હાથોહાથ સુપરત કરવા માગે છે.'

'ઓહ, એમ છે.' કૅપ્ટને સ્કૉટલૅન્ડ યાર્ડના નવા ચીફ શેરવૂડ વિશે ઘણું સાંભળ્યું હતું. પોતે અંગ્રેજ હોવાથી અંગ્રેજોની વીરતા બદલ બહુ ગૌરવ અનુભવતા. શેરવૂડે બે મહિના પહેલાં હિથ્રો એરપૉર્ટનો એક બહુ વિકટ કેસ પકડી પાડીને બ્રિટિશ તિજોરીના દસ મિલિયન (એક કરોડ) પાઉન્ડ ઉપરાંત સરકારની આબરૂ પણ બચાવી હતી. એ શેરવૂડ પોતાના પર અંગત પત્ર લખે તેથી મલકી ઊઠ્યા કૅપ્ટન.

'સેન્ડ હિમ અપ...' કહી તાકીદ કરી : 'અને મેક્સવેલને આપણે જે રીતે રાખ્યા હતા એ બધી જ સગવડ આ મિસ્ટર કબીરને આપવાનું હેડ સ્ટુઅર્ટને કહી દેશો.'

'ઍઝ યુ સે, સર !'

બીજી જ મિનિટે ઊંચા, સોહામણા અને હસમુખા ઝુલ્ફીકાર કબીરે આવીને *ગૂડ મૉર્નિંગ*, સરના ટહુકા સાથે કૅપ્ટનના હાથમાં સ્કૉટલૅન્ડ યાર્ડના ચિહ્ન સાથેનું લંબચોરસ કવર સોંપ્યું એટલે કૅપ્ટને સામેની ખુરસી તરફ ઇશારત કરી બેસવા માટે કહ્યું.

'નો, સર, આપ આ પત્ર વાંચી લો ત્યાં સુધી મારે આપની સમક્ષ ખડા રહેવું એવો શેરવૂડ સરનો આદેશ છે.'

'ઓહ !' પરબીડિયાની કિનારી ફાડતાં કૅપ્ટનસાહેબની આંખોમાં અંગ્રેજ ગૌરવ ઝળક્યું. *આનું નામ શિસ્ત કહેવાય. અમેરિકન અસભ્યતાએ તો શિસ્તનો દાટ વાળી નાખ્યો ! અદબ, શિસ્ત અને સભ્યતા તો અમારા અંગ્રેજોની જ !*

શેરવૂડનો પત્ર ચાર લાઈનનો જ હતો. કૅપ્ટનના નામ સહિત સ્નેહીનું સંબોધન કરીને લખ્યું હતું :

'મિસ્ટર ઝુલ્ફીકાર કબીર અમારા ખાતાનો બાહોશ માણસ (બૉય) છે. તમારી શિપમાં લાખો પાઉન્ડનું હેરોઈન સ્મગલડ થઈ રહ્યું હોવાની વિશ્વાસપાત્ર બાતમીના આધારે એને કામગીરી સોંપી છે. તમારા પૅસેન્જર્સના રૂટિનમાં કોઈ પ્રકારની ખલેલ પાડ્યા વિના તેમ જ કોઈને પણ માનભંગ કર્યા વિના કાર્ય પાર પાડવાની તેને તાકીદ કરવામાં આવી છે. આપ મંજૂરી આપશો એવી વિનંતી.'

અને છેલ્લે તાજા કલમ જેવાં બે વાક્યો શિષ્ટાચારનાં પણ લખ્યાં હતા : 'ટૂર પૂરી કરી લંડન પાછા આવો ત્યારે મારી સાથે ડિનર લેવાનું નિમંત્રણ આપી રાખું છું. તમારા દરિયાઈ અનુભવો તમે કહેશો અને અમારા ક્રાઇમના કિસ્સા હું સંભળાવીશ.'

શેરવૂડના એ બે વાક્યોથી કૅપ્ટન પાણીપાણી થઈ ગયા એની ઝુલ્ફીએ ખાસ નોંધ લીધી અને કૅપ્ટન ઊંચું જુએ એ પહેલાં તેણે મલકી પણ લીધું.

'આ પત્ર ન વાંચ્યો હોત તો હું તમને થોડી પૂછપરછ કરવાનું વિચારતો હતો.'

'જેવી કે....'

'તમે બિનઅંગ્રેજ હોવા છતાં સ્કૉટલૅન્ડ યાર્ડના ડિટેક્ટિવ છો એથી સહેજે...'

કૅપ્ટને જાણી-કરીને વાક્ય અધૂરું છોડી દીધું પણ ઝુલ્ફીએ સત્વરે એ પૂરું કર્યું : 'હું એશિયન છું એટલે સહેજે શંકા જાગે કે બનાવટી ડિટેક્ટિવ તો નથી ને ?'

'પરંતુ હવે એવી કોઈ પૂછપરછની જરૂર લાગતી નથી.'

'છતાં, સર, શિષ્ટાચાર ખાતર હું મારી થોડી ઓળખાણ આપી જ દઉં.' સોહામણા ઝુલ્ફીની જબાન મીઠાશ નિતારવા લાગી :

'હું જન્મ્યો ત્યારે મારું વતન પૂર્વ બંગાળ ઇન્ડિયાનો એક ઇલાકો હતું. દોઢ વરસનો થયો અને અંગ્રેજો ઇન્ડિયા છોડી ગયા એટલે મારું વતન પાકિસ્તાનનો એક પ્રદેશ બની ગયું અને હું પચીસ વરસનો જવાન થયો ત્યારે અમારો પોતાનો બાંગ્લાદેશ બન્યો... ત્રણત્રણ રાષ્ટ્રનો નાગરિક રહી ચૂક્યો હોવા છતાં મારા ઉજ્જ્વળ ભાવિનો સૂરજ તો બ્રિટનના આકાશમાં ઊગ્યો.'

સાંભળીને કૅપ્ટનનું દાઢીવાળું મુખારવિંદ ચમકી ઊઠ્યું : 'તમારી બોલચાલમાં અંગ્રેજીપણું વર્તાયા વગર રહેતું નથી, મિસ્ટર કબીર... હવે તમે એ કહો કે મારે તમારી આઇડેન્ટિટી (ઓળખ) છુપાવવા માટે પેલા મેક્સવેલની માફક તમને હેડ સ્ટુઅર્ડ જેવો કોઈ હોદ્દો આપવાનો છે ?'

'જી નહિ, હું બ્રિટનના ક્રાઈમ બ્રાન્ચના ડિટેક્ટિવ તરીકે જાહેર થવાનું પસંદ કરીશ.'

'એથી તો તમારો અપરાધી ચેતી જશે !'

'એ જ તો મારી ખાસિયત છે. હું દરેકને મળીને મારી સાચી ઓળખાણ આપું પછી તેની હિલચાલ અને હાવભાવનું નિરીક્ષણ કરું, તેમાંથી જ મને અપરાધીનાં લક્ષણ વર્તાઈ આવે.'

'ઓહ, તો-તો મિસ્ટર ડિટેક્ટીવ, તમને બેસ્ટ ઑફ લક !' કહી હાથ મિલાવીને કૅપ્ટન પૂછ્યા વિના રહી શક્યા નહીં.

'તમારા કામમાં હું માથું મારવા માગતો નથી, મિસ્ટર કબીર, પણ આટલા મોટા જથ્થામાં હેરાઈન શિપમાં કોણ સ્મગલડ કરી રહ્યું છે એનો તમને કાંઈક તો અણસાર હશે ને ?'

'નહીં, સર, મારા બૉસે એસાઈનમેન્ટ સોંપતી વખતે એક એન્વેલપ આપીને કહેલું કે અગાઉ આવા અપરાધમાં સંડોવાયેલા કેટલાક આંતરરાષ્ટ્રીય અપરાધીનાં નામ તથા વર્ણન આપ્યાં છે. એના પરથી જ તમારે બધું ફોડી લેવાનું છે.'

સાંભળીને કૅપ્ટન થોડી વાર તેની સામે મરકતા રહ્યા. ચાલાક કબીરને તેમાં કાંઈક ગંધ આવી.

'સર, આપ કાંઈક જાણતા હો એવું મને લાગે છે.' કહી આંખો પટપટાવી વિનંતીના સ્વરે કહ્યું : 'અમારા પોલીસમૅનની જેમ આપ પણ અનેક પ્રકારના લોકોના સંપર્કમાં આવતા હો એટલે કદાચ આપની ચકોર નજરનો લાભ મને આપશો તો આપનો આભારી...'

'નહીં રે ! આમાં મારી ચકોર નજરને જશ આપવાની જરૂર નથી.' કૅપ્ટને કબૂલી લીધું : 'ખરેખર તો મેક્સવેલને અમારા એક ચીની કૂક પર સંદેહ હતો. એમને સફર અધવચ્ચે છોડી દેવી પડી ન હોત તો કદાચ પેલા ખૂનકેસ ઉપરાંત આ કામ પણ પતાવી દીધું હોત અને અમારે આ તકલીફ લેવી ન પડત.'

'તકલીફ !' ઝુલ્ફીએ ટટ્ટાર થતાં કહ્યું : 'આને તો હું ચૅલેન્જ ગણું છું, સર ! સફળતા મળશે તો એક મેડલ વધારે મેળવીશ. ઉપરાંત તમારી આ લક્ઝરી શિપની સફરનો લાભ મળ્યો એ તો બોનસમાં !'

કહી જરા ઝૂકીને એ રવાના થયો ત્યારે કૅપ્ટન તેની પીઠ પર તાકતા પોરસાતા હતા : *આવા ઑફિસરો છે ત્યાં સુધી 'ક્રાઈમ નેવર પેઝ'વાળી ઉક્તિ ખરી પુરવાર થતી રહેશે.*

*

પંદર મિનિટ પછી પોતાની કેબિનમાં સેટલ થઈને જનાબ ઝુલ્ફીકાર કબીરે ઈન્ટરકૉમનાં બટન બે વખત દબાવ્યાં. સામેથી ફોન ઊંચકાયો એટલે ઝુલ્ફીએ એક શબ્દ ઉચ્ચાર્યો : 'કાલ.'

સામે છેડે સન્નાટો છવાઈ ગયો. હાઇનેસ વિચારમાં પડી ગયા. શિપમાં એમનો કોઈ સાગરીત એવો નથી કે કોડવર્ડનો ઉપયોગ કરી સંપર્ક સાધે.

'તમે કોણ બોલો છો ? ક્યાંથી બોલો છો ?'

'બોલું છું *ઓશનકિંગ-વન*માંથી અને મારું નામ અંગ્રેજી આલ્ફાબેટના આખરી આક્ષરથી શરૂ થાય છે.'

'આખરી અક્ષર !' હાઇનેસ બબડ્યા : 'એટલે તો ઝેડ... કોણ ઝુલ્ફી ?' હાઇનેસના ઉદ્‌ગારમાં ઉલ્લાસ ઊભરાઈ આવ્યો : 'શિપ પર ક્યારે ચડ્યો ?'

'ઊપડતી સ્ટીમરે... આવવું જ પડે તેમ હતું... સ્કૉટલૅન્ડ યાર્ડનો ડિટેક્ટિવ છું... સંભાળજો, યોર હાઇનેસ !'

'મારે તો દારેસલામ બંદરે કોઈની રાહ જોવાની હતી.' કહીને હાઇનેસે અધીરાઈ દર્શાવી : 'કોઈ વિઘ્ન તો નથી આવ્યું ને ?'

'રૂબરૂ વાત.'

'ક્યાં ? ક્યારે ?'

'એ તો તમારે કહેવાનું છે. તમે અહીંના વાકેફગાર છો.'

'હં...' વિચારમાં પડી જઈ હાઇનેસે એકાન્તમાં મળવાનું સલામત સ્થળ શોધી કાઢ્યું : 'હેલ્થ ક્લબના સોના બાથમાં... અગિયાર વાગ્યે.'

'અત્યારે કેટલા વાગ્યા છે તમારી ઘડિયાળમાં ?'

'સવાસાત.'

'મારી ઘડિયાળમાં આઠ વાગ્યા છે. હવેથી મારે પણ શિપનાં પૅસેન્જર્સની જેમ દરરોજ ઘડિયાળને પોણો કલાક પાછળ કરતા રહેવું પડશે.' કહીને ઉમેર્યું : 'ઇન્શાલ્લાહ અગિયાર વાગ્યે !'

હાઇનેસના હોઠ પર *ખુદાહાફિઝ* આવી ગયું પણ શબ્દોને રોકી રાખ્યા. ઝુલ્ફીકાર તો મુસ્લિમ તરીકે જાહેર થયો છે એટલે *ઇન્શાલ્લાહ* બોલે, પણ કદાચ કોઈ ફોન ટેપ કરતું હોય તે મારી જબાનેથી ખુદા સાંભળીને શંકાશીલ બની જાય. એટલે કાંઈ જ બોલ્યા વિના રીસીવર મૂકી દીધું.

*

લેડી ગેટીના સ્વીટના બારણે ધીમા ટકોરા પડ્યા.

'હું છું.' ટકોરાની પાછળ બિલ જેક્સને પત્નીને ધરપત આપવા કહ્યું એટલે કેથીએ આવીને બારણું ઉઘાડ્યું.

'લેડી જાગ્યાં ?'

'એક વાર પડખું ફર્યાં, પણ હજુ આંખ ઉઘાડી નથી.'

પતિ-પત્નીએ આખી રાત ફફડતાં કાઢી હતી. પોતે લેડી ગેટીનો ડાયમન્ડ નેકલેસ પહેરીને ફોટા પડાવતી હતી ત્યારે એ ઊંઘમાં ચાલતાં સીટિંગ રૂમના દરવાજે આવીને ઊભેલાં દેખાયાં હતાં. કેથી હાથ પકડીને સુવડાવી આવેલી, પણ *ખરેખર લેડી ઊંઘમાં હતાં કે પોતે બધું જાણી ગયાં હતાં છતાં અજાણ્યાં હોવાનો ઢોંગ તો નહીં કરતાં હોય ને ?* - એ દ્વિધા જેક્સન-યુગલને સતાવતી રહી હતી.

કેથીએ આમ તો લેડીની બાજુના પલંગમાં સૂવાનું હતું. પણ વારેવારે એ ઊભી થઈને બિલના રૂમમાં જતી હતી, તો ત્યાં બિલ પણ પડખાં ફેરવતો દેખાતો એટલે બંને ગુસપુસ કરવા બેસી જતાં.

'મારી પરીક્ષા કરવા માટે તો લેડીએ મારી સામે સેફ ખોલી, જાણી-કરીને તેના નંબરથી મને વાકેફ કરી, સેફમાંથી હાર કાઢીને મને દેખાડ્યો હોય એવું પણ બને ને ?'

'એમાં તારી કઈ પરીક્ષા થઈ, કેથી ?'

'કેમ, આપણે કદાચ હૉંગકૉંગ સુધીની સફર દરમિયાન તેમની સાથે જ સ્વીટમાં રહેવાનાં છીએ, તો આપણી દાનતની ચકાસણી કરે તો ખરાં ને ?'

'જો એવું હોય તો-તો આપણી દાનત એમણે પકડી પાડી ગણાય... હવે કાલથી એ આપણને આ સ્વીટમાંથી તગડી મૂકશે.'

'પરંતુ એમણે અત્યારે જ આપણને શું કામ તગડી ન મૂક્યાં ?'

'એમને બીક લાગી હોય કે ચોરી પકડાઈ જવાથી આપણે આબરૂ બચાવવા માટે એમને હંમેશને માટે બોલતાં બંધ કરી દેવા ગમે તે પગલું ભરી બેસીએ.'

'એટલે કે મર્ડર કરી બેસીએ, એમ ?'

એ સવાલે બિલને મૂંગો કરી દીધો હતો. *મર્ડર !* હીરાને ખાતર કોઈનું ખૂન કરવાનો હજુ સુધી એણે ક્યારેય વિચાર કર્યો નહોતો. પણ લેડી ગેટી બધાંની સમક્ષ સવારે રાતની ચોરી ઉઘાડી પાડી દે તો બનવાજોગ છે કે પોતાનાં જૂનાં કરતૂતોની કડી મેળવવાનું કોઈને સૂઝી આવે. મેક્સવેલ જેવો કોઈ ઇન્ટરપોલ એજન્ટ ખોદકામ કરવા માંડે તો બાકીની જિંદગી જેલમાં પૂરી કરવાનો વખત પણ આવી શકે છે... એમાંથી બચવા માટે લેડી ગેટીને રાત્રે ઊંઘમાં જ પતાવી દેવાનો વિચાર ઘડીભર માટે ઝબકી ગયો હતો, પણ ખૂન કરીને નાસી જવાનો માર્ગ ક્યાં હતો ? તો પછી રાત્રે ખૂન કરીને સવારે પકડાઈ જવાનો શું અર્થ છે ? એને બદલે લેડી ગેટીનું સવારનું વર્તન જોઈને આગળનું પગલું વિચારવામાં જ ડહાપણ છે... આવી બધી ગડમથલમાં પતિ-પત્નીએ રાત વિતાવી નાખવી પડી.'

'તમે ફોટા પ્રોસેસ કરી આવ્યા ?'

સવારના છ વાગ્યે ઊઠીને ગયેલા પતિને ખચકાતાં-ખચકાતાં એણે પૂછ્યું : 'નેક્લેસ સાથેના મારા ફોટા કેવા આવ્યા છે ?'

ત્યારે બિલે એની સામે આંખો ફાડીને હોઠ ભીડ્યા. જાણે કહેતો હોય : *તારી એ ઘેલછાએ તો આપણને આવી ઉપાધિમાં હડસેલી દીધાં. હાર પહેરીને ફોટા પડાવવાની હઠ ન લીધી હોત તો પેલીની નજર હાર પર પડત નહીં ને ?* પરંતુ અત્યારે આવું બધું કહેવાનો અર્થ નહોતો. આપસમાં એકબીજા પર દોષારોપણ કરવાને બદલે સંપીને સમજદારીથી કામ લેવાનું હતું.

'ફોટા સરસ આવ્યા છે.' બિલે ઊંડો શ્વાસ છોડતાં કહ્યું : 'હવે ચાર દિવસ પછી દારેસલામ પહોંચીને જ એ આપણા કારીગરને મોકલી શકાશે. બીજા પાંચ-છ દિવસ ડુપ્લિકેટ હાર બનાવતાં લાગશે. પછી એ લઈને મુંબઈ આવે તો અદલાબદલી કરવાનો ટાઇમ મળી રહે.'

'બધો આધાર લેડી ઊઠીને શું કરે છે એના પર છે.'

'એના પહેલાં તને બીજા એક ખબર પણ આપવાના છે.'

'સારા કે ખરાબ ?'

'સારા તો નથી જ. ખરાબ ગણાય કે નહીં એનીય ખબર નથી.' કહી બિલ જેક્સને જૉગિંગ કરતાં સાંભળ્યું હતું એ પત્નીના કાનમાં ઠાલવી દીધું :

'શિપ ઊપડવાની તૈયારીમાં હતી ત્યારે આખરી ઘડીએ એક માણસ સૂટકેસ સાથે દોડતો આવ્યો. કૅપ્ટને એને લઈ પણ લીધો, કારણ કે એ સ્કૉટલૅન્ડ યાર્ડનો ડિટેક્ટિવ છે.'

'હેં !' કેથીને ફડકો પડ્યો. કેમ જાણે રાતની વાતની ગંધ છેક સ્કૉટલૅન્ડ યાર્ડવાળાને પહોંચી ગઈ હોય અને એ કેસ હૅન્ડલ કરવા માટે ડિટેક્ટિવ મોકલી આપ્યો હોય !

'એમાં આપણે ગભરાઈ જવાની જરૂર નથી, કેથી !'

'પરંતુ સાવધ તો રહેવાનું ને !'

'હા, પણ એ કાંઈ આપણા જેવાનો પીછો કરવા થોડો દોડી આવ્યો હોય ?'

'તો ?'

'આ શિપમાં આપણા કરતાં ખતરનાક નંગ બેચાર હોવાં જોઈએ.'

'દાખલા તરીકે ?'

'દાખલા તરીકે...' કહીને એ હાઇનેસનું નામ આપવા જતો હતો, કારણ કે વાસ્કો નામના તિજોરી તોડનારે એમની સેફ ખોલી છતાં અંદરથી કાંઈ જ નીકળ્યું નહીં, એથી બિલ જેક્સન હાઇનેસ બાબત શંકા કરવા લાગ્યો હતો. *આ તે કેવો ઇન્ડિયન મહારાજા કે સેફમાં સમ ખાવા ખાતર એક પણ ઘરેણું ન હોય !* એટલે કેથી સમક્ષ બિલ હાઇનેસનું નામ ઉચ્ચારવા જતો હતો પણ ત્યાં બંનેના કાને *ગૂડ મૉર્નિંગ* અફળાયું અને જાણે બૉમ્બધડાકો થયો હોય તેમ બંને હલબલી ગયાં.

'ઓહ... આ...હ !' કેથી-બિલે *ગૂડ મૉર્નિંગ*થી પ્રત્યુત્તર આપવાને બદલે લોચા વાળ્યા. પછી જરૂર નહોતી તોપણ ઊભાં થઈ જઈ બંનેએ એમનો એકએક હાથ પકડી લઈ તેમને સોફા પર બેસાડ્યાં.

'તમે હસબન્ડ-વાઇફ મને કાંઈક ખુશખબર આપવાનાં હો એવો ઉમળકો દેખાડી રહ્યાં છો.'

લેડી ગેટી તો સહજપણે બોલી ગયાં, પણ પેલાં બંનેને તેમાં વ્યંગ છુપાયેલો હોવાની આશંકા જાગી. પરંતુ કેથીએ સત્વરે ઠાવકાઈ ધારણ કરી લીધી :

'લેડી, તમે આખી રાત સળંગ ઘસઘસાટ ઊંઘતાં રહ્યાં એના જેવા ખુશખબર બીજા કયા હોઈ શકે ?'

'હેં ?' લેડી વારાફરતી બંનેની સામે જોઈ લેતાં બોલ્યાં : 'કોણે કહ્યું કે હું આખી રાત સળંગ ઊંઘી છું... વચ્ચે એક વાર ઊઠી ગયેલી ને ?'

'હેં ?' હવે પેલાં બંને ભીતરથી ફફડતાં પરસ્પરને નિહાળવા લાગ્યાં : 'તમે ઊઠી ગયેલાં ત્યારે અમે શું કરતાં હતાં ?'

એ પૃચ્છા લેડીને વિચિત્ર લાગી. પછી તેમાંથી ભળતો અર્થ તારવ્યો. *પોતે જાગી જઈને છાનાંછાનાં આ પતિ-પત્નીની કામક્રીડા જોઈ તો નથી ગયાં ને ?* એવા અર્થમાં એ પૂછતાં લાગે છે. એટલે જ બંને ખસિયાણાં પડી ગયાં હશે. આ વિચારથી પહેલાં તો એ મલક્યાં, પછી ખડખડાટ હસવા લાગ્યાં.

પેલાં બંનેને એમનું અટ્ટહાસ્ય ભેદી લાગ્યું. *આ ડોશીમા આપણે ધારીએ છીએ એટલાં ભોળાં નથી. બિલાડી ઉંદરને નહોર ભરાવીભરાવીને રમાડતી હોય તેમ રિબાવે એવી ચાલબાજી લેડી અજમાવી રહ્યાં છે. હમણાં એ ગંભીર બની જઈ, આંખોના ડોળા ફાડીને તાડૂકી ઊઠશે : તમે બંને મને સમજો છો શું ? મને ભૂતના ભયથી મુક્તિ અપાવવાના બહાને લૂંટી લેવાનું કાવતરું ઘડતાં શરમ ન આવી તમને ? બદલામાં હવે હું તમારા કેવા હાલ કરું છું એ જોજો !*

પડી ગયેલા મોઢે કેથી-બિલ લેડી ગેટીને નિહાળતાં હતાં ત્યાં એમણે ફોડ પાડ્યો :

'અરે, રાત્રે હું ઊઠી ગઈ ત્યારે, કેથી, તું ઘસઘસાટ ઊંઘતી હતી... મને યાદ આવ્યું કે સૂતી વખતે સ્લીપિંગ પિલ્સ લેવાનું ભૂલી ગઈ છું એટલે પિલ્સ ગળી જઈ, પાણી પીને એવી ઊંઘી ગઈ કે સવાર ક્યારે પડી એનીય ખબર ન પડી.'

સાંભળ્યા પછી થોડી વાર તો માનવામાં ન આવ્યું. ચાલાક લેડી બનાવટ કરતાં હશે એવું લાગ્યું. પણ એમણે ઉમેર્યું કે 'બિલ, મને તમારા રૂમમાં ડોકિયું કરી જવાનો વિચાર તો આવેલો, પણ ત્યાંના બાથરૂમમાં પેલા તિજોરી-તોડતી લાશ જોઈ હતી એની બીક લાગી... નહીંતર જરૂર તમે પણ ઘસઘસાટ ઊંઘતાં જ દેખાયાં હોત.'

જવાબમાં બિલ જેક્સને પરાણે હસવું પડ્યું. *એમ તો કેમ કહેવાય કે આખી રાત પડખાં ફેરવીને ગુજારી છે, તમારી ઊંઘમાં ચાલવાની આદતના પ્રતાપે !*

એ જ વખતે સ્વીટના દરવાજે ટકોરા પડ્યા.

'બેડ-ટી સમયસર આવી ગઈ !' બિલે દરવાજો ઉઘાડવા ઊભા થઈને ખુલાસો કર્યો : 'હું જોગિંગ કરવા ગયેલો ત્યારે કહેતો આવ્યો હતો : પંદર મિનિટમાં ચા પહોંચાડજે... અમારાં લેડીને ઊઠતાંની સાથે જ ચા જોઈએ !'

લેડી ગેટી જાણતાં હતાં કે આ બધા મલાવા પોતાની શ્રીમંતાઈના કારણે છે, તેમ છતાં એમને એવું માની લેવું ગમતું હતું કે *આ બંને મારા માટે કેટલું બધું માન ધરાવે છે !*

'ગૂડ મૉર્નિંગ, સર !'

દરવાજો ઉઘાડતાં જ ચાની ટ્રે સાથે વેઇટર દેખાવાને બદલે હાથમાં *ઓશનકિંગ-વન*ના ગરુડના ચિહ્નવાળું લાંબું પરબીડિયું લઈને કૅપ્ટનનો માણસ ઊભેલો દેખાયો : 'સર, લેડી માટે એક અર્જન્ટ મેસેજ લઈ આવ્યો છું.'

'કોનો મેસેજ છે ?' બિલ જેક્સનનું અપરાધી મન ફરી ફફડવા લાગ્યું. પેલો કદાચ હમણાં બોલી ઊઠશે કે થોડી વાર પહેલાં શિર પર ચડેલા ડિટેક્ટિવનો ખાનગી સંદેશો છે...

પરંતુ પેલાએ જુદો જવાબ આપ્યો : 'કૅપ્ટનસાહેબનો સંદેશો છે.'

'ઓહ ! તો-તો હું જ લેડીને એન્વેલપ સુપરત કરી દઉં છું... કૅપ્ટનને એમના વતી થૅન્ક્સ કહેજો.'

'ભલે, સર.' કહી કવર સોંપીને પેલાએ ચાલતી પકડી. એન્વેલપ લઈને લેડી તરફ પગ ઉપાડતાં બિલની દાનત ઘડીભર માટે બગડી. *કૅપ્ટને વળી લેડીને અર્જન્ટ સંદેશો શું પાઠવ્યો હશે ? ખાનગીમાં વાંચી લઈને પછી જ લેડીને સોંપું તો ?*

પરંતુ ત્યાં લેડીનો અવાજ કાને પડ્યો :

'મિસ્ટર જેક્સન, શું બાબત છે ?'

'લેડી, કૅપ્ટને લેટર મોકલ્યો છે, આપના નામે.'

'શું છે લેટરમાં ? તમે જ વાંચી સંભળાવો ને ?' લેડીએ ભોળાભાવે કહ્યું : 'ચા-પાણી પીધા વિના આંખે ચશ્માં ચડાવવાની તકલીફ ક્યાં લેવી ?'

ત્યાં સુધીમાં બિલ પરબીડિયા સાથે બંનેની સામે આવી પહોંચ્યો હતો. કૅપ્ટનના પત્રની વાતથી કેથીનેય મનમાં ગભરામણ તો થવા લાગી હતી, પણ હસતું મોં રાખ્યા વિના ચાલે એવું નહોતું.

'ઓહ, લેડી ! આ તો તમને ન ગમે એવી વાત કૅપ્ટને લખી છે.'

'મને ન ગમે એવી ! એટલે ?'

'એટલે કે હિઝ હાઇનેસના સ્વીટનું સેફ કોઈએ ખોલી નાખ્યું હતું એની જાણ અમેરિકાની સેફ કંપનીને શિપિંગ કંપનીવાળાએ કરી તેના જવાબમાં સેફ કંપનીએ લખ્યું છે કે અમે અમારા નિષ્ણાત મિકેનિકને મોકલી તમામ સેફને નવેસરથી ફુલપ્રૂફ બનાવવા માગીએ છીએ... એ કામ પાર ન પડે ત્યાં સુધી કોઈએ પોતાના સેફમાં જોખમ નહીં રાખવાની કૅપ્ટને વિનંતી કરી છે... વિનંતી તો કહેવાય, પણ ખરા અર્થમાં તો તાકીદ કરી છે કે આજ સાંજ પહેલાં તમારું બધું જ જોખમ શિપના સેફ ડિપૉઝિટ વૉલ્ટમાં મૂકી દેવું જ્યાં ચોવીસે કલાકનો સશસ્ત્ર પહેરો મૂકેલો છે.'

'એટલે કે ડાયમન્ડ નેક્લેસ મારે ત્યાં મૂકી આવવો પડશે ?'

'એવું કૅપ્ટન કહે છે.' કહી બિલે કેથી સામે જોયું. *પાંચ મિલિયનનો ડાયમન્ડ નેક્લેસ હવે શિપના સેફ ડિપૉઝિટ વૉલ્ટમાં ટ્રાન્સફર થઈ જશે તો હૉંગકૉંગ પહોંચીને અદલાબદલી કરવાનું શું થશે ?*

'કૅપ્ટન કહે એટલે માની લેવું એવું કાંઈ થોડું છે !' કેથીએ ચાવી ઘુમાવી જોઈ : 'લેડી ગેટીને તો રોજ રાત્રે સૂતાં પહેલાં ડાયમન્ડ નેક્લેસને જોઈ લેવાની વર્ષોની આદત છે. એ સિવાય એમને ઊંઘ આવતી નથી...' કહીને લેડી સામે જોયું : 'બરાબર ને, લેડી ?'

'એ તો બરાબર !' કહેતાં લેડી ગેટી ઘડીભર બંનેની સામે જોતાં વિચારમાં પડી ગયાં, પછી મલકી ઊઠ્યાં :

'મને કાલે રાત્રે સપનામાં શું આવ્યું હતું એ કહું ?'

'સપનામાં !' કેથી ભડકી, બિલ ટટ્ટાર થઈ ગયો. *લેડી ગેટી હવે ભાંડો ફોડવાની તૈયારી કરી રહ્યાં છે.*

'મને એવું સપનું આવ્યું કે પચીસ જાન્યુઆરીએ મારો બર્થ ડે ઊજવવા માટે હું હાર પહેરવા માટે સેફ ખોલું છું તો એમાંથી નેક્લેસ ગુમ થઈ ગયો હતો !' કહી પોતાનો ફેંસલો પણ સંભળાવી દીધો :

'એટલે કૅપ્ટનના કહેવા પ્રમાણે નાહી-ધોઈને પહેલું કામ શિપના સેફ ડિપૉઝિટ વૉલ્ટમાં નેક્લેસ મૂકી આવવાનું કરવું છે.'

પેલાં બંને અચંબામાં તેમને તાકી રહ્યાં હતાં એ જોઈને લેડીએ પૂછ્યું : 'બરાબર છે ને... શું કહેવું છે તમારું ?'

'યેસ, લેડી ! એકદમ બરાબર છે !'

એ સિવાય પતિ-પત્ની બીજું શું કહી શકે ?

*

'આપનો પરિચય ?'

સ્ટીમબાથમાં વરાળસ્નાન કરી રહેલા હાઇનેસને આગંતુકે પૂછ્યું ત્યારે એ મોઘમ હસ્યા. વરાળસ્નાન લેતી વખતે બધાં જ વસ્ત્રો ઉતારી નાખવાનાં હોય છતાં આગંતુકે કૉશ્ચ્યુમ પહેરી રાખ્યું હતું એની થોડી નવાઈ પણ ઊપજી.

'મને શિપમાં બધાં હિઝ હાઇનેસ તરીકે ઓળખે છે.' કહી એમણે સામું પૂછી લીધું : 'અને આપનો પરિચય ?'

'હું તો ચાર કલાક પહેલાં જ શિપમાં ચડ્યો. હજુ બહુ ઓછા લોકો મને ઓળખે છે... હું છું સ્કૉટલૅન્ડ યાર્ડનો ડિટેક્ટિવ ઝુલ્ફીકાર કબીર.'

'ઓહ, તો-તો તમને બધાં બહુ જલદી ઓળખી જશે.'

'પરંતુ મારું કામ તો બીજા લોકોને જલદી ઓળખી લેવાનું છે.' કહી આજુબાજુ જોઈ લઈને ઉમેર્યું : 'શિપની હેલ્થ ક્લબ લગભગ ખાલી કેમ દેખાય છે ?'

હાઇનેસ મલક્યા. મનમાં તો કહ્યું કે *એટલા માટે જ તને અગિયાર વાગ્યે મળવા બોલાવ્યો...* પરંતુ ડિટેક્ટિવ તેની અસલિયત દેખાડે નહીં ત્યાં સુધી મોઘમમાં જ વાત કરવાનું મુનાસિબ લાગ્યું.

'શિપનાં ઉતારુઓ મોટા ભાગે દસ-સાડાદસે નાહી-ધોઈ પરવારી જતાં હોય છે. ત્યાર પછી કોઈ ને કોઈ લેક્ચર હોય અને બાર વાગ્યાથી તો લંચની શરૂઆત થતી હોય છે.'

'તો પછી મારો જાંઘિયો ઉતારી જ નાખું.'

કહી એણે કોશ્ચ્યુમ કાઢી નાખી હાઇનેસ સાથે હાથ મિલાવ્યા : 'હાય, કમાલ હસન !'

'હેલ્લો ! નાસિર હસન !'

પછી બંનેએ વરાળબાથ લેવાનું ચાલુ કરી દીધું.

'નાસિર, શું ખબર છે ?'

'કોના ? શેના ?'

'ડુક્કરની ડીલિવરીના.'

હાઇનેસને અણુબૉમ્બની ડીલિવરીની ચિંતા હતી.

'કદાચ દારેસલામમાં મળી જશે.'

'કદાચ શું કામ ?'

'ફૅટ બૉય (મોટા કદનો બૉમ્બ) અણુપ્લાન્ટમાંથી ચોરાયાની વાત પકડાઈ ગઈ.'

'યા ખુદા !' હાઇનેસે સ્ટીમનો શાવર બંધ કર્યો. વરાળને કારણે પરસેવે નીતરતા એમના શરીરે આંચકો અનુભવ્યો : 'તો-તો હોહા મચી ગઈ હશે ?'

'પેન્ટાગોને બૉમ્બ ચોરાયાનું છાનું રાખ્યું છે. એમને કર્નલ ગદ્દાફી (લિબિયા) પર વહેમ છે. ફૅટ બૉય કિડનેપ થયાનું જાહેર થાય તો અમેરિકી પ્રજામાં હાહાકાર મચી જાય... એટલે છાનું રાખીને ચોરી કરનારાના સગડ મેળવવા માટે પીછો પકડ્યો છે.'

'તો-તો એ સગડ અહીં સુધી...'

'નહીં.'

તેમને અધવચ્ચે અટકાવી ઝુલ્ફીએ ધરપત આપવી પડી : 'આપણો મળતિયો અમેરિકી સાયન્ટિસ્ટ પકડાઈ ગયો, પણ તરત જ સાઇનાઇડ ગળી જઈને હંમેશને માટે બોલતો બંધ થઈ ગયો.'

'સરસ !' બીજાના મોતથી પોતાનું ઑપરેશન ઊગરી જવા બદલ હાઇનેસને વધારે ધરપત થઈ.

'પરંતુ ઝુલ્ફી ઉર્ફે નાસિર, તમારો બાંગ્લાદેશી વિજ્ઞાની પકડાઈ જશે તો ?'

'એ તો ક્યારનો નાસી છૂટ્યો છે... એ બિચારાને ડર છે કે પેન્ટાગોનવાળા પકડશે તો બાકીની જિંદગી જેલમાં ગોંધાઈ રહેવું પડશે અને આપણાવાળાના હાથમાં આવે તો તત્કાળ પોતે વીંધાઈ જવાનો... બહુબહુ તો થોડા દિવસ નાસતો ફરશે, છેવટે તો એણે પણ લમણામાં ગોળી ખાઈને મરવાનું જ રહેશે.'

'ધારો કે એ પેન્ટાગોનના હાથમાં જીવતો આવ્યો તો ? એને ખબર છે કે ડુક્કર (બૉમ્બ) ક્યાં લઈ જવાનો છે ? ક્યાં, કેવી રીતે અને ક્યારે એનો ઉપયોગ થવાનો છે ?'

'ડોન્ટ ટૉક નૉનસેન્સ, કમાલ હસન ! આવી જાણ વચેટિયા માણસોને કદી કરાતી હશે ?'

ઝુલ્ફીને હાઇનેસની પૃચ્છામાં રહેલી ચિંતા ખટકી. એ કહેવા જતો હતો કે *તારા સુધી સગડ પહોંચે એ પહેલાં 'ઑપરેશન કાલભૈરવ' સાથે સંકળાયેલા બીજા અનેક સપડાઈ જાય તો એમણે પણ જાન કુરબાન કરી દેવા પડે એમ છે... તું એમની ચિંતા કેમ કરતો નથી ?*

પરંતુ આવું કહેવા જાય એ પહેલાં એના કાને કાંઈક ખખડાટ અફળાયો. આંખો પહોળી થઈ. શ્વાસ રોકીને પોતાના નાક પર આંગળી મૂકી હાઇનેસને ચૂપ રહેવા ઇશારત કરી. પછી દબાતાં પગલે એ બહાર નીકળવા જતો હતો ત્યાં ખ્યાલ આવ્યો કે કદાચ કોઈક એમની વાત

સાંભળતું હોય તો પીછો કરવા માટે બહાર પણ ધસી જવું પડે. એટલે ઝડપથી કોશ્ચ્યુમ ચડાવી બહાર સરક્યો. હાઇનેસે પણ તેને અનુસરવું પડ્યું.

બહાર એક તરફ વ્યાયામનાં સાધનો હતાં અને બીજી બાજુ શાવર લેવાના રૂમ્સ.

'અહીં તો કોઈ નથી.' ધીમેથી બબડતા ઝુલ્ફીએ શાવરબાથ તરફ પગ ઉપાડ્યા. સ્ટીમબાથની લગોલગ આવેલા બાથનું બંધ બારણું હડસેલીને જોયું તો અંદર કોઈ નહોતું, પણ જે કાંઈ હતું એ નજરે ચડ્યા પછી એણે હાંક મારી :

'કમાલ ! દોડીને જો તો કોઈ નાસી જતું હોય તો એને પકડી પાડ... જોજે, એ છટકી જવો ન જોઈએ.'

બે મિનિટ પછી હાઇનેસ હાંફતા પાછા ફર્યા : 'છેક બહાર સુધી જોઈ આવ્યો. કોઈ જ નથી.' બોલતાં-બોલતાં બાથરૂમમાં ડોકિયું કર્યું તો સ્ટીમબાથની દીવાલમાં ભરાવેલો વાયર દેખાયો. પછી તેની સાથે જોડેલા ટેપરેકોર્ડર પર નજર પડી.

'યા ખુદા !' તેમનાથી તીણી ચીસ નખાઈ ગઈ : 'કોઈક આપણી વાતચીત ટેપ કરતું હતું !'

'હા, કમાલ ! બહુ ખતરનાક બાબત કહેવાય !' નાસિરે ટેપરેકોર્ડર ઊંચકી લઈ, સ્ટીમબાથની દીવાલમાં લગાડેલો વાયર ખેંચ્યો તો સાવ ટચૂકડું માઇક્રોફોન હાથમાં આવ્યું.

'બહુ સેન્સિટિવ માઇક્રોફોન લાગે છે.' કહી નાસિરે ટેપ રીવાઇન્ડ કરીને 'પ્લે'નું બટન દાબ્યું એટલે વરાળની સાઉન્ડ ઇફેક્ટ સાથે તેને પોતાનો અવાજ સ્પષ્ટપણે સંભળાયો :

'તો પછી હું મારો જાંઘિયો ઉતારી જ નાખું !'

બંને અધ્ધર શ્વાસે એકબીજાને જોતા સંવાદ સાંભળતા રહ્યા. પૂરેપૂરી વાતચીત ટેપ થઈ ચૂકી હતી એ જાણીને થથરી ગયો નાસિર.

'સારું થયું કે ટેપરેકોર્ડર પડતું મૂકીને એ નાસી છૂટ્યો.'

'પણ એ એટલે કોણ ?'

'દુશ્મન... જેને મારા પર વહેમ પડ્યો હોવો જોઈએ. આપણા બંનેના સંબંધની જેને ગંધ આવી હોવી જોઈએ અને એ મારા જેવો નકલી નહીં પણ અસલી ડિટેક્ટિવ હોવો જોઈએ.'

'તો-તો આપણે એને વહેલી તકે ખતમ કરવો જ રહ્યો.' હાઇનેસે દાંત ભીંસ્યા અને નાસિરે જડબાં !

□

40

'હવે આપ જ કહો, યોગીજી, મારે કરવું શું ?'

યોગી કૃષ્ણમૂર્તિની કૅબિનમાં ભોંય પર પલાંઠી વાળીને બેઠેલી તાનિયાએ પોતાની કથની પૂરી કરીને એમનું માર્ગદર્શન માગ્યું ત્યારે યોગીજીને પણ ઘડીભર વિચારમાં પડી જવા જેવું થયું.

બપોરે લંચ વખતે તાનિયાને અચાનક પેટમાં ચૂંથારો થવા લાગ્યો એટલે એ જમવાનું પડતું મૂકી, ટેબલ-પાર્ટનર્સને *સૉરી* કહીને ઊભી થઈ ગઈ હતી. કૅબિનમાં જઈ આડી પડી હતી ત્યાં યોગીજીનો ઇન્ટરકૉમ આવ્યો હતો : 'તાનિયા, હવે કેમ છે ?' જવાબમાં એણે કહેવું પડેલું : 'સારું છે, યોગીજી, કાંઈ ચિંતા કરવા જેવું નથી.'

'ચિંતા કરવા જેવું ન હોય પણ ચર્ચા કરવા જેવું હોય તોય જરૂર કહેજે. સંકોચ રાખીશ નહીં.'

'ભલે, યોગીજી, એવું હોય તો તમારા સિવાય કહેવા જેવું બીજું અહીં છે પણ કોણ ?'

આમ કહી તાનિયાએ વાત સંકેલી તો લીધી પરંતુ પેટના ચૂંથારાની જેમ મન પણ ચૂંથાવા લાગ્યું હતું. યોગીજીનું પેલું વાક્ય એને ગર્ભિત ઇશારા જેવું લાગ્યું હતું : 'ચિંતા કરવા જેવું ન હોય તોપણ ચર્ચા કરવા જેવું હોય તોય જરૂર કહેજે...' *તો શું એ મારી માનસિક સ્થિતિ પામી ગયા હશે ? સાધક પુરુષ છે. ચહેરો જોઈને મનના ભાવ વાંચી શકતા હોય તો નવાઈ નહીં... તો પછી એમની સમક્ષ મન મોકળું શું કામ ન કરી નાખવું ? હું ગર્ભવતી બની ચૂકી છું, હવે એ બાળકને ઉદરમાં ઊઝરવા દેવું કે પછી કુમળા બીજને મસળી નાખવું ?*

'યોગીજી, થોડી વાર અગાઉ આપે કહ્યું કે ચર્ચા કરવા જેવું હોય તો જરૂર કહેજે... તો આપને અનુકૂળ હોય ત્યારે હું મળવા આવી જાઉં.' એણે એકાદ કલાકમાં જ આ રીતે ફોન કરવો પડ્યો હતો.

'મારી અનુકૂળતા તો તને ખબર પૂછવા ફોન કર્યો હતો ત્યારે હતી અને અત્યારેય છે.'

કહી યોગીજીએ ઉમેર્યું કે 'હમણાં જ આવી જા.' ત્યારે તાનિયાએ થોડો સંકોચ અનુભવ્યો હતો. *કૅબિનમાં નીરજાદેવી ચૌધરીની હાજરીમાં બધું મોકળા મને કહી નહીં શકું* એવી દહેશત દર્શાવી એટલે યોગીજીએ ગંભીર સ્વરે સમજાવ્યું હતું : 'બિચારી નીરજાને કોઈ જાતની સૂધબૂધ ક્યાં છે ? હવે તો એની વાચાય હરાઈ ચૂકી છે. આપણી મુંબઈ સુધીની સફર પૂરી થાય એ પહેલાં જ કદાચ એની જીવન સફર...' બોલતાં-બોલતાં એમનો કંઠ થોડો રૂંધાયો હતો. એમને આગળ બોલવાનો પરિશ્રમ આપવાને બદલે તાનિયાએ જ કહી દીધેલું : 'હું થોડી વારમાં આવું છું. નીરજાદેવી મારી કથની સાંભળી જાય તોપણ શું વાંધો ?' કહી એ પહોંચી ગઈ હતી.

શરૂઆતમાં તો બહુ સ્વસ્થપણે કહી શકી. રૂસ્તમ સાથે પ્રેમમાં પડ્યા પછી અમેરિકા જવા માટે તેણે એક યુવાનને છેહ દીધો હતો. અમેરિકામાં રૂસ્તમ સાથેનું દામ્પત્યજીવન ખૂબ સુખી હતું. માત્ર સંતાન સિવાય બીજી કોઈ ખોટ નહોતી. અહીં સુધી તો બરાબર કહી શકી, પણ રૂસ્તમના મૃત્યુ પર વાત આવતાં એ ભાંગી પડી. યોગીજીએ તેને પાણીનો ગ્લાસ ધરવો પડ્યો. વાંસો પસવારીને લેણદેણ અને ઋણાનુબંધનો દિલાસો આપ્યો હતો. પરંતુ તાનિયાએ જ્યારે ફોડ પાડીને કહ્યું કે 'અમેરિકા જઈને રૂસ્તમ સાથે જોડાવા જે યુવાનને છેહ આપ્યો હતો એ આ ઓમકાર પોતે જ છે' ત્યારે યોગીજી દાઢી પસવારતા રહ્યા હતા. એમણે કહ્યું નહીં કે 'તમારા બંનેનાં વર્તન-વ્યવહાર પરથી એવું કાંઈક તો લાગતું જ હતું. અગાઉ તમે મળી ચૂક્યાં છો પણ અહીં પહેલી વાર મળતાં હો એવો દેખાવ કરો છો... 'એવું કહેવાનું યોગીજીએ ટાળ્યું ત્યાં એથીય વધારે વિસ્મયજનક વાત સાંભળવા મળી.

'યોગીજી, શિપમાં ઓમકારને મળ્યા પછી મને સતત એવું થયા કરતું કે મેં એને દગો દીધો એના બદલામાં મને વૈધવ્યની સજા મળી. ત્યાર પછી કુદરતે અહીં ફરી અમારો આ રીતે ભેટો કરાવ્યો એમાં જરૂર કાંઈક સંકેત હોવો જોઈએ. મારી જેમ ઓમકાર પણ વિધુર હોવાથી એના પ્રત્યે હમદર્દીની લાગણી જન્મી. તેનાથી નિકટતા વધી અને એક રાત્રે જરૂર કરતાં વધારે નિકટ આવી ગયાં તેનું પરિણામ હવે મારા પેટમાં પાંગરે છે. મારે જમતાં-જમતાં ઊઠી જવું પડ્યું એનું કારણ પણ કાંઈક એવું જ હતું. હજુ તો પૂરા પંદર દિવસેય નથી થયા ત્યાં ઊલટી-ઊબકા મારી ભૂલની ચાડી ખાવા લાગ્યાં.' કહીને છેલ્લે પૂછ્યું : 'હવે આપ જ કહો, મારે શું કરવું ?'

'આનું નામ જ ઋણાનુબંધ, તાનિયા... એક દૃષ્ટિએ તું ઓમકારની પરણેતર હતી. ભલે તેં એની સાથે સંસાર ન માંડ્યો, પણ ચાર ફેરા ફરીને તું એની ઋણી તો બની જ હતી.'

'આપ એમ કહેવા માગો છો, યોગીજી ! કે એ ઋણ ચૂકવવા માટે એની સાથે પરણી જઈને એના બાળકને જન્મ આપવો ?'

'બાળકને જન્મ આપવાનું તો હું જરૂર કહીશ.' જરાય વિલંબ વિના યોગી કૃષ્ણમૂર્તિ બોલી ઊઠ્યા : 'ઓમકાર સાથે લગ્ન કરવાં કે નહીં એના પર ચર્ચા-વિચારણાને અવકાશ છે.'

'પરંતુ કોઈ પુરુષને પરણ્યા વિના માતા બનું તો-તો આપણો સમાજ...'

'સમાજની ચિંતા નહીં કર, તાનિયા ! બાળકને જન્મતું રોકવાનું પાપ કરવા કરતાં સમાજની નિંદાનું લાંછન વહોરી લેવામાં વધારે નૈતિકતા છે.'

'એટલે કે કુંવારી મા...' બોલતાં-બોલતાં તાનિયાને ખ્યાલ આવ્યો કે *પોતે કુંવારી કેમ કહેવાય ?* એટલે સુધારો કર્યો : 'વિધવા હોવા છતાં બાળકને જન્મ આપવામાં આપને કાંઈ જ અજુગતું નથી લાગતું ? ભારતમાં સ્થાયી થઈને સમાજસેવાનાં સ્વપ્ન સાથે હું ત્યાં જઈ રહી છું. ચારિત્ર્યહીન સ્ત્રી કહીને સમાજ મને સેવા કરતી રોકશે નહીં ? મારા કાર્યમાં વિઘ્નો નહીં નાખે ?'

પાતે ગંભીરપણે પૂછતી હતી છતાં યોગી કૃષ્ણમૂર્તિ મલકતા રહ્યા એ તાનિયાને વિચિત્ર લાગ્યું. *કદાચ આ સિદ્ધ યોગી માટે ભવિષ્યદર્શન સહજ હોવું જોઈએ. છેવટે હું ઓમકારની પત્ની બનવાની છું એવું એમને દેખાતું હશે... કે પછી કાંઈક ન ધારેલું બનવાના સંકેત મળી રહ્યા હશે એમને ?*

'આપને દૂરનું દર્શન થાય છે એવી માન્યતા સાથે હું આપનું માર્ગદર્શન મેળવવા આવી છું, યોગીજી ! શું હું પરણ્યા વિના માતા બની શકું ?'

'શું કામ ન બની શકે, તાનિયા ?' યોગીએ દૃઢ સ્વરે કહ્યું : 'પાપ-પુણ્યનો વિચાર કરીએ તો બાળહત્યા પાપ ગણાય, એટલે ગર્ભપાતને બદલે અવિવાહિત માતા બનવાનું પસંદ કરવું ઘટે... અને સમાજનો ભય લાગતો હોય તો તું મારા આશ્રમમાં રહીને સમાજસેવામાં તારું શેષ જીવન વિતાવી શકે છે.'

'આપના આશ્રમમાં ?' પહેલી વાર યોગી કૃષ્ણમૂર્તિના મુખેથી એમના વિશે કંઈક સાંભળવા મળ્યું એટલે અધીરાઈથી પૂછ્યું : 'આપનો આશ્રમ ક્યાં આવ્યો ? એમાં કોણ-કોણ છે ?'

'બધું જ અત્યારથી જાણી લેવા માગે છે !' તેની અધીરાઈ પકડી પાડી હોય તેમ મરકતા હોઠે યોગીએ કહ્યું : 'મારા આશ્રમનું નામ છે કાલભૈરવ આશ્રમ... પણ એનું ઠામ-ઠેકાણું હમણાં નહીં કહું... તારે જરૂર પડે ત્યારે તને આપોઆપ જાણવા મળશે. પરંતુ એક વચન તારે મને અત્યારે જ આપવું પડશે.'

'શેનું વચન ?'

'બાળકને પૃથ્વી પર આવતું નહીં રોકવાનું વચન.'

તાનિયા તેમને તાકતી રહી. રૂસ્તમ પણ ગર્ભપાતનો સખત વિરોધી હતો. પોતે ભારતમાં સેટલ થાય તો અનાથ, નિરાધાર અને રસ્તે રખડતાં બાળકોને આશ્રય આપી એમના કલ્યાણ માટે જીવન સમર્પિત કરી દેવાનું ધ્યેય વિચારી રાખ્યું હતું. એ ધ્યેય સાથે પણ પોતાના ઉદરમાં રોપાયેલા બીજને નિર્મૂળ કરી નાખવાનું બેધબેસતું નહોતું.

'ભલે, યોગીજી, મારું વચન છે કે એબૉર્શનના વિચારને મન સુધી પહોંચવા જ નહીં જઉં.'

'શાબાશ !' પોતાના પગ પાસે બેઠેલી તાનિયાનું માથું પસવારીને શાબાશી આપતાં કૃષ્ણમૂર્તિએ ઉમેર્યું : 'હવે લગ્નની ચર્ચા કરી લઈએ. તારે ઓમકાર સાથે આ અંગે કાંઈક તો વાતચીત થઈ હશે ને ?'

'રીતસરની વાતચીત તો નહીં પણ એણે પ્રસ્તાવ મૂક્યો છે ખરો.' તાનિયાથી સહેજ મલકી જવાયું. 'આત્માની માતા બનવામાં મને જરૂર આનંદ થાય, પરંતુ હું પોતે માતા બનું પછી બંને બાળકોને બે આંખ જેવાં સરખાં ગણીને તેમને હું ઉછેરી શકું ખરી ? - એ વિચાર મને મૂંઝવે છે.'

'એ સિવાય ?'

'એ સિવાય...' વિચારમાં પડી ગયેલી તાનિયાને આનાકાનીનું મહત્ત્વનું કારણ યાદ આવી જતાં ડોક ઊંચી કરીને કહ્યું :

'આપ તો જાણો છો, ઓમકાર અને હાઇનેસ વચ્ચેના સંબંધથી આપણે હજુ સુધી અજ્ઞાત છીએ. ઓમ પોતાનો ખુલાસો કરવાનું ટાળ્યા કરે છે. મારી સાથે પરણવાની ઇચ્છા જેટલી તીવ્ર છે એટલી જ હાઇનેસ વિશે સાચી વાત નહીં કહેવાની તેની હઠ અડગ છે.'

'હાઇનેસ વિશે જાણવાની તો મારી ઉત્કંઠા પણ વધતી જાય છે, તાનિયા ! એ માણસ કોઈક ભેદી કાર્ય પાર પાડવા માટે નીકળ્યો છે.'

'અને એ કાર્યમાં ઓમકાર તેની સાથે સંડોવાયેલો હોવાનો મને વહેમ છે, યોગીજી ! એટલે તો ઓમ સાથે જીવન જોડતાં પહેલાં હું એનો તાગ મેળવી લેવા માગું છું.'

ઘડીભર યોગીજી મૌન સેવી રહ્યા. પછી ઇન્ટરકોમનું રીસીવર ઊંચક્યું. ચાર વખત બટન દબાવીને નંબર જોડ્યો. સામેથી હેલ્લો સંભળાયું એટલે અવાજ ઓળખીને મક્કમ અવાજે બોલ્યા : 'ઓમકાર, તું હમણાં જ મારી કેબિનમાં આવી જા.'

ત્યારે તાનિયા હાથ આડો ધરીને તેને રોકવા માગતી હતી : *તમે એમ અત્યારે ને અત્યારે જ બધું પૂછી લેવાની ઉતાવળ શું કામ કરો છો ?* એવા ભાવ તેના ચહેરા પર હતા, પરંતુ યોગી કૃષ્ણમૂર્તિએ તો ક્યારનું ઓમકારને બાકીનુંય કહી દીધું : 'હું અને તાનિયા તારી પ્રતીક્ષા કરીએ છીએ.'

'યોગીજી, આપને નથી લાગતું કે આપણે આપસમાં વધારે ચર્ચા-વિચારણા કરી લઈને ઓમને બોલાવ્યો હોત...'

'આપણે જે કાંઈ ચર્ચા કરી એ પૂરતી હતી. બાકીની વિચારણા ઓમકારને સાથે રાખીને કરવી જોઈએ.'

આમ કહી યોગીએ બર્થ નીચેથી પેટી ખેંચી, પેટીનું ઢાંકણ ઉઘાડી અંદરથી કાલભૈરવની છબી બહાર કાઢીને મૂકી. ત્યાર પછી એમણે પેટીમાંથી ઊંચકેલી ખોપરી જોઈને તાનિયા સજ્જડ બની ગઈ : 'આ... આ...' એની જીભ ગૂંચળું વળી ગઈ.

'ખોપરી જોઈને તું આટલી બધી ગભરાઈ કેમ ગઈ !' યોગીએ ઠપકો આપવાની ઢબે કહ્યું : 'તને તો ખબર છે કે હું તાંત્રિક છું. આ કાલભૈરવ મારા આરાધ્યદેવ છે અને એમની સાધના માટે માનવ-ખોપરી અનિવાર્ય છે.'

'પરંતુ અત્યારે ઓમકારને બોલાવીને આપ શું...'

'ના, એના પર કોઈ વિદ્યા અજમાવવાનો નથી, પણ એક ઘટસ્ફોટ કરવા માગું છું.'

અને એ જ વખતે દરવાજે ધીમો ટકોરો પડ્યો એટલે વાતચીત અટકી ગઈ. કેટલો ઝડપથી એ આવી પહોંચ્યો એવા પ્રતિભાવ સાથે બંનેની નજર મળી. બહાર ઊભેલા ઓમકારના મનમાં ઝણઝણાટી આંટાફેરા કરતી હતી : *યોગીજીની હાજરીમાં તાનિયા લગ્નનું પાકું કરવા માગે છે. આગલી સાંજે 'વિશ-ફુલફિલ (ઇચ્છાપૂર્તિ) ફાઉન્ટન'માં તાનિયાએ એવી જ ઇચ્છા સેવી હશે કે અમે બંને જીવનસાથી બની જઈએ !*

તાનિયા દરવાજો ઉઘાડીને સહેજ મલકી એમાંય એને એવો ભાવ વંચાયો કે *આવો પધારો, આપણે સાથે મળીને સૂનાં જીવનને નંદનવન બનાવીએ !*

'આવો, ઓમકાર ! આત્માને સાથે ન લઈ આવ્યો ?'

'આપે તત્કાળ બનાવ્યો અને...' કહી એ જરાવાર અટક્યો. પછી તાનિયા સામે જોતાં રહીને ઉમેર્યું : 'તાનિયા અને આપ મારી પ્રતીક્ષા કરો છો એમ કહ્યું એટલે કોઈ ગંભીર બાબત હશે એવું માની આત્માને પઝલગેમ રમવા આપીને હું હાજર થઈ ગયો.'

બોલતાં-બોલતાં તાનિયા પરથી નજર હઠાવી નીચે જોયું તો ખોપરી દેખાઈ. એ બે ડગલાં પાછો હટી ગયો, તેની મુખરેખા તંગ બની ગઈ. પછી તાનિયા સામે નજર કરી તો એ સ્વસ્થ દેખાઈ એટલે પોતે ભોંઠપ છુપાવવા માટે ખોંખારો ખાઈ લેવો પડ્યો.

'સારું થયું ને આત્મા મારી સાથે ન આવ્યો ! નહીંતર એ ડરી જાત.'

'માનવ ખોપરીથી ડરવા જેવું તો નથી, છતાં પેલો તિજોરીતોડ વાસ્કો જેવો રીઢો ગુનેગાર પણ આ ખોપરી જોઈને હાઇનેસના સ્વીટમાં ચત્તોપાટ પડી જ ગયો હતો ને.'

એમના આ કથને પેલાં બંનેને ચમકાવ્યાં. *યોગી કૃષ્ણમૂર્તિએ સાધના માટે રાખેલી ખોપરીને હાઇનેસના સ્વીટની તિજોરી અને પેલા વાસ્કો સાથે શું લાગેવળગે ?*

એમના ભાવ પારખી જઈ યોગીએ ઓમકારને બાજુમાં બેસાડતાં કહ્યું :

'મેં તને એ માટે જ બોલવ્યો છે, ઓમ ! મારી આ ખોપરી, જહાજે લંડન છોડ્યા પછી થોડા દિવસોમાં ચોરાઈને હાઇનેસની તિજોરીમાં પહોંચી ગયેલી.'

' હાઇનેસની તિજોરીમાં ?' પેલાં બંનેએ એકસરખું વિસ્મય દર્શાવ્યું : 'એ કેવી રીતે બને ? ખોપરીને એમની તિજોરીમાં કોણ પહોંચાડે ?'

'હિઝ હાઇનેસ પોતે !'

ઓમકારના માનવામાં ન આવ્યું અને તાનિયાનું મન તો હાઇનેસ માટે ગમે તે માની લેવા તૈયાર હતું.

'શરૂઆતથી જ હું આગાહી કરું છું કે જહાજની આ પ્રથમ સફરને વિઘ્ન નડવાનું છે.... તાંત્રિક વિદ્યાને આધારે હું આવું કહું છું એ જાણ્યા પછી મને લાગે છે કે હાઇનેસને મારી બાબતમાં વધારે જાણવાની ઉત્કંઠા જાગી હશે. મારી ગેરહાજરીનો લાભ લઈ એમણે કોણ જાણે કેવી રીતે ચાવી મેળવીને કેબિનમાં ઘૂસણખોરી કરી...'

'અને એક મહારાજાએ તમારી આ ખોપરીની ચોરી કરી એવું તમે કહેવા માગો છો, યોગીજી ?'

ઓમકાર અધીરો થઈને કટાક્ષમાં વચ્ચે પૂછી બેઠો હતો, છતાં કૃષ્ણમૂર્તિએ વિક્ષેપ કે કટાક્ષ બદલ અણગમો દર્શાવ્યો વિના આગળ ચલાવ્યું :

'બનવાજોગ છે કે હાઇનેસને મારા સામાનમાં નોંધપાત્ર બીજું કાંઈ ન મળ્યું હોય એટલે એમણે ખોપરી અને કાલભૈરવની છબી ઊંચકી લીધી, જેથી મારી સાધના અટકી જાય.'

'પરંતુ હાઇનેસ તાંત્રિક સાધના વિશે ક્યાંથી જાણતા હોય ?' ઓમકારે દલીલ ચાલુ રાખી : 'કદાચ એમને બદલે બીજા કોઈકે ખોપરીની ચોરી કરી હોય એમ કેમ ન બને ?'

'અને, ઓમકાર ! ખોપરીની ચોરી કરનારો હાઇનેસના સ્વીટની તિજોરીમાં એને કેવી રીતે મૂકી આવે ? શું કામ મૂકી આવે ?' યોગીજીએ થોડા ઊંચા અવાજે વળતી દલીલ કરીને સૂટકેસમાં પડેલા એક કવરમાંથી ફોટાની નેગેટિવ કાઢીને તેની સામે ધરી :

'લે જોઈ લે... બંધ તિજોરીની આ ફોટોકૉપીમાં ખોપરી દેખાય છે ને ?'

'બંધ તિજોરીનો ફોટો ?' લાઇટ સામે એક્સ-રે જેવો ફોટો ધરીને જોતાં ઓમકારે આશંકા દર્શાવી, 'તિજોરીની આરપાર પ્રકાશ પહોંચે જ કેવી રીતે ?'

'જે રીતે આપણા શરીરની આરપારના એક્સ-રે ફોટો પાડે છે એવી કોઈ ટેકનિક હોવી જોઈએ.'

હવે ઓમકારને કાંઈ બોલવાનું સૂઝ્યું નહીં. પોતે હાઇનેસનો બચાવ કરી રહ્યો છે એવો દેખાવ થવાથી તાનિયાનો ચહેરો તંગ થવા લાગ્યો હતો. થોડી વારની સ્તબ્ધતા ત્રણેને અકળાવી ગઈ. બાજુમાં સૂતેલાં નીરજાદેવી તો જાણે આ દુનિયાથી જ પર હોય એમ નિર્લેપ પડ્યાં હતાં- કોમા પેશન્ટની જેમ !

'ખોપરી ચોરાઈ એના બે દિવસ અગાઉ મેં ગુરુજીનું આવાહન કરી, આ નીરજાને માધ્યમ બનાવી, જહાજને નડનારી દુર્ઘટના વિશે પૃચ્છા કરી, તો નીરજાએ એક કાગળ પર ત્રણ શબ્દો લખ્યા.'

'ત્રણ શબ્દો ?' ઓમકાર અધીરાઈથી લગભગ ઊછળી પડ્યો : 'યોગીજી, શું લખ્યું હતું એમાં ?'

ત્યારે ક્યાંય સુધી યોગીજી જાણે ત્રાટક કરતા હોય તેમ એને તાકી રહ્યા.

'અમારી વિદ્યામાં અમુક નિષેધ હોય છે.'

'નિષેધ એટલે શું, યોગીજી ?' તાનિયાએ પૂછ્યું.

'નિષેધ એટલે મનાઈ... દાખલા તરીકે માધ્યમ બનનાર નીરજાને ગુરુજી જે લખાવે તે એણે કાગળ પર ઉતારી લેવાનું હોય છે. પોતે શું લખ્યું એનું એને જ્ઞાન હોતું નથી, એટલું જ નહીં, ગુરુજીએ લખાણ દ્વારા શું સંકેત આપ્યો એ જાણવાની ઇચ્છા કરવાનોય નિષેધ છે... અને નીરજાએ આ ત્રણ શબ્દો લખ્યા પછી જાણવાની ઇચ્છા દર્શાવીને નિષેધનો ભંગ કર્યો ત્યારથી એની આ સ્થિતિ છે...' બોલતાં-બોલતાં એ અટક્યા. પછી ગળું ખંખેરીને વિષાદભાવે કહ્યું :

'નિષેધનો ભંગ કરનારે મૃત્યુની સજા ભોગવ્યા સિવાય છૂટકો નથી.'

હવે પેલાં બંનેની નજર નિશ્ચેતન પડેલાં નીરજાદેવી પર ગઈ. *યોગીજી કેવી સહજ રીતે બોલી ગયા કે મૃત્યુની સજા ભોગવ્યા વિના છૂટકો નથી !*

'તો શું...' તાનિયા કાંઈક પૂછવા જતી હતી ત્યાં યોગીજીએ જ કહ્યું :

'હા, તાનિયા, હવે એના જીવનનું પૂર્ણવિરામ સાવ નજીક છે. દિવસો નહીં, કલાકો જ ગણવાનો સમય આવી રહ્યો છે.'

બંને સ્તબ્ધ થઈ ગયાં. લખાણના પેલા ત્રણ શબ્દો જાણવાની ઓમકારની ઉત્કંઠા નીરજાદેવીની વાત જાણ્યા પછી વરાળ થઈને ઊડી ગઈ.

'ઓમકાર-તાનિયા, હવે છેલ્લી વાત સાંભળી લો... ગુરુદેવના સંદેશાનું એ લખાણ આ

ખોપરીમાં ખોસેલું હતું જે મને પાછું મળ્યું નથી. કદાચ હાઇનેસે એ રાખી લીધું હશે.' કહીને તેમણે ઓમકાર સામે કાલભૈરવની છબી ધરીને કહ્યું :

'ઓમ, પોતે ચોરી કર્યાની કબૂલાત કરવા માગતા હોય તેમ આ છબી હાઇનેસ પોતે જ મને પાછી સોંપી ગયા.'

'એમ ?'

'હા... હવે પેલી ચિઠ્ઠી પાછી આપી જાય તેની પ્રતીક્ષા કરવી રહી.'

'ચિઠ્ઠી !' તાનિયા ઝાટકા સાથે ઊભી થઈ ગઈ. 'તમે કહ્યું એટલે કડી મળી ! પેલા વાસ્કોનું હાર્ટફેઇલ થયું ત્યારે એની મુઠ્ઠીમાં કોઈ દૈવી મંત્ર હોવાથી વાસ્કોનું મૃત્યુ થયું હોવાનું હાઇનેસે કહ્યું હતું. અરે, આ ચબરખી પાછી મેળવવા માટે તો હાઇનેસે વાસ્કોના શબ પાસે હૉસ્પિટલમાં અડધો કલાક તપ પણ કર્યું હતું !'

યોગીજી ચમક્યા : 'તને આ બધું કોણે કહ્યું ?'

'હૉસ્પિટલની નર્સે. એ મને પૂછવા આવેલી કે ખરેખર આવો કોઈ મંત્ર હોય ખરો, જેની ચોરી કરવાથી માણસનું હૃદય બંધ પડી જાય ? એના પરથી મને આ બધી જાણ થઈ.'

'તો હવે તમે બંને એ પણ જાણી લો કે વાસ્કોને હાર્ટએટેક આવવાનું કારણ આ ખોપરી છે.' આખરે યોગીએ ફોડ પાડ્યો : 'તિજોરીનું લૉક ખોલતાં પહેલાં એણે સ્વીટના ઈલેક્ટ્રિક સ્વિચબૉર્ડનો ફ્યુઝ કાઢી નાખેલો જેથી એલાર્મ વાગે નહીં... પછી તિજોરીમાં માલમતાની આશાએ હાથ નાખ્યો હશે અને અંધારામાં આવેલી ખોપરી જોઈને એ છળી પડ્યો હોવો જોઈએ.'

યોગી ઘડીવાર અટકીને આગળ વધ્યા :

'સ્વીટ પાસેથી પસાર થતા વેઇટરે ધુબાકા જેવો અવાજ સાંભળ્યો. એણે ચકાસવા ખાતર બારણાને હડસેલ્યું ત્યારે દરવાજો ખૂલી તો ગયો, પણ ભોંય પર પડેલા વાસ્કોને જોઈ એણે પણ ચીસ પાડી... એ વખતે હું લેડી સ્મિથસનના સ્વીટમાં હતો. ચીસ સાંભળીને હું ત્યાં દોડી ગયો. અંધારું હતું એટલે સીક્યુરિટીને જાણ કરવા માટે વેઇટરને દોડાવ્યો અને હું સ્વીટમાં દાખલ થયો. ત્યારે મૂર્છા પામેલા વાસ્કોની જેમ આ ખોપરી પણ ભોંય પર પડી હતી. આમ અણધારી રીતે મારી સાધનાની સામગ્રી પાછી મળી ગઈ એટલે ચૂપચાપ એનો કબજો લઈ લીધો.'

'પછી ?' ઓમકારે પૂછ્યું.

હજુ કાંઈક રહસ્યમય સાંભળવા મળશે એમ માનીને એ અને તાનિયા યોગીજીને તાકી રહ્યાં હતાં.

'હવે મારે એટલું જ કહેવાનું છે કે આ ખોપરીમાં ખોસી રાખેલી ચિઠ્ઠી હાઇનેસ કદાપિ ઉકેલી નહીં શકે. આ શિપમાં એવી કોઈ વ્યક્તિ નહીં હોય જે તાંત્રિક વિદ્યાની જુદા જ પ્રકારની પ્રાકૃત લિપિ ઉકેલી શકે. એ માટે તો હાઇનેસે બીજો કોઈ તાંત્રિક શોધી કાઢવો પડશે.'

'પરંતુ આપ અમને તો કહી શકો ને કે એમાં આપના ગુરુજીએ શું ભેદી સંદેશો લખાવ્યો છે ?'

ઓમકારે જાણવાની તાલાવેલી ફરી દર્શાવી ત્યારે યોગી તેને થોડી વાર ધારદાર દૃષ્ટિએ તાકતા રહ્યા - કેમ જાણે ઍક્સ-રેની જેમ એમની નજર ઓમકારની ખોપરીને વીંધી તેના દિમાગમાં ઉતારી દેવા માગતા હોય.

'ઓમકાર, તને અહીં બોલાવવાના ઉદ્દેશને હવે મારે વાચા આપવી પડશે.'

આમ કહી એમણે તાનિયા પર નજર નાખી લઈને મૂળ વાત ઉચ્ચારી દીધી :

'ઓમ, તારી અને હાઇનેસ વચ્ચે કોઈક કડી હોવાનો સંકેત ગુરુજીએ આપ્યો હતો.'

'હેં !' એના અધખુલ્લા મેંમાંથી સરી પડેલા ઉદ્‌ગારમાં આશ્ચર્ય હતું કે આઘાત એ સમજાતાં વાર લાગી. આંચકો પચાવી જતાં એને અડધી મિનિટ લાગી. ત્યાં સુધીમાં તાનિયાએ તેના મુખભાવ પરથી દૃષ્ટિ હટાવી નહીં.

'યોગીજી, મારી અને હાઇનેસ વચ્ચે કોઈ ભેદી સંબંધ હોવાનું તો આપની જેમ તાનિયા પણ માને છે.' કહી એણે પૂછ્યું : 'ખરું ને, તાનિયા ?'

પેલી ચૂપ જ રહી - કોણ જાણે કહેતી હોય કે *બોલવાનું તો તારે જ છે.*

'હું તાનિયાને કહેતો રહું છું કે સમય આવ્યે હાઇનેસની સાચી ઓળખ તને જરૂર આપીશ.'

'પરંતુ એ સમય ક્યારે આવશે એ તો તું બોલતો જ નથી, ઓમ !'

તાનિયાનો તુંકારો ધારદાર હતો.

'મુંબઈ પહોંચતાંની સાથે જ તમને બંનેને બધું જ કહી દઈશ, યોગીજી ! હવે માત્ર દસેક દિવસની જ તો વાર છે.'

'એ દસેક દિવસમાં ઘણુંબધું અણધાર્યું બની શકે, ઓમકાર !'

'તમે બંને ધરપત રાખો. જે કાંઈ બનવાનું છે તે મુંબઈ પહોંચ્યા પછી જ બનવાનું છે.'

ત્યારે થોડી વાર માટે ખામોશ બની ગયેલાં યોગી અને તાનિયા વિચારમાં પડી ગયાં. કૃષ્ણમૂર્તિ તો બોલવા જતા હતા કે *ઠીક છે, તાનિયા, આપણે દસ દિવસ પ્રતીક્ષા કરીએ...* પરંતુ ત્યાર પહેલાં માઇક પર જાહેરાત થઈ :

'સર્વે પૅસેન્જર્સને ધ્યાનથી સાંભળવા વિનંતી છે.' એ રીતે 'એટેન્શન પ્લીઝ, એટેન્શન પ્લીઝ'નું બે-ત્રણ વાર એલાન થયા પછી કૅપ્ટનના જ અવાજમાં સાંભળવા મળ્યું કે :

'બૉમ્બેથી સમાચાર આવ્યા છે. ત્યાં ભયંકર કોમી તોફાનો ફાટી નીકળ્યાં છે. શહેરમાં કર્ફ્યુ લાગ્યો છે. ચોવીસ કલાકમાં ચાળીસ જેટલી વ્યક્તિએ જાન ગુમાવ્યા અને ગોળીબાર તથા આગ ચાંપવાના બનાવો ચાલુ જ છે.'

શ્વાસ ખાવા રોકાયેલા કૅપ્ટને છેલ્લે ઉમેર્યું :

'એક કલાક પછી આપ સૌને પ્રેસિડેન્ટ હૉલમાં હાજર થવા નમ્ર વિનંતી છે. ત્યાં વિગતવાર સમાચારની જાણ કરવાની સાથોસાથ કદાચ એવો નિર્ણય લેવો પડે કે આપણે હાલ મુંબઈ જવાને બદલે શિપને હૉંગકૉંગના માર્ગે ફંટાવી દેવી... આ બાબત અગત્યની હોવાથી સૌને સમયસર હાજર રહેવા વિનંતી છે.'

યોગીજીની કૅબિનમાં ચર્ચા કરી રહેલાં ત્રણે અચંબામાં પરસ્પરને જોતાં રહ્યાં. હજુ હમણાં તો મુંબઈ પહોંચવાની વાત ચાલતી હતી ત્યાં આ અણધાર્યો વિલંબ !

'બોલ, ઓમકાર, હવે તારી મુદત પણ બીજા દસ દિવસ લંબાઈ જવાની કે ?'

ઓમકાર વિચારમાં અટવાયેલો રહ્યો એટલે યોગીજીએ આગળ સંભળાવ્યું :

'પહેલેથી હું તમને લોકોને કહું છું કે *ઓશનકિંગ-વન*ની આ પહેલી સફરને વિઘ્ન નડવાનું

છે, પણ તમે કોઈ માનતાં નથી. હવે માની લો કે આ તેની શરૂઆત છે... ઓમકાર, કદાચ એવું પણ બને કે હાઇનેસ વિશે સાચેસાચું કહી દેવાના વિલંબ બદલ ભવિષ્યમાં આપણે બધાંએ પસ્તાવાનો વખત આવે.'

ઓમકાર તો કાંઈ બોલ્યો નહીં, પણ તાનિયાએ મનોમન નિર્ણય લઈ લીધો કે બસ, હવે બહુ થયું. ઓમકાર મોઢું નહીં ખોલે તો પોતે દારેસલામ જ શિપ છોડી પ્લેન પકડીને મુંબઈ પહોંચી જશે... ત્યાંનાં તોફાન-બોફાન માર્યાં ફરે !

*

'કોણ, મમ્મી !' બોલતાં-બોલતાં ફોન પર તાનિયા ગદ્‌ગદ થઈ ગઈ. યોગી કૃષ્ણમૂર્તિની કેબિનમાંથી પાછાં ફરી મુંબઈનો કૉલ લગાડવાનું કહી, અર્ધા કલાકથી એ ઊંચી-નીચી થતી હતી. ફોન મળવાની શક્યતા ઓછી હતી. શિપના ઑપરેટરે કહેલું : 'ડૉક્ટર શાહ, મુંબઈમાં રમખાણો ચાલે છે એટલે...'

પરંતુ માણસને મા યાદ આવે છે ત્યારે હિમાલય જેવા સર્વોચ્ચ પહાડ ઓળંગી જવાનું જોમ જાગતું હોય છે. તેણે ઑપરેટરને જુસ્સાભેર કહ્યું હતું : 'તું ટ્રાય કરીશ તો જરૂર લાગી જશે... આ મારા અંતરનો અવાજ છે !'

અને સાચે જ ફોન આપતી વખતે ઑપરેટરે કહેવું પડ્યું : 'યૂ આર રાઇટ, ડૉક્ટર ! તમારા અંતરનો અવાજ મુંબઈના ટેલીફોન એક્સચેન્જ સુધી પહોંચી ગયો. લ્યો, વાત કરો.'

અને *મમ્મી*ના સંબોધન સાથે જ વરસોનો વિજોગ હૈયામાં ઊભરાવા લાગ્યો. સામે છેડે પણ કદાચ એ જ હાલત હશે, એટલે માતાનો વળતો પડઘો સાંભળવા ન મળ્યો.

'મમ્મી ! હજુય મારાથી રિસાયેલી છે ?'

હવે તાનિયાની આંખો પણ ઊભરાવા લાગી : 'રૂસ્તમ સાથે પરણીને મેં પપ્પાનું દિલ દુભાવ્યું. મરણ સુધી એમણે મારું મોં ન જોવાની પ્રતિજ્ઞા પાળી... પરંતુ ત્યાર પછી તો હું રૂસ્તમને ગુમાવી બેઠી.'

'દીકરી, એ બધું યાદ કરવાનો શું અર્થ છે ?' માએ અવાજમાં રહેલી લાગણીને છુપાવતાં કહ્યું : 'બધી લેણદેણની વાત છે. હવે તું અમેરિકા અને હું...'

'નહીં, મમ્મી ! અમેરિકા છોડ્યાને તો ત્રણ અઠવાડિયાં થઈ ગયાં. હું લક્ઝરી લાઇનરમાં મુંબઈ આવવા નીકળી છું.' તાનિયા કનેક્શન કપાઈ જવાની દહેશતે ઉતાવળે કહેવા લાગી : 'દસ દિવસમાં મુંબઈ ઊતરવાનું હતું, પણ કહે છે ત્યાં તોફાનો ફાટી નીકળ્યાં છે !'

'હા, તાની, આ વખતનાં તોફાનો બહુ ઉગ્ર છે. મુંબઈમાં આવું તો અમે કદી જોયું નથી.'

'એટલે જ મેં ફોન કર્યો, મા !' તાનિયાના હોઠે નાનપણનું સંબોધન આવી ચડ્યું : 'ત્યાં તું એકલી છો એટલે ચિંતા થાય.'

'મારી જરાય ચિંતા નહીં કરતી છોકરી, આપણા લત્તામાં બધું હેમખેમ છે.'

'તો-તો સારું... કદાચ તોફાનને કારણે હવે અમારે લાંબો રૂટ લેવો પડશે તો દસને બદલે વીસેક દિવસ લાગી જશે.'

જવાબમાં માતા મૌન સેવી રહ્યાં એનો તાનિયાએ મનગમતો અર્થ કર્યો :

'મમ્મી, વીસ દિવસ બહુ દૂર લાગે છે ને ? એવું હોય તો હું ચાર દિવસ પછી દારેસલામથી પ્લેન પકડીને આવી પહોંચું છું, બસ ?'

માતાએ જવાબ આપવામાં વિલંબ કર્યો એટલી વારમાં કનેક્શન કપાઈ ગયું, પરંતુ મનના તારનું જોડાણ તૂટ્યું નહીં. રીસીવર મૂકી દઈ તાનિયા ઘણી વાર સુધી માના જ વિચારો વાગોળતી રહી. ધીમેધીમે મુંબઈ દૂર થવા લાગ્યું ત્યારે તેનું ધ્યાન અરીસામાં પડ્યું. આંસુથી બંને ગાલ ખરડાઈ ગયા હતા.

'ઓહ ! હજુ તો મીટિંગમાં જવા માટે તૈયાર થવાનું છે.' બોલતી એ વૉશબેસિનમાં મોં ધોવા લાગી : *મીટિંગમાં હું લેટેસ્ટ સમાચાર આપી શકીશ. મારી માતાના કહેવા મુજબ અગાઉ આવાં તોફાન કદાપિ જોયાં નથી.*

મુંબઈ યાદ આવ્યું તેની સાથે રૂસ્તમ સાથેના છૂપા મિલનના દિવસો વાગોળી લેવાનું મન થયું. જુદાં પડ્યા પછી ઘેર જઈને પોતે રૂસ્તમને યાદ કરીને કેવાં પ્રણયગીતો ગાતી એ તાજું થવા લાગ્યું. યૌવનની યાદોના બગીચામાં મન પતંગિયું બનીને ઊડાઊડ કરવા લાગે ત્યારે માણસ ઘડીભર સ્થળકાળનું ભાન ભૂલી જાય છે. રોમૅન્ટિક મૂડમાં આવી ગયેલી તાનિયાએ વૉર્ડરોબમાંથી એક એવો ડ્રેસ કાઢ્યો જે પહેરવાથી પોતે વધુ સ્માર્ટ અને વધુ આકર્ષક લાગે. અરીસા સામે ગોઠવાઈને તૈયાર થતી એ ગીતની પંક્તિ ગુંજવા લાગી : *મૌસમ હૈ આશકાના* ગીતની પંક્તિ પૂરી કરવા એ ગાઈ રહી હતી કે *ઐસેમેં કહીસે ઉન્હેં ઢૂંઢ લાના* ત્યાં જ ડૉરબેલ રણકી. ઘડીભર તો એવો ભ્રમ થયો કે મારો રૂસ્તમ એનું પ્રિય ગીત સાંભળીને આવી પહોંચ્યો ! પરંતુ ફરી બેલ વાગી ત્યારે એ ભ્રમણાને તેણે ઉતાવળે ભગાડી મૂકવી પડી.

'યેસ !' કહી દરવાજો ઉઘાડ્યો. સામે સફારી સૂટમાં સોહામણો અજાણ્યો પુરુષ ઊભો હતો.

'મૅડમ, હું અંદર આવી શકું ?'

એ ઘડીભર આગંતુકને જોતી રહી. કહેવા જતી હતી કે *આપ ખોટી કૅબિનમાં તો નથી આવી ચડ્યા ને ?* ત્યાં પેલાએ સ્પષ્ટતા કરી દીધી :

'ડૉક્ટર શાહ, હું આજે જ શિપમાં ચડ્યો એટલે ઓળખાણ હોવાનો સવાલ જ નથી.' બોલતો એ અંદર આવી ગયો : 'મારી ઓળખાણ આપું તો... હું છું સ્કૉટલૅન્ડ યાર્ડનો ડિટેક્ટિવ ઝુલ્ફીકાર કબીર.'

'સ્કૉટલૅન્ડ યાર્ડ...' તાનિયા બબડી. એને મેક્સવેલ યાદ આવી ગયો.

'મૅડમ, તમે સવારે બાથરૂમમાં આ ટેપરેકૉર્ડર ભૂલી ગયાં તે આપવા આવ્યો.'

તાનિયાના ચહેરા પર ગૂંચવણના ભાવ ઊપસી આવ્યા : 'ટેપરેકૉર્ડર ! બાથરૂમમાં ?'

'કેટલાંકને ગીતો સાંભળતાં શાવર લેવામાં ઓર લિજ્જત આવતી હોય છે.'

'પરંતુ તમે કેમ ધારી લીધું કે આ ટેપરેકૉર્ડર મારું છે ?' તાનિયાએ હસીને પૂછ્યું : 'બીજા કોઈનું પણ હોઈ શકે ને ?'

'તમારું હોવાના ચાન્સીસ વધારે છે.' કહી સફારીના ખિસ્સામાંથી હેરપિન કાઢીને તેની સામે ધરી : 'આ તો તમારી જ છે ને ?'

તાનિયાએ હેરપિન લીધી. પોતાની હોવા અંગે ઇનકાર ન કરી શકી.

'એના પર ટી. આર. એસ. લખ્યું છે. એના આધારે હું આખું પૅસેન્જર્સ લિસ્ટ તપાસી ગયો. તેમાં ટી. આર. એસ.ના અક્ષરો તમારા આખા નામ સાથે બંધબેસતા આવ્યા : તાનિયા રૂસ્તમ શાહ... બરાબર ને ?'

'બરાબર !' કહ્યા છતાં તાનિયાએ પેલું ટેપરેકૉર્ડર તેના હાથમાંથી લીધું નહીં : 'તમે ડિટેક્ટિવ-કાર્ય તો બરાબર કર્યું, પણ...'

'પણ-બણ કહીને વાત લંબાવવાની જરૂર નથી.' પેલાએ ટૂંકમાં પતાવવાની રીતે કહેવા માંડ્યું :

'તમે કોઈકના પર જાસૂસી કરવા માટે ટેપરેકૉર્ડર મૂક્યું હતું, એટલે તમે મારા માટે કામની વ્યક્તિ ગણાઓ.'

'એટલે ?' તાનિયાને હવે વિચિત્ર લાગવા માંડ્યું. ઘડીભર તો વિચાર આવ્યો કે એને વિવેકભેર બહાર રવાના કરી દઉં, પણ એ પહેલાં પૂછી લેવાની લાલચ જાગી ગઈ :

'હું તમારા માટે કામની વ્યક્તિ કેવી રીતે ગણાઉં, મિસ્ટર...'

'મિસ્ટર કબીર... અથવા તો માત્ર ઝુલ્ફી કહેશો તોય ચાલશે.' પેલાએ આત્મીયતા દર્શાવીને મૂળ વાત ઉચ્ચારી :

'મૅડમ, તમારી જેમ મને પણ હાઇનેસ વિશે જાણવામાં રસ છે.'

'હાઇનેસ વિશે ?'

એ ચોંકી. *થોડી વાર પહેલાં યોગીજીની કૅબિનમાં આવી જ કાંઈક ચર્ચા થતી હતી. હવે આ માણસ એ જ વાત લઈને અચાનક ક્યાંથી ટપકી પડ્યો ? હવે પોતે સાવધ રહીને વાત આગળ વધારવી પડશે.*

'મિસ્ટર કબીર, મને સમજાયું નહીં કે આ ટેપરેકૉર્ડર અને હાઇનેસને શું સંબંધ ?'

'હું સમજાવું. આજે સવારે હાઇનેસ હેલ્થક્લબમાં સ્ટીમબાથ લેતા હતા ત્યારે હું એમની બાજુના સ્ટૅન્ડ પર વરાળસ્નાન કરી રહ્યો હતો. હાઇનેસ સાથે ઓળખાણ વધારવા માટે ભળતી-સળતી વાતો કરતો હતો ત્યાં પાછળથી કાંઈક અવાજ આવ્યો. અમારે ડિટેક્ટિવે આંખ-કાન સતેજ રાખવાં પડે છે. સ્ટીમબાથની અધવચ્ચેથી બહાર સરકી જઈને પછવાડેના શાવર-રૂમમાં જોયું તો આ ટેપરેકૉર્ડર ચાલતું પડ્યું હતું.'

'એનો અર્થ તો...'

'એ જ કે કોઈક અમારી વાતચીત ટેપ કરી લેવા માગતું હતું.'

'મને તો આમાં કાંઈ જ સમજાતું નથી.'

'ધીમેધીમે બધું જ સમજાવી દઈશ તમને, ડૉક્ટર શાહ.' પેલાએ ટેપરેકૉર્ડર ડ્રેસિંગ-ટેબલ પર મૂકી વિદાય લેવાના ભાવ સાથે કહ્યું :

'બે દિવસમાં મારે હાઇનેસ વિશે વધુમાં વધુ બાતમી મેળવી લેવાની છે. એમાં કદાચ તમે મને વધારે ઉપયોગી થઈ શકો.'

'કઈ રીતે ?'

'અત્યાર સુધીના પ્રવાસમાં એમની વાતચીત, વર્તન વગેરેનો અભ્યાસ તો કર્યો જ હશે. માનસશાસ્ત્રી છો એટલે એમાંથી કોઈક તારવણી કાઢી હશે... તમે એમના વિશે જે કાંઈ જાણતાં હો એ બધું જ મને કહો એટલે બાકીનું જે કાંઈ જાણવાનું છે એ હું તમને મેળવી આપું.' કહીને હાથ લંબાવ્યો :

'બોલો, એગ્રીડ ?'

તાનિયા તેના લંબાયેલા હાથને તાકી રહી. *આ માણસના હાથમાં હાથ આપીને ફસાઈ જવું નહોતું તેની સાથોસાથ હાઇનેસ વિશે ખરેખર આ ડિટેક્ટિવ મારફત કાંઈક જાણવા મળતું હોય તો એ તકને હાથમાંથી સરકી જવાય દેવી નહોતી.*

'મને વિચાર કરવા માટે થોડો સમય આપશો ?'

એટલે પેલાએ લંબાયેલો હાથ પાછો ખેંચી લેવો પડ્યો.

'ઓકે, થોડો એટલે થોડો જ સમય આપી શકું એમ છું, મૅડમ ! બહુબહુ તો કાલ સવાર સુધી... વિચારી રાખજો.'

કહી મધુરું હસીને એ જવા લાગ્યો. પછી જતાં-જતાં સહેજ રોકાયો.

'બાય ધ વે, આ ટેપરેકૉર્ડરમાં તમને રસ પડે એવું કાંઈક છે. નિરાંતે સાંભળજો.'

કહી એ ચાલ્યો ગયો અને તાનિયા રેકૉર્ડર નિહાળતી રહી. પેલો તો નિરાંતે સાંભળવાનું કહીને ગયો પણ એને તો તત્કાલ ઊભાં-ઊભાં સાંભળી લેવાની તાલાવેલી જાગી.

ત્યાં ફોન રણક્યો, યોગીજીનો અવાજ સંભળાયો :

'તાનિયા, મીટિંગમાં જવા નીકળું છું, તું લિફ્ટ પાસે આવી પહોંચ.'

એ કહેવા જતી હતી *આપ પહોંચો હું પાંચ મિનિટ પછી આવીશ.* પણ પછી વિચાર માંડી વાળીને કહી દીધું : 'ભલે, હું અબઘડી આવી પહોંચું છું.'

અને એ અબઘડીએ એ ઘડી પૂરતી તો તાનિયાની જિંદગી બચાવી લીધી. નહીંતર ટેપરેકૉર્ડર ચાલુ કરવા માટે સ્વિચ દબાવતાંની સાથે બૉમ્બ ફાટત અને ઘડી-બે-ઘડીમાં તાનિયાનું અસ્તિત્વ જ ભૂંસાઈ ગયું હોત !

□

41

શૉર્ટ નોટિસ આપી હોવા છતાં વિશાળ પ્રેસિડન્ટ હૉલ લગભગ ભરાઈ જવા આવ્યો હતો અને મીટિંગમાં સામેલ થવા બીજાં ઉતારુઓનું આવવાનું ચાલુ જ હતું.

'ઇન્ડિયાને લક્ઝરી લાઇનરના રૂટમાં લેવું જ ન જોઈએ.'

હૉલમાં દાખલ થતી તાનિયાના કાને ગોરા પ્રવાસીની ટકોર અફળાઈ. એ સમજી ગઈ કે તેને સંભળાવવા માટે જ પેલો આમ બોલ્યો હતો, એટલે પોતે કાંઈ સાંભળ્યું ન હોય તેમ આગળ નીકળી ગઈ.

'અમે બ્રિટિશરોએ હિન્દુસ્તાનને આઝાદી આપ્યાને સાડાચાર દાયકા થઈ ગયા છતાં ત્યાંના હિન્દુ-મુસ્લિમો આપસમાં સંપીને રહેવાનું શીખ્યા નહીં...' એક અંગ્રેજ મુસાફરે પેલાના કથનને સમર્થન આપવાની ઢબે સંભળાવતાં ઉમેર્યું : 'એ પ્રજા ફ્રીડમને લાયક નથી !'

આ શબ્દો તાનિયાની પાછળ આવતા યોગી કૃષ્ણમૂર્તિના કાને અફળાયા, એટલે એમણે પગની ચાખડીને બ્રેક મારી. પછી દાઢી પસવારતા અંગ્રેજ સામે આંખો કાઢીને મલક્યા :

'હિન્દુસ્તાનની પ્રજામાં કુસંપનાં બીજ કોણે વાવ્યાં હતાં, જેન્ટલમૅન ?'

પેલો યોગીજીના સાધુવેશને તાકવા લાગ્યો એટલે એમણે ઉમેર્યું :

'એક પ્રજા હોવા છતાં ઇંગ્લૅન્ડ અને આયર્લૅન્ડ વચ્ચે સંપ ક્યાં છે ?' પછી પેલા અમેરિકન તરફ ગરદન મરડીને એનેય સંભળાવ્યું :

'કાંઈ પણ અજુગતું બને એટલે એશિયન કન્ટ્રીઝની બદબોઈ કરવાની તક તમે મહામાનવો જતી કરતા નથી... પણ હવે તો એમેરિકામાંય ત્રાસવાદ પ્રસરવા લાગ્યો છે, તો શું ત્યાં ટૂરિસ્ટોએ આવવાનું બંધ કરી દેવું ?'

અંગ્રેજ અને અમેરિકન એકબીજાની સામે જોઈ લઈને યોગીને ઊધડા લેવાનું વિચારતા હોય એવા હાવભાવ બંનેના મુખ પર ઊપસી આવ્યા. પરંતુ એ વખતે જ શિપના કૅપ્ટન તેમના કાફલા સાથે દાખલ થતા દેખાયા એટલે આપસમાં વાત કરવાનું માંડી વાળીને સૌ કોઈ સફરના

રૂટમાં આવી રહેલા ડાયવર્ઝન અંગે જાણવાની ઉત્સુકતા સાથે બેઠકો પર ગોઠવાઈ ગયાં. પાછલી હરોળમાં તાનિયાની પછવાડે હિઝ હાઇનેસ બેઠા હતા અને ઓમકાર મોડો પડ્યો હોવાથી સાવ છેલ્લે આત્મા સાથે બેઠો હતો.

'લેડીઝ ઍન્ડ જેન્ટલમેન.'

મીટિંગની મહત્તાને ધ્યાનમાં લઈ કૅપ્ટને સત્વરે સંબોધવાનું શરૂ કરી દીધું. એમનો અવાજ ભારે હતો અને મુખે ગંભીરતા ધારણ કરી લીધી હતી. બીજો કોઈ પ્રસંગ હોત તો કદાચ *અમારા આ તરતા મહેલનાં કિંગ્સ, ક્વીન્સ ઍન્ડ જૅક્સ (ગુલામો)* એવા રમૂજી સંબોધન સાથે શરૂઆત કરી હોત. પરંતુ અત્યારે તો મામલો સંભાળી લેવાનો સવાલ હતો.

'માઇક પર પ્રસારિત થયેલા એનાઉન્સમેન્ટના રીસ્પોન્સમાં ઘણાં-ખરાં પૅસેન્જર્સ સમયસર હાજર થઈ ગયાં એ બદલ હું...'

'આભાર માનવાનું છોડો, કૅપ્ટન !' આગલી હરોળમાં બેઠેલા પૅસેન્જરે તેમને અધવચ્ચેથી તોડી પાડ્યા : 'બૉમ્બેને બદલે હૉંગકૉંગ તરફ ફંટાઈ જવાનો તમારો ઇરાદો કેટલો ગંભીર છે ?'

'હું એ જ મુદ્દા પર આવતો હતો.' કહી કૅપ્ટને પેલાને ખરાબ ન લાગે તેમ સૌને સંભળાવ્યું :

'શીડ્યુલમાં ફેરફાર થવાથી ઘણાં-બધાંના પ્લાનિંગ અપસેટ થઈ શકે છે એ અમે જાણીએ છીએ અને એટલે આ અંગે જાણવાની તમને સૌને તીવ્ર ઉત્કંઠા હોય તે પણ સ્વાભાવિક છે.'

આમ કહી કૅપ્ટને પ્લાસ્ટિકનું ફોલ્ડર ઉઘાડીને શરૂઆત કરી :

'પહેલો ફેક્સ મુંબઈથી વહેલી સવારે આવ્યો હતો, જેમાં મુંબઈના એજન્ટે મોકલેલા સંદેશાનો સાર તમને કહી સંભળાવું છું :

બે દિવસથી અહીં કોમી રમખાણો શરૂ થયાં છે. બૉમ્બેમાં આવું અવારનવાર બનતું હોય છે અને થોડા સમયમાં તોફાનો અંકુશમાં આવી જતાં હોય છે. પરંતુ આ વખતે પરિસ્થિતિ ગંભીર હોવાની દહેશત છે. માટે તમે તમારા કાર્યક્રમમાં ફેરફાર કરવાની વિચારણામાં રહેજો.

'લેટ બૉમ્બે ગો ટુ હેલ !'

યોગી કૃષ્ણમૂર્તિ સાથે વિવાદમાં ઊતરવા માગતા પેલા અમેરિકને રોષ ઠાલવતાં ઊંચા અવાજે *મુંબઈ જાય જહન્નમ*માં એવું સંભળાવ્યું એથી હૉલમાં બેઠેલાં ઉતારુઓ વચ્ચે આપસમાં ચડભડ થવા લાગી.

'પ્લીઝ, હવે બીજા ફેક્સ મેસેજનો સાર સાંભળી લો.' કૅપ્ટને સૌનું ધ્યાન પોતાના પર કેન્દ્રિત કરવા માઇકમાં ઊંચા અવાજે કહેવું પડ્યું :

'આ સંદેશો જણાવે છે કે લગભગ અર્ધા મુંબઈમાં કર્ફ્યુ જાહેર થયો છે.'

'કર્ફ્યુ ?' એક મહિલા ઉતારુએ ઊભાં થઈને પાતળા અવાજે વિક્ષેપ કર્યો : 'કર્ફ્યુ એટલે શું ? અમે સ્વીડનમાં તો આવો શબ્દ ક્યારેય સાંભળતાં નથી.'

'કર્ફ્યુ એટલે જાહેરમાં હરવા-ફરવાની મનાઈ.' કૅપ્ટનના આસિસ્ટન્ટ ઑફિસરે સમજાવ્યું : 'નાગરિકોએ ઘરની બહાર નીકળવાનું નહીં. કર્ફ્યુ રીલેક્સ થાય એ દરમિયાન દૂધ-શાકભાજી જેવી ચીજવસ્તુઓ ખરીદવા માટે દોડાદોડી થાય અને સમય પૂરો થતાં ફરી સૌ ઘરમાં ભરાઈ જાય !'

'ઇટ્સ હોરિબલ !' પેલી સ્વીડિશ લેડી બે-ત્રણ વખત ડોક હલાવી અણગમો દર્શાવતી બેસી ગઈ.

'આપણે મુંબઈ પહોંચીએ ત્યાં સુધીમાં પરિસ્થિતિ સુધરી જવાની શક્યતા ઘણી છે, પરંતુ એવો ચાન્સ લેવો કે નહીં એનો નિર્ણય તો આપણે જ લેવાનો છે.'

'ચાન્સ લેવો જ જોઈએ.' અચાનક પછવાડેથી આવેલા પોકારે સૌને ડોક મરડીને પાછળ જોવાની ફરજ પાડી. હિઝ હાઇનેસ તેમના રજવાડી પોશાકમાં ઊભા થઈને કહી રહ્યા હતા :

'દસ-બાર દિવસ તોફાનો ચાલી રહ્યાં હોય, એવું મુંબઈના ઇતિહાસમાં કદી બન્યું નથી.'

એટલું સાંભળતાં જ તેમની આગલી હરોળમાં બેઠેલી તાનિયા ઊભી થઈ ગઈ :

'હિઝ હાઇનેસ ઇતિહાસની વાત કરે છે, પણ મારી પાસે તો પંદર મિનિટ પહેલાંના સમાચાર છે.'

સૌની જિજ્ઞાસા જગાડીને તાનિયા ઘડીભર અટકી. બરાબર પાછળ ઊભેલા હાઇનેસ સામે સહેજ કતરાઈને જોઈ લીધું, પછી અહેવાલ કહી સંભળાવ્યો :

'મીટિંગમાં આવતાં પહેલાં મેં મધરને મુંબઈ કૉલ જોડ્યો હતો. શિપનાં ફોન ઑપરેટર તેની સાક્ષી છે... ફોનમાં મધરે સ્પષ્ટ શબ્દોમાં કહ્યું કે *મુંબઈમાં અગાઉ આવાં તોફાનો કદાપિ થયાં નથી.*'

'ધેન લેટ્સ ડ્રોપ બૉમ્બે ફ્રૉમ અવર રૂટ !' બે-ચાર જણાંએ એકસાથે પોકાર પાડી સફરમાંથી મુંબઈને પડતું મૂકવાની ભલામણ કરી.

'એવું કેમ બને ?' હિઝ હાઇનેસ ગિન્નાયા. *ઑપરેશન કાલભૈરવ* પાછળ આટઆટલી જહેમત લીધા પછી સ્ટીમર મુંબઈ બંદરે જાય જ નહીં તો-તો ફિયાસ્કો થઈ જાય, એટલે એમણે વિરોધ નોંધાવ્યો :

'મુંબઈ જનારાં અને મુંબઈથી શિપમાં ચડનારાં ઘણાં ઉતારુઓ છે. એમને ખાતર પણ મુંબઈના બારા સુધી શિપે જવું જ રહ્યું.'

'એમની વાત સાચી છે.'

ઓમકારે ઊભા થઈ હાઇનેસના પ્રસ્તાવને સમર્થન આપ્યું : 'સંજોગોવશાત્ રૂટમાં ફેરફાર કરવો પડે તોપણ વાયા હૉંગકૉંગ મુંબઈ તો જઈ શકાય ને !'

'અમે એવી જ વિચારણા કરી રહ્યા છીએ.'

કૅપ્ટને ઓમકારની વાતને વધાવી લેતાં કહ્યું : 'આમાં એક જ સમસ્યા નડે છે. જેઓ હૉંગકૉંગ ઊતરી જવાનાં છે એ ઉતારુઓ મુંબઈ જોવાનો ચાન્સ જતો કરે ખરાં ?'

'જરાય નહીં !' બિલ જેક્સને બ્યૂટિશિયન પત્ની કેથેરિનના કહેવાથી ઊભા થઈને અભિપ્રાય દર્શાવ્યો :

'બૉમ્બે વિષે અમે એટલું બધું સાંભળ્યું છે કે ત્યાં ગયા વિના અમારી સફર અધૂરી જ ગણાય.'

ખરેખર તો જેક્સન-દંપતીને લેડી ગેટીના પચાસ લાખ ડૉલરના ડાયમન્ડ નેકલેસની તફડંચી માટે થોડા વધારે સમયની જરૂર હતી એટલે ભારપૂર્વક કહેવું પડ્યું :

'પહેલાંના શીડ્યુલ મુજબ અમારે મુંબઈથી હૉંગકૉંગ જવાનું હતું અને નવા રૂટ મુજબ અમે હૉંગકૉંગથી મુંબઈ જઈને પ્લેન પકડી ઘર ભણી ઊડી જશું... એમાં તમારે થોડો ખર્ચ ભોગવી લેવો પડે તો આવડી માટી શિપિંગ કંપનીને કાંઈ ભારે નહીં પડે.'

'બરાબર છે... બિલકુલ વ્યાજબી વાત છે... જેમને મુંબઈ તરફ ન જવું હોય તે હૉંગકૉંગથી પાછાં ફરી જાય અને બીજાંને એમની અનુકૂળતા મુજબ કંપનીએ સગવડ કરી આપવી જ રહી.'

આવા અવાજો સંભળાવા લાગ્યા ત્યારે કૅપ્ટન કહી ન શક્યા કે મુંબઈથી સવાબસો નવાં ઉતારુઓને અમારે હૉંગકૉંગ લઈ જવાનાં છે એમનું શું કરવું ?

કૅપ્ટને એ મૂંઝવણને મૂંગા-મૂંગા ગળી જવી પડી. તેને બદલે દારેસલામ પહોંચીને આખરી નિર્ણય લેવાની જાહેરાત કરી, સૌને ચા-કૉફી અને સ્નૅક્સ લઈને જ વીખરાવાનો આગ્રહ દર્શાવ્યો.

તાનિયાને ચા-કૉફીને બદલે ડિટેક્ટિવ કબીરે આપેલા ટેપરેકૉર્ડરની કૅસેટ સાંભળી લેવાની ચટપટી જાગી હતી. મીટિંગ લાંબી ચાલત તો એ અધવચ્ચેથી સરકી જવાનું વિચારતી જ હતી.

'એક્સક્યુઝ મી.' કહી બાજુવાળાને જગ્યા કરવાની રીક્વેસ્ટ સાથે એ બહાર જવા લાગી. તેને જતી જોઈને હાઇનેસે પણ બહાર નીકળવા બીજી દિશા પકડી. ડાબી તરફના દરવાજે તાનિયા પહોંચી ત્યારે જમણી બાજુના દરવાજે હાઇનેસની રાહ જોતો કબીર ઊભો હતો.

'એ ચિબાવલીના નસીબમાં તો મુંબઈ કે હૉંગકૉંગ કાંઈ લખાયું નથી ! દસ મિનિટ પછી એનું અસ્તિત્વ જ નહીં રહ્યું હોય !'

તાનિયાને ઉતાવળાં પગલે લિફ્ટ તરફ જતી જોઈને હાઇનેસે ટાપશી પુરાવી : 'નાસિર ! જો તો ખરો, મોતને ભેટવા માટે એ કેટલી અધીરી બની ગઈ છે !'

એ જ વખતે તાનિયા વળાંક લઈને બંનેની નજરથી અદૃશ્ય બની ગઈ.

'હાય ! ડૉક્ટર !' લિફ્ટમાંથી બહાર આવતી ગુલનારે તેને સાદ દીધો એટલે તાનિયાએ 'હાય ! ગુલનાર !' કહી વિવેક ખાતર રોકાઈ જવું પડ્યું.

'આઇ હોપ કે હું મીટિંગમાં બહુ મોડી નથી પડી.'

'બહુ મોડાં તો ન કહેવાઓ.' તાનિયાએ વ્યંગમાં કહ્યું : 'ચર્ચા-વિચારણા સમાપ્ત થઈ અને સ્નૅક્સ-ડ્રિન્ક્સ ચાલુ થયાં.'

'મારા જેવી કેબ્રે ડાન્સરને ચર્ચા-વિચારણામાં શું રસ હોય !' પેલીએ પણ નફ્ફટ થઈને સામું સંભળાવ્યું : 'હું તો મરદોને હળવા-મળવાની મોજ માણવા જઈ રહી છું.'

સાંભળીને તાનિયાને દાઝ ચડી. એને યાદ આવ્યું કે *હાઇનેસ પર મૅડમ સોરાયાએ ઉર્દૂમાં લખેલો પત્ર પોતે આ બાઈ પાસે વંચાવવા ગઈ ત્યારે એ બોલી નહોતી કે હાઇનેસ સાથે મારે ગાઢ સંબંધ છે. એ વખતે પોતે આ કેબ્રે ડાન્સરની નજરમાં મૂર્ખ ઠરી ગઈ હતી...* મનનો એ ખટકો દૂર કરવા માટે તેણે કહેવું પડ્યું :

'મિસ ગુલનાર, હું તમારી પાસે પેલો ઉર્દૂ પત્ર વંચાવવા આવી ત્યારે તમે મારાથી એ કેમ છાનું રાખ્યું કે હાઇનેસ તો તમારા બૉયફ્રેન્ડ છે ?

ત્યારે ગુલનારે ખડખડાટ હસવાને બદલે બીડેલા હોઠનું સ્મિત આપ્યું. એની આંખોમાં શરારત અંજાતી દેખાઈ.

'ડૉક્ટર, તમે જેમ પેશન્ટની અંગત બાબત બહાર નથી પાડતાં એમ અમારે કેબ્રે ડાન્સરને પણ અમુક એથિક્સ હોય છે.'

એથિક્સ... તાનિયા મનોમન બબડી. તેના હોઠ તુચ્છકારમાં વંકાયા. *અંગપ્રદર્શન કરીને પુરુષોનાં દિલ બહેલાવતી સ્ત્રી આચારસંહિતાના વાત કરે છે !*

'દરેક પુરુષ અમને એની ગર્લફ્રેન્ડ માનતો હોય છે, પણ અમે એને શું માનીએ છીએ એ તો માત્ર અમારું મન જ જાણે !'

કહી ડોકને ઝાટકો આપી છૂટા વાળ હવામાં લહેરાવતી એ સરકી ગઈ અને તાનિયા લિફ્ટની રાહ જોતી ઊભી રહી. ફરી પેલું ટેપરેકૉર્ડર સાંભળવાની તાલાવેલી જોર કરી ઊઠી. નીચેથી આવતી લિફ્ટ થોભી કે તરત અંદરથી બહાર આવતો સ્ટુઅર્ડ બૉય તેને જોઈને હેબતાઈ ગયો, એ તાનિયાને વિચિત્ર લાગ્યું. તેનાથી કાંઈક છુપાવતો હોય એમ બંને હાથ પીઠ પછવાડે ગોઠવી દઈને એ ઝડપથી બહાર આવી તાનિયાની નજરથી દૂર થઈ ગયો. લિફ્ટમાં દાખલ થઈને તાનિયાએ નીચે જવા માટે બટન દબાવ્યું કે તરત જ કાન ફાડી નાખતા ધડાકાએ તેને હચમચાવી નાખી. પહેલાં તો એને થયું કે ધડાકાના ધક્કાથી પોતે નીચે ધકેલાઈ રહી છે, પણ ચોથા માળે જઈને લિફ્ટ અટકી અને તેનો દરવાજો આપોઆપ ઊઘડ્યો ત્યારે ભાન થયું કે પોતે તો સલામત છે. ધડાકો લિફ્ટમાં નહીં પણ બીજે ક્યાંક થયો હતો.

ઉતાવળા પગલે કેબિનમાં પહોંચી દરવાજો ઉઘાડીને ડ્રેસિંગ-ટેબલ તરફ ધસી જવા માટે પગ ઉપાડે એ પહેલાં તેની આંખોએ પગને બ્રેક મારી દીધી. પેલું ટેપરેકૉર્ડર ત્યાં હતું નહીં. કદાચ નીકળતી વખતે પોતે સાચવીને બીજે ક્યાંક મૂક્યું હશે એમ માની ટેબલનાં ખાનાં તપાસી લીધાં. ક્યાંય રેકૉર્ડર હાથ લાગ્યું નહીં. એ હતાશ થઈને પલંગમાં બેસી ગઈ. *આટલી વારમાં કૅબિન ખોલીને ટેપરેકૉર્ડર કોણ ચોરી જાય ? બીજું કાંઈ નહીં અને એની જ ચોરી શું કામ કરે ?* પોતે મહત્ત્વની ચીજ ગુમાવી બેઠાનો અફસોસ કરતી એ વિચારવા લાગી : *સીક્યુરિટીને ચોરીની ફરિયાદ કરવી કે પછી ચૂપ બેસી રહેવું ?*

એ જ વખતે બારણા પર ટકોરા પડ્યા. તેનો જવાબ આપવામાં તાનિયાને વાર લાગી એટલે અધીરાઈ હોય તેમ થોડા જોરથી ટકોરા સંભળાયા.

'યસ, કમ ઇન !' તેણે બેઠાં બેઠાં જ જવાબ આપ્યો : 'દરવાજો ઉઘાડો જ છે. જે હોય તે આવી જાઓ !'

'થૅન્ક ગૉડ !' અંદર ધસી આવતા ઓમકારે શ્વાસની સાથોસાથ હાશકારો ઉછાળ્યો : 'તારું કમ ઇન સાંભળ્યું એમાં જ અડધો ફફડાટ ઓસરી ગયો, તાની ! તેં ધડાકો સાંભળ્યો કે નહીં ?'

'સાંભળ્યો ને.' હજુય ટેપરેકૉર્ડરના ખ્યાલમાં અટવાયેલી તાનિયા આજુબાજુ ચકળવકળ નજર ઘુમાવતી બોલી : 'લિફ્ટમાં નીચે આવતી હતી ત્યારે સાંભળ્યો... પહેલાં તો મારી બાજુમાં જ બૉમ્બ ફૂટ્યાનો અહેસાસ થયો હતો. હજુય કાનમાં એના ભણકારા વાગે છે.'

'કહે છે કે સ્ટુઅર્ડ બૉય ટેપરેકૉર્ડર સાંભળવા જતો હતો ત્યાં બૉમ્બ-ધડાકાની હડફેટમાં આવી ગયો.'

'ટેપરેકૉર્ડર !' તાનિયાનું મોં ઉઘાડું રહી ગયું. તેણે કડી મેળવી : *લિફ્ટમાં મળ્યો હતો એ જ છોકરો હોવો જોઈએ. મને જોઈને એણે પીઠ પાછળ કાંઈક સંતાડી દીધું હતું. પછી મારી નજર સામેથી ચોરની જેમ સરકી ગયો હતો... કદાચ મારી કેબિનમાંથી ટેપરેકૉર્ડર ચોરીને જતો હશે.... અને સાંભળવા માટે સ્વિચ ચાલુ કરતાં જ ધડાકો થયો હશે...*

'ઓહ ગૉડ !' મનોમન વિચારતી તાનિયા મોટેથી બોલી ઊઠી. એના મગજમાં વિચાર તો એ આવ્યો હતો કે *પેલો ડિટેક્ટિવ કબીર મને ટેપરેકૉર્ડર સાંભળવા માટે આપી ગયો હતો. હું મીટિંગમાં જતાં પહેલાં સાંભળી લેવાનું વિચારી રહી હતી ત્યાં યોગીજીનો ફોન આવ્યો એટલે તરત નીકળી જવું પડ્યું... તેને બદલે મેં ટેપરેકૉરેડર ચાલુ કર્યું હોત તો ? તો-તો પેલા છોકરાને બદલે હું જ...*

'શું થયું તાની ?' પળેપળે તેના મુખ પર પલટાતા હાવભાવ નિહાળતા ઓમકારે ચિંતિત સ્વરે પૂછ્યું : 'તું ઓહ ગૉડ કહીને મૂંગી કેમ થઈ ગઈ ? શેના વિચારમાં સરી પડી ? તારા મુખ પર વ્યથાની એકસામટી રેખાઓ કેમ ઊપસી આવી ?'

'એટલા માટે કે...' ટેપરેકૉર્ડરવાળી વાત લગભગ તેની જીભની ટેરવા પર આવી ગઈ ત્યાં એ સાવધ બની ગઈ. પેલા ડિટેક્ટિવે હિઝ હાઇનેસ વિષે જાણવાની ઉત્સુકતા દર્શાવીને ટેપરેકૉર્ડર આપ્યું હતું એ વાત ઓમકારને હમણાં કહેવી નહોતી. હવે તો એ ડિટેક્ટિવ પણ ભેદી લાગે છે.

'અટકી કેમ ગઈ, તાની ?'

'એ છોકરો મને લિફ્ટમાં સામો મળેલો. કેવો ભલો-ભોળો હતો ! ઘડી-બે-ઘડીમાં હતો-ન-હતો થઈ ગયો... બિચારો !'

'પરંતુ ઉપર તો ઉતારુઓમાં ગભરાટ ફેલાઈ ગયો છે. કોઈ કહે છે કે સૅબોટેજ છે... કોઈનું કહેવું છે કે અકસ્માત છે... સીક્યુરિટીવાળા કહે છે કે પૂરી તપાસ કર્યા વિના કાંઈ જ કહી શકાય નહીં.'

'યોગીજીની વાત સાચી પડી.'

'કઈ વાત ?'

'સફરને વિઘ્નો નડવાની તેમની આગાહીમાં પહેલું વિઘ્ન તો મુંબઈનાં રમખાણોનું નડ્યું અને બીજા પગલે આ બૉમ્બ-ધડાકો થયો.' બોલતાં-બોલતાં એ અટકી. ઓમકારની સામે ઘડીભર તાકવા લાગી. જાણે કહેવા-ન-કહેવાની ઉલઝનમાં હોય એમ ખામોશ રહ્યા પછી છેવટે વાત ઉચ્ચારી જ નાખી :

'ઓમ, મારું મન હવે સફરમાંથી ઊઠી ગયું છે. આપણે દારેસલામથી જ બૉમ્બેની ફ્લાઇટ પકડી લઈએ તો કેમ ?'

'દારેસલામથી ?' પહેલાં તો ચોંકી ગયો ઓમકાર... પછી વધુ પડતા પ્રત્યાઘાતને છુપાવી દેવા થોડું હસી લેવું પડ્યું : 'નહીં, તાનિયા, એમ ગભરાઈને અડધેથી સફર પડતી ન જ મુકાય. હું તારી સાથે છું પછી ગભરાવાની તારે શું જરૂર ?'

સમજાઈ ગયું ! તાનિયા મનોમન બબડી : *એમ કેમ નથી કહેતો કે તારાથી હાઇનેસનો*

સાથ છોડી શકાય એમ નથી ? વિચારતી એ કહેવા જતી હતી કે ભલે, તારે ન આવવું હોય તો હું એકલી ચાલી જઈશ... પણ એ જ વખતે ફોન રણક્યો એટલે એ શબ્દો તાનિયાએ ગળી જવા પડ્યા.

'*હેલ્લો !*' ફોનની નજીક ઊભેલા ઓમકારે રીસીવર ઊંચકીને *હેલ્લા* કહ્યું તો સામેવાળાએ ખચકાટ સાથે *સૉરી, રૉંગ નંબર* કહી લાઈન કાપી નાખી.

'કોણ હતું ?'

'ખબર નહીં. મારો અવાજ સાંભળીને એણે *રૉંગ નંબર* કહી દીધું.' બોલતાં-બોલતાં ઓમકારે સહેજ લહેકાથી ઉમેર્યું : 'અવાજ પુરુષનો હતો.'

પરંતુ ટેપરેકૉર્ડરના કિસ્સામાંથી હજુ પૂરેપૂરી સ્વસ્થ નહીં થયેલી તાનિયાએ ઓમકારના એ લહેકા પર લક્ષ આપ્યું નહીં. અહીં કોઈ પોતાને મોતને ઘાટ ઉતારવા માગતું હતું અને એમાંથી ઉગારી લેવામાં બીજું કોઈક વિચિત્ર રીતે નિમિત્ત બની ગયું.

'તું થાકેલી દેખાય છે, તાની.' કહેતાં ઓમકારે પગ ઉપાડ્યા : 'કલાક પછી આત્માને લઈ પાછલા ડેક પર આવું છું. ત્યાં ખુલ્લી હવામાં ગપસપ લડાવશું.' કહી દરવાજામાંથી બહાર નીકળી જઈને એણે પૂછ્યું : 'આવીશ ને તું ?'

તાનિયાએ યંત્રવત્ હકારમાં ડોક હલાવી અને ઓમકારે બહારથી બારણું બંધ કરી દીધું ત્યાં જ ફોન રણક્યો. કેમ જાણે ફોન કરનાર વ્યક્તિ ઓમકાર બહાર જાય તેની જ રાહ જોતી હોય !

'ડૉક્ટર શાહ !'

હેલ્લોના જવાબમાં આવું સંબોધન સાંભળીને તાનિયા હા પાડતાં સહેજ ખચકાઈ. અવાજ અપિરચિત હતો અને ધારદાર...

'ગભરાશો નહીં, તાનિયાદેવી !' ફોનમાં બોલનારે ધરપત આપતાં કહ્યું : 'મારે તમને અભિનંદન આપવાનાં છે.'

'શેનાં અભિનંદન ?'

'તમે બૉમ્બ-ધડાકામાંથી ઊગરી ગયાં એ બદલ.'

'એટલે ?' પહેલાં ગભરાટ અને પછી ઉશ્કેરાટ અનુભવતી તાનિયા ત્રાડ પાડવા માગતી હતી, પણ એનો અવાજ ફાટી ગયો : 'તમે છો કોણ ?'

'હું... હું જે છું એ તમારો હિતેચ્છુ જ છું.' બોલનારે ગંભીરતા ધારણ કરી લીધી હોય એમ એને લાગ્યું : 'માત્ર એટલું જ કહેવા માગું છું કે દારેસલામ પહોંચીએ ત્યાં સુધી સાવધ રહેજો. કોઈ અજાણ્યા પર ભરોસો કરશો નહીં.'

'પરંતુ મારે મન તો તમેય અજાણ્યા છો.' બોલતી તાનિયા આગળ કહેવા માટે શબ્દો શોધતી હતી ત્યાં સામેથી સાંભળવા મળ્યું :

'આપણે એકબીજાથી અજાણ્યાં નથી. અરે, આપણે તો પરસ્પરને હોઠોથી પણ ઓળખી ચૂક્યાં છીએ, તાનિયાદેવી !'

કહી સામેવાળાએ ફોન મૂકી દીધો અને તાનિયા અધખુલ્લા મુખે સામેના અરીસામાં પોતાની

જાતને જ તાકતી રહી. *હોઠોથી પરસ્પરને ઓળખી ચૂક્યા છીએ એટલે ?* અને એ સાંકેતિક નિશાનીનો ભેદ સમજાયો ત્યારે તેનું મુખ રાતુંચોળ બની ગયું : *મેક્સવેલ !*

પરંતુ એ શક્ય જ નથી. એ તો લેડી સ્મિથસનના સાવકા પુત્ર ચાર્લ્સ અને લેડીને ઝેર આપવાની કોશિશ કરનાર વિલ્સનને ગિરફતાર કરીને અમેરિકા લઈ ગયો હતો... એ અહીં ક્યાંથી ?

તાનિયાને થયું કે ભેદભરમની આ ભુલભુલામણી તેને ચિત્તભ્રમ કરી નાખશે.

*

રાતના સવા-અગિયાર થવા આવ્યા હતા. પોતાના સ્વીટની બાલ્કનીમાં ઇઝીચેરમાં શરીર લંબાવીને પડેલા હિઝ હાઇનેસ ધીમા કશે ચિરૂટ પીતા આકાશના તારા અને સમુદ્રનાં મોજાં નિહાળી રહ્યા હતા. પંદર મિનિટ પહેલાં જ કેસિનોનું બ્લૅક જૅક ટેબલ છોડીને એ નીકળી ગયા હતા ત્યારે ગોરી ડીલરે *ગૂડ નાઇટ, યોર હાઇનેસ* કહીને નિસાસો ઠાલવ્યો હતો :

'માય ટેબલ વિલ મિસ યૂ વેરી મચ.'

બે દિવસથી પોતે બૂરી રીતે હારતા હતા એટલા માટે એ વહેલા નહોતા ઊઠી ગયા. અગિયાર વાગ્યા પછી જે બનવું જોઈએ તે બનીને જ રહે છે એની ખાતરી કરવા માટે પોતે નિરીક્ષણ કરવાનું હતું. એટલે તો બાલ્કનીમાં એવા ઍન્ગલથી બેઠક લીધેલી કે નક્કી થયેલા સ્થળનું નરી આંખે નિરીક્ષણ થઈ શકે.

બે દિવસથી હાથ ધરેલા કામમાં અણધાર્યાં વિઘ્ન આવતાં હતાં એથી હાઇનેસનો અજંપો વધવા લાગ્યો હતો. હેલ્થ ક્લબના સ્ટીમબાથમાં ઝુલ્ફીકાર ઉર્ફે નાસિર સાથે ગુપ્ત મુલાકાત ગોઠવી એની કોઈકને ગંધ આવી ગઈ હોય તેમ પછવાડે શાવરબાથના રૂમમાં ટેપરેકૉર્ડર ગોઠવીને કોઈએ જાસૂસીનું કારસ્તાન કર્યું તેનાથી બંને ભડકી ગયેલા. *શિપમાં એવું કોણ હોય જે ઝુલ્ફીકારની હિલચાલ પર નજર રાખવા તત્પર બની જાય અને હાઇનેસ સાથેની ગુફતેગો ટેપ કરી લેવા રેકૉર્ડર ગોઠવવાનું સાહસ ખેડે ? શું ઝુલ્ફીકાર બોગસ ડિટેક્ટિવ છે એવો કોઈને વહેમ પડ્યો હશે કે પછી હાઇનેસનો ભેદ જાણી લેવા માટે કોઈ ઉત્સુક બન્યું હશે ?* સાવધ થઈ જવા જેવો કિસ્સો બની ગયો હતો.

'મને તો પેલી સાઇકિયાટ્રિસ્ટનો જ પાકો વહેમ છે.' હાઇનેસે ટેપરેકૉર્ડર બાબત તાનિયા તરફ આંગળી ચીંધીને સફરની શરૂઆતથી આજ સુધીની તાનિયાની હરકતોથી ઝુલ્ફીને વાકેફ કરીને ઉમેર્યું હતું : 'એ બાઈ આપણા ઓમકારને પણ મોહજાળમાં ફસાવી રહી છે.'

'તો પછી એને જીવતી જ શું કામ રહેવા દેવી ?' કહી ઝુલ્ફીકારે ટેપરેકૉર્ડરમાં ટચૂકડો બૉમ્બ ગોઠવી તાનિયાનો ખેલ ખતમ કરવાનું કાવતરું ગોઠવ્યું. અને તેમાં તો એવું અણધાર્યું બની ગયું કે જે મરવી જોઈએ તે બચી ગઈ અને પેલા મૂરખ છોકરાએ પેલીની કેબિનમાંથી ટેપરેકૉર્ડર ચોરીને સાંભળવા માટે કાને મૂક્યું ત્યાં એની ખોપરી ફાટી પડી.

છોકરો મર્યો તો ભલે મૂઓ, પણ શિપનાં ઉતારુઓમાં ફફડાટ ફેલાઈ ગયો. એક તો મુંબઈમાં ફાટી નીકળેલાં તોફાનને કારણે શિપની સફરમાં ડાયવર્ઝન લેવાની વિચારણાથી કેટલાંક પૅસેન્જર્સ અપસેટ થઈ ગયાં હતાં, તેમાં આ બૉમ્બ-વિસ્ફોટે ઘણાંને ઉચાટમાં નાખી દીધાં. જોકે શિપના કર્તાહર્તાએ એવો દેખાવ કર્યો કે *આ ધડાકો એ તો માત્ર એક અકસ્માત હતો. શિપના સંચાલનમાં*

અમુક કેમિકલ તથા સ્ફોટક પદાર્થ ઉપયોગમાં લેવાય છે તેની હેરાફેરીમાં પેલા છોકરાની બેદરકારીને લીધે આવું બનવા પામ્યું. બાકી અહીં બૉમ્બ-ફૉમ્બ કેવો ! આ વાત ઘણાંખરાં ઉતારુઓના ગળે ઊતરી ગઈ એટલા પૂરતી તો ઝુલ્ફીએ નિરાંત અનુભવી, પણ એની છઠ્ઠી ઇન્દ્રિય એમ કહેતી હતી કે નક્કી શિપમાં કોઈ પોતાનો પીછો કરી રહ્યું છે. તેના આધારે એણે એવુંય અનુમાન કર્યું કે આ પીછો કરનારે જ શાવરબાથમાં પેલું ટેપરેકોર્ડર મૂક્યું હોવું જોઈએ. તાનિયાને બદલે પહેલાં તો એ પીછો કરનાર ભેદી માણસને ઓળખી કાઢી એને તત્કાલ ઠેકાણે પાડવો જોઈએ.

ઝુલ્ફીકાર માટે આ જીવનમરણનો પડકાર બની ગયો. એક તો પોતે સ્કૉટલૅન્ડ યાર્ડનો ડિટેક્ટિવ હોવાની બનાવટ કરી હતી, જેથી પોતાની બૅગના કૃત્રિમ તળિયામાં ઠાંસીઠાંસીને ભરેલું એક મિલિયન ડૉલરનું હેરોઈન દારેસલામ બંદરે સલામત રીતે ઉતારી શકે. *ઑપરેશન કાલભૈરવ* માટે સ્મગલડ થઈને દારેસલામ આવનારો ઍટમબૉમ્બ *ઓશનકિંગ-વન*ના તળિયે ગોઠવી દેવાના બદલામાં આ એક મિલિયન ડૉલર લાગતાવળગતાને ચૂકવવાના હતા. ત્યાર પહેલાં કોઈ પોતાની બાજી ઉઘાડી પાડી દે તો ઝુલ્ફીએ સાઇનાઇડ ગળી જઈને આપઘાત કરવો પડે અને હિઝ હાઇનેસે ભારત પાસેથી કાશ્મીર છીનવી લેવાનું ઑપરેશન પડતું મૂકી નાસી છૂટવું પડે એવી સ્થિતિ સર્જાય તેમ હતી. એટલે જ પીછો કરનારને પકડી પાડવામાં થઈ રહેલા વિલંબની પ્રત્યેક પળ હાઇનેસ તથા ઝુલ્ફીને વીંછીના ડંખ જેવી વસમી લાગવા માંડી હતી.

'એ માણસનો પત્તો લાગી ગયો !'

સવારે હાઇનેસ સાથે સ્ટીમબાથમાં જોડાઈને ઝુલ્ફીકારે ગરમાગરમ વરાળ જેવા ખબર આપ્યા હતા : 'બે દિવસથી એ મને ત્રણચાર જગ્યાએ ભટકાઈ ગયો. મારા પર એ નજર રાખે છે, પણ મારી નજરે ચડવાનું ટાળતો હોય તેમ એ આડું જોઈ જાય છે. માથે પહેરેલી કૅપને નીચી કરી દે છે અથવા ડોક ફેરવી લે છે...'

'એ કોણ હોઈ શકે, નાસિર ?'

'જાસૂસ સિવાય બીજો કોઈ નહીં.' ગરમાગરમ વરાળથી ઉઘાડા ડિલે વળેલો પસીનો લૂછતાં એણે કહ્યું હતું : 'કમાલ હસન, એની પાતળી મૂછ બનાવટી લાગે છે. ચહેરો છુપાવવા માટે માથે કૅપ પહેરવા ઉપરાંત આંખે ચશ્માં ચડાવી રાખે છે અને બંને કાનમાં હિપ્પી જેવી કડીઓ પણ પહેરી છે. પોતે ચિત્રકાર હોય તેમ ડેક પર જઈ પેઇન્ટિંગનું સ્ટૅન્ડ લગાવી કુદરતી દૃશ્યોને કૅન્વાસ પર ઉતારવાની ચેષ્ટા કરતો હોય છે, પણ બાકીનો સમય એ મારો પીછો જ કરતો રહે છે.'

'તો હવે ?'

'હવે બીજું શું, આજે રાત્રે હું ભેદી હિલચાલનો દેખાવ કરતો નીચેના ડેક પર પહોંચી જઈશ. મધરાતે ત્યાં અંધારામાં ભાગ્યે જ કોઈ જાય છે. પેલો પણ મારો પીછો કરતો ત્યાં આવી પહોંચશે એટલે એને ફૂંકી મારીશ.'

આવેશમાં ઝુલ્ફી બોલી તો ગયો, પણ સામે આંખો ફાડીને તેને તાકી રહેલા હાઇનેસે એ પગલું લેવાનું જોખમ દર્શાવ્યું એટલે એણે સ્પષ્ટતા કરી :

'કમાલ, ગનમાંથી ગોળી છૂટશે એનો ધડાકો કોઈને જ નહીં સંભળાય. હું ગન પર સાઇલન્સર ચડાવેલું જ રાખું છું.'

'છતાં ગન ચલાવવાનું ટાળવું જોઈએ, નાસિર !' કહીને હાઇનેસે વિકલ્પ સૂચવ્યો હતો : 'ગુલઝાર અગાઉથી જઈને એ જગ્યાએ સંતાયેલો હોય અને તારા તરફથી ઇશારો થતાં જ એના પર તૂટી પડે. કરાટેની જીવલેણ ફેંટ મારીને એને ઢાળી દે... બસ, પછી એને સમુદ્રમાં પધરાવી દેવાનો... વાત ખતમ !'

'તેમાં એક જોખમ છે. ગુલઝાર તેના પર કરાટે અજમાવે એ પહેલાં પેલો તેની ગન ચલાવીને મને ઠાર કરી શકે છે.'

'નહીં, નાસિર, એ તને શું કામ ઠાર કરે ?' હાઇનેસની દલીલમાં વજૂદ હતું : 'એ જે હોય તે, તને જીવતો પકડી લઈ તારી પાસેથી વાત કઢાવવામાં જ એને રસ હોય. તને મારી નાખવાથી એને શું મળે ?'

'એ વાત સાચી.' ઝુલ્ફીએ નમતું જોખવું પડ્યું, છતાં કહ્યા વગર રહી શક્યો નહોતો :

'કમાલ, માણસ ઠાર થાય અને તેના શરીરમાંથી ગરમાગરમ ખૂન વહેતું થાય એ જ એના મોતનું સાચું સર્ટિફિકેટ ગણાય..... કરાટેની ચોપથી કોઈને મારી નાખવામાં એવી થ્રિલ ક્યાં ?'

'અત્યારે આપણને થ્રિલની નહીં, સલામતીપૂર્વક કામ પાર પાડવાની જરૂર છે.' હાઇનેસે તેને સમજાવી લીધો હતો : 'લોહીનાં નિશાન ચાડી ખાઈ જતાં હોય છે.'

'ઓકે, આજે રાત્રે, ઇન્શાલ્લાહ, એનું કામ તમામ થઈ જશે. હું ગુલઝારને વ્યૂહ સમજાવી દઈશ.'

એવી સમજૂતી સાથે બંને હેલ્થ ક્લબમાંથી છૂટા પડ્યા હતા અને અત્યારે રાત્રે અગિયાર વાગ્યે કાવતરાનો અમલ થતો જોવા માટે હાઇનેસ બાલ્કનીમાં ચિરૂટના ધુમાડા સાથે ભીતરનો ઉચાટ ફંગોળતા નીચેના ડેક પર નજર ખોડીને બેઠા હતા.

અને હાઇનેસની નજર બૅટરીના પ્રકાશના ચાંદરડા પર પડી. ઇઝી ચેરમાં એ ટટ્ટાર થઈ ગયા. બૅટરીના પ્રકાશની પાછળ આવતી માણસની આકૃતિ દેખાઈ. ડેકની રેલિંગ પર બંને હાથ ટેકવીને એ ઊભો રહી ગયો. હવે બૅટરીનો પ્રકાશ એ સમુદ્રનાં મોજાં પર ફેંકી રહ્યો હતો. કોઈને પણ તેની હિલચાલ માટે શંકા જાગે એવી એ ચેષ્ટા હતી. પેલો પીછો કરનારો જરૂર તેના પગલેપગલે ચાલ્યો આવતો હશે.

હિઝ હાઇનેસના શરીરમાં ઉત્તેજના પ્રસરવા લાગી. બસ, હવે તો ઘડી-બે-ઘડીનો જ વિલંબ છે. પેલો પાછળ આવીને ઊભો રહે, ઝુલ્ફી પીઠ ફેરવીને તેની સામે જુએ, બંને વચ્ચે કદાચ કાંઈક વાતચીત થાય અને પછી...

ત્યાં હાઇનેસ આંચકા સાથે ચેરમાંથી ઊભા થઈ ગયા. આંખો ફાડી, શ્વાસ અધ્ધર કરીને એ જોતા રહ્યા. જોકે સાઉન્ડ વગર કોઈ ફિલ્મનું મૂંગું દશ્ય જોઈ રહ્યા હોય એવી એમની હાલત હતી.

'સમુદ્રના મોજાં શું કહી રહ્યાં છે, મિસ્ટર ?'

પાછળ આવીને ઊભા રહેલા મેક્સવેલે રેલિંગને ટેકે ઊભેલા ઝુલ્ફીને ધીમા અવાજે પૂછ્યું.

એ જ ઘડીની રાહ જોતો ઝુલ્ફી ધીમેધીમે પીઠ ફેરવે છે, આગંતુકના ચહેરા પર બૅટરીનો પ્રકાશ ફેંકે છે. પેલાના હાથમાં ગન જોઈને થોડો ચોંકે છે, પણ અજાણ્યો બનીને પૃચ્છા કરે છે :

'યસ, મિસ્ટર, તમે મને કાંઈ પૂછ્યું ?'

'હા, મધરાતે મોજાં નિહાળવામાં તમને આટલા બધા તલ્લીન બની ગયેલા જોઈને થયું કે ચાલો તમને કંપની આપું.'

જવાબ આપતાં પહેલાં ઝુલ્ફીએ જોઈ લીધું કે ગુલઝાર તેના સ્થાને ગોઠવાઈને ઊભેલો જ છે. ઇશારો થતાં જ ચિત્તાની ચીલઝડપે તરાપ મારવાની તૈયારીમાં છે.

'મને કંપની આપવા આવ્યા અને તે પણ ગનને કંપનીમાં રાખીને ?' ઝુલ્ફીએ કટાક્ષમાં પૂછ્યું એટલે મેક્સવેલ પણ સામે વ્યંગમાં હસ્યો.

'તમે પણ ગનની કંપનીમાં જ અહીં આવ્યા હશો ને, મિસ્ટર નાસિર !'

પોતાનું અસલ નામ સાંભળતાં જ ઝુલ્ફીએ હાથમાં પકડેલી બૅટરી હલબલી, સાથોસાથ તેના પ્રકાશનો લિસોટો પણ ધ્રૂજતો બાલ્કનીમાં ઊભેલા હાઇનેસને દેખાયો.

'મને ઓળખવામાં તમારી કંઈક ભૂલ થતી લાગે છે, મિસ્ટર...'

ઝુલ્ફી જાણી-કરીને મિસ્ટર પાસે અટક્યો જેથી સામેવાળો પોતાનું નામ કહી દે, પણ તેને બદલે પેલાએ જુદું જ સંભળાવ્યું :

'ડિટેક્ટિવ ઝુલ્ફીકાર કબીર હોવાનો તમારો દાવો છે, પણ ખરેખર તમે એ નથી.'

'એવું તમે કયા દાવાથી કહી શકો, મિસ્ટર ?'

ત્યારે મેક્સવેલને પોતાનું નામ જાહેર કરવાનું મુનાસિબ લાગ્યું હોય તેમ કહ્યું :

'તમે મને મિસ્ટર મેક્સવેલ કહી શકો એમ છો, મિસ્ટર નાસિર !'

'મિસ્ટર મેક્સવેલ ! આ નામ તો પહેલી જ વાર સાંભળું છું !' ઝુલ્ફીએ અજાણ્યા થઈ જવું પડ્યું.

'એટલે જ કહું છું કે તમે સ્કૉટલૅન્ડ યાર્ડના ડિટેક્ટિવ હોત તો સ્કૉટલૅન્ડ યાર્ડના બીજા ડિટેક્ટિવને ઓળખી જવામાં આટલી બધી વાર લગાડી ન હોત, મિસ્ટર નાસિર !'

'ઠીક છે, મિસ્ટર મેક્સવેલ, આ ગન દેખાડીને તમે કરવા શું માગો છો ?'

'ગિરફ્તાર !'

'કયા ગુનાસર ?'

'બનાવટી ડિટેક્ટિવ બનવાના.'

'બસ એ એક જ ગુના...'

'બીજા પણ ગુના છે... જેમાં સૌથી મોટો ગુનો તો ડ્રગ ટ્રાફિકિંગ...'

મેક્સવેલ એટલું બોલે છે ત્યાં જ ઝુલ્ફીનાં જડબાં તંગ બની ગયાં. તેણે જમણી તરફ બૅટરીનો પ્રકાશ ફેંકી 'કોણ છે ?' એવી હાંક મારી, જેથી મેક્સવેલનું એ તરફ ધ્યાન જાય અને ગુલઝાર બીજી બાજુથી તેના પર તૂટી પડે.

પરંતુ મેક્સવેલ સાવધ હતો. એણે પોતાનું ધ્યાન ઝુલ્ફી પર જ સ્થિર રાખ્યું, છતાં ગુલઝારે તો નક્કી થયા મુજબ મેક્સવેલ પર ત્રાટકવું પડ્યું.

કરાટેની પહેલી ચોપથી તેણે મેક્સવેલના હાથમાંથી ગન ફંગોળાવી દીધી, પછી બીજી ફેંટ તેના ખભા પર ફટકારી, જે ચૂકવવા માટે મેક્સવેલે ગુલાંટ તો ખાધી પણ એ ગુલઝારનો ઘા ચૂકવી શક્યો નહીં. આમ તો એ એક જ ફટકો તેને જમીનદોસ્ત કરવા માટે પૂરતો ગણાય, પણ મક્કમ મનોબળ ધરાવતો મેક્સવેલ નીચે પટકાઈ પડવાને બદલે ભોંય પર ગોઠણભેર બેસી રહેવા જેટલી ટક્કર લઈ શક્યો.

નીચે ઝૂકેલા મેક્સવેલ પર ગુલઝારે ત્રીજો મરણતોલ પ્રહાર કર્યો ત્યારે 'આ...હ'ના ચિત્કાર સાથે એ મોંભેર ઢળી પડ્યો. નીચા નમીને ગુલઝારે તેના નાક પાસે હાથ રાખ્યો. મેક્સવેલ છેલ્લા શ્વાસ લઈ રહ્યો હતો.

'ખસી જા, ગુલઝાર !'

આજ્ઞાવાહક અવાજ સાંભળીને ગુલઝારે ઊંચે જોયું તો ઝુલ્ફી ગન તાકીને તેને દૂર હઠી જવા ઇશારત કરતો હતો.

'શું કરવા માગો છો તમે ?'

'સાલાને ગોળીથી વીંધી નાખવો છે ! એના દેહને લોહીથી લથબથ થતો જોવો છે !'

ઝુલ્ફીના ચહેરા પર ખુન્નસ ઊભરાઈ આવ્યું હતું. પરંતુ ગુલઝાર તેના આદેશનું પાલન કરવા બંધાયેલો નહોતો. એ તો એક જ વ્યક્તિના હુકમનો તાબેદાર હતો, જે બાલ્કનીમાંથી ખૂનામરકીનો આ ખેલ નિહાળી રહ્યા હતા.

'ઠીક છે.' કહી મેક્સવેલના શરીરથી દૂર હટી જવાનો દેખાવ-માત્ર કરતો ગુલઝાર ઊભો થયો અને એક ફેંટ મારી તેમના હાથમાંથીય ગન ઉડાવી દઈ બીજી ફેંટના જોરે ઝુલ્ફીનેય ભોંયભેગો કરી દીધો.

જોકે એ જોઈને બાલ્કનીમાંથી હિઝ હાઇનેસ ત્રાડ પાડવા જતા હતા, પણ છેલ્લી ઘડીએ આવેશ પર કાબૂ મેળવી લીધો.

એટલી વારમાં ગુલઝારે મેક્સવેલના ચેતનહીન દેહને બે હાથે ઊંચકી લોઢાની રેલિંગ પર ટેકવી દઈને, પાછળથી તેના બંને પગ ઊંચકી લઈ દરિયામાં ફંગોળી દીધો.

થોડી વાર મેક્સવેલના વહી જતા દેહને જોઈ લઈ, કામ પાર પાડ્યાના સંતોષથી બંને હાથ ખંખેરી, એક નજર ઝુલ્ફી પર નાખીને જાણે કંઈ જ બન્યું ન હોય તેમ એણે ચાલતી પકડી.

□

42

'સર, આપના માટે અર્જન્ટ મેસેજ છે.' શિપના વાયરલેસ રૂમમાંથી કૅપ્ટનને વૉકીટૉકી પર સંદેશો મળ્યો.

'લાઈન મારી કૅબિનમાં ટ્રાન્સફર કરો.' કહી કૅપ્ટન બ્રિજ પરથી તેમની ઑફિસમાં જઈ પહોંચ્યા. આમ તો પેલા બૉમ્બ-ધડાકાના પ્રકરણ પછી બે દિવસ દરમિયાન કોઈ દુર્ઘટના બની નહોતી અને આવતી કાલે તો દારેસલામમાં લાંગરવાનું છે. ત્યાંથી બૉમ્બેને બદલે હૉંગકૉંગ તરફ હંકારી જવાનો ફેંસલો લેવાઈ જાય એટલે ટ્રબલને ઓવરટેક કરી જવાય... મુસીબત આવે ત્યારે તેને સહેલાઈથી ઓળંગી જવાની આશાને કૅપ્ટન પંપાળતા હતા ત્યાં વળી બીજી કોઈ અણધારી મુશ્કેલીનો સામનો કરવો પડે એવો સંદેશો વાયરલેસ સેટ પર એમની રાહ જોતો હતો.

'તમે જ કૅપ્ટન છો ને ?'

'હા, આપ ક્યાંથી બોલો છો ?'

તેનો જવાબ આપવાને બદલે સામેવાળાએ પૃચ્છા કરી : 'તમે એકલા જ સાંભળી રહ્યા છો ને ?'

'હા... હા, મારી બાજુમાં બીજું કોઈ જ નથી.' કહી કૅપ્ટને ઉત્કંઠા ઉછાળી : 'પરંતુ તમે ક્યાંથી વાત કરો છો ?'

'એસ-વાય ક્રાઇમ બ્રાન્ચમાંથી.'

'ઓહ, સ્કૉટલૅન્ડ યાર્ડ !' કૅપ્ટનને ઝુલ્ફીકાર સાથે યાર્ડના ચીફ શેરવૂડે મોકલેલો પત્ર યાદ આવી ગયો. એમણે સત્વરે પૂછ્યું : 'શેરવૂડ ક્યાં છે ? એમને કહેજો, મને એમનો પત્ર મળી ગયો છે અને તમારા ડિટેક્ટિવ...'

'પ્લીઝ લિસન, ધિસ ઇઝ સીરિયસ. હું શેરવૂડનો આસિસ્ટન્ટ કેનેથ વાત કરું છું. તમારી શિપમાં અમારા એક ડિટેક્ટિવ...'

'હા, મિસ્ટર કબીર છે ને ?'

'હું કોઈ કબીર-ફબીરની પૃચ્છા નથી કરતો, કૅપ્ટન, મારે તો નિકોલસનું કામ છે.'

'નિકોલસ નામનો કોઈ પૅસેન્જર છે કે નહીં એ તો મારે લિસ્ટમાં....'

'પૅસેન્જર્સના લિસ્ટમાંથી એ નામ નહીં મળે, કૅપ્ટન, એ તો તમારી *વૉમિંગ્ટન* રેસ્ટોરાના કિચનનો કૂક છે.'

'કૂક ? નિકોલસ !' કૅપ્ટનને બત્તી તો થઈ છતાં ચોખવટ ખાતર પૂછ્યું : 'તમારા ડીપાર્ટમેન્ટને અમારા કોઈક કૂકનું શું કામ પડ્યું ?'

'નિકોલસ ખરેખર કૂક નથી, અમારો ડિટેક્ટિવ છે અને વેલેટામાં બીજા કોઈ કૂકની બદલીમાં આવેલો છે.'

'હું તપાસ કરી જોઉં... તમારે એને શું સંદેશો આપવાનો છે ?'

'પહેલાં તપાસ કરો કે ખરેખર એ કૂક ત્યાં છે ખરો ?' કહી સામેવાળાએ ગંભીર સ્વરે ઉમેર્યું : 'આપ આ વિષે હોહા ન થાય તે જોજો... અને નિકોલસ મળે તો તેને તમારી કૅબિનમાં લઈ આવજો અથવા એ ન આવી શકે તો ખબરઅંતર પૂછી લાવજો. સર, આપને આ કામ સોંપવું પડે છે એ બદલ...'

'નહીં રે ! આવી બાબતમાં ગુપ્તતા જાળવવી જરૂરી છે. હું જાતે *વૉમિંગ્ટન રેસ્ટોરા*ના કિચનમાં જઈને તપાસ કરું છું. ઍન્ડ આઇ વિલ બી બૅક વિધિન ફિફ્ટીન મિનિટ્સ !'

'થૅન્ક્સ, કૅપ્ટન !'

'યૂ આર વેલ્કમ.' કહી કૅપ્ટન જાણે રાઉન્ડ પર નીકળ્યા હોય તેમ ઊંચા વર્ગનાં ઉતારુઓ માટે રેસ્ટોરાં *જ્યૉર્જ વૉમિંગ્ટન*માં પહોંચ્યા ત્યારે રેસ્ટોરાંના હૉલમાં લંચ પીરસાતું હતું. ચીફ સ્ટુઅર્ડ કૅપ્ટનને જોઈ એટેન્શનમાં આવી ગયો. બેચાર ટેબલ ફરતે ચક્કર લગાવી, બધું બરાબર છે ને ? કોઈ ફરિયાદ નથી ને ?' એવી પૂછપરછ કરી, જાણે કિચનનું ઇન્સ્પેક્શન કરતા હોય તેમ કૅપ્ટન અંદર ગયા. જ્યોર્જ વૉમિંગ્ટન રેસ્ટોરાંનો શૅફ, જુદીજુદી વાનગીના નિષ્ણાત કૂક્સ, વેઇટર્સ વગેરે અદબમાં છતાં આનંદમાં આવી ગયા. કૅપ્ટનનું આગમન એ ખુશીનો અવસર હોય તેમ હેડ કૂકે મશરૂમ(બિલાડીના ટોપ)ની પહેલી જ વાર બનાવેલી નવી વાનગી ધરીને કહ્યું : 'સર, ચાખી જુઓ, આપને ભાવશે તો અમે રાજી થઈશું.'

પ્રેમથી પીરસેલી વાનગી ચાખીને કૅપ્ટન જીભનો સ્વાદ આંખોમાં આવ્યો હોય તેમ ચમકીલી કીકીએ બનાવટની તારીફ કરીને, પોતપોતાના કામે લાગી ગયેલા કૂક્સ પર નજર ફેરવી લીધી : 'એક, બે ત્રણ, ચાર...' એમ ગણતા રહી હેડ કૂકને પૂછ્યું : 'તમારા કિચનમાં ચાર કૂક્સ છે ?'

'નહીં, સર પાંચ છે... કૉન્ટિનેટલ (બનાવનારો) નિકોલસ આજે ઍબ્સન્ટ છે.'

નિકોલસ !

એમના કાન ચમક્યા, પણ મુખભાવ બદલાવા દીધા નહીં : 'નવો કૂક છે ?'

'બદલીમાં આવેલો છે. આપણને ખબર નહીં કે આધાશીશીની બીમારી ધરાવે છે. ગઈ કાલનો કામ પર આવ્યો નથી.'

'આધાશીશીની બીમારી જ એવી છે.' કૅપ્ટને વાત આગળ વધારવા કહેવું પડ્યું : 'મારી પાસે એ રોગનો એક નુસખો છે. અત્યારે ક્યાં છે એ નિકોલસ ?'

હેડ કૂક માટે કૅપ્ટનની હમદર્દી અકળાવનારી બની ગઈ. ખરેખર તો નિકોલસ ગેરહાજર નહીં પણ ગઈ કાલનો ગુમ થઈ ગયો હતો. એનો રૂમ-પાર્ટનર પણ એની ગેરહાજરીથી ગૂંચવણમાં પડી ગયો હતો. શિપ ભલે ને તરતા મહેલ જેવી હોય, પણ આખો ને આખો માણસ એમ ગાયબ થોડો થઈ શકે ? જમીન પર વાત જુદી છે, દરિયાની સફરમાં આ જહાજ તો તરતા ટાપુ જેવું ગણાય. માણસ મધદરિયો ઓળંગીને જાય પણ ક્યાં ?

'સર, એ સાંજે આવશે ત્યારે આપની પાસે મોકલી આપીશ.'

કૅપ્ટન હેડ કૂકને તાકવા લાગ્યા. એ સમજી ગયા કે કાંઈક ગરબડ છે, પણ હોહા કરવાની નહોતી એટલે *થૅન્ક્સ ઑલ ઑફ યૂ* કહી કિચનમાંથી નીકળી ગયા. રેસ્ટોરાંમાંથી બહાર નીકળતાં પહેલાં હેડ સ્ટુઅર્ડને કાનમાં કહેતા હોય તેમ તાકીદ કરી : 'નિકોલસ નામનો કૂક ગઈ કાલથી ગેરહાજર છે. એ જ્યાં હોય ત્યાંથી શોધીને મારી ઑફિસમાં તત્કાળ હાજર કરો.' કહીને જતાં-જતાં ઉમેર્યું પણ ખરું, 'એને તમે લઈ આવો ત્યાર પછી જ હું લંચ લઈશ.'

હેડ સ્ટુઅર્ડને એટલો ઇશારો કાફી હતો. શિપનાં અગિયારસો સ્ત્રી-પુરુષોના સ્ટાફમાં જાતજાતનાં કૅરેક્ટર્સ આવતાં હોય છે. કોઈક ત્રણ મહિના કામ કરીને બીજા છ મહિના આરામ લઈ શકે એટલી કમાણી કરવા આવતાં હોય છે. કેટલાંક વળી લક્ઝરી સફરનો લહાવો લેવા માટે ખેંચાઈ આવે છે. કેટલાંકને તો દાયકાથી આ પ્રકારની લાઈનમાં જોડાવાનો એવો ચસકો લાગી ગયો હોય છે કે જમીન પરના કોઈ જ કામમાં દિલચસ્પી લાગે નહીં. *બદલીમાં આવેલો કોણ જાણે કેવું કૅરેક્ટર નીકળશે આ નિકોલસ ? કૂકને બદલે ક્રૂક (બદમાશ) તો નહીં નીકળે ને ?*

'સર, નિકોલસનો ક્યાંય પત્તો નથી.'

પંદર મિનિટ પછી કૅપ્ટનની ઑફિસમાં પહોંચીને હેડ સ્ટુઅર્ડે રીપોર્ટ આપ્યો : 'ખરી રીતે તો ગઈ કાલથી એની તપાસ ચાલે છે. સીક્યુરિટી ગાર્ડ્સે લગેજરૂમ, એન્જિનરૂમ, સ્ટોરરૂમ જેવી સંતાવાની દરેક જગ્યા ફેંદી નાખી, પણ એનો પત્તો નથી લાગતો.'

'તો પછી જાય ક્યાં ?' કૅપ્ટનના ચહેરા પર ચિંતાની રેખા ઊપસી આવી. એ કહેવા જતા હતા કે *સાલો દારૂના નશામાં દરિયામાં તો નહીં પડી ગયો હોય ને ?* પણ એવી ટકોર અજુગતી લાગી, કારણ કે નિકોલસ ખરેખર કૂક ક્યાં હતો ? સ્કૉટલૅન્ડ યાર્ડના ડિટેક્ટિવ ફરજચુસ્ત હોય છે, એટલે તો એમની ચિંતા વધી ગઈ.

'ઑપરેટર, થોડી વાર પહેલાં વાયરલેસ આવ્યો હતો ત્યાં કૉન્ટૅક્ટ કરાવી આપ...ક્વિક !'

હેડ સ્ટુઅર્ડને રવાના કરી ફરી કૅપ્ટને વાયરલેસ રૂમના ઑપરેટરને કામે લગાડી દીધો. પૅસેન્જર્સ શિપના કૅપ્ટન તરીકે એમને ઘણી વાર વિચિત્ર લાગતું કે અઢી-ત્રણ હજારની વસતિવાળા જહાજમાંથી કોઈક અદૃશ્ય થઈ જાય અને એની જાણ ન થાય એ કેટલું વિચિત્ર કહેવાય ? ક્યારેક એવો વિચાર પણ આવી જતો કે જેલના કેદીઓની જેમ શિપમાંય દરેક ઉતારુ અને દરેક સ્ટાફ મેમ્બરની ગિનતી રાખવી જોઈએ !

'યસ સર, યોર કૉન્ટૅક્ટ ઇઝ હોલ્ડિંગ.'

ઑપરેટરે સ્કૉટલૅન્ડ યાર્ડના ડેપ્યુટી ચીફ સાથે સંપર્ક જોડી આપ્યો ત્યારે કૅપ્ટને ગળું ખંખેરવું પડ્યું.

'યસ, મિસ્ટર કેનેથ, તમારી શંકા સાચી જણાય છે. નિકોલસનો ક્યાંય પત્તો નથી.'

'ઓહ ગૉડ !'

સામેવાળાએ રીતસર આઘાત લાગ્યો હોય એવા ઉદ્ગાર કાઢ્યા : 'તો-તો કોઈએ મેક્સવેલને ખતમ જ કરી નાખ્યો હશે.'

'મેક્સવેલ !' કૅપ્ટનના શરીરમાં ધ્રુજારી પ્રસરી ગઈ : 'તમારો નિકોલસ શું અસલમાં મેક્સવેલ હતો ?'

'જી હા, તમારા જ શિપમાં એણે લૉર્ડ સ્મિથસનના ખૂનીને પકડી પાડીને આ બીજું એસાઇનમેન્ટ લીધું હતું.'

'શેનું એસાઇનમેન્ટ ?' કૅપ્ટનથી પુછાઈ ગયું, પછી ઉમેર્યું : 'ઇફ યૂ ડોન્ટ માઇન્ડ, કહેવામાં તમને વાંધો ન હોય તો...'

'એક મિલિયન ડૉલર હેરોઈન સ્મગલ થઈ રહ્યું છે.'

'અમારા શિપમાં ?'

'હા. કીપ ઇટ સીક્રેટ !' સામેવાળાએ ફરી ચિંતાતુર સ્વરે કહ્યું : 'અત્યારે તો અમને મેક્સવેલની ફિકર થાય છે. આજુબાજુનાં સમુદ્રકાંઠાનાં ગામોમાં જાણ કરી દેવી પડશે કે આ પ્રકારના કોઈ માણસનું....' બોલતાં-બોલતાં પોતાના કંઠમાં ખરેરી વળી ગઈ. એ ડેડ બૉડી બોલી ન શક્યો. 'બૉડી મળી આવે તો અમને જાણ કરે.'

કૅપ્ટન પણ થોડી વાર શોકમગ્ન બની ગયા. *મેક્સવેલ કેવો બાહોશ માણસ હતો ! એ કૂક તરીકે શિપમાં ચડ્યો અને અમને કોઈને જાણ પણ ન થઈ !* અચાનક તેમને યાદ આવી ગયું :

'બાય ધ વે, તમારા બીજા એક ડિટેક્ટિવ મિસ્ટર કબીર તો શિપ પર છે ! તમે એમને પૂછપરછ...'

'એ બોગસ ડિટેક્ટિવ છે.' કહી પેલાએ જીભ કચરાઈ ગઈ હોય તેમ જરા વાર અટકીને સમજાવ્યું :

'કૅપ્ટન, પ્લીઝ તમે એક કામ કરશો ? એ મિસ્ટર કબીરને જાણ ન થાય તેમ એના પર નજર રાખવાનું કામ તમારા અત્યંત વિશ્વાસુ માણસને સોંપી દો. જોજો, એ માણસ દારેસલામ આવતાં પહેલાં ગુમ ન થઈ જાય !' બોલતાં-બોલતાં એના અવાજમાં દાઝ ભળી : 'એણે જો મેક્સવેલને કાંઈક કરી નાખ્યું હશે તો સાલાની જીવતાં ચામડી ઊતરડી નાખશું અમે લોકો !'

પછી આગળ બોલવાનું નહોતું અથવા તો કદાચ બોલી શકાય તેમ નહોતું એટલે એણે 'ઓવર' કહ્યા વિના જ સંપર્ક કાપી નાખ્યો.

દરેક કટોકટી માણસના દૃઢ મનોબળની કસોટી કરવા માટે આવતી હોય છે. એનાથી ભયભીત થઈને આંખો મીંચી ન જવાય, તેમ એને ભગવાન-ભરોસે પણ છોડી ન દેવાય એવી આ અનુભવી કૅપ્ટનની દૃઢ માન્યતા હતી અને આજ સુધી એ આત્મવિશ્વાસે જ તેમને પાર ઉતાર્યા હતા. હવે આવી પડેલી ઉપાધિને કેમ હલ કરવી એના વિચારમાં એ ઊંડા ઊતરવા લાગ્યા.

સૌપ્રથમ તો એમને પેલા ઝુલ્ફીકાર કબીર પર દાઝ ચડી. *એ બદમાશ સ્કૉટલૅન્ડ યાર્ડના વડાનો પત્ર પકડાવીને બનાવી ગયો ! પત્ર વાંચીને હું પોરસાતો હતો કે આવા મોટા માણસે મને પર્સનલ*

પત્ર લખ્યો ! એ બ્લડી તો સ્મગલર નીકળ્યો ! હવે એને છટકવા ન દેવો જોઈએ. એની મારફત જ મેક્સવેલની ભાળ મળશે. કદાચ એણે મેક્સવેલને મૂર્છાવશ કરીને શિપમાં કોઈક જગ્યાએ સંતાડી દીધો હશે. એની ધારણા હશે કે દારેસલામ આવી જાય ત્યાં સુધી મેક્સવેલને નિષ્ક્રિય બનાવી દે તો મિલિયન ડૉલરનું હેરોઇન આસાનીથી દારેસલામમાં ઘુસાડી શકશે.

ઊંડેઊંડે કેપ્ટનનું અંતર ઉપરવાળાને અરજ ગુજારતું હતું કે મેક્સવેલ ભલે બેહોશ મળી આવે, આ બદમાશે એને ખતમ કરી ન નાખ્યો હોય તોય બસ છે. વૉકીટૉકીનું બટન દબાવી એમણે સીક્યુરિટી હેડ રૉબિન્સની પૃચ્છા કરી તો એ લંચ લેવા ગયા છે એમ જાણવા મળ્યું અને કેપ્ટનને પોતાનું લંચ બાકી છે એ યાદ આવી ગયું.

લંચ માટે એ ઊઠવા જતા હતા ત્યાં ઇન્ટરકૉમનું બઝર વાગી ઊઠ્યું. સામે છેડે શિપના પબ્લિક રીલેશન ઑફિસરનો અવાજ સંભળાયો : 'સર, એક બૅડ ન્યૂસ આપવાના છે.'

'બૅડ ન્યૂસ !' એમણે ધારી લીધું, હમણાં સાંભળવા મળશે કે કૂક નિકોલસનું ડેડ બૉડી મળી આવ્યું છે. મર્ડરનો કેસ દેખાય છે... પરંતુ એને બદલે પી.આર.ઓ.એ બીજા જ બેડ ન્યૂસ સંભળાવ્યા :

'સર, યોગી કૃષ્ણમૂર્તિનાં રૂમપાર્ટનર મિસિસ ચૌધરીનું અવસાન થઈ ગયું.'

'ઓહ... ક્યારે ?'

'અડધો કલાક પહેલાં. ડૉક્ટર દ'ગોલ તેને નેચરલ ડેથ ગણતા નથી.'

'એટલે શું મૅડમનું ચૌધરીનું મર્ડર...'

'નહીં, નહીં, સર, ઘણા વખતથી એ લેડી બીમાર હતાં અને યોગી અવારનવાર ડૉક્ટર પાસે તેનું ચેક-અપ કરાવતા હતા, પણ રોગ પરખાયો નહોતો.'

'હવે ?'

'ડૉક્ટર કહે છે કે ડેથ સર્ટિફિકેટ આપતાં પહેલાં મરનારનું પોસ્ટમૉર્ટમ કરવું પડશે.'

'અને મિસ્ટર યોગી એ માટે સંમત નથી થતા એમ કહેવા માગો છો તમે ?'

'નહીં સર !' માંડીને ટુકડે-ટુકડે વાત કરવાની આદત ધરાવતા પબ્લિક રિલેશન ઑફિસરે છેવટે મૂળ વાત કરી નાખી : 'વાત એમ છે કે યોગીજી મરનારની અંતિમ ક્રિયા જમીન પર કરાવવા માગે છે. એ માટે આપણે દારેસલામના સત્તાવાળાની મંજૂરી મગાવવી પડશે અને ડેડ બૉડીને મૉર્ગમાં રાખવાની વ્યવસ્થા કરવી પડશે.'

'ઠીક છે. નિયમ મુજબ જે કાંઈ વિધિ કરવી ઘટે એ ચાલુ કરી દો.' કહી એમણે પૂછ્યું : 'યોગી ક્યાં છે ?'

'અત્યારે તો એમના રૂમમાં છે પણ અમે હમણાં જ ડેડ બૉડીને નીચે હૉસ્પિટલમાં શિફ્ટ કરી રહ્યા છીએ એટલે આપને ત્યાં જ મળશે.'

'તો એમને આશ્વાસન આપવા હું હૉસ્પિટલમાં જ આવું છું.'

પરંતુ મૃત્યુને આત્માનું સ્થળાંતર માનતા યોગી કૃષ્ણમૂર્તિ કેપ્ટનના દિલાસાના શબ્દો સાંભળીને શોકમગ્ન દેખાવાને બદલે મલક્યા હતા.

'કેપ્ટન, મૃત્યુ એ શોક કરવાની ઘટના નથી. ખરેખર તો એ મુક્તિનો અવસર ગણાય. એને માણવાનો હોય, દિલાસાની આપ-લે કરવાની ન હોય.'

આ સાંભળીને કૅપ્ટને આઘાત અનુભવ્યો. એમને થયું કે *સ્વજનના મૃત્યુ માટે બીજું કોઈ જો આવું બોલ્યું હોત તો એ કુદરતી મૃત્યુ નહીં હોવાનો વહેમ પાકો થઈ જાય. પરંતુ યોગી કૃષ્ણમૂર્તિ જેવી વ્યક્તિ પર આવી આશંકા કેમ કરી શકાય ?*

શું બોલવું એ સૂઝ્યું નહીં એટલે કૅપ્ટન મૂગાંમંતર જેવા બની જઈ નીરજાદેવીના મૃતદેહને જોતા રહ્યા. મરનારના ચહેરા પર કોઈ પીડા દેખાઈ નહીં એટલે બોલ્યા : 'બહુ શાન્તિપૂર્વક મૃત્યુ પામ્યાં હોય એવું લાગે છે.'

'હા, પણ...' બોલતાં-બોલતાં યોગીજી કૅપ્ટનને બાજુ પર લઈ ગયા. એમની ઇચ્છા નહોતી કે પોતે એમને જે કહેવા માગે છે તે ડૉક્ટર દ'ગોલ, એમની નર્સ કે પછી ઓમકાર-તાનિયા સુધ્ધાં પણ સાંભળી જાય.

'કૅપ્ટન, નીરજાદેવી મૃત્યુને તો શાન્તિથી ભેટ્યાં, પણ મરતાં પહેલાં કોણ જાણે ક્યાંથી વાચા ફૂટી નીકળી કે એ ભવિષ્યવાણી ભાખતાં ગયાં !'

'કેવી ભવિષ્યવાણી, યોગી ?'

'એ કહેતાં ગયાં કે આ જહાજની પહેલી સફર સુખરૂપ પાર નહીં પડે.'

'હેં !' આંચકો અનુભવ્યો કૅપ્ટને... તે ઘડીભર અવાચક બની ગયા. પછી ચિંતાતુર સ્વરે પૂછ્યું :

'સફર સુખરૂપ પાર નહીં પડે એનો અર્થ શું સમજવો ?'

ત્યારે યોગી આછું મલક્યા.

'એનું અર્થઘટન તો આ મરનાર જ કરી શકે... જો મૃતદેહ બોલી શકતો હોય તો !'

નીરજાદેવીના બંધ હોઠને તાકવા સિવાય કૅપ્ટન બીજું શું કરે !

*

આકાશમાં ઉઘાડ હતો. નમતી બપોરનો તડકો હૂંફાળો લાગતો હતો. *ઓશનકિંગ-વન*નાં શોખીન ઉતારુઓ ખુશનુમા હવામાન માણવા માટે ડેક પર લટાર મારવા નીકળ્યાં હતાં. કેટલાંક સ્વિમિંગ પુલમાં તરવા પડ્યાં હતાં અને કોઈકોઈ વળી જાકુઝી કુંડના ગરમ પાણીનો શેક માણતાં હતાં. *એ હજુ કેમ આવ્યો નહીં !* સ્વિમિંગ પુલના નીલરંગી પાણીની સપાટી પર ચત્તો પડ્યો-પડ્યો ઝુલ્ફી ઉર્ફે નાસિર હાઇનેસની ઉચાટભેર પ્રતીક્ષા કરતો હતો. સાથોસાથ રેસ્ટોરાંથી ડેક પર ઊતરવાની સીડીના પહેલા પગથિયે ઊભેલા સીક્યુરિટી ગાર્ડને પણ વારંવાર નિહાળી લેતો હતો. આમ તો પેલો કોઈ ઉતારુ જેવા સાદા વેશમાં હતો, પણ બે કલાકથી એ દરેક જગ્યાએ પડછાયાની જેમ ફરતો દેખાયો એના પરથી ઝુલ્ફી તેનો ઇરાદો પામી ગયો હતો. આ રીતે પીછો કરનાર માણસ તેને અણઘડ લાગ્યો. પણ પોતાની હિલચાલ પર નજર રાખવાનું શરૂ થઈ ગયું એ જ તેને સાવધ કરી દેવા પૂરતું હતું. એટલું ઓછું હોય તેમ દારેસલામથી મળેલી ચેતવણીએ તો આગલી રાતથી તેની ઊંઘ હરામ કરી દીધી હતી. તેણે હવે માત્ર જીવ બચાવવાનો જ નહોતો, દસ લાખ ડૉલર્સના કેફી દ્રવ્યને પણ ઝડપાતું રોકવાનું હતું.

'ડરી ગયો, નાસિર !'

પુલમાં ડાઇવ મારીને તરતાં-તરતાં તેની પાસે સરકી આવેલા હાઇનેસે હળવેકથી કહ્યું : 'માણસ બહુ ચિંતામાં હોય ત્યારે પાણીની એક છાલક પણ તેને ઊછળતા મોજા જેવી લાગે છે.'

હાઇનેસ આવી ફૂંક મારીને પુલમાં છબછબિયાં કરતી આધેડ વયની ગોરી સ્ત્રી તરફ સરકી ગયા. પેલી હાઇનેસના સ્નાયુબદ્ધ ખભા અને સશક્ત છાતીને તાકતી રહી એટલે હાઇનેસે આંખ મિચકારી તેના ઉન્માદને ઉત્તેજિત કરી દીધો.

'મારે એક વાર તમારો સ્વીટ જોવો છે.' પેલીએ હોઠને કામુક વળાંક આપતાં પ્રસ્તાવ મૂક્યો : 'કહે છે કે સ્વીટ એકદમ લક્ઝુરિયસ છે !'

'યૂ આર વેલ્કમ ! એની ટાઇમ !' કહી હાઇનેસે હળવેકથી ઉમેર્યું : 'બહુ ઉતાવળ હોય તો હમણાં જ જઈને સ્વીટ જોઈ લો ને... તમને કોઈ રોકશે નહીં.'

'યૂ નૉટી કિંગ !' પેલીએ તેના મોં પર પાણીની છાલક મારીને રીસ ઉછાળી : 'યોર હાઇનેસ, હું એકલી સ્વીટમાં જઈને શું કરવાની, તમારો સંગાથ જોઈએ... સાંભળ્યું છે કે ઇન્ડિયન મહારાજા શિકારના બહુ શોખીન હોય છે.'

શિકાર શબ્દ પર તેણે ભાર મૂક્યો હતો, પણ હાઇનેસ મજાક-મશ્કરીનો સિલસિલો આગળ વધારવા માગતા નહોતા અને બીજી બીજુ પેલો ઝુલ્ફી પાણીમાં અધ્ધર થઈને તેમને નજીક આવવા ઇશારા કરી રહ્યો હતો, એટલે ગોરી બાઈને ટાળવા માટે કહેવું પડ્યું :

'મૅડમ, તમે જાકુઝીમાં જાઓ, ત્યાં હું તમને જોઇન થાઉં છું.'

પેલી તો જાણે માગતાં જ મળી ગયું એટલી રોમાંચિત થઈને પુલની બહાર નીકળી ગઈ.

'એક તો મોડો આવ્યો અને ઉપરથી પેલીની સાથે જલક્રીડામાં પડી ગયો !'

'ટેન્શન આવે ત્યારે સ્ત્રીઓ સાથે થોડી છેડછાડ કરી લેવાથી પુરુષનું મગજ રાહત અનુભવે છે, નાસિર !'

'મેક્સવેલ ગુમ થયાની જાણ સ્કૉટલૅન્ડ યાર્ડને થઈ ગઈ.'

'કોણે કરી ?' હાઇનેસે તરવાના દેખાવ ખાતર હળવેથી હાથ-પગ હલાવતાં પૂછ્યું : 'શિપમાં એની ગેરહાજરીએ ?'

'હા, કૅપ્ટનને તો જાણ પણ નહોતી કે મેક્સવેલ ફરી શિપમાં ચડ્યો છે. કોઈ કૂકની બદલીમાં એ વેલેટાથી નિકોલસ કૂક તરીકે ઘૂસ્યો હતો.'

'પછી ?'

'કૅપ્ટનને સ્કૉટલૅન્ડ યાર્ડવાળાએ વાયરલેસથી પુછાવ્યું કે નિકોલસનો સંપર્ક છૂટી ગયો છે. તપાસ કરો અને શિપમાં સફર કરી રહેલો ઝુલ્ફીકાર કબીર બોગસ ડિટેક્ટિવ છે. એના પર ચાંપતી નજર રાખજો.'

'ઓહ !' હાઇનેસની આંખોમાં પહેલી વાર ભય ડોકાયો : 'એ તો ખતરનાક ગણાય.'

'ખેલ ખતમ થઈ જાય એટલું ખતરનાક, કમાલ !'

'કયો ખેલ, નાસિર ?' જવાબ સાંભળવા ધારદાર નજરે હાઇનેસ તેને તાકતા હતા.

'મારી જિંદગીનો ખેલ...' કહી પાણીમાં ડૂબકી મારી ફરી સપાટી પર આવી પાણીથી નીતરતા ચહેરા પર હાથ પસવારીને એણે ધીમેથી ઉમેર્યું : 'આપણા ઑપરેશનનો ખેલ ખતમ...'

એવું સાંભળતાં જ હાઇનેસ જોરથી બરાડો પાડવા માગતા હતા, પણ સાવધ બની ગયા. છતાં મનમાં ઊકળતો ઉશ્કેરાટ ઠાલવવા માટે એમણે પાણીની સપાટી પર એકબે થપાટ મારવી પડી.

'ઑપરેશનને ખાતર મારી કે તારી જિંદગીનું ખતમ થવું એ તો મામૂલી વાત છે, નાસિર !' કહી ભીના મુખનાં જડબાં તંગ કર્યાં : 'ફરી ક્યારેય *કાલભૈરવ*ના ખતમ થવાનો હરફ સુધ્ધાં ઉચ્ચારતો નહીં.'

'તું મારી વાતનો મતલબ બરાબર સમજ, કમાલ ! દારેસલામથી આપણા માણસે સ્કૉટલૅન્ડ યાર્ડનો વાયરલેસ આંતરી લઈને કૅપ્ટન સાથેની બધી જ વાતચીત સાંભળી લીધી.' કહીને ભીના વાળને કપાળ પરખથી હટાવતાં ભારપૂર્વક સંભળાવ્યું :

'બધી એટલે બધ્ધી જ !'

'તું માલ લઈ જઈ રહ્યો છે એની પણ ?'

'હા, એક મિલિયન ડૉલર્સનું હેરોઇન છે એ સુધ્ધાં એ લોકો જાણી ચૂક્યા છે.'

'તો હવે ?' હાઇનેસ વિચારમાં પડી ગયા.

'હવે એક મિલિયનનો માલ દરિયામાં ફગાવી દેવો પડે.' બોલતાં-બોલતાં ઝુલ્ફીની જીભ ખચકાતી હતી :

'અને એ માલ દારેસલામમાં સહીસલામત દાખલ ન થાય તો ઑપરેશનના માલ(બૉમ્બ)ની ડીલિવરી મળે નહીં. શિપની નીચે એને ફિટ કરવાનો કોન્ટ્રેક્ટ પણ ફોક થાય, એટલે ઑપરેશન અધવચાળે પડતું મૂકવું પડે.'

'હું જીવતો છું ત્યાં સુધી કોઈ પણ ભોગે ઑપરેશનનો અમલ થવાનો જ, નાસિર !'

'પરંતુ કમાલ, દારેસલામના કિનારે ઍન્ટિડ્રગ્ઝની આખી પોલીસ-ટુકડી આપણી ઝડતી લેવા માટે ઊભી હશે. ડ્રગ-પારખુ કૂતરા આખા શિપમાં ફરી વળશે.'

ત્યારે હાઇનેસે મૂંગા થઈ જવું પડ્યું. પુલના એક છેડેથી બીજા છેડા લગી હાથ-પગ પછાડતાં તરતા રહીને સમસ્યાને વાગોળ્યા કરી. પેલી ગોરી સ્ત્રી જાકુઝીમાં તેની રાહ જોતી દેખાઈ, એના તરફ હાથ હલાવી પોતે જોઈન થવા માગતા નથી એવો સંકેત પણ આપી દીધો. ઝુલ્ફી ભેજાંબાજ હતો પણ હિંમતબાજ નહીં લાગ્યો. *કદાચ આ ઑપરેશનમાં જોડાવા પાછળ દેશદાઝ કરતાંય એને બીજો કોઈક મતલબ પણ હોવો જોઈએ. ખબર નથી પડતી એ ફસકી જવા માગે છે કે પછી વધારે કિંમત વસૂલ કરવાની ચાલાકી અજમાવી રહ્યો છે ?*

'નાસિર, દસ લાખ ડૉલરનો માલ તું મને સોંપી દે.' તરતાં-તરતાં તેની પાસે આવીને હાઇનેસે શ્વાસભેર પૂછ્યું : 'એને દારેસલામમાં ઘુસાડવાની જવાબદારી મારી.'

'તું કઈ રીતે ઘુસાડવા માગે છે, કમાલ ?'

'એ તો હજુ સુધી મેં વિચાર્યું નથી.' હાઇનેસ તેના મુખભાવ વાંચતાં કહી રહ્યા હતા : 'તું તારો જાન બચાવવાની ફિકર કર અને હું માલ બચાવવાનું માથે લઉં... બોલ, છે મંજૂર ?'

'જાન બચાવવાનો તો પ્લાન મેં વિચારી રાખ્યો છે.'

'શું પ્લાન છે, નાસિર ?'

જવાબમાં ઝુલ્ફી ઉર્ફે નાસિર થોડી વાર હાઇનેસ ઉર્ફે કમાલ હસનને તાકતો વિચારવા લાગ્યો : *ખરેખર આને મારે કેટલું કહેવું અને કેટલું છાનું રાખવું ?*

'સાંભળ, કમાલ, મારાથી દારેસલામ બંદરે તો ઊતરી શકાય એમ નથી, કારણ કે ડિટેક્ટિવ હોવાની બનાવટ કરવાના ગુનાસર કિનારે જ મારી ગિરફતારી નક્કી જ છે.'

'બરાબર.'

'એટલે મધરાત અને પરોઢિયાની વચ્ચે લાગ મેળવીને મારે સાગરમાં ગરક થઈ જવું જોઈએ.'

'એમ કરવા જતાં તારે કેટલા માઇલ તરવું પડશે એનો હિસાબ માંડ્યો ?'

'એનો બંદોબસ્ત થઈ ગયો છે.' ઝુલ્ફીએ થોડુંક તો કહ્યા વિના ચાલે તેમ નહોતું : 'દારેસલામથી એક સ્પીડબોટ રાતે રવાના થવાની છે. શિપ જે રસ્તે જઈ રહી છે એ રૂટ પર જ બોટ સામેથી આવશે. શિપથી અડધા-એક માઇલનું અંતર રાખીને બોટ સામેથી પસાર થાય એટલે મારે સમુદ્રમાં કૂદી પડવાનું... *ઓશનકિંગ* આગળ નીકળી જાય અને સ્પીડબોટ મને લેવા આવે ત્યાં સુધી અડધો-પોણો કલાક સમુદ્રમાં તરતા રહેવાનું મારા માટે મુશ્કેલ નથી.'

'ટ્યુબ સાથે હોય તો આરામથી તરતા રહી શકાય.'

'ટ્યુબ તો સાથે રાખીશ જ, પણ...'

'પણ શું, નાસિર ?'

'કમાલ, મને થાય છે કે દસ લાખ ડૉલરનો માલ સાચવવાની જવાબદારી એકલા તારા શિરે નાખવાને બદલે આપણે ફિફ્ટી-ફિફ્ટી વહેંચી લઈએ તો ?'

સાંભળીને હાઇનેસની આંખો ચમકી. તેણે તરત જ જવાબ આપવો પડ્યો : 'એમાં તો તારી સાથોસાથ પાંચ લાખ ડૉલરનો માલ પકડાઈ જવાનુંય જોખમ છે... અને કેફી દ્રવ્ય સાથે તું પકડાઈ જા તો તારે કેટલાં વરસની કેદ ભોગવવી પડે એનો તેં વિચાર કર્યો છે ? જ્યારે ડિટેક્ટિવ હોવાની બનાવટ કરવા બદલ બહુબહુ તો બેત્રણ વરસની જેલ થાય.'

હાઇનેસની દલીલમાં વજૂદ હતું. પાછો એ પોતાના હિતની વાત કરતો હતો એટલે આનાકાની કરવા માટેનું કોઈ કારણ ઝુલ્ફીને સૂઝ્યું નહીં. *પરંતુ દસ લાખ ડૉલરનો બધો જ માલ કમાલ હસનને સોંપીને જાય તો પોતે મૂરખ ઠરી જાય, એટલું જ નહીં, હું જીવતો ન પકડાઈ જાઉં એટલા માટે કમાલ હસન જેવા મારા જ કોઈક માણસના હાથે મારું મોત પણ થઈ જાય.*

'શું વિચારમાં પડી ગયો, નાસિર ?' હાઇનેસે તેને વિચારતંદ્રામાંથી જગાડ્યો : 'આપણે હવે જુદા પડી જવું જોઈએ. તું સ્પીડબોટ આવે એટલે સમુદ્રમાં કૂદી પડજે, હું મારા સ્વીટમાંથી તારી હિલચાલ જોતો રહીશ. કોઈની નજરે ચડ્યા વિના તું હેમખેમ શિપમાંથી છટકી જા એટલે મને ધરપત થશે.'

'પરંતુ દસ લાખનો માલ તું કઈ રીતે હેમખેમ દારેસલામમા પહોંચાડવાનો છે એ જાણ્યા વગર મને ધરપત કેમ થાય, કમાલ ?'

'ઓહ !' હાઇનેસ તેને તાકવા લાગ્યો. *એ મારા મનનો તાગ લેવા માગે છે, પણ પોતાનું પેટ આપવાનું ટાળે છે. ખરેખર તો હજુ પોતે પ્લાન પણ ક્યાં વિચાર્યો હતો ?*

'નાસિર, સાંજ પડવા આવી છે. સ્વીટમાં જઈને રમના બે-ત્રણ પેગ પીતાં-પીતાં વિચારવાનું શરૂ કરીશ એટલે પ્લાન ઘડાઈ જ ગયો એમ સમજી લે ને.'

'ઠીક છે. બે કલાક પછી હું સ્વીટ પર તને રિંગ આપું છું.'

'નહીં, નાસિર, કોઈ સંજોગોમાં ફોન પર તો પ્લાન નહીં જ કહું.'

'ફોન પર તું મને એટલું તો કહીશ ને કે મામલો ફિટ થઈ ગયો છે ?'

'હા.'

'બસ, પછી હું તને મારી કૅબિનમાં બોલાવી લઈશ, જ્યાં મિલિયન ડૉલરનો માલ સોંપીને શિપમાંથી સરકી જવાની તૈયારીમાં લાગી જઈશ.' કહીને હોજમાંથી બહાર નીકળતાં તેણે સંમતિ મેળવવા પૂછ્યું : 'ઓકે ?'

'ફાઇન !'

હાઇનેસે કહ્યું તો ખરું, પણ આ માણસ પરથી હવે તેમને ભરોસો ઊઠી ગયો હતો.

*

તાનિયાના દિલને ઉદાસી ઘેરી વળી હતી. બપોરે હજુ લંચ પૂરું કર્યું નહોતું ત્યાં જાણવા મળ્યું કે યોગીજીની શિષ્યા અવસાન પામી. શિપની સફરમાં થયેલું આ પ્રથમ મૃત્યુ હતું અને તે પણ જેનો નિકટ પરિચય હતો એવી વ્યક્તિ અવસાન પામી હતી. યોગીજી પોતે ભલે મૃત્યુને મુક્તિ માનતા હોય, એને શોક કરવાની ઘટના ન ગણતા હોય, પરંતુ તાનિયા તો કોઈ અજાણ્યાના મૃત્યુ પર પણ શોકાતુર બની જતી. એને માટે મૃત્યુ એટલે પ્રિયતમ રૂસ્તમથી વિખૂટી પાડનાર ક્રૂરતમ ઘટના હતી. શિપના તળિયે આવેલી હૉસ્પિટલમાં નીરજાદેવીનું પોસ્ટમૉર્ટમ થયું અને ત્યાર પછી મૃતદેહને મૉર્ગના ખાનામાં મૂકી દીધો એ સવા-દોઢ કલાકના અરસામાં યોગી કૃષ્ણમૂર્તિ એમના ભાવવાહી કંઠે ગીતાના પંદરમા અધ્યાયનું પઠન કરતા રહ્યા હતા અને તેમની સામે બેઠેલી તાનિયા રૂસ્તમના વિયોગનું દુઃખ વાગોળતી કકળતા જીવે સૂનમૂન બેસી રહી હતી.

સાંજે ઓમકાર પરાણે ડિનર-ટેબલ સુધી ખેંચી ગયો. 'માત્ર સૂપ પીજે, ફ્રૂટ ખાજે' કહીને એને સમજાવી તો લીધી, પણ ડિનર-ટેબલ પર વધુ વખત રોકાઈ શકી નહીં. *હું થોડી વારમાં આવું છું* કહીને ઊઠી ગઈ તે પાછી આવી જ નહીં. ઓમકાર પણ પામી ગયો હતો કે પાછી આવવા માટે ગઈ નહોતી.

કૅબિનમાં જઈને પથારીમાં પડ્યાં-પડ્યાં પુસ્તક વાંચીશ તો જીવને કદાચ જંપ વળશ એમ માની પુસ્તક લેવા માટે ડ્રેસિંગ-ટેબલનું ખાનું ખોલ્યું તો પુસ્તક પર પડેલા ફોટાએ તેની નજરને જકડી લીધી. અનેક વાર એ ફોટો જોઈ ચૂકી હોવા છતાં હાથમાં લઈને એ ધારીધારીને જોવા લાગી. ફોટામાં મૅક્સવેલ તેના હોઠને ચૂમી રહ્યો હતો !

બે રાત અગાઉ, અગિયારેક વાગ્યે પોતે પુસ્તક વાંચતી આંખો ઘેરાવાની રાહ જોતી હતી ત્યાં કૅબિનના પૅસેજમાં કોઈનો પગરવ સંભળાયો. પહેલાં તો ધારેલું, બાજુવાળાં પૅસેન્જર ફ્લૉર શૉ જોઈને પાછાં ફર્યાં લાગે છે. પરંતુ આજુબાજુની કોઈ કૅબિનનો દરવાજો ઊઘડવાનો અવાજ સંભળાયો નહીં એટલે ઉચાટભેર બેઠી થઈ ગઈ. ટેપરેકૉર્ડરની ઘટના પછી તેને ફોન પર સાવધ કરવામાં આવી હતી ત્યારથી એનો રઘવાટ વધી જ ગયો હતો. તેમાં દરવાજા પાસે આવીને કોઈ ઊભું રહી ગયાનો અણસાર આવતાં એ સતર્ક બની ગઈ. હમણાં દરવાજા પર ટકોરા પડશે ત્યારે પોતે શું કરવું એના વિચારમાં પડી ગયેલી. પરંતુ ટકોરા પડવાને બદલે દરવાજા હેઠળની તિરાડમાંથી એક ચોરસ પરબીડિયું અંદર સરકી આવતું દેખાયું. એ સજ્જડ બનીને કવરને તાકી રહી. પછી આવનારનાં પાછા ફરી જવાનાં પગલાં સંભળાયાં ત્યાં સુધી અધ્ધર શ્વાસે બેસી રહી. *પેલા ટેપરેકૉર્ડરની જેમ પરબીડિયામાં પણ બૉમ્બ જેવો કોઈ સ્ફોટક પદાર્થ*

ભર્યો હોય અને હાથ લગાડતાં જ ફાટે એવી કોઈ ગોઠવણ કરી હશે તો ? - એવી દહેશતથી થોડી વાર માટે શું કરવું એની ગૂંચવણમાં પડી ગઈ.

પહેલાં તો વિચાર આવ્યો, *સીક્યુરિટીને ફોન કરી બોલાવી લઉં. ત્યાં સુધી આ કવરને હાથ પણ ન લગાડવો...* પરંતુ ગોઠણભેર સરકીને દરવાજે પહોંચી પેલા પરબીડિયા પર નજર નાખી તો એના ઉઘાડા ભાગમાંથી અંદર ફોટો રાખ્યો હોય એવો અણસાર આવ્યો. કદાચ કોઈકનો ગુપ્ત સંદેશો હોય અને સાથે ફોટો મોકલ્યો હોય તો એની હોહા શું કામ કરવી ?

છેવટે હિંમત કરીને તેણે કવર હાથમાં લીધું. ધ્રુજારી સાથે કવરમાંથી ફોટો ખેંચી કાઢ્યો તો એના પર નજર પડતાં જ ફિક્કા પડી ગયેલા ચહેરા પર રતાશ પ્રસરી ગઈ. મેક્સવેલે વિદાય લેતાં પહેલાં તેના જ કૅમેરામાં આ રીતે ચુંબન કરી લેવાનો ફોટો ઝડપાવીને પત્ર સાથે મોકલ્યો હતો. એ પત્રમાં લખ્યું હતું કે *મારી પત્ની સાથે છૂટાછેડા લેવા માટે આ ફોટાનો હું ઉપયોગ કરવાનો છું. તમને ચુંબન કરવાનો મારો હેતુ પણ એ જ હતો. પર-સ્ત્રી સાથે સંબંધ ધરાવું છું એનો પુરાવો મારે પત્નીને આપવો હતો !*

અને એ જ ફોટાની બીજી પ્રિન્ટ અત્યારે દરવાજા હેઠળથી સરકાવનાર પણ મેક્સવેલ જ હોવો જોઈએ. *તો શું એ મને મળવા આવ્યો હશે ? પોતે જુદા નામે અને વેશે શિપમાં ચડ્યો હશે એટલે કદાચ રાતના વખતે...*

એ વિચાર આવતાં જ તાનિયા ઝડપથી ઊભી થઈને દરવાજો ખોલી બહાર ધસી ગઈ હતી. આવું કરવામાં જોખમ હતું એ જાણતી હોવા છતાં મેક્સવેલને મળવાના તલસાટમાં થોડી વાર માટે એ નિર્ભય બની ગઈ હતી. પરંતુ એ મોડી પડી હતી. પોતે લિફ્ટ પાસે પહોંચી ત્યારે કોઈક લિફ્ટ ચાલુ કરીને ઉપર જવા માટે રવાના થઈ ચૂક્યું હતું.

પાછા ફરીને કૅબિનમાં તેણે ફરી ફોટો હાથમાં લીધો તો અચાનક પાછળના લખાણ પર નજર પડી. *અરે, આ તો મેક્સવેલના જ અક્ષર !* ધડકતા હૈયે તેણે વાંચ્યું તો *દેવી* સંબોધનથી શરૂઆત કરી હતી. સંબોધન વાંચીને તાનિયા મલકી હતી. વાંચવામાં તો પોતે 'દેવી' વાંચ્યું પણ મેક્સવેલ બોલતો ત્યારે ડેવી ઉચ્ચાર કરતો એ યાદ આવતાં તેનાથી હસી જવાયું હતું. સંદેશામાં લખ્યું હતું : *સવારે સાડાછ વાગ્યે અપર ડેક પર જૉગિંગમાં મળીએ છીએ. તમને એક ટૉપ સીક્રેટ બાતમી આપવાની છે. હું વેશપલટામાં હોઈશ એટલે તું મને ઓળખી નહીં શકે...* લખાણના અંતે મેક્સવેલે પોતાના ટૂંકા નામે સહી કરી હતી : મેક્સ.

એ બે વાક્યના મેક્સવેલના મેસેજે તેને રઘવાયી કરી દીધી હતી. ગુનાખોરીની આંટીઘૂંટી ઉકેલનાર એ પુરુષ તાનિયાને આંટીઘૂંટી વિનાનો સરળ પુરુષ લાગ્યો હતો. એની નિખાલસતા તેને સ્પર્શી ગઈ હતી. પોતાના હોઠને ચૂમી લીધા ત્યારે પણ કોઈ વિકાર-ભાવ અનુભવ્યો નહોતો. એણે જ તો પોતાને લેડી સ્મિથસનના ખૂનના આરોપમાં નિર્દોષ ઠરાવીને અસલી હત્યારાને પકડી પાડ્યો એ ઋણ પણ ક્યાં ઓછું હતું ? *હવે એ જ મેક્સવેલ સવારે મળવા બોલાવે છે. તેની પાસે કોઈ ટૉપ સીક્રેટ છે અને મને એ પાસ કરવા માગે છે !*

સવાર પડવાની રાહ જોવામાં જ રાતે તાનિયા જાગતી રહી હતી. કેટલા ઉત્સાહપૂર્વક જૉગિંગ ટ્રેકમાં સજ્જ થઈ, માથે રેશમી સ્કાર્ફ બાંધીને મલપતી ચાલે અને હરખાતા મુખે એ

અપર ડેક પર પહોંચી ગયેલી ! દરેક અજાણ્યો માણસ પીઠ પાછળથી તેને મેક્સવેલ જ લાગતો. *હમણાં એ પોતાને બોલાવશે* એવી આશામાં અર્ધો, પોણો અને એક કલાક પોતે જોગિંગના ચકરાવા લેતી રહી, પણ છેવટે હતાશ થઈને પાછાં ફરવું પડ્યું હતું.

બીજે દિવસે પણ એ જ હાલત થઈ. *તો શું કોઈએ પોતાની મજાક કરી હશે ?* હાઇનેસનો વહેમ પડ્યો. પરંતુ આ ફોટો બીજા કોઈની પાસે ક્યાંથી આવે ? સવારે પાછી ફરી ત્યારે કાંઈક અઘટિત બની ગયું હોવાના ભણકારાએ તેને વિચલિત કરી મૂકી હતી. તેમાં બપોરે નીરજાદેવીના મૃત્યુના ખબર આવ્યા અને *હવે આવતી કાલે તો દારેસલામ પણ આવી જવાનું ... તો શું મેક્સવેલનો ભેટો હવે નહીં થાય ? પેલું ટૉપ સીક્રેટ મારા સુધી કદાપિ નહીં પહોંચે ? શું હશે એ ગુપ્ત રહસ્ય ?*

અત્યારે ફરી એ ફોટો જોતી તાનિયાનું દિલ બેચેની, જિજ્ઞાસા અને મેક્સવેલ પ્રત્યેની લાગણીથી ઊભરાવા લાગ્યું. કાંઈક અમંગળ બનવાના ભણકારા હવે વધારે સતેજ બનવા લાગ્યા હતા : *મેક્સવેલ સલામત તો હશે ને ?*

ડિનર-ટેબલ પરથી ઊઠીને આવેલી તાનિયા પુસ્તક વાંચવાનો વિચાર પડતો મૂકી ફોટોગ્રાફ લઈ બહાર નીકળી પડી. રાતના સાડાઆઠ થયા હતા. કૅપ્ટનને મળવા માટે એણે એપૉઇન્ટમેન્ટ લેવાની જરૂર નહોતી અને મળવા જવાનું કારણ ગંભીર હતું એટલે એ સીધી તેમની ઑફિસમાં પહોંચી ગઈ.

'યસ, ગ્રેસિયસ લેડી !' આખા દિવસ દરમિયાન શિપની ગતિવિધિના તૈયાર થયેલા રીપૉર્ટ તપાસી રહેલા કૅપ્ટને હસીને આવકાર તો આપ્યો, પણ એ ખુશમિજાજ દેખાયા નહીં.

'તમને મારે એક ચીજ દેખાડવાની છે.' કોઈ જાતની પ્રસ્તાવના કર્યા વિના તાનિયાએ કૅપ્ટન સામે પેલો ફોટો ધરી દીધો.

'વેરી રોમૅન્ટિક !' પહેલી નજરે ફોટો જોઈને એ બોલી ઊઠ્યા, પણ બારીકાઈથી નિરીક્ષણ કરતાં મેક્સવેલની ઓળખાણ પડી કે તરત જ તેમના દાઢીવાળા મુખ પર ઉદાસીની કરચલીઓ પડતી દેખાઈ.

'સર, જરા પાછળ જુઓ તો !'

એટલે કૅપ્ટને ફોટો ઉલટાવ્યો. તેનું લખાણ વાંચી ગયા પછી વિષાદભાવે તેને નિહાળવા લાગ્યા.

'હું આપને પૂછવા માગું છું કે મેક્સવેલની શિપ પરની હાજરીથી આપ વાકેફ હતા ? અને હવે એની ગેરહાજરી વિષે આપ કાંઈ જાણો છો ખરા ?'

'એની હાજરી અને ગેરહાજરી બંનેની જાણ બપોરે જ મને થઈ, સ્કૉટલૅન્ડ યાર્ડનો સંદેશો આવ્યા પછી...'

'પછી તમે શું કર્યું ?'

'એ નિકોલસ કૂક તરીકે શિપ પર ચડ્યો હતો.' કહી કૅપ્ટને નિઃશ્વાસ નાખ્યો : 'છત્રીસ કલાકથી ડ્યુટી પર આવ્યો નથી. શિપ પર એની હાજરીનાં કોઈ નિશાન મળતાં નથી.'

'તમને કોના પર વહેમ આવે છે ?'

તાનિયા હવે બહાવરી બની ગઈ હતી. તેના સવાલે કૅપ્ટનને દ્વિધામાં મૂકી દીધા એ પામી જતાં વાર લાગી નહીં. એટલે તેણે કહી જ દેવું પડ્યું :

'પેલા ઝુલ્ફીકાર કબીર નામના ડિટેક્ટિવ પર મને વહેમ આવે છે. તમને પણ...'

જવાબમાં કૅપ્ટને સત્વરે હકારમાં ડોકું હલાવ્યું એટલે તાનિયાએ તેમના હાથમાંથી ફોટો પાછો લઈ લીધો :

'એ કયા નંબરમાં છે ?'

'થ્રી ટ્રિપલ ઝીરો !'

'થૅન્ક્સ, કૅપ્ટન !' કહી તે સડસડાટ રવાના થવા લાગી ત્યારે તેની પીઠ પર કૅપ્ટનનો અવાજ અફળાયો : 'અમે એના પર વૉચ રાખીએ છીએ. દારેસલામ પહોંચીએ ત્યાં સુધી તેને વતાવવાનો નથી... પ્લીઝ ટેઇક કેર !'

લિફ્ટ પકડીને નીચે ત્રીજા માળે પહોંચી ત્યાં સુધી કૅપ્ટનના શબ્દોના પડઘા તેના મનમાં અફળાતા રહ્યા. જેના જવાબમાં એ મનોમન છંછેડાઈ હતી : દારેસલામ ન પહોંચે ત્યાં સુધી એને વતાવવાની તમે ના પાડો છો, 'ટેઇક કેર' એવી શિખામણ આપો છો પણ એ ઝુલ્ફી સવાર પડતાં પહેલાં નાસી નહીં છૂટે એની તમને ખાતરી છે ? પેલો વિલ્સન ન્યૂ યર ઇવની પાર્ટીમાં જોડાવા માટે મધદરિયે શિપ પર ચડીને લેડી સ્મિથસનને જીનમાં ઝેર પિવડાવીને ફરી પાછો છટકી ગયો, છતાં તમે સૌ બેખબર જ રહ્યા હતા ને ?

ધૂંઆપૂંઆ થતી તાનિયા કેબિનના નંબર વાંચતી પૅસેજમાં જતી હતી ત્યાં અચાનક તેના પગ થંભ્યા. થ્રી ઝીરો ઝીરો ઝીરો નંબર નજરે પડ્યો. એ પૅસેજના છેવાડેની કેબિન હતી. તેની બીજી તરફ બીજો પૅસેજ શરૂ થતો હતો. બંને પૅસેજને જોડતા કૉર્નરમાં એક ખુરસી પડી હતી.. થોડી વાર ત્રણ હજાર નંબરની કેબિનનાં બંધ બારણાંને તાકી રહી. તાનિયાએ પેલી ખુરસી બરાબર કેબિન સામે ખેંચી લઈ તેના પર અડ્ડો જમાવી દીધો : હવે તો સવાર સુધી હું અહીં સમાધિ લગાવીને બેસી જ રહેવાની... ઝુલ્ફીના બચ્ચા, તને કોઈ હિસાબે છટકવા નહીં દઉં !

કેટલીક વાર થઈ હશે તેનું તાનિયાને ભાન રહ્યું નહીં. વાંચવા માટે સાથે પુસ્તક લઈ આવી હોત તો નીંદરને આઘી રાખી શકત એવો વિચાર આવ્યો. ઘડિયાળમાં જોયું તો સાડાનવ થવા આવ્યા હતા. હજુ તો અહીં સવાર પાડી દેવાની હતી.

એ જ વખતે શિપના યુનિફૉર્મમાં એક યુવતી તેની પાસે આવી. હસીને તેણે પૂછ્યું : 'મે આઇ હેલ્પ યૂ ?'

'નો, થૅન્ક્સ !' કહીને તાનિયા સામે હસી : 'આઇ ઍમ કમ્ફર્ટેબલ.'

'ઓહ !' કહી પેલીએ તાનિયાના હાથમાંથી ગુલાબ લઈ લીધું અને પેલી કૉર્નરમાં વળાંક લઈને આગળ નીકળી ગઈ એટલે ઊંડા શ્વાસ સાથે ફૂલ સૂંઘવા લાગી. શરૂઆતમાં તેની ખુશબૂથી મગજ તરબતર થયું અને પછી ધીમેધીમે તેમાં છાંટેલા ઘેનની અસરથી મગજમાં અંધકાર છવાતો ગયો. પાંચ-સાત મિનિટમાં તો તેની ડોક ખુરસીના ટેકે ઢળી પડી.

□

43

ત્રગડો અને ત્રણ મીંડાં જેવો નંબર ધરાવતી કેબિનના દરવાજા પર ત્રણ ટકોરા પડ્યા તેની બીજી જ પળે અંદરથી બારણું ખેંચાયું અને કોઈ ગુફામાં ઘૂસતા હોય તેમ હાઇનેસ અંદર સરકી ગયા.

'સબ સલામત છે ને ?' જીન્સ, શર્ટ અને માથે કેપ ચડાવીને આવેલા હાઇનેસે ખભા પરથી ખાલી ખલતો ટેબલ પર મૂકી ઝુલ્ફીને પૂછ્યું ત્યારે પેલાએ જવાબ આપતાં બંધ બારણાં સરસા ઊભા રહીને કાન માંડીને થોડી વાર બહારની હિલચાલ સાંભળ્યા કરી.

'હં, હવે સબ સલામત દેખાય છે !'

ડ્રેસિંગ-ટેબલ પર ભરી રાખેલો રમનો ગ્લાસ હાઇનેસના હાથમાં પકડાવતાં ઝુલ્ફીએ તેમની સામે બેઠક લીધી : 'પેલીને ફૂલ સૂંઘાડીને ઊંઘાડી દીધી અને તમારા ગુલઝારે સીક્યુરિટી ગાર્ડને કરાટેના બે ચોપ મારી આ જ ફ્લોર પર આવેલા લૉન્ડ્રી-રૂમમાં સુવાડી દીધો... એટલે મેદાન સાફ થઈ ગયું, કમાલ હસન !'

'ચિયર્સ !' ઝુલ્ફીએ આપેલી માહિતી પોતાને માટે નવી નહોતી છતાં ખુશાલી ઊજવતા હોય તેમ તેના ગ્લાસ સાથે અફળાવી હાઇનેસે આંખો ચમકાવી :

'સબ સલામત તો ખરું, તોપણ પેલી તાનિયાને થ્રી ડબલ ઝીરો થ્રીમાં સુવાડી દેવામાં થોડુંક જોખમ જરૂર કહેવાય.'

'કેવું જોખમ, કમાલ ?' બે પેગ પી ચૂકેલા ઝુલ્ફીએ ત્રીજા પેગનો પહેલો ઘૂંટ ભરતાં કહ્યું : 'ત્રણ હજાર ત્રણ નંબરની કેબિનમાં અંગ્રેજ બૂઢો રહે છે. તે અઠંગ જુગારી છે. રાત્રે કેસિનો બંધ થાય ત્યાર પછી સપર ક્લબમાં જઈને ખાય-પીએ અને છેક બે-ત્રણ વાગ્યે કોઈકના ટેકે-ટેકે પથારીભેગો થવા માટે પાછો ફરે...'

'ધારો કે વહેલો પાછો ફરે અને પોતાની કેબિનમાં જુવાન સ્ત્રીને સૂતેલી જુએ તો શું થાય ?'

'કમાલ હસન, જે થવાનું જ નથી એવું થાય તો શું... એમ વિચારવાનો કોઈ અર્થ નથી.'

કહી એણે આંખ મિચકારી : 'બાકી, પેલો પોતાની કેબિનમાં બાઈને સૂતેલી જોઈને જરૂર ચીસ પાડી ઊઠે.'

'ચીસ પાડી ઊઠે કે ખુશ થઈને ચિચિયારી પાડી ઊઠે ?'

'ના, એ હોમો છે. એને સ્ત્રીઓ માફક નથી આવતી.' પેલાએ બીજા બે ઘૂંટ પી લઈને ઉમેર્યું : 'એટલે તો એને ટેકો આપીને કેબિનમાં લઈ જનાર સ્ટુઅર્ડ બૉય જેવા છોકરા પાછા જાય ત્યારે પંદર-વીસ ડૉલરની બક્ષિસ પણ લેતા જાય છે.'

'સાલા, તેં ચાર દિવસમાં એની ચાલચલગત પણ જાણી લીધી કે ?'

એના વાંસામાં હળવો ધબ્બો મારી હાઇનેસે તેને પોરસાવ્યો : 'બોગસ ડિટેક્ટિવ હોવા છતાં બાતમી મેળવી લેવાની બાહોશી તો કેળવી જ છે તેં !'

ઝુલ્ફી સમજતો હતો કે આ પોકળ પ્રશંસા છે એટલે તેણે પણ એ જ ચાલ અજમાવી :

'એ તો એવું છે ને, કમાલ ! કે જે રોલ ભજવતા હોઈએ તેની અસર તો થવાની જ... તું હાઇનેસનો રોલ અદા કરે છે ત્યારે મારાથીય થાપ ખાઈ જવાય એવો રજવાડી રુઆબ દેખાડે છે તું !'

હાઇનેસ માત્ર મલક્યા. પીઠ થાબડીને ચૉંટિયો ભરવાની ચેષ્ટાથી એમણે સંભળાવ્યું :

'છતાં, નાસિર, પેલા મેક્સવેલે તારી બનાવટ પકડી પાડીને પીછો પકડ્યો ખરો...'

બદામના નાસ્તામાં એકાદ કડવી બદામ આવી જાય એવું કડવું મોઢું થઈ ગયું ઝુલ્ફીનું.

'મેક્સવેલની વાત જુદી છે. સ્કૉટલૅન્ડ યાર્ડનો ઇન્ટરનૅશનલ-ફેમ ડિટેક્ટિવ છે સાલો... છતાં આપણે એનેય ક્યાં ફાવવા દીધો ? પીછો કરવા ગયો એમાં સમુદ્રનાં માછલાંની ઉજાણી બની ગયો, કમબખ્ત !'

ત્યારે ગ્લાસમાંથી છેલ્લો ઘૂંટ ગટગટાવી જઈ હાઇનેસ ચૂપચાપ એને તાકવા લાગ્યા એટલે ઝુલ્ફી સહેજ ગિન્નાયો.

'શું વાત છે, કમાલ ! તું એવું તો નથી વિચારતો ને કે સમુદ્રમાં ફેંકાઈ ગયેલો મેક્સવેલ જીવતો નીકળે એવું જોખમ છે ?'

'બિલકુલ નહીં !' હાઇનેસે પિવાઈ ગયેલો ગ્લાસ ઊંધો વાળી દઈ જરા ઊંચા અવાજે સંભળાવ્યું :

'ગુલઝારની ચોપ વાગે એ બે-ત્રણ કલાક સુધી શુદ્ધિ ગુમાવ્યા વગર રહેવાનો નહીં... અને બેહોશ થઈને સમુદ્રમાં ફેંકાઈ જનારો મેક્સવેલ બે કલાક તો શું બે મિનિટ પણ તરતો રહી શકે નહીં.'

'છતાં તારા ગુલઝારે મને ચોપ માર્યા પછી હું પાંચમી મિનિટે ઊભો થઈ ગયો હતો ને !'

બંને જણા છૂટા પડતાં પહેલાં જીભાજોડી કરી લેવાના મૂડમાં હોય તેમ પોતાનો કક્કો ખરો ઠરાવતાં નાસિરે રાતની વાત યાદ કરાવી, જેમાં પોતે બેહોશ મેક્સવેલને ગોળી મારવા જતો હતો ત્યારે ગુલઝારે તેને રોકવા માટે કરાટેનો ફટકો મારી ભોંયભેગો કરી દીધો હતો :

'તેના ઘાથી મને તમ્મર જરૂર આવી ગયેલાં, પણ કુસ્તીબાજની જેમ હું તરત જ ઊભો પણ થઈ ગયેલો.'

'હા, મારા સ્વીટમાંથી હું એ નિહાળતો હતો, નાસિર ! પણ ગુલઝારે તો માત્ર તને ગોળી ચલાવવાની મૂર્ખાઈ કરતો રોકવા ખાતર હળવો જ હાથ અજમાવ્યો હતો. બાકી એનો એક જ ફટકો તારા હાલ મેક્સવેલ જેવા જ કરી શકે.'

કહીને તેમણે ઝુલ્ફીનો ખાલી ગ્લાસ ટેબલ પર ઊંધો વાળી દીધો. પછી એકબીજાને તાકતા રહ્યા, કેમ જાણે પરસ્પરના મનમાં ઘૂંટાતી આંટીઘૂંટી જાણી લેવા માગતા હોય.

'તો હવે આપણે કામ પતાવી દઈએ ?'

સામાન ભરવાનો ખાલી ખલતો તેના તરફ સરકાવતા હાઇનેસ મૂળ વાત પર આવ્યા :

'આમાં માલ ભરી દે એટલે હું સરકી જાઉં.'

'છૂટા પડવાની બહુ ઉતાવળ છે, કમાલ ?'

'નહીં, નાસિર, એ માલને રાતોરાત ઠેકાણે પાડવાનો છે. સવારે તો દારેસલામ આવી પહોંચશે.'

'કઈ રીતે ઠેકાણે પાડવાનું વિચાર્યું ?' જવાબમાં હાઇનેસ કહી શકે તેમ હતા કે *એક મિલિયન ડૉલર્સના હેરોઇનને કસ્ટમમાંથી બહાર કાઢવા માટે વિચારેલી તરકીબ સાંભળીને તું દંગ રહી જઈશ...* પરંતુ કહી દેવાની ઉતાવળ કરવી નહોતી.

'એ તો દારેસલામ આપણા માણસોને માલની ડીલિવરી મળી જાય એટલે તને જાણ થઈ જશે.'

'નહીં, કમાલ, હવે હું જાતે દારેસલામમાં હાજર નહીં રહું.' ઝુલ્ફી ઉર્ફે નાસિરે કાંડાઘડિયાળમાં જોઈ લીધું. પોતાને સમુદ્રમાં ઊતરીને ગાયબ થઈ જવાને હજુ દોઢ-બે કલાકની વાર હતી અને એ માટેની તમામ તૈયારી થઈ ચૂકી હતી એટલે હાઇનેસને માલ સોંપી દેવાની ઉતાવળ કરવી નહોતી.

'દારેસલામ કસ્ટમનો મામલો અબ્દુલ કાદીરે સંભાળ્યો છે. એની સાથે થયેલી ગોઠવણ મુજબ કસ્ટમ ઑફિસરો વચ્ચે પચીસ હજાર ડૉલર્સ આપી દેવાના, એટલે ઝેડ-ક લેબલવાળા સામાનને પસાર થઈ જવા દે.'

'પરંતુ હવે તો એ શક્ય નથી, નાસિર !' હાઇનેસે પણ નિરાંત-જીવે વાત આગળ વધારવા વલણ અપનાવી લીધું : 'તારી તપાસ માટે પોલીસ-ટુકડીઓ ઉપરાંત હેરોઇન સૂંઘીને પકડી પાડે એવા પોલીસ ડૉગ્સ પણ સ્વાગત કરવા માટે ઊભા હશે.'

'એટલે જ તો પૂછું છું, કમાલ ! તું માલ કેવી રીતે બહાર કાઢવા માગે છે ?' પૂછીને ભારપૂર્વક ઉમેર્યું પણ ખરું : 'તારો કીમિયો કહે તો મને વિશ્વાસ બેસે કે એ હન્ડ્રેડ પર્સેન્ટ ફુલપ્રૂફ છે.'

'પહેલાં તું મને માલ સોંપી દે, પછી હું કીમિયો કહી સંભળાવું.'

એ શરત ઝુલ્ફીને માત્ર આકરી જ નહીં, વિચિત્ર અને રહસ્યમય પણ લાગી. પછી વિચાર્યું *કે પોતે એની પંચાતમાં શું કામ પડવું જોઈએ ? 'ઑપરેશન કાલભૈરવ'નું સુકાન એણે સંભાળ્યું છે. એ પાર પાડશે તો કાશ્મીર સ્વતંત્ર થશે અને આ બનાવટી મહારાજા સાચોસાચ કાશ્મીરનો સર્વસત્તાધીશ બની જશે... ઑપરેશનમાં નિષ્ફળ જશે તો જીવતો પકડાઈ જવાને બદલે સાઇનાઇડની ગોળી ગળી જઈને ઉપર પહોંચી જશે ! એનું જે થાય તે, મારે શું ? કાશ્મીર ભારતમાં રહે, પાકિસ્તાનમાં જાય કે સ્વતંત્ર થાય, મને શું ફરક પડે છે ? વતનપરસ્તીનાં જુસ્સાદાર ભાષણો સાંભળીને હું કાશ્મીર મોરચામાં જોડાયો, પણ ધીમેધીમે સમજાઈ ગયું કે સૌ કોઈ પોતપોતાનું સાજું કરવા મથી રહ્યા છે. મારો તો આ છેલ્લો ખેલ છે, જેમાં પાંચ લાખ ડૉલરનો માલ લઈને નામ-ઠામ બદલાવી નાખી દુનિયાના કોઈ ખૂણે વસી જઈશ, જલસા કરીશ...*

'બહુ ઊંડા વિચારમાં ઊતરી ગયો ?'

જાણે તેનું મન વાંચી રહ્યા હોય તેમ હાઇનેસે ઝીણી આંખ કરીને પૂછ્યું : 'તને મારા દિમાગની તાકાત પર ભરોસો હોવો જોઈએ, નાસિર ! માલની હેમખેમ ડીલિવરી નહીં કરું તો મને ડુક્કર(બૉમ્બ)ની ડીલિવરી નહીં મળે અને તેના વગર ઑપરેશન આગળ વધે તેમ નથી. એવી નાકામિયાબીને બદલે હું મોત પસંદ કરું એ પણ તું જાણે છે.'

'કમાલ, આમાં તારી તરકીબ જાણવાના કૌતુક સિવાય બીજી કોઈ વાત નથી. બાકી તારી દિમાગી તાકાત અને તારી હિંમત પર શંકા કરવાનું કોઈ કારણ નથી. ઇન્શાલ્લાહ, તારી જવાંમર્દી જ આપણા કાશ્મીરને કાફિરોના કબજામાંથી આઝાદ કરાવી શકે તેમ છે...'

ઝુલ્ફીની જબાનેથી સાંભળવા મળેલી તારીફ હાઇનેસને બોદી લાગી, છતાં શુક્રિયાનો ભાવ દર્શાવવા તેના ખભા જોરથી દાબીને સ્મિત ફરકાવ્યું :

'અલ્લાહ ચાહશે તો તારા જજબાતી લફ્ઝને હું સાચા ઠરાવી શકીશ.' કહી પેલો ખલતો તેના હાથમાં પકડાવ્યો :

'હવે ભરી દે માલ આમાં.'

'ઓકે !' કહીને ખલતો લઈને ઝુલ્ફી નીચે બેસી ગયો. બર્થ હેઠળના ખાનામાંથી પોતાની સૂટકેસ કાઢી. તેણે ધારેલું કે કમાલ ગરદન ફેરવીને થેલામાં માલ ભરાતો જોવાની ચેષ્ટા જરૂર કરશે. પરંતુ તેને બદલે એ તો ટી-શર્ટના સાઇડ પૉકેટમાંથી ચિરૂટ કાઢી લાઇટરથી સળગાવવામાં મશગૂલ દેખાયો. ચિરૂટના ધુમાડા છોડતાં એ છતને વિચિત્ર રીતે તાકતો હતો. પેલું લાઇટર ચાલુ જ હતું અને તેમાંથી સંભળાતી સંગીતની ધૂન પર કમાલની ડોક સહેજ ડોલવા પણ લાગી હતી. ઝુલ્ફીને તેની એ દિલચસ્પી ગમી ગઈ, કારણ કે પોતે જે ગોલમાલ કરવા માગતો હતો એને તેના ધ્યાન બહાર રાખવી જરૂરી હતી.

'લે, કમાલ, આ મિલિયન ડૉલરનો માલ !' હેરોઇનનાં પૅકેટ ભરેલો બગલથેલો તેની સામે મૂકી ઝીપ બંધ કરતાં ઝુલ્ફીએ કહ્યું ત્યારે તેની નાની કેબિનમાં ચિરૂટની ધૂમ્રસેરનાં ગૂંચળાં વળતાં હતાં અને *અભી ન જાઓ છોડ કર*...ની ધૂન ગુંજતી હતી.

'મારાથી ઊંચકી ન શકાય એટલું બધું વજન તો નહીં હોય ને ?' કહી લાઇટર બંધ કરતા હાઇનેસે બગલથેલો ઊંચકી જોયો.

'અરે તારા જેવો તાકતવર તો આરામથી ઊંચકી શકે, કમાલ !'

પેલાએ પોરસ કરવા કહ્યું, પણ થેલો ઊંચકીને ઊભેલા કમાલના મુખ પર અવિશ્વાસ તરવરી ઊઠ્યો. ઊંડો શ્વાસ લઈને એણે સંભળાવ્યું :

'આ તો કોઈ ઓરત પણ ઊંચકી શકે એટલું ઓછું વજન છે... આટલો માલ વન મિલિયનનો ન હોઈ શકે, નાસિર.'

ત્યારે ઝુલ્ફી હોઠ કરડતો તેની સામે કતરાઈને જોવા લાગ્યો.

'જરા જો ને, નાસિર, કદાચ સૂટકેસના કૃત્રિમ તળિયાના ખૂણેખાંચરે થોડાં પૅકેટ્સ ધ્યાન બહાર રહી ગયાં હોય.'

કમાલ હસને કહ્યું તો ધીમા સ્વરે, પણ એમાં આદેશનો રણકો હતો. ઝુલ્ફીને એ બહુ

ખટક્યું. એના હાથની મુઠ્ઠીઓ વળવા લાગી. આંખોમાં રતાશ ઘૂંટાવા લાગી. હમણાં એ હાઇનેસના ટી-શર્ટનો કાંઠલો પકડી લઈ તેન જડબા પર એકાદ મુક્કો ઝીંકી દેશે એવું લાગતું હતું. ત્યાં અચાનક એના મુખભાવે પલટો લીધો, એના હોઠ હાસ્યથી વંકાયા અને આંખોમાં રતાશને બદલે શરારત ઊપસી આવી.

'જિંદગીમાં હેરોઇનની હેરાફેરી કરી હોય એ જ વજન પારખી શકે, કમાલ !' એણે બર્થ નીચેથી સૂટકેસ બહાર ખેંચી, તેનું ઢાંકણ ઉઘાડી, હાઇનેસની નજર સામે ઊલટી-સૂલટી કરીને ખંખેરી દેખાડી :

'જોઈ લે, બૅગના ખૂણેખાંચરે એકાદ પડીકું રહી ગયું હોય તો લઈ લે !'

એ કટાક્ષમાં કહેતો હતો, પણ હાઇનેસે તેના બોલવા પર લક્ષ આપવાને બદલે બાથરૂમ તરફ પગ ઉપાડ્યા.

'ક્યાં જાય છે ?'

'બાથરૂમમાં !' કહી હાઇનેસે હળવાશથી ઉમેર્યું : 'આજે રમના પાંચ પેગ થઈ ગયા, એની અસર તો થાય જ ને ?'

'લેકિન બગલથેલો સાથે કેમ લઈ જાય છે ?'

પેલાએ કટાક્ષમાં કહ્યું એટલે હાઇનેસે ભોળાભાવે કાનની બૂટ પકડીને થેલો ટેબલ પર પાછો મૂકી દીધો : 'રમ દિમાગ પર સવાર થયો લાગે છે.'

હવે ઝુલ્ફીએ લાગ લઈ લીધો :

'એટલે તો વજનનું પારખું કરવામાં તું થાપ ખાઈ ગયો, કમાલ !'

'કમાલ કહેવાય...' બબડતા હાઇનેસ બાથરૂમમાં દાખલ થયા અને ઝુલ્ફી અધ્ધર જીવે બંધ બારણાને તાકતો રહ્યો.

પાંચ મિનિટ પછી અંદરથી લાત મારીને હાઇનેસે બારણું ખોલ્યું અને તેમના હાથમાં સમુદ્રમાં તરવા માટેના લાઇફ જૅકેટની સાથે બાંધેલાં હેરોઇનનાં બે કિલો જેટલા પૅકેટ્સ જોઈને ઝુલ્ફી ઉર્ફે નાસિરની ગરદન ઝૂકી ગઈ.

'વજનનું પારખું કરવામાં હું થાપ ખાઈ ગયો, એમ ?'

લાઇફ જૅકેટ સાથે બાંધેલો માલ તેની આંખ સામે ધરીને દાંત ભીંસતાં હાઇનેસે સંભળાવ્યું : 'મને હેરોઇનની હેરાફેરીનો અનુભવ નથી એટલે ભાન ક્યાંથી પડે... બરાબર ને ?'

પેલો શું બોલે ?

'ચૂપ કેમ થઈ ગયો ?'

ત્યારે નાસિરે ધીમેધીમે ગરદન ઊંચી કરી, પછી હાઇનેસની આંખોમાં આંખ પરોવવાની હિંમત કરી, એક ઊંડો શ્વાસ લઈ લીધો અને પછી મોં ખોલ્યું :

'કમાલ, આપણે મળ્યા ત્યારથી હું મહેસૂસ કરતો રહ્યું છું કે તને મારા પર ભરોસો નથી.'

'એ તો તેં અડધો માલ છુપાવી રાખીને પુરવાર કર્યું કે તારા પર ભરોસો રાખવા જેવો નથી.'

'કમાલ !'

'બહુ ઊંચા અવાજે નહીં બોલ, નાસિર !'

બંનેએ બાખડી પડવાની ઉગ્રતા ધારણ કરી લીધી. જોકે થોડી વારમાં જ વાસ્તવિકતાનું ભાન થયું કે આવા નાજુક સંજોગોમાં લડી પડવાથી બંને એકબીજાની પોલ ઉઘાડી પાડી દેવાની મૂર્ખાઈ કરી બેસવાના હતા. બંનેએ સમયસર સાવધ બની જઈ બગડતી બાજીને સાચવી લીધી.

'તું મને મળવા આવ્યો એ પહેલાં જ મેં નક્કી કરી રાખેલું.'

'શું નક્કી કરી રાખેલું નાસિર ?'

'એ જ કે તને અડધો જ માલ આપવો, જેથી દારેસલામ ઊતરતાં ઝડપાઈ જાય તો મારી સાથે બચી ગયેલા બાકીના માલથી આપણે કામ ચલાવી શકીએ.'

'ખરેખર ?' તું ખોટું બોલે છે એમ કહેવાને બદલે નાસિરને એક જ શબ્દની પૃચ્છા કરી હાઇનેસ મરકવા લાગ્યા. સામો માણસ કબૂલ કરે એવી આશા મિથ્યા હતી. સ્પીડબોટ મગાવીને નાસી જવાના પ્લાનમાં જાન બચાવવા ઉપરાંત પાંચ લાખ ડૉલરના માલના માલિક બની જવાની તેની દાનત હતી.

'નાસિર, આ રીતે અંગ પર લાઇફ જૅકેટમાં હેરોઇન સંતાડીને લઈ જવાનું જોખમ તો તેં વિચાર્યું જ હશે.'

હાઇનેસ હવે બે દિવસ પહેલાંના તેના જ શબ્દો સંભળાવી રહ્યા હતા. *'ઇન્ડિયામાં સાત માણસોની હત્યા, ત્રણ બૅન્ક-લૂંટ અને મુંબઈના ઝવેરીબજારના એક શૉરૂમમાંથી ઝવેરાતની તફડંચી કરી જવાના તારા અપરાધોને બાજુએ રાખીએ તોપણ હેરોઇનની હેરાફેરીના પુરાવા સાથે પકડાઈ જઈને તું જિંદગીભર પરદેશની જેલમાં ગોંધાઈ જવાનો એ વિચાર તેં કેમ ન કર્યો ?'*

'સાચી વાત છે તારી, કમાલ !' ઝુલ્ફીએ પણ હવે ફેરવી તોળ્યું : 'અંગ પર માલ લઈ જવા કરતાં સામાન દ્વારા બહાર સરકાવી દેવામાં જોખમ ઓછું રહે છે. માલ પકડાઈ જાય તો નાણાંનું નુકસાન થાય પણ જાન બચી જાય ને ? આપણો જ માલ છે એ પુરવાર ક્યાંથી થવાનું હતું ?'

ઝુલ્ફી કહેતો રહ્યો અને હાઇનેસ બાકીનાં પડીકાં બગલથેલામાં ઠાંસીઠાંસીને ભરતા રહ્યા. છેલ્લે પૅકેટ અંદર મૂકતા હતા ત્યાં ઝુલ્ફીએ તેમનું કાંડું પકડી લીધું.

'એ એક તો મને સાથે લઈ જવા દે, કમાલ !'

હવે એના બોલવામાં વિનંતીનો સૂર આવી ગયો.

આંખોમાં યાચનાના ભાવ દેખાયા : 'મને લેવા આવનાર સ્પીડબોટના દસ હજાર ડૉલર્સ ચૂકવવાના છે. અબ્દુલ મને જ્યાં ઉતારવાનો છે ત્યાંના સત્તાવાળા કે સિપાઇડા પાછળ બે-પાંચ હજાર ખરચવા પડશે.'

ત્યારે હાઇનેસ પોતાનું કાંડું છોડાવ્યા વિના તેને જોતા રહ્યા એટલે પેલાએ ખુલાસામાં ઉમેર્યું : 'એક પૅકેટના ચાલીસથી પચાસ હજાર ઊપજશે અને કદાચ પકડાઈ જવાય તો ફેંકી દેતાંય વાર નહીં લાગે.'

'બરાબર છે !' કહી દાન કરતા હોય એવા ભાવથી હાઇનેસે તેને હેરોઇનનું પૅકેટ પકડાવી દીધું. આમ તો એ ખિસ્સામાં સમાઈ જાય એટલું ટચૂકડું હતું, પણ રૂપિયામાં એનું મૂલ્ય બાર-પંદર લાખથી ઓછું અંકાય નહીં.

'તો હવે હું જાઉં.' બગલથેલો ખભે ભરાવીને હાઇનેસે હાથ લંબાવ્યો : 'ખુદાહાફિઝ !'

'ખુદાહાફિઝ !' તેના હાથમાં પોતાનો પંજો આપીને ઝુલ્ફીએ ગદ્‌ગદ અવાજે કહ્યું : 'આપણે હવે સ્વતંત્ર કાશ્મીરમાં જ મળીશું.'

'હા, સ્વતંત્ર કાશ્મીરમાં !' આત્મવિશ્વાસના રણકા સાથે હાઇનેસે કહ્યું : 'મને *કાલભૈરવ* પર પૂરો ભરોસો છે.'

'હિન્દુઓના દેવતા પર ભરોસો ?'

'હા, એ કોપે ત્યારે વિનાશ સર્જવામાં હિન્દુઓને પણ છોડતા નથી એટલે તો આપણા ઑપરેશનને એ દેવનું નામ આપ્યું.' કહી જીન્સ-પૅન્ટના ખિસ્સામાંથી એક ચગદું કાઢી તેની વચ્ચેના બટન પર અંગૂઠો દબાવ્યો. ઝુલ્ફી જોતો રહ્યો. એ સમજી ગયો કે *સબ સલામત*ના સંકેત મેળવવા માટે કમાલ એ સાધન સાથે લઈ આવ્યો હતો.

પાંચ-દસ પળની પ્રતીક્ષા પછી સામેથી *બીપ-બીપ*નો સંકેત ચગદામાં વાગતો થયો. હાઇનેસ મલકતા હોઠે બબડ્યા :

'ગુલઝારે રસ્તો સાફ રાખ્યો છે. હું સરકી જાઉં.'

કહી દરવાજે પહોંચીને ફરી અટક્યા :

'મારાથી એક ભૂલ થઈ ગઈ, નાસિર !'

સાંભળીને ઝુલ્ફી ચોંક્યો : 'કેવી ભૂલ !'

'તારી કેબિનમાં હવાના સિગારના ધુમાડાની ગંધ મારા અહીં આવ્યાની ચાડી ખાય છે... તારા ગયા પછી તપાસ કરવા માટે કેબિનનું લૉક તોડીને પણ એ લોકો અંદર ધસી આવશે. એ વખતે હવાનાની વાસ તેમના નાક સુધી પહોંચવી ન જોઈએ. બાથરૂમમાં એરફ્રેશનરનું ટિન પડ્યું છે. એ પર્ફ્યુમ સ્પ્રે કરી દેજે એટલે ચિરૂટની વાસ દબાઈ જાય.'

'ડોન્ટ વરી, કમાલ !' કહી છૂટા પડતાં પહેલાં ખુશામતનો ટુકડો ફેંક્યા વિના એ રહી ન શક્યો :

'નાનીનાની ચીજમાં ચાવચેતી રાખવાની તારી ચીવટ માટે કહેવું પડે, યાર !'

પરંતુ ખુશામતના એ શબ્દોથી પીઠ થાબડવાનું ગમતું ન હોય તેમ વાંસા પર માલનો થેલો ગોઠવી દઈ હાઇનેસે બહાર સરકી જઈને બારણું વાસી દીધું.

'સાલાએ છેવટ સુધી માલ બહાર કાઢવાની તરકીબ કહી નહીં.'

બંધ બારણાને તાકી રહેલો ઝુલ્ફી મોઢું બગાડતો બબડ્યો, પછી પરાણે કહેવું પડતું હોય તેમ ઉમેર્યું :

'સાલો છે ભેજાબાજ ! કોઈક કમાલની તરકીબ વિચારી હશે એ કમાલના બચ્ચાએ !'

*

'આજે કેસિનો અને સપર ક્લબ કલાક વહેલાં બંધ કરી દીધાં.'

સડસઠ વરસના અંગ્રેજ વિલિયમે ત્રીજા માળે ઊભી રહેલી લિફ્ટમાં ફિલિપિનો વૉર્ડ-બૉય છોકરાને ખભાને ટેકે બહાર નીકળતાં બબડાટ ચાલુ રાખ્યો :

'હું આજે જીતમાં હતો ત્યારે જ એ લોકોએ કેસિનો બંધ કરી દીધો.'

ઉંમર અને નશાને કારણે નિર્બળ બની ગયેલા પગે ઘસડાતા વિલિયમ સજાતીય વાસનાની વૃત્તિને ઉત્તેજિત કરવા માટે પેલા છોકરાના ગાલ પંપાળતા જતા હતા અને દસ ડૉલરની ટિપને ખાતર છોકરો બિચારો એની હરકતો સહી રહ્યો હતો.

'લે, બારણું ખોલ જોઈએ.' કોટના ખિસ્સામાંથી કેબિનની ચાવીની સાથોસાથ દસ ડૉલરની નોટ પકડાવી વિલિયમે પેલાને કહ્યું ત્યારે શબ્દોની સાથોસાથ તેના હોઠ પરથી લાળ ટપકતી હતી.

છોકરાએ પેલાનો હાથ પોતાના ખભા પરથી હટાવી લૉકમાં ચાવી નાખીને ઘુમાવી. ક્લિક અવાજ થયો એટલે બારણાને ધક્કો મારી સ્ટુઅર્ડ બૉય અંદર પગ મૂકે છે ત્યાં જ ખચકાઈને પીછેહઠ કરવી પડી :

'સર, આ તો કોઈ બીજાનો રૂમ લાગે છે !'

'બીજા કોઈનો !' દરવાજા પર સોનેરી ફ્રેમમાં મઢેલો નંબર વાંચીને અંગ્રેજ પાકું કરે છે :

'થ્રી નૉટ નૉટ થ્રી !' કહી છોકરાનો કાન પકડે છે :

'માય ડિયર બૉય, પીધું છે મેં અને ભાન ભૂલી ગયો તું !'

કહેતાં પોતે જોર કરીને અંદર ધસ્યા તો એમના દુર્બળ પગને એવી બ્રેક લાગી કે એ ગડથોલિયું ખાતા બચીને માંડ ભોંય પર ટકી શક્યા : 'ઓહ ગૉડ ! આ લેડી મારા રૂમમાં ક્યાંથી ?'

સ્ત્રી પ્રત્યેના તિરસ્કાર સાથે એમણે પેલા છોકરાને ધમકાવ્યો : 'જોયા શું કરે છે ? ઉઠાડ એને.... કાઢ બહાર મારી કેબિનમાંથી... સાલી કોઈક મને બ્લૅકમેલ કરવા ઘૂસી આવી લાગે છે.'

પેલાએ બર્થમાં બેહોશ પડેલી તાનિયાને હળવેથી ઢંઢોળી, પણ તેની કોઈ અસર થતી વર્તાઈ નહીં એટલે અકળાયેલા વૃદ્ધ વિલિયમે ટેબલ પર પડેલો ઠંડા પાણીનો જગ ઊંચકી ઊંઘતી તાનિયાના મોં પર ધાર કરવા માંડી : 'સમજાતું નથી, એ અહીં ઘૂસી કેવી રીતે ? કેબિનની ચાવી એને ક્યાંથી મળી ? કોણે આપી ?'

ગુસ્સામાં તાનિયાના મોં પર એણે અડધો જગ ખાલી કરી નાખ્યો ત્યારે એ થરથર ધ્રૂજતી સફાળી બેઠી થઈ ગઈ. ઘડીભર તો સમજાયું નહીં કે શું થઈ રહ્યું છે. ભીના માથા અને પાણી-નીતરતા મોં પર હાથ ફેરવી આંખો ચોળીને એ સામે ઊભેલા અંગ્રેજને જોતી રહી. હજુય પોતે તંદ્રામાં કોઈ સપનું નીરખતી હોય એમ મૂઢ બનીને બેસી રહી.

'પ્લીઝ ગેટ આઉટ ફ્રૉમ હિયર !'

પેલા અંગ્રેજે *પ્લીઝ* કહીને તેને તતડાવી નાખી : 'હુ આર યૂ ? મારી કેબિનમાં ક્યાંથી ઘૂસી આવી ? હું કૅપ્ટનને કમ્પ્લેન કરું છું.'

આમ કહી વિલિયમે ખરેખર ફોનનું રીસીવર ઊંચક્યું અને એ જ વખતે ટેબલ પર પડેલું ગુલાબનું ફૂલ તાનિયાની નજરે ચડ્યું. રહીસહી બેહોશી તત્કાલ ઓસરી ગઈ હોય તેમ એ બિછાનામાંથી કૂદી પડી. તેને ઝુલ્ફીકાર યાદ આવી ગયો.

'પેલો માણસ છટકવો ન જોઈએ !' ચિત્કાર સાથે એણે દોટ મૂકી. સામે આવેલી થ્રી ટ્રિપલ ઝીરોવાળી કેબિનના બારણા પર બંને હાથ થપથપાવીને રાડ પાડી : 'ઓપન ધ ડૉર ! ઓપન...'

એ બોલતી રહી અને એ કેબિનનો દરવાજો એના હાથની પછડાટથી ઊઘડી ગયો. પાગલની જેમ અંદર ધસી જઈને જોયું તો કેબિન ખાલી ! બાથરૂમમાં ડોકિયું કર્યું, પણ કોઈ દેખાયું નહીં.

'એ નાસી ગયો.... નાસી ગયો !' મધરાતના સૂનકારમાં બરાડા પાડતી એ લિફ્ટ તરફ દોડી જવા લાગી ત્યારે પેલા અંગ્રેજે નારાજગી ઉછાળી : 'બ્લડી મૅડ વુમન !'

સૂનકાર પૅસેજ વટાવીને લિફ્ટ પાસે પહોંચી ત્યારે તાનિયાને કાંડાઘડિયાળમાં જોવાનું સૂઝ્યું : 'ઓહ ગૉડ ! સવા વાગી ગયો !' લિફ્ટનું બટન દબાવી દરવાજો ખોલીને દાખલ થઈ : 'હું ચાર કલાક બેહોશ રહી ! ફૂલ સૂંઘાડીને પેલી બેવકૂફ બનાવી ગઈ મને !'

ટૉપ ફ્લોર પર લિફ્ટમાંથી બહાર નીકળી ત્યાં લાઇટ ગુલ થઈ ગઈ ! ઓહ ! ઝળહળતા ઉજાસમાંથી એકાએક અંધકાર છવાઈ જતાં એણે અટકી જવું પડ્યું. એ જ વખતે સામેથી સીડી પરથી કોઈ ઊતરતું દેખાયું. એ વ્યક્તિના એક હાથમાં બગલથેલો હતો અને બીજા હાથમાં બૅટરી.

'પ્લીઝ, મને હેલ્પ કરશો !'

સીડી ઊતરતી પેલી વ્યક્તિને તાનિયાએ આજીજીના સ્વરે કહ્યું : 'મારે કૅપ્ટન પાસે પહોંચવું છે.' અંધારમાં પેલી વ્યક્તિ ધ્યાન આપ્યા વિના પસાર થઈ ગઈ એટલે તાનિયા સીડી ઊતરી પૅસેજમાં પીછો કરતી સાદ પાડતી રહી, પણ પેલી વ્યક્તિ જાણે તાનિયાનો પીછો છોડાવવા માગતી હોય તેમ લિફ્ટ તરફ ધસી ગઈ. અને ઝડપથી લિફ્ટમાં દાખલ થઈને નીચે ઊતરી ગઈ. હવે તાનિયાને ભાન થયું કે *લાઇટ તો અમુક ભાગની જ ગઈ હતી અને લિફ્ટનો પાવર ચાલુ હતો. તો શું અંધારાનો લાભ લઈને કોઈ લિફ્ટમાં છટકી ગયું હશે ?*

તાનિયા નીચે ઊતરતી લિફ્ટના આંક વાંચવા લાગી. ટૉપ ફ્લોર પરથી ઊતરેલી લિફ્ટ છ, પાંચ, ચાર, ત્રણ, બે અને એકથી પણ નીચે એચ અક્ષર દર્શાવીને અટકી ગઈ.

એચ ! તાનિયાને હવે ખ્યાલ આવ્યો : *આ તો સાવ નીચેનો હૉસ્પિટલનો ફ્લૉર છે. પેલો ઝુલ્ફીકાર નાસી જવા માટે ત્યાં શું કામ જાય ?* તાનિયા ગૂંચવાઈ ગઈ, મૂંઝાઈ ગઈ.... અને એ જ વખતે ફરી લાઇટ આવી. તેણે અજવાળાની રાહત અનુભવી, પરંતુ પોતે સાવ એકલીઅટૂલી હોવાનું ભાન થયું. આ સંજોગોમાં કોઈ તેને ગમે તે કરી શકે, નાસી જનારનો સાગરીત પાછળથી આવીને તેના પર પ્રહાર કરી શકે... પેલીએ ફૂલ સૂંઘાડીને બેહોશ બનાવી દીધી હતી તેમ ફરી કોઈ મૂર્છાવશ બનાવી દે તો નાસી જનારને પોતે રોકી નહીં શકે.

વિચારના આવેગે તેને હંફાવી દીધી. બે ઘડી આંખો મીંચીને દીવાલને ટેકે ઊભી રહી. થોડી સ્વસ્થ થતાં જ હવે શું કરવું જોઈએ તેની સૂઝ પડવા લાગી. બે સીડીની વચ્ચે લિફ્ટની સામે પડેલા ઇન્ટરકૉમ પર તેની નજર પડી. કૅપ્ટનની ઑફિસનો નંબર ઝીરો-વન-ઝીરો-વન મગજમાં ઝબકી ગયો. ઑફિસની લાઇન તેમના રૂમમાં પણ જતી હતી જેથી ઇમર્જન્સીમાં પૅસેન્જર તેમને જગાડીને મદદ માગી શકે. તાનિયાએ નંબર જોડ્યો. સામે છેડે રિંગ વાગવા લાગી. અડધી મિનિટ પણ તાનિયાને બહુ લાંબી લાગી. હેલ્લા સંભળાયું એટલે તાનિયાએ અવાજ દ્વારા ઉછાળો માર્યો : 'કૅપ્ટન, પેલો ઝુલ્ફીકાર તેની રૂમમાં નથી ! મેં તેને નાસી જતો જોયો.'

'તમે કોણ છો, મૅડમ ?'

'હું... હું ડૉક્ટર તાનિયા શાહ. અહીં ટૉપ ફ્લૉરની લિફ્ટ પાસે ઊભી છું. લિફ્ટમાં જનાર વ્યક્તિ છેક નીચે હૉસ્પિટલના ફ્લોર પર ઊતરી ગઈ. હવે શું કરવું ?'

'હં !' કેપ્ટનના અવાજમાં સફાળી સ્ફૂર્તિ આવી ગઈ : 'ડૉક્ટર, તમે હૉસ્પિટલ પહોંચો. હું અહીંથી સીધો ત્યાં આવું છું. આવતાં પહેલાં સિક્યુરિટી ગાર્ડ્સને સાબદા કરી દઉં.'

પરંતુ કેપ્ટનનું એ સાબદાપણું ઘોડો નાસી ગયા પછી તબેલો વાસી દેવા જેવું હતું. એમણે માન્યું જ નહોતું કે મધદરિયે કોઈ શિપમાંથી નાસી જાય. એમને એ પણ ખ્યાલ નહોતો કે વાયરલેસના સંદેશા આંતરી લેતા ઝુલ્ફીકારના સાગરીતોએ તેને સાવધ કરી દીધો હતો. કેપ્ટન તેનો પીછો કરવા માટે હૉસ્પિટલ પહોંચ્યા તેના દોઢ કલાક અગાઉ ઝુલ્ફી દરિયાવાટે સ્પીડબોટ પકડીને છટકી ચૂક્યો હતો.

'અહીં તો કોઈ આવ્યું-ગયું નથી !'

હૉસ્પિટલમાં પૂછપરછ પતાવીને કેપ્ટને તારણ કાઢ્યું : 'એ તેની કેબિનમાંય નથી. કદાચ શિપના કોઈ ભંડકિયામાં છુપાઈ રહ્યો હશે. બંદર નજીક આવે ત્યારે દરિયામાં ઊતરીને તરતાં-તરતાં કિનારે પહોંચી જવાની તેની પેરવી હોવી જોઈએ.' કહીને કેપ્ટને ઉમેર્યું :

'પરંતુ હું શિપની સર્ચલાઇટ ચાલુ કરાવી દઉં છું. એ સમુદ્રમાં તરતો દેખાય તો ઠાર કરવાનો પણ હુકમ આપી દઉં છું.'

તાનિયા સાંભળતી રહી. છેવટે તેણે પૂછ્યું :

'તો પછી બૅટરીની રોશનીમાં લિફ્ટ દ્વારા કોણ નાસી ગયું ? તેના હાથમાં એક થેલો પણ હતો !'

જવાબમાં કેપ્ટને બંને ખભા ઉછાળ્યા : 'આવડા મોટા જહાજમાં કોણ ક્યાં જાય છે, શું કરવા જાય છે એની કેમ ખબર પડે ?'

પરંતુ આખી હૉસ્પિટલ ફરી વળેલા કેપ્ટને મૉર્ગ-રૂમનો દરવાજો ઉઘડાવવાની તસ્દી લીધી હોત તો તાનિયાના સવાલનો જવાબ તત્કાલ મળી ગયો હોત.

હૉસ્પિટલના ઠંડાગાર મૉર્ગ-રૂમમાં શબને સાચવી રાખવાનાં બે ખાનાંમાંથી એક ખાનું ખુલ્લું હતું જેમાં યોગી કૃષ્ણમૂર્તિની શિષ્યા નીરજાદેવીની લાશ પડી હતી. બપોરે ડૉક્ટરે પોસ્ટમૉર્ટમ કરીને સીવી દીધેલા પેટના ટાંકા અત્યારે એમના ચીની આસિસ્ટન્ટે ફરી ખોલી નાખી તેમાંથી બધાં જ આંતરડાં કાઢી લઈ પેટની બખોલમાં હેરોઇનનાં પૅકેટ્સ ગોઠવી દીધાં હતાં.

કામ પૂરું કરીને ફરી પેટને ટાંકા લેવાતા જોઈ હિઝ હાઇનેસની સાગરીત કેબ્રે ડાન્સર ગુલનાર રોમાંચ અનુભવી રહી હતી. આ કામ પાર પાડવાની દસ હજાર ડૉલરની બક્ષિસ મળતાં જ સવાર પડતાં પોતે માલામાલ થઈ જવાની હતી.

□

44

'આમ તો જગતમાં બનતી પ્રત્યેક ઘટના જગતનિયંતાના વશની વાત છે.'

લક્ઝરી લાઇનર *ઓશનકિંગ-વન* દારેસલામ બંદરે લાંગરવા માટે ધીમી ગતિએ સરકતી હતી ત્યારે શિપના ત્રણે ડેક પર ઊભેલાં ઉતારુઓ ચાર દિવસ પછી દેખાતી જમીન અને તેના પર ઊભેલાં મકાનો-માણસોને નિહાળવા માટે ઉત્સુક બની ગયાં હતાં. લૉઅર ડેક પર ઓમકાર, આત્મા તથા તાનિયા વગેરેની વચ્ચે ઊભેલા યોગી કૃષ્ણમૂર્તિ પવનમાં ફરફરતા વાળને બંને હાથે વશમાં રાખવાના પ્રયાસ સાથે ભારતીય તત્ત્વજ્ઞાનને વાચા આપતા હતા :

'માનવીના અનિશ્ચિત જીવનમાં એક ક્રિયા તો નિશ્ચિત જ છે અને તે મૃત્યુ... જેનો જન્મ એનું મૃત્યુ નક્કી છે. પરંતુ ક્યારે, કેવા સંજોગોમાં અને કયા સ્થળે મૃત્યુ આવશે એના જેવી અનિશ્ચિતતા પણ બીજી કોઈ નથી.'

'પરંતુ મને તમારી એક વાત સમજાતી નથી, મિસ્ટર યોગી.' અમેરિકન ઉતારુએ કોકા-કોલાના ટિનમાંથી બે-ચાર ઘૂંટ પી લઈને ભીના હોઠ લૂછતાં પૂછ્યું :

'તમારા રૂમ-પાર્ટનરના મૃત્યુ પર તમે શોક દર્શાવવાની ના પાડો છો, મૃત્યુ થયા પછી મોહમાયામાંથી મુક્ત થવું જોઈએ એવું કહો છો, છતાં મૅડમ ચૌધરીના ડેડ બૉડીને છેક દારેસલામ સુધી સાથે લઈ જઈ તેને સળગાવી દેવાનો દુરાગ્રહ શું કામ ?'

તાનિયાનેય આવો કોઈ પ્રશ્ન પૂછવાની ઇચ્છા જાગેલી, પણ મેક્સવેલના ગાયબ થવાની ફિકરમાં એને બીજી કોઈ વાતમાં રસ જાગતો નહોતો. અત્યારે પણ આંખે દૂરબીન લગાવી બંદર સુધી જતા દરિયાઈ માર્ગ પર નજર ખોડીને એ ઊભી હતી. કદાચ પેલો ઝુલ્ફીકાર જહાજના તળિયામાં સંતાઈ રહ્યો હોય અને ત્યાંથી દરિયામાં ડૂબકી મારીને નાસી જવાનો પ્રયાસ કરે તો પોતે દૂરબીનથી એને ઝડપી લઈ ચીસાચીસ કરી શકે એ માટેની તેની આ ચેષ્ટા હતી.

'મિસ્ટર જહૉન્સન, મૃત્યુનો પણ એક મહિમા હોય છે.' નીરજાદેવીના મૃતદેહને અગ્નિદાહ આપવાના આગ્રહ બાબત અમેરિકન ઉતારુની પૃચ્છાના જવાબમાં યોગી કહેવા લાગ્યા :

'મરનાર વ્યક્તિને આપણે ઘરમાં સાચવી રાખતા નથી, મૃતદેહનું વિસર્જન કરવું જ પડે છે... છતાં આપણે જડ દેહની આમન્યા રાખીએ છીએ. તેને પુષ્પથી શણગારીએ છીએ અને મરનાર વ્યક્તિ જે સભ્યતામાં એટલે કે રહેણીકરણીમાં અથવા તો ધર્મ-સંપ્રદાયમાં માનતી હોય એ મુજબ તેના અંતિમ સંસ્કાર કરવાનો આગ્રહ સેવીએ છીએ.'

'પરંતુ મૃત શરીરને સળગાવી દેવા કરતાં સમુદ્રમાં પધરાવી દેવાથી માછલાં જેવાં જલચરનાં પેટ ભરવાના ઉપયોગમાં તો આવે ને !'

પેલાએ કોકનું ટિન ખાલી કરી હવામાં ઉછાળી સમુદ્રમાં ફગાવતાં ઉમેર્યું : 'તમે મૅડમ ચૌધરીના દેહનો ઉપયોગ માછલાંને ખવડાવવામાં કર્યો હોત તો તમારા હિન્દુશાસ્ત્ર પ્રમાણે પ્રાણીઓ પ્રત્યેની દયા કરી ગણાય ને ? મને તો ફ્યુનરલ(અગ્નિસંસ્કાર)ની તમારી પ્રથા જ ક્રૂર અને અવિચારી લાગે છે.'

સમુદ્રનાં ઘૂઘવતાં મોજાંને કારણે અમેરિકનને ઊંચા અવાજે બોલતો સાંભળી બીજાં પૅસેન્જર્સ પણ કુતૂહલવશ આજુબાજુમાં ટોળે વળવા લાગ્યાં હતાં.

'અવિચારી !' યોગીએ એટલા જ ઊંચા અવાજે સંભળાવ્યું : 'ખરેખર તો અગ્નિસંસ્કારની પ્રથા પાછળ ઊંડો વિચાર રહેલો છે.'

'એ કઈ રીતે ?' હવે ચર્ચામાં લેડી ગેટી પણ સામેલ થયાં :

'મડદાં બળે, એની ગંધ આવે એના કરતાં તો જમીનમાં દટાઈને નાશ પામે એ જ વધારે સારું ગણાય ને ?'

'સારું-ખરાબની કે સાચા-ખોટાની આ ચર્ચા નથી.' યોગીએ સાચવીને દલીલ કરી. દરેકની માન્યતા સાથે ધાર્મિક લાગણી સંકળાયેલી હોય છે. તેમને ઠેસ ન પહોંચે એ રીતે તેમણે અગ્નિસંસ્કારની પ્રથાનું સમર્થન કરતાં કહ્યું :

'માનવી જ્યાં રહેતો હોય ત્યાં જમીન તો હોય જ છે, પણ જમીનમાં દફનાવેલો મૃતદેહ હંમેશાં સુરક્ષિત રહે એવી પ્રાચીનકાળમાં કોઈ સલામતી નહોતી. મૃતદેહને કૉફિન કે કબરનું સુરક્ષા-કવચ એ કાળમાં શક્ય નહોતું અથવા તો કોઈને સૂઝ્યું નહીં હોય... જ્યારે અગ્નિદાહમાં શરીરની સાચવણીની સમસ્યા ઉકેલાઈ જતી હતી. સમુદ્રમાં પણ મૃતદેહ હંમેશાં નાશ પામે જ એવું નથી. એટલે જ પૃથ્વી, જળ અને અગ્નિ એ ત્રણેમાં મૃતદેહને અગ્નિના હવાલે કરવાનું અમારા પૂર્વજોને વધારે સુગમતાભર્યું લાગ્યું હશે.'

પંચમહાભૂતમાંથી શરીર પેદા થયું અને પંચમહાભૂતમાં મળી જાય એવા ગહન તત્ત્વજ્ઞાનનો આશ્રય લેવાને બદલે યોગીજીએ પણ સુગમતાથી સમજાવી શકાય એવી દલીલનો આધાર લીધો.

'એક વાત તો નક્કી છે.' લેડી ગેટીએ ચર્ચાને સંકેલી લેવાના ઇરાદાથી કહ્યું :

'મેં તો સાઇટસીઇંગ પર જવાને બદલે મૅડમ ચૌધરીનું ફ્યુનરલ જોવા માટે આપની સાથે જવાનું નક્કી કર્યું છે, જો આપને વાંધો ન હોય તો.'

'એમાં વાંધો શું હોય, લેડી !' યોગીજીએ સમજાવ્યું : 'અમારે ત્યાં તો આ વિધિ વખતે મરનારનાં સગાં-સંબંધીઓએ હાજર રહેવાનો આગ્રહ સેવાય છે. એને મૅનર્સ ગણાય છે... જોકે સ્ત્રીઓ સ્મશાનગૃહમાં આવતી નથી. કદાચ એટલા માટે હશે કે એમનું હૃદય લાગણીશીલ

હોય છે. કદાચ સ્ત્રીઓ એ વખતે મન મક્કમ રાખી ન શકે એવી દહેશતથી તેમને લઈ જવામાં આવતી ન હોય એ પણ કારણ હશે.'

'ત્યારે તો શરીરને બળતું જોવા મારે મનોબળ કેળવવું પડશે.'

'એમાં સાથ આપવા માટે તો હું તમારી બાજુમાં જ હોઈશ ને લેડી !'

બ્યૂટિશિયન કેથેરિન લેડીનો પડછાયો બની રહેવાની કોઈ તક જતી કરવા ન માગતી હોય તેમ બોલી ઊઠી :

'મારે તો એ જોવું છે કે સ્ત્રીઓના શરીરની જે ત્વચાને લીસી-સુંવાળી રાખવાના વ્યવસાયમાં મેં જિંદગીનાં વરસો વિતાવી દીધાં એ ચામડીને બળતી જોવા માટે તો મારેય હિંમત કેળવવી પડશે.'

એ જ વખતે સ્ટીમરે ભૂંગળું વગાડી દારેસલામને ટચ કર્યાના ખબર આપ્યા. ધક્કા પર ઊભેલા પોર્ટનાં માણસોએ હાથ હલાવી સૌને આવકાર્યાં અને તેના જવાબમાં ડેક પર ઊભેલાં ઉતારુઓએ *હાય-હેલ્લો-ગૂડ મૉર્નિંગ* વગેરે ઉદ્ગારો દ્વારા ખુશાલી દર્શાવી.

'તમે સૌ તો મૃતદેહને બળતો જોવાની વાત કરો છો, પણ એને અગ્નિ કોણ ચાંપશે એ તો કેમ કોઈ પૂછતું કે બોલતું નથી ?'

એ અવાજ હિઝ હાઇનેસનો હતો. બંદરે ઊતરવા માટે બીજાં બધાં પૅસેન્જર્સ પોશાક બદલીને તૈયાર થઈ ગયાં હતાં ત્યારે હાઇનેસ પાયજામા-કુર્તાના સાદા પોશાક સાથે ખભે ખેસ વીંટાળીને આવ્યા હતા.

'અમારામાં મરનારના નિકટના સ્વજન અગ્નિદાહ આપતા હોય છે, પણ નીરજાદેવી ચૌધરી તો સાધ્વી જેવી વ્યક્તિ ગણાય. તેમને અગ્નિદાહ આપવાથી પુણ્ય મળે એવું હું માનું છું એટલે મને આ તક આપવામાં આવે...'

'નહીં, હાઇનેસ, નીરજાદેવીને અગ્નિદાહ આપવા માટે આ શિપ પર સૌથી લાયક વ્યક્તિ એક જ ગણાય.'

આમ કહી તે જાણી-કરીને અટક્યા, પછી ઓમકારના પુત્રના માથા પર હાથ પસવારતાં ફોડ પાડ્યો :

'એક તો આ સૌથી નાનામાં નાની વયનો ઉતારુ છે. બીજું એ આપણા સૌમાં સૌથી વધુ નિર્દોષ હોઈ શકે છે અને ત્રીજું...'

બોલતા એ અટકી ગયા. હોઠ ભીડીને સહેજ મરકી લીધું પછી કહ્યું : 'ત્રીજાને જવા દો, બે કારણો જ બસ છે.'

અને ત્યાં માઇક પર એનાઉન્સમેન્ટ શરૂ થઈ :

'આપણે પૂર્વ આફ્રિકાના તાન્ઝાનિયા દેશના પાટનગર દારેસલામ પૉર્ટ પર આવી પહોંચ્યા છીએ...'

આવી શરૂઆત કરીને હિન્દ મહાસાગરના કાંઠે આવેલા શહેર દારેસલામનો અર્થ સમજાવ્યો : શાન્તિનું સ્વર્ગ ! ત્યાર પછી તેનાં ઇતિહાસ-ભૂગોળ અને સાઇટસીઇંગ-કાર્યક્રમની વ્યવસ્થા વગેરે વિગતો કહી સંભળાવીને છેલ્લે વિનંતી કરવામાં આવી :

'આપ સૌને જાણ છે એ મુજબ આપણાં એક ઉતારુ મિસ નીરજાદેવી ચૌધરી શિપના આ પ્રથમ પ્રવાસમાં મૃત્યુ પામનાર પ્રથમ પૅસેન્જર છે અને આપણે પ્રભુ પાસે એમના આત્માની શાન્તિ ઉપરાંત એવી પ્રાર્થના કરીએ કે એ પહેલાં અને છેલ્લાં જ ઉતારુ બની રહે જેમને આપણે આ રીતે ચિરવિદાય આપવી પડે... સૌપ્રથમ આપણે એમની સ્ટ્રેચરને નીચે ઉતારી અદબભેર વિદાય કર્યા પછી જ બીજાં પૅસેન્જર્સ પાછળ પાછળ ઊતરી પોતપોતાના કાર્યક્રમમાં જોડાઈ જાય એવી વિનંતી છે.'

સ્ટીમરનું લંગર નખાયું, ધક્કા પર ચડેલા ખીલામાં તેના લોખંડી દોરડાના ગાળિયા નંખાયા. શિપની ટોચે અમેરિકાના રાષ્ટ્રધ્વજની સાથોસાથ જે દેશમાં સ્ટીમર લાંગરી એ તાન્ઝાનિયાનો ધ્વજ પણ ફરકવા લાગ્યો. ત્યાર પછી નીરજાદેવી ચૌધરીના શબને સ્ટ્રેચરમાં બહાર લઈ આવવામાં આવ્યું. યોગી કૃષ્ણમૂર્તિ માસૂમ આત્માને પોતાની આંગળીએ વળગાડી સ્ટ્રેચરની આગળ ચાલતા હતા અને ઓમકાર તથા તાનિયા પાછળ-પાછળ દોરાતાં હતાં.

સ્ટ્રેચરને બ્રિજ પરથી ઉતારવા માટે વિશેષ વ્યવસ્થા કરવામાં આવી હતી. *ઓશનકિંગ*ના ચાર અધિકારીઓ સ્ટ્રેચરના ચારે હાથાને ઊંચકીને ઊતરવા લાગ્યા ત્યાં ફરી માઇક પરથી અવાજ સંભળાયો :

'પૉર્ટ ઑથોરિટી તરફથી અમને જાણ કરવામાં આવી છે કે આ દેશના કાયદા મુજબ મિસ નીરજાદેવી ચૌધરીના મૃતદેહનું ફરીથી પોસ્ટમૉર્ટમ કરવામાં આવશે અને એ વિધિમાંથી પસાર થયા પછી જ અગ્નિદાહ આપવાની મંજૂરી મળશે.' કહીને પેલાએ છેલ્લે ઉમેર્યું :

'આથી જે ઉતારુઓ ફ્યુનરલમાં ભાગ લેવા માટે રોકાવા માગતાં હોય તેમણે એકાદ કલાકની પ્રતીક્ષા કરવી પડશે; એટલું જ નહીં, પૉર્ટ ટ્રસ્ટ તરફથી એવી પણ તાકીદ થઈ છે કે સ્ટ્રેચર નીચે ઊતર્યા પછી શિપના અમુક વિભાગની ઝડતી લેવા માટે પોલીસ-ટુકડી તેમના કૂતરાઓ સાથે ઉપર આવશે અને એ વિધિમાં પણ થોડો સમય લાગવાનો હોવાથી પૅસેન્જર્સ ત્યાર પછી જ નીચે ઊતરે એવી વિનંતી કરવી પડે છે.'

આ સૂચના સામે કેટલાંક પૅસેન્જર્સે અણગમો દર્શાવતો બબડાટ કર્યો : 'પોલીસના કુત્તાઓને શિપમાં શું કામ આવવા દેવા જોઈએ ?' એક અંગ્રેજે લવારો કર્યો : 'આ બ્લૅક લોકો આપણાં ગોરાં પૅસેન્જર્સની તલાશી લેવા માગે છે ! સાલા પોતે તો ચોર-બદમાશો છે. અમે રાજ કરતા હતા ત્યાં સુધી કાંઈક સીધા ચાલતા. ઇન્ડિપેન્ડન્ટ થયા પછી રાજ કરતાં આવડતું નથી અને આપસમાં ખૂન-ખરાબા ખેલીને તમાશા કરતા રહે છે.'

'પરંતુ આ લોકોએ બીજી વારના પોસ્ટમૉર્ટમનું લફરું ક્યાં ઊભું કર્યું ?' નીરજાદેવીના અગ્નિસંસ્કાર નિહાળવામાં થયેલા વિલંબથી લેડી ગેટી અકળાઈ ઊઠ્યાં :

'શિપના ડૉક્ટરે પોસ્ટમૉર્ટમ કર્યા પછી એ લોકો ડેડ બૉડીમાં બીજું વધારે શું જોવા માગે છે ?'

'અરે, એશિયા-આફ્રિકામાં બધે જ આવું ચાલે છે.' પેલા અંગ્રેજે ફરી પૂર્વગ્રહ ઉછાળ્યો : 'કસ્ટમમાંથી પસાર થવું હોય તો સાલાઓની હથેળીને ચીકણી કરવી પડે. અરે, આ મડદાને પાસ કરવાના બદલામાંય સાલાઓ પૈસા પડાવશે, જોજો ને !'

સાંભળીને બાજુમાં ઊભેલા હિઝ હાઈનેસ મલકી ઊઠ્યા. એ કહી ન શક્યા કે પૈસા *જરૂર પડાવશે, પણ એ મડદું પાસ કરવાની બાબતમાં નહીં, મડદામાં ઠાંસીઠાંસીને ભરેલા માલને બહાર કાઢીને લઈ જવા દેવા માટે દરેક ઑફિસર આજે હજાર-હજાર ડૉલર લઈને ઘેર જવાનો !*

શિપ દારેસલામ બંદરે લાંગરી એ પહેલાં જ એમને સંદેશો આવી ગયો હતો : 'આપ બપોરના લંચમાં અમારા મહેમાન બનો એવી અમારી વિનંતી છે.' દારેસલામના ભૂતપૂર્વ રાજવીના કોઈ નિકટના સગા તરફથી આ નિમંત્રણ આવ્યું હતું. તેમાં સહી કરનારનું નામ હતું અબ્દુલ કાદીર.

જવાબમાં હિઝ હાઈનેસે ફેક્સ મોકલ્યો કે અમારી સાથે એક પૅસેન્જરનું ડેડ બૉડી પણ છે. એનો નિકાલ થાય અને અંતિમસંસ્કાર આટોપાય ત્યાર પહેલાં જમણની દાવતમાં જોડાવાય નહીં.

તરત એનો જવાબ આવ્યો : 'અમે સત્તાવાળા સાથે ગોઠવણ કરી લીધી છે. એ લોકો કલાકમાં જ ડેડ બૉડીનો નિકાલ કરીને કબજો સોંપી દેશે... તમે બેફિકર રહેજો.'

એટલે જ ફરીથી પોસ્ટમૉર્ટમ કરવાની જાહેરાતે હિઝ હાઈનેસને બેફિકર બનાવી દીધા હતા : *બસ, માલ છૂટો થાય, અબ્દુલ કાદીર તેના બદલામાં રોકડા નાણાં લાવી આપે એટલે ડુક્કર(અણુબૉમ્બ)ની ડીલિવરી મળી જાય અને રાત્રે શિપના તળિયામાં ફિટ કરેલા સ્ટૅન્ડમાં એ ડુક્કરને જ બેસલાક બાંધી દે એટલે પત્યું... 'ઑપરેશન કાલભૈરવ'નો પૂર્વાર્ધ સમાપ્ત અને ઉત્તરાર્ધ શરૂ*

એ જ વખતે શબને લઈ જતી સ્ટ્રેચર નીચે પહોંચી ગઈ અને કૂતરા સાથેની પોલીસટુકડી બ્રિજ પરથી ઉપર આવવા લાગી. આઠ પોલીસ કૂતરામાંથી સાત તો પુલ ચડીને ઉપર ધસી આવ્યા, પણ પાછળ રહી ગયેલો આઠમો કૂતરો નીચે જ રોકાઈ રહીને સ્ટ્રેચર તરફ જોઈને જોરથી ભસવા લાગ્યો. તેનો હૅન્ડલર *પ્રિન્સ ! પ્રિન્સ !* એવા પોકાર પાડી જોરપૂર્વક પટ્ટાથી તેને ખેંચવા લાગ્યો, પણ કૂતરા પ્રિન્સે સ્ટ્રેચરની દિશામાં જોઈને ભસવાનું ચાલુ રાખ્યું. એ તેની જગ્યાએથી ખસવા તૈયાર નહોતો.

'આવું તો ક્યારેય બન્યું નથી !' શિપ પર પહોંચી ગયેલા પોલીસ ઉપરીએ ભસતા પ્રિન્સને હાંક મારતાં કહ્યું : 'કમ ઑન, ડિયર, કોઈ હિન્દુ નારીના મૃત્યુ પર આટલો બધો શોક કરવાનો હોય નહીં !'

પરંતુ પ્રિન્સનું ભસવાનું ઉગ્ર બની ગયું.

જોકે ત્યાં સુધીમાં સ્ટ્રેચર પૉર્ટની નાની હૉસ્પિટલના પોસ્ટમૉર્ટમ રૂમમાં પહોંચી ગઈ. એટલે હિઝ હાઈનેસે ધરપતનો શ્વાસ લેતાં પોલીસ ઉપરીને રમૂજ સંભળાવી :

'તમારો આ પ્રિન્સ આગલા જનમમાં હિન્દુની ઔલાદ હોવો જોઈએ... પેલા યોગીજી મરનારની પાછળ શોક નહીં કરવો જોઈએ એવો ઉપદેશ આપે છે અને આ બેવકૂફ તો કલ્પાંત કરવા બેસી ગયો !'

કહીને હિઝ હાઈનેસે આંખ મિચકારી એટલે આફ્રિકી પોલીસ ઉપરી સુલતાન તેમની નજીક આવ્યો :

'અમારો પ્રિન્સ માલદાર મડદાનો પીછો છોડે એવો નથી !'

સુલતાને 'માલદાર' શબ્દ પર ભાર મૂક્યો એટલે હાઇનેસે હિંમત કરી :

'એ જો પીછો ન છોડે તો એને પાગલ ઠરાવીને શૂટ કરી નાખવો જોઈએ.'

'ડોન્ટ વરી, સર !' સુલતાન હવે હાઇનેસને ઓળખી ચૂક્યો હોય તેમ બોલી ઊઠ્યો :

'એ બહાર બેઠો ભલે ને ભસ્યા કરે... મડદામાંથી માલ નીકળી ગયો પછી આપોઆપ શાન્ત થઈ જશે. અમારા દેશમાં હવે ઑફિસરોની જેમ કૂતરાઓ પણ સમજૂ થઈ ગયા છે. પ્રિન્સ જેવા બેએક વફાદાર ક્યારેક કનડે તો ચલાવી લઈએ અને વખત આવ્યે એમનો કાંટો કાઢી નાખીએ... બરાબર ને ?'

'બિલકુલ બરાબર ! સમયની સાથે ચાલતાં ન આવડે એમને જીવવાનો અધિકાર નથી... તમારા આ કુત્તાનો પણ સમય પૂરો થઈ ગયો જણાય છે.'

કહી એ દાંત ભીંસતા પેલા ભસતા કૂતરાને નીરખતા રહ્યા.

*

'મે આઇ કમ ઇન, સર ?'

હિઝ હાઇનેસના સ્વીટના દરવાજે ટકોરાની સાથોસાથ અંદર આવવાની મંજૂરી માગતો સાદ સંભળાયો.

જવાબમાં 'જસ્ટ અ મિનિટ' કહી હાઇનેસ દરવાજો ઉઘાડવા ઊભા થયા. અવાજ પરથી એ પારખી ગયા કે દારેસલામની પૉર્ટ-પોલીસનો ઉપરી સુલતાન બિયર પીવા આવી પહોંચ્યો છે.

'વેલકમ, મિસ્ટર સુલતાન !'

દરવાજો ઉઘાડી ઉંબરે ઊભેલા સુલતાનને અંદર લેતા હાઇનેસે બહાર ડોકિયું કરીને જોઈ લીધું : ખાસ અવરજવર તો નથી ને ?

'ચાલો, આપણે બાલ્કનીમાં જ બેસીએ.'

સ્વીટનો વૈભવી ઠાઠ જોવામાં મશગૂલ બનીને ઊભેલા સુલતાનનો ખભો દાબી હાઇનેસે આત્મીયતા દર્શાવવા ઉર્દૂમાં પૂછ્યું : 'કેવું લાગે છે અમારું ગરીબખાનું ?'

'ગરીબખાનું !' ગાલાવેલું હસી લઈને સુલતાન ચકળવકળ આંખે ચારેબાજુ નિહાળતો બોલી ઊઠ્યો : 'આ દોલતખાનામાં મારા જેવાને બેચાર ઘડી બેસવા મળે એ ખુશનસીબી ગણાય !'

તેની તારીફમાં હાઇનેસને અતિશયોક્તિ લાગી. લાંચ ખાનારાની જબાન પરથી ખુશામત તો લાળની જેમ ટપકતી હોય છે.

'મને તો આજે દારેસલામની ખુશનુમા આબોહવાએ ખુશ કરી દીધો !'

બાલ્કનીમાં આવતા સૂર્યપ્રકાશને ખોબામાં ઝીલી લેવા મથતા હોય તેમ બંને હાથ બહાર ફેલાવીને હાઇનેસે ખુશામતનો જવાબ વાળવાની ચેષ્ટા કરી :

'સવારથી તડકો જોઈને થતું હતું કે બિયર પીવામાં કોઈક લાયક કંપની મળી જાય તો દિવસ સુધરી જાય.'

હાઇનેસે તૈયાર રાખેલા મગમાં બિયર ભરવા માંડ્યો. સોનેરી ચળકાટ ધરાવતા એ પ્રવાહીને સુલતાન આંખોથી તો પીવા મંડ્યો જ હતો.

'ચિયર્સ !' તેના હાથમાં મગ પકડાવી, પરસ્પર જામ ટકરાવી, બે ઘૂંટ પી લઈને હાઇનેસે હવાના સિગાર ધરી :

'લો, મિસ્ટર સુલતાન, બિયર સાથે આની પણ મજા માણો. હવાંના એટલે ચિરૂટની રાણી.'

કહી હાઇનેસે આંખ મિચકારી, જેમાંથી સુલતાને મનગમતો અર્થ કરી સામી આંખ મિચકારી :

'અબ્દુલ મિયાં આપણા પર મહેરબાન છે.' બાલ્કનીમાંથી પૉર્ટ પરની હિલચાલ નિહાળી લેતો એ કહેવા લાગ્યો : 'એણે મને પહેલેથી કાનમાં ફૂંક મારી રાખેલી.'

'કેવી ફૂંક ?'

'કહ્યું કે ખાનદાની રાજવી સાથે કામ પાડવાનું છે. કામ પાર પાડવાના બદલામાં નાણાં ઉપરાંત સારો માલ પણ વાપરવા મળી જાય.'

સાંભળીને હાઇનેસનાં જડબાં સહેજ ભીંસાયાં. *હરામની કમાઈ ખાનારાને બધું જ હરામનું માગવાનો ચસકો લાગી જતો હોય છે. તેને હવે મૂળ વાત પર લઈ આવવો પડશે.*

'મિસ્ટર સુલતાન, પછી તમારા કૂતરાઓને ઝડતીમાં કાંઈ મળ્યું કે નહીં ?'

'શું મળવાનું હતું !' સિગારના ધુમાડાને તુચ્છકારથી હવામાં ફંગોળતો એ પોલું હસ્યો : 'આ તો સાલા સ્કૉટલૅન્ડ યાર્ડવાળાએ દબાણ કર્યું એટલે કૂતરાઓ સાથે અમારે પણ કસરત કરવી પડી.'

'સ્કૉટલૅન્ડ યાર્ડવાળાને વળી શું પેટમાં દુખ્યું ?'

જાણતા હતા છતાં કાંઈક વધારે જાણી લેવાની પેરવીમાં એમણે સિફતથી પૂછી લીધું : 'હેરોઇનની દાણચોરી સાથે એમને વળી શું લાગેવળગે ?'

'અરે, ભાઈ, એક ડિટેક્ટિવ મેક્સવેલ...' વચ્ચે બિયરના ઘૂંટ લેવા રોકાઈને સુલતાને આગળ ચલાવ્યું : 'એ આ શિપમાં ચડ્યો અને લાપતા થયો એટલે ઉપરથી તપાસનું દબાણ આવ્યું કે કોઈ બાંગ્લાદેશી બનાવટી ડિટેક્ટિવ શિપમાં હેરોઇનના જથ્થા સાથે ચડ્યો છે એને માલ સહિત ઝડપી લેવો... મેક્સવેલનો પત્તો પણ એની પાસેથી જ મળશે.'

'હવે તમે લોકો શું રીપૉર્ટ આપવાના ?'

'રીપૉર્ટ !' માથા પરની કૅપ હટાવી વચ્ચેની ટાલ પરથી પસીનો લૂછતા સુલતાંને બાતમી ઓકી નાખી : 'પેલો મેક્સવેલ તો અહીંથી સાડાસાતસો કિલોમીટર છેટેના દરિયાકાંઠે આવેલા માછીમારના હાથમાં આવ્યો.'

'હેં !' સાંભળતાં જ હાઇનેસ હલબલી ગયા : 'મેક્સવેલ જીવતો હાથ લાગ્યો ખરો ?'

'ના રે !' પેલાએ પોતાની મેળે જ બિયરનું ટિન ખોલી મગ ભરતાં કહી દીધું : 'સ્કૉટલૅન્ડ યાર્ડવાળાએ આપેલા ફોટાને મળતા આવતા એક માણસની લાશ કિનારા પર ઘસડાઈને આવી હતી, પણ...'

'પણ શું ?'

'પણ અમે એ વાતને દબાવી રાખી. માછલાંએ કરડી ખાધેલી એ લાશ આમ પણ ઓળખાય એવી હતી નહીં, એટલે ભેદભરમની તપાસ કરનાર ડિટેક્ટિવના મોતનો ભેદ અમે

અકબંધ જ રાખ્યો... સાલા અંગ્રેજ લોકો એમના મનમાં શું સમજે છે શું ? અમારા પ્રેસિડેન્ટ પર દબાણ લઈ આવ્યા કે આ લક્ઝરી લાઇનરની બરાબર જાંચ થવી જ જોઈએ.'

'પરંતુ તમે તો કાંઈ જ પકડી શક્યા નહીં !'

'પકડી પાડવાની કસરત કરવા નીકળીએ ત્યારે સાવ ખાલી હાથે તો પાછા ન જ ફરાય ને, હાઇનેસ !'

પેલાએ ચિરૂટના ધુમાડાથી ભરાયેલું મોં પહોળું રાખી હસવાની ચેષ્ટા સાથે કહ્યું :

'શિપના ચીની કૂકને અડધો કિલો ચરસ સાથે પકડી પાડ્યો.'

'અડધો કિલો ચરસ !'

'નહીં રે, સાહેબ ! એ તો તમને સાચું વજન કહ્યું. બાકી રીપોર્ટમાં માત્ર સાઠ ગ્રામ લખાયું છે.'

'અને બાકીનું ચારસો ચાળીસ ગ્રામ ?'

સાંભળીને પહેલી વાર સુલતાન શરમાતો નીચું જોઈ ગયો :

'એમાં શું પૂછવાનું હોય, સર ! અમે બધા આપસમાં વહેંચી લઈશું.'

એ જ વખતે કૂતરાના ભસવાના અવાજે બંનેનું ધ્યાન બહાર દોર્યું. ત્યાંથી બેઠાં-બેઠાં બહારનું બધું સ્પષ્ટ દેખાતું હતું. મૉર્ગમાંથી પોસ્ટમૉર્ટમ પતાવીને નીરજાદેવી ચૌધરીના મૃતદેહને સ્ટ્રેચર પર બહાર કાઢવા લાગ્યા ત્યાં પેલો પ્રિન્સ ફરી ભૂરાયો થઈને ભસવા લાગ્યો હતો.

'હવે એ બેવકૂફ શા માટે ભસે છે ?'

હાઇનેસે હવે પર મૂકેલા ભારનો અર્થ સુલતાનને સમજાવવો પડે તેમ નહોતો. મડદાના પેટમાં માલ હતો તેની જાણે ગંધ આવી ગઈ હોય તેમ ડૉબરમૅન પ્રિન્સ ત્યાંથી હટવા માગતો નહોતો એ તો સમજ્યા, પણ પોસ્ટમૉર્ટમને બહાને મૃતદેહના પેટનો ભાર હળવો થઈ ગયા પછી હવે પ્રિન્સને શેની ગંધ આવી કે સ્ટ્રેચર તરફ જોઈને ભસી રહ્યો છે ?

'મને લાગે છે, આજે એ મરવાનો થયો છે !'

કહી કમરપટ્ટામાં ખોસેલી રીવૉલ્વર પર હાથ દાબતો એ ઊભો થયો. એની લાલસા તો બિયરનાં બીજાં બે-ત્રણ ટિન ગટગટાવી જવાની હતી, પણ પેલા ચારપગા પ્રિન્સે બે-પગા હાઇનેસની કંપની અધવચાળે જ આટોપાવી લીધી એના વસવસા સાથે ઊભાં-ઊભાં બાકીનો બિયર ગટગટાવી જઈ, અડધી પિવાયેલી ચિરૂટ હોઠ વચ્ચે દાબી દારેસલામ પૉર્ટના એ પોલીસ ઉપરીએ વિદાય લેવા માટે સલામ ભરી : 'આપ બોલાવશો તો કાલે ફરી આપની કંપનીનો લાભ લઈશ !'

'જરૂર.' તેને વિદાય આપવા દરવાજા સુધી ગયેલા હાઇનેસે ઉદારતા દર્શાવી : 'કાલે બિયર પછી લંચ પણ સાથે જ લઈશું.' કહી હાઇનેસે હવાના ચિરૂટનું બાકી બચેલું પૅકેટ પણ તેના હાથમાં પકડાવી દીધું.

'કાલે ફરી મળીએ ત્યાં સુધી આ પૂરી કરી નાખજો, મિસ્ટર સુલતાન !'

પેલો બે-ચાર ચિરૂટની ભેટથી ગદ્‌ગદ થઈ જતો બોલી ગયો : 'થૅન્ક્સ ! આપના જેવા મહેમાન અવારનવાર આવતા રહે તો અમારા જેવાનો ઉદ્ધાર થઈ જાય, યોર હાઇનેસ !'

આમ કહેતા એણે લળીલળીને વિદાય લીધી અને હાઇનેસે તેની પીઠ પર જોરથી દરવાજો

બંધ વાસી દીધો : સાલા સ્ટુપિડ ! મફતનો માલ ખાઈખાઈને તારી હોજરી સડી જશે ત્યારે છતા ભોજને ભૂખ્યા ટળવળવાનો વખત આવશે !

આમ કહી એ બાલ્કની તરફ પાછા ફરતા હતા ત્યાં ઇન્ટરકૉમનું બઝર રણક્યું. હેલ્લાના જવાબમાં સામેથી અબ્દુલ કાદીરે ખબર આપ્યા :

'પોસ્ટમૉર્ટમમાં મળેલો માલ ઝડપથી સગેવગે થઈ ગયો. હવે કોઈ જોખમ નથી. ગણતરીમાં માત્ર એક પૅકેટ ઓછું નીકળ્યું.'

'ઓછું નીકળ્યું !' હાઇનેસના પ્રતિભાવમાં શંકા ઊછળી આવી. પોતે બરાબર ગણીને ગુલનારને હાથે પૅકેટ્સ મોકલ્યાં હતાં અને પેલા ચીનાએ બાઈની લાશના પેટમાં પૅકેટ્સ ગોઠવ્યાં ત્યારે ગુલનાર છેવટ સુધી તેના માથે ઊભી હતી. તો પછી એક પૅકેટ ઘટ્યું કેમ ? કોણે લીધું હશે, પેલા ચીનાએ કે ગુલનારે ? વીસ હજાર ડૉલર્સ કોઈને પણ બેવફા બનાવવા લલચાવી શકે...

'આપ મૂંગા કેમ થઈ ગયા, હાઇનેસ ?'

ત્યારે ભાન થયું કે સામા છેડે અબ્દુલ જવાબની રાહ જોતો હતો.

'હિસાબ કરતી વખતે એક પૅકેટનું જોઈ લેશું.'

'એ માટે સાંજે આવું છું.' અબ્દુલ કહેતો હતો ત્યારે કૂતરાનો જોરજોરથી ભસવાનો અવાજ હાઇનેસના બીજા કાને અફળાઈ રહ્યો હતો.

'અબ્દુલમિયાં, બધું પતી ગયા પછી પણ આ બદમાશને અહીં શું કામ રાખ્યો છે ?'

'કોને ?'

'પેલા કુત્તાને... એ સાલો કાંઈ ગરબડ ન કરી બેસે... એને ત્યાંથી હટાવી દો !'

'ઓકે, હું બંદોબસ્ત કરું છું.' કહી સામેથી ફોન મુકાઈ ગયો એટલે હાઇનેસ બાલ્કનીમાં ધસી ગયા. જઈને જોયું તો પૉર્ટના બીજા છેડે આવેલા ખાલી મેદાનમાં લાકડાંની ચિતા ગોઠવાઈ ગઈ હતી અને પેલી સ્ટ્રેચર પણ ત્યાં પહોંચી ગઈ હતી. ચિતાથી થોડે દૂર અર્ધ-વર્તુળાકારે પોણોસો-એંસી જેટલાં પ્રવાસીઓ નીરજાદેવીના અંતિમસંસ્કાર નિહાળવાની ઉત્કંઠાથી ઊભાં હતાં. લેડી ગેટી સાવ નજીક હોવા છતાં આંખે દૂરબીન માંડીને ટટ્ટાર થઈ ગયાં હતાં જ્યારે પેલી કેથેરિન એમના વતી વિડિયો ઉતારવા માટે થનગનતી દેખાતી હતી. લેડી સ્મિથસન ક્યાંય દેખાતાં નહોતાં.

યોગી કૃષ્ણમૂર્તિએ ઓમકાર તેમ જ બીજા બે-ચાર જણાની મદદથી નીરજાદેવીના મૃતદેહને ઊંચકી ચિતા પર ગોઠવવાની શરૂઆત કરી એટલે હાઇનેસે પણ આંખે દૂરબીન લગાવી દીધું. બરાબર એ જ વખતે પેલા કૂતરાએ ફરી જોરજોરથી ભસવાનું શરૂ કરી દીધું. એક હિન્દુ ઓરતની લાશને બળતી જોવા માટે ઉશ્કેરાયેલા કૂતરાએ હાઇનેસને અચંબામાં નાખી દીધા : એ મડદાને આવા ઝનૂનથી શું કામ ભસે છે ? એના પર ધસી જવા માટે આવો મરણિયો કેમ થયો હશે ?

એ જ વખતે તેમના મગજમાં બત્તી થઈ. પેલા અબ્દુલ મિયાંએ થોડી વાર પહેલાં ફોન પર કહેલા શબ્દો મનમાં પડઘાવા લાગ્યા : હાઇનેસ, એક પૅકેટ ઓછું નીકળ્યું !

ઓત્તારીની ! આ બાઈના પેટમાં તો એક પૅકેટ નહીં રહી ગયું હોય ને ? ઠાંસીઠાંસીને માલ ભરવો પડ્યો એવું ગુલનારે કહેલું. તેમાં કદાચ એકાદ પૅકેટ છેક ખૂણાંમા ઊંડે ઊતરી ગયું હશે અને ફરી પોસ્ટમૉર્ટમ કરનારના હાથ ત્યાં સુધી પહોંચ્યા નહીં હોય.

પરંતુ મડદાના પેટમાં રહી ગયેલા એક પૅકેટની ગંધ છેક પેલા કૂતરાના નાકે પહોંચી જ કઈ રીતે ? કદાચ આ કૂતરો વિશેષ કુદરતી બક્ષિસ ધરાવતો હશે !

એટલી વારમાં ચિતા પર નીરજાદેવીની જડ કાયા ગોઠવાઈ ગઈ અને મંત્રોચ્ચાર સાથે સવાચાર વરસના આત્માના હાથે તેને અગ્નિદાહ અપાયો. આવું દશ્ય પહેલી વાર જોનારાં સૌના શ્વાસ અધ્ધર થઈ ગયા. શરૂઆતમાં ધુમાડા નીકળ્યા. પછી સમુદ્રના પવને ચિતાને ઝડપભેર પ્રજ્વલિત કરી દીધી. મૃતદેહનાં અંગોને લાકડામાં ભડભડ બળતાં જોઈને *ઓહ-આહ, ટેરિબલ-હૉરિબલ* જેવા ઉદ્‌ગાર નીકળવા લાગ્યા. કૅમેરા ચાલુ થઈ ગયા. પોતાનાં પરિચિત નીરજાદેવીના દેહને ભડકે બળતો જોઈ તાનિયા ભીતરથી કાંપવા લાગી છતાં ઉપરથી મક્કમ રહેવાનો દેખાવ ચાલુ રાખ્યો. એકમાત્ર આત્મા માનવીને વિદાય આપવાની જગતની આ રીતને કોઈ ફિલસૂફની જેમ નિર્લેપભાવે નિહાળતો હતો. ત્યાં...

તીણી ચીસો અને કાન ફાડી નાખતા ચિત્કારોથી વાતાવરણ ખળભળી ઊઠ્યું. નીરજાદેવીના મૃતદેહને ચિતામાં બેઠો થતો જોઈને આઘાતના માર્યાં કેટલાંક દિગ્મૂઢ બની ગયાં. કેટલાંક નાસભાગ કરવા મંડ્યા. લેડી ગેટી તો ચિતા તરફથી મુખ ફેરવી લઈ બાજુમાં ઊભેલી કેથેરિનને વળગી પડ્યાં.

અધૂરામાં પૂરું અત્યાર સુધી સતત ભસ્યા કરતા કૂતરા પ્રિન્સને પકડી રાખનાર ટ્રેનર આ બિહામણું દશ્ય જોઈને એવો તો છળી પડ્યો કે તેના હાથમાંથી કૂતરાનો પટ્ટો છૂટી ગયો... અને આ તકની રાહ જોતો હોય તેમ ડૉબરમૅન પ્રિન્સ ઝનૂની તરાપ મારતો સળગતી ચિતા પર ઊછળીને બરાબર નીરજાદેવીના બેઠા થઈ ગયેલા મૃતદેહની છાતી પર પટકાયો. ચિતા પરથી સળગતાં લાકડાં નીચે ગબડવા લાગ્યાં. પડતાંવેંત જ આગમાં દાઝી જવાની પીડા સાથે કૂતરાએ કાળી ચીસ નાખી. જીવ બચાવવા માટે એ ફરી છલાંગ મારીને નીચે તો આવ્યો, પણ તેની નાદાન હરકતથી ગિન્નાયેલા પોલીસ ઉપરી સુલતાને કમરપટ્ટામાંથી રીવૉલ્વર કાઢી કણસતા પડેલા પ્રિન્સના અર્ધાં બળેલા શરીરમાં બે ગોળીઓ ધરબી દીધી.

બધું જ અણધાર્યું બનતું જોઈને આસપાસ ઊભેલાં સૌએ દોડધામ મચાવી દીધી હતી. ઓમકાર એક હાથે આત્માને અને બીજા હાથે તાનિયાને ત્યાંથી ખેંચી ગયો.

ચિતા પર આડા થઈ ગયેલા શબને એકલા કૃષ્ણમૂર્તિએ બાંબુના હડસેલા મારીને ફરી ઠીકઠીક કર્યું ત્યારે એક ખૂણામાં રેતી પર ઢગલો થઈને પડેલી સ્ત્રી પર એમની નજર ગઈ. નજીક જઈ ઊંધી પડેલી સ્ત્રીને ચત્તી કરીને જોયું તો કેબ્રે ડાન્સર ગુલનાર હતી. મૂર્ચ્છામાં ઊંડી ઊતરી ગયેલી ગુલનારનું માથું પોતાના ખોળામાં લઈ કોઈની પાસે પાણી મગાવી તેના મોઢા પર છાંટવા લાગ્યા.

ત્રીજી છાલકે તો ગુલનાર સળવળવા લાગી. માથા પર ફરતા કૃષ્ણમૂર્તિના હાથે તેની બેહોશી સત્વરે ખંખેરી નાખી હોય તેમ આંખો ઉઘાડી ઊંચે જોયું. પોતે કૃષ્ણમૂર્તિના ખોળામાં સૂતી છે એનું ભાન થતાં થોડી ક્ષણો લાગી, પણ એ વિચિત્ર અવસ્થાનો ખ્યાલ આવતાં જ એ સફાળી બેઠી થઈ ગઈ : 'વૉટ હેપન્ડ ? મને શું થઈ ગયું ?' એમ બબડતી એ ચકળવકળ કીકીએ જોવા લાગી ત્યાં એની દૃષ્ટિ ચિતા પર પડી.

ભડભડ બળતી અગનજ્વાળા જોઈને એ સફાળી ઊભી થઈ ગઈ. કોણ જાણે શું સૂઝ્યું કે ચિતા તરફ ધસવા લાગી. કૃષ્ણમૂર્તિને દહેશત જાગી કે એ પણ પેલા કૂતરાની જેમ ચિતામાં ઝંપલાવી દેશે... એ તેને પકડી રાખવા માટે પાછળ દોડી ગયા.

પરંતુ ગુલનાર સળગતી ચિતાની જાળ લાગતાં જ નજીક જઈને અટકી પડી. બંને હાથ જોડીને જમીન પર ગોઠણભેર બેસી જઈને એ જોરજોરથી બરાડવા લાગી :

'ફરગિવ મી ! ફરગિવ મી !' એ રડતી-કકળતી માફી માટે અરજ ગુજારતી રહી : 'મને માફ કરી દો ! હું તમારી ગુનેગાર છું... તમે પ્રેત થઈને મારો પીછો નહીં કરતાં, નીરજાદેવી !'

કહીને એ જમીન પર માથાં પછાડવા લાગી. એટલી વારમાં ત્યાં ધસી આવેલા હાઇનેસે તેને પાછળથી પકડી લીધી : 'ગુલ, આ શું કરે છે ?' પેલીએ ગરદન મરડીને પાછળ જોયું. હાઇનેસની પહોળી થયેલી આંખોમાં આળોટતી કરડાકી જોતાં જ એ થરથર કાંપવા લાગી.

'શેની માફી માગે છે તું ?' કહી તેના જડબા પર તમાચો ઝીંકી દીધો, એટલે પેલી તેમના ખભા પર માથું રાખી ધ્રુસકે-ધ્રુસકે રડવા લાગી.

'આઘાતથી બિચારીનું ચિત્ત ભમી ગયું.'

કૃષ્ણમૂર્તિ તરફ જોઈ સૌ સાંભળે એમ બોલતાં હાઇનેસ ગુલનારને પોતાના ખભાના ટેકે શિપ તરફ દોરી ગયા અને યોગી કૃષ્ણમૂર્તિ અર્ધા કલાકમાં બની ગયેલી ઘટનાનું અર્થઘટન કરવાના વિચારે ચડી ગયા.

□

45

શરીરે ઊંચા અને દેખાવે શ્યામ વર્ણના અબ્દુલ કાદીરે હાઇનેસના સ્વીટમાં દાખલ થતાં *સલામ આલેકુમ* કહ્યું તેના જવાબમાં હિઝ હાઇનેસના હોઠ પર *વાલેકુમ સલામ* આવી ગયું, પણ સજાગ બની જઈ 'ગૂડ ઇવનિંગ' કહીને હાથ મિલાવતાં હસી પડ્યા.

અબ્દુલ કાદીર ઇસ્ટ આફ્રિકાનો જાણીતો સોદાગર ગણાતો હતો, પણ મોટું કામ તો સ્મગલિંગનું કરતો. ગરીબ આફ્રિકી દેશોના નપાવટ રાજકર્તાઓ અબ્દુલને સાચવતા અને બદલામાં અબ્દુલ કાદીર સ્મગલિંગની જાતજાતની તરકીબો દેખાડી તેમને જબ્બર કમાણી કરાવી આપતો. આફ્રિકાના જંગલમાં હાથી કે ગેંડાના શિકારની મનાઈ હોવા છતાં હાથીદાંત કે ગેંડાનાં શિંગ ખાતર ગેરકાયદે ચાલતી કતલ તરફ શાસકો આંખ આડા કાન કરે અને દાંત કે શિંગની નિકાસ થાય તેની કમાણીમાંથી અમુક ટકા અબ્દુલ મારફત પ્રમુખ કે પ્રધાનને પહોંચતા થઈ જાય. એવી જ જોગવાઈ કેફી દ્રવ્યો અને વિદેશી ચલણની હેરાફેરીમાં થતી રહેતી. ઝાંઝીબાર અને ટાન્ગાનિકા જોડાઈ જતાં ટાન્ઝાનિયાનું નિર્માણ થયા પછી અબ્દુલની વગ દારેસલામમાં વધી ગઈ હતી.

'લ્યો આ તમારી અમાનત.'

કહેતા અબ્દુલે બ્રેકફાસ્ટ ટેબલ પર કાળા રંગની વજનદાર બ્રીફકેસ મૂકી : 'પૂરા પોણાપાંચ લાખ ડૉલર્સ છે.'

'પોણાપાંચ જ !' બંધ બ્રીફકેસ પર હાથ પસવારતાં પચીસ હજાર ઓછા કેમ એવા ભાવથી હાઇનેસ બોલ્યા : 'આપણે પૂરા પાંચની વાત થઈ હતી. મારી કાંઈ ગેરસમજ તો નથી થતી ને ?'

'નહીં, યોર હાઇનેસ, પેલી બાઈની લાશના પેટમાંથી એક પૅકેટ ઓછું નીકળ્યું એની મેં આપને જાણ કરેલી. એ ઘટનામાં તમારા પક્ષે કાંઈક ગરબડ હોવી જોઈએ.'

એક પૅકટ ઓછું નીકળ્યું તો એના વીસ હજાર ડૉલરની ઘટ આવે તેને બદલે તું પચીસ હજાર ઓછા કેમ લઈ આવ્યો ? પૅકેટ વેચાયું હોત તો પાંચ હજાર તારા સાચા, પણ ગુમ થયેલા માલ ઉપર પણ તેં કમિશન લગાડ્યું ?

આવી પૃચ્છા હાઇનેસના હોઠ સુધી આવીને પાછી વળી ગઈ. આટલા મોટા સોદામાં પાંચ હજાર માટે પીંજણ કરવામાં ડહાપણ નહોતું. *આ અબ્દુલ પાસેથી હજુ વધારે મહત્ત્વનું કામ કઢાવવાનું તો બાકી છે... આ તો સારું થયું કે હેરોઇનની હેરાફેરીમાં પેલો ઝુલ્ફી ઉર્ફે નાસિર બાકાત થઈ ગયો, નહીંતર એ તો પૂરા પાંચ લાખ ડૉલર પચાવી જવા માગતો હતો... તેને બદલે પાંચ હજારમાં પતી ગયું એમ માનવું.*

'શું પીશો ? બિયર, રમ, વ્હિસ્કી કે...'

'સરસ મજાની કડક ચા !' અબ્દુલે તેની ઇસ્લામી દાઢી પર હાથ પસવારતાં ગૌરવભેર કહ્યું :

'જુમ્માને રોજ શરાબની તોબાહ રાખી છે મેં.'

આમ તો કુરાનના ફરમાન મુજબ સાચા મુસલમાન માટે શરાબની બંધી છે. પરંતુ આ અબ્દુલ જુમ્માના દિવસે શરાબની તોબાહ રાખી છે એવું કહીને મને તો મહેણું નહીં સંભળાવતો હોય ને ?

'અબ્દુલ મિયાં, મારી હાલત તો તમે જાણો છો.' ઇન્ટરકૉમમાં બે કડક ચાનો ઑર્ડર આપીને તેમણે આગળ ચલાવ્યું : 'ઇસ્લામ માટે જાન કુરબાન કરવા તૈયાર થયેલ મારે તો હિન્દુ કાફિર બનીને પેશ આવવું પડે છે એ પણ કેવી કરુણતા ! તમે *સલામ આલેકુમ* કહ્યું છતાં મારે *ગૂડ ઇવનિંગ* કહેવું પડ્યું. વાણી અને વર્તનને હિન્દુ સભ્યતાનો અંચળો ઓઢાડીને આખી હિન્દુ કોમને મૂરખ ઠરાવવાનું મેં બીડું ઝડપ્યું છે.'

'અને તેમાં સાથ આપવાનું અમે બીડું ઝડપ્યું છે એમ કહી શકાય ને ?' અબ્દુલે યશમાં ભાગીદારી નોંધાવતાં કહ્યું : 'આજની રાત કયામતની રાત છે. એ પાર પડી જાય એટલે અડધી લડાઈ જીતી લીધી એમ સમજો ને.'

અબ્દુલની વાતમાં તથ્ય તો હતું જ. જે કાંઈ આજે રાતે બનવાનું તેના પર ઑપરેશન પાર પાડવાનો મદાર હતો. રાત્રે ઍટમબૉમ્બ શિપના તળિયે લગાડી રાખેલા સ્ટૅન્ડમાં ફિટ થઈ જવાનો હતો, જેના પર મુંબઈના અસ્તિત્વનો અને કાશ્મીરના ભાવિનો આધાર રહેવાનો છે : કાં તો મુંબઈનો સર્વનાશ અથવા તો કાશ્મીરનું સ્વતંત્ર રાજ્ય !

'અબ્દુલ, આપણો પ્લાન ફરી એક વાર વિગતે વિચારી જોઈએ તો ?'

'બિલકુલ !' કહી સફારી પૅન્ટના ખિસ્સામાંથી એક કાગળ કાઢી ગડી ખોલીને તેને ટેબલ પર પાથર્યો. પાતળા કાગળ પર પૉર્ટનો નકશો અને તેના બારામાં ઊભેલી *ઓશનકિંગ-વન* જહાજની રેખા દોરી હતી.

'આજે જુમ્માની રાત છે. ટાન્ઝાનિયાના પ્રેસિડેન્ટે શિપનાં પૅસેન્જર્સને પૅલેસમાં ડિનર પર નિમંત્ર્યાં છે. મોટા ભાગનાં ઉતારુઓ મધરાત સુધી તેમાં મશગૂલ હશે.'

'જેમાં હું પણ ખરો.'

'આપ તો પ્રેસિડેન્ટના વી. આઇ. પી. મહેમાન બનીને ત્યાં પધાર્યા હશો.' અબ્દુલ મલકતો બોલી ગયો : 'બેસ્ટ વેજ અને નૉનવેજ ફૂડ, આફ્રિકી સંગીત અને માદક સુંદરીઓનાં ઉન્માદક નૃત્ય... શિપનાં ઉતારુઓ આફરીન પોકારી જાય એવો જલસો જામવાનો છે.'

આ જલસામાં પ્રેસિડેન્ટ અને શિપના મૅનેજમેન્ટે પરસ્પરના લાભાર્થે હાથ મિલાવ્યા હતા. *ક્વીન એલિઝાબેથ-ટુ* કેનિયાના મોમ્બાસા બંદરે મુકામ કરતી હોય છે. ટાન્ઝાનિયાના રાષ્ટ્રપતિએ કુનાર્ડ કંપનીને ઘણીબધી વિનવણી કરી જોઈ કે તમારી *ક્યુ-ઇ-ટ*નો લાભ અમારા દારેસલામ બંદરને પણ મળતો રહે એ રીતે તમારો રૂટ ગોઠવો, પણ કુનાર્ડ કંપનીએ વિનંતી કાને ધરી નહીં. એથી છંછેડાયેલા પ્રેસિડેન્ટને જ્યારે ખબર પડી કે *ક્યુ-ઇ-ટુ*ની સ્પર્ધામાં *ઓકે-વન* ઝુકાવે છે એટલે બે વરસ અગાઉથી વાટાઘાટ ચાલુ કરી દીધી. તમે બે રાત દારેસલામ બંદરે મુકામ કરો તેના બદલામાં અમારું ટૂરિઝમખાતું તમારા ઉતારુઓની મહેમાનગતિ પાછળ સારો એવો ખર્ચ કરવા તૈયાર છે.

'અમારા પ્રેસિડેન્ટ તો બેહદ ખુશ છે. મહેલના પટાંગણને રંગબેરંગી રોશનીથી સજાવ્યું છે. શોભામાં અભિવૃદ્ધિ કરવા આફ્રિકાના પ્રતીક સમાં સિંહ, હાથી, જિરાફ વગેરે પ્રાણીઓને પણ જુદીજુદી જગ્યાએ બાંધી રાખ્યાં છે. સુંદરીઓને કહી રાખ્યું છે કે મહેમાનોનાં દિલ બહેલાવવામાં કોઈ કસર ન રહેવી જોઈએ. કોઈ ઉતારુ ઉશ્કેરાટ અનુભવીને શરીરને અડપલું કરી લે તો એને એવી જ અદા દેખાડીને લટ્ટુ બનાવી દેવો.'

'પરંતુ આવો જલસો જામ્યો હશે ત્યારે હું ત્યાં હાજર હોવા છતાં મારો જીવ તો અહીં જ ચોંટ્યો હશે. ડુક્કર (બૉમ્બ) પકડીને પાંજરે પુરાઈ ન જાય ત્યાં સુધી ચેન કેમ પડે, અબ્દુલ ?'

એ જ વખતે દરવાજા પર ટકોરા પડ્યા. અબ્દુલે ઊભા થઈને દરવાજો ઉઘાડ્યો અને ચા આપવા આવેલા વેઇટરના હાથમાંથી ટ્રે ઊંચકી લઈ પેલાને દરવાજેથી જ વળાવી દીધો.

'આપણું ડુક્કર અહીંથી માત્ર બે માઇલ દૂર દરિયાના પેટાળમાં તરતી મિની સબમરીનમાં એક કૉફિનમાં સૂતેલું છે.'

'કૉફિનમાં ?'

'હા, હાઇનેસ, અમને કૉફિનમાં ડીલિવરી આપી એટલે એને કૉફિનમાં જ શિપના તળિયા પાસે સબમરીનમાં જ લાવવાનું વિચાર્યું છે... આમ છતાં સબમરીનને કાંઠાનું પાણી ઓછું પડે તો તેમાંથી કૉફિન કાઢી લઈને કામ પતાવવાનો વિકલ્પ રાખ્યો છે.'

તેણે કીટલીમાંથી કપમાં ચા રેડવા માંડી.

'એ કામમાં કેટલા માણસો હશે ?' હાઇનેસે પોતાનો કપ ઊંચકીને પૂછ્યું :

'આમ તો પાંચને રોક્યા છે, પણ કૉફિન ખૂલ્યા પછી અંદરથી ડુક્કર (બૉમ્બ) નીકળશે એ જાણનારા તો માત્ર બે જ જણા હશે.'

'એમના પર કોણ નજર રાખશે ?'

'એ કામ મારું.' અબ્દુલે ચા ઠંડી થયા પછી કપ મોઢે માંડતાં કહ્યું : 'હું સાડા-અગિયાર સુધી આ જગ્યાએ હોઈશ.'

ટેબલ પર પાથરેલા કાગળમાં પૉર્ટની ઇમારત સામે બેઠા ઘાટનું મકાન દેખાડતાં એણે સમજાવ્યું :

'અહીં ખલાસી ક્લબ ચાલે છે. જહાજ લાંગરે ત્યારે ખલાસીઓને મનોરંજન માટે પબ અને બાર ઉપરાંત એક ડાન્સ ફ્લૉરની પણ સગવડ રાખી છે. શિપના બે ડઝન જેટલા ઑફિસરો

રાત્રે ત્યાં નાચ-ગાનમાં ગુલતાન રહેવાના. તેમને માટે શહેરની ચારેક કેબ્રે ડાન્સરને બોલાવી છે. બે આફ્રિકી અને બે ઇન્ડોનેશિયાની બેલી ડાન્સર. સાલાઓ ભલે મોંમાંથી લાળ પાડતા એમની અર્ધનગ્ન કાયાને નાચતી જોયા કરે.'

અબ્દુલની આ એરેજમેન્ટ પણ હાઇનેસને બંધબેસતી લાગી.

'તેમ છતાં શિપના અપર ડેક પરથી આજુબાજુ સર્ચલાઇટ ફેંકીને ચોકી કરનારા બે ઑફિસરોને અંધારામાં રાખીને કામ પતાવવાનું છે આપણે.'

'એ જવાબદારી તો આપે ડાન્સર ગુલનારને સોંપી છે ને !' અબ્દુલે ચાનો કપ ખાલી કરી હોઠ પર જીભ ફેરવી લઈને કહ્યું : 'સફર દરમિયાન દરેક નેવી ઑફિસર ઓરતનો ભૂખ્યો થઈ જાય છે. એ બિચારા બંનેને સામે ક્લબમાં મોજ માણનારા ઑફિસરોની અદેખાઈ થતી હશે. તેમાં ગુલનારની કંપની મળી જાય એટલે ભૂખ્યાને ભાવતાં ભોજન મળતાં અકરાંતિયા થઈ જાય એવું બનશે. ભાન ભૂલીને સર્ચલાઇટ ફેરવ્યા કરશે, પણ પછવાડેથી તળિયામાં શું ચાલી રહ્યું છે એ જોવાના હોશ ગુલનારના સહવાસમાં ક્યાંથી રહેવાના ?'

પરંતુ ત્યારે ગુલનાર હોશમાં હશે ખરી ? હાઇનેસના મનમાં એ સવાલ અફળાયો. સવારે યોગી કૃષ્ણમૂર્તિની શિષ્યાની ચિતા સળગતી હતી તેમાં મડદું અચાનક બેઠું થઈ ગયું એ ઘટનાએ ગુલનારના ચિત્તને ચોટ પહોંચાડી હતી. મૃતદેહનું પેટ ચિરાવીને તેમાં હેરોઇનનાં પૅકેટ્સ મુકાવવામાં પોતે પાપ કરી બેઠી હોય એવા અપરાધભાવે તેના મગજને ભમાવી દીધું હતું. સળગતી ચિતા સામે માથાં પછાડીને માફી માગતી જોઈને પોતે તેને લઈ આવ્યા, ડૉક્ટર પાસે ઇન્જેક્શન અપાવીને તેને ઉંઘાડી દીધી અને ગુલઝારને તેનું ધ્યાન રાખવાનું સોંપ્યું તો ખરું, પણ ગુલનાર રાત સુધીમાં સોંપેલું કામ કરવા જેટલી સ્વસ્થ થઈ ચૂકી હશે કે ?

'શું વિચારમાં પડી ગયા, યોર હાઇનેસ ?'

સાંભળીને એમણે નકારમાં માથું ખંખેર્યું :

'ખાસ તો કાંઈ નહીં, પણ જે બે માણસ ડુક્કરને પાંજરે પૂરવાના છે એનાં મોં બંધ કરવાનું શું ?'

'એ કામ મારે જ કરવું પડશે.' અબ્દુલે શ્વાસ ઘૂંટી લેતાં કહ્યું : 'સવાબાર સુધીમાં કામ પતાવીને બંને પાણીની સપાટી હેઠળ તરતા-તરતા એક માઇલ દૂર બોટ સુધી પહોંચી જશે. હું બીજા રસ્તે જઈને એમને ત્યાં મળીશ. કામ કરી આપવાનું ધરખમ મહેનતાણું તો એ બંનેના ઘરે પહોંચી ગયું હશે, પણ કામ પતાવીને એ બંને પોતપોતાને ઘેર પહોંચવા પામશે નહીં.'

'એમનો અંજામ કઈ રીતે વિચાર્યો છે, અબ્દુલ ?'

'રીત બહુ સીધી અને લાજવાબ છે.' બીજા માણસોને મારી નાખવાની રીત માટે *લાજવાબ* શબ્દનો ઉપયોગ કરવામાં પોરસાતો હોય તેમ અબ્દુલની આંખો ચમકી ઊઠી :

'એ બંને ચરસી છે. બોટમાં એમને માટે ચરસની મોજ માણવાની જોગવાઈ કરી રાખી છે. મોટરબોટ હું પોતે હંકારવાનો છું. અને એ બંને કામ પાર પાડવાની ઉજવણીમાં વધુ પડતો નશો કરીને હોશ ગુમાવી દે ત્યાં સુધી સમુદ્રની સહેલ કરાવીશ... ત્યાર પછી એ બંનેની કમરે સાંકળ બાંધી દઈને બોટમાંથી દરિયામાં પધરાવી દેવાના રહેશે. મણ-મણના પથ્થર બંને નશાખોરોને

દરિયાના તળિયા સુધી ઉતારી દેશે, પછી બાકીનું કામ પતાવવાનું માછલાં પર છોડી દેવાનું... બોલો, બરાબર છે ને ?'

'હન્ડ્રેડ પર્સેન્ટ બરાબર !' હાઇનેસે પેલી બૅગ ઊંચકીને કબાટમાં મૂકવા માંડી ત્યાં એમની પીઠ પર અબ્દુલનો અવાજ અફળાયો.

'માત્ર એક વાત બરાબર નથી, યોર હાઇનેસ ?'

'કઈ ?'

પીઠ ફેરવ્યા વિના જ હાઇનેસે પૂછ્યું ત્યાં સાંભળવા મળ્યું : 'ઝુલ્ફીએ પાંચ લાખમાં તેનો ભાગ માગ્યો છે !'

અને ઝાટકા સાથે હાઇનેસે પીઠ ફેરવી. તેમના મુખ પર કરડાકી પ્રસરતી દેખાઈ એટલે અબ્દુલે આગળ કહ્યું :

'ઝુલ્ફી કહેતો જ હતો કે આ માગણી સાંભળીને કમાલ હસન ધૂંઆપૂંઆ થઈ જવાનો.'

'તો શું એ બ્લૅકમેઇલ કરે અને હું હસી પડું, એમ ?' ફરી પાછા અબ્દુલની સામે ખુરસી પર ગોઠવાઈ જઈ હાઇનેસે નસકોરાં ફુલાવતાં પૂછ્યું :

'એ ઝુલ્ફીનો બચ્ચો શેનો ભાગ માગે છે ?'

'દસ લાખ ડૉલર્સનો માલ લઈ આવવા માટે જાનની બાજી લગાવી એના વળતરરૂપે માગે છે, યોર હાઇનેસ !'

'ઓહ !' હાઇનેસના દાંત ભીંસાયા : 'વતનને ખાતર જાન કુરબાન કરવાની વાત કરનારો હવે કિંમત માગવા મંડ્યો ? અને હું એને તાસક પર અઢી લાખ ડૉલર્સનું નજરાણું મોકલી આપીશ એવું એણે માની લીધું ?'

'નહીં મોકલો તો...' બોલતો અબ્દુલ થોભી ગયો. વાક્ય અધ્યાહાર રાખીને એ હાઇનેસને તાકવા લાગ્યો. સામો માણસ અધૂરામાં પૂરેપૂરું સમજી જશે એમ તેણે માન્યું હતું, પણ હાઇનેસ તેની પાસે જ બોલાવવા માગતા હોય તેમ ધારદાર નજરે એને જોતા રહ્યા એટલે અબ્દુલે બકી નાખવું પડ્યું :

'ઝુલ્ફીએ વૉર્નિંગ આપી છે : મધરાત સુધીમાં રકમ પહોંચતી નહીં થાય તો એ જહાજના તળિયે પાંજરામાં પૂરેલા ડુક્કરની જાણ કરી દેશે.'

'કોને ?' સાંભળીને હાઇનેસ સફાળા ઊભા થઈ ગયા. આવી ગદ્દારી કરનાર ઝુલ્ફી સામે હોત તો એને વીંધી નાખે એવો ક્રોધ તેમના શરીરમાં પ્રસરી ગયો હતો :

'એ ગદ્દારનો બચ્ચો કોને જાણ કરી દેવાનું કહેતો હતો ?'

'શિપના કૅપ્ટનને.'

'ઓહ !' ઝુલ્ફીને જીવતો જવા દીધો એની ખીજ પોતાની જાત પર ઉતારતાં હાઇનેસે હથેળીથી કપાળ કૂટ્યું. પરંતુ બ્લૅકમેઇલ સામે ઝૂકી પડવા એ તૈયાર નહોતા :

'એ શિપના કૅપ્ટનને જાણ કરશે તો બીજી જ ઘડીએ કૅપ્ટન તેને ગિરફ્તાર કરાવી દેશે એનું ઝુલ્ફીના બચ્ચાને ભાન નથી ?'

'ભાન છે, યોર હાઇનેસ !' અબ્દુલ ટાઢા કોઠે કહી રહ્યો હતો : 'એ કહે છે હું પ્લેન

પકડીને કોઈ સલામત જગ્યાએ પહોંચી જઈશ ત્યાર પછી જ કૅપ્ટનને ઓપરેશન કાલભૈરવની બાતમી ફૂંકી મારીશ...'

સાંભળીને હાઇનેસના હોઠ સિવાઈ ગયા. પોતે ઝુલ્ફી ઉર્ફે નાસિરના સકંજામાં બરાબરના ફસાયા હોવાનો અહેસાસ થયો. હવે સામે બેઠેલા અબ્દુલની નીયત બાબત પણ એમને આશંકા જાગી. *કદાચ એ ઝુલ્ફીની સાથે ભળી ગયો હોય. શિપમાંથી ઝુલ્ફીને સ્પીડબોટમાં નસાડવામાં આ અબ્દુલનો જ હાથ હોય. બંનેએ ભેગા મળીને પૈસા પડાવવાનો ત્રાગડો રચ્યો હોય... તો-તો એની સામે દેખાવ ખાતર પણ નમતું જોખી દેવું રહ્યું.*

પરંતુ આ માટે એમણે થોડો સમય લીધો. સ્વીટના ખંડમાં એમણે લટાર મારવા માંડી. *દગો રમનારા માટે એક જ સજા હોઈ શકે : મોત ! પરંતુ એ માટે દગાની સામે દગો કરવો જ રહ્યો અને તેમાં આ અબ્દુલને બાકાત રાખવો રહ્યો...*

'તારું શું માનવું છે, અબ્દુલ ! ખરેખર ઝુલ્ફી ગદ્દારી કરે ખરો ?'

'એણે ખુદાકસમ બોલીને મારી મારફત સંદેશો કહેવડાવ્યો હતો.'

'તો પછી આપણે શું કરવું જોઈએ ?'

અબ્દુલની દાનત પારખવા માગતા હોય એમ દાણો દાબીને જવાબ માટે તેને હાઇનેસ તાકવા લાગ્યા : 'તને શું લાગે છે ?'

'મને તો બીક લાગે છે કે તમારા બંનેની અડીબાજીમાં મારો ખો નીકળી જશે... માલનો સોદો કરાવવામાં હું વચ્ચે હતો એની જાણ ઝુલ્ફી અહીંના સત્તાવાળાને કરી દે તો મારો ખેલ ખતમ થઈ જાય.'

'ના-ના, એવું તો કોઈપણ ભોગે નહીં થવા દઉં, અબ્દુલ !' માથે હાથ રાખવા માગતા હોય તેમ હાઇનેસે ધરપત આપી : 'અઢી લાખ ડૉલર્સને ખાતર આવા નેક કામમાં સાથ આપનારનો જાન જોખમમાં મુકાય એ બને જ કેમ ?'

'તો પછી એનો ફોન આવે ત્યારે જણાવી દઉં ને કે મધરાત પહેલાં એને હું રકમ પહોંચતી કરી દઉં છું ?'

'એનો ફોન આવવાનો છે ?' હાઇનેસે ઝીણી આંખ કરીને પૂછ્યું : 'ક્યારે ?'

'બે કલાક પછી.' અબ્દુલે ઘડિયાળમાં જોતાં કહ્યું : 'લગભગ સાત વાગ્યે.'

'એને રકમ પહોંચાડવાની ઝંઝટમાં પડવાને બદલે એ જાતે આવીને શું કામ ન લઈ જાય ?'

'તો એ વહેમાશે... આપણે છટકું ગોઠવ્યું છે એવું માની લેશે... એક વાર અવિશ્વાસ જાગ્યા પછી સોદાબાજી કરવા તૈયાર નહીં થાય એ.'

'હં...' હાઇનેસે વિચારમાં પડી જવાનો દેખાવ કરીને છેવટે ફેંસલો જણાવી દીધો :

'એને કહેજે, આપેલા ઠેકાણા પર રકમ પહોંચી જશે, પણ એ મધરાતે નહીં.'

'તો ?'

'એક વાગ્યા પછી... અહીંનું કામ આટોપાઈ જાય કે તરત જ.'

'પરંતુ અહીંનું કામ આટોપાઈ ગયું એની જાણ મારા માણસને કેવી રીતે થશે ?'

'તમારો માણસ નહીં, મારો ગુલઝાર તેને હાથોહાથ રકમ પહોંચાડી દેશે.' હાઇનેસે મક્કમ સ્વરે કહ્યું : 'ઝુલ્ફી સુધી પહોંચતાં ગુલઝારને કેટલો સમય લાગશે ?'

'લગભગ દોઢ કલાક !'

'કેવી રીતે જવું પડશે - બાય રોડ ?'

'ના, બાય બોટ.' કહીને અબ્દુલે ઉમેર્યું : 'મેં બોટની વ્યવસ્થા કરી રાખી છે. ઝુલ્ફીને સમદ્રકાંઠાના એક પ્રાઇવેટ ગેસ્ટહાઉસમાં ઉતાર્યો છે. પૈસા મળતાં જ એ વહેલી સવારની ફ્લાઇટમાં નાસી છૂટવાનો છે.'

'હં....' હાઇનેસના મનમાં પડઘો પડ્યો : *સાલો નાસીને ક્યાં જવાનો - જહન્નમમાં જ કે બીજે ક્યાંય ?*

*

શુક્રવારે જુમ્માની અંધારી રાતના સવાઅગિયાર વાગ્યે દારેસલામના પ્રેસિડેન્ટ પૅલેસના પ્રાંગણમાં ઓશનકિંગ-વનના બારસો જેટલાં ઉતારુઓ ટાન્ઝાનિયાના રાષ્ટ્રપતિની મહેમાનગતિનો લહાવો માણી રહ્યાં હતાં. દેશની નામાંકિત નર્તકીઓ ગીત-સંગીતના સથવારે મહેમાનોનું દિલ બહેલાવી રહી હતી ત્યારે દારેસલામ બંદરની સામે આવેલા ખલાસી ક્લબના બેઠા ઘાટના મકાનમાં પોપ સંગીતના કાન ફાડી નાખતા સ્ટીરિયોફોનિક સાઉન્ડના શોરબકોર વચ્ચે શરાબની સંગતમાં નાચનારીઓના મુજરામાં બે ડઝન જેટલા ખલાસીઓ મહાલતા હતા. બરાબર એ જ વખતે જહાજના પાછલા તૂતક પર સર્ચલાઇટની કૅબિન પાસે નાઇટવૉચની ડ્યુટી બજાવતો ઑફિસર માલ્કમ ગુલનારની સોબતમાં વૉડકા પીતો ટેપરેકૉર્ડર પર વાગતી યુરોપી સંગીતની ધૂન સાંભળવામાં મશગૂલ હતો. દારેસલામની હવામાં મસ્તી લહેરાતી હતી ત્યારે સમુદ્રના પેટાળમાં સરકતી મિનીસબ જઈને અટકી ગઈ હતી. છીછરાં પાણીને કારણે આગળ વધી શકે તેમ નહોતી એટલે કૉફિનને બહાર કાઢી પાણીની સપાટી પર ધીમેધીમે તરાવીને શિપના તળિયા સુધી પહોંચવાનું હતું. બસ, પંદર-વીસ મિનિટના એ અરસામાં કોઈની નજરે ન ચડી જવાય તેનું ધ્યાન રાખવાનું હતું.

'માલ્કમ, માય લવ !' પોતાનાં ગોરાં અંગો નજીક બેઠેલાને દેખાય એવાં પાતળાં અને ઓછાં વસ્ત્રોમાં સ્ત્રીચરિત્ર અજમાવતી ગુલનાર નાઇટવૉચ ઑફિસરના ગાલને પાતળી આંગળીનાં ટેરવાંથી રમાડતી કહી રહી હતી :

'મને અંધારામાં પ્રેમ કરવાનું વધારે ફાવે છે. તારી આ સર્ચલાઇટને ઑફ કરી દે ને ડીયર !'

'બટ, ડાર્લિંગ નૂર !' માલ્કમને ગુલનારને બદલે નૂર બોલવાનું ફાવતું હતું : 'લાઇટ ઑફ કરવાની ઉતાવળ શું છે ? હજુ તો આપણે શરૂઆત કરી રહ્યાં છીએ. વૉડકાનો પહેલો પેગ ચાલી રહ્યો છે.'

બોલતો-બોલતો એ સામેની નેવી ક્લબની બંધ બારીઓના કાચની આરપાર દેખાતી રોશનીને તાકી રહ્યો હતો એ ગુલનારના ધ્યાન બહાર નહોતું.

'હું તારા પડખામાં છું અને તું ત્યાં શું તાકી રહ્યો છે ? ત્યાં જવાનું માંડી વાળી મારી સંગત માટે આ ડ્યુટી સંભાળી લેવા બદલ હવે પસ્તાય છે ને, માલ્કમ ?'

'નહીં રે, ડાર્લિંગ ! ત્યાંની વાત અને તારી વાતમાં ધરતી અને સમુદ્ર જેટલો તફાવત છે.'

'એટલે તું મને ધરતી ગણે છે કે સમુદ્ર ?'

ત્યારે પોતાના ખભે માથું ટેકવીને બેઠેલી ગુલનારના મુખને પોતાની બંને હથેળી વચ્ચે લઈ એણે એક ચુંબન ચોડી દીધું :

'ડાર્લિંગ, નાવિકને દરિયો જ પસંદ હોય છે એ મારે તને કહેવું પડે ખરું ?' તેના અવાજમાં કામુકતા ઊભરાવા લાગી : 'દરેક દરિયાખેડુની એક જ ઇચ્છા હોય છે કે જે સમુદ્રનાં મોજાં પર સહેલ કરીને જુવાનીનાં વર્ષો વિતાવ્યાં એ જ મોજાંની ગહેરાઈમાં ડૂબકી મારીને આ જગતની વિદાય લેવી.'

'મારામાં ડૂબી જવા માટે આટલો બેતાબ છે તો પછી સામે ક્લબહાઉસ તરફ...'

'એટલા માટે તાકી રહ્યો હતો, ડાર્લિંગ ! કે ત્યાં નગ્ન નાચ કરનારીઓ આવવાની છે.' સમુદ્રના ટાઢાબોળ પવન છતાં ગુલને માલ્કમના શરીરમાં ગરમાવો વર્તાવા લાગ્યો. એણે તેને બોલવા દીધો :

'નૂર, હું તો અંદરના દૃશ્યની કલ્પના કરતો હતો. બે-ત્રણ નાચનારીઓ સામે ભૂખ્યા વરુ જેવા નાવિકો નશામાં ચકચૂર થઈને એકબીજા સામે કેવા ઘૂરકતા હશે ? પેલી છોકરીઓ તેમનાં બચકાં અને નહોરથી બચવા માટે કેવી ચપળતા અને ચાલાકી અજમાવતી હશે.... એ તમાશો જોવા જેવો તો ખરો જ ને...'

હવે ગુલનાર પેલાને પોતાના બાહુપાશમાં જકડવા લાગી :

'માય લવ ! એ વરુઓમાંથી એકાદ પણ મારા તરફ આંખ ઊંચી કરીને જુએ તો હું એને એની ગ્રાન્ડમધર યાદ કરાવી દઉં !'

'પણ સ્ટેજ પર તું વસ્ત્રો ઉતારીને કેબ્રે કરતી હો છો ત્યારે તો વરુઓ કે વાનરો બધાં જ આંખોથી તારાં અંગોને અડપલાં કરી જ લે છે.'

'ધૅટ ઇઝ વન-વે અફેર.' ગુલનારે પેલાની મર્દાના છાતીના વાળમાં પોતાનું નાક ઘસતાં કહ્યું : 'સ્ટેજ પરથી નીચે ઊતર્યા પછી આંખ ઊંચી કરીને એ વરુ કે વાનર મારી સામે જુએ તો ખરાં !' કહી એણે પેલાને લગભગ વશ કરી દીધો :

'આ ગુલ તો માત્ર તારા એકલાની જ દોલત છે.... યોર્સ ઓન્લી, માય વન ઍન્ડ ઓન્લી માલ્કમ !'

વૉડકાનો નશો અને ગુલનારના ગોરા બદનની ગરમીએ માલ્કમ તેની વાત સાચી માની લેવા જેટલો વિવશ બની ગયો. વૉડકાનો બીજો નીટ પેગ હોઠે માંડીને એ ગટગટાવી ગયો. ગળા હેઠળથી ગરમાગરમ સીસું ઊતરી ગયું હોય એમ એનું ભીતર ધગવા લાગ્યું. એણે ગુલને પોતાના સશક્ત બાહુમાં સમાવી લીધી.

'માય લવ ! લાઇટ ઑફ કરી દે ! ઉપર આકાશમાં અંધકાર છે, સિતારા આંખમિચૌલી ખેલી રહ્યા છે, નીચે સમુદ્રનાં મોજાં આપણા માટે સૂરીલું સંગીત છેડી રહ્યાં છે તેમાં સર્ચલાઇટનો ભડકો...'

ગુલનારે આથી વધારે બોલવાની જરૂર જ ન પડી. કામાતુર માલ્કમે બેઠાં-બેઠાં જ રીમોટ કન્ટ્રોલની સ્વિચ દબાવી સર્ચલાઇટ ઑફ કરી દઈ રીમોટ બાજુમાં મૂકી દીધું જેને હડસેલીને ગુલે સિફતથી દૂર ખસેડી દીધું.

શિપના ટમટમતા દીવાનો પ્રકાશ જોતી ગુલનાર ખરેખર તો રતિક્રીડામાં ઓતપ્રોત થવાને બદલે કાંડાઘડિયાળમાં રેડિયમ લાઇટવાળા કાંટા જોઈને વિચારતી હતી કે *બિલકુલ સમયસર લાઇટ ઑફ થઈ છે, પેલા બંનેને ડુક્કરના કૉફિન સાથે શિપના તળિયે જવાનો એક્ઝેક્ટ આ ટાઇમ જ છે.*

કામક્રીડામાં મગ્ન બનેલા માલ્કમને પરાકાષ્ઠાએ પહોંચતાં વાર લાગે એવી ટેક્નિક અજમાવતી ગુલનાર પડી-પડી આકાશના તારાને મનોમન કહી રહી હતી : *દરેક સ્ત્રીનું એક જ સપનું હોય છે - ઘર વસાવવું, બાળકો ઉછેરવાં અને એમને મોટાં કરી પરણાવીને ફરી એમનાં બાળકોની નાની-દાદી બની તેમને હાલરડાં સંભળાવવાં, એમને વાર્તાઓ કહેવી અને એમ કરતાં-કરતાં મૃત્યુને વરી જવું. બાકી આ કેબ્રે ડાન્સરના ચેનચાળા કે હરાયા ઢોર જેવા આવા માલ્કમોને પ્રેમના ભ્રમમાં ફસાવીને કામ કઢાવી લેવાની ક્રિયા તો મજબૂરીને વશ થઈને કરવી પડે છે.*

ગુલનારને સવારે ચિતા પર બેઠા થઈ જતા નીરજાદેવીના મડદાની ઘટના યાદ આવી ગઈ. તારા જોતી-જોતી એ દૃશ્યને તાદૃશ કરવા લાગી ત્યારે તેના શરીરમાં કામવૃત્તિની જગ્યા ભયની ધ્રુજારીએ લઈ લીધી. માલ્કમ કહેવા જતો હતો કે 'નૂર તું ક્યાં છો ! આ શું કરી રહી છો ?' પરંતુ એ જ વખતે અંધકારની ઓથમાં વીંટળાયેલાં બંને પર પાછળથી ફ્લડ લાઇટની બૅટરીનો પ્રકાશ ફેંકાયો, સાથે અવાજ સંભળાયો :

'માલ્કમ, તારી સર્ચ(લાઇટ) ઑફ કેમ છે ? આર યૂ ઑલરાઇટ ?'

ફ્રન્ટ ડેકના નાઇટવૉચ ઑફિસર માઇકલના અવાજે બંને ભડકી ગયાં. બૅટરીની રોશનીએ તેમને કઢંગી હાલતમાં ઝડપી લીધાં એના આઘાતથી સફાળાં બેઠાં થઈ ગયાં પણ ગુલનારે હૈયા-ઉકલતથી કામ લેવાનું હતું. શિપના તળિયે ચાલતી કામગીરીમાં દખલ ન થાય એ રીતે મામલો સંભાળી લેવાનો હતો.

માલ્કમને હડસેલો મારી એણે પેલા માઇકલ તરફ દોટ મૂકી. સાથોસાથ ચીસો પાડવા લાગી : 'ભૂત... ભૂત !' કહી સવારે જ્યાં નીરજાદેવીના અગ્નિસંસ્કાર થયા હતા એ દિશામાં આંગળી ચીંધતી પેલા માઇકલને બાથ ભરીને પકડી લીધો.

'બચાવો ! બચાવો !' કહી એ ચીસો પાડતી રહી : 'ભૂતથી બચાવો ! એ મારા તરફ ઊડીને આવી રહ્યું છે !'

માલ્કમ ડઘાઈ ગયો અને ગુલનારના બાહુપાશમાં જકડાઈ ગયેલો માઇકલ પોતે જ 'ભૂત-ભૂત'ની ચીસોથી એવો ભયભીત બની ગયો કે તેના હાથમાંથી ટૉર્ચ ઊછળી પડી.

માલ્કમે સર્ચલાઇટની સ્વિચ ઑન કરી ત્યારે એ બંને ભોંય પર પટકાઈ પડ્યાં હતાં. ગુલનાર હાંફતી હતી, માઇકલ પરસેવાથી રેબઝેબ થઈ ગયો હતો અને શિપના તળિયે અણુબૉમ્બ ગોઠવવાનું કામ ચાલુ હતું.

*

મધરાત વીતી જવા આવી હતી. હાઇનેસે આપેલી બ્રીફકેસ સાથે ગુલઝાર મોટરબોટમાં ચીંધેલા ઠેકાણે પહોંચ્યો ત્યારે કાંઠા પર અબ્દુલ કાદીરનો માણસ હાજર હતો : 'આઇ એમ એ-બી.'

એ-બી એટલે અબ્દુલનો માણસ.

એ સંકેતના જવાબમાં ગુલઝારે કહ્યું : 'ગ્લેટ ટુ મીટ યૂ. આઇ ઍમ એચ-આઇ.'

એચ-આઇ એટલે હાઇનેસના પહેલા બે અક્ષર.

'તમે પાંચેક મિનિટ મોડા છો !'

અબ્દુલના માણસે ડૉલરવાળી બ્રીફકેસ લેવા માટે હાથ લંબાવ્યો : 'સોદાગર સામે ગેસ્ટહાઉસમાં ઊંચાનીચા થઈ રહ્યા છે.'

'તો ચાલો !' પેલાને બ્રીફકેસ સોંપવાને બદલે બોટમાંથી ઊતરી પગ ઉપાડતાં ગુલઝારે કહ્યું : 'હું હાથોહાથ તેમને માલ સોંપી દઉં.'

'નહીં, એ તમને નજીક આવવા દેવા માગતા નથી.' અબ્દુલના માણસે ફરી બ્રીફકેસ માટે હાથ લંબાવ્યો : 'તમારે અહીં જ રહેવાનું છે. સામે ગેસ્ટહાઉસના પહેલા માળના કૉર્નરની રૂમમાં એમનો ઉતારો છે. એ બારીમાં ઊભા-ઊભા આપણને જોઈ રહ્યા છે. તમે અહીં જ રોકાઓ, હું જઈને બ્રીફકેસ પહોંચાડી દઉં તો એમને શંકા નહીં પડે.'

ત્યારે હસીને ગુલઝારે તેને બ્રીફકેસ સોંપી દીધી : 'ગદ્દારોને હંમેશાં દગાની ગંધ આવતી હોય છે. એટલે એ મને નજીક આવવા દેવા નહીં માગતો હોય.'

પરંતુ એ સાંભળવા રોકાયા વિના અબ્દુલનો માણસ રેતીના પટ પર બ્રીફકેસ સાથે દોડવા લાગ્યો. બારીમાંથી તેને આવતો જોઈ રહેલા ઝુલ્ફીની ભીની થયેલી જીભ હોઠ પર ફરવા લાગી. *અઢી લાખ ડૉલર્સ હાથમાં આવી જાય એટલે દારેસલામથી ફ્લાઇટ પકડીને સવાર પહેલાં તો દક્ષિણ આફ્રિકાના જોહાનિસબર્ગમાં પહોંચી ગયો હોઈશ. હું તો મારી જિંદગી બનાવવા માગું છું. 'ઑપરેશન કાલભૈરવ' કો મારો ગોલી.*

રૂમની ડૉરબેલ વાગી. એક હાથમાં ગન રાખી બીજા હાથે ઝુલ્ફીએ બારણું ખોલ્યું. હસીને અબ્દુલના માણસે બ્રીફકેસવાળો હાથ લંબાવ્યો એટલે સામું હસી લઈ તેણે બ્રીફકેસનો કબજો લઈને દરવાજો બંધ કરી દીધો : 'ખુદાહાફિઝ !'

એકાદ મિનિટ પછી જે બનવું જોઈતું હતું એ બની ગયું. કાંઠે ઊભેલા ગુલઝારે ગેસ્ટહાઉસની કૉર્નરવાળી રૂમમાં જબ્બર ધડાકો થતો સાંભળ્યો અને તેના હોઠ પરથી શબ્દો ઊછળી પડ્યા :

'ઝુલ્ફી ! દગો કોઈનો સગો થતો નથી. બ્રીફકેસમાં અઢી લાખ ડૉલર નહીં, બૉમ્બ ગોઠવ્યો હતો. જે રીતે તેં ટેપરેકૉર્ડરમાં મિની બૉમ્બ ગોઠવીને પેલી તાનિયાને ઉડાડી મૂકવાની તરકીબ અજમાવી હતી એ જ તરકીબ તારી સામે હાઇનેસે વાપરી. તાનિયા તો બચી ગઈ હતી, પણ તું તો પહોંચી ગયો જહન્નમમાં !'

હાઇનેસને આ ખુશખબર આપવા અધીર બનેલા ગુલઝારે પાછા ફરવા માટે બોટને દરિયામાં ઊછળતાં મોજાં પર દોડાવી મૂકી.

□

46

'મોસ્ટ મેમૉરેબલ ઇવનિંગ !'

રાત્રે સવા વાગ્યે પ્રેસિડેન્ટ પૅલેસની મિજબાની માણીને કોચમાં પાછા ફરી રહેલાં *ઓશનકિંગ-વ*નનાં ઉતારુઓના મનમાં લગભગ ઉદ્ગારનો એકસરખો જ પડઘો પડતો હતો : *બહુ મજા આવી ! અત્યાર સુધીની પ્રવાસની સૌથી વધુ યાદગાર સંધ્યા !*

'ઓમ, પશ્ચિમની પ્રજા મને હંમેશાં વિચિત્ર લાગી છે.' કોચની પછવાડાની બેઠકમાં ઓમકારના હાથમાં હાથ પરોવીને બેઠેલી તાનિયા હળવાશથી કહી રહી હતી : 'મધરાત સુધી મજા કરી છતાં આ લોકો મેમૉરેબલ નાઇટને બદલે *ઇવનિંગ, ઇવનિંગ* કૂટ્યા કરે છે. શું એમને ખબર નહીં હોય કે સાંજ પછી રાત પડતી હોય છે ?'

'મને તો આજની રાત પર એક ગીત લલકારવાનું મન થાય છે.'

ઓમકારે તાનિયાના ગોરા હાથના સુંવાળા પોંચા પર ચૂંટી ખણતાં કહ્યું : '*સુહાની રાત હૈ ઓર તુમ ઇતની કરીબ હો...*'

'અરે વાહ ! જરા રાગમાં ગા ને...' તાનિયાએ તેના ખભા સાથે ખભો ઘસીને પૂછ્યું : 'કઈ ફિલ્મનું છે ?'

'ફિલ્મ !' થોડી વાર તેની સામે શરારતી નજરે જોતા રહી એ હસી પડ્યો : 'વીસ વરસથી કોઈ હિન્દી ફિલ્મ જોઈ હોય તો ને... આમ તો રહ્યો અણુ-ઇજનેર એટલે રસિક તો ન જ ગણાઉં. પરંતુ કોણ જાણે કેમ, ક્યારેક કોઈકના ગાતા સાંભળેલા કોઈ ગીતની એકાદ લીટી અત્યારે સહવાસને કારણે સ્ફુરી આવી અને તને સંભળાવી દીધી.'

તાનિયાને તેની નિખાલસતા ગમી ગઈ. જોકે અત્યારે એ બંનેને એકબીજાનું બધું જ ગમવા લાગ્યું હતું, ખૂબીઓ અને ખામીઓ પણ !

'ઓમ, ગીતની *લીટી* યાદ આવી ગઈ એમ ન કહેવાય, *પંક્તિ* કહેવાય.'

ઓમકારને એ સુધારો ગમ્યો.

'તાની, આમ તારો સહવાસ મળતો રહ્યો તો હું આખેઆખો સુધરી જવાનો.'

'પણ તેમાં મારું શું થાય તેનો તેં વિચાર કર્યો ?'

'શું થાય, તાની ?'

'અણુ-ઇજનેરના સહવાસમાં મારા અણુએ-અણુ બગડી જાય તો ?'

'તો ?' એણે તાનિયાના ગાલ સુધી મોં લઈ જઈ પોતાના ગરમાગરમ શ્વાસથી તેના રતૂમડા ગાલને રાતાચોળ કરી દેતાં કહ્યું :

'તો પછી *જેવાં છીએ તેવાં એકબીજાનાં થઈને રહીએ.*'

'શું વાત છે, ઓમ !' તાનિયાએ સુખદ આશ્ચર્ય વ્યક્ત કર્યું : 'આટલી સરસ ગુજરાતી પંક્તિ વળી તું કોના મોઢે સાંભળી આવ્યો ?'

'તને એ સરસ લાગી, તાની ! આ તો વડોદરાની નિશાળમાં ભણતો ત્યારે ભણવી પડતી કવિતાની એક લીટી... સૉરી, એક પંક્તિ હતી. કવિતા સાથે મારે પહેલેથી જ અલેણું છે. ખૂબ ગોખ્યા કરતો ત્યારે માંડ એકાદ પંક્તિ યાદ રહેતી.'

તાનિયાને ઓમકાર હવે નિખાલસને બદલે ચાલાક લાગ્યો. *'જેવાં છીએ તેવાં એકબીજાનાં થઈને રહેવું' એવું કહીને એણે પરણવાનો પ્રસ્તાવ જ લગભગ મૂકી દીધો કહેવાય. કોણ જાણે આજે શું થવા બેઠું છે ! એ પ્રસ્તાવ મૂકશે તો હું ના નહીં પાડી શકું...*

તાનિયા જેવી હાલત ઓમકારની હતી. ખરેખર તો પ્રેસિડેન્ટ પૅલેસની પાર્ટીમાં બંને જવાનાં નહોતાં. સવારે નીરજાદેવીના અગ્નિસંસ્કાર થયા હોય એ જ સાંજે પાર્ટીમાં મહાલવાનું કેવું લાગે ? પરંતુ યોગીજીએ બંનેને સોગંદ આપીને સમજાવી લીધાં : હું તો કહું છું મનમાંથી શોકને વિદાય કરીને તમારે બંનેએ જવું જોઈએ... *હું તો પહેલેથી જવાનો હતો જ નહીં. અને નાના છોકરાને પાર્ટીમાં લઈ જવાય નહીં એટલે આજની રાત આત્મા મારી સાથે રહેશે.* આમ કહીને ઓમકારના મનનો ઉચાટ પણ ખંખેરી નાખેલો.

પાર્ટીમાં જોડાયા પછી તો બીજાં બધાંની જેમ એ બંને પણ પુરબહારમાં ખીલી ઊઠ્યાં હતાં. આફ્રિકી ગીત, સંગીત, નૃત્ય માણતાં બન્ને ક્યારે એકબીજાના હાથના અંકોડા પરોવાઈ ગયા એનોય ખ્યાલ ન રહ્યો. ત્યાં હાજર હતાં એમાંથી કોઈ એકલવાયું નહોતું, સૌ જોડીમાં આવ્યા હતાં. અને સાઠ વટાવી ગયેલાં સ્ત્રી-પુરુષોય રોમૅન્ટિક બનીને ઉન્માદનો ઊભરો ઠાલવી લેતાં હતાં. એટલે જ કદાચ ઓમ અને તાનીને અલગઅલગ રહેવાનું અજુગતું લાગ્યું હશે. *સાથે આવ્યાં છીએ તો પછી જુદાઈ શું રાખવી ?*

થોડી વાર બંને વચ્ચે મીઠડું મૌન છવાઈ રહ્યું એમાં ખરેખર તો બંને જાત સાથે ગુફ્તેગુ કરતાં હતાં. કદાચ મનોમન એવુંય ઇચ્છતાં હશે કે *જાત સાથે ચાલતી આ વાત બીજાને સંભળાઈ જાય તો કેવી મજા !*

'લિસન એવરીબડી !'

બંદર પર પહોંચેલા લક્ઝરી કોચની બ્રેક લાગી ત્યાં જ આગલી બેઠકમાંથી ઊભા થઈ એક ગોરા ગૃહસ્થે સૌને સંબોધન કર્યું : 'મારું નામ મિસ્ટર મેકિન્સ છે !' કહી પોતાની પાર્ટનરનો હાથ પકડી તેને ઊભી કરતાં કહ્યું : 'અને આ છે મિસિસ ઓલિવર.'

બંનેની ઉંમર પચાસ ઉપરની દેખાતી હતી. બંનેની અટક અલગઅલગ હતી છતાં સફર સાથે કરી રહ્યાં હતાં.

'મિસિસ ઓલિવરે બે મહિના અગાઉ છૂટાછેડા લીધા છે અને હું છ મહિનાથી વિધુર થયો છું. પંદર દિવસના આ પ્રવાસ દરમિયાન અમે એકબીજાની નિકટ આવી ગયાં હોવાથી સફર પૂરી થયા પછી પરણી જવાનું નક્કી કરી નાખ્યું હતું...'

હજુ એટલું બોલે ત્યાં બધાંએ *ચિયર્સ-ચિયર્સ*ના પોકાર સાથે એમને વધાવી લીધાં. તેના પ્રતિભાવરૂપે પેલાં બંનેએ એકબીજાને આલિંગનમાં લઈ ચુંબનની આપ-લે કરી લીધી.

'પરંતુ તમે સૌએ મારી વાત પૂરી સાંભળ્યા પહેલાં જ વધાઈ આપી દીધી.' મિસ્ટર મેકિન્સ હસુંહસું થતા કહી રહ્યા હતા :

'પહેલાં અમે પ્રવાસ પૂરો થયા પછી પરણી જવાનું નક્કી કરેલું, પરંતુ હવે.... આજની પાર્ટી માણ્યા પછી એ નિર્ણય બદલી નાખ્યો.'

'ઓહ નો...' કોઈકે પીધેલી હાલતમાં ગેરસમજ કરીને નિરાશાના ઉદ્‌ગાર કાઢ્યા એટલે મેકિન્સે હાથ ઊંચો કરી તેને રોક્યો : ઓહ નો, નહીં મિસ્ટર, ઓહ યસ કહો... હવે અમે કાલ સવારે જ દારેસલામના ચર્ચમાં પરણી જવાનું નક્કી કરી નાખ્યું છે.'

અને કોચમાં બેઠેલાં પિસ્તાળીસ જેટલાં સાથીઓએ તાળીઓ અને ચિચિયારીઓથી રાતના સન્નાટાએ ગજાવી મૂક્યો.

'મને એમ થાય છે કે હું પણ ઊભો થઈને આવી જાહેરાત કરી નાખું તો આજની રાત યાદગાર બની જાય !'

તાનિયાનો તાળી પાડતો હાથ પકડી લઈ ઓમકારે ઉમંગથી ચમકતી આંખે તેને નીરખતાં કહ્યું ત્યારે તાનિયા લગભગ કહી દેવાની અણી પર હતી કે *હિંમત હોય તો ઊભા થઈને* જાહેર *કરી દો ને !* પરંતુ ધકધક થતા દિલને કારણે શબ્દો હોઠ સુધી પહોંચે એ પહેલાં કોચમાંથી સાથી પૅસેન્જર્સ ઊતરવા લાગ્યાં હતાં એટલે તાનિયાના હોઠ અબોલ રહ્યા અને ઓમકારના મનની મનમાં રહી ગઈ.

છતાં શિપનો બ્રિજ ચડતાં-ચડતાં બીજાં કપલની જેમ બંનેએ હાથમાં હાથ પરોવેલા જ રાખ્યા. સૌથી આગળ જઈને ઊભેલા મિસ્ટર મેકિન્સ અને મિસિસ ઓલિવર દરેક સાથે હાથ મિલાવીને કહેતાં હતાં : 'કાલે ચર્ચમાં અમારાં મૅરેજ જરૂર એટેન્ડ કરવાનાં છે.'

'પરંતુ મિસ્ટર મેકિન્સ, તમારે ગામ પાછાં ફરીને ફેમિલી મેમ્બર્સ અને ફ્રેન્ડ્ઝની હાજરી વચ્ચે લગ્ન કરવાને બદલે...'

'તમારી પૃચ્છાનો મતલબ સમજી ગયો, મિસ્ટર ઇન્ડિયન !' ઓમકારની દેવ અટક યાદ રહેતી નહોતી એટલે મિસ્ટર મેકિન્સે હસીને કહ્યું : 'આ રીતે ચાલુ સફરે પરણી જવાનો પહેલો લાભ તો એ કે જેમને હું ઓળખતો નહોતો એવાં હજાર જેટલાં કપલના અમને બ્લેસિંગ્સ મળશે અને બીજો લાભ...'

કહી બાજુમાં ઊભેલી એ રાત પૂરતી મિસિસ ઓલિવર અને આવતી કાલે બનનારી મિસિસ મેકિન્સ તરફ આંખ મિચકારીને મેકિન્સે કહ્યું :

'બીજો લાભ એ કે એક ટિકિટમાં અમે પ્રેમ કર્યો અને બાકીની ટૂરને હનીમૂન બનાવી નાખશું.... એનું ત્રીજું હનીમૂન અને મારું ચોથું !'

ત્યારે તાનિયાથી મનોમન મલકી જવાયું : *અમારે ગામડાંમાં તો આને ઘરઘરણું કહેવાય. બૈરીને ઘરમાં લાવીને બેસાડી દેવાય, બાકી એનાં ઉજવણાં ન થાય !*

'શું વિચારમાં પડી ગઈ, તાની ?' લિફ્ટમાં દાખલ થઈ બટન દબાવતાં ઓમકારે પૂછ્યું અને એ બહાને ફરી હાથ પણ પકડી લીધો.

'આ લોકો પંદર દિવસના પરિચયમાં પરણી જવાની હિંમત કેમ કરી શકતા હશે ?'

'કેમ, સાત વરસ અગાઉ લગ્નની જાહેરખબરના જવાબમાં આપણી વચ્ચે મુલાકાત ગોઠવાઈ તેના એક અઠવાડિયામાં તો તું મારી સાથે પરણવા તૈયાર થયેલી ને ?'

સાંભળીને વસમું લાગ્યું હોય તેમ તાનિયાએ હાથ છોડાવી લીધો. ચોથા માળે લિફ્ટ ઊભી રહી અને દરવાજો ઊઘડ્યો એટલે એ બહાર ધસી જઈને પોતાની કૅબિન તરફ ચાલવા લાગી.

'તાની, શું થયું ?' છલાંગ ભરતાં તેની પાસે પહોંચી જઈ ઓમકારે તેનું કાંડું પકડી લીધું : 'તને એવું લાગ્યું કે મેં મહેણું માર્યું ?'

છતાં તાનિયા કાંઈ બોલી નહીં. એ પોતાના જવાના રસ્તા પર નજર તાકીને ઊભી રહી.

'સાંભળ, આટલી સરસ રાતનો અંત આવી રીતે નહીં આવવો જોઈએ.'

'તો તારે કેવી રીતે લાવવો છે ?'

'ચાલ મારી કૅબિનમાં.' કહી બીજી દિશા તરફ તેને ખેંચી : 'આજે તો આત્મા પણ ત્યાં નથી.'

'હેં !' તાનિયાએ તરત જ હાથ છોડાવી લીધો. તેને યાદ આવી ગયું : *એ રાતે આમ જ પોતે આવેશમાં તણાઈ ગઈ હતી. ના, લગ્ન પહેલાં ફરી એવી છૂટછાટ નથી લેવી.*

'ઓમ, તારે કાંઈ કહેવું હોય તો ચાલ આપણે ડેક પર જઈને... સપર ક્લબમાં કૉફી પીતાં-પીતાં વાતો કરીએ... બાકી બંધિયાર કૅબિનમાં ગૂંગળાતાં બેસી રહેવું નથી.'

'તો ચાલ ડેક પર જઈએ. ખુલ્લા આકાશ હેઠળ સમુદ્રનાં મોજાંનું ગુંજન સાંભળતાં એકબીજાને કહેવાનું કહી-સાંભળી નાખીએ.'

અને તાનિયાએ વિનાવિરોધે તેનો એ પ્રસ્તાવ સ્વીકારી લઈ ફરી લિફ્ટ તરફ જવા પગ ઉપાડ્યા. ફરી બંનેના હાથનાં આંગળાં અંકોડામાં પરોવાઈ ગયાં.

'જીવનમાં કોઈક રાત એવી રૂપેરી લાગવા માંડે છે, જાણે સોનેરી સવાર ઊગવાની તૈયારી હોય.'

ડેક પર પવનના સપાટા ઝીલતા રેલિંગના સળિયા પકડી ઊભેલા ઓમકારે ઊંચે આકાશમાં જોતાં કહ્યું ત્યારે તાનિયા ખીખી કરતી હસી પડી.

'શું થયું ?' ગાલ પર ફરફરતાં તેનાં જુલ્ફાંની લટને સરખી કરતો ઓમકાર બોલી ઊઠ્યો : 'ફરી પાછો કાંઈ બફાટ કર્યો કે શું !'

'બફાટ !' આકાશના તારા જોવા માટે ઊંચી કરેલી ગરદન ચોતરફ ઘુમાવતી તાનિયા હસતી જ રહી : 'લોઢા જેવી કાળી રાતને રૂપેરી કહેવી એ બાફ્યું ન કહેવાય...' કહીને હળવેકથી ઉમેર્યું : 'અણુ-ઇજનેરે ઉકાળ્યું કહેવાય.'

'ઉકાળવાનું તો હજુ બાકી છે.'

ઓમકારની હિંમત ખૂલી હતી અને જીભ ઊઘડી હતી. પેલા મેકિન્સની જાહેરાતમાંથી જાણે એને પ્રેરણા મળી હોય એમ બોલી ગયો : 'આ તારાની સાક્ષીએ હું તારી સમક્ષ મૅરેજની પ્રપોઝલ મૂકું છું, તાની !'

પોતે શું સાંભળી રહી છે ? પાછલી રાતના શીતળ પવનથી ઠરી ગયેલા તેના ગાલ પર હૂંફાળી લાલી ચમકી ઊઠી. આકાશના તારા જાણે ધોળાં પતંગિયાં બનીને ઊડાઊડ કરવા લાગ્યાં હોય એવો રોમાંચક આભાસ થઈ આવ્યો તેને.

'તાની !' ઓમકારે તેનો હાથ પકડી લઈ હથેળીમાં ધીમેધીમે પોતાનાં આંગળાંનાં ટેરવાં ફેરવતો એ મૃદુ સ્વરે કહેવા લાગ્યો : 'આ રીતે પ્રસ્તાવ મૂકવાને તું બાફવું કહે તો બાફવું અથવા જે કહેવું હોય તે કહે, પણ જવાબમાં તારે એક જ વાત કહેવાની છે...'

ત્યારે પેલી તેને એવી રીતે તાકી રહી જાણે એની ચમકતી કીકી પૂછતી હોય : *જવાબમાં મારે શું કહેવાનું છે, ઓમ ?*

'તારે હા સિવાય બીજું કાંઈ જ કહેવાનું નથી, તાની !'

એક જ અક્ષરની *હા* ઉચ્ચારવામાં હૈયાની બધી જ પ્રીત ઠાલવી દઈને ઓમકાર તેના જવાબની પ્રતીક્ષા કરતો રહ્યો, ત્યારે તાનિયા હોઠ ભીડીને અનંત આકાશ અને અફાટ સમુદ્ર જ્યાં મળતાં હતાં એવી ક્ષિતિજનાં અંધારાં સુધી નજર પસારીને વિચારમગ્ન બની ગઈ.

'તાની, પાર્ટીમાં દારેસલામના કેટલાક હિન્દુ મહાજન પણ આવેલા.'

ઓમકાર જાણે તેને ના પાડવાની તક ન આપવા માગતો હોય તેમ વધુ વખત અબોલ રહી શક્યો નહીં.

'તેમાં એક મારી અટકવાળા દવે પણ હતા.'

'હં.'

હાને બદલે એ હં બોલી તોપણ ઓમકારને મીઠું લાગ્યું.

'એ દવેસાહેબે આપણને દારેસલામના રાધાકૃષ્ણમંદિરે દર્શને આવવાનો આગ્રહ કર્યો છે.'

'હં'

'મેં કહ્યું કે અમારી સાથે યોગીજી પણ છે. એમને અનુકૂળ હશે તો જરૂર લાવીશું.'

'હં' ફરી તાનિયાએ હોંકારાથી જ ચલાવ્યું. પણ ઓમકારે પકડેલા તેના હાથમાં મીઠી કંપારી પસાર થતી ઓમને વર્તાયા વગર રહી નહીં.

'એમણે શું કહ્યું, ખબર છે ?'

'શું ?'

'તારા તરફ સંકેત કરીને એ ભલા માણસે કહ્યું કે કાલની સંધ્યાઆરતી તમે સજોડે જ કરો એવી અમારા મહારાજાની વિનંતી છે... એણે એવું ઉમેર્યુંય ખરું કે ભારતથી આવતાં મહેમાનોના હાથે સજોડે આરતી ઉતરાવવાની અમે પ્રથા રાખી છે.'

'પછી તમે શું કહ્યું ?'

તાનિયાએ એક જ શબ્દથી પતાવવાને બદલે ચાર શબ્દોનો સવાલ કર્યો, ત્યારે ઓમકારને થયું : *હવે સંભાળી લેવું પડશે.*

'મેં કહ્યું...' ઓમકારે અટકીને થૂંક ગળે ઉતારવા રોકાવું પડ્યું : 'અમે આવીશું તો રાધા-કૃષ્ણની આરતી ઉતારવાનો લહાવો જરૂર લઈશું.'

સાંભળી લીધું તાનિયાએ, પણ ઓમકારને લાગ્યું કે બોલવામાં કાંઈક ખૂટે છે એટલે ઉતાવળે ઉમેર્યું :

'એ વખતે જ મનોમન મેં નક્કી કરી નાખ્યું કે શિપ પર પહોંચીને તારી સમક્ષ પ્રસ્તાવ મૂકીશ કે.... ચાલ તાની, આપણે રાધા-કૃષ્ણની સાક્ષીએ પરણી જઈએ.'

તાનિયાના સમગ્ર શરીરમાં ઉત્તેજના પ્રસરી ગઈ. ચિત્ત લાગણીથી છલોછલ છલકાવા લાગ્યું. આંખો મીંચીને એ પ્યારની ઘડીઓનો સ્વાદ ચગળવા લાગી, ત્યાં -

'એક્સક્યુઝ મી, મૅડમ !' પછવાડેથી કોઈ અજાણ્યાએ આવીને વિક્ષેપ પાડ્યો.

'યસ !' ઝાટકા સાથે આંખો ઉઘાડી, ઓમકારના હાથમાંથી હાથ છોડાવી, પીઠ ફેરવીને તેણે સામે જોયું. લેધરના જૅકેટમાં ઊભેલો એ માણસ સાવ અજાણ્યો હતો અને તેનું આ રીતનું વચ્ચે ટપકી પડવું રીતભાત વિનાનું હતું.

'આપ જ ડૉક્ટર તાનિયા શાહ ને ?'

તેના ઉચ્ચાર અમેરિકનને બદલે અંગ્રેજ જેવા હતા.

'હા જી, હું પોતે જ.'

'આપને વાંધો ન હોય તો...' પેલાએ ઓમકાર તરફ જોઈને કહ્યું : 'મારે મૅડમ સાથે એકાન્તમાં અગત્યની વાત કરવી છે. માત્ર બે મિનિટ જ લાગશે.'

ઓમકાર-તાનિયા પરસ્પરને જોતાં રહ્યાં. એમના આનાકાનીના ભાવ જોઈને પેલાએ કહ્યું : 'હું અહીં બે ફૂટ દૂર જ એમને લઈ જઈશ... આપની નજર સામે જ.'

ત્યારે ઓમકાર કહેવા જતો હતો કે *તો પછી જે કહેવું હોય તે અહીંયાં જ પતાવી નાખો ને...*

'ઓકે !' તાનિયાએ સત્વરે નિર્ણય લઈ લીધો : 'મિસ્ટર, તમે જે હો તે, તમારો ઇરાદો સાફ નહીં હોય તો હું મારી પર્સમાં ગન રાખું છું એટલું કહી રાખું.'

સાંભળીને પેલો માત્ર લુખ્ખું હસ્યો અને બેને બદલે બાર ફૂટ દૂર સુધી જતી તાનિયાની સાથોસાથ પગ ઉપાડ્યા.

'બોલો, શું છે ?'

જવાબમાં પેલાએ લેધર જૅકેટના સાઇડ પૉકેટમાં હાથ નાખવા માંડ્યો એટલે તાનિયા ટટ્ટાર થઈ ગઈ. તેને સતર્ક થતી જોઈને પેલાએ કહ્યું :

'ખિસ્સામાંથી બીજું કાંઈ નહીં, માત્ર તમને આપવાની વસ્તુ જ કાઢી રહ્યો છું.'

'શું છે ?' તાનિયા હોઠ ફફડાવે ત્યાં સુધીમાં તો પેલાએ એક પરબિડીયું તેની સામે ધરી દીધું : 'તમને સંબોધીને લખાયેલો પત્ર છે... પત્ર પણ નહીં, માત્ર ચિઠ્ઠી છે. પણ અમે એ વાંચી લીધી છે એવું કબૂલી લઉં છું.'

'અમે !' વાંચી લેનારામાં તેના સિવાય પણ બીજું કોઈ હોય એ રીતે પેલો બોલ્યો એથી તાનિયાએ વધુ વિસ્મયજનક લાગ્યું : 'અંગત પત્ર કે ચિઠ્ઠી જે હોય તે, મારા પર કોણે લખેલ છે ?'

'મેક્સવેલે !'

એ નામ કાને પડતાં જ તાનિયાના મુખભાવ પલટાઈ ગયા. તેના હાથમાંથી પર્સ પડતું-પડતું રહી ગયું. એ પર્સમાં ગનની સાથોસાથ પેલો ફોટો પણ હતો જેમાં મેક્સવેલ તેને કિસ કરે છે અને જેની પાછળ સંદેશો હતો કે *કાલ સવારે ડેક પર જૉગિંગમાં મળીશું...* ખલાસ, એ સવાર આવી જ નહીં અને મેક્સવેલ પણ ક્યાંય દેખાયો નહીં.

તાનિયા નિઃશ્વાસ નાખવા જતી હતી, પરંતુ મેક્સવેલે પોતાને સંબોધીને કાંઈ પણ લખ્યું હોય તેનો અર્થ એ જ કે એ સલામત છે, એટલું જ નહીં, શિપમાં પણ સાથે જ છે. એની આંખોમાં ઉલ્લાસ ચમકવા લાગ્યો. એણે ઝપટ મારીને નાનકડું પરબીડિયું પેલાના હાથમાંથી લગભગ ઝૂંટવી જ લીધું.

કવર ખોલેલું હતું. અંદરથી નીકળેલો કાગળ તો મોટો હતો પણ તેનું લખાણ સાવ ટૂંકું ને ટચ હતું :

'દેવી તાનિયા, સવારે જૉગિંગમાં રૂબરૂ મળવા બોલાવ્યાં છે છતાં આ કવર સાથે રાખ્યું. કદાચ કોઈની હાજરીમાં તમારી સાથે વાત કરવામાં જોખમ જણાય તો આ અગત્યનો સંદેશો તમારા સુધી પહોંચાડ્યા વિના ચાલે તેમ નથી.

આમ તો અમારી કામગીરીની કોઈ પણ ગુપ્ત બાબત કોઈની સમક્ષ જાહેર કરાય નહીં, છતાં આ બાબત તમારી સાથે સંબંધ ધરાવતી હોવાથી મારા પ્રોફેશનના નિયમનો ભંગ કરીને પણ તમને જણાવ્યા વિના રહી શકતો નથી.'

આટલું વાંચતાં સુધીમાં તાનિયાના શ્વાસ અધ્ધર થવા લાગ્યા હતા.

'ડૉક્ટર, તમે જેની નિકટ જઈ રહ્યા છો એ અણુ-એન્જિનિયર પર વિશ્વાસ મૂકશો નહીં. એ કોઈ એવી કામગીરીમાં સંકળાયેલા હોવાનો વહેમ છે જે ખતરનાક જ નહીં, વિનાશક હોવાનો અમારો વહેમ છે. માટે એનાથી દૂર રહેજો.'

વાંચતાં-વાંચતાં તાનિયાની આંખો મીંચાઈ. ફરી ઉઘાડીને ઓમકાર તરફ નજર દોડાવી, પણ ભોંઠી પડેલી નજર સત્વરે પાછી ફરી ગઈ. મેક્સવેલનું છેલ્લું વાક્ય વાંચવાનું હજુ બાકી હતું.

'તમે કોઈ ગેરસમજ ના કરશો. તમારા બંનેના મેળાપમાં હું વચ્ચે આવવા માગું છું એવું માની લેશો નહીં. કોને ખબર, આપણે ફરી મળીશું કે નહીં... યોર્સ મેક્સવેલ.'

આમ તો યોર્સ લખવાની પ્રથા ચીલાચાલુ છે પણ તાનિયાના અંતરને એ શબ્દ સ્પર્શી ગયો - *'એ માણસ મને પહેલેથી જ પોતાના જેવો લાગ્યો છે.'*

'તો હું જાઉં છું.'

એ ભૂલી ગઈ કે પત્ર લઈ આવનાર માણસ હજુ સામે જ ઊભો છે અને પોતે આભાર માનવાનો વિવેક પણ વીસરી ગઈ.

'મિસ્ટર, તમે જે હો તે... આ પત્ર લઈ આવીને મારા પર અનન્ય ઉપકાર કર્યો છે. તમે; અને પત્ર લખનાર જ્યાં હોય ત્યાં એમને મારા તરફથી *મેની મેની થૅન્ક્સ* કહેજો.'

'સૉરી, મૅડમ, એ તો હવે શક્ય નથી.'

'કેમ-કેમ ?'

'મેક્સવેલ ઇઝ નો મોર.'

સાંભળતાં જ તાનિયાએ સંતુલન ગુમાવ્યું હોય તેમ ડગમગવા લાગી. પેલાએ ટેકા માટે તેના તરફ હાથ લંબાવ્યો, પણ ત્યાર પહેલાં તાનિયાએ રેલિંગ પકડી લીધી અને ઓમકાર પણ તેની પાસે દોડી આવ્યો : 'શું થયું, તાની ?'

તાનિયા શું જવાબ આપે ? હજુ તો અબઘડી જ એ તેનો લગ્નનો પ્રસ્તાવ સ્વીકારી લેવાની હતી. તેને ઓમકાર ગમવા લાગ્યો હતો. જીવનસાથીનો અભાવ તીવ્ર બનવા લાગ્યો હતો. આત્માની માતા બનવા ઉપરાંત પોતાની કૂખે અવતરનાર ઓમકારના સંતાનની માતા બનવામાં તેને સૌભાગ્ય દેખાતું હતું... પરંતુ મેક્સવેલના પત્રની બે-ચાર લીટીએ બે-ચાર ક્ષણોમાં બધું જ પલટાવી નાખ્યું.

'મેક્સવેલનો પત્ર છે, જે પોતે હવે રહ્યો નથી.'

આઘાત અનુભવતા ઓમકારની નજર તાનિયાના હાથમાં રહેલા પત્ર પર ચોંટી ગઈ. તેની જિજ્ઞાસા ઊછળી :

'શું લખે છે એ ?'

પરંતુ તેને જવાબ આપવાને બદલે તાનિયાએ પેલા અજાણ્યા શખ્સ સામે જોયું :

'આ પત્ર તમને ક્યાંથી મળ્યો ?'

'મેક્સવેલના મૃતદેહમાંથી.'

થથરી ગઈ તાનિયા.

'મૃત...દેહમાંથી ?'

'અમને અણસાર તો આવી ગયો હતો કે શિપમાંથી રાતોરાત ગુમ થનાર મેક્સવેલને કોઈ અકસ્માત નડ્યો હશે અથવા કોઈએ તેમને માર્ગમાંથી હટાવી દેવાનું હિચકારું કૃત્ય કર્યું હશે.'

તાનિયાએ તેને બોલવા દીધો.

'ગઈ કાલે રાત્રે ખબર આવ્યા કે દરિયામાં ફેંકાઈ ગયેલા મેક્સવેલનો મૃતદેહ તણાઈને કાંઠા પર મળી આવ્યો છે. સ્કૉટલેન્ડ યાર્ડના દરેક સીનિયર ડિટેક્ટિવના શરીરના કોઈ ને કોઈ ભાગમાં ગુપ્ત સિગ્નલનું એક ચગદું બેસાડીને એ ભાગને સીવી લેવામાં આવતો હોય છે. પચાસેક માઇલના ઘેરાવામાં આ ચગદાના સિગ્નલ સંભળાતા રહે એવી તેની ક્ષમતા હોય છે. ગઈ કાલે સાંજે મેક્સવેલની શોધમાં કાંઠાનાં ગામો પર હેલિકૉપ્ટર ઊડતું હતું ત્યાં *બીપ- બીપ* સંભળાયું : અમારી સર્ચ-પાર્ટી ત્યાં પહોંચી ગઈ. પરંતુ અફસોસ ! અમને મેક્સવેલનો મૃતદેહ જ હાથ લાગ્યો અને તે પણ ન ઓળખાય એ રીતે. માછલાંઓએ તેનાં નાક-કાન અને આંખ-હોઠ ફોલી-ઠોલી ખાધાં હતાં.'

સાંભળી ન શકતી હોય તેમ તાનિયાએ દાંત ભીંસીને આંખો મીંચી રાખી હતી.

'એટલું સારું હતું કે ગામલોકોએ મૃતદેહનાં કપડાં ઉતાર્યાં નહોતાં. અમે જઈને કપડાં ઉતાર્યાં. તેમણે પહેરેલા વૉટરપ્રૂફ અંડરવેરના પૉકેટમાં બે પરબીડિયાં હાથ લાગ્યાં. એક તમારા માટે હતું અને બીજું અમારા કામનું હતું... તમારું તમને સોંપી દીધું. મારું કામ પૂરું થયું.' કહી એણે તાનિયા સાથે પળવાર માટે નજર મિલાવીને ગદ્ગદ કંઠે કહ્યું : 'હવે હું જાઉં.'

તાનિયાએ જોયું કે એની કીકીમાં ભીનાશ પ્રસરવા લાગી હતી.

'થૅન્ક્સ, જેન્ટલમૅન !' તાનિયાએ હાથ લંબાવી હસ્તધૂનનની સાથે કહ્યું : 'તમે સમયસર પત્ર પહોંચાડીને મારા પર બહુ મોટી મહેરબાની કરી !' કહેતાં-કહેતાં એણે ગળા સુધી આવી ગયેલા ડૂસકાને પાછું વાળી દેવું પડ્યું :

'મેક્સવેલ જેવા મહારથીની હત્યા કરનારને તો તમે જરૂર શોધી કાઢશો... એ મળી આવે અને તમે મને જાણ કરી શકો તો હું કાળજું કઠણ રાખીને એ માણસના માથાથી પગ સુધીની ચામડી ઊતરડી નાખું એટલો બધો ક્રોધ ચડે છે મને એના પર !'

એનું રૌદ્ર સ્વરૂપ જોઈને ઓમકાર ડઘાઈ ગયો.

'ડૉક્ટર શાહ, એ હત્યારા સુધી પહોંચવામાં અમે મોડા પડ્યા.' પેલાએ તાનિયાનો ખભો થપથપાવી તેના ક્રોધને શાંત પાડતાં કહ્યું :

'બે કલાક પહેલાં જે ગેસ્ટહાઉસમાં ઝુલ્ફીકાર સંતાયેલો ત્યાં કોઈકે તેને એક બ્રીફકેસ પહોંચાડી. કદાચ મેક્સવેલને ખતમ કરવાના બદલારૂપે તેને એમાં રકમ મોકલવામાં આવી હશે. પરંતુ ખરેખર તો બ્રીફકેસમાં નાણાંને બદલે બૉમ્બ હતો. એ ફાટતાં જ ઝુલ્ફીકારના શરીરના ટુકડેટુકડા થઈ ગયા.'

'ઓહ !' તાનિયાના એ ઉદ્ગારમાં અફસોસ હતો તેમ રાહત પણ હતી : *કુદરતે હત્યારાને આટલી જલદી સજા કરી દીધી !*

'તો હું જાઉં...' તાનિયા પર છેલ્લી નજર નાખી લઈને અને ઓમકાર તરફ જોવાની પરવા કર્યા વિના પેલાએ ચાલતી પકડી.

તાનિયા તેને જતો જોઈ રહી હતી એ અરસામાં મેક્સવેલનો પત્ર વાંચવાની અધીરાઈને વશમાં રાખી શકતો ન હોય તેમ ઓમકારે 'લાવ તો પત્ર, શું લખે છે એ.' કહેતાં એણે તાનિયાના હાથમાંથી પત્ર લેવા ઝાપટ મારી. ખરેખર તો એનો ઇરાદો પત્ર ઝૂંટવી લેવાનો નહોતો, પણ આવેશમાં તેનાથી એવી ચેષ્ટા થઈ ગઈ અને તેના એ અણધાર્યા પગલાથી હેબતાઈ ગઈ હોય તેમ પત્રવાળો હાથ પાછો ખેંચી લેતી તાનિયા બે ડગલાં પાછળ હટી ગઈ.

પાછળ હટવા જતાં એની કોણી રેલિંગ સાથે અફળાઈ : 'ઓહ...'ના ઉદ્ગાર સાથે તેના હાથની મુઠ્ઠી ઊઘડી ગઈ અને મેક્સવેલનો પત્ર છટકીને હવામાં ઊડવા લાગ્યો.

'ઓહ નો... ઓહ નો...'ની હળવી ચીસ સાથે તાનિયાએ ઊડતો પત્ર પકડી લેવા માટે દોટ તો મૂકી, પણ સમુદ્રના પવનના સહારે પત્ર ઊંચે ને ઊંચે જવા લાગ્યો ત્યારે તેને સહાયરૂપ થવા ઓમકાર સીડી ચડવા લાગ્યો : 'તું રહેવા દે. હું પકડી પાડું છું.'

'નહીં, તું રહેવા દે.' ઓમકારના હાથમાં પત્ર આવી જાય અને અંદરનું લખાણ એ વાંચી લે તો અનર્થ સર્જાઈ જવાની દહેશતથી એ તેની પાછળ દોડી જઈને કહેતી રહી :

'ઓમકાર, જવા દે. એ પત્રમાં જે કાંઈ લખ્યું છે એ મને અક્ષરશઃ યાદ રહી ગયું છે... ઊડી જવા દે એને.'

ઓમકાર રોકાઈ તો ગયો, પણ તાનિયાના કહેવાથી નહીં. પવનના જોશમાં ઊડી રહેલો કાગળ શિપની ટોચ પર જઈને બીજી તરફ નીચે બેસી જવા લાગ્યો એટલે દેખાતો બંધ થઈ જતાં ઓમકારે અટકી જવું પડ્યું.

'ગયો સાલો...' હાંફતા ઓમકારે સીડી ચડી રહેલી તાનિયાને ટેકો આપવા હાથ લંબાવતાં કહ્યું : 'છટકીને ગયો ગતાખોળ !'

ઓમકારની એ ટકોર તાનિયાને રુચી નહીં. જોકે મેક્સવેલનો પત્ર વાંચ્યા પછી તેની પ્રત્યેક ચેષ્ટા પ્રત્યે તાનિયાને હવે અભાવ ઊપજવા લાગ્યો હતો.

એ ચૂપચાપ તેની સાથે ચાલવા લાગી. એનો જીવ તો પેલા પત્રમાં હતો. *ઊડીને એ સમુદ્રમાં પડ્યો હોય તો-તો ઠીક, નહીંતર સવારે જૉગિંગ માટે નીકળેલા કોઈકના હાથમાં આવશે તો ?*

'ચાલ, હું તને કૅબિન સુધી મૂકી જાઉં.'

ચોથા માળે પહોંચ્યા પછી બંનેના રસ્તા ફંટાતા હતા ત્યાં જુદા પડી જવાને બદલે ઓમકારે તેનો હાથ પકડી લેતાં કહ્યું, પણ તાનિયાએ તરત જ હાથ છોડાવી લીધો.

'નહીં, ઓમ, મૂકવા આવવાની કોઈ જરૂર નથી.'

'તો જુદાં પડતાં પહેલાં *ગૂડ નાઈટ કિસ* તો કરી લેવા દે.'

કહી ઓમકારે તેની આડે ઊભો રહી ગયો. પછી પોતાની બંને હથેળીમાં તેનું મુખ લઈને ચૂમવા જતો હતો, પણ ઝાટકા સાથે નીચે નમી જઈને તાનિયાએ તેને જરૂર કરતાં વધારે ઊંચા અવાજે સંભળાવ્યું : 'ઓમ, લીવ મી એલોન !'

'ઠીક છે. મેક્સવેલના ડેથનો આઘાત હું સમજી શકું છું... પણ કાલે સાંજે મંદિરમાં જઈ રાધા-કૃષ્ણની સાક્ષીએ...'

'નહીં, ઓમકાર, હમણાં હું લગ્નનાં બંધનમાં જકડાઈ જવા માગતી નથી.'

'એકાએક શું થઈ ગયું તને ?' ભોંઠા પડી ગયેલા ઓમકારે મૂંઝવણ દર્શાવી : 'તને ખોટું લાગ્યું હોય તો સવારે વાત કરીશું... જૉગિંગમાં મળીએ ત્યારે.'

'નહીં, ઓમ, કાલે હું મોડી ઊઠવાની છું. જૉગિંગમાં મારી રાહ જોતો નહીં.'

આમ કહેતી એ સડસડાટ ચાલી ગઈ અને ઓમકાર મૂઢની જેમ ત્યાં જ ઊભો રહી ગયો.

*

સવારે જૉગિંગમાં જવાની ના પાડનાર તાનિયા અજવાળું થતાંની સાથે જ શિપના ડેક પર નીકળી પડી હતી - જૉગિંગ માટે નહીં પણ પેલો પત્ર શોધવા !

અચાનક તેની નજર નીચેના ડેક પર પડી, તો ઓમકાર પણ ચારેબાજુ નજર દોડાવતો પોતાની જેમ જ પેલો પત્ર શોધી રહ્યો હતો.

□

47

'ખબર પડી ?'

ઇકોનૉમી ક્લાસનાં પૅસેન્જર્સની બ્રેકફાસ્ટ રેસ્ટોરાંમાં બાફેલાં ઈંડાં પાથરેલા ટોસ્ટને બે દાંત વચ્ચે દબાવી, કડકડાટી બોલાવીને ચાવતાં-ચાવતાં બ્યૂટિશિયન કેથેરિને બગાસું ખાતા પતિ બિલ જેક્સનને કહ્યું ત્યારે પેલીનું બગાસું અધવચ્ચે અટકી ગયું હોય તેમ ફાટેલા મોઢે આંખોના ઇશારાથી જ અધીરાઈ દર્શાવી : *શેની ખબર ?*

'મને હતું જ કે લેડી ગેટીને હું કહેતી હતી એ તમે નહીં જ સાંભળ્યું હોય.'

બ્લૅક કૉફીનો ઘૂંટડો ગળે ઉતારી કેથેરિન વાતમાં મોણ નાખતી હતી.

'પ્રેસિડેન્ટ પૅલેસની પાર્ટીમાં નાચ-ગાન અને ખાન-પાનથી એવાં તરબતર થઈને આવ્યાં હતાં કે હું તો કારમાં જ ઊંઘવા મંડ્યો હતો.'

'*ઊંઘવા* નહીં, *ઘોરવા માંડ્યો હતો* એમ કહો.' કહી કેથેરિને પતિ સામેની કાયમની ફરિયાદ ઉચ્ચારી : 'એવાં નસકોરાં બોલાવતા હતા કે લેડીએ કાનમાં રૂનાં પૂમડાં ખોસી દીધેલાં !'

'સાચ્ચે ?'

'પાછા પૂછો છો *સાચ્ચે ?*' કૉફી, ટોસ્ટ પતાવી સફરજન પર છૂરી ફેરવતી કેથેરિન દાંત પીસીને હસવાનો દેખાવ કરતી ધણીને સંભળાવતી રહી :

'લેડી તો પૂછતાં હતાં કે *તારો હસબન્ડ રોજ આટલાં બધાં નસકોરાં બોલાવે છે ?* હું મૂંગી રહી એટલે જવાબ મળી ગયો હોય તેમ બોલી ઊઠ્યાં હતાં કે આ નસકોરાંની મોકાણમાં તો હું પહેલા ધણીથી છૂટી થઈ ગયેલી.'

'ત્યારે તારે કહેવું હતું ને કે *મારાં નસકોરાંની સાઉન્ડ ઇફેક્ટ હાલરડા જેવું કામ કરે છે.*' બિલ જેક્સને હળવેકથી સાચી વાત સંભળાવી દીધી : 'બે-ચાર દિવસ મારા વિના ઊંઘવું પડે છે ત્યારે તને અનિદ્રાનો રોગ લાગુ પડી જાય છે એ પણ કહી દેવું જોઈતું હતું તારે.'

'તમે વાતને ક્યાંથી ક્યાં લઈ આવ્યા !' ધણીનું કડવું સત્ય મીઠા સફરજનના બટકા સાથે ગળે ઉતારી જતી કેથેરિને મૂળ વાત પર આવી જવું પડ્યું :

'રાત્રે પેલી કેબ્રે ડાન્સરને ફરી ઘોસ્ટનો એટેક આવ્યો હતો.'

'એમ !' જેક્સને દૂધમાં પલળેલા કોર્નફ્લેક્સનો ચમચો મોઢે માંડીને મજાક છોડી :

'સાચું કહું, કેથી, કેબ્રે ડાન્સર નાચતી હોય, ત્યારે આમ પણ એને વળગાડ હોય એવું જ લાગતું હોય છે.'

'મિસ્ટર, આજે તમે બ્રેકફાસ્ટ-જોક્સના મૂડમાં હો તો હું વાત આગળ વધારવાનું માંડી વાળું.'

'સૉરી, ડાર્લિંગ ! કેબ્રે ડાન્સરની ઘોસ્ટ-સ્ટોરી સાંભળવા માટે હું ઉત્સુક છું... પ્લીઝ, ગો અહેડ !'

'આપણે પ્રેસિડન્ટ પૅલેસમાં પાર્ટી માણતાં હતાં ત્યારે અહીં મધરાતે પેલી કેબ્રે ડાન્સર ગુલનાર ડેક પર લટાર મારવા નીકળી હશે... તેમાં એને ચિતા પર બેઠી થઈ ગયેલી પેલી લેડીની સવારની ઘટના યાદ આવી ગઈ હશે કે પછી ખરેખર કાંઈક ભૂત-પ્રેત જોયું પણ હોય... એણે મધરાતે ચીસાચીસ કરીને ડેક પર દોડધામ મચાવી દીધી. તેમાં રાત્રે ચોકી કરતા શિપના એક ઑફિસરને એવી રીતે વળગી પડી કે પેલો મરદ માણસ પણ ભૂત વળગ્યું હોય તેમ બેહોશ બની ગયેલો.'

'ત્યારે તો શિપ પર ધમાલ મચી ગઈ હશે !'

'અહીં એ વખતે શિપ પર એટલાં માણસો જ ક્યાં હતાં કે ધમાલ મચી જાય !' કેથેરિને ફ્રૂટની ટોપલીમાંથી દ્રાક્ષની લૂમ ઊંચકી તેને બે હોઠ વચ્ચે ઝૂલતી રાખી તેમાંથી બે-ત્રણ દ્રાક્ષને દાંતમાં દબાવતાં આગળ વધાર્યું :

'આપણે પૅલેસમાં હતાં તો બીજા ઑફિસરો સામેની ક્લબમાં નાચ-ગાનમાં ગુલતાન બન્યા હતા એટલે બહુ હોહા થઈ નહીં. શિપવાળાએ પણ વાતને દબાવી દીધી.'

'એ સારું કર્યું... નહીંતર ભૂત-પ્રેતની વાત મનમાં ઠસી જાય તો બીકનો માર્યો કોઈ મુસાફર મધરાતે મધદરિયામાંય ઝંપલાવી દે.'

'છતાં સવાર પહેલાં સૌને જાણ તો થઈ જ ગઈ.' દ્રાક્ષનો રસ ગળે ઉતારતી કેથીએ કહીને ફરી ધણીને ટોક્યો : 'તમારા જેવાં બે-ચાર ઊંઘણશી સિવાય સૌ કોઈ રાતે એની જ ચર્ચામાં પડી ગયાં હતાં.'

'લેડી ગેટી પણ ?'

'હા !' કહેતાં કેથેરિનના ગળામાં દ્રાક્ષનું છોતરું અટક્યું-ખટક્યું હોય તેમ એણે ગળું ખંખેરવું પડ્યું.

'એ જ તો મોટી મોકાણ થઈ. લેડી ગેટી ભૂત-પ્રેતથી ડરે છે એની જાણ હોવા છતાં મેં મૂરખીએ તેમને રાતે જ આ બધું કહી દીધું.'

આવી બાબતમાં તું વધુકી છો એવું જેક્સન કહેવા જતો હતો, પણ પત્નીનું રડમસ ડાચું જોઈ એને છંછેડવાનું માંડી વાળ્યું. મામલો ગંભીર હોવાનો વહેમ પડ્યો.

'કેબ્રે ડાન્સરે ભૂત જોયાનું સાંભળ્યા પછી લેડીએ મને સૂવા માટે તારી પાસે આવવા

જ દીધી નહીં. પરાણે મને એના પડખામાં સુવડાવી, એટલું જ નહીં, સવાર સુધી મને ચીટકીને જ પડ્યાં રહ્યાં.'

કેથેરિન એવી રીતે કહી રહી હતી જાણે પોતે આખી રાત ભૂતના પડખામાં વિતાવી હોય.

'હિઝ હાઇનેસના સ્વીટની સેફ તોડનારો લેડીના બાથરૂમમાં મૂએલો મળી આવ્યો તેના ભણકારા હજુ શમ્યા નથી ત્યાં લેડીના મગજમાં આ નવું ભૂત ભરાયું.'

'હા, બિલ, આ ભૂત આપણને ભારે પડી જશે.' કેથેરિનનો નિસાસો ચિંતાજનક હતો.

'આપણને કેમ ભારે પડે, ડાર્લિંગ ?' મામલો ગંભીર દેખાય ત્યારે જેક્સન પોતાના હાથમાં લગામ લઈ લેતો.

'ખરેખર તો લેડી ભૂતથી ડરતાં રહે ત્યાં સુધી આપણને સતત સાથે ને સાથે રાખશે... એમાં જ તો આપણા માટે લેડીની હીરાની મૂલ્યવાન જ્વેલરી તફડાવી જવાની તક ઊભી થવાની છે.' કહી આજુબાજુ જોઈ લઈને ઉમેર્યું : 'પાંચ મિલિયન ડૉલર્સનો મામલો છે, માય સ્વીટ હાર્ટ !'

કહેતાં-કહેતાં બિલ પત્નીના હાથનો પોંચો પંપાળવા લાગ્યો.

'આઇ ઍમ સૉરી, બિલ...' પેલીની આંખ હમણાં ઊભરાઈ આવશે એમ રડુંરડું થતી બોલી : 'લેડી તો કહે છે, હું અધવચ્ચેથી જ સફર છોડી દેવાની.'

'અધવચ્ચેથી ?' જેક્સને હાથમાં ઊંચકેલો કૉફીનો કપ ધ્રૂજ્યો : 'એટલે દારેસલામથી એ પાછાં ફરી જવા માગે છે ?'

'પહેલાં તો એ બોલી ગયાં કે મુંબઈથી પાછી ફરી જઈશ...' કહી પર્સમાંથી એક કાગળ કાઢી તેના તરફ લંબાવતાં ઉમેર્યું :

'સવારે દરેક પૅસેન્જરને કૅપ્ટન તરફથી આ સર્ક્યુલર પહોંચતો થયો તેમાં જણાવ્યું છે *કે બૉમ્બેમાં રમખાણ વધી જવાથી આપણી સફર ડાઇવર્ટ કરવી પડશે. દારેસલામથી મુંબઈને બદલે હૉંગકૉંગ જવાનું ગોઠવવું પડ્યું છે.'*

જેક્સન પરિપત્ર વાંચવા લાગ્યો. તેમાં પત્નીએ કહ્યા ઉપરાંત એક વાત એ પણ હતી *કે અમે આશા રાખીએ છીએ, દરેક પૅસેન્જર આ ફેરફારને સહર્ષ સ્વીકારી લેશે. તેમ છતાં કોઈને બદલાયેલા રૂટનો પ્રવાસ પ્રતિકૂળ લાગતો હોય તો અમે તેમને બાકીના પ્રવાસની રકમ પરત કરી પાછા એમના મુકામે પહોંચતાં કરવા બંધાયેલા છીએ...*

'હવે લેડી ગેટી તો જીદ પકડીને બેઠાં છે કે હું હૉંગકૉંગથી જ પાછી ફરી જવાની છું.'

પતિના હાથમાંથી પરિપત્ર ખૂંચવી લઈ તેનું ધ્યાન પોતાના પર કેન્દ્રિત કરતી કેથેરિન કહેવા લાગી :

'આજથી પાંચ દિવસે હૉંગકૉંગ આવી જશે. લેડીનો બર્થડે તો તેના ચાર દિવસ પછી આવવાનો છે, એટલે એમની ડાયમન્ડ જ્વેલરી સેફમાં સલામત રહેશે અને આપણે હાથ ઘસતાં રહી જશું.'

'તો-તો હૉંગકૉંગ મગાવેલી ડુપ્લિકેટ જ્વેલરી સાથે ઑરિજિનલની અદલાબદલી કરવાનો મોકો જ નહીં મળે !'

બિલ જેક્સન કાચમાંથી દેખાતાં સમુદ્રનાં મોજાં નિહાળતો વિચારે ચડી ગયો. આ સફરમાં

ધાર્યા કરતાં મોટો હાથ મારવાની તક ઊભી થઈ હતી. માછલીને બદલે મગરમચ્છ જાળમાં ફસાવાનો હતો. એટલા ખાતર તો બીજા શિકાર પર ધ્યાન પણ આપ્યું નહીં. પેલો હિઝ હાઇનેસ તો ખાલીખમ નીકળ્યો... અથવા તો પાકો નીકળ્યો. સાથે જોખમ રાખીને સફરમાં નીકળવું નહીં અને વટ પાડવા માટે નકલી ઝવેરાત પહેરીને કહેવાનું કે અસલી જ્વેલરી તો રાજના ખજાનામાં રાખી છે ! ઇન્ડિયન મહારાજા માલ વગરનો નીકળ્યો એટલે લેડી ગેટી સિવાય બીજો કોઈ ચારો નહોતો. આ એક જ હાથ મારીને બાકીની જિંદગી એશઆરામ કરવાનો મોકો હાથમાંથી જવા કેમ દેવાય ?

'શું વિચારે છે, બિલ ?'

કેથીએ તેના કાંડા પર હાથ પસવારી હેત વરસાવ્યું. હીરાપારખુ જેક્સન કોઈ પણ ભોગે ગેટીની જ્વેલરી તફડાવી લેવાનું છટકું ગોઠવશે એવી આશામાં એ તેના તરફ વહાલ ઉછાળતી હતી.

'આજે રાતે હાઇનેસ તરફથી શિપ પર જ આલા ગ્રાન્ડ પાર્ટી છે.'

'હં.'

'એમાં લેડી ગેટી કાલની જેમ હીરાનાં આભૂષણોનો ઠઠારો કરવાનાં હશે જ.'

'હા, એ તો નક્કી છે.' કેથીના અવાજમાં આશાનો સંચાર થવા લાગ્યો : 'કાલની પાર્ટીમાં લેડીના ડાયમન્ડે તો હદ કરી નાખી ! ખુદ પ્રેસિડેન્ટની વાઇફ પણ એવી અંજાઈ ગયેલી કે મને બાજુમાં બોલાવીને પૂછી લીધું : *આ જ્વેલરીની કિંમત કેટલી ગણાય ?*'

'પછી ?'

'મેં વટ પાડવા ખાતર પાંચ મિલિયનને બદલે પૂરા એક કરોડની કિંમત કહી ત્યારે ફર્સ્ટ લેડી ઑફ ટાન્ઝાનિયાની આંખો ચકળવકળ થવા લાગી હતી.'

'પછી ?'

'પછી મેં લેડી ગેટીને આ વાત કરી એટલે એ બહુ પોરસાયાં... મને કહે કે *પેલી લેડી સ્મિથસનને કાને આ વાત નાખજે. ભલે જલીને રાખ થઈ જતી એ બાઈ !*'

'તું આડી વાતે ચડી ગઈ, કેથી ! આપણે આજની રાતની વાત કરતાં હતાં.'

'હા, આજે રાતે પાર્ટીમાં લેડી જ્વેલરી પહેરીને આવવાનાં છે.' કેથેરિને ઉત્સાહભેર કહેવા લાગી, 'એટલા માટે તો એમણે શિપના સેફ ડિપોઝિટ વૉલ્ટમાં જ્વેલરી મૂકવાનું મુલતવી રાખ્યું. હાઇનેસે રાત્રે જ કહી દીધેલું, *મારી પાર્ટીમાંય આવો જ વટ પાડવાનો છે માય ડિયર લેડી !*'

'તો-તો આજે રાતે જ કામ પતાવવું રહ્યું.'

'આજે રાતે ?' હેબતાઈ ગઈ કેથી : 'એ કેવી રીતે બને ? નકલી જ્વેલરી આવી નથી, તો પછી અદલાબદલી કોની સાથે કરીશ તું ?'

'અદલાબદલી નહીં, તફડંચી જ કરવી પડશે.'

'*તફડંચી !*' સાંભળતાં જ કેથેરિનનો હાથ છાતી પર ગયો. ધકધક થવા લાગેલા હૈયાને ઘડીભર દાબી રાખવું પડ્યું. અદલાબદલીમાં આજ સુધી આબાદ ફાવતાં રહ્યાં હતાં. તફડંચી કરવા જતાં બાકીની જિંદગી જેલમાં ગુજારવાનું જોખમ હતું.

'પહેલાં તું મારો પ્લાન તો સાંભળ.'

પત્નીનો ભયભીત ચહેરો જોતાં બિલ જેક્સને ઝડપથી વિચારી રાખેલો પ્લાન કહેવા માંડ્યો :

'થોડી વાર પછી નાહી-ધોઈને હું ટાઉનમાં જઈશ... ત્યાંથી સ્પેનનો ફોન લગાડવા કોશિશ કરીશ. અહીં શિપમાંથી કૉલ કરવામાં ડબલ ચાર્જ લાગે છે, એટલે ઘણા એ રીતે પૉર્ટ પરથી ફોન જોડતા હોય છે.'

'સ્પેન ફોન કરીને તું શું કરીશ ?'

'અંકલને કહીશ કે શિપના નંબર પર ફેક્સથી અર્જન્ટ સંદેશો મોકલો કે *મધર ઇઝ સીરિયસ, કમ સૂન...* હું કલાકવારમાં ટાઉન જઈને પાછો ફરું ત્યાં સુધીમાં ફેક્સ આવી ગયો હશે. એ સંદેશો લેડી ગેટીના સ્વીટમાં પહોંચતો થશે. ત્યાં તું હાજર હોઈશ, એટલે સંદેશો વાંચીને શોકમગ્ન બની જઈશ. લેડી ગેટી સાથે ચર્ચા કરીશ અને હું આવું એટલે મધર સીરિયસ હોવાના સમાચારથી વિહ્વળ બની જઈશ. પછી જાહેર કરીશ કે *મારે કાલ સવારની ફ્લાઇટમાં જ નીકળી જવું પડશે. મરતી માને મોઢું નહીં દેખાડું તો જાતને ગુનેગાર ગણવા લાગીશ...'*

'એટલે તું ખરેખર સ્પેન...'

'હા, ડાર્લિંગ, એ નાટક ન કરું તો માલામાલ થવાનું સપનું રોળાઈ જશે.'

'અને પકડાઈ જઈશ તો...'

'પહેલાં પૂરો પ્લાન તો સાંભળ.....' પત્નીની અમંગળ વાણીએ તેને અસ્વસ્થ કરી મૂક્યો છતાં હસવાનો દેખાવ કરતાં એણે કહેવા માંડ્યું :

'દારેસલામથી મધરાતે સાડાબારની ફ્લાઇટ છે. એ પકડવા માટે મારે દસ-સાડા-દસે અહીંથી નીકળવું પડે. ત્યાં સુધીમાં લેડી ગેટીને કોઈ એકાન્ત જગ્યાએ લઈ જઈ બેભાન બનાવી દઈ એમની જ્વેલરી ઉતારી લેવી પડે.'

'ઓહ નો.... નો...' કેથેરિન ઊભી થઈ જતી બોલી ઊઠી : 'એમાં તો તું પ્લેન પકડે એ પહેલાં જ પકડાઈ જાય... ભાનમાં આવીને લેડી બયાન આપે તેમાં બેભાન કરનારનું નામ આપી દે કે નહીં ?'

'બેભાન કરનાર વ્યક્તિ હજુ મારે નક્કી કરવાની છે. ધારો કે એની સામે કોઈ ભૂત જેવો દેખાવ કરી એમને બેભાન કરી દે તો ?'

'નહીં, બિલ, મારા મગજમાં તારો પ્લાન બેસતો નથી.'

ત્યારે જેક્સન માથું ખંજવાળવા લાગ્યો. એના મનમાં બીજો પ્લાન ગોઠવાઈ ચૂક્યો હતો, પરંતુ એ પત્નીને કહેવાનું કસમયનું લાગ્યું એટલે વાત બદલી નાખવી પડી.

'ઠીક છે. હૉંગકૉંગ સુધી તો લેડી આપણી સાથે જ છે ને... કાંઈ ને કાંઈ સચોટ રસ્તો શોધી કાઢીશ : કાં તો લેડીનું ઝવેરાત અથવા તો લેડીનો જાન.'

સાંભળીને કેથેરિન થથરી ગઈ. બિલ જેક્સનની આંખોમાં હીરાની ઘેલછા અંગારાની જેમ ધગધગતી તેને દેખાઈ.

*

'હવે આપ જ કહો, શું કરવું મારે ?'

મૂંઝવણ ખંખેરી નાખવા માટે માથું હલાવીને તાનિયાએ યોગીજીનું માર્ગદર્શન માગ્યું. મરતાં પહેલાં મેક્સવેલે લખેલો પત્ર વાંચ્યા પછી એણે બેવડો આઘાત અનુભવ્યો હતો. એક તો મેક્સવેલના અકાળ અવસાનથી દિલ જખમી થયું, તેમાં ઓમકારની નિકટ જવા સામે પત્રમાં તેણે આપેલી ચેતવણીથી જખમી દિલ પર ફટકો વાગ્યો હોય એવી વેદના થવા લાગી હતી. પાછલી રાતે પથારીમાં પડ્યાં-પડ્યાં તાનિયા મળસકા સુધી આંસુ સારતી રહી હતી. મેક્સવેલના મૃત્યુનો શોક તેમ જ ઓમકાર સાથે બંધાઈ ચૂકેલા જાતીય સંબંધના અફસોસને આંસુ દ્વારા વહાવી દેવા મથતી રહી, પણ દિલ હળવું થવાને બદલે વધારે હિજરાવા લાગ્યું હતું. તેમાં વળી સવારે ડેક પર ઓમકાર પેલા પત્ર માટે ખાંખાંખોળા કરતો દેખાયો એથી તાનિયાને વધારે ફટકો પડ્યો. કદાચ મેક્સવેલની હત્યામાં ઓમકાર સંડોવાયો તો નહીં હોય ને ? *કદાચ એટલે જ મેક્સવેલનો પત્ર વાંચીને ઉકેલવા મથતો હશે કે પત્રમાં એણે ઓમકારની સંડોવણીનો કોઈ ઉલ્લેખ કર્યો છે ખરો ?*

બે-ત્રણ કલાક એકના એક વિચારમાં અટવાઈ રહ્યા પછી છેવટે તેણે યોગીજીને ફોન કર્યો હતો : 'એક મહત્ત્વની બાબતમાં આપની સલાહ લેવી છે, અનુકૂળ હોય તો હમણાં જ આવી જાઉં...' તાનિયાની આ પૃચ્છા વખતે યોગીજી પૂજામાં બેઠા હતા એટલે 'અર્ધા કલાક પછી જરૂર આવી જા' એમ કહીને ઉમેર્યું હતું કે 'ત્યાં સુધી તારા મનને બહુ પજવતી નહીં.' જાણે તાનિયાની માનસિક સ્થિતિનો અંદાજ અવાજ પરથી આવી ગયો હોય તેમ એમણે કહ્યું હતું, 'જગતની કોઈ સમસ્યા એવી નથી કે ઇચ્છા અને શ્રદ્ધા હોય તો ઊકલી ન શકે. માટે ધીરજ રાખજે.'

'તાનિયા, મેક્સવેલના પત્રના આપણે એક પછી એક મુદ્દા લઈએ.' તાનિયાની વાત શાંતિથી સાંભળી લઈ યોગીજીએ શરૂ કર્યું, 'પહેલાં તો એને ભલે ખ્યાલ નહીં હોય કે પત્ર લખ્યા પછી એનું મૃત્યુ થવાનું છે.... છતાં મૃત્યુ આવતાં પહેલાં ઘણા માણસને તેનો અણસાર આવી જતો હોય છે. એણે તને સવારે જૉગિંગને બહાને મળવા બોલાવી હતી છતાં કદાચ રૂબરૂ વાત ન થાય તો તેના વિકલ્પરૂપે એણે મનની વાતચીત પત્રમાં લખી નાખી. આનો અર્થ હું એવો કરું છું કે કંઈક અણધાર્યું બનવાની અટકળ તો મેક્સવેલને આવી જ ગઈ હતી.'

'તો એ અટકળમાંથી આપ શું તારવો છો ?'

'એટલું જ કે માણસને મરવાના વિચાર આવે ત્યારે જે કાંઈ એ બોલે-લખે તેમાં એના દિલની સચ્ચાઈ પ્રગટ થાય છે.' યોગીજીની વાત ધ્યાનથી સાંભળતી તાનિયાની આંખોમાં એવા ભાવ ઊપસી આવ્યા કે *મેં આવો તો વિચાર સુધ્ધાં કર્યો નહોતો.*

'તાનિયા, આમ છતાં મેક્સવેલે એક વાક્ય લખ્યું છે કે *ઓમકારથી દૂર રહેવાનું કહીને હું તમારા બંનેના સંબંધમાં વિક્ષેપ ઊભો કરવા માગું છું એવી ગેરસમજ નહીં કરતી.'*

યોગીજીએ બીજા મુદ્દાની છણાવટ કરતાં કહ્યું : 'તારા કહેવા પ્રમાણે મેક્સવેલ તારા તરફ આકર્ષાયો હતો. લૉર્ડ સ્મિથસનના હત્યારા તથા લેડી સ્મિથસનના સાવકા પુત્રની ધરપકડ કરીને શિપ પરથી વિદાય લેતી વેળાએ તેણે તને ચુંબન કરેલું એનો ફોટોગ્રાફ પણ તને મોકલ્યો હતો.'

'હા, એની પાછળ એવું લખેલું હતું કે આ ફોટો મારી પત્નીને દેખાડીશ એટલે એને ડિવૉર્સ લેવા માટે કૉર્ટમાં રજૂ કરવાનો પુરાવો મળી રહેશે.'

તાનિયાને જાણે એનું લખાણ મોઢે થઈ ગયું હોય એમ કડકડાટ બોલીને ઉમેર્યું પણ ખરું :

'અને બે દિવસ અગાઉ ફરી એ જ ફોટાની બીજી નકલ મારી કેબિનના બારણા નીચેથી સરકાવીને તેની પાછળ પણ ડેક પર સવારે મળવા આવવાનું લખ્યું હતું.'

'ફરી તેણે એ જ ફોટાનો ઉપયોગ કેમ કર્યો ?' ડોકમાં ઝૂલતી રુદ્રાક્ષની માળાના પારાને બે આંગળીથી ફેરવતાં યોગીજી કહી રહ્યા હતા :

'એક શક્યતા જણાય છે કે મેક્સવેલ તારા પ્રેમમાં હતો અને...'

'એટલા ખાતર હું ઓમકાર સાથે સંબંધ વધારું એવું એ ઇચ્છતો નહીં હોય.'

તાનિયા ઉતાવળે બોલી ગઈ ત્યારે યોગીજીએ માથું હલાવી પોતાની અસંમતિ દર્શાવી :

'નહીં, તાનિયા ! પ્રેમમાં ઈર્ષા જાગે છે તેમ જેને ચાહતાં હોઈએ તેનું અહિત ન થાય એવી ભાવના પણ જાગતી હોય છે. પાછો મેક્સવેલ તો ડિટેક્ટિવ હતો. એને કોઈ કાવતરાની ગંધ આવી હોય, જેનું પગેરું પકડીને એ શિપ પર ચડ્યો હશે એને તેમાં એને ઓમકારની સંડોવણીની કોઈક કડી મળી હશે.'

'પરંતુ, યોગીજી, એણે તો એવું લખ્યું છે કે ઓમકાર માત્ર ખતરનાક નહીં, કોઈ વિનાશક મિશનમાં સંડોવાયો છે, માટે એનાથી દૂર રહેવું.' બોલતાં-બોલતાં તાનિયાની મુખરેખા તંગ બની ગઈ : 'આવું વાંચ્યા પછી ઓમકાર સાથે આત્મીયતાથી વર્તવાની વાત બાજુએ રહી, એને જોઉં છું અને એક પ્રકારનો અભાવ જાગે છે !'

'નહીં, તાનિયા ! એવી ઉતાવળ આપણાથી ન થાય.' યોગીજીએ તેનો ખભો થપથપાવતાં કહ્યું : 'મેક્સવેલની દૃષ્ટિએ ઓમકાર કદાચિત્ કોઈક ખતરનાક કાર્યમાં સંડોવાયો હોય, પરંતુ તેના વ્યવહારમાં એવું પ્રતિબિંબ કેમ પડતું નથી ?' કહીને ભારપૂર્વક ઉમેર્યું : 'આપણે એને બેનિફિટ ઑફ ડાઉટ (શંકાનો લાભ) આપવો જોઈએ. એનાથી દૂર જવાને બદલે નિકટ રહીને ચકાસણી કરવાનું ચાલુ રાખવું જોઈએ.'

તેમનું છેલ્લું વાક્ય સાંભળી તાનિયા વિચારમાં પડી ગઈ, વિમાસણમાં પડી ગઈ. થોડી વાર માથું ઝુકાવી એક હાથની હથેળીમાં લમણું દાબીને બેસી રહી.

'વિચાર જરૂર કર, તાનિયા ! પણ વિહ્વળ નહીં બની જતી.'

બાજુમાં બેસીને તેની પીઠ પસવારતા યોગીજી સાંત્વન આપવાની ઢબે કહેવા લાગ્યા :

'ઓમકાર ચરિત્રહીન નથી, દુષ્ટ કે નિષ્ઠુર પણ નથી.' સાંભળતાં જ લમણા પરથી હાથ હટાવી લઈ તાનિયાએ ગરદન ઊંચી કરી, પાંપણ પટપટાવ્યા વિના યોગીને નિહાળતી એકચિત્તે સાંભળવા લાગી.

'ખરેખર એ કોઈ ખતરનાક કે વિનાશક કાર્યમાં સંડોવાયો હશે તોપણ કોઈનો ભરમાવ્યો એમાં ભેરવાયો હશે, સંજોગોનો માર્યો એમાં ફસાયો હશે.'

'પરંતુ ખતરનાક કે વિનાશક એવું તે કયું કાર્ય હોઈ શકે, યોગીજી ?

'ઓમકારને લાગુ પડે એવું...' બોલતાં-બોલતાં યોગીજી થંભી ગયા. *અણુવિજ્ઞાની ઓમકારને લાગુ પડે એવું વિનાશક કાર્ય એક જ હોઈ શકે અને તે અણુશસ્ત્રનો ઉપયોગ....* આમ કહેવા માટે એ શબ્દો ગોઠવતા હતા ત્યાં જ બારણા બહાર કોઈનો પગરવ સંભળાયો એટલે ચૂપ રહ્યા. બીજી જ પળે ટકોરો પડ્યો એટલે તાનિયા સામે મલકી લઈને એમણે સાદ પાડ્યો : 'કોણ છે ?'

'હું છું...' બહારથી ઓમકારનો પરિચિત અવાજ આવ્યો : 'હું અને આત્મા છીએ. અમારી સાથે અહીંનાં કેટલાંક મહેમાનો પણ છે.'

હવે તાનિયા ઊભી થઈ. એ સમજી ગઈ કે સ્થાનિક મહેમાનો એટલે કોણ... અને એમના આવવાનું પ્રયોજન શું ? બારણું ખોલવા માટે આગળ વધીને એ સહેજ અટકી. પછી યોગીજીના કાનમાં કહેતી હોય એટલા ધીમા અવાજે બોલી :

'એ લોકો આપણને સાંજે રાધાકૃષ્ણના મંદિરે આવવાનું નિમંત્રણ આપવા આવ્યા હોય, તો પ્લીઝ, જવાનો ઇનકાર કરી દેજો !'

યોગીજીએ તેની એ તાકીદ ભેદી લાગી. *મંદિરે જવાનો ઇનકાર શા માટે કરવો જોઈએ ?* પરંતુ અત્યારે પૂછવાનો અવકાશ નહોતો અને તાનિયા બારણું પણ ઉઘાડી ચૂકી હતી.

'ઓહ, તાનિયા, તું !' ઊઘડતા દરવાજામાં સામે ઊભેલા ઓમકારે યોગીજીની કૅબિનમાં તાનિયાને જોઈ આશ્ચર્યના ઉદ્‌ગાર સાથે *ગૂડ મૉર્નિંગ* કહ્યું. પછી ઉમેર્યું : 'અહીંના હિન્દુ મહાજન મંડળના મોવડીઓ મળવા આવ્યા છે.'

આમ કહેતા ઓમકારે અંદર પ્રવેશ કર્યો. તેની સાથે આત્મા હતો અને પાછળ ત્રણ આધેડ વયના વેપારી જેવા ગૃહસ્થો હતા.

'પધારો-પધારો !' યોગીજીએ આવકાર આપી ત્રણે મહેમાનો માટે બેસવાની વ્યવસ્થા કરી આપી.

'મારું નામ મોતીલાલ મોદી !' ત્રણમાંથી વધુ પ્રભાવશાળી દેખાતા મહેમાને પોતાની ઓળખાણ આપીને બાકીના બેનો પરિચય આપી દીધો : 'આ છે ઍડવોકેટ અંબાણી અને આ મહાજનમંડળના પ્રમુખ નગીનદાસ શેઠ.'

સામેવાળાની ઓળખાણ મળી ગઈ એટલે વળતા વ્યવહાર-રૂપે યોગીજી તાનિયા તરફ ઇશારત કરી તેનો પરિચય આપવા જતા હતા : 'અને આ છે ડૉક્ટર...'

'એમને તો કાલે ઓમકારભાઈ સાથે પાર્ટીમાં મળી ચૂક્યા છીએ.... રાધાકૃષ્ણ મંદિરમાં સાંજે સજોડે આરતી ઉતારવાનું નિમંત્રણ તો અમે દવેસાહેબને કાલે જ આપી દીધું હતું.'

'સજોડે !' યોગીજી વિસ્મયભરી નજરે ઓમકાર સામે જોવા લાગ્યા. ઓમકારે તાનિયા તરફ જોયું. આ લોકોએ તેમને પાર્ટીમાં પતિ-પત્ની ધારી લીધાં હોવાનું તો પોતે રાત્રે જ તાનિયાને કહી દીધું હતું... ત્યાર પછી મેક્સવેલના પત્રે કે એના અવસાનના સમાચારે તાનિયાનો મૂડ બદલી નાખ્યો.

'નગીનભાઈ શેઠ, ગઈ કાલે પાર્ટીમાં તમે કાંઈક ગેરસમજ કરી બેઠેલા....' કહી તેણે ફરી તાનિયા તરફ જોઈ લઈને ઉમેર્યું : 'અમે હજુ સજોડે થયાં નથી. રાધાકૃષ્ણનાં દર્શન કર્યા પછી નિર્ણય લેવાનું રાખ્યું છે.'

તાનિયાના ચહેરા પર ઝડપથી ભાવપલટો આવી ગયો. સૌની સમક્ષ ઓમકારનું અપમાન કરવાનું અજુગતું લાગ્યું, તેમ ઓમકાર આવું બોલી ગયો એ પણ વસમું લાગ્યું. હવે વાતને કઈ રીતે વાળી લેવી એવી મૂંઝવણમાં હતી ત્યાં યોગીજી બોલી ઊઠ્યા :

'રાધાકૃષ્ણના મંદિરે દર્શને આવવામાં કોઈને શું વાંધો હોય ? કેટલા દિવસો પછી આપણને ભગવાનનાં દર્શન કરવાનો લહાવો મળે છે એ ચુકાય નહીં, પણ...'

પણ કહીને અટકી ગયેલા યોગીજીને આગળ સાંભળવા માટે ઓમકાર-તાનિયા તત્પર બની ગયાં.

'આપણી સ્ત્રીઓ પરદેશમાં ભલે માસિક ધર્મ પાળતી ન હોય, પણ મંદિરમાં ભગવાનની આમન્યા તો રાખવી જ પડે... આ તો અણધાર્યું ધર્મસંકટ આવી પડ્યું કહેવાય.'

ચોંકી ગઈ તાનિયા. *પોતે પ્રેગ્નન્ટ બની ચૂકી છે છતાં યોગીજીએ ધર્મસંકટમાંથી માર્ગ કાઢવા ખોટું બોલવું પડ્યું... કદાચ એમનું કથન સાચુંય પડે. મારે હવે ઓમકારના બાળકના પિંડને શું કામ ઉછેરવો જોઈએ ?*

'અમારે પણ આવું જ એક ધર્મસંકટ આવી પડ્યું હતું.' મોતીલાલ મોદીએ નિખાલસપણે કહ્યું :

'અહીં આવતાં પહેલાં અમે મહારાજાસાહેબની મુલાકાતે જઈ આવ્યા. તેમને દર્શને આવવા નિમંત્રણ આપ્યું, આરતી ઉતારવાનુંય કહ્યું, પણ એ કહે કે હું સજોડે આવ્યો નથી. તમે કહેતા હો તો ભગવાનની આરતી એકલા હાથે ઉતારવા રાજી છું.'

'હિઝ હાઇનેસ !' યોગીજી ચોંક્યા : 'એ આરતી ઉતારવાના છે ?'

'હા જી. એ તો અમને મંદિરમાં ધરવા માટે અગિયારસો ડૉલર્સ સોંપી રહ્યા હતા, પણ અમે કહ્યું કે આપ આપના હસ્તે જ ત્યાં પેટીમાં ધરી દેજો ને !'

યોગીજી વિચારમાં પડી ગયા.

'યોગીમહારાજ, અમે આપને જુદું જ આમંત્રણ આપવા આવ્યા છીએ. આરતી પછી આપ હિન્દુધર્મ વિષે પ્રવચન આપશો તો અહીંના હિન્દુસમાજને ધર્મલાભ સાંપડશે.'

છતાં યોગીજી વિચારમાં ગરકાવ રહ્યા એટલે પહેલી વાર ઍડવોકેટ અંબાણીએ હોઠ ઉઘાડ્યા :

'મહારાજ, અમારા મંદિરના પૂજારી પંડિત કૃપાલુ મહારાજ બહુ વિદ્વાન છે. એમને મળીને આપને આનંદ થશે. પંડિતજી સંસ્કૃત-પ્રાકૃત વગેરે ભાષાના જાણકાર છે એ જાણીને તો હાઇનેસસાહેબ બહુ ખુશ થઈ ગયા. એ બોલી ઊઠ્યા કે *તો-તો મારે એમનું ખાસ કામ છે. વિદેશમાં પણ પ્રાકૃત ભાષાના જાણકાર હોય એ ગૌરવની વાત ગણાય.*'

છેલ્લાં ત્રણ વાક્યોએ યોગીજીની આંખોની ભમ્મરને તંગ કરી દીધી. *હિઝ હાઇનેસે આખરે પેલી ચિઠ્ઠીનું પ્રાકૃત લખાણ ઉકેલનાર શોધી કાઢ્યો ! તો-તો હવે મારે પણ મંદિરે જવું જ રહ્યું.*

'અમે આપનું નિમંત્રણ સહર્ષ સ્વીકારીએ છીએ, મહાજનો !' ત્રણેની સમક્ષ બંને હાથ જોડી વિવેક દર્શાવ્યો : 'મંદિરે જવાનું નામ પડે અને નકાર ભણીએ તો ભગવાન રૂઠે.'

આમ કહી હસી લઈને ઉમેર્યું : 'હા, આ તાનિયા આવશે ખરી, પણ તેણે દૂરથી જ દર્શન કરવાં પડશે.'

'બહુ આનંદ થયો.' મંડળના પ્રમુખ નગીનદાસે સામા હાથ જોડ્યા : 'યોગીમહારાજ, આપ દર્શન કરવા આવશો તેથી અમારા જેવા લોકોને આપનાં દર્શનનો લાભ મળશે.'

આવજો-પધારજાનો શિષ્ટાચાર પતાવી મહાજનોએ વિદાય લીધી ત્યારે તેમની સાથે આગળ વધતા ઓમકારે તાનિયા તરફ ઇશારો કર્યો, *ચાલ, તું પણ આવે છે ને ?* એવા સંકેતનો આડકતરો જવાબ તાનિયાને બદલે યોગી કૃષ્ણમૂર્તિ તરફથી મળ્યો :

'તાનિયા, તું થોડી વાર રોકાઈ જજે.'

આવી જ આજ્ઞાની રાહ જોતી હોય તેમ પેલીએ ઓમકારની પીઠ પર કેબિનનો દરવાજો બંધ કરી દીધો ત્યારે ઓમને બહુ કઠ્યું.

તાનિયાની જેમ હવે યોગીજી પણ મારા પર રૂઠ્યા ! શું કામ ? એ બંને મળી જઈને મારી સામે શું કરવા માગતાં હશે ? મેં કોઈનું કાંઈ બગાડ્યું નથી અને બગાડવા માગતો પણ નથી છતાં....

નિઃશ્વાસ નાખતો ઓમકાર આત્માને આંગળીએ ઝાલી આગળ વધી ગયો.

એનો પગરવ સંભળાતો બંધ થયા પછી કેબિનમાં યોગીજી અને તાનિયા વચ્ચે ગુસપુસ ચાલુ થઈ ગઈ.

*

'પેલી ધજા ફરકે છે ને એ અમારું મંદિર.'

મર્સિડિસ કારમાં મહેમાનોને લેવા આવેલા હિન્દુ મહાજન મંડળના યુવાન સેક્રેટરીએ આંગળી ચીંધીને દૂરથી મંદિર દેખાડ્યું.

'આમ તો એ સવાસો વરસ જૂનું છે.' ત્યાંથી શરૂ કરીને 'ગયા વરસે સવાચાર લાખને ખરચે તેનું નવનિર્માણ કર્યું' ત્યાં સુધીનો ઇતિહાસ કહી સંભળાવ્યો એટલી વારમાં કાર મંદિરના વિશાળ કમ્પાઉન્ડમાં દાખલ થઈ.

સુસ્વાગતમ્, ભલે પધાર્યા, વૉર્મ વેલકમ જેવા ઉદ્ગાર સાથે ટોળાબંધ ઊભેલાં હિન્દુઓએ તેમનું સ્વાગત કર્યું. સ્ત્રી, પુરુષો અને બાળકોમાં ગુજરાતી, સિંધી, પંજાબી વગેરે દેખાતાં હતાં, પણ સંખ્યા ગુજરાતીઓની વિશેષ નજરે પડી.

'અમને તમારી સ્ટીમરની વાત કરો ને ?'

બે-ચાર સ્ત્રીઓ તાનિયાને ઘેરી વળી : 'કહે છે કે એમાં રાજમહેલ જેવી સગવડો છે !'

તાનિયા કાંઈ કહેવા જતી હતી ત્યાં શેઠાણી જેવી જાજરમાન મહિલા બોલી ઊઠી : 'એ જાણવા માટે એમને શું કામ પજવો છો ? કાલ સવારે સ્ટીમર જોવા જવાના પાસ તો આપણને મળવાના જ છે ને.'

સૌની સાથે દોરવાતી તાનિયા મંદિર તરફ આગળ વધી. પુરુષો તો એમની પહેલાં જ પહોંચી ગયા હતા. મંદિરના દ્વારે ઊભેલા પૂજારી દૂરથી પણ પ્રભાવશાળી લાગતા હતા.

'કાલ રાતની પાર્ટીમાં કહે છે કે તમે બહુ સુંદર પોશાક પહેરીને આવ્યાં હતાં !'

તાનિયાનો સાદો પોશાક જોઈને પેલાં જાજરમાન મહિલાએ એવું કહ્યું એ સાંભળીને સહેજ ચોંકી : 'એ વળી તમને કોણે કહ્યું ?'

'એના પપ્પાએ.' બાજુમાં ઊભેલી વીસેક વરસની પુત્રી તરફ સંકેત કરીને પેલાં બહેને ઉમેર્યું : 'અમને તો ખબર નહીં કે કોઈ ઇન્ડિયન બહેન પણ પાર્ટીમાં હશે.'

'પરંતુ અહીંની કોઈ ઇન્ડિયન બહેન કેમ એના હસબન્ડ સાથે પાર્ટીમાં દેખાઈ નહીં ?'

તાનિયાએ અચરજ દર્શાવ્યું ત્યારે પેલી બધી એકબીજીને જોવા લાગી. કહેવા-ન-કહેવાની ગડમથલમાં હોય એવા એમના ભાવ નિહાળી તાનિયાએ ગલત અનુમાન કર્યું :

'કદાચ તમારા હસબન્ડને પાર્ટીમાં સજોડે નહીં બોલાવ્યા હોય.'

'નહીં, બહેન, એવું નથી.' નગીનદાસ શેઠનાં પત્નીએ જ ખુલાસો કર્યો : 'તમને સાચું કહી દેવામાં શું વાંધો ? પણ બીજા કોઈને તમે કહેતાં નહીં.'

સાંભળીને તાનિયાની જિજ્ઞાસા તીવ્ર બની ગઈ.

'ન કહેવા જેવું હોય તો મારે શું કામ કોઈને કહેવું જોઈએ ?' કહી અધીરાઈ દર્શાવી : 'તમતમારે બેધડક કહી દો : તમે કોઈ બહેન પાર્ટીમાં દેખાયાં કેમ નહીં ?'

'અહીંના કાળિયા પ્રમુખની નજર બહુ ખરાબ છે.' પેલાં બહેન પરાણે બોલતાં હોય એમ આટલું કહીને અટકી ગયાં.

'નજર ખરાબ છે, એટલું જ નહીં, અગાઉ આપણે ત્યાં રાજાને કોઈ સ્ત્રી બહુ ગમી જાય તો એને ઉપાડી જતા - એવું આ આફ્રિકી પ્રમુખો-પ્રધાનો કરે છે !'

જુસ્સાભેર એમની જુવાન દીકરી બોલી ગઈ એટલે ત્રીજી મહિલાને ચાનક ચડી :

'કાલની પાર્ટીમાં તમે પ્રમુખની ચોથી વારની પત્નીને જોઈ હશે.'

'હા, પ્રમુખ કરતાં પંદર-વીસ વર્ષ નાની હોય એવું લાગ્યું.'

'અરે, પંદર-વીસ વરસ હોય !' જાજરમાન મહિલાએ સંકોચ છોડીને કહેવા માંડ્યું :

'પ્રમુખ પંચાવનના છે તો પેલી બિચારી પૂરાં પચીસનીય નથી... એ આફ્રિકી બાપ અને હિન્દુ માતાની વર્ણસંકર પુત્રી છે. એક વાર અમારા હિન્દુ મહાજનના કાર્યક્રમમાં પ્રમુખ પધારેલા ત્યારે આ છોકરીના નૃત્યનો કાર્યક્રમ રાખ્યો હતો. બસ, પ્રમુખસાહેબની નજર પડી અને વાત પતી ગઈ. કાર્યક્રમ પૂરો થતાં જ કહેવડાવ્યું કે *છોકરીને હું લઈ જાઉં છું. કાલે ધામધૂમથી અમારાં લગ્ન થશે. તેમાં તમે સૌ આવજો.*'

'એવું કર્યું એણે !' તાનિયાના અચરજનો પાર ન રહ્યો. એ પૂછવા જતી હતી : 'પેલી છોકરીએ પ્રમુખની ચોથી વારની પત્ની થવામાં વિરોધ ન કર્યો ?'

પરંતુ ત્યાર પહેલાં તો રોલ્સરોય કાર આવીને ઊભી રહી એટલે સૌનું ધ્યાન એ તરફ ખેંચાયું. મહાજનનો પુરુષવર્ગ કારમાંથી ઊતરતા હિઝ હાઇનેસનું સ્વાગત કરવા દોડી ગયો.

'કહે છે કે આપણા આ ઇન્ડિયન મહારાજા દિલના બહુ ઉદાર છે.'

હિઝ હાઇનેસને કારમાંથી ઊતરતાં જોઈ યજમાન મહિલાએ સર્ટિફિકેટ આપી દીધું : 'મંદિર માટે અગિયારસો ડૉલરનું દાન તો સવારે જાહેર કરી દીધું. કદાચ અત્યારે અગિયારસોના અગિયાર હજાર પણ કરે તો નવાઈ નહીં.'

તાનિયા ચૂપ જ રહી. એ પીઠ ફેરવીને મંદિર તરફ પગ ઉપાડવા જતી હતી ત્યાં સાદ સંભળાયો :

'મૅડમ, વેઇટ ! આઇ ઍમ કમિંગ.'

હિઝ હાઇનસ સૌની વચ્ચેથી માર્ગ કાઢી તેમના તરફ ધસી આવતા દેખાયા. બધાંની હાજરીને કારણે તાનિયાએ રોકાઈ જઈને એમની સાથે સાથે મંદિર સુધી જવું પડ્યું.

'બંનેની જોડી કેવી જામે છે !' હિઝ હાઇનેસ અને તાનિયાને પડખોપડખ ચાલતાં જોઈ પીઠ પાછળ કોઈએ કરેલી ટકોર એના કાને અફળાઈ. એટલું ઓછું હોય તેમ બીજી મહિલાએ ટાપશી પુરાવી : 'ખરેખર તો આ બંનેએ સજોડે રાધા-કૃષ્ણની આરતી ઉતારવી જોઈએ.'

'પરંતુ આજે એ શક્ય નથી.' ત્રીજીએ ખુલાસારૂપે ટકોર કરી : 'એ બહેનના હાથ આજે ચોખ્ખા નથી.'

તાનિયા મનોમન હસી પડી. વરસો પહેલાં, બચપણમાં માસિક ધર્મવાળી સ્ત્રી માટે *હાથ ચોખ્ખા નથી*નો શબ્દપ્રયોગ આટલાં વરસે છેક દારેસલામમાં સાંભળવા મળ્યો !

'કેમ રોકાઈ ગયાં, ડૉક્ટર ?'

મંદિરનાં પગથિયાં ચડતાં હાઇનેસે અચાનક થોભી ગયેલી તાનિયાને પૂછ્યું ત્યારે એ પૃચ્છા કરનારની સામે જોવાને બદલે પોતાના બંને હાથના પંજા પહોળા કરી હથેળીને તાકવા લાગી. *મારા હાથ ચોખ્ખા નથી* એવું કાંઈ કહેવું નહોતું એટલે જુદું જ બહાનું ઉપજાવી કાઢ્યું :

'હું યહૂદીની પુત્રી છું અને ઇરાનીની પત્ની છું. મારાથી હિન્દુ મંદિરમાં પ્રવેશ ન કરાય.'

યોગીજીએ એક જુઠ્ઠાણું ઉચ્ચાર્યું, એણે બીજું ઉચ્ચારવું પડ્યું અને આ બધું ઓમકારના સજોડે આરતી ઉતારવાના પ્રસ્તાવને પ્રતાપે થયું એથી તાનિયા કતરાઈને ઓમકારને તાકવા લાગી.

'લ્યો, બહેન, દૂરથી દર્શન કરવા માટે આ દૂરબીન રાખો.'

પેલી જાજરમાન મહિલા ટચૂકડું દૂરબીન તેના હાથમાં પકડાવી મંદિરનાં પગથિયાં ચડી ગઈ અને તાનિયા આંખે દૂરબીન માંડીને આરતીનો એ પવિત્ર પ્રસંગ ભાવુક નજરે નિહાળવા લાગી.

મંદિરની પછવાડે આવેલા સમુદ્રની પેલે પાર સૂર્ય નીચે ડૂબવા લાગ્યો એટલે નગારા પર દાંડી પડી, ઘંટનાદ શરૂ થયા અને મંદિરના વિદ્વાન પૂજારી પંડિત કૃપાલુ મહારાજ નવ દીપ પ્રગટાવેલી પિત્તળની આરતી સાથે ગર્ભાગારમાંથી બહાર આવ્યા ત્યાં સુધીમાં મહાજનો અને મહેમાનો હાથ જોડીને વર્તુળાકારમાં ગોઠવાઈ ગયા હતા. જૂની રૂઢિ મુજબ મહિલાઓ પુરુષોથી અલાયદી ઊભી હતી.

'લીજિયે, મહારાજસા'બ !' પૂજારીએ હાઇનેસ તરફ આરતીનું પાત્ર લંબાવ્યું, પણ અત્યાર સુધીમાં એમને પોતાની ભૂલ સમજાઈ ચૂકી હતી. આરતી ઉતારવા માટે સંમતિ આપી ત્યારે ધાર્યું નહોતું કે યોગી કૃષ્ણમૂર્તિ, ઓમકાર, તાનિયા વગેરે પણ આ પ્રસંગમાં સામેલ હશે. ખરેખર તો કાફિરના મંદિરમાં પગ મૂકવા બદલ તેમનું રૂઢિચુસ્ત ઇસ્લામી માનસ કોચવાતું

હતું, પરંતુ પૂજારીને પ્રસન્ન કરી તેની પાસેથી પ્રાકૃત ભાષામાં લખાયેલી પેલી ચિઠ્ઠી ઉકેલવા ખાતર આ બેઅદબી સ્વીકારી લીધી હતી. એવુંય નહોતું કે પોતાને આરતી ઉતારવાની આવડત નહોતી. બચપણમાં દસ-બાર વરસ તાંત્રિક ત્રિલોકનાથજી સાથે હિન્દુ માહોલમાં જ ઊછર્યો હોવાથી ઘણી વાર પંડિતજીને આરતી ઉતારવામાં સાથ આપ્યો હતો. પરંતુ અહીં આરતી ઉતારવામાં પોતાના હાથે કોઈ છબરડો થાય તો યોગી કૃષ્ણમૂર્તિ જેવા ધર્મગુરુની નજરે પકડાઈ જવાનું જોખમ હતું.

'પૂજારીજી, અહીં યોગીજી જેવી અધિકૃત વ્યક્તિ હાજર હોય ત્યારે મારા જેવાથી આરતી ઉતારવાની ધૃષ્ટતા કેમ કરાય ?'

સાંભળીને પૂજારીના ચહેરા પર પ્રસન્નતા પ્રસરતી દેખાઈ. એ કહ્યા વિના રહી શક્યા નહીં :

'ધન્ય છે આપની વ્યવહારદક્ષતાને !' કહી યોગીજી તરફ આરતી લંબાવી : 'મારા મનમાં પણ એ જ ધર્મસંકટ ઘોળાતું હતું. ભગવાનના મંદિરમાં મહારાજા કરતાં વધુ આદર-સત્કાર તો સાધુ-સંત કે યોગીનો થવો ઘટે.' કહી યોગીજીના હાથમાં આરતીનું પાત્ર પકડાવી દીધું.

'સાચું કહ્યું તમે !' હાઇનસે દેખાવ ખાતર કહેવું પડ્યું, બાકી અંદરખાનેથી તો એ શબ્દો તેમને માનભંગ જેવા લાગ્યા.

'મહારાજાસા'બ, આરતી ઉતારતા યોગીજીને આપ હાથ અડકાડી રાખશો, જેથી આરતી ઉતાર્યાનું પુણ્ય પ્રાપ્ત થાય.'

હાઇનેસને એ તો વધારે ખટક્યું. *તમે બધા કાફિરો પાપ-પુણ્યની પળોજણ કર્યા કરો ! બાકી અમારા માટે તો પૃથ્વીના પટ પરથી સમગ્ર હિન્દુ કોમને નેસ્તનાબૂદ કરી દેવામાં જ સાચું પુણ્ય સમાયેલું છે !*

તાનિયા આંખે દૂરબીન લગાવી રાધાકૃષ્ણનાં દર્શન કરવા ઉપરાંત આરતીની પ્રત્યેક હિલચાલ નિહાળી રહી હતી. આરતીનું પાત્ર લઈને વચ્ચોવચ ઊભેલા યોગીજીની એક તરફ ઓમકાર હતો અને એની પડખે આત્મા ઊભો હતો, તો બીજી તરફ હાઇનેસ યોગીજીની કોણીને હાથ લગાડી આંખો મીંચી ભગવાનની પૂજામાં મગ્ન હોય એવા ભાવ સાથે ઊભા હતા. આરતીના ઘંટનાદથી વાતાવરણ ભક્તિભર્યું બનવા લાગ્યું હતું. પૂજારી મોટેથી રાધાકૃષ્ણની આરતી ગાતા હતા. 'આરતી જુગલકિશોરકી કીજે, તનમનધન ન્યોછાવર કીજે...' ત્યારે યોગીજી મનોમન શ્રીકૃષ્ણની પ્રશસ્તિ ગાતા હતા.

ભક્તિભાવપૂર્વક આરતીનું કાર્ય આટોપાઈ ગયું, એટલે યોગીજીએ ગોઠણભેર બેસી રાધા-કૃષ્ણની મૂર્તિને પ્રણામ કર્યા. ઓમકાર, આત્મા તેમ જ બીજાં બધાંની સાથે હાઇનેસે પણ આ ક્રિયા કમને કરવી પડી. ઇસ્લામમાં મૂર્તિપૂજાની મનાઈ હોવાથી કાફિરના દેવની સમક્ષ પગે પડતી વખતે હાઇનેસ મનોમન મક્કા-મદીનાનું સ્મરણ કરી કુરાનની આયાતો પઢવા લાગ્યા. થોડી ક્ષણો માટે એ ખરેખર વીસરી ગયા કે પોતે હિન્દુ મંદિરના ગર્ભદ્વાર સમક્ષ આ ચેષ્ટા કરી રહ્યા છે ! બીજાં બધાં પોતપોતાનાં ભક્તિ-દર્શનમાં વ્યસ્ત હતાં, પણ દૂરબીનથી નિહાળી રહેલી તાનિયાને છેલ્લે હાઇનેસ નમાજ પઢવાની રીતે બંને હથેળી એકઠી કરી આંખો સમક્ષ

ધરીને કાંઈક બબડતા દેખાયા. મૂર્તિ પાછળના અરીસા દ્વારા આ દૃશ્ય જોઈને તાનિયાનો દૂરબીન પકડેલો હાથ ધ્રૂજી ઊઠ્યો. *પોતાને ભ્રમ તો નહીં થયો હોય ને ?*

તેના મુખ પર ન સમજાય એવો ગભરાટ પ્રસરવા લાગ્યો. *પોતે જે જોયું એ કોઈને કહેવાય કે નહીં ! ખરેખર હાઇનેસ હિન્દુ નથી ? ખરેખર એ હાઇનેસ પણ નથી ? તો આ બધો ભરમ શા માટે ? અને એમાં ઓમકાર સંડોવાયેલો હોય તો શું કામ ?*

ભીતરની વિહ્વળતા કોઈની નજરે ન ચડી જાય એટલા માટે, સૌની નજરે ન ચડી જવાય એટલા માટે સૌની નજર ચુકાવી તાનિયા ધીમેધીમે દરિયાકાંઠા તરફ સરકી જઈ કુદરતી સૌન્દર્ય નિહાળતી હોવાનો દેખાવ કરતી ઊભી રહી ગઈ.

*

અડધા કલાક પછી જ્યોતિષના જાણકાર મંદિરના પૂજારી પંડિત કૃપાલુ મહારાજ સાથે એકાન્ત ગાળીને હિઝ હાઇનેસ બહાર આવ્યા ત્યારે એમના મુખ પર ચિંતાનાં વાદળ છવાઈ ગયાં હતાં.

□

48

'આપના લાલટે સ્ત્રીહત્યાનું પાપ લખાયું છે. તમે સફળતાની લગોલગ પહોંચી તો જશો, પણ એક સ્ત્રી વિઘ્નરૂપ બની રહેશે.'

બે કલાક પહેલાં બોલાયેલા એ શબ્દો હિઝ હાઇનેસનો પીછો છોડતા નહોતા. રાધા-કૃષ્ણની આરતી પછી મંદિરના પૂજારી સાથે થોડી વારનું એકાન્ત ગાળ્યું ત્યારે પ્રાકૃત ભાષામાં લખાયેલી પેલી ચિઠ્ઠી જ ઉકેલવાનો આશય હતો. પરંતુ ચિઠ્ઠી પર નજર માંડ્યા પછી વિદ્વાન પંડિતનો ચહેરો ભાવશૂન્ય જ રહ્યો હતો. થોડી વારે ડોકું ધુણાવીને એમણે હતાશાનો આંચકો આપતાં કહ્યું હતું : આ પ્રાકૃત લખાણ હોય તો એ અમારા પશ્ચિમ પ્રદેશની લિપિમાં નથી. ઉત્તરના તાંત્રિકોએ પ્રાકૃત ભાષાની પોતાની એક ભિન્ન લિપિ રચી છે. એને મળતું આ લખાણ લાગે છે... અને આમાં લખાણ કરતા સંકેતના ત્રણ જ શબ્દો છે જેનું અર્થઘટન પણ તમારે કોઈક તાંત્રિક પાસે કરાવવું પડશે.

સાંભળીને હિઝ હાઇનેસનો ચહેરો ઊતરી ગયો હતો. મંદિરમાં અગિયારસો ડૉલર્સ ધરવા ઉપરાંત તાજેતરમાં શરૂ થયેલી સંસ્કૃત પાઠશાળા ચલાવવાના ફંડમાં બીજા અગિયારસો ડૉલર્સ દાન કરતી વખતે મનમાં નક્કી જ હતું કે *અહીંથી પાછા ફરતી વખતે આ બાવીસસો ડૉલર્સનું અનેકગણું વળતર મળી ચૂક્યું હશે. યોગી કૃષ્ણમૂર્તિની તાંત્રિક સાધનાની ખોપરીમાં ખોસેલી પેલી ચિઠ્ઠી ઉકેલાઈ જાય તો એની સામે આટલી રકમની શી વિસાત ?*

પરંતુ જેમને વિદ્વાન માન્યા હતા એ પંડિત કૃપાલુ મહારાજ ત્રણ શબ્દ સુધ્ધાં ઉકેલી ન શક્યા ત્યારે ઘડીભર તો થયું કે *આ માણસ લખાણ ઉકેલીને મને સાચું જણાવવા માગતો નથી. કદાચ એ સાંકેતિક શબ્દોમાં મારી વિરુદ્ધનું કાંઈક હોવું જોઈએ.* એટલા માટે તો પોતે ફેરવીફેરવીને પૃચ્છા કરી હતી : *પંડિતજી, મારા માટે આ ઉકેલવું અત્યંત અનિવાર્ય છે. આપ ન ઉકેલી શકો તો મને બીજી કોઈ વ્યક્તિ પાસે લઈ જાઓ. ગમે તેટલો ખર્ચ થાય તોપણ હું ભોગવવા તૈયાર છું. કદાચ મને ખરાબ લાગશે, મને દુઃખ થશે એવું માનીને ઉકેલવાનું અસામર્થ્ય દર્શાવતા હો*

તો હું આપને મંદિરમાં બિરાજેલા ભગવાન શ્રીકૃષ્ણના સોગંદ આપીને કહું છું, મને એનો અર્થ કહી સંભળાવવાની કૃપા કરો....

જવાબમાં હાઇનેસના કપાળને તાકતા પંડિત કૃપાલુ મૌન જ સેવી રહ્યા. હવે એમના મુખભાવમાં પરિવર્તન આવતું હાઇનેસને દેખાયું. કોઈ દિવ્ય દૃષ્ટિ દ્વારા કદાચ એ પેલા સાંકેતિક શબ્દો ઉકેલવા મથી રહ્યા હશે એવું અનુમાન કર્યું.

'મહારાજા, આપ કોઈ મહાભારત કાર્યભાર ઊંચકીને ફરી રહ્યા છો.'

સાંભળતાં જ એક નાનકડી ખોલીમાં સામસામી ખુરસીમાં બેઠેલા હાઇનેસ ટટ્ટાર થઈ ગયા. તેમને ધ્રાસકો પડ્યો : *આ માણસ મારું રહસ્ય પામી જશે તો ?*

'હું તો આપના લલાટમાં જે લખાયું છે એ જ ઉકેલી રહ્યો છું.'

પૂજારી બોલતા જતા હતા તેમ તેમની મુખમુદ્રા તંગ બનતી જતી હતી. એમને અતિશય કષ્ટ પડતું હોય, હોઠ પર પ્રગટ થતો પ્રત્યેક શબ્દ છેક નાભિમાંથી ખેંચાઈને બહાર આવતો હોય એવી વેદના એમના વદન પર વર્તાઈ હતી.

'તમારા આ યુદ્ધ જેવા કાર્યમાં અસંખ્ય લોકો સંકળાયેલા મને દૃશ્યમાન થાય છે.'

ઓહ ! હાઇનેસના મનમાં પડઘો પડ્યો. *આ પંડિત પ્રાકૃત લખાણ ઉકેલી ન શક્યા, પણ અત્યારે એમને જે કાંઈ દૃશ્યમાન થાય છે એ સો ટકા સત્ય છે, એટલું જ નહીં, એમની દિવ્યશક્તિ માનવામાં ન આવે એટલી બધી ચમત્કારક છે.*

'બસ, હવે મારી દૃષ્ટિ થોડી ક્ષણોમાં જ તમારા લલાટ સાથેના અનુસંધાનથી મુક્ત થઈ જશે, રાજવી ! તમારે કાંઈ પૂછવું હોય તો સત્વરે મનનું સમાધાન કરી લો... જલદી !'

જાણે તત્કાલ દૃષ્ટિનો દોર કપાઈ જવાનો હોય એવી તાણ પૂજારીની તાકીદમાં હતી. હાઇનેસને થયું, *વિલંબ કરીશ તો તક ગુમાવી બેસીશ. પરંતુ પૂછવું શું ? સામી વ્યક્તિને પોતાની પૃચ્છામાંથી કાંઈ કળાઈ ન જાય એવી રીતે પૂછવાનું હતું, એટલું જ નહીં, જે જાણવાથી દિલને તસલ્લી થાય, ઑપરેશન પાર પડી જવાનું કહે એટલે બેડો પાર થઈ જાય.... અને એક પખવાડિયા પછી તો આ બનાવટી હાઇનેસને બદલે સ્વર્ગ સમા કાશ્મીરનો સાચોસાચ સર્વેસર્વા બની જાઉં.*

દિવાસ્વપ્નમાં સરી પડેલા હાઇનેસને અચાનક ભાન થયું કે *ત્રાટક-આંખે બેઠેલા પૂજારી હવે દૃષ્ટિની જાળ સંકેલી લેવાની તૈયારીમાં છે અને હું મોડો પડીશ તો મનની મનમાં રહી જશે...* એટલે હોઠ પર આવ્યું એ પૂછી નાખ્યું :

'ત્રિકાળજ્ઞાની પંડિતજી, આપ એ કહો કે જે મહાભારત કાર્યભાર લઈને હું નીકળ્યો છું તે નિર્વિઘ્ને પાર પડશે ને ?'

'નિર્વિઘ્ને !' એ સાડાત્રણ અક્ષરો પૂજારીએ એવી ઢબે ઉચ્ચાર્યા હતા જાણે હાઇનેસને ઠપકો આપતા હોય.

'મહાભારત યુદ્ધ નિર્વિઘ્ને સમાપ્ત થયું હતું ખરું ?'

'યુદ્ધમાં હત્યાઓ તો થાય, એને હું વિઘ્ન નથી ગણતો.'

'પરંતુ મહાભારતમાં સ્ત્રીહત્યા ક્યાં થઈ હતી ?' પૂજારી આવેશમાં બોલી રહ્યા હતા : 'તારા હાથે તો એક સ્ત્રીહત્યા લખાઈ છે અને સ્ત્રીહત્યાનું એ પાપ પરાકાષ્ઠાએ પહોંચેલા તારા કાર્ય માટે વિઘ્નરૂપ બનવાનો યોગ છે.'

અને એવી આગાહી સાથે પૂજારીએ તેજથી તગતગતી કીકીઓ પર પાંપણ બીડી દીધી. પછી ક્યાંય સુધી હાંફતા રહ્યા. છેવટે રાતા રંગના ગમછાથી પરસેવાથી નીતરતું મુખ લૂછતાં એમણે લગભગ આજ્ઞા આપી : 'આપ પધારો, મહારાજા !'

એ આજ્ઞામાં હાઇનેસને જાકારો લાગ્યો. પૂજારીએ આપ કહ્યું હોવા છતાં તુંકારો લાગ્યો. શિપ પર પાછા ફર્યા પછી પણ પૂજારીની આગાહી સતત મગજમાં ઘુમરાતી રહી. આમ તો અણગમતી આગાહી કરનાર બોગસ જ્યોતિષિ છે એવું કહી દેવાની વૃત્તિ જાગે, પણ પૂજારીએ *મહાભારત કાર્યભાર શબ્દપ્રયોગ કર્યો એ બહુ સૂચક હતો. ઑપરેશન કાલભૈરવમાં થનારા અણુબૉમ્બના ઉપયોગ સામે મહાભારત યુદ્ધનો વિનાશ કોઈ વિસાતમાં ન ગણાય. પરંતુ એમણે સ્ત્રીહત્યાના પાપનો ઉલ્લેખ કર્યો એ બહુ વિચિત્ર લાગે છે. એ કઈ સ્ત્રી હશે જે મારી મકસદમાં અવરોધરૂપ થવાથી મારે એની હત્યા કરવી પડે ? કોણ હશે એ સ્ત્રી ?*

એ જ વખતે બારણે ટકોરા પડ્યા.

'કોણ છે ?'

'હું.... ગુલ !'

સ્વીટનું બારણું ઉઘાડવામાં હાઇનેસે થોડો સમય લીધો. આગલી રાત્રે ગુલે નાઇટવૉચના ઑફિસરને જોઈ ભૂત... ભૂતની ચીસો પાડી એથી શિપમાં હોહા મચી ગઈ હતી. પાર્ટીમાંથી પાછા ફરીને હાઇનેસે બધી વિગત જાણી ત્યારે પહેલાં તો ગુલનારે મામલો સાચવી લીધો એ બદલ ખુશ થયા, પણ પછી બીજો વિચાર સ્ફુરી આવ્યો : *ગુલનારને ખરેખર તો પ્રેત જોયાનો ભ્રમ નહીં થયો હોય ને ? યોગીની પેલી શિષ્યાની ચિતા સામે પણ એણે બબડાટ કરીને ઉચાટ જગાવ્યો હતો. પોતે એને એકાન્તમાં લઈ ગયા ત્યારે એ બોલી ગયેલી કે મેં એ બાઈની લાશના પેટમાં હેરોઇનનાં પડીકાં મૂક્યાં એ બદલ હું એની માફી માગતી હતી.* ત્યારે હાઇનેસે તેને બબ્બે તમાચા ઝીંકી દેવા પડ્યા હતા : *ફરી આવો બકવાસ કર્યો છે તો જીવતી જલાવી દઈશ, ગુલનારની બચ્ચી !*

ફરી દરવાજે ટકોરા પડ્યા એટલે હાઇનેસે ગુલનાર પરનો રોષ ગળી જઈ દરવાજો ખોલવા જવું પડ્યું. તેમના મનમાં ફરી પેલા પૂજારીના શબ્દો પડઘાયા : *સ્ત્રીહત્યાનું પાપ ! તો શું એ સ્ત્રી આ ગુલનાર હશે, જે મને દિલોજાનથી ચાહે છે, મારે ખાતર જાન આપી દેવા તૈયાર છે એનો જ જાન મારે લેવો પડશે શું ?*

'ગૂડ ઇવનિંગ, યોર હાઇનેસ !'

દરવાજો ઊઘડતાં જ બંને હાથમાં હૅંગર પર લટકાવેલા હાઇનેસનાં કોટ-પૅન્ટ અને શર્ટ-ટાઈ સાથે દાખલ થતી ગુલે કાશ્મીરી સફરજન જેવા રતૂમડા ગાલમાં સળ પાડતું સ્મિત ફેંક્યું : 'આપની બાંદી હાજર છે.'

'કહે છે બાંદી, પણ શણગાર તો શાહજાદી જેવા સજીને આવી છો.'

એની હડપચી પકડી હાઇનેસે તેની નજરમાં નજર પરોવી ત્યારે પેલો વિચાર ઝબકી ગયો : *આનો જાન લેવાનો હોય તો સુરાહી જેવી આ ગરદન જ દબાવી દેવાનું આસાન બને... આવી રૂપાળી કાયાને જલાવી દેતાં જીવ કેમ ચાલે ?*

'શું વિચારમાં પડી ગયા, જનાબ ?' બંને હાથ પહોળા રાખી હજુય તેમાં હૅંગર લટકાવેલાં રાખીને હોઠને કામુક વળાંક આપીને તેણે પૂછ્યું :

'આપ કા ઇરાદા ક્યા હૈ, મેરે મહેબૂબ ?'

'ઇરાદો ?' જોબનથી ફાટફાટ થતા કાશ્મીરી ભરતકામવાળા કમીઝ પર પથરાયેલી બે સેરવાળી મોતીની માળાનું પેન્ડન્ટ હાથમાં લઈ તેમાં દેખાતી વૈષ્ણોદેવીની છબી નિહાળતાં દાંત ભીંસીને ઇરાદો દર્શાવ્યો : 'એમ થાય છે કે મોતીની આ માળાથી જ તારી ગરદન પીસી નાખું !'

'માત્ર ગરદન જ શું કામ, મેરે હુઝૂર, મને આખેઆખી પીસી નાખો એવી મારી ખ્વાહિશ છે !'

'હવે પછી ક્યારેય ભૂત-પ્રેતના પોકારો પાડતી તમાશો કરીશ તો તારા એ જ હાલ થવાના !'

ભૂત-પ્રેતના ઉલ્લેખ-માત્રથી જ ગુલનારના ગુલાબી ચહેરા પર ઝાંખપ પ્રસરવા લાગી. આંખોમાં પણ ભયનો સળવળાટ હાઇનેસને દેખાયો. અત્યારે આવી વાત ઉચ્ચારવાની ભૂલ હાઇનેસને સમજાઈ એટલે તેના હાથમાંથી પૅન્ટ-કોટવાળું હૅંગર લઈ લેતાં આંખ મિચકારી :

'ગુલ, આજની પાર્ટીમાં તું મારી મહેમાન બનીને પધારવાની છો, તો પછી લૉન્ડ્રીમૅનની ડ્યુટી બજાવવાની શું જરૂર પડી ?'

'પાર્ટી માટે શણગાર સજીને આપની પાસે આવતી હતી, આપની નજરની ઇનાયત માટે.... ત્યાં લૉન્ડ્રીમૅન આ કપડાં સાથે સામે મળ્યો. હું તો તમારાં કપડાં એક નજરે જ પિછાણી લઉં ને... મેં કહ્યું, લાવ, હાઇનેસને હું જ હાથોહાથ ડીલિવરી કરી દઉં છું.'

કહીને એ હાઇનેસે પહેરેલા શર્ટનાં બટન ખોલવા લાગી : 'હવે કપડાં પહેરાવવાની સેવાનો ચાન્સ પણ આ બાંદીને આપો, કિંગ ઑફ કાશ્મીર !'

કિંગ ઑફ કાશ્મીર એ ઇલ્કાબે ઉત્તેજનાથી હાઇનેસનાં રૂવાંડાં ખડાં કરી દીધાં. શેખ અબદુલ્લા ભલે *શેરે-કાશ્મીર* તરીકે ઓળખાતા, પણ *કિંગ* જેવો પ્રભાવ શેરના ખિતાબમાં ક્યાં ? ગુલનાર તેની બે નબળાઈ જાણતી હતી. એક તો આ ખિતાબની અને બીજી લાઇટરમાં વાગતી *અભી ન જાઓ છોડ કે* - વાળી તરજની...

'નહીં, ગુલ, અત્યારે નહીં !' શર્ટનાં બટન ખોલીને તેની છાતીની રુવાટીને આંગળીનાં ટેરવાંથી રમાડતી ગુલનો હાથ પકડી લઈ સહેજ મરડતાં હાઇનેસે છેડછાડની ઢબે કહ્યું : 'આજની પાર્ટી પતી જાય પછી ચૂપચાપ સ્વીટમાં સરકી આવજે. તને કોઈક ઉમદા ચીજની ભેટ આપવા માગું છું.'

'કલાઈ છોડો, જનાબ !' પોતાનો હાથ છોડાવીને સહેજ દૂર સરકી જતી ગુલે ઉમદા ભેટના જવાબમાં સાવ જુદી જ વાત ઉચ્ચારી દીધી :

'આજની પાર્ટીમાં તો લેડી ગેટી તરફ મારી નજર રહેવાની... સવારથી ડઝન જેટલા લોકોની જબાનેથી એમના હીરાના હારની તારીફ સાંભળતી રહી છું. કહે છે કે કાલની પ્રેસિડેન્ટની પાર્ટીમાં ખુદ ટાન્ઝિયાનાના પ્રમુખની આંખો ફાઇવ મિલિયન(પચાસ લાખ)ના એ હારના હીરાથી ઝગમગી ઊઠી હતી... મને થાય છે કે લેડી ગેટીનો એ હાર ઘડીભર ગરદન ફરતે વીંટાળીને અરીસામાં હું મને પોતાને જોવા પામું તોપણ ધન્ય થઈ જાઉં !'

આમ બોલતી ગુલનારની આંખો લાલસાથી અંજાઈ જતી દેખાઈ. પોતે એનું દિલ બહેલાવવાનું વિચારતા હતા કે *થોડી ધીરજ રાખ. હું 'કિંગ ઑફ કાશ્મીર' બની જાઉં ત્યારે તારા અંગેઅંગ પર હીરા લટકાવી દઈશ.* પરંતુ આવી બનાવટ કરવાની જરૂર ન પડી. તેમનો ફોન રણક્યો અને સામેથી કેથેરિનનું *હેલ્લો* સાંભળી, *વેઇટ અ મિનિટ* કહી ગુલનારને રવાના કરીને પૂછ્યું : 'બોલ, કેથી, શું વાત છે ?'

'આઇ હોપ કે મેં આપને ડિસ્ટર્બ નથી કર્યા, યોર હાઇનેસ ?'

'બિલકુલ નહીં. સ્ત્રીઓનો અવાજ સાંભળીને હું ગમે તેટલા કામમાં હોઉં તોપણ ડિસ્ટર્બ થતો નથી.'

'થૅન્ક્સ ! એ તો આપની ઉદારતા છે.' કહી કેથેરિને મૂળ વાત ઉચ્ચારી : 'યોર હાઇનેસ, મેં બિલને સમજાવી લીધો છે. આપની પાર્ટીમાં છેક સુધી હાજર રહીને જ એ સ્પેન જવા નીકળશે. મધરાતને બદલે વહેલી સવારની ફ્લાઇટમાં ઊપડશે.'

'વેરી ગૂડ ! બિલને કહેજે, મેં સાંજે ભગવાનના મંદિરમાં તેની માતા માંદગીમાંથી જલદી મુક્ત થઈ જાય એવી પ્રાર્થના પણ કરી હતી.'

હાઇનેસે ગપ્પું માર્યું ત્યારે સામેથી કેથીએ પણ ગપ્પાને વળ ચડાવ્યો :

'બિલને મેં સમજાવ્યું કે ચાર કલાકમાં મધરની તબિયતને કાંઈ જ નહીં થાય.... અને હાઇનેસની પાર્ટીના મહેમાન બનવાનો લહાવો ફરી ક્યારે મળશે ?'

'તેમાંય લેડી ગેટી જેવાં મહેમાન ફાઇવ મિલિયન ડૉલર્સની જ્વેલરી પહેરીને આવવાનાં હોય એવી પાર્ટી વારંવાર ક્યાં થવાની...' કહીને પૂછ્યું : 'કેમ, બરાબર ને, કેથી ડાર્લિંગ ?'

લેડી ગેટીના ઝવેરાતની વાત ઉચ્ચારીને હાઇનેસે તેને ચોંકાવી દીધી. *એ ઝવેરાતની તફડંચી ખાતર તો બિલે મધરની માંદગીનો ફેક્સ મગાવ્યો હતો. પોતે પતિને ઘણું સમજાવ્યો છતાં એણે આવો ચાન્સ જતો નહીં કરવાની જીદ છોડી નહીં. અરે, બિલે ઝવેરાતની ચોરીનો પ્લાન પણ તેનાથી છાનો રાખ્યો હતો... અને અત્યારે હાઇનેસ પાર્ટીમાં સામેલ થવાની વાતમાં લેડી ગેટીના ઝવેરાતને વચ્ચે કેમ લઈ આવ્યા ?*

'ચૂપ કેમ થઈ ગઈ, કેથી ?' હાઇનેસે તેન ફોન પર સજાગ કરી : '*ડાર્લિંગ* કહ્યું એનું ખરાબ લાગ્યું કે શું ?'

'અરે, હોય કાંઈ ?' કેથેરિને અવાજમાં કૃત્રિમ આત્મીયતા ઘૂંટતાં કહેવું પડ્યું : 'તમારી ડાર્લિંગ બનવાનાં અમારાં નસીબ ક્યાંથી ! યોર હાઇનેસ... હું તો લેડી ગેટીની વાત સાંભળીને ચૂપ થઈ ગઈ હતી.'

'કેમ... કેમ ?'

'લેડીનો આગ્રહ છે કે પાર્ટીમાં મારે સતત તેમની સાથે રહેવું.'

'એમાં શું વાંધો છે, કેથી ? સૌની નજર લેડીની સાથોસાથ તારા પર પણ ઘૂમતી રહે ને ?'

'મને એ જ તો વાંધો છે, યોર હાઇનેસ !' કેથીએ નાનકડો નિસાસો નાખ્યો : 'સૌ કોઈ લેડીના ઝગારામાં ઢંકાયેલી મને જુએ છે તેમાં હું ઝાંખી પડી જાઉં છું. આખરે હીરાના તેજ સામે મારા જેવીના રૂપનું શું ગજું ?'

'એવું ન બોલ, કેથી ! બીજાના સૌંદર્યને સજાવનારી બ્યૂટિશિયનને પોતાના રૂપનું આ રીતે અવમૂલ્યન નહીં કરવું જોઈએ.' હાઇનેસ માત્ર શબ્દો બહેલાવીને પેલીને ખુશ કરતા હતા : 'લેડી ગેટી પાસે હીરાનો ઝગમગાટ હોવા છતાં ચહેરાને ઝગારા મારતો કરવા માટે તો તારી જ સહાય લેવી પડે છે ને ?'

'તમારા આવા બોલ સાંભળવા બહુ સારા લાગે છે, યોર હાઇનેસ !' કેથેરિનના અવાજમાં સચ્ચાઈનો રણકો આવી ગયો : 'પરંતુ આપના જેવા કદરદાન આ દુનિયામાં કેટલા !'

સાંભળીને 'મારે હજુ તૈયાર થવાનું બાકી છે' કહી હાઇનેસ ખોટા મલાવાને આટોપી લેવા માગતા હતા, પણ કેથીએ એક મહત્ત્વની વાત તો કહેવાની બાકી હતી.

'યોર હાઇનેસ, મારે પાંચ હજાર ડૉલરની લોન જોઈએ છે.' પેલીએ અચકાતાં-ખચકાતાં માગણી મૂકી : 'બિલે તેની મધરની સારવાર પાછળ કદાચ ખર્ચ કરવો પડે તો...'

'ઓહ !' હાઇનેસ જાણતા હતા કે *સૌ કોઈ પોતાને મહારાજા માનીને ખંખેરવાનો લાગ શોધતા ફરે છે. કાલે મંદિરમાં દાન આપતી વખતે જીવ કોચવાતો હતો. હવે આ બ્યૂટિશિયન પાંચ હજારની લોન માગે છે. લોન તો કહેવાની, પાછા નહીં મળે એ ગણતરીથી જ આપવાના....*

'કેથી, મને એમ કે તમારી કમાણી બહુ સારી છે.' હાઇનેસે ના પાડવાને બદલે ચકાસણી કરી જોઈ.

'યોર હાઇનેસ, કમાણીનું તો એવું છે કે પાર્લરમાં મળતી રકમ અહીં જમા થાય ખરી, પણ હાથમાં તો આવે ટૂર પૂરી થયા પછી... હા, બસો-પાંચસો ડૉલર્સ એડવાન્સમાં મળે, પણ પાંચ હજારનો મેળ તો કોઈ હિસાબે થાય નહીં... વી વિલ બી હાઇલી ઑબ્લાઇજ્ડ, યોર હાઇનેસ !' લાગણીવશ થઈ જતી કેથીએ ઉમેર્યું પણ ખરું : 'આ ઉપકારનો બદલો આપ કહેશો એ રીતે વાળી આપીશું.'

'અમે મદદનો બદલો લેવામાં માનતા નથી.' હાઇનેસે ઉદારતા દાખવી : 'બિલને કહેજો, રાત્રે પાર્ટી પછી મારી પાસે આવીને લઈ જાય.'

'ખૂબખૂબ આભાર આપનો !' કેથેરિન પૂરું બોલે એ પહેલાં હાઇનેસે ફોનનું રીસીવર મૂકી દીધું. પછી પોતે આપેલી શાનદાર પાર્ટીમાં જવા માટે તૈયાર થવામાં લાગી ગયા. સૂટ પહેરતાં-પહેરતાં વ્હિસલ વગાડીને એ વિચારતા હતા : *પાંચ હજારનો બદલે કેથી પાસેથી કઈ રીતે વાળવો ?*

*

બધા રંગીલા મિજાજમાં હિઝ હાઇનેસની પાર્ટીમાં સામેલ થવા લાગ્યાં હતાં. આગલી રાતે પ્રૅસિડેન્ટ પૅલેસમાં આફ્રિકી નાચનારીઓને ખાસ ફરમાયશથી બોલાવવામાં આવી હતી એટલે શિપની કેબ્રે ડાન્સરને આજે છુટ્ટી મળી હતી. આમ તો ભૂત-પ્રેતના ભણકારાની બબ્બે ઘટના પછી તેને થોડા આરામની જરૂરત હતી.

આફ્રિકી સંગીતકારો અને નર્તકીઓ ખુશ હતાં, કારણ કે વિદેશી મુસાફરો તરફથી દરેક આઇટમ પછી ડૉલરમાં ખોબા ભરીને ટિપ મળતી હતી. પાર્ટીમાં સામેલ થયેલાં બારસો પૅસેન્જર્સમાં લેડી ગેટી તેમના મૂલ્યવાન ઝવેરાતને કારણે સૌના આકર્ષણનું કેન્દ્ર બની રહ્યાં હતાં. ચારે નર્તકી

વારંવાર તેમની નજીક જઈ મનમોહક અદાથી એમની ટિપ મેળવવા માટે સ્પર્ધા કરતી હતી અને લેડી પોતાની શ્રીમંતાઈના પ્રદર્શન ખાતર, બાજુમાં ઊભેલી કેથેરિન દ્વારા પચાસ-સો ડૉલરની નોટો આ નર્તકીઓ પર ઓળઘોળ કર્યા કરતાં હતાં. વચ્ચેવચ્ચે લુચ્ચી નાચનારીઓ પુરુષોની ફરતે પ્રદક્ષિણા કરી પોતાનાં અંગ-ઉપાંગના માદક હલનચલનથી તેમની ઉત્તેજના જગાડીને બક્ષિસ પડાવી લેતી હતી.

'આ ગોરા મરદોને કાળી સ્ત્રીઓ વધુ કામણગારી લાગે છે !'

હાથમાં શરાબનો ગ્લાસ લઈને ફરતી ગુલનાર આછેરા ઈર્ષાભાવથી હિઝ હાઇનેસની બાજુમાંથી પસાર થતાં બોલી ગઈ : 'સાલીઓ જંગલી નૃત્ય કરીને ખોબેખોબા ભરીને ડૉલર્સ ઊસરડી જવાની !'

હાઇનેસે તેની અદેખાઈ પ્રત્યે સહાનુભૂતિ દર્શાવી : 'ગુલ, માણસમાત્રને ચેન્જ જોઈએ છે. તું એકાદ વખત તારી કાશ્મીરી ચામડી પર ડામર લગાડીને કેબ્રે નૃત્ય કરી દેખાડ... એ બધા આમ જ પાગલ બની જશે.'

એક પછી એક મહેમાનો આવીને હાઇનેસને ધન્યવાદ આપી જતા હતા : 'આપે પાર્ટીમાં આ નર્તકીઓને બોલાવીને કમાલ કરી નાખી. ગઈ કાલે અહીંના પ્રમુખે મજા કરાવી, તો આજની રાત ઇન્ડિયાના મહારાજાએ સુધારી લીધી.'

બધાની પ્રશંસા ઝીલતા હાઇનેસ મનોમન મુસ્કુરાતા હતા : *તમે બધા મુંબઈ પહોંચ્યા પછી જોજો, તમારી આ બધી જ મજા નીકળી જવાની ! તમારી તમામ માલમતા લૂંટાઈ જવાની !*

'યોર હાઇનેસ, આપે મધરની ટ્રીટમેન્ટ માટે લોન આપવાની ઉદારતા દાખવીને મારા પર બહુ મોટો ઉપકાર કર્યો છે.' કહી શરાબના ઘૂંટ ભરી લેતાં બિલે ઉમેર્યું : 'આજની પાર્ટીમાં આપ પાણીની જેમ પૈસા વહાવો છો, એટલે પાંચ હજાર તો આપના માટે મામૂલી રકમ ગણાય... પરંતુ એ રકમ મારી માની આવરદા લંબાવવાનું નિમિત્ત બનશે અને એ જિસસ ક્રાઇસ્ટને આપની રિદ્ધિ-સિદ્ધિ માટે પ્રાર્થના પણ કરશે.'

'અત્યારે તો આપણે તમારાં માતાજી સાજાં થાય એની પ્રાર્થના કરવાની છે, મિસ્ટર જેક્સન !'

એમ કહી હાઇનેસે પાર્ટીમાં પોતાના પરિચિતોની હિલચાલ નિહાળવા ચોતરફ નજર દોડાવવા માંડી. ગુલનાર હવે કોઈ એમેરિકનના ખભા સાથે ખભા મિલાવીને શરાબની મસ્તી માણતી હતી, તો એનો ભાઈ ગુલઝાર એક ઇટાલિયન યુવતીને હેળવી-ભોળવી લેવાની પેરવીમાં પડ્યો હતો. ઓમકાર તો હાજર નહોતો, નહીંતર એ પેલી તાનિયાની પાછળપાછળ ભમતો હોત. જોકે પોતે એને જ્યાં મોકલ્યો છે ત્યાં પણ તાનિયાની આગળ-પાછળ ફરવાનો મોકો તો મળી જ ગયો હશે.

મંદિરેથી પાછા ફરીને શિપ પર છૂટા પડતી વખતે એમણે ઓમકારને કહેલું : 'તું સમયસર પ્રેસિડેન્ટ હૉલ પર આવી પહોંચજે. મહેમાનોને રીસીવ કરવામાં સાથે રહેજે... ત્યારે ઓમકારે સહેજ ખચકાઈને પૂછ્યું હતું : 'આપે શું તાનિયા સાથે યોગીજીને ઇન્વાઇટ નથી કર્યા ?'

સાંભળીને હાઇનેસને આશ્ચર્ય થયું હતું : 'વ્યક્તિગત રીતે દરેકને સાઇક્લોસ્ટાઇલ્ડ નિમંત્રણ મોકલાયું છે. આવવું-ન-આવવું એ દરેકની મુનસફીની વાત ગણાય.'

'પરંતુ, હાઇનેસ, યોગી અને તાનિયા ડિનર લઈને ફરી મંદિરે જવાનાં છે.'

'મંદિરે શું કામ ?'

'તમે કારમાં બેઠા પછી પૂજારીએ રાત્રે દસ વાગ્યે થનારાં ભજન-કીર્તનમાં પધારવા માટે અમને સૌને કહ્યું. યોગીજી આનાકાનીમાં હતા ત્યાં પૂજારીએ ઉમેર્યું કે *તમને ભજન-કીર્તનમાં રસ ન પડે તો આપણે અગમ-નિગમની વાતો કરીશું. આપની પાસેથી મને બે વિદ્યા જાણવા મળશે. અને હું પણ આપને એક-બે વિદ્યાનો પરચો દેખાડીશ.*'

'પૂજારીએ આવું કહ્યું હતું ?' હાઇનેસે વિચારમાં પડી જઈને પૂછ્યું હતું : 'શું વિદ્યા શીખવાની વાત સાંભળીને યોગીજી ફરી મંદિરે જવા સંમત થઈ ગયા ?'

'હા, હાઇનેસ ! બહુ રાજીખુશીથી સંમત થઈ ગયા, એટલું જ નહીં, તાનિયાને પણ સાથે આવવા સમજાવી લીધી.'

'ઓહ ! એમ વાત છે !'

'આપ શું વિચારમાં પડી ગયા, હાઇનેસ ?'

'મને લાગે છે, ઓમકાર, તારે પણ એ લોકો સાથે મંદિરે જવું જોઈએ.' કહીને હાઇનેસે સમજાવવા માંડ્યું હતું : 'એ બંને તારી કે મારી વિરુદ્ધ કંઈક પેંતરા રચવા માગતા હોય તો આપણે બેખબર રહેવું પાલવે નહીં.'

'ભલે, તમે કહો છો તો હું આત્માને લઈ મંદિરે જ જઈશ.' ઓમકારે સત્વરે પ્રસ્તાવ સ્વીકારી લીધો અને કારણ ઉપજાવી કાઢ્યું : 'હું તાનિયાને કહીશ કે આત્માને પાર્ટીમાં લઈ જવાય નહીં અને આત્માને તમારી સાથે વળગાડીને હું પાર્ટીમાં જાઉં તે પણ યોગ્ય નથી એટલે ચારેય મંદિરે જ જઈશું. મનેય અગમનિગમમાં બહુ રસ છે.'

અને નીકળતાં પહેલાં ઓમકારે ફોનથી હાઇનેસને જાણ પણ કરી દીધેલી કે 'હું એ લોકો સાથ જાઉં છું. ત્યાં જે કાંઈ બનશે તેની આપને સવારે જાણ કરી દઈશ...'

ત્યારે પણ હાઇનેસે તાકીદ કરેલી : 'કોઈ પણ ભોગે એક મિનિટ માટેય એમનાથી અળગો નહીં થતો... અને પેલા પૂજારી સાથેની ચર્ચામાં તો તારે સતત સાથે ને સાથે જ રહેવાનું, શું સમજ્યો ?'

'બરાબર સમજી ગયો, હાઇનેસ !'

ઓમકારે આવી ખાતરી આપી હોવા છતાં પાર્ટીના માહોલ વચ્ચે પણ હાઇનેસને પૂજારીની યાદે વિહ્વળ બનાવી દીધા : *મારું કપાળ વાંચીને એમણે જે આગાહી ભાખી એ બધું પૂજારી આ લોકો સામે બકી નહીં મારે ને ? કદાચ ઓમકારને પોતાના ભાવિ વિશે જાણવાની ઉત્સુકતા થાય અને પૂજારી તેને પેલાં બંનેની હાજરીમાં કાંઈક એવું કહી દે કે તું હાઇનેસના મહાભારત કાર્યમાં સામેલ છો, તો-તો મારા હાથે માત્ર સ્ત્રીહત્યા જ નહીં, એક યોગીની હત્યા પણ થઈ જાય !*

હાઇનેસે ઘડિયાળમાં જોયું : *સાડાઅગિયાર થવા આવ્યા હતા. કદાચ એ લોકો મંદિરેથી પાછા ફરી ચૂક્યાં હોય તો ઓમકારને અત્યારે જ પૂછપરછ કરી લઉં, જેથી નિરાંતે-જીવે પાર્ટીનો નશો માણી શકું...*

ધીમેધીમે એ હૉલના દરવાજા તરફ સરકવા મંડ્યા. વચ્ચે જે કોઈ મળે તેમને પૂછી લેતા : 'આર યૂ એન્જૉઇંગ ?' અને સામેવાળી વ્યક્તિ તરફથી લગભગ એવો જ જવાબ મળતો : 'એમાં પૂછવાનું હોય ! મજા કરવામાં મણા શું કામ રાખવી જોઈએ ?'

હૉલમાંથી જ એ ઓમકારને ઇન્ટરકૉમ જોડી શકે તેમ હતા, પણ એક તો ઘોંઘાટમાં બરાબર સંભળાય નહીં અને કદાચ રૂબરૂ મળીને વાતચીત કરવી પડે તો બારોબાર બોલાવીને પતાવી દેવાય.

આ તરફ હાઇનેસ બહાર નીકળ્યા તો બીજી બાજુ લેડી ગેટીએ કેથેરિનના કાનમાં કહ્યું : 'હું જરા રેસ્ટરૂમમાં જઈ આવું.'

'ચાલો, હું તમારી સાથે આવું.' એવો કેથીએ વિવેક કર્યો ત્યારે લેડી હસ્યાં : 'ત્યાં મને કોણ લૂંટી લેવાનું છે કે તારે આવવું પડે ?'

કેથીએ સામે હસી લીધું. એક રીતે એને થોડી વાર માટે લેડીથી જુદા પડવું ગમ્યું. બીજાં બધાં તેની પીઠ પાછળ બોલતાં સંભળાયાં હતાં કે 'આ બ્યૂટિશિયન લેડીને એક પળ પણ રેઢી મૂકતી નથી - કેમ જાણે વસિયતમાં લેડી તેને દલ્લો આપી જવાનાં હોય !'

'લેડી, આપ રેસ્ટરૂમમાં જઈ આવો. જરા ગાલ પરનો મેકઅપ રેલાઈ ગયેલો છે એ પણ સરખો કરતાં આવો.' તેમને બાથરૂમ તરફ દોરી જઈ કેથેરિને એકલાં છોડી દેતાં કહ્યું : 'ત્યાં સુધીમાં હું મારા બિલની ખબર કાઢું. એ આજુબાજુ ક્યાંય દેખાતો નથી. કોઈ બાઈ સાથે લફરું હોય તો જઈને એને રેડ-હેન્ડેડ પકડી પાડું !'

'આવી પાર્ટીમાં ધણીને પકડવાને બદલે બીજા કોઈકને પકડી પાડીને બે ઘડી ગમ્મત કરી લેવાની હોય.' લેડીએ બાથરૂમનો દરવાજો ઉઘાડી અંદર દાખલ થતાં ઊંચા અવાજે કહીને કેથેરિન સામે આંખ મિચકારી : 'જુવાનીના દિવસોમાં અમેય લૉર્ડને બેહોશ થવા દઈને મનગમતા મરદ સાથે બે-ચાર ઘડી અડપલાં કરી લેતાં, હોં કે !'

પરંતુ છેલ્લું વાક્ય સંગીતના ઘોંઘાટ વચ્ચે કેથેરિનના કાન સુધી પહોંચ્યું નહીં.

રેસ્ટરૂમમાં પહોંચી અરીસા સામે ઊભાં રહી ચહેરાનો મેકઅપ સરખો કરતાં-કરતાં લેડી જુવાનીના દિવસો વાગોળવામાં એવાં મશગૂલ બની ગયાં કે બાજુના બાથરૂમનો દરવાજો ઊઘડ્યો અને અંદરથી એક બુરખાધારી વ્યક્તિ બહાર આવી તોપણ ખ્યાલ ન રહ્યો. પાંચ-દસ પળ પછી અરીસામાં બુરખાધારીનું પ્રતિબિંબ જોઈને ચીસ પાડવા માટે એમણે મોઢું ફાડ્યું ત્યાં તો આવનારે ઝાપટ મારી ઉઘાડા મોં પર રૂમાલનો ડૂચો દાબી દીધો. ગૂંગળામણ અનુભવતાં લેડીએ ઊંડા શ્વાસ લીધા તેની સાથે જ રૂમાલનું ક્લૉરોફૉર્મ તેમના શ્વાસોચ્છ્વાસમાં ભળી જઈ મગજ સુધી પહોંચી ગયું અને એમણે પાછળ ઊભેલા બુરખાધારીના ખભા પર ડોક ઢાળી દીધી.

દસ-બાર મિનિટ થઈ છતાં લેડી રેસ્ટરૂમમાંથી બહાર નીકળતાં દેખાયાં નહીં એ કેથેરિનને જરા વિચિત્ર લાગ્યું. થોડી વાર પહેલાં ભરેલો પ્યાલો ગટગટાવી જઈને એ ત્યાં ધસી ગઈ. રેસ્ટરૂમના બાથરૂમને ધક્કો માર્યો, પણ અંદરથી બંધ છે એનો ખ્યાલ આવતાં એ ચોંકી. *શું લેડીએ અંદર જઈને બારણું લૉક કરી દીધું હશે ? પણ એવું શું કામ કરે ? કદાચ એ કાંઈક એવું કરવા માગતાં હશે જે બીજાની નજરે ન ચડી જાય એટલા માટે અંદરથી બારણું વાસી દીધું, જેથી બહારથી કોઈ આવી ન શકે.*

આવા અનુમાનના આધારે કેથી બીજી બે મિનિટ વાટ જોતી દરવાજે ઊભી રહી. લેડીને ડિસ્ટર્બ કરવાનું તેને અજુગતું લાગ્યું. ત્યાર પછી ધીમેથી દરવાજે બે-ચાર ટકોરા મારી જોયા.

તેનો પણ કોઈ જવાબ ન મળ્યો ત્યારે એણે જોરથી બારણાં ખખડાવવા માંડ્યાં. એટલી વારમાં બીજા બે-ચાર માણસો આવી પહોંચ્યા. સૌએ નક્કી કર્યું કે વેન્ટિલેશનનો કાચ તોડીને અંદર ડોકિયું કરી લેવું જોઈએ. કદાચ વધુ પડતું પિવાઈ ગયું હોય, વૉમિટ કરવા માટે બારણું અંદરથી બંધ કર્યું હોય અને તેમાં ઝોકું આવી ગયું હોય...

આવા તર્ક-વિતર્ક વચ્ચે બારણાંના વેન્ટિલેશનનો ગ્લાસ ફોડી સ્ટુઅર્ડે અંદર નજર કરી તો ડ્રેસિંગ ટેબલ પર માથું ઢાળી દઈ લેડી સ્ટૂલ પર બેઠાં હતાં, કેમ જાણે મેકઅપ ઠીકઠાક કરતાં ઊંઘ આવી ગઈ હોય !

પરંતુ સ્ટુઅર્ડે અંદર જઈ બારણું ઉઘાડી બીજા બે જણની મદદથી લેડીને બહાર લાવી સોફા પર સુવાડ્યાં ત્યાં જ કેથેરિનના મોંમાથી ચીસ નીકળી ગઈ :

'અરે, એમનો હાર ક્યાં ગયો ?'

બસ, હાર ગુમ થયાની એ ચીસે સન્નાટો પ્રસરાવી દીધો. હાઇનેસ એ જ વખતે બહારથી દાખલ થયા. ઓમકાર સાથે ફોન પર લાંબી વાતચીત પતાવી તેમાં પંદર-વીસ મિનિટ વીતી ગઈ. હૉલમાં દાખલ થતાં ફાઇવ મિલિયનની ડાયમંડ જ્વેલરીમાંથી લેડીનો નેકલેસ ચોરાયાની જાણ થતાં એ ડઘાઈ ગયા.

'પ્લીઝ, હૉલમાંથી કોઈ બહાર ન નીકળે એવી વિનંતી છે.'

તાબડતોબ આવી પહોંચેલા સીક્યુરિટી હેડે માઇક પર તાકીદ કરી, એટલે સૌ કોઈ હતાં ત્યાં ઊભાં રહી ગયાં. હાઇનેસે હૉલમાં નજર દોડાવીને જોયું તો ગુલનાર ક્યાંય દેખાઈ નહીં.

એવી જ રીતે કેથેરિનની આંખો પણ પતિને શોધવા ચકળવકળ ચોતરફ ફરી વળી, પરંતુ બિલ જેક્સન ક્યાંય દેખાયો નહીં.

*

ડાયમંડ નેકલેસની તફડંચી કરનાર અથરો થઈ ગયો હશે અથવા તો વધુ પડતું ક્લૉરોફૉર્મ સૂંઘાડવાથી વૃદ્ધા લેડી ગેટી કદાચ હંમેશને માટે ઢબી જશે એવી દહેશતથી ક્લૉરોફૉર્મનો હળવો ડોઝ રૂમાલમાં ભેળવ્યો હોય... ગમે તેમ, પણ બાથરૂમમાંથી બહાર લઈ આવ્યા બાદ અર્ધા કલાકમાં એમની મૂર્ચ્છા વળવા લાગી.

'મારો નેકલેસ !' આંખો ઉઘાડતાંની સાથે જ ચીસ પાડવાની ઢબે લેડી ગળા પર હાથ ફેરવતાં બોલી ઊઠ્યાં : 'એને પકડો ! મારો મૂલ્યવાન નેકલેસ...'

બોલતાં-બોલતાં એમનો કંઠ રૂંધાઈ ગયો, એક ડૂસકું ભરાઈ ગયું. ડૉક્ટરે શાંત રહેવા કહ્યું ત્યારે શિપના સીક્યુરિટી હેડે પૃચ્છા કરી :

'તમે એ વ્યક્તિને જોઈ તો હશે ને ? આપણે કોઈને હૉલની બહાર જવા દીધાં નથી. જોઈને તમે ઓળખી કાઢો.'

'ક્યાંથી ઓળખી કાઢું ?' લેડી રડમસ અવાજે બોલી ગયાં : 'હું અરીસા સામે ઊભીને મેકઅપ કરતી હતી ત્યાં ટૉઇલેટમાંથી એ બહાર નીકળ્યો. એણે કાળો બુરખો ઓઢ્યો હતો. મને તો માત્ર એની આંખો જ દેખાઈ. છળી પડીને હું ચીસ પાડવા ગઈ ત્યાં એણે મોં પર ડૂચો મારી દીધો. મારા નાકમાં તીવ્ર વાસ આવી અને હું...'

એ વાક્ય પૂરું કરી શક્યાં નહીં. હજુય લેડી ભયથી કાંપતાં હતાં.

'તમે એને માટે *હી* શબ્દ વાપર્યો એનો અર્થ એ કે કોઈ પુરુષ હતો. સામાન્ય રીતે બુરખો સ્ત્રીઓ પહેરતી હોય છે.'

'ના-ના, મને ખાતરી નથી કે એ *હી* હતો કે *શી* હતો.' લેડીએ સુધારો કર્યો : 'એના બાવડામાં જોર હતું ખરું, છતાં એ સ્ત્રી પણ હોઈ શકે.'

લેડીના આ બયાન પછી મહેમાનોને હૉલમાં રોકી રાખવાનો કોઈ અર્થ નહોતો. હવે તો શિપમાંથી કોઈ નાસી ન જાય એનો જાપ્તો રાખવાનો હતો, કારણ કે ટૉઇલેટમાં ઘૂસીને લેડીના રાહ જોનાર નેકલેસ-ચોર લેટ્રિનની બારી વાટે બહાર નીકળી ગયો હતો. એટલે એ હૉલમાં હોવાની કોઈ શક્યતા જ નહોતી. દસ મિનિટમાં તો હૉલ ખાલી થઈ ગયો, પણ લગભગ દરેકના હોઠ પર કકળાટ હતો : *આવી સરસ પાર્ટીની ક્લાઇમૅક્સ બહુ બૂરી આવી ! આ વખતની સફરમાં દર વખતે કાંઈક ને કાંઈક દુર્ઘટના બને છે. અધૂરામાં પીરું, મુંબઈમાં રમખાણ ફાટી નીકળ્યાં એટલે રૂટ પણ બદલવો પડ્યો !*

આવો બબડાટ સાંભળતી કેથેરિન પતિની શોધમાં નીકળી પડી. લેડી ગેટીને આવી હાલતમાં એકલાં છોડીને જતાં જીવ ચાલતો નહોતો, છતાં પણ બિલને પકડી પાડ્યા વગર ચાલે તેમ નહોતું. આખરે એણે નેકલેસની તફડંચી તો કરી, પણ...

બિલ જેક્સન સપર ક્લબમાં જઈને મધરાતનું વાળુ આરોગતો હતો ત્યાં કેથી ધસી આવતી દેખાઈ. પત્નીને હાંફળીફાંફળી જોઈને બિલ સમજી ગયો કે એ શું કહેવા દોડી આવી હતી. એણે ભાવશૂન્ય ચહેરે જમવાનું ચાલુ રાખ્યું.

'બિલ, આખરે તેં ધાર્યું જ કર્યું !'

બ્રેડનો ટુકડો ચાવતો બિલ ઘણી વાર લગી પત્નીને તાકી રહ્યો.

'કેથી, તું હરખ કરે છે કે ખરખરો ?'

'વૉટ ડુ યુ મીન ?' પેલી ઘૂરકી.

'આપણા બદલે બીજા કોઈએ હાથ માર્યો એનો શોક તને મારા મુખ પર કળાતો નથી ?'

'તું જે રીતે અકરાંતિયો થઈને આરોગી રહ્યો છે એમાં ક્યાંય મને શોક કળાતો નથી.'

'તારે જે માનવું હોય તે માન, પણ હવે હું સ્પેન જતો નથી... જવાનો કોઈ અર્થ નથી.' બિલે પત્નીનું કાંડું પંપાળતાં કહ્યું : 'હવે તારે જ મને રોકી પાડવો પડશે - એવું કહીને કે લેડી પર આ આપત્તિ આવી પડી છે ત્યારે તમારાથી એમ જવાય નહીં.'

કેથી પતિને તાકી રહી. એ પોતાને બનાવી રહ્યો છે એવું લાગ્યું. *કદાચ હાર હાથમાં આવ્યા પછી એની દાનત બગડી હશે. મને અંધારમાં રાખી એકલો જ મિલિયોનેર થઈ જવા માગતો હશે...*

*

બરાબર એ જ વખતે ગુલનારની કૅબિનને દરવાજે ટકોરા પડ્યા.

'કોણ ?' અંદરથી પૃચ્છા થઈ.

'હું છું.'

હાઇનેસે તેની પીઠ પર સવાલ ફેંક્યો. પછી પાછી ફરેલી ગુલનો લંગડાતો પગ જોઈને બીજો સવાલ ફંગોળ્યો : 'એકાએક લંગડી કેમ થઈ ગઈ !'

'અણધારી મુસીબત આવી પડી.' ગુલનારે હાઇનેસ સાથે નજર મિલાવ્યા વિના જ કહેવા માંડ્યું : 'પેલો અમેરિકન વધારે પડતી છૂટછાટ લેવા લાગ્યો. મેં એને વાર્યો તો એ મને એકાન્તમાં ઘસડી જવા લાગ્યો. હું માંડમાંડ છટકીને અહીં નાસી આવી... એમાં પગ મચકોડી બેઠી.'

'આ તો બહુ ખરાબ થયું કહેવાય.' કટાક્ષમાં બોલતા હાઇનેસ વૉર્ડરોબ તરફ આગળ વધ્યા : 'હવે મચકોડાયેલા પગે તું કેબ્રે કેમ કરી શકીશ ?'

હાઇનેસનું આ રીતે બોલવું ગુલને બહુ વિચિત્ર લાગ્યું હોય તેમ એ પણ વૉર્ડરોબ સુધી એમની પાછળપાછળ ગઈ. હાઇનેસે કબાટનો દરવાજો ઉઘાડી અંદર લટકતો કાળો બુરખો ખેંચી કાઢ્યો.

'થોડી વાર પહેલાં મેં તને આ બુરખામાં દોડી જતી જોઈ હતી... અને તું પેલા અમેરિકનનું બહાનું ઉપજાવી કાઢીને મને બનાવે છે ?'

કહી હાઇનેસે તેના પર બુરખો ફંગોળ્યો.

'ક્યાં છે ડાયમન્ડનો નેકલેસ ?'

'નેકલેસ !'

'અજાણી નહીં થા, ગુલ ! રેસ્ટરૂમમાં ગયેલાં લેડીનો નેકલેસ કોઈ તફડાવી ગયું અને એ પરાક્રમ કરનાર વ્યક્તિએ કાળો બુરખો ઓઢ્યો હતો એવું બયાન પણ લેડીએ આપ્યું છે... લાવ, મને આપી દે, નહીં તો દારેસલામની જેલમાં સબડવું પડશે... હું મામલો સંભાળી લઈશ.'

ગુલનાર હાઇનેસના પગે પડી ગઈ.

'ખુદાકસમ, મેં નેકલેસ તફડાવ્યો નથી. હું આ બુરખો પહેરીને ક્યાંય ગઈ નથી. હીરાના ઝવેરાતના મને ઘેલછા જાગી હતી ખરી, પણ મારું એ ગજું ક્યાં ?'

કહેતી, રડતી-કકળતી એ તેમના પગમાં આળોટવા લાગી ત્યારે હાઇનેસ મૂંઝવણમાં મુકાઈ ગયા : *એ સાચું કહી રહી છે કે ઍક્ટિંગ કરતી હશે ?*

અને એક કલાક પછી ન્યૂયૉર્કની મેટ્રોપાલિટન ઇન્સ્યોરન્સ કંપની પર ડાયમંડ નેકલેસ ચોરાયાની ફેક્સ ગયો તેનો જવાબ આવ્યો કે નાઇરોબીની ઑફિસમાંથી ઇન્વેસ્ટિગેટિવ ટીમ સવાર સુધીમાં દારેસલામ પહોંચી જઈને કેસ હાથમાં લઈ લેશે.

□

49

લક્ઝરી શિપ *ઓકે-વન*ના ઉતારુઓ માટે રવિવારની સવાર થોડી સુસ્તીભરી અને થોડી ઉદાસ ઊગી હતી. દારેસલામ બંદરનું શિયાળુ હવામાન ખુશનુમા હતું, પણ આગલી રાત્રે હિઝ હાઇનેસે આપેલી પાર્ટીમાં લેડી ગેટીનો લાખો ડૉલરનો ડાયમન્ડ નેકલેસ એમના ગળામાંથી કોઈ તફડાવી ગયું એ ઘટનાએ સૌનાં મન ઊચક કરી નાખ્યાં હતાં. પચાસ લાખ ડૉલરના ઝવેરાતમાંથી એકલા હારની કિંમત જ આડત્રીસ લાખ થવા જતી હતી. હિઝ હાઇનેસ જેવા રૂપિયામાં તાળો મેળવે તો અગિયાર કરોડ પર આંકડો પહોંચી જાય.

'બીજાં કરતાં તમે વધારે શ્રીમંત છો એવું દેખાડવા માટે અતિમૂલ્યવાન આભૂષણો પહેરો ત્યારે આવું કાંઈક થાય એમાં નવાઈ શું ?'

યોગી કૃષ્ણમૂર્તિને તાનિયાએ હાર ચોરાયાની જાણ કરી ત્યારે તત્કાલ તેમણે આવો પ્રતિભાવ દર્શાવ્યો હતો.

'પરંતુ એથી કાંઈ ચોરી કરનાર ઓછો ગુનેગાર નથી ઠરી જતો.' તાનિયાએ સામી દલીલ કરી હતી : 'કોઈ સ્ત્રી અત્યંત સ્વરૂપવતી હોય અને કોઈ કાપુરુષ તેના સૌન્દર્યના ભોગવટા માટે બળજબરી અજમાવે તો એમાં આપનો આ તર્ક કામ ન લાગે... આપણે એમ ન કહી શકીએ કે અલી બાઈ, તું આટલી બધી સુંદર છો એટલે પેલા પૈસાવાળાની દાનત બગડી.'

તેની દલીલ સાંભળીને યોગીજી મલક્યા હતા. સ્વરૂપવતી સ્ત્રીને બદલે મૂલ્યવાન હારની મૂળ વાત પર આવી જતાં એ બોલી ઊઠ્યા : 'તાનિયા, તું એવું બોલી ગઈ કે ચોરી કરનાર ઓછો ગુનેગાર ઠરી જતો નથી... તારા આ ઉચ્ચારણમાં ચોર કોઈ પુરુષ જ છે એવું તેં ધારી લીધું. પરંતુ હીરાનો હાર જોઈને કોઈ સ્ત્રી પણ ચોરી કરવા લલચાઈ ગઈ હોય એવું કેમ ન બને ?'

યોગીજી આમ બોલતા હતા ત્યારે એમનાં નેત્રો બીડેલાં હતાં અને શબ્દો નાભિમાંથી બોલાતા હોય એ રીતે પ્રગટ થયા હતા. *તો શું યોગીજીને હારચોરીમાં કોઈ સ્ત્રીનો હાથ હોવાની સ્ફુરણા થઈ હશે કે માત્ર દલીલ ખાતર એ આમ બોલી ગયેલા ?*

સવારે જૉગિંગ કરવા નીકળી ત્યારે જે કોઈ મળતું એના મુખેથી આ એક જ વાત સાંભળવા મળતી. કોઈ લેડી ગેટીને દોષ દેતાં હતાં તો કોઈ *ઓશનકિંગ-વન*ની મેઇડન વૉયેજ(પ્રથમ સફર)ને અપશુકનિયાળ ગણાવતાં હતાં. કોઈ-કોઈ વળી હાર-ચોરીની ઘટનાને સામાન્ય ગણાવતાં હતાં : *ચિંતા આપણે કે લેડી ગેટીએ કરવાની જરૂર નથી. ઊંઘ તો વીમાકંપનીવાળાની અને શિપના કૅપ્ટનને હરામ થઈ જવાની !*

આ ટકોર સાંભળીને તાનિયા જૉગિંગ પડતું મૂકી કૅપ્ટનની ઑફિસમાં પહોંચી ગઈ. ઑફિસની કેબિનને બારણે ટકોરા મારવા માટે ઊંચકાયેલો તેનો હાથ સહેજ ખચકાયો : *રાતની ઘટનાને કારણે બિચારા મોડે સુધી ઊંઘવા પામ્યા નહીં હોય. વહેલી સવારે માંડ જંપ્યા હશે ત્યાં શું કામ ખલેલ પાડવી ?* એવો તર્ક કરતી તાનિયાએ પાછાં ફરી જવા પીઠ ફેરવી ત્યાં દરવાજો ઊઘડ્યો :

'ડૉક્ટર, દરવાજેથી પાછાં કેમ ફરી જાઓ છો ?'

'મને એમ કે...' તેમની આમનેસામને થતી તાનિયા કહેવા જતી હતી કે *આપની નીંદરમાં ખલેલ નહીં પાડવા માટે પાછી ફરી રહી હતી...* પણ કૅપ્ટનની રાતીચોળ કીકીઓ જોઈને સમજાઈ ગયું કે આંખોમાં તો આખી રાતનો ઉજાગરો ઊભરાય છે એટલે એણે કથન બદલી નાખવું પડ્યું :

'સર, કાલ રાતની ઘટનાથી આપ ચિંતિત છો ત્યારે શું કામ વિક્ષેપ કરવો એ વિચાર આવતાં પાછી ફરવા લાગી હતી....' કહી તેણે અંદર જવા માટે પગ ઉપાડ્યા :

'પરંતુ હવે તો તમારી મૉર્નિંગ ટીમાં ભાગ પડાવીને જ જવાની.'

'જરૂર-જરૂર !' કહી કૅપ્ટને તેને માટે ટિપૉઇ તરફ ખુરસી ખેંચી : 'તમારા આવતાં પહેલાં હમણાં જ ચાની આ ટ્રે આવી. કપ-રકાબી ભલે એક જોડી છે, પણ કીટલીમાં ચા બે કપ છે. તમે કપ-સૉસર લો, હું આ ગ્લાસમાં પીઉં છું.'

કહી કૅપ્ટને જાતે જ કીટલીમાંથી ચા કાઢવા લાગ્યા. શિપમાં ચડ્યા પછી તાનિયાને બે-ચાર વાર સાંભળવા મળેલું ખરું કે 'કૅપ્ટન લેડીઝ પૅસેન્જર્સ પ્રત્યે સુંવાળું વર્તન દાખવે છે. એમાં એમનું સ્ત્રી-દાક્ષિણ્ય છે કે પછી પોતે એકલા પ્રવાસ કરી રહ્યા હોવાથી સુંદર સ્ત્રીઓની સંગત ઝંખતા હશે ?'

પોતાના માટે ચાનો કપ ભરતા કૅપ્ટનને નિહાળી રહેલી તાનિયાને આવા સંજોગોમાં આવા પ્રકારનો તર્ક કરવાનું અજુગતું લાગ્યું, એટલે કૅપ્ટને ધરેલો ચાનો કપ હાથમાં લેતાં એણે હમદર્દીભર્યું હસી લીધું :

'સર, હું તો હાઇનેસની પાર્ટીમાં સામેલ થઈ નહોતી.' વચ્ચે કપમાંથી એકાદ ઘૂંટ ચા પી લઈને એણે આગળ કહ્યું :

'યોગીજી સાથે અહીંના હિન્દુ મંદિરે ગઈ હતી. ત્યાંથી શિપ પર પાછાં ફર્યાં પછી લેડી ગેટીનો નેકલેસ ચોરાયાની જાણ થઈ.'

'નેકલેસ ચોરાયો નહીં લૂંટાયો એમ કહેવું જોઈએ તમારે, ડૉક્ટર શાહ !'

'લગભગ ચોરી અને લૂંટ વચ્ચેનો જ બનાવ બન્યો કહેવાય.' દલીલ ખાતર નહીં પણ વાતને હડસેલો મારીને આગળ વધારવા તાનિયાએ કહેવું પડ્યું :

'લૂંટારા ભાગ્યે જ પીઠ પાછળથી ઘા કરે છે. મોટે ભાગે પોતાની પિછાણ છુપાવતા નથી, જ્યારે ચોર લોકો છાનામાના ચીજ સરકાવીને છટકી જતા હોય છે !'

'તમારી એ વાત પણ સાચી.' કૅપ્ટને ચાનો ગ્લાસ મોઢે માંડ્યો. એક-બે ઘૂંટ પી લઈને મૂછ પર આંગળી ફેરવી લેતાં એમણે ઉમેર્યું :

'નેકલેસ ઉઠાવી જનારે માત્ર ચહેરો જ નહીં, પોતાની જાતનેય બુરખામાં ઢાંકી રાખી હતી... જેથી ખબર ન પડે કે એ સ્ત્રી છે યા પુરુષ !'

'આવી હિંમત તો કોઈ પુરુષ જ કરી શકે ને, કૅપ્ટન ?'

ત્યાં કૅપ્ટનની કૅબિનનો ફોન રણક્યો. શિપની ઑપરેટરનો અવાજ બાજુમાં બેઠેલી તાનિયાના કાન સુધી પહોંચ્યો.

'સર, એરપૉર્ટ પરથી કોઈ જેન્ટલમૅન આપની સાથે વાત કરવા માગે છે. નામ આપવાની ના પાડે છે...'

'ઠીક છે, લાઇન પાસ કરી દે.'

લાઇન આવી ત્યાં સુધીમાં કૅપ્ટને કડક ચાના બીજા બે ઘૂંટ પી લીધા. ડાયમન્ડ નેકલેસનો વીમો ઉતારનાર વીમાકંપનીના પ્રતિનિધિએ એરપૉર્ટ પર ઊતરીને પોતાના આગમનની જાણ કરવા માટે ફોન જોડ્યો હશે એવું ધારી લઈ *હેલ્લો* કહેતાં પહેલાં એમણે ગળું ખંખેરવું પડ્યું.

'ગૂડ મૉર્નિંગ, કૅપ્ટન !' તેમના *હેલ્લા*ના જવાબમાં સામેથી તીણા અવાજમાં સાંભળવા મળ્યું : 'અમારું પ્લેન હમણાં જ લૅન્ડ થયું. અમારી ટીમ એરપૉર્ટથી સીધી શિપ પર આવી રહી છે.'

'ટીમમાં તમે કેટલાં અને કોણ-કોણ છો એ જાણી શકું, મિસ્ટર સેમસન !'

'ઑફ કોર્સ, અમે પાંચ છીએ. ચાર જેન્ટ્સ અને એક લેડી... મિઝ ઇવા જ્યૉફ્રી, એ સાઇકિયાટ્રિસ્ટ છે. બીજા છે ડાયમન્ડ એક્સ્પર્ટ. ત્રીજા અમારી કંપનીએ રોકેલા પ્રાઇવેટ ડિટેક્ટિવ રોબર્ટ. ચોથી વ્યક્તિનો પરિચય આપવાની હાલ હું જરૂરત જોતો નથી અને પાંચમો હું પોતે.'

'યૂ આર વેલ્કમ વિથ યોર ટીમ, મિસ્ટર સેમસન !' કહી કૅપ્ટન રીસીવર મૂકવા જતા હતા પણ સામેવાળાને હજુ કંઈક કહેવાનું બાકી હતું.

'કૅપ્ટન, નાઇરોબીથી નીકળતાં પહેલાં તમને મારો ફૅક્સ મેસેજ મળી જ ગયો હશે.'

'જી હા.'

'એમાં અમે આપને વિનંતી કરી હતી કે કાલ રાતની પાર્ટીમાં સામેલ થનાર વ્યક્તિઓની યાદી બનાવી રાખશો.'

'એ અમે તૈયાર રાખી છે.'

'ઉપરાંત જે લોકો પાર્ટીમાં હાજર નહોતા રહ્યા પણ શિપ પર હાજર હોય એવી વ્યક્તિની યાદી...'

'એ પણ તૈયાર છે.'

'અને છેલ્લે, કૅપ્ટન, જેમણે પાર્ટી આપી હતી એ મિસ્ટર હાઇનેસની તમામ વિગત પણ જોઈએ.'

'તમામ વિગતમાં અમારી પાસે તો એમના પાસપૉર્ટની ઝેરોક્સ કૉપી, પૅસેન્જર તરીકે

'આપવી પડે એવી તેમના વિષેની માહિતી... એ સિવાય તો અમારી પાસે બીજું શું હોઈ શકે, મિસ્ટર સેમસન ?'

'એમનો ક્રિમિનલ રેકૉર્ડ હોય તો...'

'મિસ્ટર સેમસન !' હવે કૅપ્ટનના અવાજમાં ધાર આવવા લાગી : 'પૅસેન્જરના ક્રિમિનલ રેકૉર્ડ આપવાનું અમારા માટે શક્ય નથી. અને કોઈ ઇન્ડિયન સ્ટેટના હાઇનેસના ક્રિમિનલ રેકૉર્ડની પૃચ્છા કરવી એ પણ તમને કે મને શોભે નહીં.'

સામે બેસીને ફોનની વાતચીત નહીં સાંભળવાનો ડોળ કરતી તાનિયાને છેલ્લા વાક્યે ચોંકાવી દીધી એ કૅપ્ટનની નજરે ચડી ગયું હોય તેમ એમણે તરત જ ફોનમાં ઉમેર્યું : 'મિસ્ટર સેમસન, અમારી શિપમાં સફર કરનારાં સૌ કોઈ સદ્ગૃહસ્થો અને સન્નારીઓ છે.'

કહી રીસીવર મૂકી દીધું, પછી તાનિયા સામે સહેજ હસી લઈ ચાનો ગ્લાસ હોઠે માંડ્યો.

'કૅપ્ટન, હું રજા લઉં કે ?'

'કેમ-કેમ ?' તાનિયાએ વિવેક ખાતર જ કહેવું પડ્યું હતું. સામા માણસને એમ ન થવું જોઈએ કે મુલાકાતી બેઠા પછી ઊઠવાનું નામ લેતી નથી. પરંતુ કૅપ્ટનને અત્યારે કોઈકની કંપની ખપતી હતી એટલે હાથ પકડીને બેસાડી દીધી :

'મારી ચામાં ભાગ પડાવવાનો વાયદો કરીને આમ ઊઠી ન જવાય.' કહી તેમણે તાનિયાનો હાથ ખેંચી એને ખુરસી પર બેસાડી દઈ પોતાનો ચાનો ગ્લાસ દેખાડ્યો : 'જુઓ, ડૉક્ટર શાહ, હજુ મારે આટલી ચા પૂરી કરવાની છે.' કહી કીટલીનું ઢાંકણ ખોલીને અંદર જોયું :

'હજુ આમાં અર્ધા કપ જેટલી ચા દેખાય છે.' તેમણે તાનિયાનો ખાલી કપ ભરતાં ઉમેર્યું : ચા પીતાં-પીતાં આપણે થોડી કામની વાતો કરી લઈએ.'

'જરૂર !' તાનિયાની આંખો ચમકી ઊઠી : 'હું એ આશયથી તો આપની પાસે આવી હતી, કૅપ્ટન ! તમે જરૂર પડી ત્યારે મારી મદદે આવ્યા છો... અત્યારે હું તમારા કોઈ કામમાં આવી શકું તો...'

'અત્યારે તો લેડી ગેટીને સમજાવવાની ખાસ જરૂર છે. તમે સાઇકિયાટ્રિસ્ટ છો, લેડીને સહેલાઈથી સમજાવી શકશો.'

'મારે શું સમજાવવાનાં છે એમને ?'

'એ જીદે ચડ્યાં છે કે મારો નેકલેસ પાછો ન મળે ત્યાં સુધી શિપને હું દારેસલામથી હટવા નહીં દઉં.'

'એવી જીદ શું કામ ?'

'એ કહે છે કે શિપને અહીંથી હંકારો પછી તમે લોકો તો હળવાફૂલ થઈને હરોફરો અને હું ડાયમન્ડ નેકલેસની ચોરી પકડાય નહીં ત્યાં સુધી દારેસલામની કોઈ હોટેલમાં નિસાસા નાખતી બેસી રહું... એ નહીં બને.'

'આ તો ઉપધિ કહેવાય.' તાનિયા ગંભીર બની ગઈ : 'હારની ચોરી પકડાતાં દિવસો લાગી જાય. ત્યાં સુધી બે-ત્રણ હજાર માણસો અહીં પડ્યાં-પાથર્યાં રહીને શું કરે ?'

'હું એમને એ જ સમજાવું છું. પણ લેડી તો કહે છે કે તમે મને અહીં મૂકીને

આગળ વધશો તો હું પ્રેસ કૉન્ફરસ બોલાવી ઓશનકિંગ-વનને બદનામ કરવામાં કાંઈ જ બાકી નહીં રાખું.'

ઓહના ઉદ્ગાર સાથે તાનિયા વિચારવા લાગી : *લેડી શ્રીમંત છે, એમનો અહમ્ ઘવાય તો એ પાણીની જેમ પૈસા ખરચીને છેક ઇંગ્લેન્ડ-અમેરિકા સુધી શિપિંગ કંપનીના ધજાગરા ફરકાવી દે અને કૅપ્ટનની ઉજ્જવળ કારકિર્દીને પણ ખરડી નાખે.*

'કૅપ્ટન, તમે હૉંગકૉંગ તરફ જવા માટે ક્યારે રવાના થવા માગો છો ?'

'આમ તો અત્યારે અગિયાર વાગ્યાનું શેડ્યુલ હતું, તેને બદલે સાંજે ઊપડવાનું નક્કી કરીને ઉતારુઓને હમણાં જ સર્ક્યુલર રવાના કરી દીધો. એ વાંચીને લેડી ગેટી ધમપછાડા કરવા લાગશે એવી દહેશત છે મને.'

'તો-તો હું અહીંથી સીધી જ લેડીના સ્વીટ પર પહોંચી જાઉં છું.'

તાનિયાએ સત્વરે ઊભાં થઈને પગ તો ઉપાડ્યા, પણ લેડીને મનાવી લેવાનો કીમિયો હજુ એના ભેજામાં ઊગ્યો નહોતો.

'થૅન્ક્સ, ડૉક્ટર ! તમે મારા માથા પરનો બહુ મોટો બોજો હળવો કરવાની જવાબદારી લઈ લીધી.'

આમ કહેતા કૅપ્ટન તેને દરવાજા સુધી વળાવવા જઈને પૂછ્યા વિના રહી શક્યા નહીં :

'બાય ધ વે, ડૉક્ટર, એમને કેવી રીતે મનાવવાં એ તો તમે વિચારી જ લીધું હશે.'

ત્યારે તાનિયા લુખ્ખું હસી. કૅપ્ટનના ઉત્સાહને ટકાવી રાખવા જેવો કોઈક જવાબ આપવો પડે તેમ હતો.

'સર, મારું ભેજું જરા વિચિત્ર રીતે કામ કરે છે. પ્રૉબ્લેમનું પ્રેશર આવે એટલે બ્રેઇન-વેવ ચાલુ થઈ જાય. ચાલતી-ચાલતી લેડીના સ્વીટ પર પહોંચીશ ત્યાં સુધીમાં મારી ખોપરીમાં કોઈક કીમિયો અચૂક પેદા થઈ જશે... હવે તમે એ બાબત બેફિકર રહેજો.'

એણે કહી તો દીધું પણ તેમાં આત્મવિશ્વાસનો રણકો નહોતો અને મુખભાવમાંય શ્રદ્ધાનું તેજ ચમક્યું નહીં, એટલે તેણે ચાલતી પકડી.

હજુ માંડ દસ ડગલાં ચાલી હશે ત્યાં કૅપ્ટન સમક્ષ ઉચ્ચારેલો એક શબ્દ તેના મનમાં પડઘાયો અને એની ચાલમાં આપોઆપ ચેતન ઊભરાવા લાગ્યું... એ બોલી ગઈ હતી કે *લેડીના સ્વીટ પર પહોંચીશ ત્યાં સુધીમાં મારી ખોપરીમાં....*

ઓહ ! ખોપરી ! યોગી કૃષ્ણમૂર્તિની તાંત્રિક સાધનાવાળી ખોપરી તેની આંખો સમક્ષ તરવરવા લાગી. લેડી ગેટીને મનાવી લેવાનો ચમત્કાર યોગીજીની એ ખોપરી જરૂર કરી દેખાડશે !

*

ઇન્સ્યોરન્સ કંપનીની ઇન્વેસ્ટિગેટિંગ ટીમે ચાર કલાકમાં તો શિપ પર ધમાચકડી મચાવી દીધી. પાંચ સભ્યોની ટીમમાંથી ચાર વ્યક્તિઓ જુદાજુદા કામે લાગી ગઈ હતી. પ્રાઇવેટ ડિટેક્ટિવે પાર્ટીવાળા હૉલના રેસ્ટ-રૂમની તપાસ આદરી દીધી હતી : લેડીઝ ટૉઇલેટના વેન્ટિલેશન કાચ કાઢી લઈને પાછળથી આવનાર વ્યક્તિ એ જ રસ્તેથી નાસી જાય તો એણે શિપના કયા-કયા વિસ્તારમાંથી પસાર થવું પડે.

ટીમ સાથે આવેલી સાઇકિયાટ્રિસ્ટ ઇવા, લેડી ગેટીને મળી એમના માનસના અભ્યાસમાં લાગી ગઈ હતી. લેડીના સ્વીટમાં સાથે રહેતી બ્યૂટિશિયન કેથેરિન સાથે ઇવાને થોડી ચડભડ થઈ ગઈ.

'મિસિસ જેક્સન, હું લેડી સાથે થોડી વાર ખાનગી વાતચીત કરી લઉં ત્યાં સુધી તમે પ્લીઝ જરા બહાર બેસશો ?'

ઇવાની આવી વિનંતી સાંભળતાં જ કેથી છેડાઈ પડી : 'હું લેડીને સતત કંપની આપું છું. તમારે એમની સાથે એવી શું ખાનગી વાતચીત કરવી છે જેમાં તમને મારી હાજરી નડે એ કહેશો, ડૉક્ટર ઇવા ?'

'મારે ડાયમન્ડ નેકલેસની ચોરી બાબત એમને થોડી પૂછપરછ કરવી છે.'

'એ તો તમે મારી હાજરીમાં પણ કરી શકો છો.'

'કોને ખબર, લેડી ગેટીને જેમના પર શંકા હોય એ વ્યક્તિનું નામ તમારી હાજરીમાં ઉચ્ચારવાનું ટાળે પણ ખરાં.'

'એટલે તમે શું એમ કહેવા માગો છો કે લેડીને ડાયમન્ડ નેકલેસની ચોરીમાં મારી સંડોવણીની શંકા છે ?'

કેથીએ રાડારાડ કરી મૂકી. ગુનેગાર માણસ નિર્દોષ દેખાવા માટે બચાવ કરવાને બદલે સામા આક્ષેપ કરવાનો વ્યૂહ અજમાવે, એવું જ કાંઈક કેથેરિન કરવા લાગી ત્યારે ઇવાને બદલે લેડીએ જ તેને શાંત પાડવી પડી :

'કેથી, પ્લીઝ બીહેવ યૉરસેલ્ફ.'

શ્રીમંતોની ચમચાગીરી કરનારે ક્યારેક આવી રીતે માનભંગ થવું પડે એનું કેથેરિનને ભાન થયું.

'આ ટીમ મારો હાર શોધી કાઢવા આવી છે અને એ નહીં મેળવી શકે તો ઇન્સ્યોરન્સ કંપનીએ મને એની પૂરેપૂરી કિંમત ચૂકવવાનો વખત આવશે... એટલા માટે તો એ લોકો ચાર્ટર્ડ પ્લેન કરીને અહીં દોડી આવ્યાં છે, ત્યારે આપણે દલલીબાજી કરીને એમનો સમય શું કામ વેડફી નાખવો જોઈએ ?'

આવી જ તડાફડી હિઝ હાઇનેસ અને ટીમના આગેવાન મિસ્ટર સેમસન વચ્ચે પણ ચાલી. શિપના કૅપ્ટનને લઈ સેમસને હાઇનેસના સ્વીટમાં પ્રવેશ કર્યો ત્યારે તો એમને સારો આવકાર મળ્યો, પણ પછી પાર્ટીની પૂછપરછ કરતાં-કરતાં સેમસન હાઇનેસની પર્સનલ બાબતો પૂછવા લાગ્યા ત્યારે એ ગિન્નાયા : 'તમે આ કયા પ્રકારનું ઇન્વેસ્ટિગેશન કરી રહ્યા છો, મિસ્ટર ?' શિપના કૅપ્ટનની હાજરી છતાં હાઇનેસ લગભગ બરાડી ઊઠ્યા હતા : 'અહીંની પોલીસ પણ પૅસેન્જરની આમન્યા રાખીને પૂછપરછ કરી ગઈ ત્યારે તમે મારા જેવા રાજવીની ઊલટતપાસ લેવા મંડ્યા !'

'યૉર હાઇનેસ !' કૅપ્ટને વચ્ચે બોલવું પડ્યું : 'આ ચોરીથી ઇન્સ્યોરન્સ કંપની પર બહુ મોટો બોજો આવી પડ્યો છે, એટલે એમના માણસો થોડા અસ્વસ્થ થઈ જાય તો આપણે માઇન્ડ ન કરવું જોઈએ.'

'ખરેખર તો આ પાર્ટી મેં આપી હતી, છતાં લેડી ગેટી રેસ્ટરૂમમાં ગયાં ત્યારે હું હૉલની બહાર હતો, ત્યાં હાજર પણ નહોતો.'

'તમે મારા મોંની વાત છીનવી લીધી, હાઇનેસ !' સેમસન ઉતાવળે બોલી ઊઠ્યો : 'વચગાળામાં જે વ્યક્તિઓ થોડા વખત માટે બહાર નીકળી હતી તેમાં બે નામ મુખ્ય છે, એક આપ અને બીજા મિસ્ટર બિલ જેક્સન.'

'એટલે ?' તાડૂકી ઊઠેલા હાઇનેસને ફરી પિત્તો ગુમાવવાની તૈયારીમાં જોઈને સેમસન સમયસર ચેતી ગયો :

'એટલે એમ કે આપની પાસેથી હવે અમે મિસ્ટર બિલ જેક્સનને મળવા જઈ રહ્યા છીએ.'

'જાઓ, જલદી જાઓ !' દરવાજા તરફ સંકેત કરીને હાઇનેસ બબડ્યા :

'એ બિચારાની મા સીરિયસ છે. કાલ રાતની જ ફ્લાઇટ પકડવાનો હતો, પણ મારા આગ્રહથી પાર્ટી માટે રોકાઈ ગયો તેમાં નેકલેસની મોકાણ થઈ, એટલે લેડી ગેટીની સહાનુભૂતિમાં માતા પાસે જવાનું બિચારાએ માંડી વાળ્યું.'

ત્યાં સુધીમાં કૅપ્ટન સાથે સેમસન દરવાજા સુધી પહોંચી ચૂક્યો હતો. તેને બહાર ધકેલવા માટે મહેણાની લાત મારતા હોય તેમ હાઇનેસે બિલ જેક્સનની દયા ખાતાં ઉમેરી દીધું :

'હવે તમારી નિર્દય ઊલટતપાસ એને રોકાઈ જવા માટે પસ્તાવો કરાવશે, મિસ્ટર સેમસન !'

અને તેમની પાછળ હાઇનેસે જરૂર કરતાં વધારે જોરથી બારણું વાસી દીધું.

'ઇન્ડિયન મહારાજા આવા મૅનરલેસ પણ હોઈ શકે એની કલ્પના નહોતી.'

સેમસન બબડ્યો એટલે કૅપ્ટને લાગ ઝડપી લીધો :

'મારે તમને એક વિનંતી કરવાની છે.'

'ખુશીથી કરો, કૅપ્ટન !'

'સબળ શંકા વિના પૅસેન્જરને પૂછપરછ કરવામાં તમે પણ થોડી સૌમ્યતા જાળવજો, પ્લીઝ.'

'હું જાણું છું, પૅસેન્જર્સને નારાજ કરવાનું તમને પાલવે નહીં, પણ થોડી સખતાઈ તો રાખવી જ જોઈએ.'

'એવી સખ્તાઈ તમે સ્થાનિક સત્તાવાળા સામે કેમ અજમાવતા નથી ?' કૅપ્ટને વસવસો ઠાલવ્યો :

'વેલેટા બંદરે વાસ્કો નામનો સેફ-બ્રેકર સ્થાનિક સત્તાવાળાની ચસમપોસીનો લાભ લઈ શિપમાં ઘૂસી આવેલો. હાઇનેસના સ્વીટનો સેફ ખોલીને એ નાસવા ગયો તેમાં લેડી ગેટીના બાથરૂમમાં ફસડાઈ પડ્યો અને જીવલેણ હાર્ટ-એટેકનો ભોગ બની ગયો... લેડીની હાર-ચોરીમાં કોઈ સ્થાનિક જ્વેલથીફની સંડોવણી હોય એમ પણ બની શકે ને ?'

'કાંઈ પણ બની શકે...' કહી સેમસન આગળ કાંઈક કહે તે પહેલાં તેમનો ચોથો સાથી સામો મળી ગયો.

'સર, કલાક અગાઉ સ્કૉટલૅન્ડ યાર્ડને મોકલેલા ફેક્સનો જવાબ આવ્યો છે.' કહી તેણે ઉપરીના હાથમાં સંદેશાનો કાગળ પકડાવી દીધો. એ ફેક્સ વાંચતો હતો ત્યારે કૅપ્ટન તેના ચહેરાના ભાવ વાંચવાની મથામણ કરતા હતા, પણ કંઈ કળી શક્યા નહીં એટલે પૂછવું પડ્યું : 'શું કહે છે સ્કૉટલૅન્ડ યાર્ડવાળા ?'

'કહે છે...' કહેતો સેમસન મૂછ ન હોવા છતાં મૂછમાં હસ્યો. પછી ફેક્સનો કાગળ જૅકેટના ખિસ્સામાં સરકાવતાં કહ્યું :

'કૅપ્ટન, હમણાં તમે કહેતા હતા ને કે પૅસેન્જર્સ સાથે મારે સૌમ્યતાથી વર્તવું જોઈએ... પરંતુ સ્કૉટલૅન્ડ યાર્ડવાળા કહે છે કે પેલો બિલ જેક્સન ડાયમન્ડ જ્વેલરીમાં ભારે રસ ધરાવે છે.'

'એની એ લોકોને ક્યાંથી જાણ થઈ ?'

'એમના કહેવા પ્રમાણે તો તમારા આ હિઝ હાઇનેસ પણ મિસ્ટીરિયસ કૅરેક્ટર છે.' કહી સેમસને તીખાશથી ઉમેર્યું : 'તમારી જગ્યાએ હું શિપનો કૅપ્ટન હોઉં તો એમના જેવા ઉતારુઓ પર જાપ્તો રાખું.'

'પરંતુ સ્કૉટલૅન્ડ યાર્ડવાળાની આ માહિતી આધારભૂત છે એની ખાતરી શું ?' કૅપ્ટનની જિજ્ઞાસાએ હવે અધીરાઈનું સ્વરૂપ ધારણ કર્યું : 'તમે થોડા કલાક પહેલાં માહિતી મગાવી અને એટલી વારમાં બિલ તથા હાઇનેસ વિષે એ લોકોએ જાણકારી ક્યાંથી મેળવી ?'

'તમને ખબર હોવી જોઈએ, કૅપ્ટન, યાર્ડનો એક જાસૂસ તમારા શિપ પર થોડા દિવસ રહી ચૂક્યો છે.'

'કોણ, મેક્સવેલ ?'

'હા !'

'પરંતુ એ તો...'

કૅપ્ટન અટકી ગયા. *મૃત્યુ પામ્યો છે* એ શબ્દો હોઠ પરથી પાછા ફરી ગયા એટલે સુધારીને કહ્યું :

'પરંતુ મેક્સવેલ તો લાપતા છે.'

'આ જાસૂસોનું ભલું પૂછવું.' લિફ્ટમાં નીચે ઊતરતાં સેમસને કહ્યું : 'એ લોકો આજે અદશ્ય થઈ જાય તો કાલે હવામાંથી પ્રગટ પણ થઈ શકે !'

કૅપ્ટન કહી શક્યા નહીં કે એનો તો મૃતદેહ યાર્ડવાળાને હાથ લાગી ગયો અને અંતિમક્રિયા પણ આટોપાઈ ચૂકી છે !

*

લેડી ગેટીને બધું અકળ - રહસ્યમય લાગતું હતું. સવારના પહોરમાં સાઇકિયાટ્રિસ્ટ લેડી ડૉક્ટર તાનિયા શાહ અણધારી સ્વીટ પર મળવા આવી ચડી એ જ તેને વિસ્મયજનક લાગ્યું હતું. લેડી ગેટી વિનાકારણ લેડી સ્મિથસન પ્રત્યે અણગમો સેવ્યા કરતાં, તેમાં તાનિયા હારચોરીનો ખરખરો કરવા આવી હોય તો એનું મોઢું તોડી લઈને રવાના કરી દેવાનું એમણે મનોમન વિચારી રાખેલું, પરંતુ તાનિયા તો જુદો જ પ્રસ્તાવ લઈને આવી હતી.

'તંત્રવિદ્યા પર વિશ્વાસ રાખવો-ન-રાખવો એ તો આપની મરજીની વાત છે.' તાનિયાએ યોગીજીના ચમત્કારની વિગત સમજાવીને છેલ્લે કહ્યું હતું : 'એ તો સવારે વાતવાતમાં એવુંય બોલી ગયા હતા કે હીરાનો હાર કોઈ પુરુષે જ ચોર્યો છે એમ શું કામ માની લેવું ?'

'એનો અર્થ શું ?' લેડીએ જિજ્ઞાસા દર્શાવી હતી : 'યોગી કહેવા શું માગે છે ?'

'આ તો માત્ર સ્ફુરણાથી એ બોલી ગયેલા કે હારની ચોરીમાં કોઈ સ્ત્રીની સંડોવણી હોવી જોઈએ... સચોટ આગાહી તો એ તંત્રવિદ્યા દ્વારા કરતા હોય છે. તમે હા પાડો તો હું ગોઠવી આપું.'

પ્રસ્તાવ સાંભળીને વિચારમાં પડી ગયેલાં લેડીને તાનિયાએ એક ઝટકોય આપ્યો હતો : 'જોકે આ વિધિ માનવ-ખોપરી દ્વારા કરવાની હોય છે. તમને ખોપરીની બીક તો નથી લાગતી ને, લેડી ?'

સાંભળીને લેડી ગેટી ટટ્ટાર થઈ ગયેલાં. એમને તાનિયાનો પ્રશ્ન પડકારરૂપ લાગ્યો હશે અથવા તો તંત્રવિદ્યા અંગે કૌતુક જાગ્યું હશે, ગમે તે હોય, પણ એમણે યોગીજી સમક્ષ હાજર થવા માટે સત્વરે સંમતિ દર્શાવી દીધેલી.

બરાબર યોગીજીએ આપેલા સવા-અગિયારના સમયે લેડી એમની કેબિન પર પહોંચી ગયાં ત્યારે પૂજાવિધિની તૈયારી થઈ ચૂકી હતી. ભોંય પર બેઠેલી તાનિયા, થાળીમાં રાખેલી માનવ-ખોપરી, બાજુમાં સળગતી અગરબત્તી અને નેત્રો બીડીને મંત્રોચ્ચાર કરતા યોગીજી... ભક્તિભાવભર્યા વાતાવરણને કારણે લેડી ગેટીને ખોપરીની બીક સ્પર્શી શકી નહીં. એ પોતે પણ પૂજાવિધિમાં સામેલ થવા માટે આંખો મીંચીને બેસી ગયાં.

મંત્રોચ્ચારનો સ્વર સતેજ બનતો ગયો તેમ-તેમ સામે બેઠેલી તાનિયાની આંખોમાં તંદ્રા ઘૂંટાવા લાગી. વાયુ-સ્વરૂપે પધારેલા ગુરુજીને યોગીજીએ પ્રાર્થના કરી કે 'આ આંગ્લ મહિલાનો મૂલ્યવાન હાર ચોરાયો છે તેને કારણે આખી સ્ટીમરનાં સેંકડો ઉતારુઓ સંકટમાં આવી પડ્યાં છે, એટલા ખાતર આપ એમની સહાય કરો... સહાય કરો... સહાય કરો !'

'તથાસ્તુ... તથાસ્તુ... તથાસ્તુ !'

લેડી ગેટી ચોંક્યાં. જેનો અર્થ પોતાની સમજ બહારનો હતો એ શબ્દો ઉચ્ચારતી હતી તાનિયા, પરંતુ કોઈ પુરુષના અવાજમાં એ બોલી રહી હતી... અને ત્યાર પછી કોઈ બેહોશ વ્યક્તિ સાનભાન વગર કોઈ ક્રિયા કરે તેમ હાથમાં પકડેલી પેનથી પેડ પર તેને અક્ષરો પાડતી જોઈને લેડી ગેટી અજાયબીથી ધ્રૂજી ઊઠ્યાં. *આને શું કહેવું - ચમત્કાર ? જાદુ ? કે પછી નાટક ?*

પંદર મિનિટ ચાલેલી તાંત્રિક વિધિનું પરિણામ માત્ર બે મિનિટમાં તેમના હાથમાં આવી પડ્યું.

'લ્યો, આ બંધ કવર તમે સાચવી રાખો.'

'એમાં શું છે ?' કવરને ચારે બાજુથી નિહાળતાં લેડીની આંખોમાં કુતૂહલ આળોટતું હતું : 'તમે આમાં શું લખી આપ્યું છે ?'

'તાનિયાના માધ્યમ દ્વારા મારા ગુરુજીએ એમની ભાષામાં આપેલો જવાબ તમારા માટે અંગ્રેજીમાં ઉતારીને એ કાગળ આ કવરમાં બીડી દીધો છે.'

'પરંતુ તમારા ગુરુજીનો જવાબ શું છે ?'

આશાભરી મીટ માંડીને લેડી જવાબ જાણવા માટે તેમને તાકી રહ્યાં ત્યારે યોગીજીએ તાનિયાને બહાર મોકલી દેવી પડી. પછી તાનિયાની ગેરહાજરીનું કારણ સમજાવીને કહ્યું :

'માધ્યમે કાગળ પર જે લખ્યું હોય તે એને પોતાને જણાવવાનો અમારી વિધિમાં નિષેધ

છે. પરંતુ આપને એટલું જરૂર કહી શકું કે હીરાનો હાર ચોરાયાને બાર કલાક હમણાં પૂરા થયા. હવે બીજા બાર કલાક સમાપ્ત થાય તે પહેલાં તમારી સમસ્યાનો અંત આવી જશે એવો ગુરુજીનો સંકેત છે.'

'એમ !' માનવામાં આવતું ન હોય તેમ લેડી ગેટી આશ્ચર્યચકિત નજરે તેમને ક્યાંય સુધી જોઈ રહ્યાં. પરંતુ પેલું કવર એમની પર્સમાં મૂકી દીધા પછી પૂછ્યા વિના રહી શક્યાં નહીં :

'મિસ્ટર યોગી, હવે આપ એ પણ કહી દો કે નેકલેસની ચોરીમાં કોણ સંડોવાયું છે ?'

ત્યારે યોગી પ્રસન્ન મુખભાવ સાથે થોડી વાર હસતા રહ્યા.

'હું આપને એટલું જ કહી શકું કે રાજમહેલ સાથે સંકળાયેલી વ્યક્તિ આ કાર્યમાં સંડોવાયેલી છે.'

'રાજમહેલ !' લેડી ગેટીના મગજમાં હિઝ હાઇનેસનું નામ ઘુમરાવા લાગ્યું.

'પરંતુ આ વિષે તમારે એક પણ અક્ષર કોઈને કહેવાનો નથી, એટલું જ નહીં... !' યોગીજીએ મક્કમ સ્વરે તાકીદ કરી : 'હારનો પત્તો લાગવાના ખબર આવે ત્યારે માત્ર તમે એકલાં જ આ કવર ખોલીને અંદરનું લખાણ વાંચી લઈ તત્કાળ એને ફાડી નાખશો.'

એવું શું કામ ? એમ પૂછવાની લેડીએ હિંમત કરી નહીં. કેબિનમાં આવતાં સુધી જેને પોતે તૂત માનતાં હતાં એ તથ્ય હોવાનો ભાસ તેમને થવા લાગ્યો હતો અને ખાતરી કરવા માટે બાર કલાકથી વધારે રાહ પણ ક્યાં જોવાની હતી ?

□

50

આગલી રાત્રે જ્યાં હાઇનેસની કોકટેલ પાર્ટી હતી એ જ પ્રેસિડન્ટ હૉલમાં રવિવારની બપોરના નમતા પહોરે કૅપ્ટને ટી-પાર્ટી પર સૌને નિમંત્ર્યાં હતાં. લક્ઝરી શિપમાં ચા-કૉફી તો ચોવીસે કલાક પીવા મળતાં હોય છે, પરંતુ આ ટી-પાર્ટીમાં ચા કરતાં તો વધુ ચર્ચા કરવા માટે લગભગ તમામ પૅસેન્જર્સ હાજર થઈ ગયાં હતાં. ચર્ચાનો વિષય હતો લેડી ગેટીનો ડાયમન્ડ નેકલેસ અને વિવાદનો મુદ્દો એ હતો કે *ઓશનકિંગ-વન* સ્ટીમરે દારેસલામ બંદરે રોકાવું યા દરિયાની ભરતીના અનુકૂળ સમયે લંગર છોડીને હંકારી જવું ?

ઉતારુઓની સંખ્યા અઢારસોમાં સત્તર ઓછી એટલી હતી અને તેમાંથી પંદરસો કરતાં વધુ પૅસેન્જર્સ નિવૃત્ત-અર્ધનિવૃત્ત જેવાં હતાં. સફર ચાર-છ કે દસ-બાર દિવસ લંબાઈ જાય તો કામધંધે હાજર થવું પડે એવી તો માંડ બસ્સો-ત્રણસો વ્યક્તિ હશે, છતાં દારેસલામ છોડવામાં ચોવીસ કલાકનો વિલંબ થયો એ ઘણાંખરાંને ખટક્યું. તેના કરતાંય વધારે ખટકો તો એ હતો કે આ વધારાના રોકાણ દરમિયાન સવારથી સાંજ સુધી શિપમાં જ ગોંધાઈ રહેવું પડ્યું. ઉતારુ કે શિપના સ્ટાફમાંથી કોઈને પણ કાંઠે જવાની સખત મનાઈ જાહેર થઈ હતી. ઇમર્જન્સી કેસમાં જવા માગતા હોય તેમણે સંપૂર્ણ ઝડતી આપવા તૈયાર રહેવું પડે તેમ હતું. સ્ત્રી હોય કે પુરુષ, એનાં તમામ વસ્ત્રો ઉતારી પગથી માથા સુધી ઝડતી લેવાય, એટલું જ નહીં, શરીરના ગુપ્ત અંગમાં હીરાનો હાર છુપાવીને સરકી જવાની પેરવી થતી નથી ને એટલી હદે ચકાસણી થતી હતી.

'કોઈ ડૉક્ટર મેડિકલ ચેક-અપ માટે ન કરે એટલી બધી ચકાસણી કરી હતી સાલાઓએ !'

બ્યૂટિશિયન કેથેરિનનો ધણી બિલ જેક્સન ટી-પાર્ટીનાં ટેબલ-પાર્ટનર્સ સમક્ષ બખાળા કાઢતો હતો. દરેક ટેબલ ફરતે છ-છ ઉતારુઓ ગોઠવાયાં હતાં. છતાં હૉલમાં સૌનો સમાવેશ થાય તેમ નહોતો એટલે બંને બાજુની લૉબી ઉપરાંત હૉલને જોડતા બે લેક્ચર-ખંડમાં પણ ટેબલ-ખુરશી

ગોઠવાયાં હતાં. બિલ જેક્સનના ટેબલ પર બે અમેરિકન કપલ અને સિંગલ યુરોપિયન મહિલા બેઠાં હતાં.

'આપણને આ જાતનું ચેકિંગ આકરું લાગે, પણ પાંચ મિલિયનની જ્વેલરીની ચોરી એ કાંઈ મામૂલી વાત ન ગણાય.' પેલી યુરોપી મહિલાએ બચાવ કર્યો :

'મારી પાસે તો માત્ર હન્ડ્રેડ થાઉઝન્ડ પાઉન્ડનાં ઘરેણાં છે, છતાં એ ચોરાઈ જાય તોપણ હાર્ટ-ફેલ થઈ જાય.'

'આપની એ વાત સાવ સાચી, મૅડમ !' બિલ જૅક્સને ગેરસમજ દૂર કરવા તરત જ કહેવું પડ્યું :

'લેડી ગેટીના સંકટ માટે મને કે મારી વાઇફ કરતાં વધારે ફીલ કોને થાય... એમની સાથે રહીએ છીએ એટલે અમને તો ફૅમિલી જેવી માયા બંધાઈ ગઈ છે. એમની જ્વેલરી પાછી આવી જાય તો મારા જેવા સાધારણ માણસે પણ પાર્ટી આપવાનો મનોમન સંકલ્પ કર્યો છે, પરંતુ....'

શ્વાસ ખાવા રોકાઈને ફરી બિલે બળાપાનો દોર સાંધી લેતાં સંભળાવ્યું :

'ચેકિંગમાં એ લોકોએ મારી ગરદન દબાવી દેવાની કોશિશ કરી હતી.'

'હોય નહીં, મિસ્ટર જેક્સન !'

પંચોતેર પર પહોંચેલા અમેરિકી ઉતારુએ માથાની ટાલ પર હાથ ફેરવી લઈ બિલને સહેજ છંછેડ્યો : 'સીક્યુરિટીવાળા તમારું ગળું શું કામ દબાવી દે ?'

'એ જ તો વાત છે !' પેલાએ ટાઇવાળા ગળામાં હાથ ફેરવતાં કહ્યું : 'મારા ગળાનો હૈડિયો જરા વધારે ઊપસેલો છે એટલે એમને એવું લાગ્યું હશે કે હીરાનો આખેઆખો હાર ગળામાં ઠાંસીને હું છટકી જવા માગું છું !'

સાંભળીને બાકીનાં પાંચેય ટેબલ-પાર્ટનર્સ સહાનુભૂતિ દર્શાવવાને બદલે જોક સાંભળી હોય તેમ હસી પડ્યાં એમાં બિલ જેક્સનનું મોઢું કટાણું થઈ ગયું.

'આપના ગુરુજીએ શું સંકેત આપ્યો એની સૌને જાણ કરી દઈએ તો કેમ ?'

નજીકના ટેબલ પર બેઠેલી તાનિયાએ યોગીજીને હિન્દીમાં કહ્યું, જેથી વિદેશી ટેબલ- પાર્ટનર્સ સમજી ન શકે. તાનિયાએ બે કલાકમાં આ ત્રીજી વાર ગુરુજીના સંકેતની વાત ઉચ્ચારી. અગાઉ બે વખત તો યોગીજીએ મૌન જ સેવ્યું હતું, પણ તાનિયાની જિજ્ઞાસાએ તેમને મૌનભંગ કરાવ્યો.

'તને તંત્રવિદ્યાનાં માધ્યમ બનાવતી વખતે મેં ખાસ તાકીદ કરી હતી કે ગુરુજી તારા દ્વારા જે સંકેત-સંદેશ પાઠવે તેની કદાપિ પૃચ્છા કરવી નહીં.'

'હા, યોગીજી, પણ મારા માટે હું ક્યાં પૃચ્છા કરું છું ?' તાનિયાએ બચાવ કર્યો : 'આ તો સૌના હિત માટે જાહેર કરવાનું કહી રહી છું.'

'તો હવે તું એ પણ જાણી લે, તાનિયા ! જે હેતુસર વિદ્યાનો ઉપયોગ કર્યો હોય એ હેતુ પાર પાડ્યા પહેલાં તેની જાહેરાત ન થઈ શકે અને કદાચિત્ એવું થાય તો સાધના કરનાર અથવા તો માધ્યમ બનનાર બેમાંથી એકનું મૃત્યુ અચૂક માનવું.'

'હેં !' તાનિયાની આંખો ફાટી રહી : 'આવી જાણ તો આપે મને કરી જ નહોતી !'

'તો બીજું એ પણ જાણી લે કે નીરજાદેવીના મૃત્યુ માટે આવી જિજ્ઞાસા જ નિમિત્ત બની હતી. એ મને પૂછી બેઠી કે *હમણાં ગુરુજીએ મારા દ્વારા શું લખાવ્યું* અને એ જ ઘડીએ તેના મૃત્યુનો યોગ પણ નક્કી થઈ ગયો હતો.'

ધ્રૂજી ઊઠી તાનિયા. તંત્રવિદ્યા જીવલેણ હોય છે એ સાંભળેલું, પણ તેનો પરચો હજુ સુધી જોવા મળ્યો નહોતો. *ના, ફરી હું આ રીતે માધ્યમ બનવાની નથી. માણસમાત્ર ભૂલને પાત્ર ગણાય છે. પણ આવી એક જ ભૂલના ભોગે જીવનનો અંત આવી જાય એ તો વધુ પડતો દંડ કહેવાય.*

'લેડીઝ એન્ડ જેન્ટલમેન !'

સ્ટેજ પરથી માઈક દ્વારા સંબોધન થયું. દાઢી ખંજવાળતા કૅપ્ટન ગંભીર-ભાવે કહી રહ્યા હતા :

'ગઈ રાતની પાર્ટીમાં જે કાંઈ બની ગયું એ બાબત આપણે સૌ દિલગીર છીએ. એનો નિવેડો લાવવા માટે જે કાંઈ કરવું ઘટે એ કાર્ય પણ શક્ય એટલી ઝડપથી પાર પાડવા માટે હાથ ધરાઈ ચૂક્યું છે.'

'અમારે ભાષણ નથી સાંભળવું.'

કોઈકે વચ્ચે ટકોર કરી ત્યારે કૅપ્ટને થૂંક ગળે ઉતારવા થોડું રોકાવું પડ્યું.

'મને ભાષણ કરતાં આવડતું પણ નથી, જેન્ટલમૅન !' પેલા ઉતારુ પર દૃષ્ટિ સ્થિર કરીને આગળ ચલાવ્યું :

'આપણે કાલ સવારે સાડાનવની ભરતીનો લાભ લઈને દારેસલામથી હંકારી જવાનું ઠરાવ્યું છે.'

'હિયર હિયર !' દરેક દિશાએથી ઉમળકાભેર પડઘો સંભળાયો એટલે કૅપ્ટને રાહત અનુભવી :

'લેડી ગેટીએ ઉદારતા દાખવીને હંકારી જવા માટે આપણને સંમતિ દર્શાવી છે એ બદલ આપણે સૌ તેમનાં આભારી છીએ.'

આમ કહીને કૅપ્ટને તાનિયા તરફ દૃષ્ટિ કરી લઈ આછું સ્મિત પણ ફેંક્યું. એ વખતે તાનિયાને ધ્રાસકો જરૂર પડ્યો : *એ ભૂલેચૂકે તંત્રવિદ્યાનો ઉલ્લેખ ન કરી બેસે તો સારું.*

'બીજી પણ એક રાહતની વાત કહેવાની છે કે લેડીના હારની તલાશમાં આવેલી ઇન્સ્યોરન્સ કંપનીની ટીમે શિપમાં કરવી જોઈતી તપાસ બે કલાક પહેલાં આટોપી લીધી છે, એટલે દારેસલામની આજની છેલ્લી સાંજ સૌ છૂટથી લટાર મારવા જઈ શકશે !'

એના પ્રતિભાવ-રૂપે પણ ચાર-છ તાળીઓ પડી, પણ તેના પડઘા શમે એ પહેલાં દરવાજા પાસેથી હાંક પડી :

'મિસ્ટર કૅપ્ટન, તમે કાલે ઊપડવાની વાત કરો છો, પરંતુ મારી પત્ની થોડી વાર પહેલાં ગુમ થઈ એનું શું ?'

અણધાર્યો ધડાકો થયો હોય તેમ ચોંકીને દરેકે એ દિશામાં ડોક ફેરવી, તો પ્રૌઢવયના સશક્ત મૂછાળા મરદના રડમસ ચહેરા પર સૌની નજર પડી. *મારી પત્ની ગુમ થઈ ગઈ* એમ

કહેનાર પુરુષ પર આમ તો હસવું આવી જાય, પણ એને આગળ સાંભળ્યા પછી સૌ તર્ક કરવામાં પડી ગયા :

'કૅપ્ટન, જુઓ આ ચિઠ્ઠી !'

બર્મુડા હાફપૅન્ટ પર ટી-શર્ટના ખિસ્સામાંથી ચોળાઈ ગયેલી ચબરખી કાઢીને બારસો-પંદરસો માણસો જોઈ શકે એ માટે તેણે હાથ ઊંચો કર્યો.

'મારું નામ મોરાવીઓ... જ્હૉન મોરાવીઓ.' પોતાનો પરિચય આપતાંય સંકોચ થતો હોય તેમ એ તરડાયેલો અવાજ ઊંચો કરવાની કોશિશ કરતો હતો :

'છ માસ અગાઉ અમે રોમમાં પરણ્યાં હતાં. લંડનમાં મારો જૉબ છે. જેનેટાની મરજીને વશ થઈ મેં શિપની સફર લીધી પણ એ બેવફા નીવડી... આ ચિઠ્ઠીમાં કલાક પહેલાંનો ટાઇમ લખ્યો છે જેમાં એટલું જ જણાવાયું છે કે હું શિપની એક વ્યક્તિ સાથે રાજીખુશીથી નાસી જાઉં છું. ડાયમંડ નેકલેસની મોકાણને કારણે નાસી જવાનું ચોવીસ કલાક માટે મુલતવી રાખવું પડ્યું... હવે મારી તપાસ કરશો નહીં. ગૂડ બાય !'

વાંચતાં-વાંચતાં મોરાવીઓના ગાલ આંસુથી ખરડાવા લાગ્યા હતા. *ગૂડ બાય* શબ્દ પર તો એ લગભગ ભાંગી જ પડ્યો.

'મિસ્ટર મોરાવીઓ !' કૅપ્ટને મનોમન આવતું હસવું ખંખેરીને ગંભીરતા ધારણ કરી લેવી પડી :

'તમારાં વાઇફ રાજીખુશીથી નાસી ગયાં પછી બીજું શું થઈ શકે ?'

'કેમ ન થઈ શકે ?' ટેબલ્સ વચ્ચેથી માર્ગ કરતો મોરાવીઓ મંચની નજીક આવીને બરાડ્યો :

'એણે ભલે લખ્યું કે હું રાજીખુશીથી નાસી જાઉં છું, પણ મારે એ જાણવું જરૂરી છે કે એને કોણ નસાડી ગયું ?'

'એ કેવી રીતે જાણી શકાય, મિસ્ટર ?' કૅપ્ટનને બદલે નજીક બેઠેલા દારેસલામ પૉર્ટના પોલીસ ઉપરી શેરખાને પૂછ્યું : 'એ માટે તમારે પહેલાં તો પોલીસમાં ફરિયાદ લખાવવી જોઈએ, પછી અમે ભગાડી જનારની તપાસ હાથ ધરીએ.'

'પ્લીઝ, તમે વચ્ચે નહીં બોલો.' મોરાવીઓ અકળામણ અનુભવતો હતો :

'કૅપ્ટન, તમે શિપના દરેકેદરેક ઉતારુ તેમજ સ્ટાફ મેમ્બરની હાજરી લો.... તેમાં જે કોઈ પુરુષ ગેરહાજર દેખાય તેને ભાગેડુ જાહેર કરો... ત્યાં સુધી હું તમારી આ શિપને અહીંથી ઊપડવા નહીં દઉં !'

એની ધમકી ઘણાંખરાંને હાસ્યાસ્પદ લાગી હોય તેમ હૉલમાં હસાહસ પ્રસરી ગઈ. ત્યારે પેલાએ મૂછના બંને છેડાને વળ દઈ સૌની સામે આંખો કાઢી હૉલમાં ચોતરફ નજર દોડાવીને પડકાર કર્યો :

'તમે હસો છો, પણ એટલું જાણી લો કે મારી વાઇફને ભગાડી જનાર જે કોઈ જશે તેનો પીછો કરી, જ્યાં હશે ત્યાંથી હાથ કરી, પિસ્તોલનું દ્વંદ્વયુદ્ધ ખેલ્યા વિના હું એને છોડીશ નહીં !'

અગાઉના જમાનામાં એક સ્ત્રી માટે બે પુરુષ જાહેર ચોકમાં સામસામી બંદૂક ચલાવી દ્વંદ્વયુદ્ધ ખેલતા એની યાદ આપતો મોરાવીઓ બોલી ગયો :

'હું આશા રાખું છું કે એ બદમાશને ગન ચલાવવાનો મહાવરો હોય, જેથી નિશાનબાજીની ખરી કસોટી થાય અને જે જીતી જાય એ જેનેટાનો ધણી બની રહે.'

તેનો આ પડકાર સૌને વિચિત્ર લાગ્યો. તાનિયાએ તો બાજુમાં બેઠેલા યોગીજીના કાનમાં કહેવું પડ્યું : 'પત્ની નાસી ગઈ એના આઘાતે આ માણસનું ચસકાવી દીધું લાગે છે. આવો પડકાર ફેંકીને એણે કરુણ પ્રસંગની કૉમેડી કરી નાખી.'

'કૅપ્ટન !' એક અમેરિકને ઊભા થઈને ઊંચા અવાજે સાદ પાડ્યો :

'આ માણસની વાતમાં કાંઈક દમ લાગે છે.' એ ગંભીર ભાવે બોલતો ન હોત તો ઘણા હસી પડ્યા હોત :

'આપણે હજી કાલ સવાર સુધી અહીં રોકાવાનાં છીએ, તો આજ રાત દરમિયાન પેલા ભાગેડુને પકડી પાડી આ માણસની ચૅલેન્જ મુજબ સામસામા ઊભા રાખી દો તો ઊપડતાં પહેલાં આપણને અઢારમી સદીનું દ્વંદ્વયુદ્ધ નિહાળવા મળે.'

આવો પ્રસ્તાવ મૂકનાર અમેરિકન સીરિયસ છે કે પેલાની ટીખળ કરી રહ્યો છે એ કોઈની સમજમાં આવ્યું નહીં. આ પ્રસંગ હવે કેવો વળાંક લે છે એ જાણવા તાનિયા ઉત્સુક બની ગઈ, ત્યાં વેઇટરે આવી તેના ખભા સુધી ઝૂકી ધીમેથી કહ્યું :

'મૅડમ, કોઈ આપને બહાર બોલાવે છે.' જિજ્ઞાસા સાથે તાનિયાએ ગરદન ફેરવી તો કોઈ અપિરિચિત યુવાન સહેજ મલકતો તેને તાકી રહ્યો હતો. જીન્સ-પૅન્ટ-શર્ટ અને ચશ્માંધારી યુવાને સહેજ ગરદન નમાવી તાનિયાને બહાર આવવા મૂક વિનંતી કરી.

'હું હમણાં આવી.' એવું યોગીજીને કહેતી તાનિયા સફાળી ઊભી થઈને બધાં વચ્ચેથી બહાર સરકી ગઈ.

એ નજીક આવી એટલે પેલાએ ફરી હૂંફાળું સ્મિત ફેંકી તેના તરફ ગડી કરેલો કાગળ લંબાવ્યો.

'શું છે ?'

'આપ જ વાંચી લો ને.'

પેલો એમ કહે એ પહેલાં તો તાનિયાની નજર કાગળના લખાણ પર ફરી ચૂકી.

'ડૉક્ટર, સંદેશો લાવનારની સાથે વિનાસંકોચે ચાલી નીકળો.'

નીચે સહીમાં માત્ર અંગ્રેજી એક્સ જેવી ચોકડી મારી હતી.

'એક્સ !' ગરદન ઊંચી કરી પેલાની સામે જોતી એ બબડી, પણ સામેવાળા યુવાને ડોક હલાવી કાંઈ જ જાણતો નહીં હોવાની સંજ્ઞા સાથે હાથ દ્વારા સંકેત કર્યો : ચાલો !

'ક્યાં ?' એણે દબાયેલા અવાજે પૂછ્યું : 'કોની પાસે જવાનું છે ?'

પેલાએ ફરી ડોક હલાવી આગળ વધવા ઇશારત કરી અને એ જ વખતે હિઝ હાઇનેસનો સેક્રેટરી ગુલઝાર હૉલમાંથી પોતાના તરફ આવતો દેખાયો, એટલે વધારે પૂછપરછ પડતી મૂકી તાનિયાએ પગ ઉપાડ્યા. લિફ્ટ સુધી પહોંચીને પાછળ જોઈ લીધું. ગુલઝાર હવે અટકી જઈને

સિગારેટ સળગાવતો દેખાયો, એટલે તેણે માની લીધું કે હાઇનેસની હાજરીમાં સિગારેટ નહીં પી શકતો સેક્રેટરી બે ફૂંક મારી લેવા બહાર આવ્યો હશે.

'આપણે બૉમ્બે પહોંચીએ ત્યાં સુધી તારે આ સ્ત્રી પર સતત જાપ્તો રાખવાનો છે.'

હિઝ હાઇનેસે સોંપેલી ડ્યુટી પર વિચાર કરતા ગુલઝારે ઉતાવળે સિગારેટના બે-ચાર કશ લઈ બીજી લિફ્ટ પકડી. આ લેડી સાઇકિયાટ્રિસ્ટ હાઇનેસને કેમ રહસ્યમય લાગતી હતી એ હજુ સુધી તેને સમજાયું નહોતું, પણ અત્યારે હૉલની મીટિંગમાંથી અધવચ્ચે ઊઠી જઈ એક યુવાનની પાછળપાછળ તેનું ચાલી નીકળવું એને શંકાસ્પદ જરૂર લાગ્યું.

તાનિયાનો પીછો કરતો ગુલઝાર શિપનો બ્રિજ ઊતરી પૉર્ટના કમ્પાઉન્ડમાં પહોંચ્યો ત્યારે સફેદ ટોયોટો કારમાં પેલી દાખલ થતી દેખાઈ. તેનો પીછો કરવો જરૂરી હતો પણ નજીકમાં કોઈ વાહન દેખાયું નહીં. ટૅક્સી-સ્ટૅન્ડ થોડે દૂર હતું. સાદ પાડીને ટૅક્સી બોલાવવાને બદલે પોતે જ એ તરફ દોટ મૂકી. કેમ જાણે ટૅક્સીવાળો સમજી ગયો હોય, લક્ઝરી સ્ટીમરના ઉતારુ જેવા માલદાર ગ્રાહકને પકડવા માટે ટૅક્સી-ડ્રાઇવર ટૅક્સી ચાલુ કરી સામે આવ્યો :

'યસ, સર ! કમ ઇન, સર !'

કહી દરવાજો ખોલી આપ્યો.

'પેલી ટોયોટોનો પીછો કર.'

'સમજી ગયો, સર !' કહી તેણે ટોયોટો પાછળ ટૅક્સી પુરઝડપે મારી મૂકી. પછી અરીસામાંથી ઉતારુના મુખભાવ નિહાળીને બોલ્યો :

'સર, પત્ની રિસાઈને ક્યાંક જઈ રહી લાગે છે ?'

'હેં !' ગુલઝારને તેના આ તર્ક પર મનોમન રમૂજ ઊપજી પણ એ કારણને તરત જ ફિટ બેસાડી દીધું :

'હા, યાર ! બૈરાંઓને આવી મોંઘીદાટ મુસાફરી કરાવીએ તોપણ વાતવાતમાં વાંકું પાડ્યા વગર રહે નહીં.'

'ડૉન્ટ વરી, સર ! આપણે થોડી વારમાં એને ઓવરટેક કરી લઈશું.'

'નહીં-નહીં !' પાછલી સીટમાં બેઠેલા ગુલઝારે સાવચેત બની જઈ ડ્રાઈવરનો ખભો થપથપાવ્યો :

'આપણે ઓવરટેક નથી કરવું... એ જ્યાં જાય ત્યાં પાછળપાછળ જવાનું છે.' કહી તેણે ઉમેર્યું :

'અને આપણે પીછો કરીએ છીએ એવી શંકા ન જવી જોઈએ એ લોકોને.'

'ઓહ, એમ વાત છે.'

ટૅક્સી-ડ્રાઇવરને જુદી જ શંકા જાગી. *આ ટૂરિસ્ટને પોતાની બૈરીના ચારિત્ર્ય પર શંકા જાગી છે. પેલી કોઈકને મળવા શહેરમાં જતી હશે અને આ ધણી છાનોમાનો પીછો કરી તેની બેવફાઈને પકડી પાડવા માગતો હશે.*

છ-સાત માઇલની આ સંતાકૂકડીનો અન્ત એક ચર્ચ પાસે આવી ગયો. પેલી ટોયોટોમાંથી ઊતરીને બહાર જ ટૅક્સી રોકી પાડવા કહ્યું. પછી અંદર બેઠાંબેઠાં જ જોયું તો ટોયોટોમાંથી ઊતરીને તાનિયા ઝડપભેર પેલા જુવાનની પાછળપાછળ ચર્ચનાં પગથિયાં ચડતી દેખાઈ.

'સર, આ તો ચર્ચમાં ભાગેડુ લગ્ન કરવા જઈ રહી લાગે છે !' ટેક્સીવાળાએ બેધડક છૂટ લઈ લીધી : 'નથી વેડિંગ ડ્રેસ પહેર્યો કે નથી સાથે કોઈ સ્નેહી-સહેલીઓ.... અહીંના પાદરી પણ આવાં લગ્ન કરાવી આપવા માટે જાણીતા છે. સર, જલદી જઈને પેલીને બાવડેથી પકડીને ટૅક્સીમાં ઢસડી લાવો, નહીંતર...'

'શટ અપ !' તેનો તર્ક કરવામાં તેનો બકવાસ વિક્ષેપરૂપ બનતો હોય તેમ ગિન્નાઈને ગુલઝારે તેને ટપાર્યો : 'મને વિચારવા દે.' કહી તેણે આજુબાજુ નજર દોડાવી : 'અહીં આટલામાં પબ્લિક ફોન...'

બોલતાં-બોલતાં તેની નજર ચર્ચની દીવાલે લાગેલા બૂથ પર પડી એટલે ખિસ્સામાંથી સિક્કો કાઢતો બૂથ તરફ ધસી ગયો.

શિપનો ફોન તો તરત લાગી ગયો, પણ હિઝ હાઇનેસ સુધી લાઇન પહોંચવામાં ત્રણેક મિનિટ લાગી ત્યાં સુધી રીસીવર પકડી ઊભેલો ગુલઝાર વારાફરતી પગ બદલતો ઊંચોનીચો થતો રહ્યો.

'બૉસ, હું પેલીનો પીછો કરતો એક ચર્ચ સુધી પહોંચ્યો છું.'

હાઇનેસે તેને તાનિયાની પાછળ હૉલમાંથી ઊભો થતો જોયો હતો એટલે આટલી વાતમાં એ સમજી ગયા.

'તો પછી અધવચાળે ફોન કરવાની શું જરૂર પડી ?'

'એ ચર્ચમાં ગઈ. એની સાથે કોઈ યંગમૅન હતો જે એને દોરી જતો હતો. ચર્ચમાં જઈને તેની નજરે ચડી જવાને બદલે બહાર રાહ જોવાનું વિચારી આપને જાણ કરવા માટે ફોન કર્યો.'

'જોજે, એટલી વારમાં એ છટકી ન જાય.'

તાનિયાનું ચર્ચમાં જવું હાઇનેસને રહસ્યમય લાગ્યું : 'એ જરૂર કોઈકને મળવા ગઈ હશે. અજાણ્યા શહેરમાં આમ એકલી અચાનક ચાલી નીકળે એ...'

કહેતાં-કહેતાં હાઇનેસે અધવચ્ચે જ ગુલઝારને આદેશ આપ્યો : 'ઝાર, ફોન મૂકીને તું ચર્ચમાં જા. કદાચ એ તને જોઈ જાય તો બેધડક કહેજે કે જેમ તમે અહીં આવ્યાં તેમ હુંય આવી ચડ્યો... પણ જલદી ચર્ચમાં પહોંચી જા... ક્વિક !'

હાઇનેસના 'ક્વિક' શબ્દે ધક્કો માર્યો હોય તેમ પબ્લિક ફોનનું રીસીવર હાથમાંથી ફગાવતાં ગુલઝારે દોટ મૂકી ત્યારે એની હિલચાલ નિહાળી રહેલો ટૅક્સી-ડ્રાઇવર હસવું રોકી શક્યો નહીં. *કદાચ આ નબળો ધણી ફોન પર કોઈની સલાહ લેવા ગયો હશે અને હવે બૈરીનો પીછો કરવા દોડી રહ્યો છે.*

સડસડાટ પગથિયાં ચડીને એ ચર્ચના હૉલમાં પહોંચ્યો તો રવિવારના નમતા પહોરે પણ ચર્ચ સૂમસામ હતું. ઈશુ ખ્રિસ્તની મૂર્તિ પર એક નજર નાખી લઈ ગુલઝાર પાછળના ભાગમાં ધસી ગયો. પાછલા ચોગાનમાં પાદરી તથા નનનાં રહેણાંક જેવાં બે-ત્રણ મકાનો દેખાયાં... અને જમણી તરફના પૅસેજમાંથી બહાર નીકળવાનો દરવાજો નજરે પડ્યો.

'કદાચ પેલો યુવાન તાનિયાને પાછલા રસ્તેથી બહાર કાઢી બીજા વાહનમાં આગળ ઉપાડી ગયો હશે...' બબડતો પોતાની જાતને ઠપકારતો હોય તેમ બંને ગાલે તમાચા મારતો ગુલઝાર ઉઘાડા

દરવાજામાંથી બહાર નીકળીને જુએ તો બધું સૂમસામ હતું. ત્યાં બેઠેલા એક ભિખારીને જોઈ ગુલઝારે ખિસ્સામાંથી એક સિક્કો તેના તરફ ફંગોળ્યો :

'થોડી વાર પહેલાં એક લેડી અહીં આવી હતી ને ?'

પેલાને પૃચ્છામાંથી માત્ર *લેડી* એક શબ્દ સમજાયો એટલે એણે હકારમાં ડોકું હલાવી સામી દિશામાં ઇશારત કરી એટલે ગુલઝારને સમજવું હતું તે સમજાઈ ગયું. હવે તેને કપાળ કૂટવાનું મન થયું. પરંતુ ફોન કરીને હાઇનેસની બે ગાળ સાંભળવાને બદલે ત્યાં જ રોકાઈ જવાનું મન થયું. *પરંતુ ફોન કરીને હવે શું કરવું ?* - એ પૂછ્યા વિનાય ચાલે તેમ નહોતું એટલે લથડતા પગે એણે બૂથ તરફ ચાલતી પકડી.

*

એમણે સોનાની ઘડિયાળમાં જોયું તો સવાદસ વાગવા આવ્યા હતા. લેડી ગેટીની આશા ઓસરવા લાગી હતી. યોગી કૃષ્ણમૂર્તિએ તંત્રવિદ્યા દ્વારા ભાખેલા બાર કલાકની મહેતલ આડે હવે માત્ર સવા કલાક બાકી રહ્યો હતો. પર્સમાંથી પેલું કવર કાઢી તેની કિનારી ફાડી અંદરથી કાગળ કાઢીને વાંચી લેવાની ઇચ્છા જોર કરી ઊઠી.... પણ અગાઉ ચાર-છ વારની જેમ અત્યારે પણ લેડીએ બળજબરીથી ઇચ્છાને દબાવી દેવી પડી.

ડાયમંડ નેકલેસનો પત્તો લગાવવા માટે નાઇરોબીથી આવેલી અમેરિકન ઇન્સ્યોરન્સ કંપનીની ઇન્વેસ્ટિગેશન ટીમનાં પાંચ સભ્યોને પોતાના સ્વીટમાં જ ડિનર માટે નિમંત્ર્યાં હતાં તેમાંથી પરવારીને લેડી હજુ હમણાં જ પોતાના બેડરૂમમાં એકલાં પડ્યાં હતાં. ડિનર-ટેબલ પર આખા કેસનું અવલોકન કરતાં એક વાત પાકી થઈ હતી કે લેડીએ શિપની સફર આગળ ધપાવવી અને ઇન્વેસ્ટિગેટિવ ટીમે દારેસલામમાં રોકાઈ જઈ સ્થાનિક તપાસ આગળ વધારવી. ડાયમંડ નેકલેસમાં શિપના કોઈ પૅસેન્જર કે સ્ટાફ સંડોવાયા હોય એવું લાગતું નહોતું. હીરાનો હાર એ જ ઘડીએ શિપની બહાર શહેરમાં સરકી ગયો હોવાનાં કેટલાંક એંધાણ પ્રાઇવેટ ડિટેક્ટિવને હાથ લાગ્યાં હતાં.

'હવે તો આશાનું એક જ કેન્દ્ર રહ્યું છે.' સેમસને ડિનર પરથી ઊઠતાં લેડીને સમજાવ્યું હતું :

'અહીં પ્રેસિડેન્ટ કોબુટુ પર અમેરિકાથી આવેલું દબાણ કદાચ કામ કરી જાય તો નેકલેસને દારેસલામની બહાર નીકળતો રોકી શકાય.'

ટીમના અગ્રણી સેમસને બે-પાંખિયો વ્યૂહ અજમાવ્યો હતો. એક તરફથી એવી વાત વહેતી મૂકી કે ડાયમંડ નેકલેસનો કેસ ઇન્ટરપોલને સોંપી દેવાની જાહેરાત આવતી કાલની પ્રેસ કૉન્ફરન્સમાં થવાની છે. તેમાં પત્રકારો સમક્ષ લેડી ગેટીને પણ હાજર રાખવામાં આવશે અને બીબીસી તથા સીએનએન ફાઇવ મિલિયન ડૉલરની જ્વેલરીનો આ કેસ દુનિયાભરમાં ટેલીકાસ્ટ કરશે. બીજો વ્યૂહ અજમાવ્યો ટાન્ઝાનિયાના પ્રમુખ કોબુટુ પર અમેરિકાથી દબાણ લાવવાનો. એક વાત જાણીતી હતી કે એશિયા-આફ્રિકાના બીજા દેશોની જેમ ટાન્ઝાનિયા પણ લાંચરુશ્વત અને ભ્રષ્ટાચારથી ખદબદતો દેશ છે. આટલી મોટી કિંમતના ઝવેરાતની ચોરી કોઈ સામાન્ય ચોરનું ગજું નથી... અને એ ચોરને પકડવામાં પોલીસથી રાષ્ટ્રપ્રમુખ સુધીના કોઈ મોટી રકમની લાંચ સિવાય રસ

લેવાના નહોતા. એટલે પ્રમુખને જો રાજી કરી શકાય તો એ ગમે તે ભોગે ચોર અને ચોરીની મતા હાજર કરાવી દે.

'સેનેટર ક્રેઝર બે વરસ સુધી અહીં અમેરિકી એલચી તરીકે રહી ચૂક્યા છે. પ્રમુખ કોબુટુને એ બહુ સારી રીતે ઓળખે છે. આપણે એમના દ્વારા વૉશિંગ્ટનથી પ્રમુખ પર દબાણ લાવ્યા છીએ, એટલે કેસનો નિવેડો તો જરૂર આવશે.'

સેમસને ગૂડ *નાઇટ* કહેતી વખતે આવી આશા આપી ત્યારે લેડીના મનમાં તો એક જ મદાર હતો : યોગીએ કહ્યા પ્રમાણે સાડા-અગિયાર સુધીમાં ફેંસલો થવો જોઈએ, નહીંતર...

નહીંતર શું ?

એ જ વખતે તેના બેડરૂમના બારણે ટકોરા પડ્યા.

'કોણ ?'

'હું.'

ઇન્વેસ્ટિગેટિવ ટીમની લેડી સાઇકિયાટ્રિસ્ટ ઇવાનો અવાજ ઓળખી જઈ લેડીએ દરવાજો ઉઘાડવા માટે ઊઠવાને બદલે તેને અંદર આવવા કહ્યું : 'કમ ઇન, પ્લીઝ.'

'લેડી, સેમસને આપને તાકીદે બોલાવ્યાં છે.'

'ક્યાં ? કપડાં બદલીને નાઇટ-ડ્રેસ પહેરવાની તૈયારી કરતાં એમણે પૂછ્યું : 'અત્યારે વળી ક્યાં જવાનું છે ? નેકલેસનો પત્તો લાગ્યો કે શું ?'

'એ તો ખબર નથી, પણ સેમસનનો પ્રેસિડન્ટ પૅલેસમાંથી ફોન હતો. પ્રમુખે આપણને સૌને પૅલેસ પર બોલાવ્યાં છે. કદાચ નેકલેસની કોઈ કડી હાથ લાગી હોય.'

'કડી નહીં, ઇવા, નેક્લેસ જ હાથ લાગ્યો છે !'

સાંભળીને પેલી ચોંકી એટલે પર્સમાંથી કવર કાઢીને તેને દાખવ્યું :

'ઇવા, આમાં લખ્યું છે એ પ્રમાણે તો હવે કલાકની અંદર મારો હાર મને પાછો મળી જ જવાનો.'

'એમાં કોણે લખ્યું છે, લેડી ?'

સાંભળીને લેડી ગેટી સાવધ બની ગયાં. જાણે ભૂલ સુધારી લેતાં હોય તેમ કવરને પર્સમાં સરકાવી દઈ એમણે માથું ધુણાવ્યું :

'નેક્લેસ મળી જાય તો તમારી ટીમના દરેકને હું કાંઈક પ્રેઝન્ટ આપવાનું વિચારતી હતી ત્યાં પ્રેસિડન્ટ પૅલેસનું તેડું આવ્યાના તેં ખબર આપ્યા... વૉટ એ કૉ-ઇન્સિડન્સ !'

અડધા કલાક પછી બે લક્ઝુરિયસ કાર પ્રેસિડન્ટ પૅલેસના પ્રવેશદ્વારમાં દાખલ થઈ ત્યારે અગિયાર વાગવા આવ્યા હતા. ટીમના અગ્રેસર સેમસન અને તેમના પાંચ ટીમ-સભ્યો લેડી ગેટીને લેવા માટે આવ્યાં. એમનું મલકતું મુખ જોઈને લેડી પૂછ્યા વિના રહી શક્યાં નહીં, 'સિંહ કે શિયાળ ?'

તેમની એ સાંકેતિક પૃચ્છા સેમસનને ગમી. જાણે વૃદ્ધાને ટેકો આપતો હોય તેમ હાથ પકડી એક બાજુ લઈ જઈને કહ્યું :

'પ્રેસિડન્ટ શિકારના જબરા શોખીન છે. એમના રીસેપ્શન હૉલમાં ખૂંખાર પ્રાણીનાં ડોકાં લગાડેલાં છે અને, લેડી, તેમાં આફ્રિકાના સિંહનું ડોકું તો હોય જ ને !'

'પરંતુ ડોકમાં પહેરવાના નેક્લેસનું શું ?' લેડીએ મોઘમ પૃચ્છા કરી : 'પ્રેસિડન્ટને ખબર તો હશે જ તેની કિંમત ?'

'એ જ તો મુસીબત થઈ છે, લેડી !' સેમસને મોં બગાડીને કહ્યું : 'પાંચ મિલિયનની કિંમત સામે દસ ટકા માગે છે.'

'શું કામ ?'

'ગુનેગારને હાર સહિત હાજર કરવાના.'

'દેશનો પ્રમુખ આવી માગણી કરે !'

'માગણી જરા વધારે છે, એટલે અમે દસને બદલે પાંચ ટકામાં પતાવ્યું.' કહી સેમસન કાંડું દબાવી લેડીને હૉલમાં દોરી ગયો.

'વેલ્કમ, મેડમ ગેટી !'

આફ્રિકન ટોપી અને મિલિટરી યુનિફૉર્મમાં સજ્જ રાષ્ટ્રપતિ જનરલ કોબુટુએ તેનો ખરબચડો હાથ લંબાવી કાળા હોઠ પરથી થૂંકવાળું સ્મિત ફેંકી લેડીનો હાથ પોતાના પંજામાં લીધો : 'મારા દેશમાં તમારી ચીજ ચોરાઈ એ બદલ દિલગીરી દર્શાવું છું.'

લેડીએ ઝડપથી પોતાનો હાથ પાછો ખેંચી લીધો : 'મારી એ ચીજ પાછી મળી જાય તો એ તમારા દેશની મહાનતા ગણાશે.'

'અવશ્ય ! અવશ્ય !' વારાફરતી દરેક સાથે હસ્તધૂનન કરી એમને ખુરસી પર બેસાડી સિંહાસન પર પોતાનું સ્થાન લેતાં પ્રમુખશ્રીએ આગળ ચલાવ્યું :

'અમારો દેશ ગરીબ જરૂર છે પણ બેઈમાન નથી.'

'બરાબર છે.' સેમસને તેમની હામાં હા ભણવી જ પડે એમ હતી : 'બાકી તો દરેક દેશમાં બેઈમાન માણસો વસતા હોય છે.'

'એવા બેઈમાનને અમે સમયસર પકડી પાડીએ છીએ.' કહી પ્રમુખશ્રીએ વારાફરતી દરેકની સામે જોઈ લીધું : 'તમે શું લેશો - ચા-કૉફી, વાઇન કે વ્હિસ્કી ?'

'સર, આપની કાઇન્ડનેસ બદલ અમે ઋણી છીએ. આ લેડીને એમનો નેકલેસ મળી જાય એટલે સર્વસ્વ મળી ગયું સમજો.'

'તમારી ઉતાવળ હું સમજી શકું છું.' કહી પાછળ ઊભેલા એડીસીને પોતાના મુખ પાસે ઝુકાવીને પ્રમુખશ્રીએ તેના કાનમાં ફૂંક મારી : 'મહેમાનની અમાનત લઈ આવો.'

પંદર મિનિટ પહેલાં જ પ્રમુખશ્રીને સ્વિત્ઝર્લૅન્ડના પોતાના એલચી તરફથી સંદેશો મળી ચૂક્યો હતો કે *અહીંની બૅન્કમાં આપના ગુપ્ત ખાતામાં ટુ હન્ડ્રેડ ઍન્ડ ફિફ્ટી થાઉઝન્ડ (અઢી લાખ) ડૉલર્સ જમા થઈ ચૂક્યા છે.* સંદેશો મળતાં જ રાષ્ટ્રમુખે ગુનેગારને સજા ફટકારી દીધી હતી.

પ્રમુખે આપેલો ઑર્ડર લઈને બહાર ગયેલો એડીસી પાછો ફર્યો ત્યારે સૌએ માન્યું હતું કે

એ હાથમાં કોઈ બૉક્સ જેવું લઈને આવશે, તેને બદલે બે માણસો ખભા પર કૉફિન ઊંચકીને તેની પાછળપાછળ દાખલ થતા દેખાયા !

કૉફિન જોતાં જ સાતે મહેમાનોએ તો હળવી ધ્રુજારી અનુભવી, પણ રાષ્ટ્રપ્રમુખને કોણ જાણે શું શૂરાતન ચડ્યું કે એકાએક ખડખડાટ હાસ્યથી સમગ્ર ખંડને ધ્રુજાવી દીધો.

'મૅડમ, ચોવીસ કલાક....'

હસતાં-હસતાં અધવચ્ચે અટકી જઈને કોબુટુએ લેડી ગેટી સામે જોયું. એમના ચકળવકળ થતા ડોળા લેડીને ડરાવી ગયા.

'ગુનેગારને ચોવીસ કલાકમાં નસિયતે પહોંચાડવાનો અમારો રેકૉર્ડ છે !'

'બરાબર છે.' સેમસન ખુશામતનો ઉદ્દ્ગાર ઉચ્ચારે એ પહેલાં તો પ્રમુખશ્રી કોબુટુએ પોતાની હીરાજડિત લાકડીનો છેડો કૉફિનના ઢાંકણામાં ભરાવી જોરદાર ઝાટકા સાથે તેનું ઢાંકણ ખોલી નાખ્યું અને તેના પ્રત્યાઘાતરૂપે સામે બેઠેલા સાતે સાતના મોંમાંથી હળવી ચીસ નીકળી ગઈ.

કૉફિનમાં બાવીસ-પચીસ વરસની આફ્રિકી યુવતી સૂતી હતી. તેણે ગળામાં પહેરેલો લેડી ગેટીનો ડાયમંડ નેક્લેસ પેલીની ઊપસેલી છાતી સુધી લંબાઈને ઝગારા મારતો હતો. ઘડીભર તો લાગ્યું કે પેલી યુવતી હમણાં બેઠી થઈને ગળામાંથી હાર રાષ્ટ્રપ્રમુખનાં ચરણોમાં ધરી દેશે.

'આ શીબા શિપની પાર્ટીમાં પૅસેન્જર્સનું મનોરંજન કરવા આવેલી નર્તકીઓમાંની સાથે હતી.'

'એટલે કે ડાયમંડ નેક્લેસ એણે...'

'શી...શ !' નાક પર આંગળી મૂકી, આંખોના ડોળા કાઢી પ્રમુખે સેમસનને બોલતો રોકી પાડ્યો. એમની ચેષ્ટા એવી હતી કે જાણે સેમસનના બોલવાથી કૉફિનમાં સૂતેલી શીબા જાગી ઊઠશે.

'અમારે ત્યાં આવી પૂછપરછની પ્રથા નથી...' પ્રમુખે ગૌરવભેર સંભળાવ્યું : 'અહીં તો ચોવીસ કલાકમાં ગુનો પકડાઈ જાય અને માલમતા પૂરેપૂરી પાછી મળી જાય એટલે પત્યું.'

'આપનું કથન બરાબર છે.'

સેમસનને થયું : *આ માણસ સાથે જીભાજોડી કરવામાં સાર નથી.*

'સર, લેડીને એમનો હાર પાછો મળી જાય એટલે અમે આપની વિદાય લઈએ.'

'તો મારી ક્યાં ના છે ? - લેડીને કહો...' એમણે બંને હાથ પહોળા કરી પહોળું હસતાં હસતાં કહ્યું : 'છોકરીના ગળામાંથી એમના હાથે જ હાર લઈ લે.'

ડાયમંડ નેક્લેસને તાકી રહેલાં લેડી આ પ્રસ્તાવથી થથરી ગયાં. *યોગી કૃષ્ણમૂર્તિએ કહ્યા પ્રમાણે હારની ચોરી સાથે રાજમહેલ સંડોવાયો હતો. હવે તો લાગે છે, રાજમહેલમાં રહેતો આ રાષ્ટ્રપ્રમુખ પોતે જ હારચોર હોવો જોઈએ.*

'નહીં, હું કોઈની લાશ પરથી હાર ઊંચકવાની હિંમત નહીં કરું.'

લેડીએ ધ્રૂજતા અવાજે ઇનકાર કર્યો એટલે પ્રમુખે જાતે ઊભા થઈ કૉફિન પર ઝૂકી, બંને હાથ પેલી યુવતીના મૃતદેહના ડોકમાં ભેરવી, હારની કડી ખોલી ધીમેધીમે સેરવી લઈ ઝળહળતા હીરાનો એ હાર બંને હાથે પકડી રાખી લેડી સામે ધર્યો :

'મેડમ, તમે નસીબદાર છો - આવા મૂલ્યવાન નેક્લેસથી તમારી ડોક શોભાયમાન થાય છે !'

આમ કહી લેડીના ખોળામાં નેકલેસ મૂકી દીધો. પચાસ લાખ ડૉલર્સની જ્વેલરીમાંથી આડત્રીસ લાખનો એ મૂલ્યવાન હાર આમ તો લેડીએ ઝપટ મારીને ઊંચકી લીધો હોત, પણ થોડી વાર માટે તેને એ કોઈ ઝેરી નાગ જેવો લાગ્યો, કારણ કે કૉફિનમાં સૂતેલી યુવતીના ચહેરા પર ઝેરની અસરથી લીલાશ પ્રસરી ગઈ હતી.

હાર મૂકવા એમણે પર્સ ખોલી ત્યાં લેડીની નજર યોગીજીના કવર પર પડી. બધાની હાજરી છતાં એ કવર ખોલવાની ઉત્કંઠાને રોકી શક્યાં નહીં. સૌના આશ્ચર્ય વચ્ચે તેમણે કવરની કિનારી ફાડી ત્યારે બીજાં બધાંની જેમ પેલી ઇવા કુતૂહલવશ તેમને તાકી રહી હતી.

કવરમાંથી કાગળ કાઢી તેની ગડી ઉઘાડીને લેડીએ નજર દોડાવી તો માત્ર છ જ શબ્દો વાંચવા મળ્યા :

પૅલેસ, પ્રેસિડન્ટ્સ વાઇફ, મેઇડ સરવન્ટ, નેક્લેસ !

એ શબ્દોએ ડાયમંડ નેકલેસની ચોરીનો તમામ ભેદભરમ ખોલી નાખ્યો. પ્રમુખની પત્નીના કહેવાથી પેલી દાસીએ હાર ચોર્યો હતો અને હવે પ્રમુખે અઢી લાખ ડૉલરના બદલામાં મૂલ્યવાન હાર પાછો આપ્યો જેમાં ભોગ લેવાયો બિચારી આ દાસીનો !

વીસ મિનિટ પછી શિપ પર પહોંચીને લેડી ગેટી તાનિયાને મળવા એની કૅબિન પર પહોંચી ગયાં. કૅબિનની બેલનો જવાબ ન મળ્યો એટલે યોગી પાસે ગયાં : 'તમારી આગાહી સો ટકા સાચી પડી, યોગીજી !' કહી એમના પગમાં બેસી ગયાં : 'તાનિયાને આ ખુશખબર આપવા છે.'

'સૉરી, લેડી ગેટી ! તાનિયા ચાર વાગ્યાથી શિપ પર ગેરહાજર છે અને મધરાત થઈ છતાં પાછી ફરી નથી.'

'હેં !' બોલતાં લેડી ગેટીનું મોં ફાટી રહ્યું.

□

51

પવનના સુસવાટાએ તાનિયાને થથરાવી દીધી. શરીરે વીંટાળેલી શાલને તેણે માથા પર ઓઢી લઈને કાન ઢાંકી દીધા. આકાશમાં વદ ચોથના ચન્દ્રને પણ ટાઢ વાતી હોય એમ વારેવારે કાચબા જેવાં વાદળોની ઓથ તે લઈ લેતો હતો. સ્પીડબોટ અંધારામાં સમુદ્રનાં પાણી કાપતી સડસડાટ વહી જતી હતી અને મોટરબોટનું સુકાન સંભાળતો યુવાન વારેવારે ચન્દ્ર તરફ જોઈ લઈને આફ્રિકી ગીત લલકારતો હતો. તેના કાળા મુખ પર ચન્દ્રનાં શ્વેત કિરણો ફેંકાતાં ત્યારે ઊપસી આવતા ભાવ જોઈને તાનિયા અનુમાન કરતી રહી કે એ કોઈ પ્રણયગીત ગાવામાં મસ્ત બની ગયો છે.

'મેમસા'બ, બે મિનિટમાં વરસાદનું એકાદ હળવું ઝાપટું આવવું જોઈએ.'

બોટમાં બેઠેલી મેમસા'બ પોતાને નીરખી રહી છે એનું ભાન થતાં ગીત પડતું મૂકીને તેણે ઊંચી ડોકે આકાશને તાકી રહેતાં કહ્યું :

'આપને અંદર રૂમમાં જવું હોય તો...'

'નહીં રે ! અહીં ખુલ્લામાં મોજ આવે છે.' તાનિયાએ શાલને શરીરે સહેજ વધારે લપેટતાં કહ્યું : 'વરસાદ આવશે ત્યારે જોયું જશે.'

'આવશે તો ખરો જ.' અંધારામાં આફ્રિકી યુવાનના દાંત ચમક્યા : 'પણ જરા અમથું અડપલું કરીને ચાલ્યો જશે... એમ પેલાં તોફાની વાદળાં કહી રહ્યાં છે.'

યુવાનની ભાષા અંગ્રેજી હતી પણ વિચાર આફ્રિકી હતા. *વરસાદ અમથું અડપલું કરવા આવવાનો* છે એમ કહેતી વખતે જાણે કોઈ પ્રિયપાત્ર ગલીપચી કરવા આવવાનું હોય એવા ભાવથી બોલી ગયો.

અને તાનિયાએ ઘડિયાળમાં જોયું : મધરાતનો સવા વાગ્યો હતો. રેડિયમવાળા ઘડિયાળના આંકડા અને કાંટા અંધારામાં ચમકતા હતા. બરાબર એ જ વખતે ઘડિયાળના કાચ પર વરસાદનાં બે-ત્રણ ટીપાં વરસ્યાં.

મોટરબોટ-ચાલક સામે પ્રશંસાના ભાવ સાથે એ હસી : 'યંગમૅન, ખરેખર એ આવ્યો !'

'અને આવ્યો એવો ગયો સમજો.' પાણીનાં ફોરાંને હથેળીમાં ઝીલતો એ બોલી ગયો : 'સમુદ્રનો આ વાવડો એને વેરવિખેર કરી નાખશે... પવન વીફરે ત્યારે પાણીએ તાબે થવું જ રહ્યું !'

'અરે વાહ !' તાનિયા મનોમન બોલવા માગતી હતી, પણ શબ્દો તાબે ન રહ્યા : 'તમે તો કવિ જેવું બોલો છો !'

સાંભળીને પેલાએ મલકી લીધું : પછી બોટ હંકારવામાં ધ્યાન પરોવ્યું. ખરેખર તો એ પોતાના વિચારમાં પરોવાઈ ગયો અને તાનિયા આઠ-નવ કલાકમાં જે કાંઈ બની ગયું એને માનસપટ પર ફરી તાદશ કરવામાં તલ્લીન બની ગઈ...

'મિસ્ટર, તમે મને ક્યાં લઈ જઈ રહ્યા છો એ તો કહો.'

શિપના પ્રેસિડન્ટ હૉલમાં પૅસેન્જર્સની ટી-પાર્ટી ચાલી રહી હતી ત્યારે કોઈએ તેને બહાર બોલાવીને હાથમાં ચિઠ્ઠી પકડાવી જેમાં લખ્યું હતું કે *ચિઠ્ઠી લાવનાર સાથે વિનાસંકોચે નીકળી પડજો...* અને લખનાર તરીકે *મિસ્ટર એક્સ* એટલું જ લખ્યું હતું. ચિઠ્ઠી વાંચીને પોતે પેલા યુવાનની પાછળ સડસડાટ ચાલી નીકળી. શિપમાંથી ઊતરીને ટોયોટા કારમાં બેઠા પછી એણે પૂછપરછ શરૂ કરી, પણ પેલો એક જ વાક્યનું રટણ કરતો રહ્યો : *થોડી વારમાં તમને બધું સમજાઈ જશે.*

પોતાને દોરી જનાર યુવાન આગળની બેઠકમાં બેઠો હતો, સભ્યતાથી વર્ત્યો હતો અને દરેક વખતે *મૅડમ-મૅડમ*ના સંબોધન સાથે આદરપૂર્વક બોલતો હતો એટલે તાનિયાને ડરવા જેવું તો ન લાગ્યું, પણ આ રીતે અજાણ્યા સાથે ચાલતી પકડવાનું તેને પળેપળે વિસ્મયજનક વર્તાવા લાગ્યું.

'આપણી પાછળ બીજી કાર પણ આવી રહી છે.'

સહેજ સ્વસ્થ થયા પછી ડ્રાઇવરની સામેના અરીસામાં ધ્યાનથી જોતી તાનિયા બોલી ગઈ એટલે પેલાએ તેને વધારે અચરજમાં નાખી દીધી :

'મૅડમ, એ તમારો જ કોઈ કો-પૅસેન્જર (સહપ્રવાસી) આપણો પીછો કરી રહ્યો છે.'

'હેં !' તાનિયા અરીસામાંથી પાછળની કારમાં બેઠેલાને ધારીધારીને જોવા મથી, પણ પેલાનો ચહેરો સ્પષ્ટ કળાયો નહીં. ત્યાં મગજમાં ઝબકારો થયો : *એ પેલો જ હોવો જોઈએ - હાઇનેસનો સેક્રેટરી !* જોકે હાઇનેસના માણસે પોતાનો પીછો શું કામ કરવો જોઈએ એ તેની સમજમાં આવ્યું નહીં, ત્યાં આગલી સીટમાં બેઠેલાએ ધરપત આપતાં કહ્યું :

'ડૉન્ટ વરી, મૅડમ, પીછો કરતી કારની પાછળ આપણી બીજી કાર આવી રહી છે.'

'ઓહ !' તાનિયાએ ધરપતને બદલે ધ્રાસકો અનુભવ્યો : 'પરંતુ આ બધું છે શું ? આપણો કોઈએ પીછો કરવો જ શું કામ જોઈએ ?'

પેલાએ તેનો જવાબ આપવાનું ટાળ્યું હતું, છતાં પાછળ બેઠેલી તાનિયા ઊંચીનીચી થવા લાગી ત્યારે એણે એટલું કહેવું પડ્યું કે *સામે પેલું ચર્ચ દેખાય છે ને ત્યાં આપણે જઈ રહ્યાં છીએ. વન-વે છે એટલે આપણે ફરીને જવું પડશે. બસ, ત્યાર પછી મારી ડ્યુટી પૂરી થઈ જશે.*

ડ્યુટી ! એ પૂછવા જતી હતી કે તમે કોની ડ્યુટી પર છો અને ચર્ચમાં આપણે શું કામ જઈ રહ્યાં છીએ ? પરંતુ જવાબ મળવાનો ન હોય ત્યારે પૂછપૂછ કરીને પોતાની ગભરામણ અને સામાની વિમાસણ શું કામ વધારવી જોઈએ ?

'હવે જરા ઉતાવળ કરજો.' ચર્ચના કમ્પાઉન્ડમાં કાર દાખલ થઈ એટલે પેલાએ સમજાવ્યું : 'પાછળવાળો આપણી પાછળ ચર્ચમાં આવશે તો મારે એને કોઈ પણ ભોગે રોકી પાડવો પડશે.'

તાનિયાને લાગ્યું કે પોતે કોઈ જાસૂસી ફિલ્મ જોઈ રહી છે. પછી ખ્યાલ આવ્યો કે પોતે *કોઈ જાસૂસી ઘટનાનું પાત્ર બની ચૂકી છે અને આગળ વધી ગયા પછી હવે તેમાંથી છટકી શકાય એવું નથી.*

કારમાંથી ઊતરીને એ સાચે જ પેલાની પાછળ ચર્ચનાં ઊંચાં પગથિયાં ચડવા લાગી : કેમ જાણે કોઈની સાથે ભાગી જઈને ચર્ચમાં પરણી જવાની અધીરાઈ અને ઉત્તેજના હોય !

'અહીંનું ચર્ચ સુંદર છે, પણ દૂરથી જ લૉર્ડ જિસસના બ્લેસિંગ્સ લઈને આગળ વધી જવું પડશે.' કહી પેલાએ ઉમેર્યું : 'ખરેખર તો પાછળથી જ નીકળી જવાનું છે.'

પોતે કંઈ જ જાણતી ન હોવા છતાં પીછો કરનારને ખંખેરી નાખવાની ઉત્તેજનામાં આવી જઈ તાનિયાએ પછવાડેના રસ્તે દોટ મૂકી. રસ્તામાં કોઈ મળ્યું હોત તો ચર્ચમાં આ રીતે નાસી જવા બદલ તેણે શરમાવું પડત. પણ રવિવાર હોવા છતાં ચર્ચ સૂમસામ હતું અને હાંફતી-હાંફતી એ પછવાડેના દરવાજેથી બહાર નીકળી ત્યાં જ બીજી એક કાર ઉઘાડા દરવાજા સાથે તેની રાહ જોતી હતી.

'વેલ્કમ, ડૉક્ટર !'

કારની પાછળ અચાનક ફૂટી નીકળેલા માણસે તેને ચોંકાવી. ઓહ *! આ તો બે દિવસ પહેલાં શિપ પર મેક્સવેલનો પત્ર આપવા આવેલો એ સ્કૉટલૅન્ડ યાર્ડનો ડિટેક્ટિવ !*

'કારમાં આવી જાઓ.' તેણે ઉઘાડા દરવાજા તરફ સંકેત કરી અધીરાઈ દર્શાવી : 'પેલો માણસ ચર્ચના કમ્પાઉન્ડમાં તમારા પાછા ફરવાની રાહ જુએ છે.'

તાનિયા આજ્ઞાંકિતપણે કારમાં બેસી ગઈ.

'કોણ મારા પાછા ફરવાની રાહ જુએ છે, મિસ્ટર...'

'ઑલિવર...' તેણે પોતાનું નામ યાદ કરાવ્યું : 'હિઝ હાઇનેસનો સેક્રેટરી તમારો પીછો કરતો હતો. હવે ભલે ચર્ચની હવા ખાઈને થોડો પવિત્ર થાય.'

થોડું હસાવવા માટે એ બોલ્યો હતો, પણ તાનિયાના હોઠ ભિડાયેલા જ રહ્યા. કાર થોડી આગળ નીકળી ગઈ અને પાછળ બીજી કોઈ ગાડી આવતી દેખાઈ નહીં એટલે એણે પૂછ્યું : 'મિસ્ટર ઑલિવર, આપણે કઈ તરફ જઈ રહ્યાં છીએ ?'

ઑલિવરને જોયા પછી તેનો ગભરાટ ઓછો થયો હતો પણ ઉચાટ તો ચાલુ જ હતો. *આ સ્કૉટલૅન્ડ યાર્ડવાળા મને કિડનૅપ કરીને ક્યાં લઈ જવા માગે છે ?*

'ડૉક્ટર, તમે દારેસલામમાં હોવા છતાં અહીંની કન્ટ્રીસાઇડ જોઈ નથી.' પેલો ડિટેક્ટિવમાંથી ગાઇડ બની ગયો હોય તેમ કહેવા લાગ્યો : 'આ સિટી સ્ક્વેર છે. આ સેન્ટ્રલ માર્કેટ છે... આ બધું તો કદાચ તમે જોઈ ચૂક્યાં હશો. પણ ખરું જોવા જેવું તો શહેરની બહાર છે.'

'અચાનક મને આ બધું દેખાડવાના તમારા ઉમળકાનું કારણ જાણી શકું ?'

'બસ, અમને થયું કે તમારા શિપે એક દિવસ વધારે રોકાઈ જવું પડ્યું અને તમારો આખો દિવસ ખાલી હતો એટલે થોડીક સેવા કરવાનું મન થયું.'

ઑલિવર મીઠડો હતો. ડિટેક્ટિવો આમ તો ગુનાખોરી સાથે સંકળાયેલા હોય છે, છતાં આટલા મળતાવડા સ્વભાવના કેમ હશે ? મેક્સવેલ પણ કેવો સોહામણો હતો !

હતો ? એને એ રીતે વિચારવાનું કઠ્યું. પછી તરત જાતને ટપારી : જે વ્યક્તિનો મૃતદેહ મળી આવ્યો, જેના મૃતદેહ પરથી પોતાના પર લખાયેલો અંતિમ પત્ર મળી આવ્યો અને જેને એના સાથીઓએ મૃત જાહેર કરી દીધો એના જીવવા હોવાની ભ્રમણા મારા જેવી માનસશાસ્ત્રીને શોભે ખરી ?

પરંતુ મનને ક્યારેક રૂપાળી ભ્રમણામાં રાચવાનું ગમતું હોય છે, પછી એ મન કોઈ માનસશાસ્ત્રીનું હોય કે મજૂરનું... તાનિયા ઘણી વાર સુધી મેક્સવેલની યાદને વાગોળતી રહી. એ મારો હિતેચ્છુ હોય તેમ એણે પત્રમાં ઓમકારથી દૂર રહેવાનું લખ્યું... કદાચ મેક્સવેલ મનોમન મને ચાહવા તો નહીં લાગ્યો હોય ?

'પછી પેલો પત્ર તમે ફાડી નાખ્યો હતો ને ?'

કેમ જાણે પોતાના મનમાં ચાલતા વિચારને આગળ બેઠેલા ડિટેક્ટિવે અરીસામાં જોઈને મુખભાવ પરથી ઉકેલી લીધા હોય તેમ એ પૂછી બેઠો ત્યારે તાનિયાથી અટકી જવાયું.

કયો પત્ર ? એવું અજાણી થઈને પૂછવા જતી હતી પણ મેક્સવેલના સાથી સાથે આવી ચેષ્ટા કરવાનું અજુગતું લાગ્યું એટલે નિઃશ્વાસ નાખીને સાચેસાચું કહી દીધું :

'મિસ્ટર ઑલિવર, આઇ ઍમ સૉરી... તમારા ગયા પછી મિસ્ટર દવેએ એ પત્ર મારા હાથમાંથી ઝૂંટવી લેવાનો પ્રયાસ કર્યો તેમાં કાગળ છટકીને હવામાં ઊડી ગયો.'

'ઊડીને ક્યાં પડ્યો ?'

તાનિયા શું જવાબ આપે ? એટલે પેલાએ જ અનુમાન ઉચ્ચાર્યું : 'દરિયામાં જ પડ્યો હશે.'

'કદાચ.'

એનું કદાચ પેલાને કઠ્યું હોય એવું પાછળ બેઠી હોવા છતાં તાનિયાના ધ્યાન બહાર રહ્યું નહીં.'

'બીજી સવારે મેં ડેક પર પત્ર શોધવા ઘણાં ફાંફાં માર્યાં, પણ પત્ર હાથ લાગ્યો નહિ.'

અપરાધભાવે તાનિયા બોલી ગઈ.

'એ પત્ર કોઈના હાથમાં નહોતો જવો જોઈતો.'

'એટલે !' તાનિયા ચોંકી : 'કોઈના હાથમાં ગયો છે એવું તમને કોણે કહ્યું ?'

'એ સિવાય આ હાઇનેસના સેક્રેટરીએ તમારો પીછો કરવાની શું જરૂર પડી ?'

તાનિયા સ્તબ્ધ બની ગઈ. *પત્ર ઓમકારને બદલે હાઇનેસે ક્યાંથી શોધી કાઢ્યો હશે ?* ઑલિવરનો તર્ક તેના માનવામાં આવ્યો નહીં.

'પરંતુ લેટરમાં તો મેક્સવેલે ઓમકાર બાબત સાવધ રહેવાની તાકીદ કરી હતી, તેમાં હાઇનેસે મારો પીછો કરાવવાની શું જરૂર પડી ?'

‘કદાચ હાઇનેસ અને ઓમકાર એક જ પંથના પ્રવાસી હોય... મેક્સવેલનો પત્ર હાઇનેસના હાથમાં આવ્યો હશે તો એ આપણા સૌના માટે જોખમી ગણાય.’

તાનિયા ફરી વિચારમાં ગરકાવ થઈ ગઈ. કાર પુરપાટ આગળ વધી રહી હતી. શહેર બહારના વિસ્તારમાં વસતિ પાંખી જણાતી હતી. સાંજ પડવાની તૈયારી હતી અને હવામાનમાં સમુદ્રની શીતળ હવાની ટાઢક વર્તાવા લાગી હતી.

‘આપણે ફરી કાંઠા પર આવી રહ્યાં છીએ.’ ઑલિવરને તાનિયાની ખામોશી ખટકવા લાગી હોય એમ બોલવા લાગ્યો :

‘તમારી શિપ ઉત્તર કાંઠે છે અને આપણે દક્ષિણ કાંઠે પહોંચી રહ્યાં છીએ.’

છતાં તાનિયા અબોલ જ રહી.

‘ડૉક્ટર, પત્ર બાબત વધુ પડતી ચિંતા કરવાની જરૂર નથી.’ કહીને ઉમેર્યું : ‘કદાચ એ પત્ર ખરેખર તો કોઈના જ હાથમાં ગયો ન હોય.... કદાચ હાઇનેસને તમારી બાબતમાં બીજા કોઈ કારણસર શંકા જાગી હોય... કદાચ હિન્દુ મંદિરના પૂજારીએ તેમને ચેતવ્યા હોય.’

અને એકદમ ચોંકી ગઈ તાનિયા.

‘હિન્દુ મંદિરના પૂજારી !’ ટટ્ટાર થઈ ગઈ તાનિયા.

‘એને વળી હાઇનેસ સાથે શું લાગેવળગે ?’

‘કેમ, એ સાંજે તમે સૌ સાથે જ ત્યાં ગયાં હતાં ને ?’

‘હા, પણ...’

‘ત્યારે હાઇનેસે પૂજારી પાસે ખાનગી બેઠક કરી હતી. પૂજારી જ્યોતિષવિદ્યાના જાણકાર છે. માણસનું મુખ જોઈને એને ચેતવી શકે છે.’

તાનિયા માટે પળેપળ ચોંકવાનું બનતું હતું : ‘પરંતુ તમને આ બધી જાણકારી ક્યાંથી ?’

‘અમે કોણ છીએ એ તમે ક્યાં નથી જાણતાં, ડૉક્ટર !’ ઑલિવરે મોટેથી વ્હિસલ વગાડવા પૂરતું રોકાઈ જઈને ઉમેર્યું : ‘લોકોની ગતિવિધિ પર જાપ્તો રાખવાનું તો અમારું કામ છે.’

‘તો-તો તમે મારી હિલચાલ પર પણ...’

‘બિલકુલ...’ ઑલિવરે ઉતાવળે કહી દીધું.

‘મંદિરે તમે પગથિયાં પાસે જ ઊભાં રહ્યાં હતાં, કોઈ કારણસર અંદર ગયાં નહોતાં અને દૂરબીનથી દર્શન કર્યાં હતાં... બરાબર ને ?’

‘એકદમ બરાબર !’ કહેતાં-કહેતાં તાનિયાને દૂરબીનમાં જોયેલું યાદ આવ્યું. આમ તો એ વિચિત્રતા સતત યાદ આવતી હતી, મનમાં ખટકતી રહેતી હતી, પણ કોઈને કહેવાતી નહોતી. *હિઝ હાઇનેસે રાધાકૃષ્ણ સમક્ષ પ્રણામ કરીને બંને હાથની હથેળી મુખની સામે એવી રીતે ધરી જે રીતે મુસ્લિમ વ્યક્તિ બંદગી કરતી હોય... તો શું હિઝ હાઇનેસ હિન્દુના વેશમાં ફરતો કોઈ મુસ્લિમ માણસ છે ? હાઇનેસ ન હોવા છતાં એવો દેખાવ કરતો હોય તો એની પાછળનો હેતુ શું હોઈ શકે ?*

છેલ્લા બે-ત્રણ દિવસના બનાવો અને અત્યારે ઑલિવર પાસેથી જાણવા મળેલી માહિતીના આધારે તાનિયાને લાગ્યું કે *કોઈક ભેદી રમત રમાઈ રહી છે અને પોતે જાણ્યે-અજાણ્યે તેમાં*

સંડોવાઈ ગઈ છે. સ્કૉટલૅન્ડ યાર્ડના જાસૂસો શું નવરા છે કે હાઇનેસના બારામાં જાણવા માટે મેક્સવેલ જેવા ફરજચુસ્ત અધિકારીનો ભોગ લેવાઈ ગયા પછી પણ તલાશ જારી રાખે ?

'ડૉક્ટર, આપણે ઊતરવાનું આવી ગયું.'

બ્રેક સાથે કાર ઊભી રહી એટલે ઑલિવરે પાછળ જોયા વિના જ તાનિયાને કહ્યું, ત્યારે એણે કારની બારી બહાર ચોતરફ નજર દોડાવી.

'મિસ્ટર, અહીંયાં તો કોઈ જ દેખાતું નથી. ઊતરીને આપણે જવાનું છે ક્યાં ?'

જવાબ આપતાં પહેલાં ઑલિવરે નીચે ઊતરી તાનિયા માટે પાછલો દરવાજો ઉઘાડ્યો.

'સા...મે ટાપુ પર દીવા દેખાય છે ને...'

'ઓહ નો !' તાનિયાએ ઊતરતાં અંધારાં વચ્ચે દેખાતા દીવાને તાકી રહીને કહ્યું : 'એ નિર્જન ટાપુ પર મને તમે શું કામ લઈ જવા માગો છો, ઑલિવર ?' હવે તેના બોલવામાં તકાદો આવી ગયો :

'મેક્સવેલનો પત્ર લાવનાર તરીકેની ઓળખાણ-માત્રથી તમારા પર ભરોસો મૂકીને હું અહીં સુધી આવી, પરંતુ નાઉ નો મોર... તમારા હેતુથી વાકેફ થયા વિના હું એ નિર્જન ટાપુ સુધી ખેંચાઈ આવવા તૈયાર નથી. કમ વૉટ મે... જે થવાનું હોય તે થાય !'

તેની એ મક્કમતા છતાં ઑલિવર આછું હસી પડ્યો : 'ડૉક્ટર શાહ, જે થવાનું હોય તે થાય...' કહી ફરી મરક્યો : 'બીજું તો શું થવાનું હતું ? મિસ્ટર મેક્સવેલ પારાવાર હતાશા અનુભવશે.'

'મેક્સવેલ !' એ નામ સાંભળતાં જ ચોતરફના સ્તબ્ધ વાતાવરણમાં હલચલ મચી ગઈ. ક્યાંય સુધી એ ધારદાર નજરે જોતી રહી. *આ માણસ મેક્સવેલનું નામ લઈને મને ક્યાં લઈ જવા માગે છે ?*

'તમે શું એમ કહ્યું કે મારા ત્યાં નહીં આવવાથી મેક્સવેલ પારાવાર હતાશ થશે ?' એના અવાજમાં ધાર આવી ગઈ : 'પરંતુ પેલો પત્ર આપવા આવ્યા ત્યારે તમે કહેલું કે એમના...' બોલતાં-બોલતાં તાનિયાનો કંઠ રૂંધાયો. ડેડ *બૉડી* શબ્દ ઉચ્ચારતાં જીભ ખચકાઈ... છેવટે જોર કરીને ઉમેર્યું : 'એ પત્ર તમને મેક્સવેલના મૃતદેહમાંથી મળ્યો હોવાનું તમે બોલી ગયા હતા અને હવે...'

.'બીજા બધાને માટે મેક્સવેલનો મૃતદેહ મળ્યો છે એમ જ કહેવાનું હતું... ઓમકારની હાજરીમાં તમને આમ જ કહેવાનું બીજું પણ કારણ હતું.'

'શું ?'

'ઓમકાર હાઇનેસ સાથે સંડોવાયેલો હોય તો હાઇનેસના કાને વાત પહોંચી જાય કે મેક્સવેલ હવે તેમનો પીછો કરવા માટે જીવતો નથી.'

'ઓહ !' મેક્સવેલના જીવંત હોવાની શક્યતાએ તાનિયાને ઉત્તેજિત કરી દીધી. પોતે મેક્સેવલને મળવા જઈ રહી છે એ વિચારે હૃદયમાં લાગણીનાં સ્પંદનો જાગી ઊઠ્યાં. પરંતુ આ માણસનો વિશ્વાસ કરતાં પહેલાં એની થોડી વધુ ચકાસણી જરૂરી લાગી.

'તમે કહો છો તેમ મેક્સવેલ સાજાસારા હોય, તો પછી મને બોલાવવા માટે કાગળની એક ચબરખી તો લખી શકે ને ?'

'મેં ક્યાં કહ્યું કે એ સાજાસારા છે ?' ઑલિવરના અવાજમાં ભીનાશ ભળી : 'અમે એમને મૃત્યુના સકંજામાંથી પાછા મેળવવા માટે મથી રહ્યા છીએ, ડૉક્ટર શાહ !'

'સાચ્ચે ?'

'ઈશ્વરના સોગંદ.'

અને ઑલિવરના આ શબ્દો સાંભળતાં જ તાનિયાના દેહમાં સ્ફૂર્તિનો સંચાર થયો હોય તેમ એનું કાંડું પકડી લઈ તેને ખેંચી જવા લાગી :

'તો જલદી ચાલો.' કાંઠે દેખાતી મોટરબોટ તરફ ધસી જતી એ બોલતી હતી : 'એમને મૃત્યુના સકંજામાંથી છોડાવવામાં હું તમારી સાથે રહીશ... આપણે મોડાં નથી પડવું. ક્વિક !'

કારમાં અહીં સુધી લઈ આવનાર ડ્રાઇવર એક પુખ્ત વયની મહિલાનો પુરુષ સાથે આ રીતનો વ્યવહાર જોઈને ડઘાઈ ગયો. અત્યારે જે આફ્રિકી યુવાન તાનિયાને બોટ તરફ લઈ જઈ રહ્યો છે એ પણ ઑલિવરનું કાંડું પકડીને ધસી આવતી તાનિયાને જોઈ વિમાસણમાં પડી જાય એવું ગાંડપણ તેના મગજ પર સવાર થઈ ગયું હતું. છ કલાક અગાઉની પોતાની એ વર્તણૂક બદલ ખુદ તાનિયા પણ અત્યારે મનોમન ભોંઠપ અનુભવતી હતી : *મેક્સવેલના નામનો જાદુ મને ખરેખર પાગલ કરી મૂકે છે !*

'આમ તો એ મરણતોલ હાલતમાં હાથ લાગ્યા હતા.'

મોટરબોટ સામેના ટાપુ તરફ રવાના થઈ એટલે ઑલિવર કહેવા લાગ્યો હતો :

'મેક્સવેલના શરીરનું એક પણ અંગ સાજું નહોતું. ડાબા પગના ગોઠણની ઢાંકણી તૂટી ગયેલી, જમણા થાપાના હાડકાના ચૂરા થઈ ગયા હતા, ડાબા પડખાની એક અને જમણી બાજુની બે પાંસળીઓ બટકી ગયેલી, બંને ખભાનાં હાડકાં ઊતરી ગયાં હતાં, એક કાન આખો ચિરાઈ ગયેલો, જમણું જડબું તૂટી ગયેલું... સદ્ભાગ્યે ખોપરી સલામત રહી હતી અને દરિયામાં ફેંકાઈ પડ્યા પછી પચીસ મિનિટમાં એક સ્પીડબોટે તેમને બચાવી લીધા એ તો ઉપરવાળાની પારાવાર કૃપા જ કહેવાય, ડૉક્ટર !'

'હવે કેમ છે એમને ?'

ફડકા સાથે તાનિયાએ પૂછ્યું, પછી જવાબ સાંભળવા માટે મન મક્કમ કર્યું. *જેને મૃત્યુ પામેલો માનેલો એ જીવંત છે એ પણ કાંઈ ઓછું ન કહેવાય. ઈશ્વર એમને જિવાડવા માગતો ન હોત તો બચાવી શું કામ લેત ?*

'કહેવું મુશ્કેલ છે...' ઑલિવર ખોટી આશા આપવા માગતો નહોતો :

'જીવી જાય તોપણ કેટલાં અંગોમાં ખોડ રહી જશે એ કહેવાય નહીં.' બોલતાં-બોલતાં ઑલિવરે થૂંક ગળે ઉતારવું પડ્યું :

'મેક્સવેલ હંમેશાં કહેતા કે ખોડખાંપણ સાથે જીવવા કરતાં તો મરી જવું બહેતર છે.'

આ શબ્દો પર બંને ખામોશ બની ગયાં. વીસેક મિનિટ પછી સામેનો ટાપુ નજીક આવવા લાગ્યો એટલે ઑલિવરે માહિતી આપવા માંડી :

15

'અગાઉ અહીં બ્રિટિશ ગવર્નર સમર વૅકેશન માટે આવતા. આખા ટાપુ પર એકમાત્ર મકાન છે. સ્વિમિંગ પુલ જેવી બધી જ સગવડો અંદર રાખી છે. હમણાં વપરાશ થતો નથી. ક્યારેક ટાન્ઝાનિયાના પ્રેસિડેન્ટ કોઈ વિદેશી મહાનુભાવને આપે છે.'

'તો શું મેક્સવેલ અહીંના પ્રેસિડેન્ટના મહેમાન....'

'નહીં રે ! પ્રેસિડેન્ટ તો એટલું જ જાણે કે કેટલાક બ્રિટિશરો અહીં આરામ કરવા માટે આવ્યા છે. એમને ખબર પણ નથી કે અમે સ્કૉટલૅન્ડ યાર્ડ સાથે સંકળાયેલા છીએ.'

'પરંતુ મેક્સવેલની કન્ડિશન આટલી બધી ગંભીર છે, તો પછી એમને સારવાર માટે અમેરિકા-ઇંગ્લૅન્ડ લઈ જવાને બદલે અહીંયાં શું કામ ?'

તાનિયા ટાપુ પર બળતા દીવાની દિશામાં દૃષ્ટિ સ્થિર રાખીને પૂછી રહી હતી. હજુય એના માનવામાં આવતું નહોતું કે જીવતા-જાગતા મેક્સવેલને પોતે મળવા જઈ રહી છે.

'તમારી પૃચ્છા ઉચિત જ છે, ડૉક્ટર શાહ !' હવામાં ફરફરતા માથાના વાળ ઠીક કરતાં ઑલિવરે સમજાવ્યું.

'અમે તો મેક્સવેલને ઇંગ્લૅન્ડ લઈ જવા માગતા હતા, પણ તે *ઓશનકિંગ-વન* સ્ટીમરથી બહુ દૂર રહેવા માગતા નહોતા અને એમનો એવો પણ આગ્રહ હતો કે પોતે હયાત નથી એ વાત સૌ માની લે એટલા ખાતર પણ મારે જાહેર થવું નથી.'

તાનિયા આગળ સાંભળવા ચૂપ રહી.

'પછી અમે અહીંયાં જ એક નાનકડી હૉસ્પિટલ ઊભી કરી દીધી. જરૂરી સામગ્રી ઇંગ્લૅન્ડથી મંગાવી લીધી. એક બ્રિટિશ સર્જન પણ તેમની તહેનાતમાં રાખી લીધા. હવે એમની સારવાર બાબત કોઈ કમી રહી નથી. સવાલ માત્ર ઝડપથી સાજા થવાનો છે અને સંપૂર્ણપણે સાજા થવાનો છે.'

ત્યારે નિ:શ્વાસ નાખીને તાનિયા પૂછવા જતી હતી કે *મને અહીં લઈ આવવા માટે મેક્સવેલે શું કારણ દર્શાવ્યું હતું ? એમની વાચા બરાબર છે ? યાદદાસ્ત પર કોઈ અસર થઈ છે ખરી ?*

પરંતુ ત્યાં સુધીમાં તો મોટરબોટ ટાપુના કિનારે પહોંચી ગઈ હતી. ઑલિવરે તેને હાથ આપીને પાટિયા પર પગ મુકાવી કાંઠે ઉતારી અને એમની રાહ જોતી જીપમાં બેસાડી 'રીટ્રીટ' તરીકે ઓળખાતી એ જગ્યાએ લઈ ગયો જ્યાં મેક્સેવલને મળવા માટે પોતે તલપાપડ બની ગઈ હતી...

'મેમસાહેબ, આપની શિપ દેખાઈ રહી છે.' મોટરબોટમાં પોતાને પાછી લઈ જતા આફ્રિકી યુવાને સજાગ કરી ત્યારે એને ખ્યાલ આવ્યો કે વળતી સફરમાં પોતે મેક્સેવલને મળવા જવાના વિચારમાં એટલી બધી ઓતપ્રોત બની ગઈ હતી ! અરે, હવે તો શિપ સાવ સામે આવી ગઈ, ઊતરવાનું આવ્યું અને વાગોળવાનું તો હજુ ઘણુંબધું બાકી છે !

થાળ-ભરેલા ભોજન પર બેઠેલાને જલદીજલદી આરોગી લેવાનું કહેવામાં આવે એવી તાનિયાની હાલત થઈ ગઈ. આવા સંજોગોમાં માણસ પોતાને ભાવતી વાનગી પર જ તૂટી પડે એમ તાનિયા પણ મેક્સવેલની એ અલપ-ઝલપ છતાં મીઠી મધુરી મુલાકાત ચગળવા માંડી.

'આ છે મિસ્ટર *વાય* !' આલીશાન મકાનના મોટા ખંડમાં ગોળ ટેબલ ફરતે બેઠેલા આધેડ

વયના બે પુરુષો સમક્ષ લઈ જઈને ઑલિવરે ઓળખાણ કરાવી હતી : 'અને આ છે મિસ્ટર ઝેડ.'

તાનિયાએ પહેલાં મિસ્ટર *વાય*ને નીરખી લીધા. એ ભરાવદાર શરીર અને ગોળમટોળ ચહેરા પર મૂછ ધરાવતા હતા. ઉંમર હશે પચાસ આસપાસ.... બીજા મિસ્ટર ઝેડ તેમના કરતાં વયમાં થોડા નાના, શરીરે સહેજ પાતળા-ઊંચા અને લંબગોળ દાઢીવાળા હતા. સ્કૉટલૅન્ડ યાર્ડના ડિટેક્ટિવ હતા છતાં એવા દેખાતા નહોતા ! પરંતુ તાનિયાને તેની નવાઈ ઊપજી નહીં. *મેક્સવેલ ક્યાં જાસૂસ જેવો લાગે છે ? કોઈ રાઇટર હોય એવી પહેલી છાપ એમને જોતાં પડી હતી.*

'મિસ્ટર *વાય* અને ઝેડને તો મળી, પણ મારે તો મિસ્ટર *એક્સ*ને મળવાનું છે.' કહી તેણે કાંડા પર નજર નાખીને ઉમેર્યું હતું : 'સવાસાત વાગી ગયા. શિપ પર કોઈને કહ્યા વગર હું નીકળી આવી છું. મારે જલદી પાછાં ફરી જવું જોઈએ.'

ખરેખર તો એને પાછાં ફરવાની નહીં પણ મેક્સવેલને મળી લેવાની અધીરાઈ હતી.

'વી આર વેરી સૉરી, ડૉક્ટર !'

પેલા ભરાવદાર દેહવાળા મિસ્ટર *વાય* કહ્યું : 'થોડી વાર પહેલાં જ એક્સ પર એક ઇમર્જન્સી સર્જરી આવી પડી.'

'ઓહ !' તાનિયાની આંખોમાં હતાશા છવાઈ ગઈ : 'હવે ?'

'તમે કદાચ જાણતાં નહીં હો પણ એમના આખા શરીરે પાટાપિંડી કર્યાં છે. ઑપરેશન માટે બધા પાટા છોડીને ફરીથી ડ્રેસિંગ કરવું પડે છે.'

મેક્સવેલને મળવા અધીર બનેલી તાનિયા ઢીલી પડી ગઈ : 'એમણે મને મળવા બોલાવી અને હું આવી... હવે મળ્યા વિના પાછી કેમ જાઉં ? હું કલાક-બે-કલાક રાહ જોવા તૈયાર છું.'

મિસ્ટર *વાય* અને ઝેડ એકબીજા સામે જોયું. પછી મિસ્ટર ઝેડ કહ્યું : 'ડૉક્ટર, કલાક-બે-કલાકમાં કદાચ મેળ ન પણ ખાય... ચાર-પાંચ કલાક લાગી જાય અને તમને શિપ પર પાછાં ફરતાં મધરાત પણ થઈ જાય.'

સાંભળીને તાનિયાએ ઊંડો શ્વાસ લીધો. *આટલે દૂર આવ્યા પછી મેક્સવેલને મળ્યા વિના પાછાં કેમ જવાય ? એ વિચાર કરતાંય મહત્ત્વનો તર્ક તો એ હતો કે મેક્સવેલ ખરેખર જીવંત છે એ નજરોનજર જોયા વિના માનવામાં કેમ આવે ?*

'પાછાં ફરતાં ભલે સવાર પડી જાય.' તેણે પાછળ ઊભેલા ઑલિવર તરફ ડોક ફેરવીને કહ્યું : 'મને પહોંચાડવાનો બંદોબસ્ત હોય તો...'

'એ તો છે, પરંતુ તમારી શિપ પર તમારી ગેરહાજરી ચિંતા નહીં જગાડે ?' હવે ઑલિવરે કહ્યું : 'તમે કહ્યા વિના નીકળી ગયાં છો અને હવે અહીંથી શિપવાળાનો સંપર્ક કરવાની કોઈ સગવડ નથી.'

ત્યારે તાનિયાએ વારફરતી ત્રણે સામે જોઈ લીધું.

'શિપ પર મારી ચિંતા કરનારું કોઈ નથી...' કહીને એ લુખ્ખું હસી : 'કદાચ એમ માની લેશે કે હું કોઈની સાથે નાસી છૂટી.'

સાંભળીને પેલા ત્રણે મલક્યા. મિસ્ટર *વાય* તો કહ્યું પણ ખરું : 'હવે સમજાય છે કે

મેક્સવેલ તમારા પર કેમ ખુશ છે ! તમારી ખેલદિલી દાદ આપવાને લાયક છે, ડૉક્ટર શાહ ! તમે બે-ત્રણ કલાકની ઊંઘ ખેંચી લો. તમારા ચહેરા પર થાક વર્તાય છે. આરામ કરીને મેક્સને મળવાનું વધુ સુગમ પડશે.'

તાનિયાના કાનમાં હજુય એ શબ્દો ગુંજતા હતા ત્યાં સ્પીડબોટના ચાલકે યાદ કરાવ્યું : 'આપણે આવી પહોંચ્યાં, મેમસા'બ !' અને તાનિયાએ જોયું તો *ઓશનકિંગ-વન*થી એકાદ કિલોમીટર દૂર કાંઠા પર સ્પીડબોટ પહોંચી ચૂકી હતી અને આફ્રિકી યુવાન એન્જિન બંધ કરી તેને નીચે ઉતારવાની તૈયારીમાં પણ લાગી ચૂક્યો હતો... અને હજુ તો પોતે મેક્સવેલને મળવાની ઘટના વાગોળવાથી વંચિત રહી ગઈ હતી !

'ડૉક્ટર શાહ, ચાલો, તમને અંદર લઈ જાઉં.'

મિસ્ટર ઝેડે આવીને તેને ઊંઘમાંથી જગાડી ત્યારે એ સફાળી બેઠી થઈ ગયેલી. પોતાને ખરેખર ઊંઘ આવી ગઈ એય તેના માનવામાં આવ્યું નહોતું. જોકે નિદ્રામાં એ મેક્સવેલની જ યાદને પંપાળતી રહી હતી.

'ચાલો !' કહેતી એ મિસ્ટર ઝેડની પાછળ ઉતાવળે ચાલવા લાગી.

'તમે એકલાં જ અંદર જાઓ.' એક ઓરડાનું બારણું ઉઘાડી પોતે ઉંબરા પર જ ઊભા રહી જઈને મિસ્ટર ઝેડ કહ્યું હતું : 'ડૉક્ટર તથા નર્સ પણ બીજા રૂમમાં ચાલ્યાં ગયાં છે. તમે એકદમ એકાન્તમાં મળી શકશો.' તેની પીઠ પાછળ કહી બારણું બંધ કરતાં ઉમેર્યું હતું :

'બટ ટેઇક કૅર, એમને શ્રમ ન પડે એટલું ધ્યાન રાખજો અને પ્લીઝ બે મિનિટથી વધારે સમય ન લેતાં, ડૉક્ટર !'

'બે મિનિટ !' તાનિયા મનોમન બબડતી આગળ વધી ત્યાં જ ડાબી તરફ કૉટ પર સૂતેલા દરદી પર તેની નજર ખેંચાઈ. પગથી માથા સુધી પાટાપિંડીથી વીંટળાયેલા મેક્સવેલને જોતાં જ એના પગ થંભી ગયા. *આ મેક્સવેલ !* ઘેનમાં હોય તેમ પાટા વચ્ચેથી દેખાતી તેની આંખો અર્ધ-મીંચેલી હતી. હોઠ પરાણે ખુલ્લા રાખ્યા હતા પણ આવકારનું સ્મિત આપવા જેટલી શક્તિ નહોતી.

'ઓહ મેક્સ !' ઔપચારિકતા વીસરી જઈને મેક્સના ટૂંકા સંબોધન સાથે એ તેની પાસે ધસી ગઈ : 'આ શું થઈ ગયું તમને ?'

પરંતુ સામેથી માત્ર આંખની પાંપણ ફરકતી દેખાઈ. જોકે એમાં આવકારનો અણસાર પણ તાનિયાને વર્તાયો.

'મને મળવા બોલાવી, પણ કાંઈ બોલતા તો નથી !'

પ્રેમથી છણકો કરતી હોય તેમ તાનિયા ખાટલાની કિનારી પર હાથ ટેકવી તેના મુખ પર ઝૂકી :

'મને હતું જ કે ઈશ્વર તમારી રક્ષા જરૂર કરશે !'

બોલતાં-બોલતાં એ ગદ્ગદ બની ગઈ હતી. તેને મેક્સવેલના હોઠ વંકાતા દેખાયા. એની આંખોમાં લાગણીની ચમક ઊપસી આવી. *શું એ કાંઈક કહેવા માગે છે ? પણ ક્યાંથી કહી શકે ?* મિસ્ટર *વાર્યે* કહ્યું હતું કે *બે શબ્દ ઉચ્ચારવા જેટલીય શક્તિ નથી એમનામાં...*

તો પછી એ શું માગે છે, એ શું ઝંખે છે એની સૂઝ પડી જતાં તાનિયાના સમગ્ર શરીરમાં ધ્રુજારી પ્રસરી ગઈ.

એ હસતા હોઠે તેના મુખ પર ઝૂકી ત્યાં સુધીમાં તો મેક્સે પોતાના બંને હોઠ ઉઘાડી લીધા હતા. તાનિયાએ તેના પર પોતાના ગરમાગરમ હોઠ ચાંપી દીધા, થોડું જોર પણ અજમાવ્યું, પરંતુ પછી તરત ખ્યાલ આવ્યો કે મેક્સ માટે વળતું જોર અજમાવવાનું શક્ય નથી, એટલે તેણે ડોક ઊંચી કરી માત્ર એટલું જ કહ્યું : 'ગૉડ બ્લેસ યૂ, માય ડિયર મેક્સ !'

લાગણીના આવેશમાં અત્યારે એ શબ્દ તાનિયા મોટેથી બબડી ગયા પછી તેને ભાન થયું કે મોટરબોટ હંકારનાર યુવાન તેને નીચે ઉતારવા માટે હાથ લંબાવીને ઊભો છે અને પોતે હજુય મેક્સવેલના મિલનની યાદને મનમાંથી ખંખેરી નાખીને ઊભી થઈ નથી શકતી.

બરાબર એ જ વખતે ઝળહળતી રોશનીનો શેરડો બોટ પર પડ્યો ત્યારે તાનિયાની આંખોમાંથી રહીસહી તંદ્રા પણ ખંખેરાઈ ગઈ. સ્ટીમરની ટોચ પરથી તેના પર ફ્લડ-લાઇટ ફેંકવામાં આવી હતી. પાંપણ પટપટાવતી આંખે તેણે જોયું તો તૂતક પર કૅપ્ટનની બાજુમાં યોગીજી અને ઓમકાર પણ ઊભા હતા... અધ્ધર જીવે પોતાની વાટ જોતા.

તાનિયા સફાળી ઊભી થતી પેલાનો હાથ પકડી ધક્કા પર ઊતરી ગઈ. ખભા પરથી સરકી જતી શાલને શરીર ફરતે બરાબર વીંટાળી એ પર્સ ખોલવા જતી હતી ત્યાં પેલાએ કહ્યું :

'નહીં, મેમસા'બ, બક્ષિસની કોઈ જરૂર નથી.' કહી એણે અંધારામાં ચમકતા દાંતવાળું હાસ્ય દેખાડ્યું : 'ફરી મળીએ ત્યારે ભૂલી જજો કે આપણે ક્યારેક મળ્યાં હતાં.'

'એટલે ?' આશ્ચર્ય પામતી તાનિયાએ પગ ઉપાડતાં પૂછ્યું :

'ફરી ક્યારે મળીશું કોને ખબર, પણ મળીએ ત્યારે તમને તરત જ ઓળખી કાઢીશું એની ખાતરી રાખજો.'

'કદાચ કાલે જ મળીશું.' પેલાએ બોટનું એન્જિન ચાલુ કરી સ્ટીયરિંગ સંભાળતાં કહ્યું : 'સ્ટીમર પર... એક અજાણ્યા માણસ તરીકે. આવજો !'

તેના એ શબ્દોનું અર્થઘટન કરતી તાનિયા શિપ તરફ આગળ વધી અને મોટરબોટ વિરુદ્ધ દિશામાં રવાના થઈ ગઈ. શિપની ફ્લડ-લાઇટ દ્વારા સ્પીડબોટ પર પ્રકાશનો શેરડો ફેંકવાની કોશિશ થઈ, પણ ત્યાં સુધીમાં બોટ તેની પહોંચ બહાર નીકળી ચૂકી હતી.

□

52

ભોં...ભોં ભૂગળું વગાડીને *ઓશનકિંગ-વન* સ્ટીમરે દારેસલામને વિદાયની સલામ ભરી. સવારના સવાનવ વાગ્યાના હૂંફાળા તડકામાં ડેક પર ઊભેલાં ઉતારુઓ ત્રણ દિવસના રોકાણ દરમિયાન બની ગયેલી ઘટના વાગોળતાં જતાં હતાં. લેડી ગેટી એમના સ્વીટની બાલ્કનીને બદલે અપર ડેકમાં સૌની વચ્ચે ઊભાં રહી ડાયમન્ડ નેકલેસની ચોરીનું પગેરું પકડવા આવેલી ઇન્વેસ્ટિગેટિંગ ટીમના આગેવાન સેમસન તરફ વિદાયનો હાથ હલાવતાં મોકળાશથી હસતાં હતાં. પાંચ મિલિયનનો હાર ડોકમાંથી તફડાવી જતી વખતે ચોરનારે જે આઘાત આપ્યો હતો તેના કરતાંય ચોવીસ કલાકમાં ચમત્કારક રીતે એ પાછો આવ્યો એની ઉત્તેજનાએ બાકીની અડધી રાત તેમને ઊંઘવા દીધાં નહોતાં. જોકે હેમખેમ પાછો મળેલો નેકલેસ ઇન્સ્યોરન્સ કંપનીવાળા સવારે આવીને લઈ ગયા હતા. *લેડી, હેડ ઑફિસનું કહેવું છે કે અહીંના નિષ્ણાત હીરાપારખુ પાસે હારની ચકાસણી કરાવીને આપને અમે હૉંગકૉંગ પહોંચતો કરીશું.* ત્યારે લેડી ગેટી કહી દેવા માગતાં હતાં કે *હવે તમે કંપનીના સેફમાં જ હાર મુકાવી દેજો ને ! હું મુંબઈ પૉર્ટ પર સફર આટોપીને પાછી ફરી જવાનું વિચારું છું.* પરંતુ એમના આ ઇરાદાને કેથેરિને સિફતથી બદલાવી નાખ્યો હતો : *એમ તે કેમ ચાલે, લેડી ! આપણે તમારો બર્થ-ડે ધામધૂમથી ઊજવવાનો છે. એવા પ્રસંગે સૌને આંજી નાખે એવું આભૂષણ છેક ન્યૂયૉર્કના સેફમાં સંઘરાયેલું પડ્યું રહે તો તમારાં માન-મરતબાને ગોબો પડે.* બિલ જેક્સનને તો હીરાનો હાર પાછો મળી ગયો એમાં પોતે ભગવાનને કરેલી પ્રાર્થના ફળી હોય એવો આનંદ થયો હતો. તેના એ આનંદમાં લેડી ગેટીને આ ભલા માણસની લાગણીની પ્રતીતિ થઈ, પરંતુ જેક્સનને હવે ખાતરી થઈ ગઈ હતી કે *પાંચ મિલિયનની જ્વેલરી હવે પોતાની જ થઈને રહેવાની, નહીંતર ચોવીસ કલાકમાં હાર પાછો આવે ખરો ?* એટલે હાર વીમા-કંપનીવાળા સવારે પાછા આવીને પાછો લઈ ગયા ત્યારે એનો જીવ કપાઈ ગયો હતો. કેથેરિને ખાનગીમાં ધરપત આપી કે હૉંગકૉંગમાં જ્વેલરી પાછી આવી જવાની છે, છતાં પાંચ-છ દિવસ માટે એ મૂલ્યવાન ઝવેરાતથી અલગ પડવાનો વિચાર તેને ધ્રુજાવી ગયો હતો. તેના સાથીદારે એની ડુપ્લિકેટ

જ્વેલરી તૈયાર કરી પણ નાખી હતી અને હૉંગકૉંગમાં એ આવી પહોંચવાનીય હતી, જેથી અસલ સાથે નકલની અદલાબદલી કરીને પલાયન થઈ જવાય. અદલાબદલીનો એ મોકો ન મળે તો નકલી ઝવેરાત બનાવવા પાછળ થયેલો પંદર-વીસ હજાર ડૉલરનો ખરચ માથે પડે, એટલું જ નહીં, બાકીની જિંદગી જાહોજલાલીમાં ગુજારવાનું ખ્વાબ રોળાઈ જાય. કોને ખબર, માલામાલ થવાનો આવો મોકો ફરી કદાપિ ન મળે.

જોકે જ્વેલરીનો કબજો લઈને જતાં-જતાં સેમસન લેડીને મોઘમ કહી ગયો હતો : 'એક વાર ગયેલું પાછું આવ્યું, પણ બીજી વાર ગુમ થવાનું જોખમ તો તોળાઈ જ રહ્યું છે... અને આવી કીમતી ચીજ વારંવાર પાછી આવતી નથી...' છતાં લેડીએ તો આગ્રહભેર કહ્યું : 'મિસ્ટર સેમસન, જવાનું હશે તો કોઈ સેફ તોડીનેય લઈ જશે... આજ સુધી મારો એક પણ બર્થ-ડે મેં ઝવેરાત પહેર્યા વિના ઊજવ્યો નથી, કારણ કે લૉર્ડ તરફથી મને એ બર્થ-ડેપ્રેઝન્ટમાં મળ્યું છે.'

'અરે તાનિયા !' સેમસનને વિદાય આપતાં લેડી ગેટીની નજર ડેકના બીજા છેડે ઊભેલી તાનિયા પર પડી એટલે એ બધાં વચ્ચેથી માર્ગ કરતાં એની પાસે પહોંચી જઈ ખભા પર થપાટ મારીને તેને ચમકાવી દીધી :

'હું કાલ રાતની તને શોધું છું.' કહી તાનિયાએ આંખે લગાડેલું ટચૂકડું દૂરબીન ઝૂંટવી લઈ તેની આંખોમાં આંખ પરોવતાં પૂછ્યું : 'ક્યાં ખોવાઈ ગઈ હતી તું ?'

રાત્રે એક ને પાંત્રીસ મિનિટે તાનિયા પૉર્ટ પર આવી ત્યારે સ્ટીમરને જોડેલા બ્રિજનો આગલો ભાગ ખેંચાઈ ગયો હતો. સીક્યુરિટીના કારણસર બંદરના ધક્કાથી શિપને મધરાતે અલગ કરી નાખવાની પ્રથા અગાઉથી ચાલી આવતી હતી. તેમાં હવે જોખમ વધતું જતું હતું એટલે ઉતારુને તાકીદ કરવામાં આવતી : 'મધરાત પહેલાં ઉપર ચડી જજો, નહીંતર રાત તમારે કાંઠે જ વિતાવવી પડશે...' જોકે આ તાકીદનો ચુસ્ત અમલ થતો નહીં. ઉતારુઓને રાજી રાખવા માટે સંજોગોવશાત્ એમાં છૂટછાટ મૂકવી પડતી.

પાછા કૅપ્ટન તો તાનિયાના ઋણી હતા. એમણે જ લેડી ગેટીને ચોવીસ કલાક ખમી જવા માટે સમજાવી લીધાં હતાં અને હીરાના હારની ચોરીનો મામલો સુખરૂપ થાળે પડી ગયો હોવાથી મોડી રાતે તાનિયાને પાછી ફરતી જોઈને કૅપ્ટને રાહત અનુભવી હતી. ઠપકો આપવાને બદલે આવકાર આપ્યો હતો. *અત્યાર સુધી ક્યાં હતી* એ પ્રશ્ન પૂછવામાં કૅપ્ટન સાથે ઓમકાર અને યોગીજી જોડાયા હતા અને તેમને પણ અત્યારે લેડી ગેટીને આપ્યો એવો જ કાંઈક જવાબ સંભળાવ્યો હતો : 'અજાણ્યા શહેરમાં ભૂલી પડી ગઈ હતી !'

જોકે કૅપ્ટને લુચ્ચું હસીને સામું સંભળાવેલું કે 'દારેસલામમાં રસ્તે રખડતા છોકરાનેય કહ્યું હોત ને કે પેલી મોટી સ્ટીમરે પહોંચવાનો રસ્તો દેખાડો, તો એણે હોંશેહોંશે આંગળી ચીંધી હોત. પરંતુ, ડૉક્ટર તાનિયા ! જમીનરસ્તે જનાર વ્યક્તિ દરિયારસ્તે પાછી ફરે તો એને ભૂલી પડેલી ન કહેવાય, બીજાને ભુલાવામાં નાખનારી ગણાય !'

'તમારે મને જે ગણવી હોય તે ગણી શકો છો.' એવું કહીને એ રાત્રે તો છટકી ગઈ હતી, પણ અત્યારે લેડી ગેટીની પૂછપરછમાં ફરી પકડાઈ ગઈ.

'ચોરાયેલો નેક્લેસ પાછો મળી ગયો એની જાણ કરવા માટે શિપ પર સૌથી પહેલાં હું તારી કૅબિન તરફ દોડી આવી હતી... તારે કારણે તો ચોરીનો કિસ્સો નિર્વિઘ્ને પાર પડ્યો !'

'મારે કારણે એમ કેમ કહો છો ?'

દારેસલામ બંદરનો કિનારો છોડતી શિપના ડેક પર ઉતારુઓના શોરબકોર અને પવનના સપાટામાં તણાઈ જતા શબ્દોને કારણે લેડી ગેટીને ઊંચા અવાજે પૂછતી તાનિયા એમને એક તરફ દોરી ગઈ : 'તમને તો અહીંના રાષ્ટ્રપ્રમુખે હાર પાછો મેળવી આપ્યો એવું સૌ બોલે છે.'

'હા, પણ તું મને યોગીજી પાસે લઈ ન ગઈ હોત, તેં તંત્ર-મંત્રનો પ્રયોગ ન કરાવ્યો હોત તો કદાચ હું ધીરજ ગુમાવી બેસીને એ રાષ્ટ્રપ્રમુખ સામે ગમે તેવો બકવાસ કરી બેસત અને બિહામણા આફ્રિકી જનરલના રોષનો ભોગ બની જાત... સવારે સવા-અગિયારે તેં કાગળ પર ટપકાવી આપ્યું કે આવતા બાર કલાકમાં તમારી ચીજ પાછી મળી જશે... અને ખરેખર એમ જ બન્યું.' કહી ઉત્તેજનામાં આવી જઈ લેડી ગેટીએ જરા ઊંચા અવાજે ઉમેર્યું :

'તેં નોટપૅડ પર ટપકાવેલા લખાણનો અંગ્રેજી સાર લખી આપેલો કાગળ યોગીજીએ આપેલો તેમાં શું લખ્યું હતું એ જાણે છે, તાનિયા ?'

'ના...' કહી ફરી કાંડું પકડી લઈ તેમને વધારે દૂર ખેંચી જઈ ભયભીત ચહેરે પેલીએ કહેવું પડ્યું :

'ભૂલેચૂકે એ લખાણ તમે મને નહીં કહેતાં, નહીંતર આ સફર પૂરી થતાં પહેલાં જ મારી જિંદગી સમાપ્ત થઈ જશે !'

'હેં !' લેડીની આંખો ફાટી રહી : 'તું શું કહેવા માગે છે, તાનિયા ?'

જવાબમાં તાનિયાએ તાંત્રિક વિદ્યાના અમુક નિયમો સમજાવીને ઉમેર્યું : 'લેડી, મને તો ઠીક, બીજાં કોઈને પણ આ તંત્ર-મંત્રના પ્રયોગની જાણ નહીં કરતાં.'

'એવું શું કામ ?' લેડીએ માથાના ફરફરતા સફેદ વાળ પર એક હાથની હથેળી દબાવીને નિખાલસપણે કહી દીધું : 'મેં તો આખા શિપમાં વાત ફેલાવી દીધી કે યોગી કૃષ્ણમૂર્તિથી કોઈ રહસ્ય અજાણ્યું રહી શકતું નથી. ખોપરીની પૂજા કરીને એ ગમે તેની માહિતી મેળવી શકે છે અને તેમાં માત્ર ડૉક્ટર તાનિયાની જ એમની જરૂર પડે છે.'

'હેં ! તમે આ બધું...' *બાફી માર્યું* એમ કહેવા જતી હતી ત્યાં જ હિઝ હાઇનેસનો સેક્રેટરી ગુલઝાર આવતો દેખાયો, એટલે આપોઆપ તેના હોઠ ભિડાઈ ગયા અને આંખોમાં અણગમો અંજાવા લાગ્યો.

'ઓહ, ડૉક્ટર ! તમે ક્યારે પાછાં ફર્યાં ?'

કેમ જાણે તાનિયાના પુનરાગમનથી આનંદ થયો હોય એમ એ મલકી ઊઠ્યો : 'રાત્રે તો એવું સાંભળવા મળ્યું કે તમે કોઈ ચર્ચમાં જઈને દીક્ષા લઈ લીધી !'

'કોઈને ચર્ચમાં જતું જોઈને આવું અનુમાન ન કરી લેવાય, મિસ્ટર ! એમ તો ચર્ચમાં ઘણા લોકો પરણવાય જતાં હોય છે.'

'તો-તો તમે સજોડે પાછાં ફર્યાં હોવાં જોઈએ.' કહી આજુબાજુ જોઈ લેવાની ચેષ્ટા સાથે બબડ્યો :

'અહીં તો તમારા નવા-તાજા હસબન્ડ ક્યાંય નજરે પડતા નથી.'

લેડી ગેટી તેની એ ટીખળથી નારાજ થઈ જઈને પેલાને કાંઈક સંભળાવી દેવા જતાં હતાં ત્યાં તાનિયાએ જરાય ઉશ્કેરાયા વિના ગુલઝાર પર વળતો પ્રહાર કર્યો :

'મારા હસબન્ડ તમને શિપ પર જોવા નહીં મળે, મિસ્ટર ! લગ્ન કરીને એ અહીં જ રોકાઈ ગયા. એમને દરિયાની સફર માફક નથી આવતી અને મારાથી સફર અધૂરી છોડાય તેમ નહોતી. હાઇનેસ અને તેમના સેક્રેટરી જેવા સારા માણસોનો સથવારો ભવિષ્યમાં ક્યાં મળવાનો ?'

પરંતુ ત્યાં સુધીમાં ગુલઝારે પીઠ ફેરવીને ચાલતી પકડી લીધી હતી. છેલ્લું વાક્ય ઉચ્ચારતી વેળાએ તાનિયાની આંખોમાંથી વરસતા અંગારાથી દાઝી જતો હોય તેમ એ વધુ વખત તેનો સામનો કરી શક્યો નહીં.

'હું તો દારેસલામને જતાં-જતાં સલામ કરવા આવી હતી, લેડી !' કહી ફરી ટચૂકડું દૂરબીન આંખે લગાડી એ કાંઠા પર ઊભેલા લોકોનું વિનાકારણ નિરીક્ષણ કરવા લાગી અને લેડી ગેટી રહીરહીને ફરી ઇન્સ્યોરન્સ ટીમના આગેવાન સેમસનને ફ્લાઇંગ કિસ સાથે વિદાય આપવામાં વ્યસ્ત થઈ ગયાં.

તાનિયાનું દૂરબીન કાંઠા પરથી ફરતું-ફરતું શિપના નીચેના ડેક પર સ્થિર થયું. દરિયામાંથી ઊંચકાતા લંગરની તોતિંગ સાંકળને બે માણસો વીંટાળતા હતા. તેમનાથી થોડે દૂર ઊભેલો ત્રીજો માણસ પાણીમાંથી ખેંચાઈ આવતા લંગરની ગતિ પર નજર નાખતો ઊભો હતો. તાનિયા એમના પરથી દૂરબીન ઊંચકી લેવાની તૈયારીમાં હતી ત્યાં યુનિફૉર્મધારી ત્રીજી વ્યક્તિ તેની સામે તાકતી દેખાઈ અને બીજી જ મિનિટે તાનિયાના દિમાગમાં ઝબકારો થયો : *અરે, આ તો કાલ રાતવાળો આફ્રિકી મોટરબોટમૅન ! પણ એ અહીં ડ્યુટી પર ક્યાંથી ? આમ અચાનક...* વિચારતી અચરજમાં પડી ગયેલી તાનિયાએ હાથ ઊંચો કરી ઓળખાણ તાજી કરવા હાથ હલાવ્યો કે તરત જ પેલો જાણે કાંઈ જોયું જ નથી તેમ ડોક ફેરવી લઈ પોતાના કામમાં ગૂંથાઈ ગયો.

અને તાનિયાને રાત્રે છૂટાં પડતાં પહેલાં મિસ્ટર વાયે કહેલા શબ્દો યાદ આવી ગયા : *હવે પછીની સફરમાં તમારી હિલચાલ અને બોલચાલ પર અંકુશ રાખજો. બાકીની બધી સૂચના તમને સામે ચાલીને મળતી રહેશે... હવે તમે અમારામાંનાં એક છો એટલું યાદ રાખજો. મેક્સવેલને જિવાડવા માટે અમે મથી રહ્યા છીએ એ ભૂલતાં નહીં !*

ઓહ ! મારે એની સામે આ રીતે હાથ હલાવવો નહોતો જોઈતો... તાનિયા જાતને ઠપકો આપવા લાગી : *મારે પેલા ગુલઝાર સાથે નકામી જીભાજોડીય કરવાની જરૂર નહોતી... કોને ખબર મારી જીવનસફર હવે કઈ દિશામાં ફંટાઈ જવાની !*

'અરે, તું મીંચેલી આંખે દૂરબીનમાં શું જોઈ રહી છે, તાનિયા ?'

લેડી ગેટીએ તેને તંદ્રામાંથી જગાડીને ચોંકાવી :

'હું તને જે કહેવા આવેલી એ તો ભૂલી જ ગઈ, ડાર્લિંગ !'

લેડી ગેટી તાનિયાને ડૉક્ટરને બદલે તેના નામથી જ બોલાવવા લાગ્યાં તેમાં હવે *ડાર્લિંગ*નો ઉમેરો થયો.

'ડાયમન્ડ નેકલેસ પાછો મળી ગયો તેની ખુશાલીમાં મારે તને કાંઈક યાદગાર પ્રેઝન્ટ આપવી છે.'

'મને જ શું કામ ?' તાનિયાએ દૂરબીનને ગળામાં લટકાવી હેતથી લેડીનો ખભો દાબતાં કહ્યું : 'તમારી ખુશીમાં શિપનાં તમામ પૅસેન્જર્સને હિસ્સેદાર બનાવો ને, લેડી ! ભલે થઈ જાય એક ઔર પાર્ટી !'

'નહીં રે ! પાર્ટીમાં પહેલી વાર તારાં લેડી સ્મિથસનને ઝેર પીવું પડ્યું અને બીજી વાર મારે નેકલેસ ચોરાયો... બાકી પાર્ટી તો હૉંગકૉંગમાં કે મુંબઈ જતાં મારા બર્થ-ડે પર આપવાની જ છું હું.'

આટલી વારમાં તાનિયાએ વિચારી લીધું કે લેડી પોતાને અંગત રીતે કાંઈક આપવાનો આગ્રહ જારી રાખે તો શું માગી લેવું... અને લેડીએ એ જ વાત દોહરાવી :

'તાનિયા, તને કાંઈક આપ્યા વિના મારા જીવને જંપ નહીં વળે... કોઈ જાતની આનાકાની નહીં ચાલે ! માગ ! હું તને આપી શકું એવું કાંઈ પણ માગી લે !'

દેખાવ ખાતર તાનિયા ઘડીભર આંખો મીંચીને વિચારવા લાગી. તેને ચિંતા હતી : *હું માગીશ એ લેડી આપશે ખરાં ? પરંતુ પ્રયત્ન કરી જોવામાં શું વાંધો છે ?*

'તો, લેડી, આજથી... આ ઘડીથી તમારા મનમાં લેડી સ્મિથસન પ્રત્યેનો જે અણગમો કે અભાવ હોય તે ખંખેરી નાખો એવી મારી નમ્ર માગણી મૂકું છું.'

સાંભળીને લેડી ગેટીની મુખરેખા તંગ થવા લાગી. તાનિયાએ ધારી લીધું, *હમણાં એ છંછેડાઈ જશે, આકરાં વેણ સંભળાવી દેશે...* પરંતુ થોડી વારમાં તેમના ચહેરાના ભાવ પલટાતા દેખાયા. હોઠ હાસ્યમાં વંકાયા. આંખોમાંય હેતની ચમક ઊભરાતી દેખાઈ.

'તું સાવ મૅડ છે, તાનિયા !' તેના ગાલે ટપલી મારીને કહ્યું :

'તારી જગ્યાએ બીજી કોઈ વ્યક્તિ હોત તો મારી પાસેથી હન્ડ્રેડ-ટુ હન્ડ્રેડ થાઉઝન્ડ્સ પડાવી લીધા હોત. કોઈ મૂલ્યવાન ચીજ માગી લીધી હોત... જ્યારે તેં તો લેડી પ્રત્યેનો મારો અણગમો માગીને ખોટનો ધંધો કર્યો... હજુય તને તક આપું છું, બીજું કાંઈક માગ !'

તાનિયા લુખ્ખું હસી. પછી મુખ પર હતાશાના ભાવ સાથે બોલી : 'ઠીક છે ! મેં માગ્યું એ તમે આપી શકતાં નથી એટલે માગણી પાછી ખેંચી લઉં છું... એ સિવાય મારે બીજું કાંઈ જોઈતું પણ નથી, લેડી !'

કહી પરાણે હસી ત્યાંથી હટી જવા પગ ઉપાડ્યા ત્યાં લેડીએ તેનું કાંડું પકડી લઈ પાછી ખેંચી :

'જાય છે ક્યાં ? હું આટલી બધી શ્રીમંત છું, પણ દિલની ગરીબ છું એવું માની નહીં લેતી તું !' કહી તેને પડખામાં લઈ ફરી ગાલે ટાપલી મારીને કહ્યું :

'જા, તારી લેડીને કહેજે, મેં એમને રાત્રે ડિનર પર મારા સ્વીટમાં બોલાવ્યાં છે... હું જાતે જ એમને ફોન કરીને ઇન્વિટેશન આપું છું.' કહી તાનિયાને પડખામાં રાખી પગ ઉપાડતાં ઉમેર્યું : 'ઑફ કોર્સ, એમને લઈને તારેય આવવાનું છે. સાથે યોગીજી તો ખરા જ. ઓકે ?'

'યસ લેડી, ઓકે ! થૅન્ક્સ !'

એ બંનેને આ રીતે જતાં જોઈ ગુલઝારની આંખોમાં તેજોદ્વેષનો સળવળાટ થવા લાગ્યો.

*

'યોર હાઇનેસ, આપનો ફોન.' લેધર કોચ પર પાઉડર મસાજ કરાવતા હાઇનેસના હાથમાં કૉર્ડલેસ રીસીવર પકડાવીને બ્યૂટિશિયન કેથેરિન જેક્સને હળવા હાથે વી. આઇ. પી. ગ્રાહકની છાતી પર આંગળીનાં ટેરવાંથી મસાજ આપવાનું ચાલુ રાખ્યું.

'ઠીક છે... ઓકે...' હાઇનેસ માત્ર એક જ શબ્દમાં ગુલઝારને હોંકારો આપતા રહ્યા પછી છેલ્લે સેક્રેટરીને સંભળાવ્યું : 'ગઈ કાલે એ તને બેવકૂફ બનાવી ગઈ તેમાં તારે આ બધું સાંભળવું પડ્યું ને ? નાઉ ડોન્ટ બૉધર મી. નિરાંતે મસાજ કરાવવા દે.' તતડાવીને પેલાને શબ્દોનો તમાચો માર્યો : 'યૂ ગેટ લૉસ્ટ.'

'રીલેક્સ, યોર હાઇનેસ !' તેમના હાથમાંથી રીસીવર લઈને ટેરવાંની કરામતથી ગ્રાહકની સુંવાળી વૃત્તિને છંછેડતી કેથેરિન એમના પર સહેજ ઝૂકી :

'સવારે-સવારે સેક્રેટરી પર નારાજ થવું પડ્યું.'

છતાં હાઇનેસ ચૂપ રહ્યા.

'ક્યારેક મારા જેવીને પણ કોઈક સેવાનો લાભ આપતા હો તો, યોર હાઇનેસ !'

એ શબ્દો હાઇનેસે કાને ધર્યા હોય એવા ભાવ જોઈને કેથીનો ઉત્સાહ વધ્યો.

'આપે તો મારા જેવી કોઈ લેડી સેક્રેટરી પણ રાખવી જોઈએ. પુરુષ સેક્રેટરી બળથી કામ કરતો હોય છે ત્યારે અમે લેડી કળથી કામ કઢાવી લઈએ.'

હાઇનેસ માત્ર હળવું હસતા રહ્યા ત્યારે પેલીએ હિંમત કરીને પૂછી લીધું : 'કોઈ ચિંતાજનક બાબત છે, હાઇનેસ ? મને ન કહેવા જેવી હોય તો...'

'ચિંતાજનક છે, પણ મારા કરતાં તારા માટે.'

'શું વાત કરો છો ?' કમર ફરતો કેથીનો હાથ આંચકા સાથે પાછો ખેંચાયો. જોકે એ માત્ર તેનો અભિનય હતો : 'મારા માટે ચિંતાજનક હોય છતાં પણ આપ આટલી બધી ફિકર કરતા હો તો ઈશ્વર વારંવાર ભલે આવી ચિંતા ઊભી કરે !'

તેની ચાતુરી પર હાઇનેસ મલક્યા. એમને થયું કે *કેથીને મારી સેવા બજાવવાની બહુ ચાનક ચડી છે તો એકાદ અખતરો ભલે થઈ જાય.*

'તારાં લેડીને નેકલેસ પાછો મળી ગયો એથી બહુ ખુશ છે.'

'ખુશ કેમ ન હોય... ચારેક મિલિયનની મતા હતી !' કહી કેથીએ મસાજ માટે હાઇનેસના જમણા સાથળ પર પાઉડરવાળો હાથ પસવારવા માંડ્યો : 'એ ખુશ એટલે આપણે પણ ખુશ.'

'અરે, કેથી ! લેડી તો પેલી સાઇકિયાટ્રિસ્ટ પર વારી ગયાં છે.' કહી ગુલઝારના ફોનનો હવાલો આપ્યો :

'થોડી વાર પહેલાં ડેક પર તાનિયાને પડખામાં લઈ લેડી હરખાતાં હતાં, જાણે સગી દીકરીને ઘણાં વરસે મળ્યાં હોય.'

સાંભળીને કેથેરિને પાતળા હોઠને ઉપર-નીચેના દાંત વચ્ચે દબાવ્યો. હાઇનેસે દુખતી નસ દબાવી દીધી હતી.

'સર, લેડી એમ માને છે કે એમનો નેકલેસ પાછો મેળવી આપવામાં પેલી ડૉક્ટર શાહ સહાયરૂપ થઈ છે... એટલા ખાતર મધરાતથી એ બાઈના નામનું જ રટણ રટ્યાં કરે છે.'

'અને તું ચૂપચાપ ચલાવી લે છે.'

'હું શું કરી શકું, યોર હાઇનેસ ?' એણે હાઇનસેના પગના તળિયા પર હાથની હથેળી પસવારતાં પૂછ્યું.

'ધનવાન સ્ત્રીઓ ધૂની હોય છે. એમને ક્યારે કોના પર પ્રેમ ઊભરાઈ જાય એ કહેવાય નહીં.'

'એવી સ્ત્રીઓ કાચા કાનનીય હોય છે અને તારી જીભ તો એવી સુંવાળી છે કે એમાંથી લસરતા શબ્દો કોઈના પણ કાનમાં ગલીપચી કરતાં મગજ સોંસરવાં ઊતરી જાય.'

હાઇનેસની એ પ્રશંસાએ કેથીને પગથી માથા સુધી પલાળી તો દીધી, પણ એનો અર્થ એ સમજવા પામી નહોતી.

'સર, ઈશ્વરે આપેલી આ મીઠી જબાનનો લેડીની બાબતમાં શું ઉપયોગ થઈ શકે એ જરા સમજાવશો, પ્લીઝ !'

'બહુ સીધી વાત છે.' હાઇનેસ પીઠ ફેરવીને ઊંધા સૂતાં કહેવા માંડ્યું.

'કાલ બપોરથી તાનિયા ગાયબ થઈ ગઈ હતી તે છેક મધરાત પછી શિપ પર પાછી ફરી.'

'અને એ લેડી નેકલેસ પાછો મળ્યાના પહેલા ખબર એને આપવા માટે રઘવાયાં બની ગયાં હતાં.'

'પરંતુ લેડીએ એ તો જાણવું જોઈએ કે એમની આ નવીનવી માનીતી ગઈ ક્યાં હતી ?'

'એ ક્યાં કોઈને કહે છે ?'

'કેવી રીતે કહે !' હવે હાઇનેસે ખરી શરૂઆત કરી : 'હાર પાછો મેળવવા માટે ઇન્સ્યોરન્સની ટીમનું દબાણ વધી ગયું હતું. પ્રેસિડેન્ટ હૉલની ટી-પાર્ટીમાં તાનિયા બેઠી હતી ત્યાં તેના પર કોઈની ચિઠ્ઠી આવી. ચિઠ્ઠી વાંચીને તેણે દોટ મૂકી... બસ, પછી છેક ત્યારે પાછી આવી જ્યારે લેડી ગેટીનો હાર તેમને પાછો મળી ગયો.'

'હેં !' હાઇનેસના એ એક જ વાક્યમાં કેથીને હાથબૉમ્બ જેવો મસાલો વર્તાયો : 'એટલે કે હારની ચોરીમાં આ તાનિયા...'

'કડીઓ મેળવીએ તો એવું લાગ્યા વગર રહે નહીં.' હાઇનેસ અનુમાનના અંકોડા જોડવા લાગ્યા : 'લેડી ગેટીને એ યોગી કૃષ્ણમૂર્તિ પાસે લઈ જાય છે, ત્યાં અમુક પૂજાવિધિ કર્યા પછી કહેવામાં આવે છે કે હવે પછીના બાર કલાકમાં તમારો ચોરાયેલો હાર પાછો મળી જશે... ત્યાર બાદ એ બાઈ અચાનક ગુમ થઈ જાય છે અને મધરાતે પાછી ફરે એ પહેલાં લેડીનો હાર તેમને પાછો મળી જાય છે... આ બધી ઘટનાને પરસ્પર સાથે કોઈ સંબંધ ન હોય એવું કેમ બને ?'

'આપની વાત વિચારમાં નાખી દે તેવી છે, યોર હાઇનેસ !' કેથીએ તેમની ગરદનને હળવા હાથે મસળતાં મસ્કો લગાવ્યો : 'આ રીતે લેડી ગેટીનો વિશ્વાસ કેળવી લઈને એ સાઇકિયાટ્રિસ્ટ કોઈ ચાલ અજમાવી રહી છે, અમને લેડીથી દૂર કરવાની પેરવી કરી રહી છે.'

'જરા ધીરે, કેથી, ધીરે.' આવેશમાં કેથીએ ગરદન પર જરા વધુ ભાર આપી દીધો એ તરફ ધ્યાન ખેંચતાં હાઇનેસે આગળ ચલાવ્યું :

'પેલા યોગી ખરેખર મેલી વિદ્યાના જાણકાર હોય તોપણ એમનાથી સાવધ રહેવું પડે. અમારા ઇન્ડિયામાં તંત્રવિદ્યા જાણનારને સૌ કોઈ શંકાની નજરે જુએ છે... એમની સાથે સંકળાયેલી આ તાનિયા કદાચ વિચ (ડાકણ) હોય તોપણ નવાઈ નહીં !'

'ઓહ ડાકણ !' કેથીના બંને હાથ ઝાટકા સાથે પાછા ખેંચાયા : 'મને ડાકણની બહુ બીક લાગે છે...' એના અવાજમાં કંપ આવી ગયો :

'પરંતુ, યોર હાઇનેસ, ડાકણો દેખાવમાં બહુ કદરૂપી અને બિહામણી હોય છે એવું સૌ કોઈ કહે છે અને આ ડૉક્ટર તાનિયા તો...'

'ડાકણના અનેક પ્રકારો હોય, મિસિસ જેક્સન !' હાઇનેસને તુક્કા લડાવવાની મજા પડતી હોય તેમ વચ્ચે હસી લઈને કહ્યું :

'તાનિયા સ્વરૂપવતી ડાકણના પ્રકારની હોઈ શકે છે અને તમે જો એની હત્યા કરીને ડાકણના અવતારમાંથી છુટકારો અપાવી દો તો-તો હત્યા કરનારનો બેડો પાર થઈ જાય... હત્યા કરનાર ધારે એવી સિદ્ધિ-સમૃદ્ધિ પ્રાપ્ત કરી શકે !'

'રીયલી ?' કેથેરિન કલ્પનાના ઘોડા પર સવાર થઈ ગઈ : 'એની હત્યા કરીને હું એવી ઇચ્છા કરું કે મારે મહારાણી થવું છે તો ?'

'મારાં દાદીમા આવી જ રીતે મહારાણી થયાં હતાં એ રહસ્યની જાણ મારા પિતાએ મને એકલાને કરી હતી અને હું પણ તને એકલીને જ કરું છું.... બાકી બીજાંને કાને આ વાત જવી ન જોઈએ એ પણ તને કહી દઉં.'

'તો-તો એની હત્યા મારે એકલા હાથે જ કરવી પડે.' કેથેરિનનો અવાજ પાતળો પડી ગયો. થોડી વાર ખામોશ રહીને એ બબડતી સંભળાઈ :

'યોર હાઇનેસ, આપ મને મદદ કરો તો...'

'મારી મદદ માગતાં પહેલાં તું તારું મન મક્કમ કરી લે, કેથેરિન !' બ્યૂટિશિયન શીશામાં ઊતરી રહી છે એની ધરપત થતાં હાઇનેસે કહ્યું : 'મારી પાસે એક એવું ઝેરી તેલ છે જેનાથી મસાજ કર્યા પછી આઠ કલાક દરમિયાન શરીરમાં લોહી પ્રસરી જતાં વ્યક્તિ અચૂક મૃત્યુ પામે.'

'અને કોઈને શંકા ન જાય ?'

'જરાય નહીં.' હાઇનેસે છેલ્લો ધક્કો માર્યો : 'બે વ્યક્તિને એ તેલથી મરી જતી મેં જોઈ છે અને મૃત્યુનું કારણ ડૉક્ટરો સર્ટિફિકેટમાં હાર્ટ-એટૅક સિવાય બીજું કાંઈ જ દર્શાવી શક્યા નહોતા.'

'હાર્ટ-એટૅક !' એ શબ્દ સાથે કેથેરિનના હોઠ પર લાળ પ્રસરવા લાગી જે હાઇનેસના પીઠ પર પડતી રહી ગઈ.

*

તાનિયા બાથરૂમમાંથી નીકળી અરીસા સામે ઊભીઊભી માથાના વાળ બ્રશ કરતી હતી ત્યાં ડ્રેસિંગ-ટેબલ પરનો ફોન રણક્યો. કદાચ ઓમકારનો હશે એમ તેણે માની લીધું. અડધા કલાક પહેલાં ઓમકારે પૂછ્યું હતું : 'તાની, આપણે મળીએ... કાલ રાત્રે તારે અચાનક ક્યાંક જવાનું થયું એ વિશે વાતચીત કરવા બીજા સાથે ભલે તું તૈયાર ન થાય, પણ આપણી વચ્ચે તો...'

ઓમ, હું બાથરૂમમાં નાહવા જઈ રહી હતી ત્યાં તારો ફોન રણકી ઊઠ્યો ! મનોમન બબડતી તાનિયાએ ઘંટડી વાગવા દીધી. ઓમકારથી સાવધ રહેવાની ચેતવણી આપનાર મેક્સવેલને આગલી રાતે જીવતોજાગતો જોઈ આવ્યા પછી તો ઓમકાર સાથે હેલ્લો-હાય કરવામાંય એનું દિલ ખટકતું હતું.

'હેલ્લો !' રીસીવર ઊંચકીને કમને બોલતાંની સાથે જ સામેવાળાએ ઉત્સાહભેર ગૂડ મૉર્નિંગ, મેમસા'બ કર્યું અને તાનિયાને અરીસામાં પોતાનો ચહેરો લાલઘૂમ થતો દેખાયો : *આ તો મોટરબોટ ચલાવનાર આફ્રિકી યુવાન... થોડી વાર પહેલાં જે ડેક પર લંગર ઊંચકવાનું કામ કરતો જોયેલો અને એની સામે મેં હાથ ઊંચો કર્યો ત્યારે મોઢું ફેરવી ગયો હતો એ પોતે જ !*

'મેમસા'બ, હું મોન્ટુ !'

'ગૂડ મૉર્નિંગ, મોન્ટુ !' તાનિયાએ તેનું નામ બોલવામાં પણ આત્મીયતા અનુભવી.

'તમે લૉન્ડ્રી-મશીનમાં કપડાં ધોવા નહીં આવો ?'

પહેલાં તો તાનિયાને તેની પૃચ્છા વિચિત્ર લાગી, પછી તરત મગજમાં ઝબકારો થયો. *એ મને મળવા બોલાવે છે, લૉન્ડ્રીરૂમમાં મળીએ તો કોઈની નજરે ચડી જવાય એવો એનો આશય હશે.*

'ઑફ કૉર્સ, મોન્ટુ ! થોડાં કપડાં મશીનમાં નાખવા માટે હું હમણાં જ જઈ રહી છું.'

'ધેન આઈ વિલ હેલ્પ યૂ, મેમસા'બ !' કહી એણે ફોન મૂકી દીધો.

ખરેખર તો મશીનમાં નાખવા જેટલાં કપડાં હતાં નહીં. હજુ બે દિવસ પહેલાં જ એ ચાર જોડી ધોઈ આવી હતી. છતાં ધોવા-ન-ધોવાંનાં કપડાંનું પોટલું વાળીને એ બીજા માળે આવેલા લૉન્ડ્રીરૂમમાં પહોંચી ગઈ. ત્રણ-ચાર ઉતારુ નજરે પડ્યાં. પંજાબી ચોપરા કપડાં ઇસ્ત્રી કરતી હતી, એક અંગ્રેજ મશીનમાં કપડાં નાખી શિપનું મૉર્નિંગ બુલેટિન વાંચી રહ્યો હતો. તાનિયાને મોન્ટુ ક્યાંય દેખાયો નહીં. ખાલી પડેલા મશીનમાં કપડાં નાખીને સ્વિચ દબાવી ત્યાં પાછળથી 'ગૂડ મૉર્નિંગ, મૅડમ' કરતો એ બહાર પડ્યો. કાળા હોઠ વચ્ચેથી ધોળા દાંત ચમકાવતો એ બોલ્યો :

'ડ્યુટીનો મારો પહેલો દિવસ છે. આજે લૉન્ડ્રીરૂમની ડ્યુટી મળી. થોડી વાર પહેલાં ઓલ્ડ ગ્રેસિયસ લેડીએ પાંચ ડૉલરની ટિપ આપીને શુભ શરૂઆત કરી.'

સાંભળીને બુલેટિન વાંચતા અંગ્રેજની આંખો તેના તરફ ફરી. ટિપની વાત એને ખટકી હોય તેમ મોં મચકોડીને એ ફરી વાંચવામાં લાગી ગયો.

'ત્રીસ દિવસની ડ્યુટી મળી છે. રોજ ડીપાર્ટમેન્ટ બદલાશે. સવા મહિના પછી મારાં લગ્ન છે. સવા બેહજાર ડૉલર્સ કમાઈશ એ લગ્નમાં ખરચાઈ જશે અને પૅસેન્જર્સ પાસેથી ટિપ મળશે એ હનીમૂનમાં ખર્ચી નાખીશ.'

બોલતો એ સફેદ દાંત ચમકાવતો હસી પડ્યો.

આ રીતે અજાણ્યા થઈને પોતાની ઓળખાણ આપી દીધી પછી એ મૂળ વાત પર આવી ગયો.

'મેમસા'બ, આપનાં કપડાં ધોઈને હું કેબિન પર ડીલિવરી આપી જાઉં તો ?'

તાનિયાએ દેખાવ ખાતર અર્ધી મિનિટ વિચાર કરી જોયો, પછી તેનો પ્રસ્તાવ સ્વીકારી લીધો :

'તો-તો બહું સારું.' કહેતાં એણે પર્સમાંથી પાંચ ડૉલરની નોટ કાઢી : 'જઈને હું નવલકથા પૂરી કરી નાખીશ. યૂ નો, ક્લાઇમૅક્સ પર આવીએ ત્યારે પૂરી કરવાની ચટપટી થતી હોય છે.' કહીને બુલેટિન વાંચી રહેલા તરફ જોઈ લેતાં ઉમેર્યું : 'મારાથી તો વૉશિંગ મશીનના આ ઘોંઘાટમાં વાંચી નથી શકાતું, ભાઈસા'બ !'

'નેવર માઇન્ડ, મૅડમ !' પેલાએ પાંચની નોટ સત્વરે યુનિફૉર્મના શર્ટ-પૉકેટમાં સરકાવીને ખુશામતિયું સ્મિત ફરકાવીને કહ્યું : 'તમે નૉવેલની ક્લાઇમૅક્સ પૂરી કરશો ત્યાં સુધીમાં તો તમારાં કપડાં ઇસ્ત્રી કરીને લઈ આવીશ.'

'ઓહ, તમે ઇસ્ત્રી પણ કરી આપશો, મિસ્ટર...'

'મોન્ટુ. મારું આખું નામ તો છે *મોન્ટુ મેકાઉ*, પણ તમારા જેવાંને *મેકાઉ* બોલવાનું ફાવે નહીં એટલે માત્ર મોન્ટ ચાલશે.'

'વેરી ગૂડ, મોન્ટુ !' કહી ઇસ્ત્રી કરી આપવાના બદલામાં પાંચની બીજી નોટ તેના હાથમાં પકડાવી તાનિયા આંખ મિચકારતી લૉન્ડ્રીરૂમમાંથી બહાર સરકી ગઈ. તેના મનમાં નવલકથાની ક્લાઇમેક્સ જેવી જ ચટપટી જાગી હતી : *આ મોન્ટુ કૅબિન પર આવીને શું કહેવા-કરવા માગતો હશે ?*

પાંત્રીસ મિનિટ સુધી આ જિજ્ઞાસાને મનમાં ઉથલાવતા રહ્યા પછી તાનિયાના કાને બારણાનો ટકોરો અફળાયો.

'યસ, કમ ઇન !' તેણે બારણું ખુલ્લું જ રાખ્યું હતું. તેની જેમ આગંતુકને પણ ઉતાવળ હોય એમ બીજી જ ક્ષણે દરવાજો ઉઘાડી બંને હાથમાં ઇસ્ત્રી કરેલાં કપડાં ઊંચકતો મોન્ટુ દાખલ થયો.

'લો, મેમસા'બ, આપનાં કપડાંની હોમ ડીલિવરી.'

હસતાં-હસતાં એણે પલંગ પર કપડાં મૂક્યાં ત્યારે તાનિયાએ 'થૅન્ક્સ, મોન્ટુ !' કહેતાં તેના ખભે હાથ મૂક્યો : 'બધાંની હાજરીમાં તેં ડ્રામા કર્યો એટલા ખાતર જ મારે તને પાંચ-પાંચ ડૉલરની ટિપ આપવી પડી. પ્લીઝ ડૉન્ટ ટેઇક ઇટ ઇલ.'

'અરે, હોય, મેમસા'બ ! અહીં પહોંચવા માટે મારે કાંઈક તો બહાનું જોઈએ ને !'

કહેતાં-કહેતાં એણે કપડાંની થપ્પી હેઠળથી પ્લાસ્ટિકનું એક પૅકેટ ખેંચીને તાનિયા સામે ધર્યું :

'લો, મેમસા'બ !' તેના હાથમાં પૅકેટ સોંપતાં શ્વેત દાંત દેખાડીને કહ્યું : 'આની સેફ ડીલિવરી માટે તમને મળવું જરૂરી હતું. હું જાઉં પછી ખોલીને જોઈ લેજો. મિસ્ટર *વાય* અને ઝેડનું કહેવું હતું કે તમે બહુ સ્માર્ટ છો. લખેલી સૂચના સત્વરે તમારી સમજમાં આવી જશે.'

પોતાની પ્રશંસા સાંભળવા છતાં તાનિયાની તંગ મુખરેખા હળવી ન થઈ. બંને હાથમાં ઊંચકેલું પૅકેટ ખરેખર તો હળવું હતું છતાં એને ભાર વર્તાતો લાગ્યો. મિસ્ટર *વાય* અને ઝેડ આગલી રાત્રે વિદાય આપતી વેળાએ કહ્યું હતું કે *દારેસલામથી હૉંગકૉંગની સફર આપણા માટે કસોટીરૂપ બનવાની છે. તમારી કામગીરીની જાણકારી રૂબરૂ જ કોઈક તમને આપતું રહેશે !*

'હું રજા લઉં, મેમસા'બ!' વિચારમાં ગરકાવ તાનિયાએ તેને રોકવાનો વિવેક પણ ન કર્યો, કારણ કે પૅકેટ ખોલીને જોઈ લેવાની અધીરાઈને તે રોકી શકે તેમ નહોતી. એને તો એ પણ પૂછવાનું રહી ગયું કે હવે *ક્યારે, કયા બહાનાસર મળીશું ?*

બારણું બંધ થતાંની સાથે જ તાનિયાએ પૅકેટ ખોલી નાખ્યું. પ્લાસ્ટિકની અંદર બીજું બૉક્સ થર્મૉકોલનું હતું અને અંદર લંબચોરસ ટેબલ-લૅમ્પ જેવું કાંઈક કાળજીપૂર્વક ગોઠવેલું હતું.

તાનિયાને પહેલાં તો લાગ્યું કે ટેપરેકૉર્ડર જેવું કાંઈક હશે, પરંતુ બહાર કાઢી હાથમાં લઈને ઉપર-નીચે આગળ-પાછળ જોયું તો સ્વિચ જેવું કાંઈ દેખાયું નહીં. કૌતુકભેર તેણે એ સાધનને હલાવ્યું તો અંદરથી એક કવર ટપકી પડ્યું.

ઝાપટ મારીને કવર ઊંચકી લઈ અંદરથી કાગળ કાઢીને વાંચવા લાગી :

આ લેટેસ્ટ ગૅજેટ ગુપ્ત બાતમીની આપ-લે માટે છે. ટાઇપરાઇટરની જેમ તેમાં એક બ્લૅન્ક પેપર ફિટ કરેલો છે. ખરેખર તો એ કાગળ કોરો નથી પણ તેનું લખાણ ઉકેલવા માટે આ સાધનની પાછળ ફિટ કરેલી લાંબી પેન્સિલ જેવી બૅટરી તમારે વાપરવી પડે.

તાનિયાએ પાછળથી લાંબી બૅટરી ખેંચી કાઢી, પછી આગળની સૂચના વાંચી.

આ બૅટરીમાં મૅજિકલ લાઇટ છે. એક પીળી અને બીજી લીલી. સ્વિચ દબાવી બંને કલરની લાઇટ ચાલુ કરીને પછી કોરા કાગળ પર ધરી રાખવી. અમુક પ્રમાણમાં ગરમી લાગતાં કાગળનું લખાણ ઊપસવા લાગશે. બબ્બે લીટીથી વધારે લખાણ એકસાથે વાંચવા નહીં મળે. આ બંને ચીજ સાચવીને રાખવી. કોઈના હાથમાં જવી ન જોઈએ. કોઈને તેની તરકીબ સમજાવવી નહીં અને ગુમ થાય તો તમારે હાથ જોડીને બેસી રહેવું પડશે એ ખાસ ધ્યાનમાં રાખવું.

પળેપળ તાનિયાની અધીરાઈ વધતી જતી હતી. નવા સાધનની અજમાયશ કરવાના કુતૂહલની સાથોસાથ કોરા કાગળનું લખાણ વાંચવાની ઝંખના તીવ્ર બની ગઈ હતી. તેણે ચાંપ દાબીને બૅટરી ચાલુ કરી. પછી સૂચના પ્રમાણે સાધન પર લગાડેલા કાગળની ટોચે તેનો પ્રકાશ સ્થિર કર્યો. આંખ તાણીને બેઠેલી તાનિયાને અર્ધી મિનિટ સુધી કાંઈ જ વાંચવા ન મળ્યું ત્યારે પોતે કાંઈક ભૂલ કરી રહી હોવાની ચીડ ચડી અને ત્યાં જ કાગળ પર કાળી શાહીથી લખાયેલા અક્ષરો જાદુની જેમ ફૂટવા લાગ્યા :

હિઝ હાઇનેસ ખરેખર તો કાશ્મીરનો મિલિટન્ટ છે. કોઈ ખતરનાક ષડ્યંત્ર રચીને સફરે નીકળ્યો છે. અત્યાર સુધી કોઈ હિલચાલમાં કાવતરાની ગંધ તેણે આવવા દીધી નથી, પણ એ ખંધા દીપડાની જેમ તરાપ મારવા માટે લાગ જોઈને બેઠો છે. ભારત સરકારના જાસૂસીખાતાને તેની સફર બાબત વાકેફ કર્યું છે, પણ એમણે અમારો વળતો સંપર્ક સાધ્યો નથી. ન્યુક્લિયર સાયન્ટિસ્ટ મિસ્ટર દવે આ કાવતરામાં સામેલ હોવા છતાં એ અમુક અંશે અજાણ્યો છે.

આટલું વંચાયું ત્યાં તો કાગળ પૂરો થઈ ગયો. તાનિયા વિમાસણમાં પડી ગઈ. આમ કેમ ? એ મોન્ટુને પૂછવા અધીરી થઈ, પણ એનો સંપર્ક ક્યાં કરવો ? હવે એ સામેથી કોન્ટૅક્ટ કરે તો જ પૂછી શકાય.

પરંતુ જે કાંઈ જાણવા મળ્યું એટલું જ અત્યારે તો તેને સ્તબ્ધ કરી દેવા માટે પૂરતું હતું. ઓમકારનો અત્યારે તેના પર ફોન આવ્યો હોત તો આવેશમાં તેને કહી દેત : 'ગો ટુ હેલ !'

□

53

'જય શિવશંકર, આન્ટી !'

લંચ માટે બીજાં ટેબલ પાર્ટનર્સની રાહ જોતાં વિચારમાં બેઠેલી તાનિયાને આત્માએ સહેજ ચમકાવી દીધી.

'ડરી કેમ ગયાં, આન્ટી ?'

'તું પાછળથી આવી ચડ્યો અને હું વિચારમાં ખોવાયેલી હતી એટલે...'

'તો-તો આન્ટી તમે જરૂર બીક લાગે એવા વિચાર કરતાં હશો.'

આમ કહેતો આત્મા તેની બાજુની ખુરશી પર બેસી ગયો એટલે તાનિયાએ હેતથી તેની પીઠ પસવારતાં પૂછી લીધું : 'તેં કેમ જાણ્યું કે હું ડરામણા વિચાર કરતી હતી ?'

'મને દાદીમાએ કહ્યું હતું.' આત્મા સાથેની વાતચીતમાં દાદીમાનો ઉલ્લેખ તો અવશ્ય થવાનો.

'શું કહ્યું હતું તારાં પરમ પૂજ્ય દાદીમાએ ?'

'આપણે ભૂતના વિચાર કરતાં હોઈએ અને અચાનક અવાજ થાય અથવા કોઈક પાછળથી આવી ચડે તો આપણે ભડકી જઈએ.'

કહેતાં આત્માએ ઝીણી આંખો કરી આન્ટીને પૂછી પણ લીધું : 'સાચું કહેજો, હું આવી ચડ્યો ત્યારે તમે ભૂતના વિચારમાં હતાં ને ?'

'ભૂતના નહીં, રાક્ષસના વિચારમાં હતી.' બે કલાક અગાઉ મોન્ટુએ આપેલા ગુપ્ત કાગળનું લખાણ ઉકેલ્યું તેની અસરમાંથી હજુય બહાર આવી ન શકી હોય તેમ તાનિયા બોલી ગઈ : 'નિર્દોષ લોકોનો સંહાર કરતા રાક્ષસ તો ભૂત કરતાંય વધુ ભયાનક ગણાય, આત્મા !'

'રાક્ષસને ભગાડવાનો તો મારી પાસે એક રામબાણ ઇલાજ છે, આન્ટી !' આત્મા ઉત્સાહભેર બોલી ગયો : 'મને દાદીમાએ શીખવેલો.'

'કેવો રામબાણ ઇલાજ ?'

'રાક્ષસ યાદ આવે એટલે ભગવાન રામચંદ્રને યાદ કરવા માંડો એટલે રાક્ષસ પોતે જ ડરવા લાગશે... મગજમાંથી ભાગી છૂટશે.'

તેનો રામબાણ ઇલાજ સાંભળીને તાનિયાને ખડખડાટ હસવું આવવું જોઈતું હતું, પણ એ હસી ન શકી. *જે રાક્ષસ પોતાના મગજમાં ઘૂસેલો છે એ રામનામ જપવાથી નાસી જાય એવો નથી. એની પાસે સંહારક શક્તિ ઉપરાંત બુદ્ધિબળ પણ છે.*

બુદ્ધિબળ !

તાનિયાને ઓમકારની યાદ આવી ગઈ.

'અરે, આત્મા, તારા પપ્પા ક્યાં ? આજે તું એકલો જ લંચ લેવાનો કે ?'

'હા, આન્ટી, પપ્પા મને અહીં સુધી મૂકીને ગયા.'

'ક્યાં ગયા ?'

ત્યારે આત્મા બે ઘડી તેને તાકી રહ્યો.

'લાઇબ્રેરીમાં !'

'લંચટાઇમે લાઇબ્રેરીમાં ?'

'એ કહેતા હતા કે ભૂખ નથી. પેટમાં ગરબડ છે.'

'ઓહ !' તાનિયાને થયું, *ગરબડ પેટમાં નહીં પણ બીજે ક્યાંક હોવી જોઈએ... નહીંતર સવારથી મને મળવા અને મારી સાથે વાતચીત કરવા અધીરો થયેલો ઓમકાર રેસ્ટોરાંના દરવાજા સુધી આત્માને મૂકીને કેમ પાછો ફરી જાય ? એણે ધાર્યું હોત તો અત્યારે હું એકલી બેઠી છું તેનો લાભ લેવા જરૂર અંદર આવી જાત...*

'આત્મા, તારા પપ્પાને પેટમાં ગરબડ હોય અને હું એમના ખબર ન પૂછું તે કેમ ચાલે !' તેણે ઊભા થતાં આત્માનું બાવડું પકડ્યું.

'ચાલ આપણે લાઇબ્રેરીમાં જઈએ... એમને કહીએ, જે ભાવે તે ખાઈ લો, પણ અમને કંપની આપવા તો આવવું જ પડશે.'

પરંતુ આત્મા ખુરશી પરથી ઊઠ્યો નહીં. ડોક ઊંચી કરીને સહેજ ભોંઠપ અનુભવતો એ બોલી ઊઠ્યો :

'નહીં, આન્ટી, એ લાઇબ્રેરીમાં નહીં મળે.' પછી નીચું જોઈને આગળનું કહી દીધું :

'મને કહેલું કે કોઈ પૂછે તો કહેજે, પેટમાં ગરબડ છે એટલે જમવું નથી અને હું લાઇબ્રેરીમાં છું...'

'ઓહ, એટલા ખાતર એણે ખોટું બોલવું પડ્યું ?'

'નહીં, આન્ટી !' ટટ્ટાર થઈ જતા આત્માએ વિરોધ ઉછાળ્યો : 'પપ્પા ક્યારેય મારી પાસે ખોટું બોલતા નથી. મને તો એમણે સાચું જ કહ્યું હતું, પણ બીજાંને ખોટું કહેવાનું મને કહ્યું હતું.'

એ જ વખતે બીજાં ટેબલ-પાર્ટનર્સ મિસ્ટર અને મિસિસ જેક્સન આવતાં દેખાયાં એટલે તાનિયાએ ઓમકારની પૃચ્છા પડતી તો મૂકી, પણ એના મગજમાં સતત સવાલ ઘુમરાતો રહ્યો : *લંચ જતું કરીને ઓમકારે ક્યાં જવું પડ્યું ?*

'આવ, દેવ, આવ !' તાનિયાના કાન જો હાઇનેસના સ્વીટમાં બોલાતા એ શબ્દો સાંભળવા જેટલા સતેજ હોત તો સમજાઈ જાત કે અત્યારે હાઇનેસ ઓમકારને પોતાને આંગણે આવકારી રહ્યા છે.

'મને થયું, આપણે આજે સાથે લંચ લઈએ.' ટેબલ પર ગોઠવાયેલાં વાનગીનાં વાસણો તરફ ઇશારત કરતા હાઇનેસે તેને સામેની ખુરશી પર બેસવા સંકેત કર્યો :

'તું પ્યોર વેજિટેરિયન છો એ ધ્યાનમાં રાખીને જ બધું મગાવી રાખ્યું.'

આમ કહી એમણે જાતે જ પનીર-મટર અને કોબી-ફ્લાવરની સબજી પોતાના ઉપરાંત ઓમકારની પ્લેટમાં પણ પીરસ્યાં.

'હાઇનેસ, આપ શું કામ...'

'માની લો કે મેં તમને બિઝનેસ લંચ પર બોલાવ્યા છે.' કહી તેની પ્લેટમાં પરોઠાં પણ મૂકી દીધાં. દારેસલામથી ચડેલા ઇન્ડિયન કૂકને કારણે આજે પહેલી વાર તંદૂરી રોટી-પરોઠાંની વાનગી બની હતી.

'ગ્રીન સલાડમાં તમને ફાવે તે લેજો.' કહી હાઇનેસે ટમેટાં, કાકડી, ગાજરની ડિશ તેની તરફ સરકાવી.

'અચાનક આ બિઝનેસ લંચ ગોઠવવાનું...'

કાકડીનો ટુકડો મોંમાં મૂકીને બટકાવતાં ઓમકારે જાણી-કરીને વાક્ય અધૂરું છોડી દીધું.

'આપણે દારેસલામ બંદર છોડ્યું એ પહેલાં એક અર્જન્ટ બાતમી મળી તેમાં તમારી સાથે મસલત કરવી જરૂરી હતી.'

ઓમકારને એ સાંભળવું ગમ્યું. આટલા દિવસની સફરમાં પોતે મોજમજા કરવા અને જુગાર રમવા સિવાય બીજું કાંઈ કર્યું નહોતું. ક્યારેક તો પોતે હાઇનેસને ભારરૂપ બન્યો હોય એવું ફીલ કરતો હતો.

'લ્યો, આના પર નજર નાખી જુઓ.'

હિન્દીમાં વાત કરતા હાઇનેસ અત્યારે તેને તુંકારાને બદલે માનાર્થે સંબોધી રહ્યા હતા એનીય તેને નવાઈ તો લાગી. પણ પહેલો કોળિયો ગળે ઉતારે એ પહેલાં તો હાથમાં આવેલા કાગળે તેને વધારે ચોંકાવી દીધો.

'આ તો ફૅટબૉય છે !'

કાગળમાં દર્શાવેલી વિગત વાંચીને ઓમકાર બબડ્યો. બીજા વિશ્વયુદ્ધના અંતિમ તબક્કામાં અમેરિકાએ નાગાસાકી અને હિરોશીમા પર ફેંકેલા એ બૉમ્બ કદમાં વજનદાર હોવાથી *ફૅટબૉય* તરીકે ઓળખાવા લાગ્યા.

'યોર હાઇનેસ, ખર્ચની દૃષ્ટિએ આ તો બહુ કૉસ્ટલી, હૅન્ડલ કરવા માટે વજનદાર અને વિનાશ કરવાની તેની ક્ષમતા પણ પારાવાર છે.'

ન્યુક્લિઅર સાયન્ટિસ્ટ હોવા છતાં *વિનાશ* શબ્દ ઉચ્ચારતી વખતે તેની જીભ સહેજ થોથવાઈ હોવાનું હાઇનેસના ધ્યાન બહાર રહ્યું નહીં.

'અમારા કામમાં કોઈ કચાશ ન હોય, દેવ !' એ ગાજર ચાવતાં બોલ્યા :

'અગિયાર મિલિયન (એક કરોડ દસ લાખ) એની કૉસ્ટ છે અને બૉમ્બે જેવા સિટીના સર્વનાશ માટે આ એક જ ફૅટબૉય પૂરતો છે.'

'બૉમ્બે જેવા સિટી માટે !' ઓમકાર તેની સામે તાકી રહ્યો : 'આપે તો કરાંચી...'

'ઓહ, દેવ ! આપણું ટાર્ગેટ તો કરાંચી જ છે.' જીભ કચરાઈ જવા છતાં પીડા છુપાવીને માણસ વાત ચાલુ રાખે તેમ બોલવામાં બાફી માર્યા પછી મનોમન જાતને કોસી લઈ હાઇનેસ પરાણે હસતા દેખાયા :

'બૉમ્બેનો દાખલો મેં એટલા માટે આપ્યો કે જેનાથી બૉમ્બેનો વિનાશ સર્જી શકાય એ કરાંચીનો તો કચ્ચરઘાણ વાળી નાખે ને !'

'પરંતુ...' ઓમકાર બોલતો અટકી જઈ વિચારમાં પડી ગયો એ હાઇનેસને ખટક્યું. તેના મનમાં શંકા જાગવી ન જોઈએ.

'દેવ, આપણે બૉમ્બે છોડીને કરાચી પહોંચીશું ત્યાં સુધીમાં એક વાત જાહેર થઈ ગઈ હશે કે અમેરિકાનો એક ફૅટબૉય (અણુબૉમ્બ) ચોરાયો છે.'

'હં.'

'આ ચોરીના સમાચાર જગતના તમામ દેશોને સતર્ક બનાવી દેશે. બૉમ્બ કોણે ચોર્યો એના વિશે જાતજાતના તર્ક-વિતર્ક થશે. આવું વિનાશક શસ્ત્ર કોના હાથમાં જઈ પડ્યું એનો ફફડાટ થશે. કોઈ ગદ્દાફીનો વિચાર કરશે તો કોઈ પેલેસ્ટિન ગેરીલા તરફ આંગળી ચીંધશે. કદાચ શ્રીલંકાના તમિળ ટાઇગર્સ મરણિયો ખેલ ખેલી લેવા તૈયાર થયા હોય એવું અનુમાન થશે.'

'હં.'

'એવે વખતે આપણી શિપ કરાંચીના બારામાં લાંગરે અને પાક સરકારને કહેવામાં આવે કે *કહેવાતું આઝાદ કાશ્મીર સોંપી દો, નહીંતર આ અણુબૉમ્બ અમારા કબજામાં છે. કાં તો કાશ્મીરના એ પ્રદેશનો કબજો છોડી દો અથવા તો કરાંચીને ભસ્મીભૂત થતું જોવાની તૈયારી કરો.*'

છતાંય ઓમકાર વિચારમગ્ન રહ્યો ત્યારે હાઇનેસે જાણી-કરીને હાથમાંથી ચમચો વચકાવી દઈ પ્લેટ પર પડવા દીધો. તેના ખણખણાટે ઓમકારને સજાગ તો કરી દીધો, સાથોસાથ થોડો થથરાવ્યો પણ ખરો.

'ઓમકાર, તારું ધ્યાન ક્યાં છે ?' હાઇનેસનો તુંકારો તેને સાબદો કરવા માટે પૂરતો હતો.

'યોર હાઇનેસ, હું કલ્પના કરતો હતો કે ફૅટબૉય કરાંચી પર ઝીંકાશે ત્યારે આજની પેઢીને પહેલી વાર નાગાસાકીની તારાજીનાં દશ્યો નિહાળવા મળશે. કરાંચી શહેર ઉપરાંત આસપાસના સેંકડો માઇલના વિસ્તારનું નિકંદન નીકળી જશે...' બોલતાં-બોલતાં એ અટક્યો પછી પોતાની કંપારીનું કારણ પણ દર્શાવી દીધું :

'હાઇનેસ, પાક સરકાર આટલી હદે જીદ ન કરે... કહેવાતા આઝાદ કાશ્મીરનો કબજો આપણને પાછો સોંપી દેશે અને તમારો ફૅટબૉય તમારા જ કબજામાં રહેશે.'

'એવી આશા આપણે ભલે સેવીએ, પણ તૈયારી તો તારાજીની જ કરવી પડે ને.'

'હં...' ઓમકારની ભોજનની રુચિ મરી ગઈ હોય તેમ એણે બિરયાની લેવા માટે લંબાવેલો હાથ પાછો ખેંચી લીધો એટલે હાઇનેસ જાતે બિરયાની પીરસવા મંડ્યા.

'દેવ, આપણા ઇન્ડિયન બાસમતી ચોખામાંથી બનાવેલી બિરયાની છે.' કહીને આંગળાં બગડ્યાં ન હોવા છતાં આંગળાં ચાંટવાની ચેષ્ટા સાથે ઉમેર્યું : 'કૅપ્ટનને મેં ખાસ કહેવડાવ્યું હતું : દારેસલામથી ઇન્ડિયન કૂક લીધો છે તો અમારા ઇન્ડિયન બાસમતી ચોખાનો પણ સ્ટૉક કરી લેજો. કેટલા વખતે આપણી ભાવતી વાનગી જમવા મળી, પછી તો બે પેટ કરીને જ જમવાનું હોય ને !'

જોકે મનોમન હાઇનેસ વેજિટેરિયન ભોજનને ભાજીપાલા ખાણું કહીને વગોવતા હતા, પણ દેખાવ ખાતર આંગળાં ચાટવાનો અભિનય કરવો જરૂરી હતો.

'દેવ, આ ફેટબૉયને આકાશમાંથી ફેંકવો જોઈએ કે સમુદ્રમાં ફોડવાની ફાવટ વધુ ગણાય ?'

'એનો આધાર તો ફેટબૉયની ડીલિવરી ક્યાં અને કઈ રીતે મળે છે એના પર રહે છે, યોર હાઇનેસ !'

'ડીલિવરી !' બિરયાનીનો કોળિયો ચાવતાં હાઇનેસ મનોમન મલકાયા : *બેવકૂફ, ફેટબૉય અત્યારે મારા કબજામાં છે. શિપના તળિયે જકડાઈને આપણી સાથોસાથ સમુદ્રની સફર કરી રહ્યો છે. આપણો રૂટ બદલાયો ન હોત અને સીધા મુંબઈ રવાના થયા હોત તો ચાર દિવસ પછી જ ખરાખરીનો ખેલ શરૂ થઈ જવાનો હતો... તેને બદલે હવે અઠવાડિયું લંબાઈ ગયું.*

'હં... તેં શું પૂછ્યું, દેવ ?'

'ડીલિવરીનું.'

'માની લે કે દરિયાઈ માર્ગે આપણને ડીલિવરી મળે અને આપણે શિપમાં જ તેને સંતાડીને કરાંચી લઈ જવો પડે તો તેનો ઉપયોગ કરવામાં શું સુગમ પડે - હવાઈ માર્ગ કે સમુદ્રનું પેટાળ ?'

'આમ તો હવાઈ માર્ગ વધારે માફક આવે, પણ એ માટે તમારે એક પ્લેનનેય શિપમાં હાજર રાખવું પડે.'

'અને એ પ્લેનને ઉડાવવા માટે એક પાઇલટ અને ફ્લાઇટ એન્જિનિયરની જરૂર પડે.' હાઇનેસ ધીમેધીમે કૂંડાળું નાનું કરતા જતા હતા :

'વિમાન ઉડાડવાનું કામ મારું કે તમારું નહીં... એ માટે આપણે પારકા પર ભરોસો રાખવો પડે... અને વિમાન ઉડાવનારાએ બલિદાન આપવાનીય તૈયારી રાખવી પડે.'

'હા, બૉમ્બ ફેંક્યા પછી તો જમીન પરથી વિમાનને ફૂંકી માર્યા વગર રહે નહીં. બૉમ્બની સાથોસાથ એમણે પણ કરાંચીની ધરતી પર પટકાઈ પડવાનું આવે.'

'એટલે જ સમુદ્રના પેટાળમાં એને એકાદ માઇલ દૂરથી ફોડવા માટે આપણે રીમોટ કન્ટ્રોલ જેવું સાધન તૈયાર કરવું પડે અને એ કામમાં તો તમે નિષ્ણાત છો, દેવ !'

ઓમકારના હોઠ પર સ્મિત ફરક્યું. પાણીના બે ઘૂંટ પી લઈ ભીના હોઠ લૂછીને તેણે હાઇનેસ સાથે આંખો મિલાવી, જાણે કહેતો હોય : *હવે સમજાયું કે તમારા આ ઑપરેશનમાં હું ક્યાં ફિટ થાઉં છું.*

'દેવ, આવું રીમોટ તૈયાર કરવા માટે તારે શું-શું સામગ્રીની જરૂર પડે, એમાં કેટલો સમય

લાગે અને એની ટ્રાયલ લેવી હોય તો શું-શું તૈયારી રાખવી પડે એના વિચાર કરવા માંડો...' કહી હૂંફાળું સ્મિત ફેંકીને ઉમેર્યું :

'આપણું ઑપરેશન આજથી શરૂ થઈ રહ્યું છે. હવે મોજમજા ઓછી, મગજમારી વધારે એવો તબક્કો આવી પહોંચ્યો છે, દેવ !'

'એ બાબતમાં મારા તરફથી કોઈ કસર નહીં રાખું.' ઓમકારે પેપર નેપ્કિનથી હાથ લૂછી ઊભા થતાં કહ્યું : 'રીમોટ સ્વિચના બે-ત્રણ આઇડિયા હું વિચારી રાખું છું. તેના પર આપણે ચર્ચા કરી લઈએ, પછી મને જોઈતી સામગ્રી તમારે મેળવી આપવાની રહેશે !'

'એ હૉંગકૉંગમાં હાજર થઈ જશે.' કોકાકોલાના ટિનમાં વધેલું પીણું પૂરું કરી હાઇનેસે ઊભા થતાં તેની સાથે હાથ મિલાવ્યા :

'કહેવાની જરૂર નથી કે આપણી મસલત અત્યંત ગુપ્ત રહેવી જોઈએ.'

'મેં ગુપ્તતાના શપથ લીધા છે એ મને યાદ છે, યોર હાઇનેસ !'

'ગૂડ... વેરી ગૂડ !' કહી હાઇનેસ તેને દરવાજા સુધી વળાવવા ગયા. ઓમકાર સીડીનાં પગથિયાં ઊતરી લિફ્ટ તરફ આગળ વધ્યો એટલે દરવાજો બંધ કરી દઈ બંધ બારણાં પર પીઠ ટેકવી હાઇનેસ મનશ્ચક્ષુ દ્વારા મુંબઈ શહેરને ભસ્મીભૂત થતું નિહાળવા લાગ્યા. એમનો ચહેરો વિનાશના વિકૃત આનંદથી ખીલી ઊઠ્યો.

*

મોન્ટુ હાંફળોફાંફળો તેની રૂમ પર પહોંચ્યો. પૅન્ટના ખિસ્સામાં રાખેલું ચગદું દર ત્રણ મિનિટે સિગ્નલ આપતું હતું. પોતાની રૂમમાં મૂકેલા ટેપરેકૉર્ડરની કેસેટ પૂરી થવા આવી છે એનું એ સિગ્નલ હતું. કિચનની ડ્યુટી છોડીને રૂમ પર પહોંચવા માટે તેણે પેટમાં દુખવાનું બહાનું કાઢવું પડ્યું. *પોતાને ડિસેન્ટ્રી(મરડા)ની જૂની બિમારી છે, એનો એટૅક ગમે ત્યારે થાય છે....* એમ કહી ખરેખર પેટમાં આંકડી ઊપડી હોય તેમ એણે રૂમ પર પહોંચવા દોટ મૂકી હતી.

અંદર જઈ પ્લગનો વાયર છૂટો કરી, ટેપરેકૉર્ડરમાંથી કેસેટ ચડાવી, ફરી પ્લગ જોડી તો દીધો પણ ટેપ ચાલુ થવા છતાં કાંઈ રેકૉર્ડ થતું હોવાની લાલ બત્તી થઈ નહીં એથી મોન્ટુ પહેલાં તો હતાશ થયો. પછી રેકૉર્ડ થઈ ચૂકેલી કેસેટ બીજા ટેપરેકૉર્ડરમાં ચડાવી એને ચાલુ કરી સાંભળવા માટે કાન સરવા કર્યા :

આ બિઝનેસ લંચ... આ તો ફૅટબૉય... બૉમ્બે કરતાં કરાંચી નાનું....

પહેલા ધડાકે જ સફળતા મળી એથી મોન્ટુ અરીસામાં જોઈ મલકાવા લાગ્યો. સવારે હાઇનેસ મસાજ કરાવવા ગયા ત્યારે એમની ગેરહાજરીનો લાભ લઈ વીસ મિનિટમાં તેમના સ્વીટના ખૂણેખૂણાને બગિંગના વાયરથી જકડી લીધો હતો. શિપના કૅપ્ટનને સ્કૉટલૅન્ડ યાર્ડ તરફથી તાકીદ થઈ હતી : *આ મોન્ટુને જોઈએ તે સગવડ કરી આપજો. એની હાજરી તમારા ઉતારુઓની સલામતી માટે ઉપકારક છે એની ખાતરી રાખજો. એ જે કાંઈ કરશે એની ગુપ્તતા જળવાઈ રહેશે એનું અમે વચન આપીએ છીએ...* આટલી બાહેંધરી પછી કૅપ્ટને સહકાર ન આપવાનું કોઈ કારણ નહોતું. અને શિપને આ પહેલી સફરની શરૂઆતમાં જ નડેલાં વિઘ્નોએ કૅપ્ટનને અસ્વસ્થ કરી મૂક્યા હતા. સ્કૉટલૅન્ડ યાર્ડ જેવી બાહોશ ડિટેક્ટિવ સંસ્થા કોઈ પણ કારણસર સફરમાં સંકળાયેલી

રહે તો ઉપાધિ ઓછી એવી એમની ગણતરી હતી. એટલે જ તો મોન્ટુને હાઇનેસના સ્વીટની ડુપ્લિકેટ ચાવી સોંપી દીધેલી : *જે કાંઈ કરે એ સાચવીને કરજે, શિપમાં બનતી દરેક ઘટના માટે જવાબદાર આ કૅપ્ટન ઠરે છે એ તને કહેવાની જરૂર નથી !*

હાઇનેસના સ્વીટમાં અત્યંત સેન્સિટિવ માઇક્રોફોન મૂક્યાના ત્રણ કલાકમાં જ તેનું ફળ પ્રગટ થશે એવું તો મોન્ટુએ ક્યાંથી ધાર્યું હોય ? મોન્ટુને ભલે વાતચીતની ભાષા સમજાતી નહોતી, પણ *ફૅટબૉય, બૉમ્બે, કરાંચી, રીમોટ કન્ટ્રોલ અને હિરોશીમા-નાગાસાકી* જેવા શબ્દોએ તેને ઉત્તેજિત કરી મૂક્યો. *નક્કી અણુશસ્ત્રના કોઈક કાવતરાની ચર્ચા ચાલી રહી છે અને ન્યુક્લિયર સાયન્ટિસ્ટ મિસ્ટર દવેએ હૉંગકૉંગ પહોચતાં સુધીમાં રીમોટ કન્ટ્રોલની સ્વિચ બનાવી આપવાનું માથે લીધું છે. હિઝ હાઇનેસના અવાજમાં ભળેલી ઉત્તેજના પણ કાંઈક એવું સૂચવતી હતી કે કાવતરું પાર પાડવા માટે એ થનગની રહ્યા છે.*

પરંતુ પોતાની કામગીરીને મળેલી અણધારી સફળતાથી થનગની ઊઠેલા મોન્ટુની સ્થિતિ મૂંગા માણસે જોયેલા મનોહર સપના જેવી હતી. વાચા નહીં હોવાને કારણે એ પોતાના સપનાની વાત કોઈને કહી શકે નહીં, તેમ ભાષા નહીં જાણતો હોવાથી પેલા બંનેની વાતચીત ઉકેલી નહીં શકતો મોન્ટુ વિચારમાં પડી ગયો. *સાર જાણ્યા વિના વાયરલેસથી કોડવર્ડમાં આ વાતચીત દારેસલામ પહોંચતી કેમ કરવી ?* અને તેને તાનિયા યાદ આવી ગઈ.

'ડૉક્ટર મેમસા'બ !'

રીસીવર ઊંચકતાં જ તાનિયા મોન્ટુનો અવાજ પારખી ગઈ : 'યસ, મોન્ટુ, હું તને જ યાદ કરતી હતી.'

'કેમ, મેમસા'બ ?'

'રૂબરૂ મળીને કહું.'

'મારે પણ તમારું અર્જન્ટ કામ છે.'

'શું, મોન્ટુ ?'

'મેં બે જણાની વાતચીત ટેપ કરી લીધી છે. તમારા દેશની ભાષામાં થતી એ વાતચીત તમારે મને ઇંગ્લિશમાં લખી આપવાની છે... અને એ પણ તત્કાલ !'

'કોના વચ્ચેની વાતચીત છે, મોન્ટુ ?' ઊંડો શ્વાસ છોડતી તાનિયા પૂછ્યા વિના રહી ન શકી : 'કહેવામાં વાંધો ન હોય તો જ કહેજે.'

'વાંધો શું હોય, પણ ટેપ સાંભળીને તમે જ અવાજ પારખી કાઢજો ને.' મોન્ટુએ સસ્પેન્સની ભાષામાં કહ્યું : 'મારા કરતાં તમે એ બંનેના અવાજથી વધારે પરિચિત છો.'

'તો-તો મને એ સાંભળવાની અધીરાઈ જાગી છે.' તાનિયાએ બહાર નીકળવાની તૈયારી કરવા માંડી હોય તેમ માથાના વાળમાં બ્રશ ફેરવતાં કહ્યું : 'બોલો, કૅસેટ લેવા ક્યાં આવું ?'

'તમારી પાસે ટેપરેકૉર્ડર તો હશે જ, મેમસા'બ !'

'ઓહ નો.' પોતાની પાસે ટેપરેકૉર્ડર નથી એવું કહેતાં તેણે ભોંઠપ અનુભવી : 'હું એક કામ કરું છું : આત્મા પાસે વૉકમેન છે એ માગી લાવું છું.'

'નહીં, મેમસા'બ, એવું કરવાની જરૂર નહીં પડે. મારી પાસે સ્પેર રેકૉર્ડર છે એ તમને આપું છું.'

'ક્યાં ?'

'પાંચમા ફ્લોર પર, લિફ્ટની બાજુમાં ડસ્ટબિન (કચરાની ટોપલી) છે તેમાં પ્લાસ્ટિકની થેલી પડી હશે. હું દૂરથી નજર રાખતો હોઈશ. તમે ઊંચકી લેશો એટલે મોં દેખાડ્યા વિના સરકી જઈશ.'

'કેટલી વાર પછી ?'

'મારી ઘડિયાળમાં સવા વાગ્યો છે. તમારી વૉચ શું કહે છે ?'

'એક ને વીસ થઈ.'

'બસ તો સાત મિનિટ પછી ફિફ્થ ફ્લોર, લિફ્ટ પાસે... ડસ્ટબિનમાં.'

'ઓકે, હું તૈયાર છું.'

'હું તમને એક કલાક પછી ફોન કરીને પૂછીશ કે તમે જે સાંભળ્યું તે હાઇ કમાન્ડને પહોંચાડવા જેવું છે ખરું ?'

'અત્યારે તો મને એ જાણવાની તાલાવેલી જાગી છે... સાત મિનિટ બહુ લાંબી લાગે છે.'

'યાદ રહે, મેમસા'બ ! સાંભળ્યા પછી તમારા વર્તનમાં કોઈ પ્રકારનું પરિવર્તન ન આવી જાય... વાતચીત કરનાર પેલી બે વ્યક્તિઓ પ્રત્યે !'

'હાઇ કમાન્ડ પાસેથી એ પાઠ હું શીખી ચૂકી છું, એટલે એવી ભૂલ નહીં કરું. રેસ્ટ એસ્યોર્ડ !'

ધરપત રાખવાનું કહી ફોન મૂકી દઈને તાનિયાએ અધીરાઈભેર સૅન્ડલમાં પગ ખોસ્યા. એક સાઇકિયાટ્રિસ્ટને જાસૂસી-કામનું જાણે ઘેલું લાગ્યું હોય તેમ તેનાં રૂંવાડાં ઊભાં થવા લાગ્યાં હતાં.

*

પલંગમાં લંબાવી ચિરૂટ સળગાવી લાઇટરમાં વાગતી *અભી ન જાઓ છોડ કે*...ની ધૂન સાંભળતા હિઝ હાઇનેસ દિવાસ્વપ્નમાં મશગૂલ બની ગયા. *મુંબઈને તારાજ નહીં કરવાના બદલામાં કાશ્મીરની આઝાદી હાંસલ કરીને પોતે એનો સર્વપ્રથમ પ્રમુખ બનશે. ભારત તથા પાકિસ્તાનથી અલગ એવા સ્વર્ગ સમા સ્વતંત્ર કાશ્મીરના પ્રમુખ તરીકે બાકીનું જીવન સુખ-સાહ્યબી અને જાહોજલાલીમાં જ ગુજારવું છે. જીવું ત્યાં સુધી હું જ પ્રમુખ બની રહું એવી જોગવાઈ કરીશ અને મારા વારસદારને એ ગાદી સોંપી જવાય તો એ તક પણ નહીં છોડું... વારસદાર ! કોણ હશે એ વારસદારને જન્મ આપનારી ઔરત ? કોણ હશે એ ખુશનસીબ જે મારી બેગમ તરીકે શ્રીનગરના વૈભવી મહેલમાં મારી પડખોપડખ સિંહાસન પર બિરાજશે ?*

અને દરવાજાની બેલ રણકી ઊઠી. એ રણકાર હાઇનેસને કર્કશ લાગ્યો. લાઇટરની જ્યોત ચાલુ હતી અને *અભી ન જાઓ છોડ કે*... ની ધૂન દ્વારા પેલું દિવાસ્વપ્ન કહી રહ્યું હતું : *આટલું જલદી મને ખંખેરી ન નાખતા !*

પરંતુ હાઇનેસે લાઇટર બુઝાવી દઈ દિવાસ્વપ્નને પણ બુઝાવી નાખવું પડ્યું. પડ્યા- પડ્યા બહારનો દરવાજો અનલૉક કરી આગંતુકને અંદર આવી જવા કહ્યું : 'કમ ઇન પ્લીઝ !'

ચિરૂટના કશ લઈને ધુમાડા છોડતાં તેમણે વિચાર્યું : *કાશ્મીરના પ્રમુખ થયા પછી આ*

રીતે 'પ્લીઝ' કહેવાનું પાલવે નહીં. ત્યારે તો મોગલ દરબારમાં 'બાઅદબ બા મુલાયઝા'ની છડી પોકારાય તેમ મારા આગમન વખતે દરેકે અદબભેર ખડા રહી જવું પડશે અને આ રીતે કોઈ વિક્ષેપ કરીને આવી પડે એવું તો કદાપિ નહીં બને !

'યોર હાઇનેસ, આપને આરામમાં ખલેલ પહોંચાડવાની ગુસ્તાખી માફ !'

બેડરૂમમાં દાખલ થતાં ગુલઝારે પણ મોગલાઈ અદબથી માફી માગી ત્યારે હાઇનેસને થયું : *એ મારું દિવાસ્વપ્ન જાણી ગયો કે શું ?*

'થોડી વાર પહેલાં પેલા દેવના બચ્ચાને જમાડીને વિદાય કરી જરા લંબાવ્યું ત્યાં તું આવી ચડ્યો, ઝાર !' કહેતા એ બેઠા થઈ ગયા : 'હવે આપણા માટે આરામ-બારામ કેવો ? કસોટી અને કટોકટીના દિવસો આંગળીના વેઢે ગણાય એટલા જ દૂર છે.'

વચ્ચે ચિરૂટના એક-બે કશ લઈને તેના ધુમાડા ફંગોળતાં પૂછી લીધું : 'તારે સાંજને બદલે બપોરે કેમ આવવું થયું, ઝાર ?'

'આપની શંકામાં વજૂદ હોવાનો પુરાવો મળી ગયો એ કહેવા આવ્યો છું.'

કઈ શંકા ? એવું હાઇનેસે પૂછ્યું નહીં. આગલી સાંજે તાનિયાનો પીછો કરવામાં પાછા પડેલા ગુલઝારને હાઇનેસે આકરાં વેણ સંભળાવીને માફ કરી દેતાં કહેલું : 'હવે તારે એના પડછાયા બની જવું પડશે. તેની દરેક હિલચાલ પર નિગરાની રાખવી પડશે. જે રીતે એ ચર્ચમાંથી છટકીને ઓઝલ થઈ ગઈ અને છેક મધરાતે પાછી ફરી એમાં મને આપણા વિરુદ્ધની કોઈ ભેદી ચાલ રમાતી હોવાની ગંધ આવે છે. એક સ્ત્રી અજાણ્યા દારેસલામમાં નવ-નવ કલાક સુધી એકલી ટહેલવા નીકળે નહીં. જરૂર અહીં તેના કોઈક કૉન્ટૅક્ટ્સ હોવા જોઈએ અને એ આપણા માટે જોખમી બની રહી છે એ પણ નક્કી છે... માટે એ આપણને હાનિ પહોંચાડે તે પહેલાં આપણે એનો ભેદ પકડી પાડી બાજી પલટાવી નાખવી પડશે.'

હાઇનેસનો એ આદેશ માથે ચડાવી સવારના છથી બપોરના દોઢ સુધી સતત તેનો પીછો કરી રહેલો ગુલઝાર બહુ મહત્ત્વની બાતમી લઈ આવ્યો હતો :

'બૉસ, થોડી વાર પહેલાં મેં એને પાંચમા માળે લિફ્ટની બાજુમાં રાખેલા એક ડસ્ટબિનમાંથી પ્લાસ્ટિકની થેલી ઉપાડીને ચાલી જતી જોઈ.'

'ડસ્ટબિનમાંથી !' હાઇનેસે અચરજમાં સિગારના ધુમાડાને વધારે જોરથી ફંગોળ્યા : 'આ તો જાસૂસી પ્રકારની ચેષ્ટા ગણાય ! ગુપ્ત પ્રવૃત્તિ કરનારાઓ બાથરૂમમાં ચીજવસ્તુની અદલાબદલી કરે અથવા કચરાપેટીમાં કામની ચીજ મૂકીને સામેવાળી વ્યક્તિને ઊંચકી જવાનું કહે.'

'એવું બન્યું, બૉસ ! મેં એ માણસને પણ સડસડાટ ચાલ્યો જતો જોયો. કેમ જાણે એ પ્લાસ્ટિકની થેલી સલામત હાથમાં પહોંચી જાય એની રાહ જોતો હોય તેમ પેલી આ બાજુ ગઈ, તો એ બીજી બાજુ રવાના થઈ ગયો.'

'કોણ હતો ? કોઈ પૅસેન્જર ?'

'મને માત્ર એની પીઠ જ દેખાઈ... પોશાક પરથી તો કોઈ પૅસેન્જર જ લાગ્યો. મેં તો તેને માત્ર અલપઝલપ જ જોયા. મારે તો તાનિયાનો પીછો કરવા દોડવું પડે તેમ હતું.'

'ક્યાં સુધી એનો પીછો કર્યો ?'

'તેની કેબિન સુધી.' ગુલઝારે ટેબલ પર પડેલ શતરંજની બાજી ઉઘાડી તેના પર પ્યાદાં ગોઠવતાં કહ્યું :

'બૉસ, અડધો કલાક હું કેબિનની બહાર રાહ જોતો રહ્યો પણ એ અંદર જ ભરાઈ રહી.'

'પછી ?'

'પછી મેં તેની કેબિનમાં ઘૂસણખોરી કરી.'

'ઘૂસણખોરી ?'

'એટલે કે અચાનક ભૂલો પડ્યો હોઉં તેમ બેલ મારીને જાણી લીધું કે પડોશમાં કોણ રહે છે ?'

'પછી ?'

'એ તો આપણા મેળનો માણસ નીકળ્યો.' ગુલઝારે શતરંજનાં કાળાં-ધોળાં બંને પ્યાદાંને સામસામાં ગોઠવી લઈને કહ્યું :

'એનું નામ મિસ્ટર વન્ડર બિલ્ટ. એ ચેસની રમતનો શોખીન છે. એક-બે વાર ડેક પર મુલાકાત થયેલી ત્યારે એણે સામેથી પૂછેલું : તમને રમવાનો શોખ હોય તો મારી કેબિન પર આવી ચડજો.'

હવે હાઇનેસને સમજાયું કે ગુલઝાર એમની શતરંજની બાજી અને પ્યાદાં સાથે અડપલાં કેમ કરી રહ્યો છે.

'બૉસ, અત્યારે તાનિયાની બાજુની કેબિનની બેલ દબાવી અને વન્ડર બિલ્ટે જ દરવાજો ઉઘાડ્યો ત્યારે મને થયું કે જાણે ખુદાએ જ આપણા માટે દરવાજા ખોલી નાખ્યા !'

ગુલઝાર ધીમેધીમે શતરંજની બાજી સંકેલી લેતો કહેવા લાગ્યો :

'અચાનક આવી ચડવાનું કારણ મને તરત જ સૂઝી આવ્યું. મેં કહ્યું કે અમારા હાઇનેસ પણ કોઈ શતરંજના ખેલાડીની શોધમાં છે. આપને એમના સ્વીટ પર રમવાનું આમંત્રણ આપવા મને મોકલ્યો છે. ક્યારે પધારશો ?'

'વાહ, ઝાર ! તારી બુદ્ધિ શતરંજના અચ્છા ખેલાડી જેવું કામ કરવા લાગી !' સિગારની ધૂમ્રસેરને છત તરફ ઘુમરાતી જોતાં હાઇનેસે તારીફ કરી :

'પછી એ મિસ્ટર વન્ડરે નિમંત્રણ સ્વીકારી લીધું ?

'સત્વરે સ્વીકારી લીધું, બૉસ !' પોતાની બુદ્ધિની તારીફ સાંભળીને પોરસાયેલા ગુલઝારે ઉત્સાહભેર કહ્યું : 'ચાર વાગ્યે આપની સાથે ચા પીતાં-પીતાં શતરંજના દાવ ખેલવા માટે એ મિસ્ટર વન્ડર આવી પહોંચશે અને હું એટલો વખત તાનિયાની રૂમમાં થતી બોલચાલ મારા કાનમાં ઝીલતો રહીશ.'

'શાબ્બાશ !'

'શાબાશી તો, બૉસ ! ફતેહ કરીને આવું ત્યારે આપજો... અત્યારે તો બસ, ગૂડ લક કહો એટલે હું તૈયારીમાં લાગી જાઉં.'

'ગૂડ લક નહીં, ઝાર !' ઊભા થઈ હાઇનેસે તેની સાથે હાથ મિલાવ્યા : 'બેસ્ટ ઑફ લક કહું છું. જા, ફતેહ કરીને આવ !'

અને ગુલઝાર યુદ્ધે ચડેલા યોદ્ધાની જેમ ઉત્સાહભેર રવાના થઈ ગયો.

*

ટેપરેકૉર્ડર પર પેલી કૅસેટ સાંભળીને વિમાસણમાં પડી ગયેલી તાનિયા.... *આ હું શું સાંભળું છું ! એવા વિસ્મય સાથે વારંવાર રીવાઇન્ડ કરી એક ને એક સંવાદ ફરીફરીને સાંભળતી રહી હતી. ઓમકાર હિઝ હાઇનેસ સાથે મળીને પાકિસ્તાનના કબજામાંથી કાશ્મીરનો પ્રદેશ મુક્ત કરવવાના ઑપરેશનમાં સામેલ થયો છે ! અને તે પણ અણુશસ્ત્રની સહાય લઈને ! હું આ શું સાંભળી રહી છું ?*

વારેવારે તેના મનમાં એ જ વિસ્મય ઘૂંટાતું રહ્યું. માનવામાં મન થતું નહોતું છતાં માન્યા વિના ચાલે તેમ નહોતું અને માની લે તો હિઝ હાઇનેસને કોઈ લેભાગુ લંપટને બદલે દેશપ્રેમી ક્રાંતિકારી તરીકેનું મનમાં સ્થાન આપવું પડે તેમ હતું. એ હાઇનેસની સંગતમાં રહેવા બદલ પોતાના પેટમાં પોષાતા પિંડનો પિતા આવો પરાક્રમી છે એ વિચારે તેની સાથે પરણી જવાની પ્રેરણા જાગી ઊઠી હતી. હવે તેને સમજાયું કે *ઓમકાર હાઇનેસની અસલિયત પોતાનાથી છુપાવે છે શું કામ ?* આવા ભગીરથ કાર્યમાં જોડાનારે ગુપ્તતાના શપથ તો પાળવા જ પડે, પછી એ *માતા-પિતા હોય કે પત્ની-પ્રિયતમા !*

બે વાર કૅસેટ સાંભળી એ દરમિયાન ત્રણ વખત તો મોન્ટુનો ફોન આવી ગયો : 'મેમસા'બ, વાતમાં કાંઈ માલ છે ખરો ? સાંભળેલું અંગ્રેજીમાં ઉતારી આપતાં કેટલો સમય લાગશે ? મેં વાયરલેસથી હાઇકમાન્ડનો કૉન્ટેક્ટ કર્યો. એ લોકો તો બે કલાકમાં બધી જ મૅટર કોડ લૅંગ્વેજમાં પહોંચતી કરવા માટે પ્રેશર કરી રહ્યા છે.'

ત્યારે તાનિયા ફરી વિમાસણમાં પડી ગઈ. *હાઇનેસ અને ઓમકારની ગુપ્ત વાતચીત સ્કૉટલૅન્ડ યાર્ડવાળા સુધી પહોંચતી કરીને હું દેશદ્રોહી જેવું કાર્ય તો નહીં કરી બેસું ને ? આખરે તો મેક્સવેલ સહિત એ સૌ અંગ્રેજો છે. ભારત-પાકિસ્તાન વચ્ચે સારા સંબંધો ન થાય એમાં એ લોકો રાજી છે અને હવે ભારતના કેટલાક સાહસિકો પાકિસ્તાને પચાવી પાડેલા કાશ્મીરનો હિસ્સો પાછો મેળવવા જાનની બાજી લગાવી દેવા તૈયાર થયા છે ત્યારે હું એમને દગો દઉં ? તો-તો સ્કૉટલૅન્ડ યાર્ડવાળા પાકિસ્તાનના કાનમાં ફૂંક મારી દઈને આખું ઑપરેશન ફોક કરાવી દે અને ગદ્દાર બનવા બદલ હું આખી જિંદગી મારી જાત પર શાપ વરસાવતી રહું !*

ત્રીજી વાર મોન્ટુનો ફોન આવ્યો એટલે તાનિયાએ વચલો માર્ગ કાઢ્યો. 'કૅસેટની વાતચીતનો સાર હું ઝડપથી તૈયાર કરી આપું. તેને તમે સાંકેતિક ભાષામાં દારેસલામના પેલા ટાપુ પર પહોંચાડો પછી એમને વિસ્તારથી ભાષાંતર જોઈતું હશે તો કાલે કરી આપીશ...' અને આ વિકલ્પ મોન્ટુએ સહર્ષ સ્વીકારી લીધો હતો.

અત્યારે તો તાનિયા ટેપરેકૉર્ડર ચાલુ કરીને વાતચીતના મુદ્દા કાગળ પર ઉતારવા બેઠી હતી ત્યારે બાજુની મિસ્ટર વન્ડર બિલ્ટની કૅબિનમાં કબજો જમાવીને બેઠેલા ગુલઝારે ટેપરેકૉર્ડરમાં વાગતા શબ્દો કાનમાં ઝીલવા નીચે એકાદ ઇંચના છેદમાં બારીક માઇક્રોફોન જોડીને બંને કાનમાં હિયરિંગ પ્લગ ભરાવી દીધાં હતાં. આ ગોઠવણીમાં તેનો પોણો કલાક ખર્ચાઈ ગયો એ દરમિયાન તાનિયાની કૅબિનમાં બે વખત ફોન રણક્યો એથી એ અથરો બની ગયો હતો. *કાંઈક તાકીદનો ફોન કરે છે અને વચ્ચેવચ્ચે બે પુરુષો વચ્ચે થતી વાતચીત સંભળાય છે. તો શું એ ટેપરેકૉર્ડર વાગતું હશે ?*

આખરે પાર્ટિશનની દીવાલમાં છુપાવેલા માઇક્રોફોન દ્વારા એ અવાજ તેના કાને અફળાયો ત્યારે એ ચોંકી ગયો. અરે, *આ તો બૉસનો અવાજ... પરંતુ એ શું બોલી રહ્યા છે એ કેમ સ્પષ્ટ સમજાતું નથી ?* તેણે વૉલ્યુમ વધાર્યું પણ અર્થ સર્યો નહીં. ત્યાં બીજો અવાજ પણ પરિચિત લાગ્યો. થોડી વારે તેને સમજાયું કે એ મિસ્ટર દેવ છે. બંને વચ્ચેની વાતચીતમાં આગળ એક શબ્દ તેના કાને પડ્યો : બિઝનેસ લંચ !... *ઓહ, આ તો બંનેની મુલાકાત કોઈકે ટેપ કરી લીધી છે !*

ગુલઝારનું લોહી ધગવા લાગ્યું. તેને થયું કે બાજુની કેબિનમાં બળજબરીથી ઘૂસી જઈ, વિનાવિલંબે પેલીના હાથમાંથી કેસેટ ખૂંચવીને સીધો હાઇનેસ પાસે દોડી જાઉં.

પરંતુ ત્યાર પહેલાં તો મિસ્ટર વન્ડર બિલ્ટની કૅબિનનો ફોન રણકી ઊઠ્યો. પોતે હાઇનેસને કહીને આવેલો કે 'આ મિસ્ટર વન્ડર તમારા સ્વીટમાંથી તેમની કેબિન તરફ જવા નીકળે એટલે મને ફોનથી સાબદો કરી દેશો. હું એમની કેબિનમાંથી બહાર સરકી આવીશ. જાણે કાંઈ જ બન્યું નથી.'

પરંતુ ગુલઝારે આટલી જલદી ફોનની ઘંટડી સાંભળાવની તૈયારી રાખી નહોતી. હજુ તો પોતાના કાને માંડ બે-ચાર શબ્દો ઝિલાયા ત્યાં તેણે રીસીવર ઊંચક્યું અને ધાર્યા પ્રમાણે હાઇનેસનો જ અવાજ કાને અફળાયો.

'ઝાર, જલદી નીકળી જા. આ બેવકૂફ વન્ડર તો કહે છે કે ચેસની રમતમાં તમે અંચી કરો છો. ધૂંઆપૂંઆ થતો એ અહીંથી નીકળ્યો છે. તું ઝડપથી બહાર નીકળી જા, નહીંતર ભાંડો ફૂટી જશે. એ વન્ડરની હડફેટમાં આવવા જેવું નથી !'

સાવધ કરી હાઇનેસે ફોન મૂકી દીધો અને ગુલઝારે ચોરની ઝડપે પોતાની કામગીરી આટોપી લેવી પડી.

એનું બહાર નીકળવું અને વન્ડર બિલ્ટનું આવી ચડવું એ બંને વચ્ચે માત્ર એકાદ મિનિટ જેટલું અંતર રહ્યું હશે અને એ અંતરનો લાભ લઈ ગુલઝારે બીજી દિશામાં દોટ મૂકી દીધી.

□

54

સાંજે સવાસાત વાગ્યે લેડી ગેટીના સ્વીટમાં ડિનર-ટેબલ ગોઠવાઈ ગયું હતું.

'એવરીથિંગ ઇઝ રેડી, લેડી ! તમે જરા એક નજર નાખી લેશો ?'

તાનિયાના આગ્રહને વશ થઈ લેડી સ્મિથસન સાથે સુલેહ કરી લેવા માટે લેડી ગેટીએ એમને ડિનર પર નોતર્યાં એ બ્યૂટિશિયન કેથેરિનને બહુ ખટકેલું. લેડીએ ડિનરની તૈયારી કરવાનું તેને સોંપ્યું એ બહુ વસમું તો લાગ્યું, પણ પોતે એમના સ્વીટમાં રહેતી હોય અને આટલો સહકાર ન આપે તો લેડીને માઠું લાગે, એટલું જ નહીં, પોતાનું સ્થાન ઝૂંટવી લેવાનો તાનિયાને લાગ મળી જાય. હાઇનેસના સ્વીટની સેફ ખોલનાર વાસ્કો લેડી ગેટીના બાથરૂમમાંથી મરેલો મળી આવ્યો એ થયા પછી લેડી ગેટીએ કેથી અને તેના ધણી બિલને પોતાની સાથે રાખવાની ગોઠવણ કરી હતી. અધૂરામાં પૂરું, લેડીના ડાયમન્ડ નેકલેસની તફડંચી થઈ અને તે પણ એમની ડોકમાંથી ખૂંચવીને કોઈ લઈ ગયું તેથી તો ભૂત ઉપરાંત તેમને જીવતા માનવીનો ભય પણ રહેવા માંડ્યો હતો... તેમાં આ તાનિયાએ હીરાનો હાર પાછો મળી જવાની ધરપત આપી ન હોત તો-તો લેડી એમને પૂછ્યા વિના પાણી ન પીતાં હોત એવું કેથી માનતી હતી. તેને બદલે લેડી તાનિયાનો પડ્યો બોલ ઝીલી લઈ લેડી સ્મિથસન તરફ સદ્ભાવનો હાથ લંબાવવા તૈયાર થઈ ગયાં. એ લેડી માટે મનમાં ઘૂંટાતી કડવાશ પણ ઘોળીને પી જઈ એમને જમવા નોતર્યાં અને પાછી કેથીને તાકીદ કરી : 'ડિનરમાં કોઈ કચાશ ન રહેવી જોઈએ. યાદ રહે, એક લેડીને ત્યાં બીજાં લેડી જમવા પધારવાનાં છે !'

સાંભળીને કેથી સમસમી ગઈ હતી. આજ સુધી લેડી સ્મિથસનને *નકલી લેડી* કહી તેની ટીખળ કરનાર લેડી ગેટી તાનિયાથી એટલી હદે અંજાઈ ગયાં કે સ્મિથસનને પોતાની કક્ષાનાં લેડી ગણવા તૈયાર થઈ ગયાં !

ઈર્ષા અને નિંદા કરવી એ અફીણ જેવું બંધાણ છે. એકાએક કોઈ વ્યક્તિ આ બંધાણમાંથી મુક્ત થઈ જાય એ બીજા બંધાણીને ગમતું નથી. કેથેરિને મનોમન નક્કી કરી લીધું હતું : ડિનર

પછી તાનિયા બાબત લેડી ગેટીની એવી કાનભંભેરણી કરીશ કે એ તેને ધિક્કારતાં થઈ જાય. તેના પડછાયાથીય દૂર ભાગે.... હાઇનેસે કહ્યા પ્રમાણે તાનિયા રૂપાળી ડાકણ હોવાનું લેડીના મનમાં ઠસાવી દઈશ. મરેલાના ભૂતથી ડરનારી જીવતી ડાકણથી તો થરથર કાંપવા માંડશે.

'ફાઇન ! વેરી ફાઇન !' ડિનર-ટેબલ પર નજર નાખી લઈ, ડોકમાં પહેરેલી પાંચ સેરવાળી મોતીની માળાના પારાને આંગળીથી ગોળગોળ ફેરવતાં લેડી ગેટીએ કેથી સામે પ્રશંસાનું સ્મિત ફેંક્યું : 'હવે સ્ટુઅર્ડને કહી ડિનરની વાનગીઓ મગાવી લે.' બોલતાં લેડીએ રોલેક્સની ગોલ્ડન રિસ્ટવૉચમાં જોઈ લીધું : 'સાત ને સત્તર થઈ છે, દસ-બાર મિનિટમાં તો એ બંને આવી પહોંચશે.'

'ડોન્ટ વરી, એમના આવતાં પહેલાં સ્ટુઅર્ડ ટ્રોલી સાથે આવી પહોંચશે. દરેક વાનગી ઓવનફ્રેશ રહે એવી વ્યવસ્થા કરી છે. વાઇટ અને રેડ વાઇન પણ તૈયાર રાખ્યા છે.'

'ગૂડ... વેરી ગૂડ !' કહી ચાર ખુરશી પર નજર નાખતાં ઉમેર્યું : 'યોગીજીએ ડિનરમાં સામેલ થવાની અશક્તિ દર્શાવી ન હોત તો એમનો પણ લાભ મળત આપણને.'

'તેને બદલે હવે ઑલ લેડીઝ ડિનર થઈ જશે.' કેથીએ યોગી પ્રત્યેનો અણગમો છુપાવી રાખીને ધરપત આપી :

'લેડી, જમતાં-જમતાં દરેકે પોતાના યૌવનના દિવસોની કાંઈક વાત કરવી એવું રાખીએ તો કેમ ?'

'ફર્સ્ટ રોમાન્સ ઑફ લાઇફ !' લેડીની આંખોમાં ચમક ઊપસી આવી : 'એક્સલન્ટ આઇડિયા, કેથી ! તને ખબર છે, હું બાર વરસની હતી ત્યારે પાંત્રીસ વરસના એક પુરુષે મને બાથમાં જકડી લીધેલી...'

'તો-તો તમારો એ કિસ્સો સાંભળવાની મજા પડશે, લેડી.'

'હા, પણ એને રોમાન્સ થોડો કહેવાય...' જાણે ઘડીભર માટે ભૂતકાળમાં સરી પડ્યાં હોય તેમ લેડી આંખો મીંચી ગયાં : 'રોમાન્સ તો સ્કૂલની બેઝબૉલ ટીમના કૅપ્ટન ટોની સાથે થયેલો... સ્કૂલની ડઝનબંધ છોકરીઓ એની પાછળ પાગલ હતી અને એ ટોની મારી પાછળ પાગલ... !'

બોલતાં-બોલતાં લેડીના મુખ પર લાલી પ્રસરવા લાગી.

એ જ વખતે બે સ્ટુઅર્ડ્સ ભોજનની વાનગીની ટ્રોલી સાથે આવી પહોંચ્યા : 'ગૂડ ઇવનિંગ, લેડી ! ગૂડ ઇવનિંગ, મૅડમ...' કહી સ્વીટના હૉલમાં જઈ બધું ગોઠવવા લાગ્યા ત્યાં વ્હીલચેરમાં લેડી સ્મિથસનને હળવેહળવે હાંકતી તાનિયા હસતી દાખલ થઈ :

'ઓહો ! આજે તો એવું લાગે છે, લેડી, જાણે અમે આપના ઘરની મહેમાનગતિ માણવા આવ્યાં હોઈએ !'

તાનિયાના એ શિષ્ટાચારથી લેડી ગેટી તો ખુશ થયાં, પણ કેથીને આડા ઊતરવાનો મોકો મળી ગયો :

'ડૉક્ટર શાહ, તમે આ સિંગલ બેડરૂમના સ્વીટને લેડીના ઘર સાથે સરખાવો છો ? છટ્ !' તેણે હાથ ખંખેરવાની ચેષ્ટા સાથે સંભળાવ્યું :

'લોસ એન્જલિસમાં બીચ પર આઠ બેડરૂમ, બે સ્વિમિંગ પુલ અને ત્રણ એકરમાં પથરાયેલા ગાર્ડનવાળા પૅલેસમાં જાઓ તો તમારી આંખો અંજાઈ જાય !'

'ત્યાં પણ જશું.' વ્હીલચેરનાં પૈડાંને બંને હાથે સહેજ આગળ ધકેલતાં લેડી સ્મિથસન તાનિયાને સાથ આપવાના ભાવથી બોલી ગયાં :

'લેડી ગેટીએ અમને અહીં ડિનર પર બોલાવ્યાં એ તો અમારી ફ્રેન્ડશિપની શરૂઆત છે.' કહી લેડી તરફ હાથ લંબાવ્યો : 'હું બરાબર કહું છું ને, માય સિસ્ટર ?'

લેડી ગેટી *સિસ્ટર* સંબોધનથી ભાવવિભોર બની ગયાં હોય તેમ બે હાથમાં લેડી સ્મિથસનનો હાથ લઈ લીધો : 'મારા ઘેર આવશો ત્યારે તો તમે હાલતાં-ચાલતાં થઈ ગયાં હશો. આપણે બંને હાથમાં હાથ રાખીને બીચ પર લટાર મારવા નીકળીશું... એકબીજાનાં સુખ-દુઃખની વાતો કરીશું.'

હવે તાનિયાને મજાકનો મમરો મૂકવાનું મન થયું :

'જોયું, મિસિસ જેક્સન ! આ બંનેએ તો અત્યારથી જ આપણને બાકાત કરી દીધાં. સુખ-દુઃખની વાતોમાં આપણી કંપનીનો કાંકરો જ કાઢી નાખ્યો !'

'ડૉક્ટર શાહ, ત્યારની વાત ત્યારે.' કેથેરિનને મહેમાનો સાથે યજમાનની વધતી જતી આત્મીયતા ખટકવા લાગી : 'અત્યારે તો આપણે ટેબલ ફરતે ગોઠવાઈ જઈને, જમતાં-જમતાં યુવાનીના દિવસો યાદ કરવાના છે. દરેકે પોતપોતાના રોમાન્સની ખાટી-મીઠી યાદો ચગળવાની છે.'

'ઓહ નો !' તાનિયાના ચહેરા પરથી રતાશ ઓસરતી દેખાઈ. રૂસ્તમ સાથેનો રોમાન્સ યાદ કરવા જતાં પોતાની આંખો વરસવા લાગશે એવી બીક લાગી, પરંતુ તરત જાતને સંભાળી લીધી. *સાચોસાચ બનેલા રોમાન્સની વાતો કરવી એ કાંઈ જરૂરી નથી. બીજાની પાસેથી સાંભળેલી કે વાર્તાઓમાં વાંચેલી એકબે ઘટના યાદ કરીને મારી જાતને તેમાં ગોઠવી દઈશ.*

'મિસિસ જેક્સન, આઇડિયા તો સારો છે, પણ તેમાં મારો વારો છેલ્લો રાખજો.' કહી ખુરસી પર બેઠક લેતાં ઉમેર્યું : 'શરૂઆત આ બેમાંથી કોઈ લેડી કરે તો મજા આવી જાય... મોટા માણસના રોમાન્સ વધુ થ્રિલિંગ હોઈ શકે છે.'

'અરે, હું પ્રેમમાં પડી ત્યારે ક્યાં મોટી હતી ?' લેડી સ્મિથસન વ્હીલચેરમાં જ બેસીને ભોજન લેવાનાં હતાં, એટલે ખુરસીની જગ્યાએ તેમની વ્હીલચેર ગોઠવાઈ ગયા પછી બોલી ઊઠ્યાં : 'હું તો સાવ ગરીબ ઘરમાં જન્મી હતી અને પહેલી વાર ડેટિંગ પર સ્કૂલના છોકરાને મળવા ગઈ ત્યારે પડોશીની છોકરીનાં કપડાં પહેરીને જવું પડ્યું હતું.'

'ઓહ લેડી !' લેડી ગેટીએ તેમના પોંચા પર હાથ પસવારીને હૂંફાળા અવાજે કહ્યું : 'તમે તો શરૂઆત પણ કરી દીધી. તો પછી સાથોસાથ વાઇન પણ ચાલુ કરી દઈએ.'

અને વાઇનની ચૂસકી લેતાં ચારે મહિલાઓ રોમાન્સની વાતે વળગી ગઈ. પોતાના પ્રણયપ્રસંગો વાગોળવામાં અને બીજાના પ્રણયકિસ્સા સાંભળવામાં માણસને અનેરો આનંદ આવે છે.

જોકે લેડી સ્મિથસનનો પ્રણયકિસ્સો માત્ર એક જ વાઇનની પ્યાલીમાં કહેવાઈ ગયો હતો. પડોશીની છોકરીના પોશાકમાં પહેલી ડેટ પર ગયેલી ઇવાને પેલા છોકરાએ એટલા માટે નાપાસ કરી દીધેલી કે આ છોકરીને કિસ કરતાં નહોતું આવડતું.

'બસ, ત્યારથી હું ઇન્ફીરિયોરિટી કૉમ્પ્લેક્સ(લઘુતાગ્રંથિ)થી પીડાવા લાગી. એકવીસ વરસની થઈ ત્યારે ત્રીજા પુરુષ સાથે ડેટ લીધી તેમાં પણ આ લઘુતાગ્રંથિએ છેલ્લી ઘડીએ પીછેહઠ કરાવી.'

'પછી ?' લેડી ગેટીએ જાતે એમના ખાલી ગ્લાસમાં વાઇટ વાઇન રેડતાં પૂછ્યું : 'તમને લૉર્ડ સ્મિથસનનો ભેટો ક્યારે થયો ?'

'લાસ-વેગાસમાં !'

'ઓહ, વન્ડરફુલ !' કેથેરિને વાતમાં સામેલ હોવાના દેખાવ ખાતર કહેવું પડ્યું : 'તો-તો જુગારી નગરીમાં તમારો રોમાન્સ પુરબહારમાં ખીલ્યો.'

'સંજોગોએ અમારો ભેટો કરાવ્યો.' લેડી સ્મિથસને વાઇનનો ઘૂંટ ભરીને આગળ ચલાવ્યું :

'લાસ-વેગાસના રૉયલ કેસિનોમાં સ્ટુઅર્ડ ગર્લ તરીકે કામ કરતી હતી. ખરું કહું તો નોકરીમાં જે કમાતી એ બીજા કેસિનોમાં જઈ જુગારમાં હારીને આવતી... મને એક જ ઘેલછા હતી : ખૂબખૂબ પૈસાદાર થવાની ! અને એ માટે જુગાર સિવાય મારા માટે બીજો કોઈ માર્ગ નહોતો.'

'અને જુગારમાં જે હારે તે પ્રેમમાં જીતે છે.'

તાનિયા આંખ મિચકારીને વાઇનના ઘૂંટ સાથે હસી.

'તારી વાત સાવ સાચી, તાનિયા !' લેડીએ કૂણી કકુંબર (કાકડી) ખોટા દાંતથી કકડાવતાં કહ્યું :

'લૉર્ડ સ્મિથસન કેસિનોમાં રમવા આવ્યા. ત્રણ રાતમાં હન્ડ્રેડ થાઉઝન્ડ (એક લાખ) ડૉલર્સ હારી ગયા. એ વારેવારે વ્હિસ્કી મગાવીને પીતા જાય અને રમતા જાય... રમતા જાય અને હારતા જાય !'

ત્રણે જણીને સાંભળવામાં ખૂબ રસ પડે છે એ જોઈને લેડીએ જરા વાર માટે વાત અટકાવી. કાકડી ચગળવામાં થોડી વાર લગાડી. પછી વાતને આગળ હડસેલી.

'ચોથી સાંજે એ રમવા આવ્યા ત્યારે મેં *ગૂડ ઇવનિંગ* સાથે *ગૂડ લક* કહ્યું... એ મારી સામે હસ્યા. જુગારીઓને ભાગ્યે જ કોઈ સ્ત્રીને ધારીધારીને નીરખવાની ધીરજ કે ફુરસદ હોય છે. લૉર્ડ પહેલી વાર મને અર્ધી મિનિટ માટે તાકતા રહ્યા. એ પંચાવનના હતા અને હું અઠ્ઠાવીસની.'

'લગભગ તમારા કરતાં બમણી ઉંમર થઈ.' કેથીએ વિક્ષેપ કર્યો, પણ લેડી સ્મિથસને ગણકાર્યા વિના આગળ ચલાવ્યું :

'એ વિધુર હતા અને હું અવિવાહિત... કોણ જાણે મને શું સૂઝ્યું... હું ત્રણ રાતથી તેમને હારતા જોતી હતી અને મારો જીવ બળતો હતો. વ્હિસ્કીના નશામાંય એમને સમજાઈ ગયું કે એમની હાર હું સહી શકતી નથી. કેસિનોમાં કામ કરનારાં તો જુગારીઓ હારે એમાં રાજી થતાં હોય છે તેને બદલે મારો પ્રતિભાલ ઊલટો જોઈને એમને મારામાં રસ પડ્યો હશે.'

'પછી ?'

'ચોથી રાતે એ દસ હજાર ડૉલર્સનાં ચિપ્સ લઈને રૂલેટ ટેબલ સામે ગોઠવાયા. એમનો નિયમ હતો, રમતાં પહેલાં શિવાઝ રીગલનો ડબલ પેગ ઑન ધ રૉક મારે ધરી દેવાનો. તેને બદલે મેં હિંમત કરીને કાનમાં કહ્યું : *લૉર્ડ આજે વ્હિસ્કી પીધા વિના રમી જુઓ. કદાચ લેડી લક તમારા પર વરસી પડશે.*'

'તમે એવું કહ્યું ?' લેડી ગેટીએ અચરજથી પૂછ્યું : 'પીનારાને ન પીવાનું કહેવું એ તો મૂર્ખાઈ કહેવાય.'

'પરંતુ અમારાં બંનેનાં તકદીર પલટવાનાં હતાં એટલે લૉર્ડે માત્ર ચાન્સ લેવા ખાતર મારી વાત માની લીધી. પાછળથી એમણે કહ્યા પ્રમાણે વ્હિસ્કી પીધા વિના એ ત્રણ-ચાર દાવ અજમાવી જોવાના હતા. તેમાં જીત્યા ન હોત તો *વિથ વેન્જન્સ* (વેરભાવથી) એ રાતે બૉટલ ખલાસ કરી નાખવાના હતા.

પરંતુ એ જીતવા લાગ્યા.

અને કેવું જીતવા લાગ્યા !' લેડીએ વાઇનની બીજી પ્યાલી પૂરી કરી : 'હન્ડ્રેડ થાઉઝન્ડ ગુમાવ્યા હતા તે પાછા જીતી લીધા... એના ઉપરાંત બીજા થ્રી હન્ડ્રેડ થાઉઝન્ડ (ત્રણ લાખ) જીતીને એ ઊભા થયા.'

'અને લૉર્ડ તમારા પ્રેમમાં પડી ગયા, એમ જ ને ?'

'ના, પહેલાં તો એમણે મને જૉબની ઑફર કરી જે મેં સ્વીકારી લીધી.' લેડી સ્મિથસને મશરૂમ્સ ચાવતાં આગળ ચલાવ્યું :

'ખરેખર તો એમણે મને ટ્રાયલ જૉબ પર રાખેલી. હું એમના માટે ખરેખર કેટલી લકી છું એ નક્કી કરવા માગતા હતા. દરમિયાન, મારા ભૂતકાળ બાબત ઊંડી તપાસ કરાવી લીધી. અગાઉ જુગારની જેમ એમણે સ્ટૉક માર્કેટમાં જબ્બર ખોટ કરી હતી. હું જૉબ પર રહ્યા પછી શૅરબજારમાંય એમનું તકદીર પલટાવા લાગ્યું અને છ મહિના પછી એમણે મને સામાન્ય ઇવ શૉવમાંથી લેડી સ્મિથસન બનાવવા માટે લગ્નનો પ્રસ્તાવ મૂક્યો.'

'તમારા કિસ્સામાંથી હું તો એક જ સાર કાઢું છું.' તાનિયાએ પોતાને ભાવતી વાનગી ફરી વાર પ્લેટમાં લેતાં કહ્યું :

'આપણે ભગવાનમાં કે ભાગ્યમાં માનીએ યા નહીં, પણ આ વિશ્વમાં કોઈક એવું તત્ત્વ જરૂર છે જે માનવીમાત્રની ગતિવિધિને પોતાના અંકુશમાં રાખે છે.'

'ધૅટ્સ લક !' લેડી ગેટીએ પોતાની પ્રણયકથા કહેવા માટે વાતનો દોર સાંધી લીધો :

'હું બહુ ધનવાન કુટુંબમાં જન્મેલી અને જ્હૉન ગેટી તો અમારા કરતાંય સવાયા શ્રીમંત હતા... જ્હૉન સાથે મારા એન્ગેજમેન્ટની વાત ચાલતી હતી ત્યારે ખરેખર તો હું એક સામાન્ય કુટુંબના યુવાનના પ્રેમમાં હતી.'

લેડી ગેટીએ ડિનર પછી લેવાનો રેડ વાઇન દરેકની પ્યાલીમાં ભરી લેવાની ક્રિયા સાથે કહેવા માંડ્યું એ જ વખતે ફોનની ઘંટડી રણકી અને કેથેરિન ફોન રીસીવ કરવા ઊભી થઈ ગઈ.

'ઓહ !' *હેલ્લા*ના જવાબમાં સામેથી હાઇનેસનો અવાજ સાંભળવા મળ્યો ત્યારે કેથી સહેજ ચમકી ગઈ.

'હું જાણું છું કે ત્યાં ડિનર ચાલી રહ્યું છે.' હાઇનેસ અધીરાઈથી બોલતા હતા : 'પેલી તાનિયા પણ ત્યાં છે એટલે મારે ફોન કરવો પડ્યો.'

'એક મિનિટ.' કહી કેથી પેલી ત્રણે સ્ત્રીઓ સાંભળે તેમ બબડી : 'મારા બિલનો ફોન છે. હું બીજા રૂમમાંથી ફોન લઉં છું. પ્લીઝ તમે તમારી વાત આગળ ચલાવો.'

7

બે મિનિટ પછી કેથેરિન તો ફરી ડિનરમાં જોડાઈ ગઈ, પણ તેનું મન લેડી ગેટીની પ્રણયગાથા સાંભળવામાં જોડાયું નહીં. ભોજનના કોળિયા સાથે એ હાઇનેસે ફોન પર કરેલા તાકીદ પણ વાગોળી રહી હતી. *કેથી, કોઈ પણ ભોગે એ રૂપાળી ડાકણને તેલ-માલિશ માટે સમજાવી લે. અમારા હિન્દુ કૅલેન્ડર પ્રમાણે આવતી કાલે સિદ્ધિયોગનો દિવસ છે. ડાકણના કનિષ્ઠ અવતારમાંથી તું એને મુક્તિ આપાવી દઈને મનોમન જે ઇચ્છા કરીશ તે અચૂક સિદ્ધ થશે.* આટલું કહી હાઇનેસે ઉમેર્યું હતું : *અરે, તું ચાહીશ તો મહારાણીપદને પણ પામી શકીશ. અમારા શાસ્ત્ર અનુસાર આ કૃત્ય હત્યા કે પાપ ગણાતું નથી. આગલા જન્મમાં કોઈકના શાપનો ભોગ બનેલી વ્યક્તિને છુટકારો અપાવવાનું એ પુણ્યકાર્ય ગણાય છે.*

એ જ વખતે લેડી ગેટીની કોઈ વાત પર બીજી બંને ખડખડાટ હસી તેથી સજાગ બની જઈને કેથી હસવામાં જોડાઈ તો ખરી, પણ એ મોડી પડી હોવાનું બાકીની ત્રણેના ધ્યાન બહાર રહ્યું નહીં.

'મિસિસ જેક્સન, ફોન આવ્યા પછી તમે કાંઈ વિચારમાં પડી ગયેલાં દેખાઓ છો.' તાનિયાએ ચિંતા દર્શાવી : 'એનીથિંગ રૉંગ ?'

'અરે હોય કાંઈ !' કેથીને થયું કે હાઇનેસની વાત પર અત્યારે જ વિચારે ચડી જવાની જરૂર નહોતી. તેણે મામલો સંભાળી લેવા માટે સત્વરે બહાનું ઉપજાવી કાઢ્યું :

'મારા બિલનો ફોન હતો. પંદર મિનિટમાં થિયેટરમાં આવી જવા કહ્યું... *બ્યૂટી ઍન્ડ બીસ્ટ* ફિલ્મ શરૂ થવાની છે અને મને તેમાં જોડાવા માટે પ્રેશર કર્યું... મેં કહ્યું કે *અહીં અમારા રોમાન્સની વાતો ચાલે છ, તો એ કહે, તારું મનગમતું મુવી છે અને હું પિક્ચર જોતાંજોતાં તારી સાથે રોમાન્સ કરવા માગું છું... રોમાન્સની વાતો કરવાથી શું વળે ?'*

'ઓહ, તારા હસબન્ડને વળી અત્યારે રોમાન્સ કરવાનો મૂડ આવ્યો !' લેડી ગેટીએ ટકોર કરી, પણ કેથી ન સાંભળ્યું કરી ફરી વિચારમાં ગૂંથાઈ ગઈ. *હાઇનેસ ભલે ને કહે કે આ તાનિયાને ઝેરી ઑઇલના મસાજથી પરલોકના પ્રવાસે મોકલી દઈને હું ધારું તો મહારાણીપદ પામી શકું... પરંતુ મારે તો લેડી ગેટીનો ફાઇવ મિલિયન ડૉલર્સની ડાયમન્ડ જ્વેલરી તફડાવીને રાતોરાત એ બંને લેડીની માફક ધનવાન બની જવું છે. બસ, આ સાઇકિયાટ્રિસ્ટને ફોસલાવવામાં ફાવું એટલી જ વાર છે.*

અને તાનિયાએ પોતાનો ઉપજાવી કાઢેલો પ્રણયકિસ્સો પૂરો કર્યો તેની સાથોસાથ રેડ વાઇનની પ્યાલીઓ પણ પિવાઈ ચૂકી હતી. સૌનાં મગજ હળવા નશાથી ઘેરાયેલાં હતાં. *બ્યૂટી ઍન્ડ બીસ્ટ* ફિલ્મ જોવા માટે પતિની પાસે પહોંચી જવા અધીરી દેખાતી કેથેરિનનો રોમાન્સ સાંભળવાની કોઈએ જીદ કરી નહીં અને ચારેય જણી ડિનર-ટેબલ પરથી ખુશખુશાલ ઊભી થઈ ગઈ.

પંદર મિનિટ પછી હિઝ હાઇનેસના સ્વીટમાં પહોંચીને કેથેરિને પેલા મિરેકલ ઑઇલની માગણી કરી ત્યારે તો ખુદ હાઇનેસનાય માનવામાં આવ્યું નહીં.

'બાય ગૉડ, એ સવારે પાર્લરમાં મસાજ માટે આવવાની છે.' કેથેરિને ખાતરી કરાવવા માટે મક્કમ સ્વરે કહેવું પડ્યું : 'મેં એને કહ્યું કે કાલે હું મસાજ કરું એનું પરિણામ જોજે.

એક જ દિવસમાં દસ માસ પહેલાંની જુવાની પાછી આવી ગઈ હોય એવું ચેતન તારા બૉડીમાં ઊભરાવા લાગશે.'

આમ કહી તેણે હાથ લંબાવ્યો :

'તો હવે આપો તમારું એ મિરેકલ ઑઇલ !' અને હાઇનેસ તેની સામે મલકતા રહ્યા.

*

'જિન્દગી એક સફર હૈ સુહાના,
યહાં કલ ક્યા હો કિસને જાના !'

આગલી રાતના રોમૅન્ટિક મૂડની કન્ટિન્યુઇટી હોય તેમ તાનિયા સવારથી ગીત ગણગણતી રહી હતી. રૂસ્તમની યાદ આજે વિષાદને બદલે એક પ્રકારનો આસ્વાદ બની ગઈ હતી. ડિનર-ટેબલ પર પોતાનો પ્રણયકિસ્સો તેણે ભલે ઉપજાવી કાઢ્યો, પણ તેમાં એક વાત સાચી કહેવાઈ ગઈ હતી : પહેલી વાર એ મને ફિલમ જોવા લઈ ગયો. અંધારામાં એની એક બાજુ હું બેઠી હતી અને બીજી બાજુ કોઈ બાઈ બેઠેલી. પેલી બાઈએ મારા બૉયફ્રેન્ડના ખભા ફરતે બીજી બાજુએ હાથ વીંટાળ્યો. એ બિચારો એમ જ માનતો રહ્યો કે હું એનો ગાલ પંપાળું છું. એથી એ બહુ હરખાતો હતો અને થોડો શરમાતો પણ હતો. ઇન્ટરવલમાં બહાર નીકળ્યાં એટલે એણે મને ટોકી : *તું મારો ગાલ પંપાળતી હતી ત્યારે એવી ગલીપચી થતી હતી કે...* અને મેં કહ્યું : *જા, જા, હું તો બંને હાથની અદબ વાળીને ડાહીડમરી બેઠી હતી, તારો ગાલ તો પેલી બાજુવાળી પંપાળતી હતી અને તું મોજ પડતી હોય તેમ મલકાતો હતો...* આ વાત પર એ એવો ભોંઠો પડી ગયેલો કે ઇન્ટરવલ પછી થિયેટરમાં પેલી બાઈની બાજુમાં બેસવાની હિંમત ન ચાલતી હોય તેમ બાકીનું પિક્ચર પડતું મૂકી મને બહાર ખેંચી ગયેલો !'

અત્યારે *જિંદગી એક સફર...* ગાતાં-ગાતાં પણ તાનિયા થિયેટરનો એ કિસ્સો જ મમળાવતી હતી. તેમાં વળી ડિનરમાંથી બહાર નીકળ્યા પછી પેલી કેથી છેક તેની કેબિન સુધી સાથે આવી હતી. સાથે ડિનર લીધું એની યાદગીરીમાં બૉડી મસાજ માટે આવવાનું વચન લઈ ગઈ. પોતાને શરીરમાં કળતર થતું ત્યારે રૂસ્તમ તેને મસાજ કરી આપતો એની યાદમાં તેણે કેથેરિનને હા પાડી દીધી હતી અને અત્યારે ગીત ગણગણતી તાનિયા ગાઉનમાં બ્યૂટી પાર્લર તરફ જ જઈ રહી હતી.

લિફ્ટ તરફ જવા માટે એ વળાંક લેતી હતી ત્યાં એ દેખાયો. તેણે ડોક હલાવી એના તરફ આવવા સંકેત કર્યો. તાનિયાએ આગળ-પાછળ જોઈ લીધું. કોઈ નજરે ન પડ્યું એટલે એ મીન્ટુ તરફ સરકી ગઈ. મોન્ટુ આજે હાઉસકીપિંગની ડ્યુટી પર હતો. ટ્રોલીમાં ખડકેલાં ટુવાલ, ચાદર, સાબુ વગેરે દરેક રૂમમાં બદલી કરતો એ તાનિયાની જ રાહ જોતો હતો. આગલી રાતથી તાનિયાને ફોન કરવાનું જોખમ નહીં લેવાનું તેણે નક્કી કરવું પડ્યું. કોઈક પોતાની વાત સાંભળતું હોય, તાનિયાનો પીછો કરતું હોય એવો મોન્ટુને વહેમ પડેલો. એટલે જ તાનિયા બ્યૂટી પાર્લર જાય એ પહેલાં તેને મળી લેવા એ બેચેન બની ગયો હતો.

'ગૂડ મૉર્નિંગ, મેમસા'બ !' ટ્રૉલીને ધકેલવાનું કામ ચાલુ રાખવાના દેખાવ સાથે, તેના તરફ જોયા વિના તેણે ધીમા સાદે કહ્યું : 'બ્યૂટી પાર્લર જાઓ છો ?'

તાનિયા ચોંકી : 'તને કોણે કહ્યું ?'

'લ્યો, આ ચિઠ્ઠી...' કહી તેના હાથમાં કાગળની એ ચબરખી પકડાવી દીધી : 'પ્લીઝ, બી કેરફુલ... અને આ તત્કાળ વાંચી જજો.'

ચિઠ્ઠીને મુઠ્ઠીમાં રાખી તાનિયા લિફ્ટ સુધી પહોંચી બટન દબાવીને લિફ્ટ આવે તેની રાહ જોતી ઊભી. મોન્ટુએ આપેલી ચબરખી વાંચી લેવાની અધીરાઈ હતી, પરંતુ લિફ્ટના એકાન્તમાં વાંચવાનું ઠીક રહેશે એમ માની મુઠ્ઠી વાળેલી જ રાખી : *કોને ખબર, બંધ મુઠ્ઠીમાંથી શું રહસ્ય ઊછળી પડશે !*

લિફ્ટમાં દાખલ થઈને એ દરવાજો બંધ કરવા જતી હતી ત્યાં 'એક્સક્યૂઝ મી.' કહી કોઈએ લિફ્ટને રોકાવી. પછી 'થૅન્ક્સ' કહીને એ વ્યક્તિ અંદર દાખલ થઈ.

'ઓહ તમે !' તાનિયા.

'ઓહ તમે !' ગુલનાર.

બંનેએ સામસામે ઔપચારિક વિવેક દાખવ્યો.

'તમે પણ ગ્રાઉન્ડ ફ્લૉર જાઓ છો, મારેય ત્યાં જવું છે.'

'હું પાર્લરમાં જઈ રહી છું.'

'ઓહ, વૉટ એ કો-ઇન્સિડન્ટસ ! હું પણ ત્યાં જ જઈ રહી છું.'

તાનિયા તેની સામે હસી, પણ મનમાં તો ગિન્નાઈ. પેલી ચિઠ્ઠી વાંચવામાં વિલંબ થયો તે કઠ્યું. તેણે મુઠ્ઠી વાળેલો હાથ ગાઉનના ખિસ્સામાં સેરવી દેવો પડ્યો. કાચના ગોળામાં જોઈને ભવિષ્યકથન કરનારી મૅડમ સોરાયાનો ઉર્દૂ પત્ર આ બાઈ પાસે વંચાવીને પોતે મૂર્ખ ઠરી હતી. *એ તો હાઇનેસની ગર્લફ્રેન્ડ હતી, એની જ પાસે પોતે હાઇનેસ પર લખાયેલો ઉર્દૂ પત્ર ઉકેલવા ગઈ અને આ લુચ્ચીએ મને અંધારામાં રાખી.*

'કમ ઑન, ડૉક્ટર !'

લિફ્ટ નીચે પહોંચી એટલે ગુલનારે દરવાજો ખોલી આપ્યો. તાનિયાએ તેની સાથે જ પાર્લર સુધી ગયા વિના છૂટકો નહોતો. ખિસ્સામાં રાખેલી મુઠ્ઠી ખોલી, પેલી ચબરખી અંદર સેરવી દઈને તેણે હાથ બહાર કાઢી લીધો.

'વેલ્કમ, ટુ-ડેઝ વી. આઇ. પી. ક્લાયન્ટ.'

ગુલનારની પહેલાં દાખલ થતી તાનિયાને કેથેરિને વધુ પડતા ઉમળકાથી આવકારી અને પાછળ આવતી ગુલનારને જોઈ સહેજ ઓઝપાઈ ગઈ એ બંને આગંતુકના ધ્યાન બહાર નહોતું.

'સૉરી, ગુલનાર ! તમારે આજે મારી આસિસ્ટન્ટ પાસે ફેશ્યલ કરાવવું પડશે.'

'આઇ ડોન્ટ માઇન્ડ.' ગુલનારને મનમાં ખટક્યું હોવા છતાં હસીને કહ્યું : 'મારે ફેશ્યલ નહીં, મસાજ કરાવવું છે.'

'ઓહ, તમે પણ ડૉક્ટર શાહની જેમ ઑઇલ મસાજ કરાવવા માગો છો ?'

'ઑફ કૉર્સ, ઑઇલ મસાજ કરાવીને એકાદ કલાક સનબાથ લઈશ... આજે રાત્રે મારો કેબ્રે શો છે ને !'

'યસ... યસ !' કહી કેથીએ તેને પોતાની અમેરિકી આસિસ્ટન્ટ ફ્લૉરાને ભળાવી દીધી :

'પ્લીઝ, ટેક કૅર ઑફ હર.' કહી તાનિયાનો હાથ પકડી તેને અંદર ખેંચી ગઈ : 'તમે આવ્યાં એ મને બહુ ગમ્યું, તાનિયા... આઇ હોપ કે ગઈકાલનો મૂડ હજુ ટકી રહ્યો હશે.'

'એ મૂડને લીધે તો અહીં ખેંચાઈ આવી.'

'આઇ હોપ કે હું તમને સંપૂર્ણ સંતોષ આપી શકું.'

વાતો કરતી બંને મસાજ-રૂમમાં પહોંચી. તાનિયા મસાજના કોચ પર બેઠી. કેથી ઑઇલ-મસાજ માટેની તૈયારી કરવા લાગી. મસાજ-રૂમમાં બે કોચ હતા અને બંને કોચ વચ્ચે એક પાર્ટિશન રાખેલું. ધારે તો બે ક્લાયન્ટ મસાજ કરાવતાં-કરાવતાં વાતચીત કરી શકે અથવા તો મસાજ કરનારીઓ આપસમાં વાતો કરતી કામ ચાલુ રાખી શકે.

'ડૉક્ટર તાનિયા, તમને આગ્રહ કરવાનું એક ખાસ કારણ હતું.'

'શેનો આગ્રહ, મિસિસ જેક્સન ?'

'મસાજ માટેનો આગ્રહ.' કેથેરિનનો અવાજ વધારે ઉત્તેજના અને થોડા ઉચાટને કારણે ધ્રૂજતો હતો : 'મેં તમને મિરેકલ ઑઇલની વાત કરેલી ને... એ મને લેડી ગેટીએ આપ્યું છે, ખાસ તમારા મસાજ માટે. એ કહેતાં હતાં કે એક વખતના મસાજમાં વપરાતું તેલ પાંચસો ડૉલર જેટલું થવા જાય છે.'

'આટલું બધું મોંઘું !' તાનિયાએ કોચ પર લંબાવતાં પહેલાં ગાઉન કાઢીને ખીંટીએ લટકાવ્યો : 'મારે આટલા મોંઘા તેલથી મસાજ...'

'જુઓ, મને લેડીએ સોગંદ આપ્યા હતા, મારે તમને આ વાત નહીં કરવાની... હવે તમે ના પાડશો તો મારે લેડીની નારાજગી વહોરી લેવી પડશે. તમે તો જાણો છો, ડાયમન્ડ નેકલેસ પાછો મળી ગયા બદલ એ તમારા પર બહુ પ્રસન્ન છે અને એમની ખુશી સામે પાંચસો ડૉલરની શું વિસાત ?'

'ઓકે' કહીને માત્ર નીકર તેમજ બ્રેસિયર-ભેર ઉઘાડા ડિલે એણે કોચ પર લંબાવ્યું.

'વાઉ !' તેની સપ્રમાણ કાયા અને તેજસ્વી ત્વચા નિહાળતી કેથીની આંખો પ્રશંસાથી ઝગમગી ઊઠી : 'હું ખોટી તારીફ નથી કરતી, તાનિયા ! આટલું સુંદર સપ્રમાણ બૉડી ભાગ્યે જ જોવા મળે છે. કયા નસીબદાર મરદના ભાગે આનો ભોગવટો લખાયો હશે ?' કહી તેણે પેલા સ્પેશિયલ તેલની બૉટલ પાર્ટિશન પાસેના સ્ટૂલ પર મૂકી :

'તાનિયા, તમારું આ બ્યૂટીફુલ બૉડી અને લેડીએ આપેલું આ મિરેકલ ઑઇલ બંનેનો સમન્વય કમાલની કમનીયતા સર્જી જશે. દસ કલાકમાં તેલનો રસકસ શરીરની એકેએક નસમાં પ્રસરી જઈને યૌવનનો એવો થનગનાટ પેદા કરશે કે ગમે તેવો અભિમાની પુરુષ પણ એના કામણથી બચી નહીં શકે.'

'મારે ક્યાં કોઈના પર આવાં કામણ કરવાં છે !' પોતાના સૌન્દર્યની પ્રશંસાથી ક્ષોભ અનુભવતી તાનિયાની નજર ખીંટી પર ટીંગાતા ગાઉન પર પડી. તેના સાઇડ-પૉકેટમાંથી પેલી કાગળની ચબરખી અડધી અંદર - અડધી બહાર એવી રીતે લટકતી દેખાઈ અને મોન્ટુના શબ્દો તેના મનમાં પડઘાવા લાગ્યા : 'મેમસા'બ, પ્લીઝ બી કેરફુલ.' અરે, એને કેમ ખબર *પડી ગઈ કે હું પાર્લરમાં જઈ રહી છું ! એણે છુપાઈને ચબરખી આપી એટલે જરૂર તાકીદની*

બાબત હોવી જોઈએ... અને મેં મૂર્ખીએ હજુ સુધી એને વાંચવાની પરવાય નથી કરી ! તેની આંખો એ ચબરખીને ટાંપી રહી.

'મૅડમ, યોર ફોન.' હોંશભેર તેલ-માલિશની તૈયારીમાં ગૂંથાયેલી કેથેરિનને પાર્લરની પાર્ટિશન પાછળથી તેની સહાયકે કહ્યું : 'હિઝ હાઇનેસ વાત કરવા માગે છે.'

'ઓહ !' બીજા કોઈનો ફોન હોત તો કેથીએ લેવાની ના પાડી દીધી હોત, પણ આ તો હાઇનેસનું જ કામ કરવાનું હતું અને એમનો જ ફોન આવી ચડ્યો. કદાચ તેલ બાબત કોઈક સૂચના આપવાની હશે.

'એક્સક્યુઝ મી, ડૉક્ટર !' તાનિયા સામે હસી લઈને તેણે કહ્યું : 'એક જ મિનિટમાં ફોન પતાવીને આવું છું.' જોકે એણે ધાર્યું હોત તો કૉર્ડલેસ રીસીવર મગાવીને ત્યાં જ વાતચીત કરી શકત, પણ તાનિયાની હાજરીમાં છૂટથી બોલી ન શકાય એટલે એણે ત્યાંથી સરકી જવું પડ્યું અને તાનિયા પણ એકલી પડવાનો જ લાગ જોતી હતી.

કોચ પર બેઠી થઈ, હાથ લંબાવી ગાઉનના પૉકેટમાં લટકતી ચબરખી પર તેણે રીતસર ઝાપટ મારી. અથરા હાથે ચબરખીની ગડી ઉઘાડવા જતાં બે આંગળી વચ્ચેથી એ વચકીને નીચે પડી ગઈ. પેલીના આવતાં પહેલાં ચિઠ્ઠીના ચારછ શબ્દો વાંચી લેવામાં પણ તેને ટેન્શન જેવું થવા લાગ્યું. ફરી ઝાપટ મારી નીચેથી કાગળ ઊંચકી લઈ લખાણ વાંચી લીધું : *નો ઑઇલ મસાજ, ઍટ એની કૉસ્ટ. મેસેજ ફ્રૉમ મેક્સવેલ !*

એક વાર, બે વાર, ત્રણ વાર વાંચવા છતાં એના મગજમાં ગડ બેસતી નહોતી. એક તો મેક્સવેલનો સંદેશો અને તે પણ ઑઇલ મસાજ નહીં કરાવવા માટે - કોઈ પણ ભોગે નહીં ! એટલી વાર ભાર મૂકીને આવો સંદેશો મોકલવાનો શું અર્થ ?

અને હવે કરવું શું ? એક જ ઉપાય હતો, ગાઉન ચડાવીને છટકી જવાનો, પછી કોઈ પણ બહાનું દેખાડી શકાય... *ઝડપ કર, તાનિયા ! મેક્સવેલના સંદેશાની અવગણના ન કરાય ! જોકે લખાણના અક્ષરો મેક્સવેલના નહોતા અને ક્યાંથી હોય ? સંદેશો તો મોન્ટુને વાયરલેસ કે ફેક્સથી કોડવર્ડમાં જ મળ્યો હશે. અરે, મારી એમને કેટલી બધી ખેવના છે !*

વીજળીવેગે તાનિયાએ ગાઉન પહેરી લીધો, પછી સૅન્ડલ પહેરી લઈને બહાર નીકળવા જાય ત્યાં જ પેલી સામે મળી ગઈ :

'વૉટ હૅપન્ડ ?' કેથેરિનના માનવામાં આવતું નહોતું :

'આઇ ઍમ સૉરી, ડૉક્ટર તાનિયા !' એ રીતસર માફી માગવા લાગી : 'ફોન પર જરા મને વધારે વાર લાગી ગઈ. હાઇનેસને મસાજ માટે એપૉઇન્ટમેન્ટ જોઈતી હતી. વેરી સૉરી ! ચાલો કોચ પર આવી જાઓ... લાવો, હું જ તમારો ગાઉન ઉતારી આપું...'

'નહીં, મિસિસ જેક્સન, મારે આજે મસાજ નથી કરાવવું.'

'વૉટ !' કેથેરિનના મુખભાવ પલટાઈ ગયા. *પોતે મસાજ કરવાનો ઇન્કાર કરે તેમાં આ બ્યૂટિશિયને આટલી બધી હતાશા શું કામ અનુભવવી જોઈએ ?*

'જુઓ, આ મિરેકલ ઑઇલની એક વાર ટ્રાયલ લઈ જુઓ... તમારો કાયાકલ્પ થઈ જશે... તમે જિંદગીભર લેડી ગેટીનો ઉપકાર નહીં ભૂલો.'

'નહીં પ્લીઝ !' કેથેરિનની જીદ જોઈને તાનિયાનો ગભરાટ વધી ગયો. *એ આટલી બધી બળજબરી શું કામ કરે છે ? તેલની શીશી દેખાડીને કોઈક સેલ્સગર્લની જેમ વિવશ કરવાની પેરવી શું કામ કરે છે ?*

'લિસન, મિસિસ જેક્સન !' તેણે ટટ્ટાર થઈ અવાજમાં સહેજ દઢતા લાવવાની કોશિશ કરી :

'મને હમણાં યાદ આવ્યું કે આજે બુધવાર છે. આજે મારાથી તેલને હાથ પણ ન લગાડાય.'

'એવું તે કાંઈ હોતું હશે !' કહી કેથેરિને ગાઉન સહિત કોચમાં સુવડાવી દેવા માટે તેના ખભા પર જોર અજમાવ્યું ત્યારે તાનિયાએ સામું જોર અજમાવી, કોચ પરથી છલાંગ મારી રીતસર ત્રાડ પાડી :

'આઇ સેઇડ નો !' કહી બહાર નીકળતાં તેના અવાજમાં ગભરાટની કંપારી આવી ગઈ : 'મારે કોઈ કાયાકલ્પ કરવો નથી. હું તો એક વિધવા છું. મારે કોઈના પર કામણ કરવાં નથી.'

'ઓકે, ડૉક્ટર !' તેલની બૉટલ ટિપાઈ પર મૂકી કેથેરિન તેની પાછળપાછળ ગઈ : 'એમાં તમારે આટલાં બધાં અપસેટ થવાની જરૂર નથી. લેડી ગેટીને હું સંભાળી લઈશ. એમની હોંશ છે તો આજ નહીં તો કાલે, તમે જરૂર પૂરી કરજો.'

એ શબ્દો બોલાઈ રહે એ પહેલાં તો તાનિયા પાર્લરના દરવાજે પહોંચી ગઈ હતી અને કેથેરિને ટિપાઈ પર મૂકેલી મિરેકલ ઑઇલની બૉટલ પાર્ટિશન પાછળ બેઠેલી ગુલનારે સેરવી લીધી હતી.

'મારો તો ધંધો જ મરદો પર કામણ કરવાનો છે !'

મિરેકલ ઑઇલની બૉટલને મુગ્ધપણે તાકી રહી એ બોલતી હતી :

'તાનિયાને કાયાકલ્પ ન કરવો હોય તો કંઈ નહીં... હું આ તેલનું માલિશ કરાવીને રાત્રે હિઝ હાઇનેસને મારો ગુલામ બનાવી દઈશ, હંમેશને માટે !'

અને તેને મસાજ કરવા આવેલી અમેરિકન યુવતીને તેણે પેલી બાટલી સોંપી દીધી :

'આજે હું ઑઇલ સાથે લઈને આવી છું. લો, આ સ્પેશિયલ તેલથી આજે તો ડબલ મસાજ કરી આપ... હું તને ડબલ ચાર્જ ચૂકવી આપીશ.'

કહી એણે કોચ પર લંબાવ્યું.

□

55

'વૉ...ટ ?'

હાઇનેસ ટેલીફોન પર એટલા જોરથી બરાડ્યા કે કેથેરિનના કાનમાં ધાક પડી જાય. એમની એ ત્રાડ બ્યૂટિશિયનનું કાળજું ફફડાવી ગઈ.

'હું તો રાહ જોતો હતો... ખુશખબરની !' એમના અવાજમાં રોષ ઘૂંટાતો જ રહ્યો :

'એકીટશે ઘડિયાળના કાંટા જોતો બેઠો છું. એ તારી પાસે મસાજ કરાવવા આવી છે અની તા જાણ કરી ત્યારથી સમાધિ લગાવી હોય તેમ આસપાસનું ભાન ભૂલીને તારા ફોનની રાહ જોતો હતો... એવું સાંભળવા માટે કે એ તેલમાલિશ કરાવીને ગઈ.'

'બટ, યોર હાઇનેસ, છેલ્લી ઘડી સુધી બધું બરાબર હતું. આપે મને ફોન કર્યો, હું ફોન રીસીવ કરીને પાછી ફરી ત્યારે તો એમણે ગાઉન પાછો પહેરી પણ લીધો હતો. કહેવા લાગી, આજે બુધવાર છે. હું બુધવારે તેલમાલિશ કરાવતી નથી.'

એકધારું બોલીને શ્વાસ ખાવા જેટલું રોકાઈને કેથીએ બચાવ ચાલુ રાખ્યો :

'મેં બહુ સમજાવી ત્યારે એ છેડાઈ પડી. છંછેડાઈને જુસ્સાભેર મને હડસેલી ચાલી નીકળી. આજ સુધી મેં કોઈનું આવું અપમાન સાંખ્યું નથી.'

'અપમાનની ઐસીતૈસી !' હાઇનેસ થોડાક નરમ પડ્યા, 'આવો ચાન્સ તને ફરી ક્યારેય નહીં મળે.'

'આપની વાત સાવ સાચી, યોર હાઇનેસ !'

શબ્દોથી એમના આક્રોશને પંપાળતી હોય એમ મીઠાશ ઘૂંટ્યા અવાજે એ કહેવા લાગી :

'મને તો શંકા પડે છે.'

'શેની શંકા ?'

'એને છેલ્લી ઘડીએ કોઈકે ચેતવી દીધી હોવી જોઈએ.'

'કોણ ચેતવી દે ?'

'આપ ગુસ્સે ન થાઓ તો નામ આપવાની હિંમત કરું... આ તો માત્ર મારો વહેમ જ છે, યોર હાઇનેસ !'

'જલદી નામ બોલી નાખ.'

'કેબ્રે ડાન્સર ગુલનાર.'

'બેવકૂફ !'

એટલું સાંભળ્યું ત્યાં સુધી તો કેથીને લાગ્યું કે હાઇનેસે પેલીને બેવકૂફ કહી એમની ખીજ ઉછાળી, પણ...

'કેથેરિન, તને ભાન હોવું જોઈએ કે ગુલનાર મારી ગુલામડી જેવી છે. જાન આપી દે પણ જબાન ન જ ખોલે.'

કહી એમણે ઉમેર્યું : 'અને આ મિરેકલ ઑઇલની જાણ તારા સિવાય બીજા કોઈને નહોતી, તો પછી તું દોષનો ટોપલો...'

'નહીં, યોર હાઇનેસ, દોષનો ટોપલો ઢોળવાનો આ પ્રયાસ નથી... તાનિયા અને ગુલનાર બંને સાથે જ પાર્લરમાં આવ્યાં અને બંને પાર્ટિશનની આજુબાજુમાં જ મસાજ કરાવવા તૈયાર થયાં. કદાચ એણે તેલની વાત સાંભળી લીધી હોય અને...'

'મારે કાંઈ સાંભળવું નથી. તેં આખી બાજી બગાડી નાખી.' કહી હાઇનેસે ફોનનું રીસીવર ક્રેડલ પર પછાડ્યું.

'નક્કી મારા પર કોઈ જાસૂસી કરી રહ્યું છે.' એ બબડ્યા. જોકે આવો વહેમ તો એમને આગલી સાંજે જ આવી ગયો હતો. તાનિયાના પડોશી મિસ્ટર વન્ડરને પોતાના સ્વીટમાં શતરંજ રમાડવા બેસાડ્યો એ અરસામાં ગુલઝાર તેની કેબિનમાં ઘૂસી જઈ, તાનિયાની કેબિનમાં વાગતા ટેપમાંથી જે કાંઈ સાંભળવા પામ્યો એ તેમને ચેતવી દેવા પૂરતું હતું. પેલો વન્ડર ચેસની બાજી પડતી મૂકીને નાઠો તેમાં કામ બગડી ગયું. છતાં ઓમકાર સાથે પોતાની વાતચીતના *બિઝનેસ લંચ* જેવા બે-ચાર શબ્દો સાંભળવા મળ્યા એટલામાં જ પોતાને જાસૂસીની ગંધ કેમ ન આવી તેનો બળાપો કરવા લાગ્યા.

જોકે પોતે ઓમકારને ફોન પર નિમંત્રણ આપેલું કે *આજે તારે મારા સ્વીટમાં લંચ લેવાનું છે... ના, ના, કોઈ ફીસ્ટ નથી પણ બિઝનેસ લંચ છે*. એનો અર્થ એમણે એ કર્યો કે પોતાનો ફોન ટેપ થાય છે. એટલે ગુલઝારને મોકલી આડકતરી તપાસ કરાવી જોઈ.

'શિપના ટેલીફોન એક્સચેન્જના સુપરવાઇઝરને ફોડવાની કોશિશ કરી જો. એને કહી જો કે કોઈનો ફોન ટેપ કરી આપશે ? બદલામાં ઊંચી ફી ચૂકવવા તૈયાર છીએ.'

પરંતુ ગુલઝાર માથું ધુણાવતો પાછો ફર્યો હતો : 'બૉસ, એ તો મારા પર ભભૂકી ઊઠ્યો. કહેવા લાગ્યો કે દરેક ઉતારુની પ્રાઇવસી એ તો અમારો સિદ્ધાંત છે. તમે અમને શું સમજો છો ? પૈસા ખાઈને કોઈની બેઈમાની કરીએ ?'

આ જવાબ સાંભળ્યા પછી એમણે ગુલઝારને બીજી અજમાયશ કરવા મોકલ્યો હતો. ઉપરનો માણસ બહુ સિદ્ધાંતચુસ્ત હોઈ શકે, પણ ઑપરેટરને ફોડીને કદાચ આવું કામ કરાવી શકાય કે નહીં એની જાંચ કરી આવવી જોઈએ.

પરંતુ ગુલઝાર તેમાં પણ ફાવ્યો નહીં. ઑપરેટર તો સુપરવાઇઝર કરતાંય વધુ વીફરી બેઠી : 'નેવર ટ્રાય સચ નૉનસેન્સ અગેઇન....' એવા શબ્દો સાથે તેને પાછો કાઢ્યો, એટલું જ નહીં, પોતે કૅપ્ટનને ફરિયાદ કરશે એવી ચેતવણીય એણે સંભળાવી હતી.

ત્યાર પછી હાઇનેસને ઓમકાર પર વહેમ પડેલો. કદાચ એ ફૂટી ગયો હોય. મેં બિઝનેસ લંચ માટે બોલાવ્યો એટલે માઇક્રો-ટેપરેકૉર્ડર લઈને જમવા આવ્યો હોય. અમારી વચ્ચેની વાતચીત ટેપ કરી લીધી હોય પછી તાનિયાને સાંભળવા આપી હોય અને તાનિયાએ તેના કોઈ મળતિયા જાસૂસને પહોંચતી કરી હોય... આ અનુમાન રબ્બરને વધું પડતું તાણવા જેવું લાગ્યું, છતાં હાઇનેસે તેને તર્કના ત્રાજવે તોળી જોયું :

ધારો કે તાનિયાને જાસૂસી કરવા માટે જ આ સફર લીધી હોય. પેલા લોકોને એવી શંકા પણ હોય કે ઓમકાર મારી સાથે ભળેલો છે, એટલે જ તાનિયા તેની નિકટતા કેળવતી રહી હોય અને તેના પુત્ર પર વહાલ વરસાવતી હોય... છેવટે ઓમકારના મનમાં મારા આશય બાબત શંકા જગાડી હોય અને એ માઇક્રો-ટેપ છુપાવીને લંચ માટે આવ્યો હોય...

હોય... હોય... અને હોય !

આટલા બધા હોયની પાર ઊતરવા માટે એમણે ઓમકાર પર જાપ્તો રાખવાનું નક્કી કર્યું. ગુલઝારને તેની કૅબિનની આસપાસ નજર રાખવા ઊભો રાખ્યો, એનો પીછો કરતા રહેવાનું કહ્યું અને ચોવીસ કલાક પહેલાં જ તેમણે વિચાર બદલવો પડ્યો. તાનિયાએ બ્યૂટીપાર્લરમાં દાખવેલા વલણે તેમને ખાતરી કરાવી દીધી કે પોતાનો ટેલીફોન ટેપ થાય જ છે !

આગલી સાંજે લેડી ગેટીના સ્વીટમાં ડિનર ચાલતું હતું ત્યારે પોતે ફોન પર કેથીને બોલાવેલી, મિરેકલ ઑઇલની વાત કરી, આવતી કાલનો દિવસ એને માટે બહુ જ યોગ્ય છે એવું એના મનમાં ઠસાવ્યું અને એણે પણ સામેથી કહ્યું કે 'હું કોઈ પણ ભોગે તાનિયાને ઑઇલ મસાજ માટે મનાવી લઈશ...'

આ બધું જ મારા ફોનમાંથી ટેપ કરી લેવામાં આવ્યું હોય અને તાનિયાને ચેતવી દીધી હોય એ હવે સો ટકા શક્ય લાગે છે... પરંતુ તો પછી તાનિયા પાર્લરમાં ગઈ જ શું કામ ? કપડાં ઉતારીને એ મસાજ માટે તૈયાર કેમ થઈ ગઈ ? અને છેલ્લી ઘડીએ જ કેમ ફરી બેઠી ?

એ ભેદ ઉકેલી શક્યા નહીં એટલે હાઇનેસ ધૂંઆપૂંઆ થઈ ગયા. પોતાની આસપાસ બહુ જોખમી રમત રમાઈ રહી છે એવા અનુમાન-માત્રથી એમણે કપાળ પર બે-ત્રણ મુક્કીઓ મારી દીધી : હવે શું કરવું ? કોનો હાથ પકડવો ? કોની સલાહ લેવી ? મધદરિયે બહારની કોઈ વ્યક્તિને તો મળવા જઈ શકાય નહીં અને સંપર્ક કરવા માટે ફોન કે ફેક્સનો આશરો લઈ શકાય એમ જ નહોતો. તો-તો બાકી હોય એ પણ પૂરું થઈ જાય. હૉંગકૉંગ પહોંચતાં સુધીમાં તો હેલિકૉપ્ટરમાં ઇન્ટરપોલની પોલીસપાર્ટી શિપ પર ઊતરીને પોતાને ઉપાડી જાય અને કરોડો રૂપિયાનો બૉમ્બ શિપના તળિયે ખેંચાતો પાછો અમેરિકા પહોંચી જાય !

છેવટે એમણે ફોનનું રીસીવર ઊંચક્યું. ત્રણ વખત ત્રણના આંકડાનું બટન દબાવ્યું. ટ્રિપલ થ્રી નંબરની ઘંટડી વાગી અને ત્રીજી વારની ઘંટડીએ રીસીવર ઊંચકાયું.

'હેલ્લો, કૅપ્ટન !' સામેથી એમનો અવાજ ઓળખી જઈને હાઇનેસે સીધી ફરિયાદ જ ઉછાળી :

'તમારા શિપમાં કોઈ જાસૂસ સફર કરે છે કે શું ?'

'જાસૂસ !' કૅપ્ટન મશ્કરી સમજીને હસ્યા : 'એવું કોણે કહ્યું ?'

'હું કહું છું... મારા ટેલીફોનનું બગિંગ થતું હોવાના મારી પાસે પુરાવા છે.'

'હોય નહીં.' કૅપ્ટનના અવાજમાં હવે ઉચાટ વર્તાયો : 'યોર હાઇનેસ, પુરાવા હોય તો-તો આપણે તત્કાળ એનો નિકાલ કરીએ... આપ હમણાં જ મારી કૅબિન પર આવી પહોંચો. આવી વાત તો રૂબરૂ કરવી સારી.'

ત્યારે હાઇનેસને ફરી પોતે મૂર્ખાઈ કરી બેઠા હોવાનું ભાન થયું. *ફોનનું બગિંગ થાય છે એવી ફરિયાદ મેં પાછી ફોન પર જ કરી ! હવે તો જલદી કૅપ્ટન પાસે પહોંચી જવું જોઈએ.*

જોકે કૅપ્ટન પાસે પહોંચ્યા પછી એ પણ સમજાયું કે પોતે પુરાવા આપી શકે તેમ નહોતા. 'ગુલઝારે ચોરીછુપીથી મિસ્ટર વન્ડર બિલ્ટની કૅબિનમાંથી તાનિયાના ટેપરેકૉર્ડરના શબ્દો સાંભળ્યા હતા' એવું કહેવા જાય તો પોતે જ જાસૂસી કરી કહેવાય... અને તાનિયા બ્યૂટીપાર્લરમાંથી માલિશ કરાવ્યા વિના પાછી ફરી ગઈ એનો તો ઉલ્લેખ સુધ્ધાં થઈ શકે તેમ નહોતો.

'વેલ્કમ, યોર હાઇનેસ !' કૅપ્ટને ચેસનું પ્યાદું નીચે મૂકી દઈ તેમના તરફ આવકારનો હાથ લંબાવ્યો. ખરેખર તો હાઇનેસનો ફોન આવ્યો એટલે તેમણે આ રીતની બાજી ગોઠવવી પડી હતી. ખરેખર તો હાઇનેસની ફરિયાદ આવી કે તરત જ એમણે મોન્ટુને પકડવો પડ્યો હતો : 'હું તને દસ જ મિનિટ આપું છું. હાઇનેસ મને અહીં મળવા આવે એટલે ટ્રાન્સમીટર, માઇક્રોફોન, વાયર જે કાંઈ હોય તે નીકળી જવું જોઈએ, નહીંતર તમારી જાસૂસીનો ભાંડો ફૂટી જશે.'

'અરે, કૅપ્ટન, તમે પણ ચેસના શોખીન છો !' હાઇનેસે અડધી રમાયેલી બાજી પર નજર નાખતાં કહ્યું : 'પણ બીજો ખેલાડી ક્યાં ?'

'બીજા ખેલાડી તમે !' સામેની ખાલી ખુરસી પર બેસવાના સંકેત સાથે દાઢી ખંજવાળતા એ હસ્યા :

'યોર હાઇનેસ, તમે બધાં તો સફર દરમિયાન એકબીજાની કંપનીમાં હરો-ફરો, રમો-જમો, મોજમજા માણો, પણ મારે તો કૅપ્ટનની જવાબદારી અને મોભો બંને જાળવવાં રહ્યાં... એટલે એકલા પડ્યે બે ખેલાડીની જેમ રમવાની ટેવ પાડી દીધી. હવે તમે આવી ગયા એટલે મોજ પડી જશે.'

હાઇનસને ટાઢા પાડવા અને શક્ય એટલો વધુ વખત રોકી રાખવા તેમણે વાતમાં મસાલો ભભરાવ્યો :

'ઇન્ડિયન મહારાજાઓ તો ચેસના એક્સપર્ટ શોખીન ગણાય છે... મને એમની સાથે રમવાનો લહાવો ક્યારે મળવાનો ?'

'પરંતુ, કૅપ્ટન, હું રમવા નહીં, કમ્પ્લેન કરવા આવ્યો છું.... સીરિયસ કમ્પ્લેન !'

'એ તો રમતાં-રમતાંય થઈ શકે છે, યોર હાઇનેસ... બોલો - આ બાજીમાં તમે મને હરાવી શકશો એવું લાગે છે ?'

અને હાઈનેસ પોતાની બાજુનાં પ્યાદાંની ચકાસણી કરતા રમત આગળ વધારવાની ચાલમાં મશગૂલ થઈ ગયા.

એમને ક્યાં ખબર હતી કે પોતે કૅપ્ટનની ચાલમાં ફસાઈ ચૂક્યા હતા અને બાજી પૂરી થતાં જ કૅપ્ટન સીક્યુરિટી હેડને સાથે લઈ એમના સ્વીટનું બગિંગ ચેક કરાવશે અને કોઈ જ બગિંગ થતું નથી એવું પુરવાર પણ થઈ જશે !

અને પંદર મિનિટ પછી કૅપ્ટનની કૅબિનનો ફોન રણક્યો. સામેથી કહેવામાં આવ્યું કે 'લાઇન ક્લિયર છે, તમે આવી શકો છો.'

'હાઇનેસ, આપ કહેશો ત્યારે આપણે ઊપડીશું.'

ફોનનું રીસીવર મૂકી બાજીમાં ધ્યાન પરોવતાં કૅપ્ટને જાણ કરી : 'સીક્યુરિટી હેડનો ફોન હતો, ઍન્ટી બગિંગ ટીમ આપની સેવામાં હાજર છે.'

'હવે બાજી પૂરી કરીને જ જવાય.' કૅપ્ટનના પ્યાદાને મહાત કરીને હાઇનેસ મલક્યા : 'મારી જીત થાય છે ત્યારે તમે જવાનું કહો છો ! ભારે શાણા છો તમે તો !'

સાંભળીને કૅપ્ટન હસ્યા : *શાણો તો છું જ અને જીત પણ મારી જ થઈ રહી છે, સો કૉલ્ડ સ્માર્ટ હાઇનેસ !*

*

સ્વિમિંગ પુલમાં છેલ્લી વાર ડૂબકી મારી લઈને તાનિયાએ બંને હાથ મોં-માથા પર ફેરવીને આંખો ખોલીને જોયું તો ઓમકાર સીડી પર ઊભો-ઊભો તેને નિહાળી રહ્યો હતો. એ પણ સ્વિમિંગ કોશ્ચ્યુમમાં ખભે ટુવાલ વીંટાળીને આવ્યો હતો.

'ગૂડ મૉર્નિંગ, ડૉક્ટર તાનિયા શાહ !'

મોટા ભાગે *તાની* કહીને બોલાવતા ઓમે અત્યારે તેને આખા નામે સંબોધી એથી એને નવાઈ નહીં લાગી. હમણાં-હમણાં પોતે એની સાથે અજાણ્યા જેવો વ્યવહાર કરતી હતી, એનાથી અતડી રહેતી હતી એનો ઓમકારે પડઘો પાડ્યો એ સ્વાભાવિક હતું.

બંને ખભા પરથી કોશ્ચ્યુમની પટ્ટી સરખી કરી લેતી તાનિયા હોજની બહાર આવી, પછી તેના તરફ પરાણે હસીને *ગૂડ મૉર્નિંગ*ના જવાબમાં પૂછ્યું : 'આત્મા ક્યાં ?'

'ચિલ્ડ્રન્સ રૂમમાં વિડિયો ગેમ રમે છે.' કહેતો સીડીનાં પગથિયાં ઊતરતો એ તેની નજીક આવ્યો : 'મને પૂછતો હતો કે આજકાલ આન્ટી કેમ આપણને બહુ મળતાં નથી ?'

તાનિયા સમજી ગઈ : *આત્માના નામે ઓમકાર મને સંભળાવી રહ્યો છે.*

'પછી તમે એને શું જવાબ આપ્યો ?'

'મેં કહ્યું, મળશે ત્યારે તારી આન્ટીને પૂછી જોઈશ કે આજકાલ કેમ અમારાથી આઘાં-આઘાં રહો છો ?'

'હું હમણાં આવી.' કહેતી તાનિયા શાવર લેવા ચાલી ગઈ અને ઓમકાર તેની સપ્રમાણ ગોરી કાયા પર પોતાની નજર સરકાવતો ત્યાં જ ખોડાઈ રહ્યો. સ્વિમિંગ માટે હોજમાં ઊતરવાનું મુલતવી રાખી તેની રાહ જોવાનું નક્કી કરી નાખ્યું : *આજે તો વાતનો ફેંસલો લાવી જ દેવો છે !*

'અરે, તમે હજુ અહીં જ ઊભા છો ?' શાવર લઈ શરીરે બાથ રૉબ ચડાવી, હાથમાં સ્વિમિંગની થેલી લટકાવતી એ કોઈ ગીત ગણગણતી બહાર આવી, પણ ઓમકારને જોઈ, ગાવાનું અટકાવી દઈને વિચિત્ર લાગે એવો સવાલ પૂછ્યો.

'કેમ, તું કહીને તો ગઈ હતી કે હમણાં આવી....' ઓમકારે ગંભીર ભાવે કહેવું પડ્યું : 'એનો અર્થ મેં એવો કર્યો કે મારે તારી રાહ જોઈને ઊભા રહેવાનું છે.' આમ કહી સ્વિમિંગ પુલ તરફ ડોક ફેરવીને તેણે ઉમેર્યું :

'તારા રસ્તામાં આડે આવતો હોઉં તો પાણીમાં ઝંપલાવી દઉં.'

'કેમ આજે આમ આડુંઆડું બોલે છે, ઓમ ?'

તેના તુંકારામાં થોડી આત્મીયતા વર્તાઈ, પણ ઓમકારને એવી ઉપરછલ્લી લાગણી ખપતી ન હોય તેમ તે બોલી ઊઠ્યો :

'હું બોલું છું એ તને આડુંઆડું લાગે છે અને તને કાંઈ સીધું પૂછું તો એનો જવાબ નથી મળતો.'

'ઓહ !' તાનિયાએ આજુબાજુ જોયું, કોઈ એમના સંવાદ સાંભળતું નહોતું. એણે નજીકના ખાલી ટેબલ તરફ ઇશારત કરી :

'ચાલ, આપણે અહીં બેસીને થોડી વધુ જીભાજોડી કરી લઈએ.'

'જીભાજોડી !' ઓમકાર તેની સાથે આગળ વધ્યો : 'બેચાર ગોષ્ઠિ કરી લઈએ એમ કહ્યું હોત તો સારું લાગત, તાની !'

ઓહ ! એના 'તાની' સંબોધનમાં કેટલી મીઠાશ વર્તાય છે ! તો પછી આમ આડું-તેડું શું કામ બોલતો હશે એ ?

ગોળ ટેબલ સામેની કૅન્વાસની ખુરસી ખેંચી બંને સામસામાં ગોઠવાયાં. ઓમકારની ઉઘાડી છાતી અને ખભાના સ્નાયુ ભરાવદાર લાગ્યા તેને.

'કૉફી પીશું ને ?' ઓમકારે પૂછ્યું.

'તો પછી ટોસ્ટ વિથ સ્ક્રેમ્બલ્ડ એગ્સ પણ મગાવીએ.' તાનિયાએ બાજુની ખાલી ખુરસી પર ભીનાં કપડાંની થેલી મૂકીને કહ્યું : 'સવારે બ્રેકફાસ્ટ નથી કર્યો અને લંચને હજુ દોઢેક કલાકની વાર છે.'

'વાહ ! ઘણા વખતે તારી સાથે બ્રેકફાસ્ટ કરવા મળશે, તાની !' કહી ઓમકારે વેઇટરને ઑર્ડર આપ્યો, પછી તાનિયાને થોડી વાર નીરખતો રહ્યો.

'સાચું કહેજે, મેં તારી સાથે કોઈ એવો ગેરવર્તાવ કર્યો છે ?'

'ગેરવર્તાવ ?'

'એટલે કે ચારેક દિવસથી તું મારાથી દૂરદૂર કેમ ભાગતી રહે છે ? પરમ દિવસે સાંજથી મધરાત સુધી બહાર રહી તેની સૌથી વધુ ફિકર અમને હતી, પણ એ અંગે ખુલાસો કરવાનુંય તેં ટાળ્યું.'

'ખુલાસો કરવા જેવું હોત તો-તો....'

'તેં કર્યો જ હોત, એમ ને, તાનિયા ?' ઓમકારના ખભા પરથી ટુવાલ સરકીને ખુરસીના હાથા પર જઈ પડ્યો. હવે તેના ઉઘાડા ડિલ પર તાનિયાની નજર ફરવા લાગી.

'તારી પાસે ખુલાસો માગવાનો કોઈ અધિકાર મને નથી, તાની ! પણ...'

'પણ શું, ઓમ ?'

'વરસો પહેલાં એક સાંજે આપણી વચ્ચે હસ્તમેળાપ થયો હતો...' ઓમકારના ગળામાં આડશ આવી હોય તેમ થોડી વાર રોકાઈને ઉમેર્યું :

'અને ફરી અહીં મેળાપ થયો તે પછી એક રાતે....'

એણે વાક્ય અધૂરું છોડી દીધું... *એક રાતે આપણો દેહમિલાપ પણ થયો હતા* એ શબ્દો તાનિયા વગર કહ્યે સમજી જવાની હતી.

'હં.' પેલીએ એટલો જ હોંકારો આપ્યો.

'કદાચ એટલા નાતાને કારણે પ્રગટેલી આત્મીયતા મને જરૂર ચિંતા કરાવે કે તાનિયા આઠ-દસ કલાક અજાણ્યા શહેરમાં ક્યાં ગાયબ થઈ ગઈ હશે ? પરંતુ તારો અધ્ધર જવાબ સાંભળીને થયું કે તું મારાથી કાંઈ સીક્રેટ (છુપાવી) રાખવા માગે છે.'

'એ ફરિયાદ તો મારે તારી સામે છે, ઓમ... શિપ પર મળ્યા ત્યારથી હું પૂછતી હતી અને તું જવાબ ટાળતો રહ્યો.'

'કઈ બાબતમાં, તાની ?'

'હાઇનેસની બાબતમાં !'

અને ઓમકારનાં જડબાંના સ્નાયુ તંગ થઈ ગયાં. વેઇટર કૉફી-ટોસ્ટ સર્વ કરવા આવ્યો એટલે તત્કાળ જવાબ આપવામાંથી એ ઊગરી ગયો પણ અત્યારે તાનિયાને ખુલાસો કરવા માટે રોકી પાડી એ હવે વસમું લાગવા માંડ્યું. તેણે કૉફીના કપ ભરવાને બહાને તાનિયા સાથે નજર મિલાવવાનું ટાળ્યું. પરંતુ તાનિયા તો તેને ધારદાર નજરે તાકતી જ રહી હતી - કેમ જાણે આજે એને છટકવા દેવો ન હોય !

ચૂપચાપ કૉફી સાથે ટોસ્ટ ખવાતા ગયા. બંને બોલવાનું ટાળતાં રહ્યાં. આમ તો શરૂઆત ઓમકારે જ કરવાની હતી. હાઇનેસનું નામ ઉચ્ચારીને તાનિયા એને બોલતો કરવા માગતી હતી, તેને બદલે એ મૂંગોમંતર બની ગયો.

એ જ વખતે સ્વિમિંગ પુલમાં ધબાકો થયો. હોજની નજીકનાં ખુરસી-ટેબલ સુધી પાણીના છાંટા ઊડ્યા. કોણે ડાઈવ મારી એ જોવા માટે તમામ નજર એ તરફ વળી. સોળ-સત્તર વરસનો અતિ સ્થૂળકાય છોકરો ડૂબકીમાંથી સપાટી પર આવી હોજની સીડી ચડતો દેખાયો.

અને તાનિયાને બોલવાનું સૂઝી આવ્યું :

'વૉટ એ ફૅટબૉય !'

ઓમકાર એ જાડિયાને જોતો રહીને મલક્યો. તાનિયાનો ઇશારો તેના સુધી પહોંચ્યો નહીં.

'ઓમ, તમે તો ન્યુક્લિયર એન્જિનિયર છો. તમારી અણુવિજ્ઞાનની ભાષામાં ફૅટબૉયનો અર્થ તો *જાલિમ* થાય ને ?'

'હેં !' હવે ગરદનને ઝાટકો આપતા ઓમકારે તેની સામે જોયું. *તાનિયા કયા સંદર્ભમાં આવું બોલી ગઈ !*

'હું કહીને અટકી કેમ ગયા, ઓમ ?'

'હું વિચારમાં પડી ગયો. અમારી ન્યુક્લિયરની ભાષા તું ક્યારથી જાણતી થઈ ગઈ ?'

તાનિયાને થયું, *હું પણ થોડી વાર તેને રમાડું.* 'બે વરસ પહેલાં સિત્તેર વરસના એક નિવૃત્ત એરફોર્સ ઑફિસર મારી પાસે ટ્રીટમેન્ટ લેતા હતા. એમના મગજમાં અણુબૉમ્બનો ભય ઘૂસી ગયેલો. એટેક આવે ત્યારે એક જ વાક્યનું રટણ કરે : *પાંચ-પચીસ ફૅટબૉય ફેંકીને આ દુનિયાનું નિકંદન કાઢી નાખવું છે મારે !'*

'બિચ્ચારો !' નિરાંત અનુભવતાં ઓમકારે સહાનુભૂતિનો નિસાસો નાખ્યો. 'બીજા વિશ્વયુદ્ધમાં હીરોસીમા-નાગાસાકી પર અણુ-આક્રમણ થયું તેની અસર આટલા વખતે એને થઈ....'

'નિવૃત્તિ ક્યારેક માણસને ભૂતકાળ વાગોળતો કરી દે છે. ભવિષ્ય જેવું રહ્યું નહીં, એટલે છેવટે ભૂતકાળ ભૂતાવળ બની જતો હોય છે.'

'એ તારું માનસશાસ્ત્રી તરીકેનું તારણ !' ઓમકારને થયું : *વાતમાં હળવાશ આવતી જાય છે. અત્યારે પૂછી લેવાનો મોકો છે.* 'આપણે આડી વાતે ચડી ગયાં. મૂળ તો આપણી વચ્ચે પેદા થયેલા શૂન્યાવકાશની વાત કરવા બેઠાં હતાં ને, તાનિયા !'

'હા, અને એ વાત હાઇનેસ સુધી આવીને અટકી ગઈ. તું એ વિષયથી દૂર ભાગતો રહે છે એટલે જ હું તારાથી દૂર ભાગવા માગું છું.'

'આપણી વચ્ચે હાઇનેસને શું કામ લાવે છે, તાની ?' એણે તાનિયાના પોંચા પર હાથ મૂક્યો, સહેજ પંપાળ્યો : 'વિનાકારણ આપણે પરસ્પરથી ફંટાતાં જઈએ છીએ. તને મારી સાથે લાગતું-વળગતું હોય તો તારે મારી વાત કરવી જોઈએ ને !'

'બરાબર છે !' *આ માણસ ગાંઠ ખોલવા માગતો નથી. એ એની જીદ કરતાં વચનબદ્ધતા હોઈ શકે છે.* તાનિયાએ ઊંડો શ્વાસ છોડતાં એ જ વાતને જુદી રીતે મૂકી :

'ઓમ, આપણે તારી વાત પર આવીએ... ન્યુક્લિયર સાયન્ટિસ્ટ તરીકેના જૉબમાં તારી કમાણી કેટલી હશે ?'

'હશે મંથલી આઠ-દસ હજાર ડૉલર.'

'એમાંથી તેં કેટલા બચાવ્યા હતા ?'

'બચાવ્યા !' ઓમકાર વિચારમાં પડી ગયો. *તાનિયા જાણે ઘર માંડવા ઇચ્છતી હોય એવી માહિતી પૂછી રહી છે. એ બાબતમાં પોતે અસત્ય તો ન જ બોલવું જોઈએ.*

'પૈસા બચાવીને વેગાસમાં એક ઘર લીધું.'

'ત્યાર પછી પણ પચીસ-પચાસ હજાર ડૉલર તો બચ્યા જ હશે ને.'

'ઘર તો ક્રેડિટ કાર્ડ પર લીધું. એ રકમ હજુ હમણાં જ ચૂકવી. એ સિવાય પાંચ-દસ હજાર બચાવી શક્યો હોઈશ.'

ઓમકારે અર્ધસત્યનો આશ્રય લેવો પડ્યો. *જુગારમાં બધું ગુમાવી બેઠો* એવું કહેવાની હિંમત ન ચાલી. પરંતુ આ અર્ધસત્ય ઉચ્ચારીને એણે અજાણતાં જ બાજી ઉઘાડી પાડી દીધી.

'તો પછી મને એ કહે કે આ *ઓશનકિંગ*ની મોંઘી સફર માટે તારી અને આત્માની ટિકિટનો ખર્ચ તેં ક્યાંથી કાઢ્યો ?'

કરોડરજ્જુ પર બરફનું ચોસલું સરકી ગયું હોય તેમ એ ટટ્ટાર થઈ ગયો. અગાઉ કહ્યું તેમ પોતે રીચર્સ કરવા માટે કંપની તરફથી સફરે નીકળ્યો છે એ પોકળ વાત ઉચ્ચારવાનો હવે કોઈ અર્થ નહોતો.... અને *હાઇનેસે બંને ટિકિટનો ખર્ચ આપ્યો છ* એવું કહી દેવા જતાં બીજું ઘણુંબધું કહેવું પડે તેમ હતું.

'જુગાર ! તાનિયા, જુગાર !'

ઓમકાર પાસે આ એક જ વિકલ્પ રહ્યો હતો. *જુગારમાં પોતે આટલું બધું કમાયો છે એ માનવાની તાનિયા કેમ ના પાડી શકે ?*

પરંતુ તાનિયા તો શંકાભરી દૃષ્ટિથી તેને જોતી હતી. ઓમકારે કીટલીમાં વધેલી બે-ચાર ઘૂંટડા કૉફી પોતાના કપમાં રેડવાને બહાને ડોક નમાવી દઈ તેની નજરને ટાળી.

'ઓમ, જુગારમાં જીતીને સફર ખેડીને જુગાર ખેલવા નીકળ્યા છો ?'

એકએક શબ્દ પર વજન મૂકતી તાનિયા પૂછી બેઠી ત્યારે ઓમકારે ઊંચકેલો કૉફીના કપવાળો હાથ કાંપવા લાગ્યો. થોડીક પળ માટે આવી નર્વસનેસ રહી, પણ તેણે મનને ટપારીને મક્કમતા ધારણ કરી લીધી.

'તું... તાની, તું મારી પાછળ જાસૂસી કરે છે ?'

'હા !'

'શું કામ ?'

'કારણ કે મને વહેમ છે...'

'શેનો ?' પૂછતાં ઓમકારને લાગ્યું હમણાં હાથમાંથી કપ વચકી જશે અને તેની સાથે ભાંડો પણ ફૂટી જશે.

'શેનો વહેમ છે તને ?'

'હું પ્રેગનન્ટ હોવાનો.'

અને ઓમકારે પગથી માથા સુધી ઝણઝણાટી અનુભવી. પ્રત્યાઘાત-રૂપે કપ મોઢે માંડી બે-ત્રણ ઘૂંટ કૉફી ગટગટાવી ગયો, તેમાં હોઠની જમણા ખૂણેથી પાતળો રેલો દડી ગયો.

'ચોંકી ગયા ?'

છતાં ઓમકાર જવાબ આપવાની સ્થિતિમાં નહોતો. હર્ષનો ઉન્માદ માણવા માગતો હતો, પણ તાનિયાના કથનમાં વિશ્વાસ પડતો નહોતો. *હજુ તો આવેશમાં તેની સાથે માણેલી રાતને પૂરા પંદર દિવસ પણ નથી થયા. એટલા ટૂંકા અરસામાં એને પ્રેગનન્ટ હોવાનો વહેમ કેવી રીતે પડે ? કે પછી એ મને બનાવી રહી છે ?*

'ઓકે, તાની, તારો વહેમ સાચો હોય એમ માની લઈએ.' ઓમકારે શબ્દેશબ્દ તોળીને બોલવાનો હતો :

'પરંતુ એમાં તારે મારી જાસૂસી શું કામ કરવી પડે ?'

'બાળકને જન્મ આપતાં પહેલાં મારે ખાતરી કરવી છે કે એનો પિતા શેનો જુગારી છે... પૈસાનો કે જિંદગીનો ?'

'હું સમજ્યો નહીં.'

પરંતુ ઓમકાર એટલું બોલે ત્યાં સુધીમાં તો તાનિયા ઊભી થઈ ગઈ હતી.

'હૉંગકૉંગ પહોંચતાં પહેલાં મારે નક્કી કરી લેવાનું છે કે પ્રેગ્નન્સીને પોષવી યા નહીં !'

'પરંતુ...'

'પરંતુ-બરંતુ કાંઈ નહીં, ઓમકાર ! તું કોઈકની સાથે વચનબદ્ધ છે તો હું માર પેટમાં પાંગરતા પિંડ પ્રત્યેની વફાદારીથી બંધાયેલી છું.'

આમ કહી એ પીઠ ફેરવીને સડસડાટ ચાલતી થઈ. એને ખાતરી હતી કે ઓમકાર ફાટી આંખે તેની પીઠને તાકી રહ્યો છે.

*

સવાઆઠ વાગતાં સુધીમાં હાઇનેસ રમના ત્રણ પેગ ઑન ધ રૉક પી ચૂક્યા હતા. સવારે કૅપ્ટન સાથે ચેસની બાજી પતાવી સ્વીટનું ચેકિંગ કર્યું તેમાં બગિંગનું કોઈ નામોનિશાન મળ્યું નહીં એથી એમણે નિરાંતની સાથોસાથ ઉદ્વેગ પણ અનુભવ્યો. *એવું તે કોણ મારી પાછળ પડી ગયું છે જે આટલી બધી સિફતથી મારું સીક્રેટ સાંભળીને ટેપ કરી લે છે !*

આ ઉદ્વેગ ઓછો હોય તેમ ગુલઝાર બાતમી લઈ આવ્યો કે 'સ્વિમિંગ પુલ પાસે ઓમકાર-તાનિયા વચ્ચે ગાઢ ચર્ચા ચાલી હતી. ક્યારેક ઉગ્ર તો ક્યારેક હસીમજાકભરી એ ચર્ચા લાગી. છેલ્લે પેલીએ ઊઠીને ચાલતી પકડી ત્યારે આપણા ઓમકારનું મોં ઊતરી ગયું હતું.'

આ માહિતીએ હાઇનેસને ઊંચાનીચા કરી દીધા. *હવે ઓમકારને મહેતલ આપી દેવી પડશે : કાં તો એ બાઈ નહીં, કાં તો તારો જાન નહીં. અથવા એમ કહેવું પડશે કે તું એ બાઈને વળગવા જઈશ તો તારો દીકરો ગુમાવીશ... તેને બદલે ઓમકાર દ્વારા આ બાઈને ફસાવી હોય તો કેમ ? પ્રેમનું નાટક કરી ઓમકાર એનો ભેદ જાણી લે, ત્યાર પછી એ માનસશાસ્ત્રીને રાતોરાત શિપમાંથી દરિયામાં પધરાવી દેવાય.*

હાઇનેસ ચોથો પેગ પેટમાં પધરાવવાની શરૂઆત કરવા જતા હતા ત્યાં ફોનની ઘંટડી વાગી. એમણે વાગવા દીધી. ડિનરને હજુ વાર હતી અને અત્યારે કોઈની ખલેલ ખમી લેવાનો એમનો મૂડ નહોતો.

'કમબખત કોણ છે ?' કહેવા તો માગતા હતા ફોનને, પણ સંભળાઈ ગયું ફોનના સામા છેડા સુધી.

'કમબખત આપની બાંદી છે, મેરે યાર... મેરે દિલદાર !'

'ગુલ !' લથડતી જીભે તેનો વાણી-વિલાસ સાંભળીને હાઇનેસ પામી ગયા, એ વધારે પડતું પી ચૂકી છે.

'અત્યારે તારો શૉ છે, ગુલ... અને શૉ પહેલાં તો તું ક્યારેય શરાબ....'

'પીતી નથી એ વાત સાચી, મેરે મહેબૂબ !'

હાઇનેસને ગુલનો શ્વાસોચ્છ્વાસ સ્પષ્ટ સંભળાતો હતો :

'આજની વાત જુદી છે, આજની રાત પણ જુદી છે.'

'તારો કેબ્રે શૉ કેન્સલ કરવાનું કહી દઉં છું.'

તેનું આમ બહેકી જવું હાઇનેસને ઉપાધિમાં ઉમેરાની જેમ ખટક્યું.

'આજે તો મારી જિંદગીનો ગ્રાન્ડ શૉ છે, હાઇનેસ કમલસિંહ સૂર્યવંશી ઉર્ફે કમાલ હસન.'

અને પેલીને તમાચો વીંઝી દેતા હોય તેમ હાઇનેસે ઝાટકા સાથે રીસીવરનો ઘા કર્યો : 'સાલી નાગા નાચ કરનારી ! તારી જાત પર ગઈ !'

ચોથો પેગ દીવાલ પર ફંગોળી દેવા માટે તેમણે ગ્લાસ ઊંચક્યો પછી ઇરાદો બદલીને એકીશ્વાસે ગટગટાવી જઈ ખાલી ગ્લાસને દીવાલે અફળાવ્યો : 'કમબખત આજે બધું જ ઊંધું થવા બેઠું છે !'

એટલું સારું હતું કે ડિનર માટે તૈયાર થઈને બેઠા હતા એટલે ડ્રેસ ચેન્જ કરવામાં સમય કે મૂડ વધારે બગાડવો ન પડ્યો. લિફ્ટમાં ચોથા માળે ઊતર્યા. ત્યાં સુધીમાં કોઈ સામું ન મળ્યું એટલે અરીસામાં પોતાનો ચહેરો જોઈને ગુલ પર ખીજ ઉતારતા હતા. *આજે એણે ફોન પર મારી અસલિયત ઉઘાડી પાડી દીધી ! સારું થયું કે ત્યાર પહેલાં ફોનના બગિંગનું ચેકિંગ કરાવી લીધું... નહીંતર મારી હાલત શું થાત ?*

એન્ટરટેઇન કરવા માટે આવેલાં કલાકારોને ચોથા માળે એક અલાયદો વિભાગ આપેલો. ઈકોનૉમી ક્લાસનાં ઉતારુઓ કરતાં એમને થોડી વધારે મોકળાશ અને સુવિધાવાળી જગ્યા ફાળવાતી. સફરની શરૂઆતમાં હાઇનેસ એક જ વાર ગુલનારની રૂમ પર ગયેલા અને અત્યારે બીજી વારની મુલાકાત માટે દરવાજા પર ટકોરા મારવા હાથ ઊંચક્યો, પણ ત્યાર પહેલાં તો એમનો પગરવ સાંભળીને ગુલનારે જ બારણું ખોલી નાખ્યું.

'બહારોં ફૂલ બરસાઓ મેરા મહેબૂબ આયા હૈ.'

છાતી અને કમર ઢાંકવા સિવાય શરીર પર એક પણ વસ્ત્ર વિનાની ગુલનારે ગીતની કડી લલકારતાં તેમનો હાથ પકડીને હાઇનેસને અંદર ખેંચી લીધી.

'સિતારોં રાગિની ગાઓ મેરા મહેબૂબ...'

'ચૂપ !' હાઇનેસે દાંત ભીંસીને તેના જડબા પર એક ઝીંકી દીધી :

'શું માંડ્યું છે આ બધું ?'

તમાચાના મારે ગુલનારને આકાશના તારા ખરતા દેખાવા લાગ્યા. માલિશ કરાવીને આવ્યા પછી એ સતત કાયાકલ્પના જ દિવાસ્વપ્નમાં ખોવાઈ ગઈ હતી. શરીરમાં બળતરા થવા લાગી તેનો અર્થ તેણે એવો કર્યો કે કામણ ઘૂંટાવાની શરૂઆત થઈ ચૂકી છે. પોતાનું રહસ્ય જાહેર ન થઈ જાય એટલા ખાતર બપોરનું લંચ પણ રૂમમાં મગાવી લીધું હતું. વેઇટર લંચ સર્વ કરવા આવ્યો ત્યારે લોલુપ નજરે પોતાને જોવા લાગ્યો હોવાનો એને વહેમ પડ્યો હતો. *આખરે મિરેકલ ઑઇલનો ચમત્કાર થવા માંડ્યો !*

'મેં શું માંડ્યું છે એમ પૂછો છો, મારા મહારાજા !' કહી એમને બાથમાં લેવા માટે તેણે બંને હાથ પહોળા કર્યા : 'હું તમને મારા મોહપાશમાં જકડી લેવા માગું છું... મારા કામણમાં તમને કેદ કરી લેવા માગું છું !'

હવે હાઇનેસને રોષને બદલે દયા ઊપજવા લાગી : *પીધેલી હાલતમાં એ બકે છે. એને મારપીટ કરવાથી કાંઈ નહીં વળે.*

'ગુલ, ચાલ જોઈએ, સૂઈ જા.'

'અબ કુછ બાત બની.' પલંગ તરફ તેમને ખેંચતી એ બકવા લાગી : 'આખરે મારું પડખું સેવવાની ઇચ્છા જાગી ઊઠી ને... હવે તો રોજ રાત્રે આમ જ મારાં કામણ તમને અહીં ખેંચી લાવશે.... આ તો *મિરેકલ ઑઇલ*ના મસાજનો પ્રતાપ !'

'હેં !' હાઇનેસના પગ હેઠળની ધરતી ધ્રૂજી ઊઠી. *મિરેકલ ઑઇલના મસાજનો પ્રતાપ !*

'ચોંકી ગયા, મેરે મહેબૂબ !' એ લગભગ તેમને પથારીમાં ખેંચી ગઈ : 'મારી કાયામાં આગ લાગી છે ! કામવાસનાનો અગ્નિ એવો ભભૂકે છે કે તમારા જેવા અડધો ડઝન મરદોને ભસ્મીભૂત કરી નાખું !'

'યા ખુદા !'

આફતે હાઇનેસનેય ભાન ભુલાવી દીધું હોય એમ એમણે મોટેથી ખુદાને યાદ કરી દીધા.

'કયામતની રાત આવી પહોંચી, કમલ ઉર્ફે કમાલ હસન !'

પથારીમાં પડ્યા પછી એનો તરફડાટ વધતો જતો હતો. એનું શરીર સાચેસાચ દઝાડી દે એટલી હદે ધગતું હતું.

'પણ તારી પાસે *મિરેકલ ઑઇલ* આવ્યું ક્યાંથી ?'

'પેલી ચિબાવલી સાઇકિયાટ્રિસ્ટની મૂર્ખાઈએ મને એ મોકો આપી દીધો.' કહી તેણે પાર્લરમાં સાંભળેલું કહી સંભળાવીને છેલ્લે ઉમેર્યું :

'એ બૉટલ મેં સરકાવી લીધી અને ડબલ મસાજ કરાવ્યું... કહે છે કે દસ કલાકમાં કાયામાં કામણ ઊભરાવા લાગે પછી ફિરસ્તો પણ એની લપેટમાં આવ્યા વિના ન રહે.'

'ઓહ ગુલ ! તને આ શું સૂઝ્યું ?'

તાનિયાને બદલે *મિરેકલ ઑઇલ*નો ભોગ ગુલનાર બની ગઈ એની ભયાનકતાએ કઠણ કાળજાના હાઇનેસના પગેય પાણી ઉતારી દીધાં !

'મારી એક જ ઇચ્છા છે, કમાલ હસન....'

ધ્રૂજતા અવાજે શરીરમાં ઊપડેલી કાળી બળતરાના ઊંહકારા સાથે એ બોલતી હતી :

'મારા શરીરની બળતરા બુઝાવ... જલદી બુઝાવ !'

એનો તરફડાટ વધી ગયો. ટેબલ પર પડેલી વ્હિસ્કીની ઉઘાડી બૉટલ પર હાઇનેસની નજર ગઈ. તેમણે બૉટલ મોઢે માંડી બે ઘૂંટ પી લીધા.

'હાં, હવે ખરો મરદ કહું તને !'

પેલી લવારો કરતી રહી એ દરમિયાન હાઇનેસનું મગજ કામે લાગી ચૂક્યું હતું. બાથરૂમ ઉઘાડીને જોયું તો તેનો ગાઉન દેખાયો નહીં. *પહેલાં તો એને કપડાં પહેરાવી દઉં, પછી...*

પછી શું ? એમના મગજમાં ભયાનક ઊથલપાથલ મચી ગઈ. *ના, ગુલનારે હવે મરવાનું જ છે તો મારી નજર સામે ! બીજા કોઈની સમક્ષ જબાન ખોલે... 'મિરેકલ ઑઇલ'નો કે કમાલ હસનનો કોઈ જ બકવાસ કરે એ પહેલાં જ તેની આગ શમાવી દેવી જોઈએ.*

આગ !

અને તેની નજર બાથરૂમના ભરેલા ટબ પર પડી. શૉ પહેલાં એણે ટબબાથ લેવાની તૈયારી રાખી હતી. પાણીની સપાટી પર સુગંધી સાબુનાં ફીણના થર જામેલા હતા. એણે પોતે જ જાણે

પોતાના અંતની તૈયારી કરી હોય એવું હાઇનેસને લાગ્યું. *તો પછી બે કલાક વહેલી તેને દાહક પીડામાંથી મુક્તિ શું કામ ન આપવી ?*

'ચાલ, ઊભી થા !'

એને બાવડેથી પકડી ઊભી કરવા લાગ્યા એટલે પેલી ધગધગતા શરીરે ખડખડાટ હસી પડી.

'ક્યાં લઈ જવી છે મને ?'

'બાથરૂમમાં.'

'વૉટ એન આઇડિયા !' એમના ખભે માથું નાખી દઈ એણે પગ ઉપાડ્યા : 'બાથટબમાં પડ્યાં-પડ્યાં રતિક્રીડા કરવાનો વિચાર પણ પેલા *મિરેકલ ઑઇલ*ને કારણે જ...'

અને બીજી જ મિનિટે એ પાણી-ફીણથી છલકાતા બાથટબમાં લાંબી થઈ ગઈ.

'અબ આપ આ જાઓ, મેરે મહેબૂબ...' કહી હાથ લંબાવી હાઇનેસને ખેંચવા ગઈ.

'છોડ, કમબખત !' તુચ્છકાર સાથે કાંડું છોડાવીને હાઇનેસ તેના માથા તરફ સરકી ગયા : 'પહેલાં તું તારા શરીરની બળતરા શમાવ... પછી સેક્સની આગમાં તને સળગાવું છું...'

આમ કહી તેના માથા પર પંજો મૂકી દાંત ભીસીને એવો ભાર આપ્યો કે પેલીનું માથું પાણીમાં ડૂબી ગયું. હાથનું જોર અજમાવી તેણે હાઇનેસના પંજાને પોતાના માથા પરથી હટાવવા મરણિયા પ્રયાસ કર્યા. એણે પગ પછાડ્યા, ઉછાળા માર્યા, પણ હાઇનેસના ખુન્નસે તેને ફરી શ્વાસ લેવાનો રતીભાર મોકો ન આપ્યો.

પાંચ મિનિટ પછી તેની ડોક પાણીની સપાટી પર આવી ત્યારે ડોળા અને મોં ફાટેલાં હતાં અને કેબ્રે ડાન્સર ગુલનારના અંતિમ શ્વાસ ઊડી ચૂક્યા હતા.

તેને એમ જ રહેવા દઈ, રૂમમાં ઝીણવટભરી નજરે ચકાસણી કરી લઈ, પોતાની હાજરીની કોઈ નિશાની રહી નથી ગઈ તેની ખાતરી કરી ભારે પગલે એ બહાર નીકળી ગયા.

દરવાજો ખેંચીને બંધ કરતી વખતે તેમના મોંમાંથી ઉદ્‌ગાર સરી પડ્યા : 'પેલીને બદલે તું શિકાર બની ગઈ, બેવકૂફ !'

□

56

'કૅપ્ટન, સર ! એક ગંભીર ઘટના બની ગઈ છે !'

મંગળવારે રાત્રે સવાદસ વાગ્યે *ઓશનકિંગ-વન* શિપના પીઢ કૅપ્ટન પોતાની રૂમમાં વ્હિસ્કીની ચૂસકી લેતા હૉલીવુડની કોઈ રોમૅન્ટિક ફિલ્મની કૅસેટ નિહાળતા બેઠા હતા ત્યાં એમને ફોનમાં કોઈએ જાણ કરી હતી :

'કેબ્રે ડાન્સર ઇઝ નો મોર.'

'વૉટ હૅપન્ડ ?' રીમોટ કન્ટ્રોલ સ્વિચથી ફિલ્મ થંભાવી દેતાં કૅપ્ટને ઉચાટભેર પૂછ્યું ત્યારે સામે છેડે સીક્યુરિટી હેડ તરફથી જવાબ મળવામાં દસ-પંદર પળનો વિલંબ થયો એટલે અધીરાઈભેર એમણે પૂછ્યું : 'ઇઝ ઇટ એક્સિડેન્ટલ... ?'

'ડોન્ટ નો, સર, બાથટબમાંથી એનું ડેડ બૉડી મળ્યું.... હજુ પાંચસાત મિનિટ પહેલાં જ.'

'આ વાત કેટલા જણા જાણે છે ?'

'માત્ર ત્રણ જ જણા. સ્ટેજ શૉ મૅનેજર બર્કલી, હું, મારો આસિસ્ટન્ટ અને આપ... પરંતુ થોડી વારમાં વાત ફેલાઈ જશે.'

'ડોન્ટ વરી... હું આવી પહોંચું છું. તમે બૉડીને હૉસ્પિટલમાં શિફ્ટ કરો. ડાન્સરની રૂમને લૉક કરી દઈ પોલીસખાતાને ચાવી સોંપી દો.'

'ઍઝ યૂ સે, સર...'

'સાલું શું થવા બેઠું છે !' ફોન મૂકીને સફાળા ઊભા થઈ જઈ કૅપ્ટને દાઢી ખજવાળતાં અરીસામાં જોઈ માથા પર કૅપ ચડાવી દીધી. *સમજાતું નથી, આ સફર હજુ કેટલાનો ભોગ લેશે ?*

અર્ધા કલાકમાં કાનોકાન વાત પ્રસરવા લાગી હતી.

'બૉસ, જરા એક બાજુ આવશો ?'

'બ્લૅક જૅક ટેબલ પર પરાણે બાજીમાં ધ્યાન પરોવતા હિઝ હાઇનેસના કાન સુધી ઝૂકીને

ગુલઝારે એ પાંચ શબ્દો ઉચ્ચાર્યા અને હાઇનેસના કઠણ કાળજાએય આછેરો ફફડાટ અનુભવ્યો : *પોતે જે જાણે છે એની જાણ કરવા માગે છે ગુલઝાર.*

'બાજી પૂરી કરીને આવું છું.' કહીને ત્રાંસી આંખે એમણે કહેવાતા સેક્રેટરીનો ચહેરો ચકાસી જોયો. ગમે તેવી કટોકટીમાં પણ ચહેરાએ ચાડી ખાવી ન જોઈએ એવી તેને તાલીમ મળી હોવા છતાં ગુલઝારના મુખની રતાશ ઝંખવાયેલી દેખાઈ. આખરે તો ગુલ એની નાની બહેન હતી. એના મૃત્યુની વેદના પચાવી જવાનું બહુ કઠણ હતું.

'બોલ, ઝાર, આમ સોગિયું મોઢું લઈને કેમ આવી ચડ્યો ?'

માણસ કોઈકનું દુઃખ જાણતો હોવા છતાં એને તુચ્છકારવા જેટલો રીઢો થઈ શકે છે.

'શોકના જ સમાચાર છે.' ખૂણામાં ઊભેલા ગુલઝારે કોઈ ન જુએ-સાંભળે એ રીતે કહેતાં-કહેતાં પરાણે રોકી રાખેલાં આંસુને રેલાઈ જવાની પરવાનગી આપી દેવી પડી.

'મરદને આંસું આવી જાય એવા કેવા સમાચાર છે, ઝાર ?'

'ગુ...લ મર ગઈ !'

'ક્યા... ક્યા કહેતા હૈ ? કૈસે... કબ ?'

'બાથટબ મેં સે લાશ મિલી... શાયદ જ્યાદા પીને કે બાદ ન્હાને ગયી હોગી.'

બોલતાં-બોલતાં એ હમણાં ભાંગી પડશે એવું લાગ્યું એટલે હાઇનેસ તેનો ખભો દાબ્યો. એ સ્પર્શમાં આશ્વાસનની સાથેસાથે જજબાતને અંકુશમાં રાખવાની તાકીદ હતી.

'એ તારી બહેન છે એની કોઈને જાણ છે ખરી ?'

'અત્યાર સુધી તો નહોતી, પણ શિપમાં ડાન્સર તરીકે જોડાવા માટેના એપ્લિકેશન ફૉર્મમાં એણે નિકટના બ્લડ રીલેટિવ તરીકે મારું નામ લખાવ્યું હતું એની હમણાં મને જાણ થઈ.'

'ઓહ ગૉડ !' હાઇનેસ તેને કોણીથી પકડીને ગુસપુસ કરતા એક તરફ લઈ ગયા : 'એની તને કેવી રીતે જાણ થઈ ?'

'ગુલનારે ફૉર્મમાં મારા નામ સાથે એવું પણ દર્શાવ્યું છે કે *ગુલઝાર બટ, હિઝ હાઇનેસ કમલસિંહ સૂર્યવંશીનો સેક્રેટરી છે, જે આ સફરમાં પણ જોડાવાનો છે.*'

'ઓહ ! તને પૂછ્યા વિના એણે આ વિગત ફૉર્મમાં ભરી દીધી, ઝાર ?'

દિલસોજી દાખવવાનું પડતું મૂકી મરનારની મૂર્ખાઈ ટપારતા હોય તેમ હાઇનેસે જડબાંના સ્નાયુને તંગ થવા દીધા.

'બૉસ, કૅપ્ટનનો મારા પર ફોન આવ્યો. *તમારી સિસ્ટરનું ડેથ થયું છે* એવું એમણે કહ્યું ત્યારે હું આઘાતનો માર્યો અસાવધપણે પૂછી બેઠો : *કોનું, ગુલનારનું...* પછી ભાન થયું કે *હવે એને બહેન તરીકે સ્વીકાર્યે જ છૂટકો છે...* એ લોકોએ મને હૉસ્પિટલમાં આવી જવા કહ્યું અને જતાં પહેલાં હું આપને પૂછવા-કહેવા આવ્યો.'

'પહેલા તું ચાલ મારી સાથે.' કહીને હાઇનેસ આગળ થયા. પોતે ગુલનારના ભાઈનો બૉસ છે એ વાત હવે અજાણી રહેવાની નહોતી. પાછળપાછળ આવતા ગુલઝારને તેની બહેનના મોતનો મામલો કેમ સંભાળી લેવો એ સમજાવવાનો પેંતરો વિચારી રહ્યા હતા હાઇનેસ.

'પહેલાં આપણે એક-એક પેગ પી લઈએ.'

સ્વીટમાં દાખલ થતાં જ ગુલઝારને સાંભળવા મળ્યું. હાઇનેસે જાતે જ બૉટલ ખોલીને બે ગ્લાસમાં રમ રેડ્યો. આવા શોક વચ્ચે પણ ગુલઝારે વગર આજ્ઞાએ ફ્રિજમાંથી બરફનું બકેટ લઈ આવી બંનેના ગ્લાસમાં બબ્બે ટુકડા નાખ્યા.

શિષ્ટાચાર છોડીને હાઇનેસે જ તેના હાથમાં ગ્લાસ પકડાવવાની ઉદારતા દાખવી :

'મરનારના આત્માની શાન્તિ માટે.' કહી તેના ગ્લાસ સાથે પોતાનો ગ્લાસ ટકરાવી પોતે બે ઘૂંટ પી લીધા અને ગુલઝાર પી લે ત્યાં સુધી ચૂપ રહ્યા.

'મને બે કલાક પહેલાં ગુલનારનો ફોન હતો.' સાંભળીને ચોંક્યો ગુલઝાર.

હાઇનેસે થોડી સાવધાની સાધી લીધી.

'એ નશામાં ચકચૂર હતી... મારી સાથે ફોન પર ઇશ્કબાજી કરવા લાગી.'

સાંભળીને ગુલઝારે ગરદન ઝુકાવી દીધી.

'તું જાણે છે, ઝાર, એ મારી ગર્લફ્રેન્ડ ખરી, પણ એણે મારા મોભાનો મલાજો તો જાળળવો જોઈએ ને...'

ગુલઝારે હકારમાં ડોક હલાવી.

'એ મને કહે, *મેરે મહેબૂબ, અબ રહા નહીં જાતા.*'

સાંભળીને ગુલઝારના હોઠ ભિડાયા. કદાચ દાંત પણ ભીંસાયા હશે : *એ સાલી ક્યારેક પીને બદતમીજી કરી બેસતી હતી...*

'મેં એને સમજાવી : *તું નશામાં ચૂર છે. આવો બકવાસ નહીં કર.*'

'તો મને એ કહે છે, *કલાક પછી મારો શૉ છે. હું એક પછી એક કપડાં ઉતારીને બધાં વચ્ચે નાચી શકવા જેટલી હોશમાં હોઉં તો પછી તમારી સાથે મહોબ્બત કેમ ન કરી શકું ?*'

પોતે જે કહેવા માગતા હતા તે ગુલઝારના મગજમાં બરાબર ઠસી ગયું છે એ જોઈ-જાણી લઈને એમણે વાત આટોપવા માંડી :

'એણે બહુ જીભાજોડી કરી એટલે મેં કહ્યું, *ગો ટુ હેલ...* ત્યારે એ ખડખડાટ હસતી શું બોલી ગઈ, ખબર છે તને ?'

ગુલઝારને ક્યાં ખબર હતી ?

'એ કહેવા લાગી, *મેરે મહેબૂબ, તમે મને જહન્નમમાં જવાનો હુકમ આપ્યો છે તો ભલે... હવે હું ત્યાં જઈને મરદોનાં દિલ બહેલાવીશ...* ફોન પૂરો થતાં પહેલાં મને એનું ડૂસકું સંભળાયું ખરું, પણ મેં એને નશાની અસર ગણી હતી.'

આમ કહી એ અટક્યા. ગુલઝાર સામે જોયું. એ બિચારો બહેનની ગુસ્તાખી બદલ ગુનેગારના ભાવ ધરીને સામું જોવાની હિંમત કરી શક્યો નહીં.

'તને શું લાગે છે, ઝાર, એ નશાની અસરમાં ડૂબી મરી કે પછી ખુદકુશી...'

બોલતાં-બોલતાં અટકીને તેમણે ગ્લાસ હોઠે માંડ્યો, પણ ગુલઝાર તરફથી કોઈ પ્રતિભાવ મળ્યો નહીં એટલે ઘૂંટ ભરીને કહેવું પડ્યું :

'મને લાગે છે કે એણે ખુદકુશી જ કરી હશે.'

'એની કેમ ખબર પડે ?' ગુલઝારે પણ રમના બે ઘૂંટ ભરી, ગળા હેઠળ ઉતારીને કહ્યું : 'ખુદકુશીની ચિઠ્ઠી લખી ગઈ હોય તો...'

'ચિઠ્ઠી લખવા જેવા હોશ ક્યાં હતા એના ?... આપણે જ વાત ફેલાવવી રહી.'

સહેજ ચોંક્યો ગુલઝાર... *હાઇનેસ આત્મહત્યા પર આટલો બધો ભાર શું કામ મૂકે છે ?*

'બૉસ, ખુદકુશી આખરે તો બદનામી બક્ષે. એને બદલે આકસ્મિક મોત સામે શું વાંધો છે ?'

'વાંધો છે, ઝાર !' કહી હાઇનેસે ફરી બંનેના ગ્લાસ ભર્યા. ગુલઝારે ફરી બંને ગ્લાસમાં બરફના ટુકડા મૂક્યા. થોડી વાર ખટકતી ખામોશી છવાઈ રહી.

'એના મોતને અકસ્માત ગણાવીએ તો જલદી માન્યામાં નહીં આવે.' હાઇનેસે સાચવી-સાચવીને કહેવું પડ્યું :

'ભલે એ પીધેલી હતી, વધુ પડતા નશામાં નાહવા માટે ટબમાં ઊતરી હોય તોપણ આટલા ઓછા પાણીમાં ડૂબી મરે એ જલદી માનવામાં નહીં આવે.'

'અને આત્મહત્યા કરી છે એવું કહેવાથી જલદી માનવામાં આવી જશે ખરું ?'

ના, ગુલઝારની દલીલમાં ઊલટતપાસની ચેષ્ટા નહોતી. એ પોતાના મનની ગૂંચ ઉકેલવા માટે જ ખુલાસો માગી રહ્યો હતો.

'ઝાર, તું એમ કહી શકે કે મારી સિસ્ટરની સ્યુસાઇડલ ટેન્ડન્સી હતી. અગાઉ એક-બે વાર હતાશાને વશ થઈને વ્હિસ્કી સાથે વધુ પડતી સ્લીપિંગ પિલ્સ ગળી જઈને આપઘાતનો મરણિયો પ્રયાસ કરી ચૂકી છે. છેલ્લે લાસ-વેગાસમાં તો ડૉક્ટરોએ એને રીતસર મૃત્યુના મુખમાંથી બહાર કાઢી હતી.'

'હં.' ગુલઝાર હોંકારો ભણી નીચું જોઈ ગયો. *લોકોને મન ગુલનાર ભલે કેબ્રે ડાન્સર હતી, પણ તેની તો બહેન હતી. ક્યારેક કહેતીય ખરી, 'ગુલઝાર ભૈયા, મારા અર્ધનગ્ન નાચની તને શરમ તો આવતી હશે, પણ સાચું કહું છું, દરેક વખતે કપડાં ઉતારીને જાતજાતના અંગમરોડ દેખાડીને દર્શકોની ભૂખ અને જિજ્ઞાસાને બહેકાવું છું ત્યારે મારો અંતરાત્મા તો ખુદાને એમ જ કહેતો હોય છે કે આવતી જિંદગીમાં બદસૂરત ઓરત બનાવજે જેથી નર્સ તરીકે બીમારોનાં દુ:ખદર્દ ઓછાં કરી આ જનમનાં પાપ ધોઈ શકું !'*

બહેનના એ શબ્દોની યાદે ગુલઝારના ભીતરને ભીંજવી નાખ્યું. તેની આંખોના ખૂણા ભીંજાયા.

'કઠણ કાળજું કરીને આપણે આમાંથી બહાર આવવાનું છે, ઝાર !' એક હાથે તેનો ખભો દાબી બીજા હાથે તેના હાથમાં પ્યાલો થમાવતાં હાઇનેસે કહેવું પડ્યું :

'કસોટીના દિવસો નજીક આવી રહ્યા છે. કોને ખબર આપણામાંથી કોણે કુરબાન થવું પડશે ! ઝાર, ગેટ અપ ઍન્ડ ફેસ ધ ક્રાઇસિસ બ્રેવલી !'

હિંમતભેર સંકટનો સામનો કરવાનું કહેનાર હાઇનેસને ગુલઝાર પૂછવા માગતો હતો કે *બૉસ, અકસ્માત કે આત્મહત્યાના બદલે ગુલની હત્યા થઈ હોય એવું કેમ ન બને ?*

અને ન પૂછી શકાયેલા સવાલના ધક્કાથી સફાળા ઊભા થઈ જઈ ઝાર રમનો પેગ ગટગટાવી ગયો.

'હું હૉસ્પિટલ પહોંચી જાઉં, ત્યાં એ લોકો મારી રાહ જોતા હશે. કદાચ પોસ્ટમૉર્ટમ કરવાની જરૂર જણાય તો મારે સંમતિની સહી પણ આપવી પડશે.'

'પોસ્ટમૉર્ટમ શું કામ ?'

હાઇનેસ સફાળા ઊભા થઈ ગયા એથી ગુલઝારને નવાઈ લાગી. *કોઈ પણ અણધાર્યા મૃત્યુ પછી પોસ્ટમૉર્ટમ થતું જ હોય છે, તેમાં હાઇનેસે આમ અથરા થઈ જવાની શું જરૂર ?*

'બૉસ, પોસ્ટમૉર્ટમ થાય તે એક રીતે સારું જ છે.' કહેતાં એણે ગ્લાસને ટિપાઈ પર ઊંધો વાળી જવા માટે પીઠ ફેરવી : 'કદાચ એમાંથી એવુંય બહાર આવે કે કોઈએ ઝેર આપીને તેનું મર્ડર કર્યું છે !'

'મર્ડર !' તેને દરવાજા સુધી વળાવવા ગયેલા હાઇનેસે તેના તર્કને હસી કાઢવા માટે હોઠ વંકાવીને હસવું પડ્યું :

'છટ્ ! ગુલનારનું કોણ દુશ્મન હોય કે એનું ખૂન કરે ?'

પરંતુ એ શબ્દો કાને ધર્યા વિના જ ગુલઝાર સડસડાટ ચાલ્યો ગયો હતો.

'મારી અસલિયત જાણનાર શિપમાં બે વ્યક્તિ હતી, તેમાંથી ગુલ તો ઠેકાણે પડી ગઈ...' ગુલઝારના ગયા પછી ચિરૂટ સળગાવી તેના ધુમાડા ફંગોળતા હાઇનેસ બબડ્યા :

'હવે એકમાત્ર ગુલઝાર બાકી છે જેણે *ઑપરેશન કાલભૈરવ*ની કામિયાબી માટે કુરબાની આપવી પડશે.'

અને *અભી ન જાઓ છોડ કે, અભી તો દિલ ભરા નહીં* ધૂન ગુંજતા લાઇટરનું ઢાંકણ દબાવી તેને વાગતું બંધ કરી દીધું.

*

ઇન્ટરકૉમ રણક્યો ત્યારે તાનિયા બેડમાં લંબાવીને થ્રિલર નૉવેલ વાંચતી હતી. ઓમકાર સાથે ગંભીર ચર્ચા કર્યા પછી મનનો થોડો ભાર હળવો થયો એટલે એના જ વિચારમાં અટવાયા નહીં કરવા માટે બુકશૉપમાંથી પુસ્તક ખરીદી આવી હતી. જોકે વાર્તામાં પણ હીરોઇન કોઈ કાવતરામાં ફસાવાની તૈયારી હતી એ જ વખતે ફોનની ઘંટડી વાગી ઊઠી એટલે તાનિયા સહેજ થથરી ગઈ.

'યસ.'

'તાની.' ઓમકારનો સાદ સાંભળીને તેણે કાંડાઘડિયાળ પર નજર નાખી. પોણા-અગિયાર થવા આવ્યા હતા.

'ઓમ, તમે ?' બોલતાં-બોલતાં એણે ધાર્યું કે *સવારે થયેલી ગંભીર ચર્ચા પર ખૂબ વિચારણા કરીને અત્યારે જ બધો ખુલાસો કરવા તે તૈયાર થઈ ગયો હશે.*

'તું ઊંઘી તો નહોતી ગઈ ને ?'

'ના, વાંચું છું.'

'મને થયું, જાગતી હો તો ખબર આપી દઉં.'

'શેના ખબર, ઓમ ?'

'પેલી કેબ્રે ડાન્સરનું ડેથ થયું.'

'ગુલનારનું ?' બિછાનામાં એ બેઠી થઈ ગઈ :

'સવારે તો એ પાર્લરમાં મારી સાથે હતી !' તેની નજર સમક્ષ સવારે લિફ્ટમાં ભટકાઈ ગયેલી ગુલનાર તાદૃશ થઈ ઊઠી.

'ત્યારે તો એ સાજી-સારી હતી !'

'હા, અત્યારે તો એનો શો હતો... સાડાનવે રીપૉર્ટ કરવાની હતી, પણ નહીં આવી એટલે સ્ટેજ મૅનેજરે ફોન જોડ્યો. કોઈએ ફોન ઊંચક્યો નહીં એટલે એ જાતે ગયા. પણ દરવાજો ખૂલ્યો નહીં ત્યારે લૉક તોડવું પડ્યું.'

આટલું કહી ઓમકાર થોડું થોભ્યો. પછી ઊંડો શ્વાસ છોડતાં ઉમેર્યું :

'અંદર જઈને જોયું તો પેલી બાથટબમાં મરેલી પડી હતી.'

'ઓહ... હાઉ સૅડ !'

હાઇનેસ પર *લેડી ઇન વાઇટે* લખેલો પત્ર જેની પાસે પોતે વંચાવવા ગઈ હતી એના પ્રત્યે અણગમો હોવા છતાં આવા અન્ત બદલ તાનિયાનું દિલ ભરાઈ આવ્યું.

'હમણાં એ પણ જાણ થઈ કે હાઇનેસનો સેક્રેટરી ગુલનાર આ ડાન્સરનો ભાઈ થાય.'

'એમ !' તાનિયા ચોંકી : 'ઓમ, એ ગુલનાર હાઇનેસની ગર્લફ્રેન્ડ હતી એ તો તેં જ કહેલું ને ?'

'હા, તાની, પણ મને આ ભાઈ-બહેનના સંબંધની જાણ નહોતી.'

'તને એવી તો ઘણી વાતની જાણ નહીં હોય.' તાનિયાથી વ્યંગમાં બોલાઈ ગયા પછી સત્વરે પૂછી લીધું :

'બાથટબમાં ડૂબીને કોઈ મરી જાય એ...'

'નહીં રે ! અત્યારે તો આપઘાતની વાત સંભળાઈ રહી છે.' કહીને ઓમકારે નિઃશ્વાસ નાખ્યો : 'કોણ જાણે, પુરુષોનાં દિલ બહેલાવનારીએ આપઘાત કરવો પડે એવું તે શું દુઃખ...'

'કદાચ એ ચિઠ્ઠી લખતી ગઈ હોય તો એની દુખતી નસની જાણ થશે.' તાનિયા હવે વાત આટોપી લેવા માગતી હતી : 'કાંઈ જાણવા મળે તો સવારે કહેજે.'

'ભલે, સવારે કદાચ એના મૃતદેહને સમુદ્રમાં વહાવી દે એવી પણ વાત સંભળાઈ રહી છે.'

'તો-તો એ પહેલાં મને જરૂર જણાવજો, ઓમ !' કહી 'ગૂડ નાઇટ' સાથે તેણે રીસીવર મૂકી દીધું.

તેણે ફરી નવલકથામાં મન પરોવવાનો પ્રયત્ન કર્યો, પણ ગુલનાર નજર સામેથી ખસતી નહોતી. પુસ્તક બાજુએ મૂકીને ઊંઘી જવા માટે ટેબલ-લૅમ્પની સ્વિચ ઑફ કરવા જતી હતી ત્યાં ફરી ઇન્ટરકૉમની ઘંટડી વાગી ઊઠી. કોણ જાણે હવે તેને ઘંટડી કર્કશ લાગવા માંડી. *બીજા કોઈ દુઃખદ સમાચાર ન હોય તો સારું...*

'હેલ્લો.'

'મેમસા'બ.'

એ સંબોધન સાંભળતાં જ તાનિયા ટટ્ટાર થઈ ગઈ. સવારે પાર્લરમાં મસાજ માટે જઈ રહી હતી ત્યારે મોન્ટુએ પેલી ચિઠ્ઠી આપેલી અને તેના આધારે પોતે *મિરેકલ ઑઇલ*નું મસાજ કરાવવાનું માંડી વાળી બ્યૂટિશિયન કેથેરિનને તરછોડીને ત્યાંથી નાસી આવી હતી. ત્યાર પછી મોન્ટુના ફોનની એણે રાહ જોયા જ કરી હતી. એ જાણવા માગતી હતી કે આવો તાકીદનો સંદેશો કેમ આવ્યો ?

'કેબ્રે ડાન્સર ડાઇડ ઇન ધ બાથટબ.'

પેલાએ સમાચાર આપ્યા તેનો હવે તાનિયાને આંચકો ન લાગ્યો.

'હું જાણું છું. હમણાં જ મને ખબર મળ્યા. બિચારીએ આપઘાત કર્યો.'

'કોણે કહ્યું ?' મોન્ટુ ધીમા અવાજે કાનમાં કહેતો હોય તેમ બોલ્યો : 'ઇટ ઇઝ નૉટ એ સ્યુસાઇડ.'

'તો ?'

'ઑઇલ મસાજ...'

'હેં !' હાથમાં ફોનના રીસીવરને બદલે સાપ પકડ્યો હોય તેમ પગથી માથા સુધી એ થથરી ગઈ : 'હાઉ કમ, મોન્ટુ ?'

'ફોન પર લાંબી વાત કરી શકાય નહીં... પણ જે *મિરેકલ ઑઇલ* તમારા માટે હતું તે આ બિચારીને ભાગે આવ્યું અને અજાણતાં જ એ તેનો ભોગ બની ગઈ. હવે કોઈ સાચી વાત જાણી નહીં શકે.' કહી પેલાએ ફોન મૂકી દેતાં ઉમેર્યું : 'લૉંગ લિવ, મેમસા'બ !'

'ઓહ !' સંપર્ક કપાઈ ગયા પછી તેને ભાન થયું કે પેલી ચબરખીએ પોતાને જીવતદાન આપ્યું હતું.

અને મોન્ટુ અત્યારે લાંબી આવરદાની શુભેચ્છા પાઠવતો હતો.

એવું બની જ કેમ શકે ?

તાનિયાના મનમાં એ સવાલ ઘૂમરી ખાતો રહ્યો. પોતે મૃત્યુની સાવ નજદીક પહોંચીને પાછી વળી ગઈ... *'પેલા મિરેકલ ઑઇલે' મારે બદલે ગુલનારનો ભોગ લીધો એ કેવી રીતે બન્યું હશે ? અજાણતાં કે જાણીજોઈને એક સ્ત્રીનો ભોગ લેવાનું કાવતરું હશે ? તાનિયા નાસી ગઈ તો ગુલનારને પકડીને ઝેરી તેલનું મર્દન કરી કામદેવતાને એનું બલિદાન આપી દો !*

મૃત્યુના ભણકારાએ તેને વ્યાકુળ બનાવી દીધી. નવલકથાનું પુસ્તક ફગાવી દઈને એ અરીસા સામે ઊભી રહી. મુખ પર મૃત્યુનો ઓછાયો પ્રસરતો હોવાનો ભ્રમ થયો હોય તેમ એણે બંને હાથની હથેળીમાં મોં ઢાંકી દીધું. પછી હથેળી ઘસીને ભ્રમને ભૂંસી નાખવાની ચેષ્ટા કરી.

'ભાગ, તાનિયા ! ભાગ !'

પાર્લરમાં ભીતરનો અવાજ સાંભળ્યો હતો એવું જ કાંઈક અત્યારે અનુભવ્યું. કદાચ આ માત્ર ભયના ભણકારા જ હશે એ રીતે મનને મનાવવાની મહેનત કરી જોઈ, પણ ભયનો ભરડો હળવો થયો નહીં ત્યારે એને યોગીજી યાદ આવી ગયા. ડૂબતાને જાણે આધાર મળી ગયો હોય એવી રાહત અનુભવી તાનિયાએ.

'સાઇકિયાટ્રિસ્ટ ડૉક્ટર શાહ !' આયનામાં પડતા પોતાના પ્રતિબિંબને કહેવા લાગી : 'આપશ્રી માર્ગ ભૂલ્યાં છો. જેમણે તારી જિંદગી બચાવી એમને તેં હાઇનેસ અને ઓમકાર વચ્ચે થયેલી વાતચીતની ટેપનો ખોટો તરજુમો કરીને મોકલ્યો. હવે બાજી સુધારી લે, નહીંતર તારી પણ પેલી કેબ્રે ડાન્સર જેવી ગતિ થશે.'

અને તેના જવાબમાં અરીસાનું પ્રતિબિંબ આપમેળે સામું મલકતું હોય એવો ભાસ થયો.

બીજી જ ક્ષણે એ કેબિનની બહાર નીકળી ગઈ. સવારે બ્રાહ્મમુહૂર્તમાં ઊઠી જનારા યોગીજીને

અત્યારે ભરઊંઘમાંથી જગાડવું અજુગતું છે એવો સંકોચ રાખ્યા વિના એણે કેબિનના દરવાજે ટકોરા મારીને પોતાનું નામ પણ ઉચ્ચારી દીધું : 'હું છું તાનિયા !'

કેમ જાણે એ તેની રાહ જોતા હોય એમ ત્રીજી સેકન્ડે તો બારણું ખૂલી પણ ગયું : 'આવ, આવી જા.'

અત્યારે ? આમ અચાનક ? કેમ આવી ચડી ? એવી કોઈ જ પૃચ્છા નહીં. સીધો આવકાર અને તે પણ સ્મિત સાથે. ન આંખોમાં ઊંઘનો ભાર કે ન ચહેરા પર સુસ્તીનો અણસાર !

'તમને કેમ ખબર પડી ?' તાનિયાએ યોગીજીને કેબ્રે ડાન્સરના મૃત્યુની અને પોતાને ઊગરી જવાની બંને વાત કરી દીધી.

'આનું નામ વિધાતા, તાનિયાદેવી !'

- યોગી કૃષ્ણમૂર્તિ ક્યારેક-ક્યારેક તેના નામ સાથે *દેવી* જોડી દઈ માનાર્થે બોલાવતા.

'તમે કાળદેવતાને હાથતાળી આપીને છટકી ગયાં અને પેલી તેને સામે આવીને બાઝી પડી.'

'એટલે કે એણે આત્મહત્યા કરી એમ આપનું કહેવું છે ?' પછી ઘડીભર યોગીજીને નીરખતી રહી પૂછવાની હિંમત કરી શકી :

'આપ મારી આશંકાનો અનર્થ ના કરતા, યોગીજી ! જિજ્ઞાસાવશ પૂછ્યા વિના રહી શકતી નથી કે કોઈ સિદ્ધિ અર્થે નારીનું બલિદાન અનિવાર્ય છે એવું આપના તંત્રશાસ્ત્રમાં ક્યાંય સૂચવ્યું છે ખરું ?'

યોગી કૃષ્ણમૂર્તિ ડોક હલાવતા હસવા લાગ્યા :

'તાનિયા, આવું પૂછવાને બદલે તું જે ઇરાદે અહીં દોડી આવી એને વાચા આપ.... તારી તમામ આશંકાનું સમાધાન તને મળી જશે... હવે કહી નાખવાની ઘડી આવી પહોંચી છે, છોકરી !'

જાણે પોતાના મનની ઊથલપાથલ કળી ગયા હોય એમ બોલી જઈને બધું કહી નાખવાની એમની એ આજ્ઞાએ તાનિયાને બે ઘડીમાં બાળક જેવી નિખાલસ બનાવી દીધી.

'ઘણુંબધું કહેવાનું છે, યોગીજી ! તેમાંથી થોડુંથોડું કહીશ તોપણ આપ સમગ્ર બાબતનો સાર પામી જશો.'

આમ કહી તાનિયાએ દારેસલામની એ સાંજે બનેલી ઘટનાથી શરૂઆત કરી. મેક્સવેલ જીવતા હોવાની માહિતી પર યોગીજી મલક્યા, પણ કાંઈ જ બોલ્યા નહોતા. એવી જ રીતે સ્વિમિંગ પુલ પાસેની ચર્ચા દરમિયાન પોતે *ફૅટબૉય*(ઍટમબૉમ્બ)નો ઉલ્લેખ કર્યો તેથી ઓમકાર ચમકી ગયો હતો એ સાંભળ્યા પછીય યોગીજીએ કોઈ અચરજ દર્શાવ્યું નહીં.

ત્યાર પછી તાનિયાએ પોતાને મોન્ટુએ આપેલા મૅજિકલ પેપરની વાત કરી જેમાં એવી બાતમી આપવામાં આવી હતી કે હિઝ હાઇનેસ અસલમાં તો કાશ્મીરી ત્રાસવાદી છે અને ઓમકાર તેના કાવતરામાં ફસાયેલો છે.

'કેવું કાવતરું ? શેનું કાવતરું ?'

પહેલી વાર યોગીજીએ જાણવાની ઉત્સુકતા દર્શાવી એટલે તાનિયાએ ટેપરેકૉર્ડ કરવામાં આવેલી હાઇનેસ-ઓમકારની વાતચીતનો સાર કહી સંભળાવીને કહ્યું :

'યોગીજી, પહેલી દૃષ્ટિએ તો એવું જણાય છે કે અણુબૉમ્બની ધમકી આપી પાકિસ્તાન પાસેથી આઝાદ કાશ્મીરનો પ્રદેશ પાછો મેળવવાનું આ કાવતરું છે...'

તોપણ યોગીજી વચ્ચે કાંઈ બોલ્યા નહીં.

'આ શિપ બૉમ્બેથી કરાંચી જાય ત્યારે કાવતરાની પરાકાષ્ઠા આવશે અને એ કાશ્મીર સોંપી દેવા તૈયાર ન થાય તો અણુબૉમ્બ દ્વારા સમગ્ર પ્રદેશનો સર્વનાશ કરવાની પણ એમની તૈયારી છે !'

'એમને અણુબૉમ્બ ક્યાંથી મળવાનો ?'

'કદાચ બૉમ્બે પહોંચતાં સુધીમાં મળે.'

'અને કરાંચી પર વિમાનમાંથી બૉમ્બ ફેંકવા માગે છે એ લોકો ?'

'ખબર નહીં. ટેપરેકૉર્ડરમાં અસ્પષ્ટપણે એટલું સંભળાયું કે બૉમ્બ ફોડવા માટે રીમોટ કન્ટ્રોલ સ્વિચ બનાવવાનું કામ ઓમકારે કરી આપવાનું છે... કદાચ એમાં એ નિષ્ણાત હશે એટલા માટે જ તેને હાઇનેસે સંડોવ્યો હશે.'

'પરંતુ પ્રવાસમાં ઓમકારના પુત્રને શું કામ સાથે લીધો ?' યોગીજીએ મનમાં ઘણા વખતથી ઘૂંટાતા કોયડાને વાચા આપી : 'એ છોકરાને છેક મુંબઈથી લંડન બોલાવી આવા મોંઘા પ્રવાસમાં સાથે લેવાનું વિચિત્ર લાગે... આવા વિનાશક કાવતરામાં કોઈ એકના એક પુત્રને સાથે લઈ જવાનું જોખમ શું કામ ખેડે ?'

તાનિયા પાસે એનો જવાબ નહોતો.

'બીજી વાત. મેક્સવેલની ટીમ જો એમ માનતી હોય કે હાઇનેસ અસલમાં કાશ્મીરી ત્રાસવાદી છે તો આ બાતમી નહીં માનવાનું આપણી પાસે કોઈ કારણ છે ? કદાચ એવું કેમ ન હોય કે કોઈ કાશ્મીરી ત્રાસવાદીએ ભારત પાસેથી કાશ્મીર આંચકી લેવા માટે અણુબૉમ્બનું કાવતરું ઘડ્યું હોય ? હિઝ હાઇનેસ અસલમાં પાકિસ્તાનનો માણસ પણ હોઈ શકે.'

'તો-તો એ નક્કી મુસ્લિમ છે, યોગીજી !'

આવેશમાં ઊંચા અવાજે બોલી ગઈ તાનિયા... તેને દારેસલામના મંદિરનું દશ્ય યાદ આવી ગયું. પોતે દૂરબીનમાંથી જોતી હતી ત્યારે મૂર્તિને પ્રણામ કરીને બે હથેળી આંખો સમક્ષ ધરીને હાઇનેસ દુઆ માગતો દેખાયો હતો એ તેણે યોગીજીને કહ્યું ત્યારે પહેલી વાર એમની આંખોમાં રતાશ પ્રસરતી દેખાઈ.

'ચાર દિવસ અગાઉની એ વાત આજ લગી તેં મને કહી કેમ નહીં ?'

'મને થયું કે એ મારો ભ્રમ હશે.'

'નહિ, તાનિયા ! ઓમકાર પ્રત્યેનો તારો ભાવ તને સત્ય માની લેતાં રોકે છે. પરંતુ પ્રવાસના પહેલા જ દિવસે નીરજા દ્વારા ગુરુ પાસેથી સંકેત મળ્યો ત્યારે મને ત્રણ શબ્દોમાં સંદેશો મળ્યો હતો.'

'કયા ત્રણ શબ્દો, યોગીજી ?'

'અણુશસ્ત્ર, દેશદ્રોહ, સર્વનાશ...'

'ઓહ... તો-તો એમાં સ્પષ્ટ સંકેત છે કે હાઇનેસ દેશદ્રોહી છે !'

'અને એ બાબતમાં મારી સાથે સ્કૉટલૅન્ડ યાર્ડના જાસૂસો પણ સંમત થાય છે.'

'તો પછી અત્યારે જ એ હાઇનેસને ઉઘાડા કેમ પાડી દેતા નથી ?' તાનિયા ઘૂંટાતા શ્વાસે બોલી ગઈ :

'ભારત સરકારને જાણ કરે એટલે એ લોકો તાબડતોબ હેલિકૉપ્ટર કે સ્પીડબોટ મોકલીને હાઇનેસની ધરપકડ કરી લે !'

'માત્ર હાઇનેસની જ નહિ, ઓમકારની પણ ધરપકડ થાય.'

ત્યારે તાનિયાથી નિઃશ્વાસ નખાઈ ગયો.

'ઓમકાર બોલી નાખે તો કદાચ....'

'તો પેલા કાવતરાખોરો તેને જીવતો નહીં છોડે.' કહી યોગીજીએ અટકળ કરી : 'કદાચ ઓમકાર બધું જાણતો ન પણ હોય.'

'આપણે એને આ બધું કહી દઈએ તો ?'

'તો....' સહેજ વાર વિચાર કરીને યોગી બોલ્યા :

'તો એના પર ત્રાસ ગુજારીને હાઇનેસ કે એના સાથી બધી વાત ઓકાવી દે... તાનિયા, આપણે જાણતા નથી કે આ કાવતરામાં સંડોવાયેલા બીજા કેટલા પ્રવાસમાં સાથે છે. એમાંથી કોઈ પણ ગમે ત્યારે ઓમકારનું કાસળ કાઢી નાખી શકે.'

'પેલી કેબ્રે ડાન્સરને મોતને ઘાટ ઉતારી દીધી એમ...'

'હા, તાનિયા, મામલો બહુ પેચીદો છે. સંભાળીને કામ લેવું પડશે.' કહી યોગીજી સફાળા ઊભા થઈ ગયા. અચાનક દરવાજા પાસે જઈ બારણું અંદરથી ખેંચ્યું. દરવાજે કોઈ દેખાયું નહીં એટલે બહાર ડોકિયું કર્યું ત્યાં પણ કોઈની હાજરી વર્તાઈ નહીં ત્યારે બારણું બંધ કરી ફરી પાછા પોતાના આસન પર ગોઠવાઈ ગયા :

'એ લોકો તારો પણ પીછો કરતા હોય.'

'પેલી ગુલનારનું સાંભળ્યા પછી મને ધ્રાસકો પડી ગયો એટલે તો અહીં દોડી આવી, યોગીજી !'

આમ કહેતાં એણે નીરજાદેવીની ખાલી પથારી પર મીટ માંડીને ઉમેર્યું : 'હું તો હવે અહીં જ રાત રોકાઈ જવાની.'

'એક રાત માટે નહીં, તાનિયા, બાકીની સફર સુધી તારે અહીં રહેવાનું છે, મારી સાથે.'

તાનિયાના મનની વાત એમણે ઉચ્ચારી હતી છતાં એ વિચારમાં પડી ગઈ :

'આપની છત્રછાયા કરતાં વિશેષ સલામતી બીજે ક્યાં હોય ? પણ બીજા લોકો...'

'લોકોની ચિંતા કે પરવા નહીં કરવાની, તાનિયા ! માની લે કે હવે સામસામા મોરચા મંડાયા છે. પકડદાવની રમત શરૂ થઈ ચૂકી છે. દરેક ચાલ સામેવાળાને પછાડશે અથવા તો આપણને પરાજિત કરશે.'

તાનિયા એમની મુખમુદ્રાને નિહાળતી રહી. પોતે એમની સામે આખી બાજી ખોલી નાખતાં પહેલાં મેક્સવેલની પરવાનગી તો લીધી નહીં. કદાચ યોગી કૃષ્ણમૂર્તિ પણ સાધુના વેશમાં બીજા કોઈક કાવતરામાં સંડોવાયેલા નીકળી પડે તો ?

*

સવારના સવાછ વાગ્યે શિપનાં પાંચસો-સાતસો ઉતારુ ઉપર-નીચેના ડેક પર એકઠાં થઈ ગયાં હતાં અને જેમ-જેમ જાણ થતી ગઈ તેમ-તેમ આંખમાંથી ઊંઘ ખંખેરતાં પૅસેન્જર્સ આવીને

ગોઠવાઈ રહ્યાં હતાં. કેટલાંક તો સમુદ્ર પર દૂરબીન તાકીને કૌતુકભેર ગુલનારની અંતિમક્રિયા નિહાળવા દોડી આવ્યાં હતાં.

'પપ્પા, એમને દરિયામાં પધરાવી દેશે પછી શું થશે ?' ડેકની રેલિંગ પર ટીંગાઈને જોઈ રહેલા આત્માએ પિતાને પૂછ્યું. આમ તો ઓમકાર એને આ દૃશ્ય દેખાડવા માગતો નહોતો, પણ પોતે છાનોમાનો કૅબિનની બહાર નીકળવા જાય એ પહેલાં તો આત્મા તેની આગળ થઈ ગયેલો : 'મારે પણ જોવું છે !'

અને અત્યારે ધડકતા હૈયે નાની બોટમાં ગોઠવાતી ગુલનારની લાશ જોતો સહજભાવે એ પૂછી બેઠો કે 'એનું દરિયામાં શું થશે ?'

'દરિયાનાં માછલાં મૃતદેહને ઠોલીને ખાઈ જશે... મૃત્યુ પછી કોઈ અગ્નિમાં, કોઈ જમીનમાં તો કોઈ જળમાં વિલીન થઈ જાય છે.'

મૃતદેહને લઈ બોટ સ્ટીમરથી થોડે દૂર વહેવા લાગી.

'ગુલનારના દેહની અંતિમક્રિયામાં ગુલઝાર સાથે હાઇનેસ પણ જોડાયેલા દેખાય છે.'

તાનિયા બાજુમાં ઊભેલા યોગીજી સાંભળે એમ ધીમેથી બબડી. ત્યાં અચાનક એની નજર બોટને હલેસા મારનાર યુવાન પર પડી.

'યોગીજી, પેલો દેખાય છે ને એ જ આપણો મોન્ટુ !'

'ઓહ ! એને આ ડ્યુટી મળી ગઈ !' યોગીએ આશ્ચર્ય દર્શાવ્યું : 'એનો અર્થ એ કે મેક્સવેલનો માણસ દુશ્મનનો પડછાયો થઈને ફરે છે.'

'હા, રોજ જુદીજુદી ડ્યુટી માગી લે છે.'

બોટ અમુક અંતરે પહોંચી એટલે મોન્ટુએ હલેસાં અંદર લઈ લીધાં. ધીમેધીમે બોટ સ્થિર થઈ ત્યાં સુધી રાહ જોઈને ગુલઝારે ફૂલોથી લદાયેલી બહેનની લાશને બંને હાથે કમરેથી ઊંચકી. હાઇનેસે તેને ખભેથી પકડી અને મોન્ટુએ પગેથી ઊંચકવામાં હાથ આપ્યા.

ડેક પર ઊભેલાં સૌ અધ્ધર શ્વાસે એ નિહાળી રહ્યાં હતાં.

'ગૉડ બ્લેસ હર !' ગુલનો મૃતદેહ સમુદ્રનાં પાણી પર મુકાયો એટલે તાનિયાએ ઈશ્વરને યાદ કર્યા. એ જ વખતે બોટમાં બેઠેલા હાઇનેસ મનોમન કાંઈક જુદું જ વિચારી રહ્યા હતા : *તારા પેટમાં પડેલા બધા જ ભેદ તારી સાથે હવે સમુદ્રની ભીતરમાં સદાન માટે દફનાવાઈ જશે, ગુલામડી ગુલ !*

'અલવિદા, બહન !' ગુલનારના મૃતદેહ સાથે સાંકળથી બાંધેલ નાના લંગરને પાણીમાં પધરાવતા ગુલઝારે એ બે બોલ સાથે બહેનને વિદાય આપી અને બીજી જ મિનિટે ગુલનારનું અસ્તિત્વ સમુદ્રનાં ખારાં પાણીમાં ગરક થઈ ગયું.

બોટ પાછી ફરવા લાગી એટલે ઉતારુઓ વીખરાવા લાગ્યાં. કેટલાંક એ દુર્ઘટનાની ચર્ચા કરતાં સવારની ચા-કૉફી પીતાં હતાં તો કેટલાંક જૉગિંગ કરવામાં તલ્લીન બની જઈ જે કાંઈ જોયું તેને વીસરી જવા મથતાં હતાં.

બોટમાંથી શિપ પર આવવા માટે સીડી ચડી રહેલા ગુલઝારને હાઇનેસે હાથ આપ્યો

એ જોઈને ઘણાંએ એમની માનવતાની પ્રશંસા કરી : 'આવા વખતે ઊંચ-નીચના ભેદ ભૂલી જવા જોઈએ !'

'ચાલ, આપણે સ્વીટમાં જઈને બેસીએ. સાથે ચા પીએ.'

આમ કહેતા હાઇનેસ શોકમગ્ન ગુલઝારને હાથ પકડીને દોરી ગયા. સ્વીટમાં દાખલ થતાં જ બીજા કોઈ જોનારા નહીં હોવાથી ગુલઝાર ભાંગી પડ્યો. હીબકાં ભરતા સેક્રેટરીનો વાંસો પસવારતા હાઇનેસ તેને બેડરૂમમાં દોરી ગયા :

'અહીં થોડી વાર આરામ કર.... તારે આખી રાતનો ઉજાગરો હશે.'

ગુલઝાર આજ્ઞાવશ એમના પલંગમાં બેઠો ખરો પણ આરામ કરવા જેટલી સ્વસ્થતા ક્યાં હતી ? ભીતર આખો મહાસાગર તોફાને ચડ્યો હતો.

'ઝાર, તેં બધું ચકાસી જોયું છે ને !'

તેનો ખભો દાબીને હાઇનેસે મનમાં ડહોળાતી ફિકર વ્યક્ત કરી : 'તેના રૂમમાં કોઈ વાંધાજનક ચીજ રહી નથી ગઈ ને ? પોલીસવાળાના હાથમાં આવે એવું કાંઈ તેં રહેવા તો નથી દીધું ને ?'

ત્યારે ધીમેધીમે ગુલઝારે ગરદન ઊંચકી પળ-બે-પળ તેમની સામે જોયું. ભભૂકતા ભીતરનો આક્રોશ પોતાના મુખ પર ઊછળી ન આવે એટલા ખાતર વિલંબ કર્યા વિના બુશકોટના ખિસ્સામાંથી એક ચીજ કાઢીને તેમની સામે ધરી.

'લ્યો, બૉસ, આ તમારી વીંટી !'

'મારી વીંટી !' લંબાવેલી હથેળીમાં ગુલઝારે ખોટા હીરાની છતાં કીમતી વીંટી પર હાઇનેસની નજર ચોંટી ગઈ. એ *ક્યાંથી મળી* એમ પૂછવા જાય તે પહેલાં તો ગુલઝાર જ ધ્રૂજતા અવાજે બોલી ગયો :

'બાથટબમાં ગુલની મુઠ્ઠીમાંથી એ મળી આવી હતી. પોલીસે આપી અને મેં બહેનની યાદગીરી-રૂપે રાખી લીધી.'

'પોલીસે કાંઈ પૂછપરછ ?'

'કરી.... પણ મેં કહી દીધું કે આ રિંગ એના કોઈ પ્રેમીએ આપેલી છે એટલે છેવટની ઘડીએ પણ મુઠ્ઠીમાં રાખીને જિંદગી ટૂંકાવી દીધી.'

'તેં બરાબર કહ્યું.' પીઠ થાબડવાની ચેષ્ટા સાથે એ કહેવા લાગ્યા, પણ ગુલઝાર ઝાટકા સાથે તેમનાથી દૂર હટી ગયો - કેમ જાણે વાંસો થાબડવાની એમની ચેષ્ટા પીઠમાં છૂરી મારવા જેવા ક્રૂર લાગી હોય.

'તમારી છે, તમે જ રાખી લો.'

આમ કહી પીઠ ફેરવીને એણે તો ચાલતી પકડી. ના, ગુલઝારની ચાલ હાઇનેસને શોકથી લથડતી લાગી... એમાં જુસ્સો હતો કે ખુન્નસ એ એમને ન સમજાયું.

□

57

'એ આપણને બેવકૂફ બનાવી ગઈ.'

પાર્લરમાં બ્યૂટિશિયન કેથેરિન પાસે નખ કપાવવાના બહાને અંગત મસલત કરવા આવેલા હાઇનેસે જમણા હાથની આંગળી ધરીને વાતની શરૂઆત કરી.

'શું માનસશાસ્ત્રી સામા માણસનું મન આટલી ચોકસાઈથી વાંચી લેતા હશે ?'

કેથીએ એમની પહેલી આંગળીનો નખ ઉતારી હળવેકથી ફૂંક મારીને વાત આગળ વધારતાં પૂછ્યું ત્યારે હાઇનેસનું મન વીંટી વગરની પોતાની ત્રીજી આંગળી પર ચોંટ્યું હતું. સવારે ગુલઝાર વીંટી એવી રીતે સોંપીને રવાના થઈ ગયેલો જાણે ફરી ક્યારેય એનું મોં જોવા માગતો ન હોય.

તાનિયા કેથેરિનને બેવકૂફ બનાવીને છટકી ગઈ, તો ગુલનાર મરતાં પહેલાં તેની મુઠ્ઠીમાં એમની વીંટી ઝડપી લઈને પોતાને મહામૂર્ખ પુરવાર કરતી ગઈ. હવે એ વીંટી પહેરવામાં જોખમ હતું. શિપ પર પોલીસ ડિટેક્ટિવની ડ્યુટી બજાવનાર આ વીંટીને ગુલનારના રહસ્યમય મૃત્યુ સાથે સાંકળી લે તો પોતે રાત્રે એની રૂમમાં ગયા હતા એવું પુરવાર કરી શકે એટલે હવે તો વીંટીને પોતે ઓળખતા જ નથી એવું વલણ રાખવું પડે એમ હતું.

'બહુ ઊંડા વિચારમાં પડી ગયા, યોર હાઇનેસ ?'

'હં... હં...' ઊંડો શ્વાસ છોડતાં હાઇનેસથી હળવો નિસાસો નખાઈ ગયો.

એમના નિ:શ્વાસનો ભળતો જ અર્થ કરીને કેથીએ દિલાસો ઉચ્ચાર્યો :

'આપના સેક્રેટરીની બહેનનું આ રીતે આકસ્મિક મૃત્યુ થયું... બહુ દુ:ખદ ઘટના કહેવાય.'

હવે હાઇનેસ તેને ઊધડી લેવા માટે શબ્દો શોધતા હતા ત્યાં કેથીની સેકન્ડ આસિસ્ટન્ટ યુવતીએ બારણું સહેજ હડસેલી, અંદર ડોકિયું કરીને પૂછ્યું :

'એક્સક્યુઝ મી, મૅડમ, હાઇનેસને કોઈ મળવા માગે છે.'

'અત્યારે !' કેથીને આશ્ચર્ય થયું : 'કોણ છે એ ?'

'આફ્રિકન યંગમૅન છે. સવારે હાઇનેસની સાથે બોટમાં હતો એમ એ કહે છે.'

'આલ્ફ્રેડને અહીં મળવા આવવાનું ક્યાંથી સૂઝ્યું ?' હાઇનેસને વિચિત્ર લાગ્યું. સવારે બોટમાં ગુલનારના ડેડ બૉડીને સમુદ્રમાં પધરાવી દીધા પછી પાછા ફરતી વખતે પોતે એને વીસ ડૉલરની ટિપ આપી હતી. એ ના પાડતો રહ્યો છતાં પોતે પરાણે પકડાવી હતી.

'મોકલ એને, માત્ર અર્ધી મિનિટ માટે.'

એરકન્ડિશન્ડ રૂમ હોવા છતાં પાર્ટિશનની પાતળી તિરાડમાંથી બહાર પહોંચતા એ શબ્દો મોન્ટુના કાને ઝિલાયા એટલે એના હોઠ પર મરકલડું આવી ગયું. તેને મરકતો જોઈ કેથીની આસિસ્ટન્ટે સ્માઇલ સાથે 'ઓન્લી ફોર હાફ અ મિનિટ' કહી અંદર જવાની રજા આપી એટલે રોમૅન્ટિક ઢબે આંખ મિચકારતો મોન્ટુ કેબિનમાં સરકી ગયો.

'સૉરી, યોર હાઇનેસ.... આપને અહીં આવીને વિક્ષેપ કરવા બદલ માફી ચાહું છું.' કહેતાં-કહેતાં તેણે ટી-શર્ટના ખિસ્સામાંથી વીસ ડૉલરની નોટ કાઢી :

'આપે આપેલી બક્ષિસ પાછી આપવા આવ્યો છું, સર !'

'કેમ, વીસ ડૉલર ઓછા પડ્યા ?'

'નહીં, સર, આવા પ્રસંગે ટિપ આપવી એ આપની ઉદારતા કહેવાય, પણ મારાથી એ કેમ લેવાય...'

'શું કામ ન લેવાય ?' ડ્રેસિંગ-ટેબલ પાસે હાઇનેસની ખુરસીથી દૂર ઊભેલા મોન્ટુને એમણે પૂછ્યું :

'આલ્ફ્રેડ, અમે આપેલી બક્ષિસ પાછી લેતા નથી.'

'પરંતુ જેમની લાશને પાણીમાં વહાવી દીધી એમનો વિચાર કરું છું અને મને મારી બહેન યાદ આવે છે. *કોઈની અંતિમક્રિયા કરવાની ટિપ લેવાય ખરી ?* એવું પૂછતી મને એ ઠપકો આપતી દેખાય છે.'

'ડોન્ટ બી સેન્ટિમેન્ટલ !' હાઇનેસ પીઠ ફેરવ્યા વિના કેથેરિનને બીજો હાથ ધરતાં સહેજ કડક અવાજે બોલ્યા : 'વીસની એ નોટ મૂકી દે ખિસ્સામાં પાછી... એનું તારે જે કરવું હોય તે કરજે... ઍન્ડ ગો અવે ઍઝ સૂન ઍઝ યૂ કૅન.'

'ઍઝ યૂ સે, યોર હાઇનેસ !' કહી ડાબે હાથે પેલી નોટ શર્ટના ખિસ્સામાં સરકાવી અને જમણો હાથ હાફ-પૅન્ટના ખિસ્સામાંથી બહાર કાઢી, કોઈક ચીજ ડ્રેસિંગ-ટેબલ પર સિફતથી મૂકી દઈ એણે ચાલતી પકડી.

'ઓન્લી હાફ અ મિનિટ !' બહાર આવી આસિસ્ટન્ટ યુવતી સામે તેણે ફરી આંખ મિચકારી અને ખિસ્સામાંથી વીસની નોટ તેના હાથમાં પકડાવી તેને બંને હાથમાં પકડી લીધી : 'વૉટ અબાઉટ એ કિસ ?' પોતાના સફેદ દાંત ચમકાવી મોન્ટુએ તેની હડપચી ઊંચી કરતાં પૂછ્યું. એ જાણતો હતો કે યુરોપિયન યુવતીઓ કાળી ચામડી અને સફેદ દાંતવાળા મરદોને જલદી વશ થઈ જતી હોય છે.

પેલીએ હોઠ અધખુલ્લા કર્યા એટલે મોન્ટુએ પોતાના હોઠ તેના પર ચાંપી દીધા. પેલી ઇચ્છતી હતી કે દીર્ઘ ચુંબન દરમિયાન આ ફૂટડો યન્ગમૅન તેને આશ્લેષમાં જકડી લે, પણ મોન્ટુ સાવધ હતો. પેલીને ઉત્તેજિત કરીને એણે કામ કઢાવી લેવા માટે ફરી પાછા ફરવાનું જ હતું એટલે થોડુંક બાકી રાખવું પડ્યું.

'સો સ્વીટ ઑફ યૂ, ડાર્લિંગ !' કહી એ તેનાથી અળગો થયો : 'લંચ-ટાઇમમાં તું એકલી હોઈશ ત્યારે આવી જઈશ... ઓકે ?'

પેલીએ ભીના હોઠ પર જીભ ફેરવતાં ઇશારતથી જ 'ઓકે' કહ્યું, એટલે મોન્ટુ ઝડપભેર સરકી ગયો.

'તું કેબ્રે ડાન્સરનો ખરખરો કરે છે, કેથી, પણ એના મૃત્યુ માટે કોણ જવાબદાર છે એની જાણ છે તને ?'

ડાબા હાથની આંગળીના નખ કપાઈ ગયા એટલે જમણો પગ ધરતા હાઇનેસે કેથી સામે આંખો કાઢીને જોયું.

એમની તીક્ષ્ણ નજરે કેથીને વીંધી નાખી.

'હાઇનેસ, આપ તો એવી રીતે પૂછી રહ્યા છો જાણે હું જવાબદાર હોઉં !'

'મિસ ગુલનાર સવારે તારે ત્યાં મસાજ કરાવી ગઈ હતી.'

'હા, મસાજ કરાવી ગઈ ત્યારે એ બહુ ખુશમિજાજ પણ હતી.'

'પરંતુ તેને ક્યાં ખબર હતી કે તારી આસિસ્ટન્ટે એને કયા તેલથી મસાજ કર્યું છે !'

'એટલે ?' એમના પગના નખ કાપતાં કેથીના હાથે આંચકો અનુભવ્યો : 'આપ એમ કહેવા માગો છો કે ગુલનારનું મોત....'

'હા, પેલી માનસશાસ્ત્રી માટે તને આપેલું *મિરેકલ ઑઇલ* આ બેવકૂફે સરકાવી લઈ પોતાના માટે ઉપયોગમાં લઈ લીધું !'

'ઓહ નો !'

'ઓહ યસ !'

કેથેરિનની આંખો અને હોઠ બંને ફાટી રહ્યાં. વધારે વખત મોં ખુલ્લું રાખ્યું હોત તો થરથર કાંપતી જીભેથી લાળ પડવા લાગી હોત.

'પરંતુ એ *મિરેકલ ઑઇલ* તો...' કેથેરિન બોલતી અટકી ગઈ.

'ક્યાં છે ? લાવ, મને પાછું આપી દે.'

લેણી રકમનો તકાદો કરતા હોય તેમ હાઇનેસે હાથ લંબાવીને હોઠ ભીડેલા રાખ્યા. પેલી તેમની તંગ મુખાકૃતિ જીરવી શકતી ન હોય તેમ નીચું જોઈ ગઈ.

'હા..ઇ...નેસ !' જીભને લકવા લાગ્યો હોય તેમ એ માંડ સંબોધન ઉચ્ચારી શકી. પછી માત્ર ડોક ધુણાવીને નકારનો સંકેત દર્શાવ્યો.

'કોને આપી દીધું એ મૂલ્યવાન *મિરેકલ ઑઇલ* ?'

'સર, મેં કોઈને આપ્યું નથી.' કેથેરિન રડમસ અવાજે કહેવા લાગી : 'મસાજ નથી કરાવવું એમ કહી પેલી બહાર ધસી ગયા પછી ઘણી વાર સુધી હું અસ્વસ્થપણે બેસી રહી. *આમ કેમ બન્યું ?* એના જ વિચારમાં અટવાયેલી રહી.'

'અને પછી જોયું તો ઑઇલની બૉટલ ગાયબ... એમ જ ને ?'

'હા, સર ! મને શું ખબર કે કોચ પર મસાજ કરાવતી કેબ્રે ડાન્સરે એ સરકાવી લીધું હશે ? મોત માણસને કેવી કમતિ સુઝાડે છે !'

તેણે નિઃશ્વાસ નાખ્યો, પણ હાઇનેસે જરાય સહાનુભૂતિ દર્શાવી નહીં :

'એની કમતિ મને અને તને મોંઘી પડી, કેથેરિન !'

'હું સમજી નહીં, હાઇનેસ !'

'મારું મોંઘા ભાવનું તેલ ગયું. જેને માટે એ વાપરવાનું હતું તે જીવતી રહી ગઈ અને જે મરી ગઈ એમાં તું નિમિત્ત બની ગઈ.'

'પરંતુ, હાઇનેસ, એને તો આપઘાતનો કેસ ઠરાવી દેવામાં આવ્યો.'

'હા, અત્યાર સુધી તો મેં બધું સંભાળી લીધું, પણ તેના ભાઈ ગુલઝારને ઑઇલ મસાજની જાણ થશે ત્યારે એ શું કરી બેસશે, કોને ખબર ?'

'શું કરી બેસશે, હાઇનેસ ?'

'કદાચ બહેનના મૃત્યુ માટે તને જવાબદાર ઠરાવી તારી સામે વેર વાળે અથવા તો...'

'અથવા તો તારી જે આસિસ્ટન્ટે એને મસાજ કર્યું એને ખતમ કરી નાખવા માગે.'

'મારી આસિસ્ટન્ટ... ઓહ ગૉડ !' એ સફાળી ઊભી થઈ ગઈ : 'હવે મને બત્તી થાય છે કે એ બિચારી કાલ સાંજથી એના બંને હાથનાં કાંડાં ખોટાં પડી ગયાની ફરિયાદ કેમ કરે છે.'

'એ પેલા ઑઇલની જ અસર... ઉઘાડા હાથે મસાજ કરે તો એને પૉઇઝન છોડે ખરું ?'

'ઓહ ગૉડ...' બંને હાથે માથું પકડી ખભા ધ્રુજાવતી એ બોલતી રહી : 'પહેલાં એને કોણી સુધી ખૂબ પીડા થઈ. મેં પેઇનકિલર ક્રીમ લગાડી આપ્યું... બે-ચાર ટેબલેટ્સ આપી પછી દુખાવો ઓછો થયો. પણ સવારે ફોનથી ખબર પૂછ્યા તો બિચારી કહે *મેં રીસીવર પણ માંડ ઊંચક્યું છે... મારાં આંગળાં જડ થઈ ગયાં.... બંને હાથ ખોટા પડી ગયા...* બોલતાં-બોલતાં એના હાથમાંથી રીસીવર વચકી ગયું. એનું રુદન મારા કાને અફળાયું. હું દોડી ગઈ.'

'પછી ?'

'જઈને જોયું તો એ ભાંગી પડી હતી. *હાથ હંમેશને માટે ખોટા પડી જશે તો બ્યૂટિશિયન તરીકે ભાવિ અંધકારમય બની જશે ! આટલી રૂડી-રૂપાળી પણ હાથની ખોડવાળીને પરણવા કોણ તૈયાર થશે ? મને કોનો શાપ લાગ્યો....* એવા બબડાટ સાથે મારે ખભે માથું નાખીને આક્રંદ કરતી રહી.'

'ટૂંકમાં પતાવ !' બંને પગનાં આંગળાંના નખ કપાઈ રહ્યા એટલે બેઠકની પોઝિશન બદલીને હાઇનેસે કંટાળામિશ્રિત અધીરાઈથી કહ્યું : 'છેવટે તેં એનું કર્યું શું ? અને શું કરવા ધારે છે ?'

'હું તો મૂંઝાઈ ગઈ છું, હાઇનેસ.' પોતે પણ ભાંગી પડશે એવો દેખાવ કરતી કેથી બોલી ગઈ : 'મેં એને શિપના ડૉક્ટર દ'ગોલની એપૉઇનમેન્ટ લઈ આપી. એ શું સલાહ આપે છે તે જોઈએ.'

'હેં !' ખુરસી પરથી ઊભા થઈ જતા હાઇનેસ ઊકળી ઊઠ્યા : 'તેં એને ડૉક્ટર પાસે મોકલી ! ડૉક્ટર એને પૂછપરછ કરશે એટલે પેલી કહેશે કે સવારે એણે કેબ્રે ડાન્સરને મસાજ કર્યું હતું. બસ થઈ રહ્યું.... *મિરેકલ ઑઇલ*નો ભાંડો ફૂટી જવાનો !'

રાતાપીળા થતા એ લટાર મારવા મંડ્યા ત્યાં કેથીએ કાંડાઘડિયાળ પર નજર નાખી. 'હજુ સવાદસ થયા છે. ડૉક્ટરની એપૉઇનમેન્ટ સાડાદસની છે. હું તેને રોકવાની ટ્રાય કરું છું.'

આમ કહી તેણે ફ્લોરાની કેબિનનો નંબર જોડ્યો. બ્યૂટીપાર્લરની ફર્સ્ટ અને સેકન્ડ આસિસ્ટન્ટ

એક જ કેબિનમાં રહેતી હતી. બે-ત્રણ ઘંટડી વાગી છતાં ફોન ઊંચકાયો નહીં એટલે કેથીને ફાળ પડી : *એ ડૉક્ટર પાસે જવા માટે નીકળી ચૂકી...*

'હેલ્લો !'

હાશ ! પેલીનું *હેલ્લો* સાંભળીને કેથીએ હાશકારો અનુભવ્યો : 'મને એમ કે તું ડૉક્ટરને ત્યાં જવા નીકળી...'

'બસ હું દરવાજાની બહાર પગ મૂકતી હતી ત્યાં ફોન રણક્યો, એટલે રીસીવ કરવા પાછી ફરી... હમણાં જ જાઉં છું. મિસિસ જેક્સન !'

'નહીં, પ્લીઝ ડોન્ટ ગો !' કારણ શોધવા માટે બે ઘડી રોકાઈને તેણે ઉમેર્યું : 'તું કેબિનમાં જ રહેજે. મને એક આઇડિયા આવ્યો છે. હું રૂબરૂ જ આવી જાઉં છું.'

'પરંતુ ડૉક્ટરની એપૉઇનમેન્ટનું શું ?'

'એ હું ફોડી લઈશ... એમને ફોન કરીને એપૉઇનમેન્ટ મુલતવી રખાવું છું.' કહીને પાકું કર્યું, 'ઓકે ?'

'ભલે, મિસિસ જેક્સન ! હાથ વગરની હું તો સાવ નકામી... નિરાધાર જેવી થઈ ગઈ !'

ફરી પેલી રડવાનું શરૂ કરે એ પહેલાં 'ધીરજ રાખ. હું આવું છું.' કહીને ફોન મૂકી દીધો.

'થૅન્ક ગૉડ હજુ એ ગઈ નથી, હાઇનેસ ! હવે કહો, એને ડૉક્ટરથી કેમ દૂર રાખવી ?'

'તું ફોન પર વાત કરતી હતી એટલી વારમાં મેં પ્લાન ગોઠવી નાખ્યો.' એમણે ચમકતી આંખે ચિરૂટ કાઢી લાઇટરથી સળગાવી. લાઇટરમાં વાગતી *અભી ન જાઓ*ની ધૂન બે ઘડી સાંભળી લઈ, લાઇટર બંધ કરી, સિગારના બે-ચાર કશ લઈ, કેથેરિનના મોં પર ધુમાડા ફંગોળતાં કહ્યું :

'બગડતી બાજી સુધારી લેવા માટે કુદરત આપણી ફેવરમાં છે. આપણું જહાજ કાલે મોરેશિયસના કાંઠે અણધાર્યો હોલ્ટ કરવાનું છે.'

'કોણે કહ્યું ?'

'કૅપ્ટને... લિંકન શિપિંગ કંપનીના મેનેજિંગ ડિરેક્ટર જ્યૉર્જ વેલિંગ્ટન એમની કંપનીની આ લક્ઝરી લાઇનરની સર્વપ્રથમ સફરમાં ચાર-છ દિવસનો પ્રવાસ કરવા માગતા હતા. પહેલાં તો બૉમ્બેથી હૉંગકૉંગ જવાનું વિચારેલું, પણ હવે મોરેશિયસથી વાયા હૉંગકૉંગ બૉમ્બે જવાના છે. એમને લેવા માટે *ઓશનકિંગ-વન* ખાસ મોરેશિયસ બંદરે લાંગરવાની છે.'

'એથી આપણને શું લાભ ?'

'કેમ, પેલી તારી આસિસ્ટન્ટને આપણે મોરેશિયસ ઉતારી દઈને એને ઘેર રવાના કરી દઈએ ને !'

'પણ એ જવા તૈયાર થશે ?'

'કેમ ન થાય ?' હાઇનેસે ફરી કેથીના મોં પર ધુમાડાનાં ગૂંચળાં ઉછાળતાં કહ્યું :

'એને તું સમજાવી લે. હાથની ટ્રીટમેન્ટ લાંબી ચાલશે. ત્યાં સુધી એ કામ કરી નહીં શકે. ઉપરાંત અહીં શિપમાં ટ્રીટમેન્ટ મોંઘી પડશે. તેને બદલે સ્ટેટ્સ (અમેરિકા) પાછી ફરી જાય તો હેલ્થ ઇન્સ્યોરન્સને કારણે ઓછા ખરચે બધું પતી જશે અને ઉપરથી આપણે એને આર્થિક લાભ કરી આપશું.'

'એ કઈ રીતે ?'

'એનો કોન્ટ્રેક્ટ કેટલાનો છે ?'

'મહિને ચાર હજાર ડૉલરનો... અને બક્ષિસ મળે તે વધારાની.'

'તો આપણે એને પાંચ હજાર ડૉલર પ્લસ પાછા ફરવાની પ્લેનની ટિકિટનો ફેર પણ આપી દઈએ તો ?'

'પરંતુ મારાથી એટલી રકમ...'

'એ તું મારા પર છોડી દે, કેથી !' હાઇનેસે પોતાનો સ્વાર્થ છુપાવીને પરમાર્થની વાણી ઉચ્ચારી :

'ભૂલ ભલે તારી થઈ. પેલી તાનિયા છટકી ગઈ અને ગુલનાર ફસાઈ ગઈ. તારી આસિસ્ટન્ટને જાણ નહીં એટલે ગ્લવ્ઝ (હાથમોજાં) વિના માલિશ કરી બેઠી. એમાં એ બિચારીનો શું વાંક ? અને અહીં રહેશે તો હો-હા થશે. એમાં જો તારું નામ સંડોવાયું તો કોને ખબર, ક્રિમિનલ કેસ પણ થાય અને...'

'બસ-બસ, યોર હાઇનેસ !' કેથી કૉર્ટ અને જેલનાં નામથી જ કંપવા લાગી : 'હું ગમે તેમ કરીને એને સમજાવી લઉં છું. પાંચ હજાર ડૉલરનું કૉમ્પેન્સેશન કાંઈ ઓછું ન કહેવાય.'

આમ કહી એણે એપ્રન ઉતારી, પર્સ ઊંચકી, હાઇનેસની પાછળ પગ ઉપાડ્યા.

'આપ ઊપડો એટલે હું નીકળું છું... એને તાબડતોબ મનાવી લઉં, પછી આપ એને માટે મોરેશિયસથી ન્યૂયૉર્ક જવાનો બંદોબસ્ત કરી આપજો.'

'ઑફ કોર્સ, એ માટે તો એક ફોન કરી દઉં એટલી જ વાર !' કહી એ બહાર નીકળી ગયા અને કેથેરિન 'હું આપને કલાકમાં ફોનથી જાણ કરી દઉં છું' કહેતી તેની સેકન્ડ આસિસ્ટન્ટ ફ્રેનીને કામની સૂચના આપી રવાના થઈ.

અને કલાકને બદલે પચાસ મિનિટમાં કેથીએ લંચ રેસ્ટોરાંમાંથી ઇન્ટરકૉમ જોડી હાઇનેસને ખુશખબર આપ્યા : 'એ માની ગઈ, પણ પાંચને બદલે છ હજારની માગણી મૂકી.'

ખરેખર તો એ એક હજાર કેથી પોતાના માટે રાખી લેવા માગતી હતી. 'હાઇનેસ, આપને પૂછ્યા વિના જ મેં છ હજારની હા પાડી દીધી એમાં કોઈ ભૂલ તો નથી કરી ને ?'

'તારી સેફ્ટી ખાતર હું એક હજાર વધારે ખર્ચી નાખીશ, બીજું શું ?'

'સો કાઇન્ડ ઑફ યૂ, હાઇનેસ !'

આમ કહી ફોન મૂકીને એ ડિનર-ટેબલ તરફ આગળ વધી ત્યાં લંચ માટે આવતી તાનિયા સામે ભટકાઈ ગઈ. કેથેરિને પરાણે હસીને 'હાઉ આર યૂ, ડૉક્ટર ?' પૂછ્યું ત્યારે તાનિયાએ મજામાં છું એમ કહેવાને માટે જીભ તો ઉપાડી, પણ જુદું જ બોલી ગઈ : 'કેબ્રે ડાન્સરના ટ્રેજિક ડેથને કારણે એમ કહી શકું એમ નથી કે મજામાં છું.'

'ઓહ ! ગઈ કાલે સવારે તમે બંને સાથે મારા પાર્લરમાં મળેલાં અને આજે સવારે શી ઇઝ નો મોર !'

'એનું નામ જ જીવનની ક્ષણભંગુરતા.' તાનિયાએ તક ઝડપી લીધી : 'સવારે કોઈ શરીરે ઑઇલ મસાજ કરાવે અને રાત્રે એ જ શરીર ચેતનહીન બની જાય.'

બોલતાં-બોલતાં તાનિયા તેને વીંધી નાખતી નજરે જોતી હતી એટલે કેથેરિનને શબ્દો ઉપરાંત એની આંખોએ પણ જખમી કરી દીધી.

શું આ બાઈને જાણ થઈ ગઈ કે કેબ્રે ડાન્સરનું મોત ઑઇલ મસાજથી થયું છે ?

ઓમકાર, આત્મા, યોગીજી અને બિલ જેક્સન પણ લંચ લેવા માટે આવી પહોંચ્યા એટલે સૌ ટેબલ ફરતે પોતપોતાની જગ્યાએ ગોઠવાઈ ગયાં.

અને અગાઉની ગોઠવણ મુજબ મોન્ટુ ઉર્ફે આલ્ફ્રેડ કેથેરિનના પાર્લરમાં પેલી પાસે પહોંચી ગયો.

'હાય હેન્ડસમ !'

શ્યામ મુખવાળો યુવાન ગોરી સ્ત્રીની નજરે હેન્ડસમ જ ગણાય.

'હાય બ્યૂટીફુલ !' પેલીની ઉત્તેજનાથી ધબકતી છાતીએ તેને ચેતવી દીધો. એ ખરેખર પ્રણયક્રીડાના વિચારથી કામાતુર બની રહી છે અને પોતે બીજું કામ પતાવીને સરકી જવાનું છે.

'આપણે અંદર જઈએ...'

કહી એ મસાજ કેબિનમાં ઘૂસ્યો જ્યાં કલાક પહેલાં હાઇનેસ હાથ-પગનાં આંગળાંનાં નખ કપાવતા હતા અને પોતે ટિપના વીસ ડૉલર પાછા આપવાને બહાને ડ્રેસિંગ-ટેબલ પર મિની ટેપરેકૉર્ડર મૂકી ગયો હતો.

ફ્રેનીની ઉત્તેજના પરાકાષ્ઠાએ પહોંચી હોય તેમ આગળ ધસી જતા મોન્ટુને પણ એણે બાહુપાશમાં જકડી લીધો : 'તારી એક કિસે મને પાણીપાણી કરી નાખી... શરીરમાં અગનજ્વાળા પ્રગટાવી દીધી !'

પરંતુ મોન્ટુની નજર ડ્રેસિંગ-ટેબલ પર ચોંટી હતી. વાળ હોળવાના છ ઇંચના હેરબ્રશમાં છુપાવેલું માઇક્રો રેકૉર્ડર હજુ ત્યાં જ પડ્યું હતું. એની આંખો ચમકી ઊઠી. *બસ, હવે એનો કબજો મળી જાય એટલે આ બિચારીથી છટકી જાઉં.*

'ડાર્લિંગ, તું મસાજ કોચ પર જઈને બેસ.' કહી એના બંધનમાંથી છુટ્ટા થઈ એણે હેરબ્રશ પોતાના ખિસ્સામાં સેરવી દીધું. પછી ઉપરછલ્લી એક કિસ આપી તેને કોચ સુધી દોરી જઈ એણે આંખ મિચકારી :

'ઇફ યૂ ડોન્ટ માઇન્ડ, હું જરા બાથરૂમમાં આંટો મારીને આવું.'

પેલીએ તેનો જે અર્થ કર્યો હોય તે, પણ તેના માદક સ્મિતે મોન્ટુને ઘડીભર ચલિત કરી દીધો. *ભલે ને થઈ જાય* એવા ક્ષણિક વિચાર પર સત્વરે અંકુશ મેળવી લીધો અને એ બાથરૂમની દિશામાં આગળ વધી સિફ્તથી બહાર નીકળવાના દરવાજા તરફ ફંટાઈ ગયો. મિની ટેપરેકૉર્ડરમાં ટેપ થયેલી હાઇનેસ અને બ્યૂટિશિયન વચ્ચેની વાતચીત સાંભળવાની અધીરાઈ સામે ફ્રેનીનું શરીરસુખ અત્યાર પૂરતું તો તુચ્છ જ હતું.

*

'સાચવીને જજે, ગુલઝાર !'

પોતાના સ્વીટમાં સેક્રેટરીની સાથે બહાર નીકળતાં હાઇનેસે વિદાયવેળાની ભલામણ ચાલુ જ રાખી :

'મારી તમામ તાકીદનું વફાદારીપૂર્વક પાલન કરજે, ઝાર !'

નીચે ઊતરવાના બ્રિજ પર પહોંચીને જોયું તો કિનારે જવા માટે શિપની મોટરબોટ તૈયાર હતી. એન્જિન ચાલુ થઈ ચૂક્યું હતું અને બ્યૂટિશિયન કેથેરિન જેક્સનની ફર્સ્ટ આસિસ્ટન્ટ ફ્લોરા સામાન સાથે બોટમાં ગોઠવાઈ ચૂકી હતી. સીડીની ટોચ પરથી કેથી તેને હાથ હલાવીને *આવજા* કરી રહી હતી.

'મોરેશિયસ એરપૉર્ટથી દિલ્હી વાયા બૉમ્બેની ફ્લાઇટ મળે તો એમ, નહીંતર દારેસલામ થઈને તરત મંઝિલ તરફ રવાના થઈ જજે.'

આ સૂચના હાઇનેસે ત્રીજી વાર આપ્યા પછી ડેક પરથી જોતાં ઉતારુઓની નજરે ચડે એ રીતે બહેન ગુમાવી બેઠેલા સેક્રેટરીને સહાનુભૂતિભરી વિદાય આપવાની ઢબે તેમણે ઝારની પીઠ પસવારતાં કાનમાં કહ્યું : 'ખુદાહાફિઝ !'

ધીમેધીમે સીડીનાં પગથિયાં ઊતરતા ગુલઝારે બોટમાં બેસીને ડોક ઊંચી કરીને જોયું તો અનેક ઉતારુઓ તેની વિદાયને નિહાળી રહ્યાં હતાં. હાથ ઊંચો કરી સૌના તરફ *આવજા*ની સંજ્ઞા કરતી વખતે તેના હૃદયમાં ઉઝરડો થયો. હાઇનેસે પરાણે પ્રવાસ અધવચ્ચે પડતો મુકાવ્યો એનો વસવસો તેના વ્યગ્ર ચહેરા પર પ્રસરેલો હતો.

'સાઇડ પ્લીઝ....' અચાનક હાઇનેસની પાછળથી બોટ પકડવા માટે ધસી આવતી વ્યક્તિનો અવાજ આવ્યો. એમણે જોયું, હાથમાં સૂટકેસ ઊંચકીને પેલો આલ્ફ્રેડ હાંફતો આવી રહ્યો હતો.

'ગૂડ બાય, યોર હાઇનેસ...' કહી કેથેરિન તરફ નજર કરી : 'ગૂડ બાય, મિસિસ જેક્સન !'નો વિવેક દર્શાવી ઊપડતી બોટ પકડવા મોન્ટુ સડસડાટ સીડી ઊતરવા લાગ્યો.

'અરે આલ્ફ્રેડ, તું ક્યાં જઈ રહ્યો છે ?' હાઇનેસે જિજ્ઞાસાવશ ઊંચા અવાજે પૃચ્છા કરી, પણ સમદ્રનાં ઘૂઘવતાં મોજાંના ઘોંઘાટમાં પોતાને કાંઈ જ ન સંભળાયું હોવાનો ડોળ કરતો આલ્ફ્રેડ હાથ હલાવતો રહ્યો. પછી બોટ ગતિ કરવા લાગી એટલે મોઢા પાસે બે હાથની બખોલ બનાવી ઊંચા અવાજે કહેવા લાગ્યો :

'આ બંનેની ચિંતા કરશો નહીં. હું એમને સલામત પહોંચતાં કરી દઈશ.'

હાઇનેસ અને કેથેરિન એકબીજા સામે વિસ્મયભેર જોતાં રહ્યાં. લિંકન શિપિંગ કંપનીના મૅનેજિંગ ડિરેક્ટરે મોરેશિયસથી પ્રવાસમાં જોડાવાનું અણધાર્યું નક્કી કર્યું એટલા ખાતર જ *ઓશનકિંગ-વન* જહાજે એકાદ કલાક પૂરતો હોલ્ટ રાખ્યો હતો અને તે પણ જેટીથી એકાદ માઇલ દૂર ! તેમને લેવા માટે જઈ રહેલી બોટમાં કેથીની આસિસ્ટન્ટ અને પોતાના સેક્રેટરીને કિનારે મોકલવા માટે હાઇનેસે કૅપ્ટનને સમજાવી લીધા હતા. સવાર સુધી એ બે જ જણાં અધવચ્ચે સફર છોડીને જઈ રહ્યાં છે એવી સૌને જાણ કરવામાં આવી હતી. પાર્લરની આસિસ્ટન્ટ બ્યૂટિશિયન હોમ-સિક થઈ જવાથી ચાલી જવા માગતી હતી, જ્યારે ગુલઝાર તેની બહેનના દુઃખદ અવસાનના આઘાત વચ્ચે આ વૈભવી સફર છોડી દેવા માગતો હતો... બંને માટેનાં આ કારણો પણ હાઇનેસે જ ઉપજાવી કાઢ્યાં હતાં. તેમાં આ આલ્ફ્રેડ કેમ જોડાઈ ગયો ?

'કાલે વીસ ડૉલરની ટિપ પાછી આપવા આવ્યો ત્યારે જ મને શંકા પડેલી કે એ કોઈક બીજા કારણસર પાર્લરમાં આવ્યો હતો.'

'આપની વાત સાચી છે, હાઇનેસ ! મારી સેકન્ડ આસિસ્ટન્ટ ફ્રેની સાથે લફરું કરવાની દાનતથી એ આવેલો.' કેથેરિને અનુમાન કર્યું :

'પેલી વીસ ડૉલરની નોટ એ ફ્રેનીને આપતો ગયેલો અને બદલામાં એક કિસ પડાવી ગયો હતો.'

બોલતાં-બોલતાં કેથેરિન સહેજ મલકી, પણ દૂર થતી જતી મોટરબોટને તાકી રહેલા હાઇનેસને તેમાં મલકવા જેવું કાંઈ ન લાગ્યું.

પેલો આલ્ફ્રેડ પોતાને છક્કડ આપીને છટકી ગયો હોય તેમ એ ગાલ પંપાળતા રહ્યા. સવારે ગુલની લાશને સમુદ્રને હવાલે કરતી વખતે એ હાજર હતો. ત્યાર પછી પાર્લરમાં કેથી સાથે ગંભીર મસલત ચાલી રહી હતી ત્યાં પણ ટપકી પડેલો... હાઇનસે હવે યાદ કરવા લાગ્યા. *બે દિવસમાં એને આવી રીતે બે-ત્રણ જગ્યાએ પડછાયાની જેમ પીછો કરતો જોયો હોવાનો વહેમ પડ્યો અને અત્યારે ગુલઝારનો પીછો કરી રહ્યો છે ! શા માટે ?*

કિનારા તરફ ધસી જતી બોટમાં ઊડીને પહોંચી જવાતું હોત તો હાઇનેસે જરૂર એને પકડી પાડ્યો હોત. અકળામણ સાથે એમણે કૅપ્ટનના બ્રિજ તરફ નજર કરી તો એ આંખે દૂરબીન માંડી મોરેશિયસના કિનારાનું નિરીક્ષણ કરી રહ્યા હતા. એમની કંપનીના મૅનેજિંગ ડિરેક્ટરનું આગમન થવાનું હતું એટલા માટે આગલી સવારથી લક્ઝરી લાઇનરના ખૂણેખૂણાની સફાઈ ચાલુ થઈ ગઈ હતી. અઢાર જેટલાં વી. આઇ. પી. પૅસેન્જર્સને મૅનેજિંગ ડિરેક્ટર સાથે બપોરે લંચ પર નિમંત્ર્યાં હતાં જેમાં હાઇનેસનોય સમાવેશ હતો. કૅપ્ટને એમને કહેલું : 'જોજો, લંચ દરમિયાન *ઓશનકિંગ-વન*ની સરભરા વિશે વાતચીત નીકળે તો જરા અમને શાબાશી મળે એ રીતે બે સારા શબ્દો જરૂર કહેજો.'

'શું નિરીક્ષણ કરી રહ્યા છો, કૅપ્ટન ?'

તેમની પાસે પહોંચી જઈ ખભા પર હાથ મૂકી આત્મીયતા દર્શાવી : 'મોટા સાહેબને આવકારવા માટે બહુ અધીરા દેખાઓ છો કાંઈ ?'

'હમણાં વાયરલેસ પર મેસેજ આવ્યો કે સાહેબ એરપૉર્ટથી સી-પૉર્ટ આવવા નીકળી ચૂક્યા છે. મને ફિકર હતી કે એ બંદરે આવે તે પહેલાં આપણી મોટરબોટ કિનારે પહોંચી તો જશે ને ?' દૂરબીન આંખેથી હટાવ્યા વિના જ કૅપ્ટન કહી રહ્યા હતા :

'લો, આપણી બોટ પહોંચી પણ ગઈ... પેલાં ત્રણે ઊતરવાય લાગ્યાં.'

હવે હાઇનસને પૂછી લેવાનો લાગ મળી ગયો : 'અહીંથી તો બોટમાં બે જ જવાનાં હતાં. પેલો આલ્ફ્રેડ છેલ્લી ઘડીએ કેમ કૂદી પડ્યો ?'

'આલ્ફ્રેડ !' દૂરબીનને બાજુમાં મૂકી આંખો લૂછતાં કૅપ્ટને પૂછ્યું : 'કોણ આલ્ફ્રેડ ?'

'કેમ, જેને તમે સવારે ગુલનારના ડેડ બૉડીને બોટમાં લઈ જવાની ડ્યુટી સોંપેલી એ.'

'ઓહ, મોન્ટુ !'

'એનું નામ મોન્ટુ છે ?' કૅપ્ટનના મનનો તાગ લેવા મથી રહ્યા હોય તેમ હાઇનેસે તેમના મોં પરથી નજર હટાવી નહીં.

'નહીં રે, મોન્ટુ તો હુલામણું નામ.' કહેતાં કૅપ્ટન મોં ફેરવી લઈ સામો કિનારો જોવા લાગ્યા. હાઇનેસ પામી ગયા : *એ મુખભાવ છુપાવવાની ચેષ્ટા કરી રહ્યા છે, વાત આગળ વધારવાનું ટાળે છે.'*

'કૅપ્ટન, ઇફ યૂ ડોન્ટ માઇન્ડ... બંદર પર વાયરલેસ મેસેજ આપીને મારા સેક્રેટરીને એટલું કહેવડાવશો કે અહીં ફોન કરે ?' કહી કૅપ્ટન પૂછે તે પહેલાં ખુલાસોય કરી દીધો :

'એ તેનું ક્રેડિટ કાર્ડ અહીંયાં જ ભૂલી ગયો. પૈસાની જરૂર પડે તો શું કરવું એની સૂચના આપવા માગું છું એને.'

અજાણ્યા દેશમાં ક્રેડિટ વિનાનો માણસ એટલે નિરાશ્રિત... કૅપ્ટનને દયા આવી. એમણે વાયરલેસથી મેસેજ મોકલ્યો : 'હમણાં બોટમાંથી નીચે ઊતરેલા મિસ્ટર ગુલઝારને કહો, એમના બૉસ કોઈ અર્જન્ટ મેસેજ આપવા માગે છે... શિપ પર તત્કાળ સંપર્ક કરવાનું કહેશો, પ્લીઝ !'

પૉર્ટ ઑફિસર તરફથી હકારમાં જવાબ મળ્યો એટલે હાઇનેસ કૅપ્ટનની કૅબિનમાં ફોન પર પહોંચી ગયા. ઘંટડી વાગતાં બે મિનિટ લાગી ત્યાં સુધીમાં શું કહેવું અને સંકેતમાં કેવી રીતે કહેવું એ હાઇનેસે વિચારી લીધું. જોકે વાતચીત તો કાશ્મીરી બોલીમાં જ કરવાની હતી જે કૅપ્ટન સમજી શકવાના નહોતા. પરંતુ મોન્ટુ કે આલ્ફ્રેડનું નામ તેમના કાને અફળાય તો એ જરૂર સાવધ બની જાય. કોને ખબર, કૅપ્ટન પોતે પણ દુશ્મનો સાથે સંકળાયેલા હોય !

ઘંટડી વાગતાં જ અધીરાઈભેર રીસીવર ઊંચકી હાઇનેસે વાતચીત શરૂ કરી દીધી : 'છેલ્લી ઘડીએ પેલો જોડાયો એ માટે તને શું લાગે છે ?'

'પેલો...' કહીને ગુલઝાર નામ બોલવા જતો હતો પણ હાઇનેસે મનાઈ ફરમાવી દીધી : 'હું કૅપ્ટનની કૅબિનમાંથી બોલું છું. નામ બોલ્યા વગર વાતચીત આગળ વધાર.'

'મોરેશિયસમાં એની બહેન રહે છે. ગુલની ઘટના પછી એને બહેન યાદ આવી ગઈ એટલે...'

'એ બધો બકવાસ છે એનો.' હાઇનેસ દાંત પીસીને બોલતા હતા : 'એ દુશ્મનનો જાસૂસ લાગે છે. આપણને બનાવી રહ્યો છે. તારી સાથે જોડાઈને હવે શું કરવા માગે છે એ જાણી લેવું બહુ જરૂરી છે.'

'તો મારે શું કરવું, બૉસ ?'

'એ અત્યારે ક્યાં છે ?'

'મારાથી દૂર છતાં નજર સામે જ... પેલી સાથે ગપાટા હાંકી રહ્યો છે. એ કાળિયો બહુ કામણગારો છે.'

'શટ અપ !' અંગ્રેજીમાં બોલાઈ ગયા પછી હાઇનેસે જીભ કચરી : 'સાંભળ, તું અહીંથી જ છૂટો પડી જા. પેલીને એની સાથે ભેરવી દે અને તું જુદી જ ટેક્સીમાં એરપૉર્ટ પહોંચી જા. રસ્તામાં સતત જોતો રહેજે, એ તને ફૉલો કરે છે ખરો ?'

'પીછો કરે તો શું કરવું ?'

ત્યારે હાઇનેસ ઊકળી જવાની તૈયારીમાં હતા, પણ કૅપ્ટનની કૅબિનમાં ઉશ્કેરાઈ જવાનું પાલવે તેમ નહોતું. જોકે કૅપ્ટન દૂરબીનમાંથી મૅનેજિંગ ડિરેક્ટરનું આગમન નિહાળવામાં ઓતપ્રોત થઈ ગયા હતા છતાં સાવધ રહેવું જ પડે.

'તો માની લેજે કે એ તને ઝડપી લઈ તારી પાસેથી વાત કઢાવવા માટે બધું જ કરી છૂટશે. લલચાવશે અથવા તો...'

ટોર્ચર શબ્દ ઉચ્ચારવાનું ટાળીને એ આગળ વધ્યા : 'તારી ડાયરી કે બીજું કાંઈ પણ લેખિત હોય તે કોઈના હાથમાં ન આવે તેમ એનો નાશ કરી દેજે... કયામત આવે તો તારા લમણામાં ગન તાકીને તેની ગોળી ઉતારી દેતાં અચકાતો નહીં. વતનને ખાતર, ઇસ્લામને ખાતર કુરબાની આપનારને જન્નતમાં વી. આઇ. પી. ટ્રીટમેન્ટ મળે છે. તારી શહીદી એળે નહીં જાય, ગુલઝાર !'

'અને ગુલનારની શહીદી ?'

'એનું અત્યારે શું છે, ઝાર ?'

'એનું મોત તમારા હાથે થયું હોય તો એ શહીદ થઈ ગણાય કે નહીં ?'

'યૂ રાસ્કલ !' સંયમ ગુમાવી બેઠા હાઇનેસ : 'ખબર છે તું શું બોલી રહ્યો છે ?'

'હું જાણું છું, બૉસ, તમે મને શું કામ અધવચ્ચે પડતો મૂકી દીધો.' પહેલી વાર ગુલઝાર *કહેવાતા હાઇનેસ* સામે માથું ઊંચકી રહ્યો હતો. રૂબરૂ બોલવાનું હોત તો કદાચ આટલી હિંમત ન કરી શક્યો હોત :

'તમને મારા પર એતબાર રહ્યો નહોતો. ગુલનારને બોલતી બંધ કરવા માટે એને બાથટબમાં ડુબાડી દીધી... ત્યાર પછી મને પણ શિપમાંથી દૂર ધકેલીને મારું પણ કાસળ કાઢવાની તમારી ખ્વાહિશ છે.'

બોલતાં-બોલતાં એનો શ્વાસ ઘૂંટાતો જતો હતો :

'બૉસ, અહીં સામે ઊભેલા મોન્ટુ સાથે બે પડછંદ માણસો આવીને કાંઈક ગુફ્તેગો કરી રહ્યા છે. મોન્ટુ તારા તરફ આંગળી ચીંધે છે. એ બંને મારી નજીક આવતા દેખાય છે.'

'એ તો દુશ્મનના જાસૂસ હોવા જોઈએ...' હાઇનેસ બરાડી ઊઠ્યા : 'નાસ, ઝાર ! નાસી જા !'

'નહીં, બૉસ ! તમારી સાથે વાતચીત ચાલુ રાખીને મેં મારી ગન કાઢી રાખી છે.'

ગુલઝારના અવાજમાં ન સમજાય એવો તોર વર્તાયો :

'એમને ફૂંકી પારવાનો ઑર્ડર આપો છો તમે ?'

'પ્લીઝ, ગુલઝાર, તું એવું કંઈ જ નહીં કરતો ! રીસીવર ફગાવીને નાસી છૂટ... જીવતો પકડાઈશ તો એ લોકો તારા પર ટોર્ચર કરીને દોઝખનો અનુભવ કરાવશે તને !'

'ગૂડ બાય, બૉસ !' કહી ગુલઝારે છેલ્લા શબ્દો કહ્યા : 'એ બંને હવે મારાથી બે ફૂટ દૂર છે અને મેં મારા લમણા પર ગનની નાળ ટેકવી દીધી છે. હું કોઈના હાથમાં જીવતો પકડાવા માગતો નથી... ન એમના કે ન તમારા. બંનેનો અંજામ દોઝખ જ હશે, હું જાણું છું.'

અને ટેલીફોન પર ગોળી છૂટવાના અવાજ સાથે રીસીવર દ્વારા હાઇનેસના કાનમાં જાતજાતના શોરબકોર અફળાવા લાગ્યા.

પગથી માથા સુધી ધ્રૂજી ઊઠેલા હાઇનેસ માનસપટ પર થોડી ક્ષણો પહેલાં ગુલઝારે લમણામાં વીંધેલી ગોળી અને તે કારણે આસપાસમાં સર્જાઈ ગયેલી તંગદિલીનું કલ્પનાચિત્ર દોરવા લાગ્યા.

□

58

લિંકન શિપિંગ કંપનીના અઠ્ઠાવન વરસના આધેડ મૅનેજિંગ ડિરેક્ટર જ્યૉર્જ વેલિંગ્ટન મોટરબોટમાંથી સીડી ચડીને *ઓશનકિંગ-વન*ના લૉઅર ડેક પર પહોંચ્યા, ત્યાં એમને આવકારવા માટે શિપનાં મોટા ભાગનાં ઉતારુઓ જુદાજુદા ડેક પર ગોઠવાઈને ઊભાં હતાં. હાઇનેસ જેવાં કેટલાંક પૅસેન્જર સ્વીટના વરન્ડામાંથી એમનું આગમન નિહાળી રહ્યાં હતાં. ખરેખર તો દોઢેક કલાક પહેલાં ગુલઝારે લમણામાં ગોળી ધરબી દેવાનું પગલું ભરી હાઇનેસને હચમચાવી દીધા હતા. પોતે એની સાથે ફોન પર વાત કરતા હતા, સામેથી ગુલઝાર એના હૃદયનો ઊભરો ઠાલવતો હતો અને એ જ વખતે કોઈ બે કદાવર માણસોને આવતા જોઈ કોણ જાણે એને શું સૂઝી આવ્યું કે પોતાની જ ગનથી લમણું વીંધી નાંખ્યું. એ વખતે અજાણ્યા થઈ હાઇનેસ કૅપ્ટનની કૅબિનમાંથી સ્વીટમાં સરકી આવ્યા હતા. આ રીતે બે કલાક માટે મોરેશિયસના બારાની બહાર શિપ લાંગરી ત્યારે જ આ દુર્ઘટના બની ગઈ એની પોતાના પ્લાન પર કેવી વિપરીત અસર થશે, ગુલઝારની લાશનું શું થશે, એના સામાનની ઝડતીમાંથી શું નીકળશે, મોરેશિયસના સત્તાવાળા પૂછપરછ કરવા શિપ પર આવી પહોંચશે અને તપાસ આગળ વધે ત્યાં સુધી પોતાને મોરેશિયસ ઉતારી દેવાનું પગલું ભરશે તો - આવી કોઈ કટોકટી આવી પડે તો તેમની પાસે એક સાંકેતિક નંબર હતો. તેનો સંપર્ક કરીને સંકટ-સમયની સાંકળ ખેંચવાથી આપત્તિનાં વાદળ સત્વરે વિખેરાઈ જાય ખરાં, પણ એક નજીવા કારણસર આવી કટોકટી ઊભી કરવા બદલ કદાચ છેલ્લી ઘડીએ પોતાના હાથમાંથી ઑપરેશન કાલભૈરવ ખૂંચવી લેવામાં આવે અને ગુલઝારની જેમ પોતાને પણ ભૂલની સજા ભોગવવી પડે...

સવારે-સવારે પીવાની આદત પાડવી એ જોખમી લક્ષણ ગણાય, છતાં કલાક-વારમાં એમણે ઑન ધ રૉક રમના બે પેગ પેટમાં પધરાવી દીધા હતા. *ગમે તે ઘડીએ પૂછપરછ માટે પૉર્ટ પરથી કસ્ટમ કે પોલીસની લોંચ આવી પહોંચશે, સ્વીટના દરવાજે ટકોરા પડશે અને ઊલટતપાસ ચાલુ થઈ જશે* એવા અજંપા સાથે સોફામાં પડખાં ફેરવતા હાઇનેસના કાને જુદો જ અવાજ

સંભળાયો. ઉઘાડા વરન્ડામાંથી *'આવી ગયા ! આવી ગયા !'*ના હર્ષભર્યા ઉદ્‌ગાર સંભળાવા લાગ્યા એટલે એ સફાળા ઊભા થઈ ગયા. પોલીસ કે કસ્ટમને બદલે શિપિંગ કંપનીના મૅનેજિંગ ડિરેક્ટર પધારી ચૂક્યા હતા અને એમને આવકારવા માટે કૅપ્ટનની વિનંતીને માન આપી ઉતારુઓ વેલકમની સંજ્ઞાથી હાથ હલાવતાં દેખાતાં હતાં. *તો શું ગુલઝારની ગોળી આડી ફંટાઈ ગઈ હશે ? છેલ્લી ઘડીએ તેણે લમણા પરથી નળી હટાવી લીધી હશે ?* ગમે તે હોય, આપત્તિ ટળી ગયાની રાહત સાથે એ જ્યૉર્જ વેલિંગ્ટનના આગમનમાં ઓતપ્રોત થવા લાગ્યા.

'લેડીઝ ઍન્ડ જેન્ટલમેન !'

હાથમાંથી માઇક સાથે ઉપર-નીચેના ડેક તરફ ચોપાસ નજર ઘુમાવતાં કૅપ્ટને મોટા સાહેબને વધાવવાનો આરંભ કર્યો :

'આપ સૌ વતી અમારી લિંકન શિપિંગ કંપનીના એમ. ડી.ને આપણી વચ્ચે આવકારતાં હું આનંદ અનુભવું છું.'

એમનાં એ વધામણાંને તાળીઓનું સમર્થન મળ્યું એથી કૅપ્ટન અને મૅનેજિંગ ડિરેક્ટર વેલિંગ્ટનસાહેબ ખૂબ પોરસાયા. હવે માઇક એમ. ડી.ના હાથમાં આવી ગયું હતું :

'માય ઑનરેબલ પૅસેન્જર્સ !' ઉંમરના હિસાબે જોઈએ તેના કરતાં ઓછી કરચલીવાળો અને સમુદ્રની ખારી હવાને કારણે સહેજ કાળાશ પડતો છતાં કામણગારો ચહેરો ધરાવતા વેલિંગ્ટનનો અવાજ પણ સંમોહક હતો.

'અમારા કૅપ્ટનની એક સરતચૂક હું સુધારી લેવા માગું છું.'

એમના એ શબ્દોએ સૌને ધ્યાનમગ્ન બનાવી દીધાં અને કૅપ્ટનને દ્વિધામાં નાખી દીધા : *પહેલા પગલે જ પોતે શી સરતચૂક કરી બેઠા !*

'કૅપ્ટને સંબોધનમાં માત્ર *લેડીઝ ઍન્ડ જેન્ટલમેન* કહ્યું, પરંતુ અહીં મારી સામે અપર ડેક પર એક બ્યૂટીફુલ લેડીની બાજુમાં હું એક બહુ ક્યુટ બાળકને નિહાળી રહ્યો છું.'

એકસાથે સંખ્યાબંધ નજર તાનિયાની પડખે ઊભેલા આત્મા તરફ ખેંચાઈ.

'અમારી શિપની આ પ્રથમ સફરના એ નાનકડા પ્રવાસીને કૅપ્ટને પોતાના સંબોધનમાં વીસરી જવા જોઈતા નહોતા... એ ભૂલ સુધારવાની તક હું ઝડપી લઉં છું.'

ફરી તાળીઓ પડી અને તાનિયાના ઇશારાથી આત્માએ મોઢા ફરતે બે હાથની બખોલ બનાવી ઊંચા અવાજે 'વેલકમ ઍન્ડ થૅન્ક યૂ વેરી મચ' કહી એમ. ડી.ને વધારે ખુશ કરી દીધા.

'અને હવે મારી સાથે આવેલ આ લેડીનો પરિચય આપી દઉં... કારણ કે તમારામાંનાં ઘણાં ઉતારુઓ, ખાસ કરીને જેન્ટલમેન પૅસેન્જર્સ આમ તો મને સાંભળે છે, પણ ટીકીટીકીને જોઈ રહ્યા છે એને...'

હળવા હાસ્યનું મોજું.

'એ છે મિસ... નહીં-નહીં... ઍન્ડ મિસિસ નૉટ ઍટ ઑલ... પરંતુ મિઝ બાર્બરા ડેવિસ, માય સેક્રેટરી.'

ચાલીસ ઉપરની, માંજરી આંખોવાળી બાર્બરા અણીદાર નાક અને લીસા ફરફરતા વાળને

કારણે વધારે આકર્ષક લાગતી હતી. લગભગ દરેકની નજર તેના પર સ્થિર થઈ ગઈ. *સાહેબની સેક્રેટરી મારકણી છે.* હાઇનેસના હોઠ ફફડ્યા અને એ જ વખતે જોગાનુજોગ બાર્બરાની આભારવશ નજર ફરતી-ફરતી હાઇનેસ સુધી પહોંચી ગઈ. એ સહેજ મલકી હોવાનો હાઇનેસને આભાસ થયો, પણ બીજી જ ક્ષણે તો એણે માઇકમાં બોલવાનું ચાલુ કરી દીધું હતું :

'મારા બૉસે સંબોધન કરી લીધું એટલે હું ત્યાંથી આગળ ચલાવું છું. મોરેશિયસથી હૉંગકૉંગ સુધીનો તમારી સાથેનો પ્રવાસ સુખદ હશે જ એમાં કોઈ શંકા નથી. પરંતુ આ પ્રવાસનો અમારો હેતુ આપ સૌની સુવિધામાં રહેલી ઊણપો જાણવાનો અને આગળનો પ્રવાસ વધારે આનંદમય બનાવવાનો છે.'

એ શ્વાસ ખાવા રોકાઈ ત્યારે માઇકમાંથી સંભળાતો તેનો ઉચ્છ્વાસ પણ હાઇનેસના હૈયાને જાણે સ્પર્શી ગયો : *સાલી ! તું તો મારી સેક્રેટરી હોવી જોઈતી હતી !*

'એ માટે આ ચાર દિવસ દરમિયાન સમૂહમાં તેમ જ વ્યક્તિગત રીતે આપની સાથે વાતચીતનો મોકો મેળવીને તમારાં મંતવ્યથી અમે વાકેફ થઈશું... અને હા, અમારા એમ. ડી.સાહેબે કહ્યું તેમ હું મિઝ છું, પરંતુ ફરી મિસિસ થવા માગતી નથી એટલી ચોખવટ કરીને માઇક આપણા સૌના તારણહાર કૅપ્ટનને સોંપી દઉં છું.'

કૅપ્ટન આભાર માનીને કાંઈક કહેવા જતા હતા ત્યાં કોઈકે હાંક મારી એમની પાછળ ઊભેલા નવા પૅસેન્જરનો પરિચય માગ્યો... ત્યારે એમને ભાન થયું કે શિપમાંથી બોટમાં જવા માટે બેને બદલે છેલ્લી ઘડીએ જેમ ત્રણ થઈ ગયાં હતાં તેમ પૉર્ટ પરથી આવનારાં પણ બેને બદલે ત્રણ થયાં હતાં. પાછો એમનો તો પોશાક અને દેખાવ પણ બધાથી એટલા જુદા પડતા અને ધ્યાન ખેંચનારા હતા કે પિછાણવાની ઉત્કંઠા જાગ્યા વગર રહે જ નહીં.

'આપ સૌને ક્યારેક તો આવો અનુભવ થયો હશે.' કૅપ્ટને પૂરું કરવાની શરૂઆત કરી : 'મોટા સાહેબ, માલિક કે બૉસ અચાનક આવી ચડે ત્યારે આપણાથી નર્વસ થઈ જવાય... એ નર્વસનેસને કારણે મેં બીજી એક સરતચૂક કરી નાખી. અહીંથી પ્રવાસમાં આપણી સાથે જોડાયેલા એક માનવંતા ઉતારુનો પરિચય આપવાનું હું ચૂકી ગયો.'

પડછંદ કહી શકાય એવી ઊંચી કાયા, માથા પર રૂંછડાંવાળી ઊંચી કાશ્મીરી ટોપી, દરિયાના નીલરંગી પાણી જેવા વાદળી રંગની શેરવાણી; નીચે અલીગઢી ચૂડીદાર, સુંવાળા વાળથી ચકચકતી લાંબી દાઢી, દૃઢતા દર્શાવતા જાડા હોઠ, ચશ્માં પાછળની મોટી આંખો અને ચાર આંગળ પહોળા કપાળને કારણે કોઈની પણ નજર જકડી રાખે એવી પ્રતિભા હતી એમની.

'એ છે મિસ્ટર... સૉરી, એમનું નામ છે મૌલાના સરફરાઝ ફઝલ... ઇસ્લામ ધર્મના મહાન વિદ્વાન છે. મોરેશિયસ સરકારના મહેમાન તરીકે ભારતથી ત્યાં પધાર્યા હતા. આપણી શિપ અહીંથી પસાર થઈ રહી છે એ જાણીને પ્રાઇમ મિનિસ્ટર જદુનાથ સમક્ષ એમણે સફરનો લહાવો લેવાની ઇચ્છા દર્શાવી અને અમારા મૅનેજિંગ ડિરેક્ટરે તેમને સાથે આવવા વિનંતી કરી એટલે એ આપણી વચ્ચે હાજર છે.'

હાઇનેસ વિચારમાં પડી ગયા. એમને મૌલવીઓ પ્રત્યે એક પ્રકારનો અભાવ હતો. અત્યાર સુધી બાર્બરામાં એકચિત્ત થઈ જવાને કારણે મૌલાનાના અણધાર્યા આગમને તેમના મનમાં કોઈ

સળવળાટ જગાડ્યો નહોતો. પણ તેમનો પરિચય જાણ્યા પછી થયું કે *એ આગમન અણધાર્યું હશે કે અગાઉથી ગોઠવ્યા મુજબનું ? એ આપણો માણસ હશે કે દુશ્મનનો ?'*

'અત્યાર સુધી આપણી સાથે હિન્દુ ધર્મના એક વિદ્વાન યોગી તો હતા.'

કૅપ્ટને ઉપરના ડેકમાં તાનિયાની નજીક ઊભેલા યોગી કૃષ્ણમૂર્તિ તરફ હાથ કરીને આગળ ચલાવ્યું :

'હવે આપણી સાથે વિશ્વમાં સર્વત્ર પ્રસરેલા મહાન ઇસ્લામ ધર્મના સ્કૉલર જોડાયા છે. આપણે ઇચ્છીએ કે પ્રવાસમાં આ બંને વિભૂતિઓની વિદ્વત્તાનો લાભ આપણને અવશ્ય સાંપડે.'

તેના પ્રતિભાવરૂપે કૅપ્ટન તરફ મસ્તક નમાવી મૌલાનાએ તેમની અમીદૃષ્ટિ પૅસેન્જર્સ પર પ્રસરાવી, છેવટે યોગીજી પર નજર સ્થિર કરી. યોગી કૃષ્ણમૂર્તિ પણ ડેક પર ઊભા-ઊભા મૌલાનાને તાકવા લાગ્યા. બંને ત્રાટક-નજરે પરસ્પરને નિહાળતા રહ્યા એટલો સમય વાતાવરણમાં સ્તબ્ધતા છવાઈ ગઈ. અચાનક એક પોકાર સંભળાયો :

'અલ્લાહ ઓ અકબર !'

મૌલાનાને આવકારવા માટે યોગી કૃષ્ણમૂર્તિના કંઠમાંથી પ્રગટ થતો એ પ્રચંડ પોકાર સૌનાં હૃદયમાં પડઘાયો અને એનો પડઘો હજુ શમે તે પહેલાં નીચેથી મૌલાનાએ વળતા અભિવાદનરૂપે બાંગ પોકારવાની ઢબે સાદ દીધો :

'જય કાલભૈરવ !'

બીજાં બધાંને અભિવાદનની આ પ્રકારની આપ-લેમાં કાંઈ વિચિત્ર કે વિશેષ લાગ્યું નહીં. પરંતુ યોગીના મુખેથી *અલ્લાહ ઓ અકબર*ના નાદે હિઝ હાઇનેસને અચરજમાં નાખી દીધેલા એના કરતાંય મૌલાનાએ ઉચ્ચારેલા *કાલભૈરવના જયજયકાર* એમને પગથી માથા સુધી થથરાવી દીધા. *તાંત્રિક કૃષ્ણમૂર્તિ કાલભૈરવના સાધક છે એની જાણ મૌલાનાને ક્યાંથી થઈ ?* અને એમના *કાલભૈરવના પોકારમાં પોતાના 'ઑપરેશન કાલભૈરવ'ના કાવતરાનો ઇશારો તો નહીં હોય ને ?*

એમાં કાંઈક અણધાર્યું બનવાનાં એંધાણ છે કે શું ?

*

'કાશ્મીર અંગેની તકરાર ઉગ્ર સ્વરૂપ ધારણ કરી રહી છે. ઇન્ડિયા-પાકિસ્તાન વચ્ચે શાન્તિમય વાટાઘાટના આજ સુધીના તમામ પ્રયાસો નિષ્ફળ જતાં બંને રાષ્ટ્રો યુદ્ધ તરફ ઘસડાઈ રહ્યાં છે. અને આ વખતનું યુદ્ધ અગાઉની ત્રણે લડાઈઓ કરતાં વિશેષ વિનાશક હોવાની ભીતિ સેવાઈ રહી છે, કારણ કે બંને દેશો અણુશસ્ત્રો ધરાવતા હોવાનું મનાય છે.'

બપોરના સવા વાગ્યે પોતાના સ્વીટમાં પલંગ પર પડ્યા-પડ્યા બી. બી. સી.ના વર્લ્ડ-ન્યૂસમાં અચાનક કાશ્મીરનો ઉલ્લેખ થતાં જ હિઝ હાઇનેસ સફાળા બેઠા થઈ ગયા. *ઇન્ડિયા-પાકિસ્તાન વચ્ચે અણુયુદ્ધ !* મોઢું બગાડતાં એ બબડ્યા. ન્યૂસ આઇટમ પૂરી થઈ ગઈ એટલે રીમોટની સ્વિચ દબાવી ટીવી ઑફ કરી નાખ્યું અને ચિરૂટ સળગાવી. દર વખતે ચાલુ લાઇટરમાંથી વાગતી ધૂન સાંભળવાનું એ ચૂકતા નહીં, પણ અત્યારે એમનું મન સંગીતના લયને બદલે અણુશસ્ત્ર-પ્રલયમાં અટવાઈ ગયું હતું.

'કાશ્મીર બાબતે લડાઈ કરનારા તમે કોણ ?' ચિરૂટના ધુમાડાને ટીવી તરફ ફંગોળતાં

હવે એ મોટેથી બબડવા લાગ્યા : 'લડાઈ એ જૂના જમાનાનો ઉકેલ છે. આજે તો દરેક સમસ્યાનો એકમાત્ર ઇલાજ ટેરરિઝમ છે. તમે બંને દેશો લડવા માટે થનગની રહ્યા છો પણ ત્યાર પહેલાં કાશ્મીરનો ઉકેલ આવી જશે અને તે પણ એક જ અણુબૉમ્બની તાકાતથી... *ઑપરેશન કાલભૈરવ* દ્વારા કાં તો કાશ્મીર તમારા બંનેથી સંપૂર્ણપણે સ્વતંત્ર જાહેર થશે અથવા તો ભારતની આર્થિક રાજધાની ગણાતા મહાનગર મુંબઈનું સમગ્ર અસ્તિત્વ જ ભૂંસાઈ જશે.'

ટ્રીન... ટ્રીન... ટ્રીન !

અણુબૉમ્બની તાકાત પર મુસ્તાક થઈને કાશ્મીરને સ્વતંત્ર બનાવવાનું ઝનૂન વાગોળતા હાઇનેસને ડૉરબેલની ત્રણ ઘંટડીએ સહેજ ચોંકાવી દીધા. જિંદગીની એકમાત્ર મુરાદને પંપાળવાની ક્ષણોએ આવી ખલેલ તેમને ખટકી છતાં દરવાજો ઉઘાડવા જવું પડ્યું.

સુખદ આંચકો અનુભવ્યો હાઇનેસે... ઉંબરે પેલી બાર્બરા ડેવિસ મોહક સ્મિત સાથે ઊભી હતી !

'ઓહ !' એના અણધાર્યા આગમને હાઇનેસને ઘડીભર એવા મૂઢ બનાવી દીધા કે આવકાર માટેના ઉદ્ગાર ઉચ્ચારે એ પહેલાં તો પેલી અંદર દાખલ પણ થઈ ગઈ !

'તમારા ખંડમાંથી આવતી મહેક મને આવકારવા પૂરતી છે, યોર હાઇનેસ... હવે તમારે *વેલકમ*ના શબ્દો કહેવાની જરૂર નથી.'

જાણે બહુ પુરાણી પહેચાન હોય તેમ આત્મીયતાના રણકા સાથે બોલતી એ સડસડાટ બેડરૂમ સુધી પહોંચી ગઈ ત્યારે હાઇનેસની કાયામાં વીજળી જેવી ઝણઝણાટી વ્યાપી ગઈ. શિપિંગ કંપનીના મૅનેજિંગ ડિરેક્ટરની આ સેક્રેટરી હજુ કલાક પહેલાં તો મોં ફેરવી લેતી હતી, કેમ જાણે વગર પરિચયે પોતાના માટે અણગમો ધરાવતી થઈ ગઈ હોય !

'મને હતું જ કે આ હવાનાની ફ્લેવર છે.' બેડરૂમમાં ટિપાઈ પર રાખેલી એશ-ટ્રેમાં જલતી સિગાર જોઈને એની આંખોમાં ઊપસતી ધૂમ્રપાનની તલપ હાઇનેસની નજર બહાર રહી નહીં.

'ધિસ ઇઝ માય ફેવરિટ સિગાર.' કહેતાં પેલીએ કોઈ પ્રકારના સંકોચ કે ઔપચારિકતા વિના એશ-ટ્રે પરથી ચિરૂટ ઊંચકી પોતાના બંને હોઠ વચ્ચે ગોઠવી દીધી. *આ બાઈ એક પછી એક આંચકા આપી રહી છે !* હાઇનેસને તેનું વર્તન વિચિત્ર લાગ્યું. સામાન્ય રીતે સ્ત્રીઓ સિગાર પસંદ કરે નહીં. અને અબજો ડૉલરની શિપિંગ કંપનીના મૅનેજિંગ ડિરેક્ટરની સેક્રેટરી કોઈની એઠી સિગાર મોઢામાં મૂકે એ ચેષ્ટામાં માત્ર અવિવેક જ નહીં, અસભ્યતા પણ પ્રદર્શિત થતી હતી. કોઈ મોટા માણસની સેક્રેટરી આમ બેહૂદી રીતે કેમ વર્તી શકે ?

'શિપનાં પૅસેન્જર્સને રૂબરૂ મળી *ઓશનકિંગ-વન*ની આ પ્રથમ સફર વિશે પ્રતિભાવ મેળવવાની કામગીરીએ નીકળી છું.' બાર્બરા ચિરૂટને એશ-ટ્રે પર પાછી મૂકી દઈને કહેવા લાગી :

'સર્વેની શરૂઆત તમારાથી કરું છું, યોર હાઇનેસ.'

કમાલ હસન ઉર્ફે હાઇનેસ કમલસિંહ સૂર્યવંશીની નજર એશ-ટ્રેમાં રાખેલી સળગતી સિગારના છેડા પર ચોંટેલી હતી. બાર્બરાના હોઠની લિપસ્ટિકની છાપ જોઈને આ સુંદરીને એક ચુંબન ચોડી દેવાની વૃત્તિ સળવળી ઊઠી.

'મૅડમ...' હાઇનેસ કાંઈક બોલવા જતા હતા ત્યાં પેલીએ આડો હાથ ધરી દીધો.

'નો, મૅડમ, ઓન્લી મિઝ.' વંકાયેલા હોઠ સાથે એ બોલી ગઈ : '*મદામ* શબ્દનો ફ્રેન્ચ લોકો સન્નારીના અર્થમાં માનાર્થે ઉપયોગમાં લે છે. બ્રિટિશરોએ તેને મૅડમ બનાવી દીધું છતાં એ માનવાચક રહ્યું, પરંતુ ત્યારપછી તો કૉલગર્લ અને પ્રોસ્ટિટ્યુટની દલાલી કરનારી બાઈઓ મૅડમ તરીકે ઓળખાવા લાગી... મને એ શબ્દ સામે ભારે ચીડ છે, યોર હાઇનેસ.'

'તો મને જુઠ્ઠું બોલનારી સ્ત્રીઓની ભારે ચીડ છે, મિઝ બાર્બરા ડેવિસ !'

હાઇનેસના એ કટાક્ષથી બાર્બરાની આંખોની પાંપણો ફરફરવા લાગી. પોતે આટલી જલદી ઝડપાઈ જશે એવું ધાર્યું નહોતું, તેમ છતાં પોતે વહેલી તકે ઝડપાઈ જાય એવી ઇચ્છા જરૂર સેવી રહી હતી.

'તમે શું કહેવા માગો છો, હાઇનેસ, મને સમજાયું નહીં.'

'સમજી ગયાં છતાં મારા મોઢે બોલાવવા માગો છો, મિઝ !' હાઇનેસે એશ-ટ્રેમાંથી સિગાર ઊંચકી લઈ, તેના બીજા છેડે વળેલી રાખને ખંખેરી નાખીને હોઠ વચ્ચે ચિરૂટ દબાવી એક ઊંડો કશ લીધો.

'તમારી લિપસ્ટિક ખુશબોદાર જ નથી, એમાં આછેરી તીખાશનો સ્વાદ પણ આવે છે.'

'ખુશબો પુરુષને નિકટ આવવાની લાલચ માટે છે અને સ્વાદની તીખાશ તેને વધુ પડતા નિકટ આવતા રોકવા માટે છે.' કહી એણે લુચ્ચું હસીને ઉમેર્યું :

'લિપસ્ટિક સૂંઘવા માટે નાક નજીક લાવી શકો છો, પણ હોઠને થોડા દૂર રાખીને જ.'

'પરંતુ મિઝ, તમારી લિપસ્ટિકની તીખાશની ચાખ્યા વિના તો કોઈને કેમ જાણ થવાની ?' હાઇનેસે દલીલ કરી : 'એક વાર કિસ કર્યા પછી જ તેના સ્વાદની ખબર પડે ને ?'

'કેમ, કિસ કર્યા વિના જ તમને જાણ થઈ ગઈ કે નહીં ?'

તેની ચાલાકી પર હાઇનેસ મરક્યા વિના રહી શક્યા નહીં :

'તો શું તમે દરેક પુરુષને મળવા જાઓ છો ત્યારે કોઈ ને કોઈ રીતે લિપસ્ટિકના સ્વાદની જાણ કરી દો છો ?'

'ના રે ! બધા પુરુષો યોર હાઇનેસ જેવા ખતરનાક નથી હોતા.'

'હું ખતરનાક !' ચિરૂટનો કશ લેવાનું રોકીને હાઇનેસે છણકો કર્યો : 'લંચમાં તો મારી સામે જોવાનીય પરવા નહોતી કરી અને અહીં અચાનક આવી ચડીને મને ખરતનાક કહેવાની હદે છૂટછાટ લેવા મંડ્યાં કે ?'

પેલી થોડી વાર તેને તાકી રહી.

'મેં તો સાંભળ્યું હતું કે ઇન્ડિયન મહારાજાઓ સ્ત્રીઓનું સન્માન કરે છે અને તમે આગંતુકને બેસવાનુંય નથી કહેતા... પોતે ચિરૂટ ફૂંક્યે રાખો છો અને આવનારને ઑફર કરવાનો વિવેક સુધ્ધાં નથી દર્શાવતા.' કહી પેલીએ હસીને ઉમેર્યું : 'બાય ધ વે, હવાના મારી ફેવરિટ સિગાર છે, જે હું ખાનગીમાં પી લઉં છું અને પછી તેની વાસ છુપાવવા માટે માઉથ-વૉશથી કોગળા કરી લઉં છું.'

હવે બાર્બરા હાઇનેસને વધારે વિચિત્ર લાગવા માંડી. અત્યાર સુધીની તેની વાતચીત અને વર્તણૂક પરથી એમને ખાતરી થઈ ગઈ કે આ બાઈ જે હોવાનો દાવો કરે છે એ નથી. મને ખતરનાક કહેનારી આ સ્ત્રી પોતે જ જાલિમ હોવી જોઈએ.

'ઇટ્સ માય પ્લેઝર !' તેને ચિરૂટ ઑફર કરી હાઇનેસે લાઇટર સળગાવ્યું : 'કોઈ સ્ત્રી હવાના પીવામાં કંપની આપે એ પણ એક લહાવો છે, મિઝ !'

અને બાર્બરા આંખના ખૂણેથી ખુશી ચમકાવતી નીચે ઝૂકી. બે હોઠ વચ્ચે દબાવેલી ચિરૂટનો બીજો છેડો લાઇટરની જ્યોતને લગાડ્યો. સળગતા લાઇટરમાંથી વહેતી સંગીતની ધૂન સાંભળીને રોમાંચિત થઈ હોય તેમ ચિરૂટના પહેલા કશની ધૂમ્રસેર હાઇનેસના મુખ પર ફંગોળી. ધુમાડાની મેશથી અંજાયેલી આંખોની પાંપણ પટપટાવતા હાઇનેસની નજર બાર્બરાના જમણા હાથની ત્રીજી આંગળી પર પડી અને ઘડીભર માટે પાંપણ જડવત્ બની ગઈ. ધક્કો લાગ્યો હોય તેમ એ સોફામાં બેસી પડ્યા ! પેલીની આંગળીની વીંટીને ચકિત દૃષ્ટિએ તાકી રહેલા હાઇનસને જોઈ બાર્બરા પણ સતર્ક બની ગઈ. બંનેની નજર મળતાંની સાથે જ થોડી વાર પહેલાંની હસીમજાકને સ્થાને મુખ પર ગંભીરતા છવાઈ ગઈ.

બાર્બરાએ પહેરેલી વીંટીમાં ફેણ ચડાવીને બેઠેલા કિંગ કોબ્રાએ હાઇનસેની નસોમાં વહેતા લોહીને ધગાવી દીધું, હૃદયના ધબકારાને સતેજ કરી દીધા. પેલીનો હાથ પકડી લઈને પૃચ્છા કરતાં પહેલાં એમણે વિચારી લીધું : *ના, આ વીંટી મારી તો નથી જ, પણ મારા જેવી જરૂર છે.* કોબ્રા નાગની છાપ ધરાવતી એ સાંકેતિક વીંટી આંગળીમાં પહેરી રાખવાને બદલે પોતે પાસપૉર્ટની જેમ સાચવીને રાખતા. કોઈની સમક્ષ પોતાની અસલિયત દર્શાવવાની હોય ત્યારે જ એનો ઉપયોગ કરતા... *અને અત્યારે એવી જ વીંટી પહેરીને સામે ઊભેલી સુંદરી શિપિંગ કંપનીના મૅનેજિંગ ડિરેક્ટરની સેક્રેટરી હોઈ જ ન શકે... અને એટલે જ વગર ઓળખાણે મારી સાથે આ રીતે વર્તવા લાગી હતી !*

અને હાઇનેસ બાર્બરાનો જમણો હાથ પોતાના પંજામાં પકડી લઈ તેની વીંટી પર આંગળી ફેરવતા રહ્યા, છતાં કોઈ જાતના પ્રતિભાવ વિના પેલી તેને તાકવા લાગી.

'તમે કોણ છો, મિઝ બાર્બરા ?' થડકતા અવાજે એમણે પૂછ્યું.

'તમે જે નામ બોલ્યા એ છું, યોર હાઇનેસ.'

'એમ નહીં, આ વીંટી સાથે સંકળાયેલો કોડવર્ડ શું છે ?'

'કયા કોડવર્ડની વાત કરો છો તમે ?' પેલીએ હાથ છોડાવી લેતાં પૂછ્યું : 'અને આ વીંટી સાથે તમારે શું લાગેવળગે ?'

'ઓહ, સમજી ગયો.' હાઇનેસને ભાન થયું કે સાચી ઓળખાણ પામવા માટે પોતે પણ અમુક નિશાની તો આપવી જ પડે. એટલે ચિરૂટને એશ-ટ્રે પર રાખી દઈ ઝડપથી સેફ ખોલી પાસપૉર્ટ રાખેલા લેધરકેસના સાઇડ પૉકેટમાંથી એક વીંટી કાઢીને પોતાના જમણા હાથની ત્રીજી આંગળીમાં પહેરી લીધી. પુરુષ હોય કે સ્ત્રી, દરેકે કોબ્રા છાપ-વાળી વીંટી જમણા હાથની ત્રીજી આંગળીમાં જ પહેરવાની કન્ડિશન હતી.

'વેરી મચ પ્લીઝ્ડ ટુ મિટ યૂ મિઝ !' પહેરેલા જમણા હાથનો પંજો લંબાવી, બાર્બરાના પાતળા સુંવાળા હાથની ચારે આંગળીઓ હળવેથી દબાવી ત્યારે હાઇનેસની કામવાસના સળગી ઊઠી, પણ અત્યારે તેને અંકુશમાં લઈ, મુખ પર ગંભીરતા ધારણ કરતાં એમણે કહ્યું :

'બંને કિંગ કોબ્રા પરસ્પરને લપેટાઈ ચૂક્યા છે, મિઝ ! હવે તો સંકેત આપો !'

'ઓ... કે... બી !'

એ ત્રણ અક્ષરો એટલે *ઑપરેશન... કાલ...ભૈરવ !* હાઇનેસના ચહેરા પર રતાશ પ્રસરવા લાગી, આંખોમાં ચમક ઊપસી આવી અને હોઠ મીઠુંમીઠું મલકવા લાગ્યા.

'તમે આવી રીતે આવી ચડવાનાં છો એની કોઈએ અગાઉ જાણ કેમ નહીં કરી મને ?'

'અહીં જે રીતે જે કાંઈ બની રહ્યું હતું એ જાણ્યા પછી મને તમારી સાથે સફરમાં જોડાઈ જવા માટે રવાના કરી દેવી પડી.'

'એવું તે શું બની ગયું, મિઝ, કે...'

'ન બનવું જોઈએ એવું બની ગયું, છતાં તમે પૂછો છો કે...'

'તમે ગુલનારના આપઘાત બાબત...'

'આપઘાત નહીં, હાઇનેસ ! હત્યા કહો !'

'તો-તો પછી તેના ભાઈ ગુલઝારના મૃત્યુનેય તમે હત્યા જ કહેશો... ટેલીફોન દ્વારા જો હત્યા થઈ શકતી હોય તો !'

'કટાક્ષમાં વાત કરવાની જરૂર નથી !' બાર્બરાએ ચહેરા પર કરડાકી લાવ્યા વિના શબ્દોમાં સખતાઈ ભેળવતાં કહ્યું : 'આપણી મુલાકાતની શરૂઆત આ રીતે થઈ રહી છે એ મને કે બૉસને ગમે તો નહીં જ, પણ...'

બૉસ એટલે અમેરિકન જાસૂસ સંસ્થા સી. આઇ. એ.ના ભારત-પાકિસ્તાન વિસ્તારની જવાબદારી સંભાળતા વરિષ્ઠ અધિકારી હોવર્ડ કેસ્ટો ! અમેરિકાના લશ્કરી વડા મથક પેન્ટાગોને ઘડેલી નીતિ અનુસાર કાશ્મીરને ભારત તેમ જ પાકિસ્તાનથી સ્વતંત્ર કરી દઈને ત્યાં અમેરિકાનું લશ્કરી થાણું સ્થાપી દેવું. એટલા ખાતર તો આંખ આડા કાન કરીને અમેરિકી અણુમથકેથી વિનાશક અણુબૉમ્બની ચોરી થવા દીધી હતી અને ચોરી પકડવા માટે સઘન પ્રયાસ થઈ રહ્યા હોવાના દેખાવો ચાલુ રાખ્યા હતા... જોકે આ કારસ્તાનથી અમેરિકાના સર્વસત્તાધીશ રાષ્ટ્રપ્રમુખને તદ્દન અંધારામાં જ રાખ્યા હતા.

બાર્બરાએ બૉસનું નામ ઉચ્ચાર્યું એટલે હાઇનસેનું હૈયું ફફડી ઊઠ્યું. જેમને પોતે કદી જોયા નહોતા એ માણસનો કાલ્પનિક વિકરાળ ચહેરો નજર સમક્ષ તરવરવા લાગ્યો. *ક્રોધે ભરાયેલા હોવર્ડ કેસ્ટોએ બાર્બરાને મારી મદદે મોકલી આપી છે કે મને રુખસદ આપવા ?* અને *રુખસદનો અર્થ આ પ્રકારના ઑપરેશનમાં એક જ થાય છે : અકસ્માતમાં ખપી જતી ઠંડે કલેજે કરાતી હત્યા !*

'જે દુર્ઘટના બની ગઈ એને માટે તમારા બૉસ મને જ જવાબદાર ઠરાવે છે, મિઝ ?'

આમ બોલતી વખતે હાઇનેસને હતું કે સામેથી સાંભળવા મળશે : *કોણે કહ્યું કે ગુલઝારનું મૃત્યુ થયું ? પૉર્ટ પર એવી કોઈ જ દુર્ઘટના બની જ નથી !* પરંતુ કાંઈક જુદું જ સાંભળવા મળ્યું.

'ગુલઝાર તો પોતાની બેવકૂફીને લીધે મોતને વર્યો.' બાર્બરાએ સિગાર પીવાનું પડતું મૂકી, ઊભાં થઈ ફ્રિજ ઉઘાડી કોકનું ટિન કાઢ્યું.

'શું બેવકૂફી કરી ઝારે ?'

'અમે જાણતાં હતાં કે ગુલઝારને ઝડપી લેવા માટે દુશ્મનો પૉર્ટ પર ટાંપીને બેઠા હશે. પેલો આફ્રિકન છોકરો પણ તેની સાથે હતો. કદાચ એ ગુલઝારને ફોસલાવી દારેસલામ લઈ જાય તો સ્કૉટલૅન્ડ યાર્ડવાળા તેને ઝડપી લે એવી દહેશત હતી...'

વચ્ચે કોકા કોલાનું ટિન ખોલી તેમાંથી બે-ત્રણ ઘૂંટડા ગળે ઉતારી બાર્બરાએ આગળ ચલાવ્યું :

'બીજા કોઈ તેને ઝડપી લે એ પહેલાં આપણા માણસો તેની તલાશી લેવાને બહાને ગુલઝાર તરફ ધસી ગયા તેમાં એ બેવકૂફ એવું માની બેઠો કે મોરેશિયસના કસ્ટમવાળા તેને ગિરફ્તાર કરવા આવી રહ્યા છે... એવા ગભરાટમાં બેવકૂફે પોતાની જ ગન લમણામાં ફોડીને ખોપરી ફાડી નાખી.'

હાઇનેસથી નિ:શ્વાસ નખાઈ ગયો એટલે કોકના બીજા ચાર-છ ઘૂંટડા પી લઈને ભીના હોઠ પર જીભ ફેરવતી બાર્બરા બોલી ઊઠી :

'એક રીતે તો સારું થયું, એ ખતમ થઈ ગયો... સાલાના સામાનમાંથી હેરોઈનનાં ચાર પૅકેટ નીકળ્યાં.'

'હેં !' હાઇનેસ માટે એ બહુ મોટો આંચકો હતો. આવું ખતરનાક ઑપરેશન લઈને નીકળ્યા હોઈએ ત્યારે પોતાનો સાથીદાર તેમનાથી છાનું હેરોઈન સ્મગલ કરવાની પેરવીમાં પડે એ તો ગદ્દારી જ કહેવાય.

'એ પોતે કદાચ હેરોઈન લાવ્યો નહીં હોય.' જાણભેદુની જેમ બાર્બરાએ વધારાની માહિતી આપી :

'તેની કેબ્રે ડાન્સર સિસ્ટર મરી ગયા પછી તેના સર-સામાનમાંથી એ માલ મળ્યો હશે અને પચીસ-પચીસ હજાર ડૉલર કમાઈ લેવાની લીસી લાલચ પર તમારા એ સાથીદારનો પગ લપસી ગયો હોવો જોઈએ.'

મને તો હતું કે એની બેવકૂફીનો રેલો મારા સુધી આવશે. પૉર્ટના સત્તાવાળા પૂછપરછ માટે શિપ પર આવશે, કદાચ મને કિનારે લઈ જઈ તપાસ ચાલે ત્યાં સુધી મહેમાન બનાવી દેશે...

હાઇનેસ આવું કંઈક વિચારતા હતા, પણ પછી ઠાવકાઈથી એ શબ્દો ચોરી લીધા. હજુ બાર્બરા પાસેથી બીજું ઘણુંબધું જાણવાનું બાકી હતું.

'સારું થયું, મિઝ ડેવિસ, મને તમારો સાથ સાંપડી ગયો. શિપમાં ચડ્યાને મહિનો થવા આવ્યો. બહારની હિલચાલથી સાવ બેખબર રહ્યો છું. ફોન કે ફેક્સનો ઉપયોગ કરવામાંય જોખમ દેખાય છે.'

છતાં પેલીએ કોકનું ખાલી ટિન ખુરસી પર બેઠાં-બેઠાં જ કચરાની ટોપલીમાં ફંગોળી દઈને મૌન સેવવાનું પસંદ કર્યું એટલે હાઇનેસે જ આગળ ચલાવવું પડ્યું :

'હમણાં જ બી .બી. સી.ના ન્યૂસ સાંભળ્યા : ઇન્ડિયા-પાકિસ્તાન વચ્ચે કાશ્મીરના બારામાં મામલો બીચકે એવી તંગદિલી સર્જાઈ ગઈ છે... તમને શું લાગે છે ?'

'એ પણ અમારા પેન્ટાગોનનું જ અડપલું છે. અત્યારે બંને કન્ટ્રીઝને એ ટેન્સ કરી દેવા

માગે છે. એ દરમિયાન આપણું *ઑપરેશન કે-બી* પરાકાષ્ઠાએ પહોંચી જશે અને દુનિયા આખીનો જીવ તાળવે ચોંટી જાય એવી કટોકટી સર્જાઈ જવાની.'

'તમે શું માનો છો ?' હાઇનેસે બાર્બરાને વહાલા થવા માટે એનો અભિપ્રાય માગવાની ઠાવકાઈ અજમાવી :

'બૉમ્બેના બદલામાં ઇન્ડિયા શું કાશ્મીર ખાલી કરવા તૈયાર થઈ જશે ?' પૂછ્યા પછી જુસ્સો દેખાડવા ખાતર ઉમેરવું પડ્યું :

'કે પછી એક કરોડ જેટલા મુંબઈગરા અને અબજોના અબજો રૂપિયાની મિલકતનો સર્વનાશ આપણા હાથે થવાનો લખ્યો હશે ?'

કહી હાઇનેસ સોફામાંથી ઊઠી ખંડમાં લટાર મારવા લાગ્યા. થોડી વાર સુધી બાર્બરા ચૂપ રહી ત્યારે એની ખામોશી તેમને ખટકવા લાગી. *એ કાંઈક કહેવા માગે છે છતાં કહેવાનું ટાળે છે. કદાચ કહી દેતાં પહેલાં કાંઈક પૂછવા માગતી હશે ?*

'તમારા પેલા ન્યુક્લિયર જુગારી સાયન્ટિસ્ટનો પ્રોગ્રેસ કેવો છે ?'

'ઓમકાર !' લટાર મારતાં થંભી જઈ હાઇનેસે ફરી તેની સામે બેઠક લેતાં કહ્યું : 'એને મેં રીમોટ કન્ટ્રોલ સ્વિચ તૈયાર કરવા કહ્યું છે.'

'કયા પ્રકારની ?'

'ઊંચે વિમાનમાંથી વિસ્ફોટ કરી શકાય અથવા દૂર સમુદ્રમાંથી ચાંપ દબાવીને સલામતપણે છટકી શકાય એવા પ્રકારની.'

'આપણા ઑપરેશન બાબત એ કેટલુંક જાણે છે, યોર હાઇનેસ ?'

'જરૂર પૂરતું જ, મિઝ !' પેલી એમને *હાઇનેસ* કહીને સંબોધતી ત્યારે એ એને *મિઝ* કહેવાનો વિવેક કરતા. બંનેમાં કોણે કોને આજ્ઞાધીન રહેવાનું છે એ હજુ અત્યાર સુધી નક્કી થયું નહોતું. બાર્બરાની અવગણના કરવી પાલવે તેમ નહોતી. આખરે તો એના બૉસની આંગળીના ઇશારે આખું ઑપરેશન સ્થગિત થઈ જાય અથવા તો પોતાને હટાવી દઈ બીજા કોઈને બેસાડી દેતાં બૉસને કોઈ જ રોકી શકે તેમ નહોતું, એટલે બાર્બરા સાથે સંભાળીને કામ લેવાનું હતું.

'એ સાયન્ટિસ્ટને ખાતરી છે કે આપણું ટાર્ગેટ કરાંચી છે અને પાકિસ્તાન પાસેથી આઝાદ કાશ્મીર પાછું પડાવી લેવા માટેનું આ ઑપરેશન છે.'

'છતાં આપણે એની પરીક્ષા લેવી પડશે.'

'શેની પરીક્ષા ?'

'એની પાસે એક રીમોટ કન્ટ્રોલ સ્વિચ બનાવડાવીને હૉંગકૉંગમાં તેનો અખતરો કરી લેવો જરૂરી છે.'

'પરંતુ, મિઝ, તમારા બૉસે જ એ માણસ માટે ભલામણ કરી હતી. લાસ-વેગાસના ન્યુક્લિયર સેન્ટરમાં આ ઓમકાર રીમોટ સ્વિચ બાબતમાં સૌથી પાવરધો વિજ્ઞાની હતો એટલા માટે તો આપણે એને આમાં સંડોવી દીધો.'

'છતાં વિનાશની કામગીરી માથે લેવામાં એનું દિલ ધડકે છે કે નહીં એ જાણવું જરૂરી

છે, યોર હાઇનેસ ! બે-પાંચ હજાર માણસોના જાન જાય, સો-બસો મકાનો ધરાશાયી થાય, છતાં એને થડકો ન થવો જોઈએ... હૉંગકૉંગમાં આ પરીક્ષામાંથી એણે પસાર થવું પડશે.'

'પરંતુ એને માટે આપણી પાસે...'

'બધી જ તૈયારી છે.' બાર્બરાએ તેમને અધવચ્ચેથી બોલતા રોકી દીધા : 'આપણે હૉંગકૉંગ પહોંચીશું એ પહેલાં મીડિયમ કૅપેસિટીનો એક બૉમ્બ ત્યાં ગોઠવાઈ ચૂક્યો હશે.'

'પરંતુ મને તો આથી સાવ અજાણ...'

'એની જાણ કરવા જ તો હું અહીંથી સફરમાં જોડાઈ છું ને.'

'છતાં પણ...' હાઇનેસ વાંધો ઉઠાવવા માટે શબ્દો શોધતા હતા. એ કહેવા માગતા હતા કે *હૉંગકૉંગની તારાજી આપણા ઑપરેશનમાં વિઘ્ન ઊભું કરી શકે છે...* પરંતુ એ જ વખતે ડૉરબેલ રણકી એટલે બંને પરસ્પર એકબીજાને તાકતાં વિચારે ચડી ગયાં : *કોણ હશે ?*

'તમે બહાર જઈને જુઓ. આવનારને પાછો વાળી દો. હું અહીં છું એની જાણ કરવાની જરૂર નથી અને એવું લાગે તો છાનું રાખવાનીય જરૂર નથી.'

એનો અર્થ સમજ્યા વિના હાઇનેસ દરવાજા પર પહોંચી ગયા. મોટા ભાગે તો પેલી કેથેરિન આવી ચડી હોવાનું તેમનું અનુમાન હતું. વાતવાતમાં ચાડી ખાઈ જવાની તેની આદતને કારણે તેની બાતમી બહુ કામની નીવડી જતી.

પરંતુ દરવાજો ઉઘાડ્યો તો સામે શિપનો આસિસ્ટન્ટ પબ્લિક રીલેશન ઑફિસર હાથમાં એક પરબીડિયું લઈને ઊભો હતો.

'સૉરી ટુ ડિસ્ટર્બ યૂ, યોર હાઇનેસ ! એમ. ડી. સર તરફથી મિઝ ડેવિસ માટે એક અગત્યનો સંદેશો આપવા આવ્યો છું.'

'હું આપી દઉં તો ચાલશે ?'

ત્યારે પેલો એકાદ સેકન્ડ થોથવાયો. *આવા મોટા માણસને ના કેમ પાડી શકાય ? તો-તો અધવચ્ચેથી એ ખાનગી સંદેશો વાંચી લેશે એવી એમના પર શંકા કરી કહેવાય...* પરંતુ એની દ્વિધાનો ઉકેલ પણ હાઇનેસે જ કાઢી આપ્યો. પેલાએ જવાબ આપવામાં વિલંબ કર્યો એને હકાર સમજી લઈને તેના હાથમાંથી સીલબંધ કવર લઈને વિદાયનું સ્મિત આપી દરવાજો બંધ કરી દઈ એને ઉંબરેથી જ પાછો વાળી દીધો.

જોકે બેડરૂમમાં પાછા ફરતાં સુધીમાં પેલું કવર ખોલીને વાંચી લેવાની લાલચ તો જાગી, પણ સીલ તોડવાનું જોખમ અને પેલી અંદરથી અચાનક આવી ચડવાની ભીતિએ તેમને એમ કરતા રોક્યા.

'તમારા માટે એમ. ડી.એ તાકીદનો સંદેશો મોકલ્યો છે.'

'હું અહીં છું એની એમના સિવાય બીજાને જાણ પણ નથી.'

કહી ઝાપટ મારવાની રીતે તેણે હાઇનેસના હાથમાંથી પરબીડિયું લઈ, પહેલી આંગળીના લાંબા નખથી તેની કિનારને ચીરી અંદરથી કાગળ ખેંચી કાઢ્યો.

'મને હતું જ કે દારેસલામના સાગરીતનો સંદેશો હશે.' કોડવર્ડમાં મોકલાવેલા ફેક્સ

મેસેજ પર ઝડપી નજર ફેરવતાં એ બોલી ત્યારે હાઇનેસ અધ્ધર શ્વાસે તેના ચહેરાનું નિરીક્ષણ કરવા લાગ્યા. *દારેસલામથી તાકીદનો શું સંદેશો હશે ?*

'પેલા આફ્રિકન છોકરાના સામાનમાંથી બધી જ કેસેટ ઝડપાઈ ગઈ.'

'શેની કેસેટ ?'

હાઇનેસની એ પૃચ્છા સામે બાર્બરાએ તીણા નાકનાં બંને નસકોરાં ફુલાવી ગરમાગરમ શ્વાસ તેમના મુખ પર ફંગોળતાં તંગ ચહેરે સંભળાવ્યું :

'તમારી બેદરકારીની કેસેટ, મિસ્ટર કમાલ હસન !' સંદેશાનો કાગળ પરબીડિયામાં સરકાવી દઈ મુઠ્ઠી વાળીને ધારદાર નજરે હાઇનેસને વીંધી નાખતાં બાર્બરાએ ઉમેર્યું :

'પેલા ઓમકાર સાથે અહીં તમે કરેલી મસલત, ત્યાર પછી બ્યૂટીપાર્લરમાં બ્યૂટીશિયન સાથે થયેલી ગુફતગુ...' ઊંડો શ્વાસ લઈને છોડતી બાર્બરાએ આગળ સંભળાવ્યું :

'આવી અસાવધાની કેમ ચાલે ? એ તો સારું થયું, મોન્ટુએ દારેસલામની ફ્લાઇટમાં પોતાનો સામાન બૅગેજમાં મૂક્યો તેમાં એ કેસેટ હતી. કદાચ એ તેની મૂર્ખાઈ હોય અથવા કોઈક ગણતરી હોય.'

'કેવી ગણતરી, મિઝ ?'

'એને દહેશત હશે કે ફ્લાઇટમાં થઈ પોતે દારેસલામ એરપૉર્ટ પર ઊતરે ત્યારે કદાચ કોઈ એને ઝડપી લે, કિડનૅપ કરી જાય તો પોતાના હૅન્ડ લગેજમાંથી પેલી કેસેટ કોઈના હાથમાં ન આવે અને બૅગેજમાં રાખેલી સૂટકેસનો કબજો દારેસલામ એરપૉર્ટ પર તેને લેવા આવેલો સ્કૉટલૅન્ડ યાર્ડનો માણસ લઈ લે એટલે કેસેટ્સ સલામત મેક્સવેલના હાથમાં પહોંચતી થાય.'

'મેક્સવેલ ?' હાઇનેસ પહેલાં ચોંક્યા, પછી તોછડું હસ્યા : 'એ તો ક્યારનો મરી પરવાર્યો ! મારા ગુલઝારે જ એને...'

'શિપમાંથી ફગાવી દીધો હતો અને છતાં એ જીવતો છે, મિસ્ટર કમાલ હસન !'

હાઇનેસને ફરી એ ખટક્યું. *હાઇનેસમાંથી પોતે મિસ્ટર બની ગયો ! આ બાઈ કરવા શું ધારે છે ? મેક્સવેલ જીવતો હોય એ માનવા મન તૈયાર નહોતું, પણ દલીલ કરવાથી પોતાની બેખબરી જ ઉઘાડી પડી જાય...* એટલે સાંભળતા રહ્યા.

'હવે બૉસનો હુકમ આવે તેની રાહ જોવાની રહી.' અચાનક વાત સંકેલતી બાર્બરાએ જવા માટે પગ ઉપાડ્યા.

'શેનો હુકમ ?'

'તમારી આટલી અસાવધાની પછી ઑપરેશનની જવાબદારી બીજા કોઈને સોંપવી કે નહીં ?'

'ઇમ્પૉસિબલ !' હાઇનેસે ત્રાડ નાખી : 'એવા કોઈ હુકમની હું પરવા નથી કરવાનો, એ તમારા બૉસને કહી દેજો, મિઝ બાર્બરા ડેવિસ !'

'શું કરશો તમે ?' પેલીએ કતરાતી આંખે પૂછ્યું : 'બોલો, મિસ્ટર કમાલ હસન !'

'હું... હું...' ક્રોધથી લાલપીળા થઈ ગયેલા હાઇનેસ કહેવા જતા હતા કે *હું આખું ઑપરેશન જાહેર કરી દઈશ, તમે લોકોએ અમને આ કામમાં સાથ આપ્યો છે એ ભેદ ઉગાડો પાડી દઈશ અને...*

'મિસ્ટર, તમે કાંઈ જ નથી કરી શકવાના.'

બાર્બરાએ દરવાજા તરફ આગળ વધતાં પહેલાં કહી દીધું :

'હું બહાર નીકળીને તમારો દરવાજો મારા ઑટોમૅટિક સાધનથી લૉક કરી દઈશ, તમારો ઇન્ટરકૉમ ડિસકનેક્ટ કરી દઈશ અને દરવાજે *ડૉન્ટ ડિસ્ટર્બ*નું બોર્ડ લટકાવી દઈશ.'

બોલતી-બોલતી એ દરવાજે પહોંચી એટલે હાઇનેસ તેની પાસે ધસી ગયા :

'તમે... તમે...'

'બરાડા પાડવાની જરૂર નથી...' પેલીએ તેને નજીક આવતો રોકવા માટે ફ્રૉકના ખિસ્સામાંથી હથેળીમાં સમાઈ જાય એવી ટચૂકડી ગન કાઢી.

'તમારે માત્ર બે-ચાર કલાકમાં રૂમમાં ગોંધાઈ રહેવાનું છે... કદાચ બૉસ તમને આગળ વધવાનું પણ કહે, તો આ ઘાંટા બદલ પાછળથી તમારે જ પસ્તાવું પડશે અને તમને હટાવી દેવાનો હુકમ આવી પડશે તો...'

'તો શું ?'

'તો નક્કી થઈ જશે કે આપણા બેમાંથી કોણ પહેલ કરે છે ?'

'શેની પહેલ ?'

'એકબીજાને માત કરી દેવાની.'

કહીને બાર્બરા સડસડાટ બહાર નીકળી ગઈ તો ખરી, પણ તેના કહ્યા પ્રમાણે ન તો દરવાજો બહારથી લૉક કરતી ગઈ કે ન તેમના સ્વીટના ઇન્ટરકૉમ ફોનનું કનેક્શન કટ કરતી ગઈ.

હાઇનેસ બંને લમણાં પર હાથ દાબીને ક્યાંય સુધી બેસી જ રહ્યા.

□

59

'સવાર... બપોર... સાંજ, એકનો એક દરિયો જોઈને કંટાળો આવે છે મને તો !'

બપોરના નમતા પહોરે લૉઅર ડેકની રેસ્ટોરાંમાં ચા-કૉફી પીતાં-પીતાં વડીલો ગપ-સપ કરતાં બેઠાં હતાં, તેમાં આત્મા અચાનક બોલી ઊઠ્યો એથી સૌને અચરજ થયું. તેની સાથોસાથ આત્માના ઉદ્‌ગારમાં પોતાના મનનો પડઘો પણ દરેકે મહેસૂસ કર્યો.

'બેટા, કંટાળો આવે છે એ વાત સાચી, પણ *એકનો એક દરિયો* એમ તારું કહેવું ખોટું છે.'

યોગી કૃષ્ણમૂર્તિએ કૉફીનો એક ઘૂંટ પીવા રોકાઈને ઉમેર્યું :

'અત્યાર સુધી આપણે આટલાન્ટિક ઓશનમાં સફર કરતા હતા, હવે હિન્દી મહાસાગરમાં વિહાર કરી રહ્યા છીએ.'

'યોગીદાદા ! દરિયાનાં નામ જુદાં, પણ આખરે તો ખારાં પાણીના મહાસાગર જ ને.'

'ખારાં પાણી ખરાં, પણ તેમના રંગ જુદા, મિજાજ પણ જુદા. અને જો ધ્યાનથી નિરીક્ષણ કરે તો એકસરખો લાગતો સમુદ્ર વિવિધ સ્વરૂપ ધારણ કરતો દેખાશે તને... જેમ આકાશના રંગ બદલાય તેમ સમુદ્રનાં પાણી રંગ બદલે, રૂપ બદલે અને સ્વરૂપ પણ બદલતાં રહે છે.'

આમ કહેતાં યોગીજી કાચની આરપાર દેખાતા સમુદ્રનાં ઊછળતાં-ઘૂઘવતાં મોજાંને ત્રાટક-દષ્ટિએ નિહાળવા લાગ્યા.

'મને દાદીમા બહુ યાદ કરે છે, પપ્પા !'

હવે આત્માએ કંટાળો આવવાનું બીજું કારણ દર્શાવ્યું.

'આપણે હૉંગકૉંગથી ફોન કરીશું. દાદીમા સાથે પેટ ભરીને વાત કરી લેજે.' કહી ઓમકારે પુત્રની બાજુમાં બેઠેલી તાનિયા તરફ હસી લઈને ઉમેર્યું :

'દાદીમાને તું કહેજે, અમારી સાથે એક બહુ સરસ અને સુંદર આન્ટી છે. એ આપણે ઘેર થોડા દિવસ રહેવા આવવાનાં છે.'

'થોડા દિવસ...' પ્રશ્નસૂચક દૃષ્ટિએ તાનિયા વચ્ચે બોલી ઊઠી : 'હું તો આત્માને મારી મમ્મીના ઘેર રહેવા લઈ જવાની... ત્યાં એને બીજાં દાદીમા મળી જશે.'

આત્માને થયું કે *મારી વાત કરવાને બહાને પપ્પા અને આન્ટી ફરી પોતાના વાર્તાલાપ પર ચડી ગયાં* એટલે તેણે યોગીજી તરફ નજર કરી. એમને એકીટશે, મટકુંય માર્યા વિના સમુદ્રને તાકી રહેલા જોઈને આત્માને અચરજ થયું. ધીમેધીમે યોગીજીની મુખરેખા પણ તંગ થતી દેખાઈ.

'ક્યારના ત્યાં શું જોઈ રહ્યા છો, યોગીદાદા ?' ઊભો થઈ આત્મા એમની પછવાડે જઈને યોગીજીની ડોક ફરતે બંને હાથ વીંટાળી હેતભર્યા કુતૂહલથી પૂછવા લાગ્યો : 'દરિયો રંગ બદલતો દેખાય છે ?'

'હા, દીકરા, માણસની જેમ સમુદ્ર પણ ક્રોધે ભરાતો હોય છે. એ કોપાયમાન થાય ત્યારે આપણી આ ઊંચી સ્ટીમરની ટોચને એનાં મોજાં થપાટ મારવા લાગે. આપણા તરતા મહેલને ભલે ડુબાડે નહીં, પણ આપણા જેવાં ઉતારુઓને એના વિકરાળ સ્વરૂપથી એવાં ભયભીત કરી નાખે કે ફરી દરિયાની મુસાફરી કરવાનું ભૂલી જઈએ !'

ત્યારે આત્મા સ્તબ્ધ બની જઈ યોગીજીને વળગી પડી એમના ખોળામાં ગોઠવાઈ ગયો.

'હેં, દાદાજી ! આવડી મોટી સ્ટીમરને તોફાની દરિયો કોઈ વાર ડુબાડી શકે ખરો ?'

ત્યારે પોતાની દાઢી પસવારતા યોગીજીએ આત્માની આંખોમાં ડોકિયું કર્યું. એની કીકીઓમાં તીવ્ર જિજ્ઞાસા હતી તેમ આછી દહેશત પણ દેખાઈ.

'તું ડરી ન જાય તો તને સ્ટીમર ડૂબી જવાનો એક બનાવ કહી સંભળાવું.'

'જરૂર સંભળાવો, પણ બહુ ડરી ન જવાય એ રીતે કહેજો, દાદાજી !'

તેની એ માગણી પર યોગીજીથી મલકી જવાયું. સામેની બાજુએ પડેલો મિલ્ક ચૉકલેટનો ગ્લાસ પોતાના તરફ સેરવી લઈ આત્માના હાથમાં પકડાવતાં એમણે કહ્યું :

'તું દૂધ પીતાં સાંભળ અને હું કૉફી પીતાં કહું.'

શરૂ કરતાં પહેલાં યોગીજીએ તાનિયાને આવું કાંઈક કહેતી સાંભળી કે *બે દિવસ પછી હૉંગકૉંગ આવી જશે અને તમારે મને દિલ ખોલીને બધું જ કહી દેવાનું છે. નહીંતર હું એવું માની લઈશ કે તમે કોઈ અઘટિત કાર્ય કરવા માગો છો એટલે મારાથી છુપાવી રહ્યા છો...*

પોતે આવું સાંભળ્યું નથી એમ બેધ્યાન રહી, કૉફીના બે ઘૂંટ પી લઈને યોગીજીએ કહેવા માંડ્યું :

'મારાય જનમ પહેલાંની વાત છે, આત્મા ! એટલે કે એંશી કરતાંય વધારે વરસ થઈ ગયાં એ દુર્ઘટનાને...' કહી યોગીજી વિચારમાં ઊંડા ઊતરી ગયા. એમની મોટી આંખોમાં દરિયો ઘૂઘવતો હોય એવું આત્માએ મહેસૂસ કર્યું :

'બ્રિટન જેને પોતાના ગૌરવ સમાન ગણાવતું હતું એ વિરાટ જહાજનું નામ હતું *ટિટાનિક*... ત્યાર પહેલાં આટલી મોટી સ્ટીમર બની નહોતી અને એવું વિરાટ જહાજ દરિયામાં તરી શકે એવી કોઈએ કલ્પના પણ કદાચ કરી નહીં હોય.'

'આપણી આ શિપ કરતાંય એ મોટી હતી, દાદાજી ?'

'ના, પણ એંશી વરસ અગાઉના એ જમાના પ્રમાણે તો નવી નવાઈ જેવું કૌતુક હતી

એ... લોકો એને જોવા માટે દૂરદૂરથી આવતા. તેની પહેલી સફર લંડનથી ન્યૂયૉર્કની હતી. વાજતેગાજતે *ટિટાનિક*ને વળાવી ત્યારે એમાં સફર ખેડનારાં પોતાની જાતને ધન્ય માનવા લાગ્યાં. સમુદ્રની સફરના ઇતિહાસમાં સૌપ્રથમ વિરાટ જહાજમાં પહેલવહેલી મુસાફરી કરવાનો લહાવો લેનારાં તરીકે તેમનાં નામની નોંધ લેવાશે એવું ગૌરવ લેતાં હતાં, પરંતુ...'

યોગીજી અટકીને કૉફી પીવા લાગ્યા.

'પછી શું થયું, દાદાજી ?'

'એ પહેલીવહેલી સફર અપશુકનિયાળ નીકળી. ન્યૂયૉર્ક પહોંચતાં પહેલાં સમુદ્રના પેટાળમાં તરતા બરફના પહાડ સાથે અફળાઈ અને ધીમેધીમે ડૂબવા લાગી. બે-ત્રણ કલાકમાં પંદરસો માણસો અને માલસામાન સાથે એ *ટિટાનિકે* જળસમાધિ લીધી ત્યારે દુનિયાભરમાં હાહકાર મચી ગયો હતો.'

હવે આત્મા ઊંડા વિચારમાં ગરકાવ થઈ ગયો. ચીસ પાડીને દરિયામાં ડૂબતા માણસોનું દૃશ્ય તેની નજર સમક્ષ તરવરવા લાગ્યું. તેનો ઊતરી ગયેલો ચહેરો જોઈને યોગીજીએ ધરપત આપવા ખભો થપથપાવવો પડ્યો.

'આત્મા, ત્યાર પછી આવી વિરાટ સ્ટીમર ડૂબી જવાનો બનાવ ક્યારેય બન્યો નથી.'

પરંતુ આત્મા હજુ *ટિટાનિક*ને ડૂબતી જ નિહાળી રહ્યો હતો.

'એ સ્ટીમરમાં મારા જેવડા છોકરાઓ પણ હતા, દાદજી ?'

'હાસ્તો ! સ્ત્રીઓ-પુરુષો અને બાળકો... સૌ હોંશેહોંશે યાદગાર પ્રવાસનો આનંદ માણવા નીકળ્યાં હતાં.'

'દાદાજી, ધારો કે આપણી આ *ઓશનકિંગ-વન* પણ ડૂબવા લાગે તો ?'

'ઇમ્પૉસિબલ !'

એ અવાજ હતો બાર્બરાનો... થોડે દૂર ઊભીઊભી ક્યારની બંને વચ્ચેનો સંવાદ સાંભળતી બાર્બરા આત્માની ભાષા નહીં સમજતી હોવા છતાં તેના કહેવાનો ભાવાર્થ પામી જઈને ધસી આવી : 'સમુદ્રના ગમે તેવા તોફાન સામે પણ આપણી શિપ અડીખમ ટકી શકે એવી ચોકસાઈ સાથે તેનું બાંધકામ થયું છે.'

તેના અણધાર્યા આગમને ઓમકાર-તાનિયાની વાતચીત થંભાવી દીધી. આત્માની ખાલી ખુરસી પર બેઠક જમાવતી બાર્બરાએ વારફરતી સૌની સામે સ્મિત કરી લીધું :

'મિસ્ટર યોગી, *ટિટાનિક*નો આ જમાનો નથી. તમે આ છોકરાને બિચારાને નકામો બિવડાવી દીધો.'

બાર્બરા બોલી તો હતી હળવાશથી, પણ યોગીજીએ તેને ગંભીરભાવે લીધું :

'બાર્બરાદેવી ! જળ, અગ્નિ, વાયુ જેવાં તત્ત્વને કદી પડકારવાં નહીં. આ શિપની સફરના પ્રારંભમાં જ મેં કહ્યું હતું કે પ્રથમ પ્રવાસ અપશુકનિયાળ નીવડે એવા ચોઘડિયે તે હંકારવામાં આવી છે.'

સાંભળીને બાર્બરા તુચ્છકારભર્યું હસી :

'અબજો ડૉલરની શિપ અને તેની સામે તમારા કોડી-બે-કોડીનાં અપશુકન અને અનુમાન !'

તાનિયાને એ ટકોર ખટકી. શિપિંગ કંપનીના એમ. ડી.ની સેક્રેટરીએ તો સલૂકાઈથી વાતચીત કરવી જોઈએ તેને બદલે યોગીજી જેવા વડીલના વિચારને કોડી-બે-કોડીના અપશુકનમાં ખપાવી દીધા !

'મિઝ ડેવિસ, અત્યાર સુધીની સફરમાં એક કરતાં વધારે દુર્ઘટનાઓ બની છે એનો કદાચ તમને ખ્યાલ નથી લાગતો.'

'અહીં આવ્યા પહેલાં જ મારા બૉસ પાસેથી એના વિશે જાણી ચૂકી છું, મિસ...'

'મિસ નહીં, ડૉક્ટર મિસિસ શાહ.'

'ઓહ યસ, સાઇકિયાટ્રિસ્ટ મિસિસ શાહ !' કહી બાર્બરાએ કહ્યું : 'એ દુર્ઘટનાઓ તો માનવસર્જિત હતી. અમારી વાત સમુદ્રના તોફાન સામે આ શિપની ટકી રહેવાની શક્તિ બાબતની છે.'

આમ કહી બાર્બરાએ ઓમકાર તરફ જોયું. ખરેખર તો એ તેની સાથે વાતચીતનો ઘરોબો કેળવવાના ઇરાદાથી જ આ તરફ આવી ચડી હતી.

'તમારું શું મંતવ્ય છે, મિસ્ટર...'

'મિસ્ટર દવે... મને બધા દેવ કહે છે, તમે પણ કહી શકો છો.'

'હાં તો, મિસ્ટર દેવ, તમારું શું કહેવું છે ?'

ઓમકારને જવાબ વાળતાં જરા વાર લાગી. યોગીજી અને તાનિયાની વિરુદ્ધ તો મત દર્શાવવાનું અજુગતું લાગ્યું, તેની સાથોસાથ પોતાના સ્વતંત્ર વિચારને વાચા આપવાની ઇચ્છાય જોર કરી ગઈ.

'હું તો ન્યુક્લિયર સાયન્ટિસ્ટ છું. શુકન-અપશુકનને બદલે આવી વાતને તર્કના ત્રાજવે તોળવાનું પસંદ કરું.'

'તો તોળો ને તમારા તર્કના ત્રાજવે.' તાનિયા સહેજ ઊંચા અવાજે બોલી ઊઠી : 'તમને યાદ હશે, ઓમકાર ! કે યોગીજીની શિષ્યા નીરજાદેવી અંતિમ પળોમાં એવું બોલી ગયેલાં કે *આ સફર અધૂરી જ રહેવાની છે...* બોલો, એમના જેવા પવિત્ર આત્માના મૃત્યુ વખતના ઉદ્‌ગારોને તમારા તર્કના ત્રાજવે તોળીને કહો, ખરેખર આ *ઓશનકિંગ-વન* હેમખેમ સફર પૂરી કરી શકશે કે ?'

મૂંઝાઈ ગયો ઓમકાર અને વિસ્મયમાં પડી ગઈ બાર્બરા : *આ હિન્દુ યોગીની શિષ્યા જો આવી ગેબી આગાહી કરી શકતી હોય તો એ પોતે ભવિષ્યદ્રષ્ટા તરીકે કેવા સમર્થ હશે ! શિપની પહેલી સફર અધૂરી રહેવાની છે એવી આગાહી અજાણ્યાના માનવામાં ભલે ન આવે, પરંતુ 'કાલભૈરવ ઑપરેશન' પાર પડે કે નિષ્ફળ જાય તોપણ 'ઓશનકિંગ-વને' મુંબઈથી પાછા ફરી જવું પડશે અથવા તો મુંબઈ મહાનગર સાથે એનુંય અસ્તિત્વ ભૂંસાઈ જવાનું... છતાં આ યોગીની માન્યતાનું મારે ખંડન કરવું જ રહ્યું, નહીંતર ઉતારુઓમાં ગભરાટ ફેલાઈ જશે. અરે, હજુ હૉંગકૉંગમાં થનારો પહેલો હાહાકાર તો બાકી છે !*

'યૂ બ્યૂટીફુલ લેડી !' વિચારમાં પડી ગયેલી બાર્બરાને અચરજ પમાડતું સંબોધન કરી યોગીએ સંભળાવ્યું :

'મહાન વિજ્ઞાનીઓ પણ જગતની અનેક બાબતો અંગે અજ્ઞાન છે એ તો તમે કબૂલ કરશો ને !'

એમનું કથન બાર્બરાની સમજમાં ઊતર્યું નહીં.

'વિજ્ઞાનીઓ આ સૃષ્ટિનો, તેની ગતિવિધિનો, માનવીને થતા રોગોનો અને કુદરતી આપત્તિના નિવારણનો પૂરો તાગ પામી શક્યા નથી એ પણ તમારે કબૂલ કરવું પડશે.'

યોગી એવા જુસ્સાભેર બોલતા હતા કે એમને ધ્યાનથી સાંભળવા જ રહ્યા :

'ધરતીકંપ થવાનો અણસાર અમુક પશુ-પક્ષીઓને આવી જતો હોય છે, જ્યારે વિજ્ઞાનીઓ આટઆટલાં સાધનો છતાં એની આગાહી કેમ કરી શકતા નથી ? નોસ્ટ્રોડેમ્સે લગભગ ૩૫૦ વરસ પહેલાં કરેલી આગાહીઓમાંથી ઘણીબધી સચોટપણે સાચી કેમ પડે છે ?'

હવે બાર્બરાને દલીલ કરવાનો મોકો મળી ગયો :

'એમની ઘણી આગાહી સાચી નથી પડી એનું શું ?'

'એ આપણે કરેલા અર્થઘટનનો દોષ છે.'

'તમારો એ બચાવ પાંગળો લાગે છે.' બાર્બરાએ પડકાર ફેંક્યો : 'અર્થઘટનનો દોષ એટલે શું ?'

સાંભળીને યોગી કૃષ્ણમૂર્તિ ઉશ્કેરાઈ જવાને બદલે ઠાવકું હસ્યા.

'અર્થઘટનનું દૃષ્ટાંત આપું તમને ?'

આમ કહીને એ જરા વાર અટક્યા. ઓમકાર અને તાનિયા પર નજર કરી લીધી, દાઢી પર હાથ પસવાર્યો, પછી ગંભીર મુખભાવ અને ઘૂંટાયેલા અવાજે બોલી ઊઠ્યા :

'કોઈ એમ કહે છે કે આ શિપને અણુબૉમ્બનો ખતરો છે તો ?'

બાર્બરા ધ્રૂજી ઊઠી, ઓમકાર જડવત્ બની ગયો અને એ બન્નેના પ્રતિભાવથી તાનિયા દિગ્મૂઢ થઈ ગઈ.

'તમે તો કેવી વાહિયાત કરો છો, મિસ્ટર યોગી !' બાર્બરાએ સત્વરે આઘાત પચાવીને બોદા અવાજે કહેવું પડ્યું :

'વિશ્વમાં ત્રીજું યુદ્ધ થાય તો જ અણુબૉમ્બનો ઉપયોગ થવાની શક્યતા છે... અને તમે કહો છો આ શિપને અણુશસ્ત્રથી ખતરો છે ! કેમ જાણે કોઈ દેશ પોતાનો અણુબૉમ્બ આવી એક શિપનો વિનાશ કરવા ખાતર વેડફી નાખવાની મૂર્ખાઈ કરવાનો હોય.' બોલતી-બોલતી બાર્બરા ઊભી થઈ ગઈ. જોકે તે આ ચર્ચા અધૂરી છોડીને જવા માગતી નહોતી. અવાજમાં જોમ લાવવા માટે એણે બંને હાથની મુઠ્ઠીઓ ઉછાળતાં કહેવા માંડ્યું :

'તમે જો ખરેખર કોઈ મોટા સાધક હો તો આવી ફાલતુ આગાહીઓ કરવાને બદલે અબઘડી એવું કરી દેખાડો જેમાં જગતના નિયમથી પર કાંઈક જોવા મળે.'

રાતાચોળ ચહેરે બાર્બરા એવો પડકાર કરી બેઠી કે રેસ્ટોરાંમાં આજુબાજુ બેઠેલાં સૌનું ધ્યાન એમના ટેબલ તરફ ખેંચાયું. બાર્બરાનો પડકાર તાનિયા અને ઓમકારને અજુગતો લાગ્યો. નાનકડો આત્મા હવે કાંઈક બનવાનું હોય એવી ઉત્કંઠા સાથે યોગીજીના ખોળામાંથી ઊતરી તેમની બાજુમાં ઊભો રહી ગયો. ત્યાં હાજર હતાં એ સૌ કોઈ કૌતુકના માર્યાં તંગ બની ગયાં

હતાં ત્યારે રેસ્ટારાંની મધ્યમાં લટકતા એક ઝુમ્મરને તાકી રહેલા યોગીજી સંપૂર્ણપણે સ્વસ્થ દેખાતા હતા. સૌ કોઈની દૃષ્ટિ પોતાના પર સ્થિર હતી એ જાણવા છતાં અજાણ બની જઈ મનોમન મંત્રોચ્ચારમાં લીન બની ગયા એ.

બે, ત્રણ, ચાર... અને પાંચમી મિનિટ પૂરી થાય એ પહેલાં તો હાથમાં ચા-કૉફીની કીટલી અને જ્યૂસના બે ગ્લાસવાળી ટ્રે ઊંચકીને પેલા ઝુમ્મર નીચેથી પસાર થતી રેસ્ટોરાંની વેઇટ્રેસ તરફ યોગીજીએ ઝાટકા સાથે હાથ લંબાવી સાંકેતિક શબ્દમાં કોઈ આજ્ઞા કરી અને એ જ પળે પેલીના હાથમાંથી ટ્રે વછૂકી પડી. જાણે ત્યાં બેઠાંબેઠાં યોગીજીએ વેઇટ્રેસના હાથ પર ફટકો માર્યો હોય એવું બધાંએ મહેસૂસ કર્યું. પરંતુ....

પેલીના હાથમાં છટકી ગયેલી ટ્રે નીચે પડવાને બદલે જમીનથી ત્રણેક ફૂટ અધ્ધર લટકી રહી એ દૃશ્ય સૌ ફાટેલી આંખે જોતાં રહ્યાં. સૌપ્રથમ પ્રતિભાવ પેલી વેઇટ્રેસ તરફથી આવ્યા. ટ્રે પડી જવા બદલ પહેલાં એનાથી ચીસ નખાઈ ગઈ, ત્યાર પછી પડતી ટ્રે અંદર રાખેલી કીટલી તથા જ્યૂસના પ્યાલા સહિત અકબંધ અધવચ્ચે હવામાં સ્થિર થઈ ગઈ એ જોઈને બાઘીની જેમ પહોળી આંખે અને ફાટેલા મોઢે જોતી રહી.

'બોલો, સુંદરી ! આ રીતે કોઈ પણ આધાર વિના હવામાં લટકી રહેવું એ ગુરુત્વાકર્ષણના નિયમથી પર લાગે છે તમને ?'

બાર્બરા શું જવાબ આપે ? એ પોતે જ ડઘાઈ ગઈ હતી. કહેવા ખાતર કહેવા જતી હતી કે *આવું તો જાદૂગરોના ખેલમાંય જોવા મળે છ* પણ એ જ વખતે યોગીજીએ પોતાનો સંતાડેલો જમણો હાથ સહેજ ઊંચો કરી ફરી સાંકેતિક આજ્ઞા કરી એટલે ટ્રે ધીમેધીમે ઊંચકાતી હેબતાઈ ગયેલી પેલી વેઇટ્રેસની છાતી સમી આવી ગઈ અને એણે સ્વસ્થપણે તેને અગાઉની જેમ બંને હાથમાં ધારણ કરી લીધી.

'મિઝ બાર્બરા ડેવિસ ?'

યોગીજી જુસ્સાભેર સફાળા ઊભા થઈ ગયા.

'હવે કહેતાં નહીં કે આ તો જાદૂના ખેલ જેવું છે. અમારા માટે તો આ જગતનો વ્યવહાર જાદૂના ખેલ પર જ ચાલી રહ્યો છે. સમજાય એ સામાન્ય અને ન સમજાય એ જાદૂ !' આમ કહી પગ ઉપાડતાં પહેલાં એક વેધક નજર નાખીને ઉમેર્યું : 'તમને સમજાયું કાંઈ ?'

માત્ર બાર્બરા જ નહીં, ત્યાં હાજર હતાં એ સૌ કોઈ અવાક્ બનીને તેમને જોતાં રહ્યાં.

*

'હવે ટૂંક સમયમાં આપણું વિમાન હૉંગકૉંગના ક્વોલુન એરપૉર્ટ પર ઊતરશે. ઉતારુઓને વિનંતી છે કે પોતપોતાના સીટબેલ્ટ બાંધી દે અને એરક્રાફ્ટ સંપૂર્ણપણે થોભે નહીં ત્યાં સુધી ઊભાં ન થાય.'

'ડાર્લિંગ !' *કેથે પેસેફિક*ના ઇકોનૉમી ક્લાસમાં બારીવાળી સીટ પર આંખો મીંચીને બેઠેલી પત્નીનો ખભો દબાવી વિમલ દેસાઈએ લાડથી કહ્યું :

'જાગો, હૉંગકૉંગ આવી ગયું.'

આંખો ઉઘાડ્યા વિના માત્ર ડોક હલાવીને હોંકારો આપતી પત્ની સિદ્ધિ ફરી તંદ્રામાં ઊંડી

ઊતરી ગઈ. મનમાં તો થયા કરતું હતું કે *મુંબઈથી હૉંગકૉંગ માટે રવાના થયેલું પ્લેન ક્યારેય ત્યાં ઉતરાણ જ કરી શકે નહીં. હૉંગકૉંગમાં કાંઈક એવું બની જાય કે વિમાને મુંબઈ પાછા ફરી જવું પડે, પરંતુ અત્યાર સુધી કરેલી આવી અનેક અવળી ઇચ્છા ક્યાં ફળી હતી કે આ વખતે ફળે ?*

મોટી બહેનની હત્યામાંથી નિર્દોષ છૂટી એ જ દિવસે પતિ એને *ઓશનકિંગ-વન*ની મુંબઈ-હૉંગકૉંગની બે ટિકિટ બૂક કરાવવા પરાણે ખેંચી ગયો હતો : *ત્રણત્રણ વરસ સુધી ખૂનના આરોપની માનસિક તંગદિલી અને સામાજિક નિંદા પછી પાંચ દિવસ આ વૈભવી લક્ઝરી લાઇનરમાં સફર કરીને બધો થાક ઉતારી નાખવો છે, સિદ્ધુ ! માની લે કે આપણે હનીમૂન ઊજવવા જવાનાં છીએ...*

પોતે ઘણી આનાકાની કરી છતાં વિમલે જીદ છોડી નહીં ત્યારે કોણ જાણે કેમ, સિદ્ધિને પતિની આ જીદ પાછળ કાંઈક છુપાયું હોય એવો વહેમ પડ્યો. પોતાને ખૂનના આરોપમાંથી નિર્દોષ છોડાવવા ખાતર લાખો રૂપિયા ખર્ચી નાખનાર ધણી તેને આ રીતે દરિયાની સહેલગાહ કરાવવા લઈ જાય એમાં આમ તો કાંઈ અજુગતું લાગતું નહોતું, પણ પોતે માત્ર હત્યાની આરોપી નહોતી, વિમલના મોટા ભાઈ કમલ દેસાઈ સાથેનો આડો સંબંધ આ હત્યામાં નિમિત્ત બન્યો હોવાનું અખબારોનાં મથાળાં અને લોકસમાજ પોકાર પાડીને કહેતો હોવા છતાં વિમલે પોતાના ચારિત્ર્ય પર રતીભાર શંકા ન કરી એનું અચરજ હવે તો સિદ્ધિ માટે અસહ્ય બનવા લાગ્યું હતું.

મનમાં જાતજાતની આશંકા અને અજંપો જગાડતી આ સફરને ટાળવા માટે તેણે ટિકિટ લેવાઈ ગયા પછીય કેટકેટલી દલીલો કરી હતી : 'આપણા એકના એક પુત્ર સુકેતુ વગર સફરે જવાનું મન નથી માનતું. વૅકેશન પડે ત્યારે આપણે એને દરિયાઈ સફરને બદલે વિમાનની સફર ખેડીને હૉંગકૉંગ-સિંગાપુર જ્યાં કહેશો ત્યાં જઈશું. છ-સાત વરસના હરવા-ફરવા જેવડા છોકરાને પંચગની હૉસ્ટેલમાં ભણવાના બહાના હેઠળ મૂકીને જતાં મારો જીવ નથી ચાલતો. વિમલ, મારી આટલી વાત માની જાઓ, પ્લીઝ !'

પરંતુ વિમલ એકનો બે ન થયો. અરે, મુંબઈમાં કોમી રમખાણો ફાટી નીકળ્યાં તેને કારણે *ઓશનકિંગ-વન* સ્ટીમર હૉંગકૉંગ તરફ ફંટાઈ ગઈ ત્યારે સિદ્ધિએ ગળા સુધીની ધરપત અનુભવી હતી : *રૂટ બદલાવાને કારણે ઘણા લોકોએ લક્ઝરી લાઇનરની સફર કૅન્સલ કરાવી, એમને પૂરેપૂરું રીફન્ડ પણ મળી ગયું, આપણેય એનો લાભ ઉઠાવી લઈએ. જવાનું માંડી વાળીએ. હવે તો તમારી જીદ છોડો, ભાઈસા'બ...* એ શબ્દોની પણ વિમલ પર કોઈ અસર થઈ નહીં ત્યારે સિદ્ધિએ માની લીધું કે *નક્કી આ સફર મારી જિંદગીની સફરના અંતનું નિમિત્ત બનવાની છે !*

એટલે જ આગલા દિવસે પુત્રને પંચગની મળવા ગઈ ત્યારે સુકેતુને છાતીએ વળગાડીને તેનાથી ધ્રુસકે-ધ્રુસકે રડી પડાયું હતું. 'તું તે કેવી મા છો, સિદ્ધુ !' પતિએ મા-દીકરાને વિખૂટાં પાડતાં સંભળાવ્યું હતું : 'આઠ-દસ દિવસના પ્રવાસે જઈએ છીએ એમાં આટલું બધું રડવાનું ? આમ તો આપણે સુકેતુને મહિનામાં બે જ વાર મળી શકીએ છીએ અને પંદર દિવસ પછી ફરી મળવાનો ટર્ન આવવાનો છે છતાં...'

સાંભળીને આંસુભીની આંખે એ પતિને તાકવા લાગી ત્યારે વિમલના ચહેરા પરના ભાવમાં તેને કાંઈક એવું વર્તાયું જેમાં મીઠામીઠા ઠપકા હેઠળ કાતિલ ખંધાઈ છુપાયેલી હોય !

એટલે જ તેનાથી બોલી જવાયું હતું : 'કોને ખબર, ફરી મળવાનું બને ન બને.... આજકાલ વિમાનના અકસ્માતો બહુ બનતા હોય છે. હાઇજૅકિંગ પણ વારંવાર થતા રહે છે.'

'આવું અમંગળ વિચારીને પહેલેથી જ પ્રવાસનો આનંદ ઝૂંટવી લેવા માગે છે તું ?' વિમલે હવે તંગ મુખમુદ્રા સાથે એને ઠપકો સંભળાવ્યો હતો : 'દેહાન્ત દંડ કે આજીવન કેદની સંભવિત સજામાંથી મુક્તિ મળ્યા પછી તો તારું મનોબળ મક્કમ બનવું જોઈતું હતું. તેને બદલે ડગલે ને પગલે ભયનો ભાર છાતીમાં ભરીને તું જીવનનો આનંદ ભૂંસી નાખવા માગે છે ?'

બસ, ત્યાર પછી એ દલીલ કરવાનું માંડી વાળી ચૂપચાપ હૉંગકૉંગ જતી ફ્લાઇટમાં તેની બાજુમાં ગોઠવાઈ ગઈ હતી. મુંબઈ છોડતી વખતે હૃદય ભરાઈ આવ્યું, પણ મનોબળથી આંખોને ઊભરાતી રોકી શકી હતી એ... *એમના હાથે મરવાનું જ હોય તો પછી હસતાં-હસતાં શું કામ મૃત્યુને ન ભેટવું ? મને એમણે કૉર્ટમાંથી નિર્દોષ છોડાવવા માટે કદાચ એટલા માટે આટલાં બધાં વાનાં કર્યાં હશે કે એ પોતે જ મને સજા ફટકારી શકે ?.. મોટા ભાઈ સાથેના આડા સંબંધનું વેર વાળવાની એમના મનની આગ મારા મૃત્યુથી શમી જતી હોય તો એ સજા મારે શું કામ માથે ન ચડાવી લેવી ? એ મને બીજા હનીમૂનને બહાને આ વૈભવી સફરમાં લઈ જાય છે, પણ અદાલતમાં નિર્દોષ જાહેર થયા પછી આ સત્તર દિવસની એક પણ રાત એ મારી સાથે પતિની જેમ વર્ત્યા છે જ ક્યાં ? બાકીની આખી જિંદગી આમ અપરાધ અને પાપના બોજ તળે કચડાયા કરવાને બદલે એમના હાથે હંમેશને માટે મુક્તિ મળી જતી હોય તો...*

અને લૅન્ડિંગ કરતા વિમાનનાં પૈડાં જમીનને અડકતાં જ હળવા હડદોલાએ સિદ્ધિને તંદ્રામાંથી સફાળી સજાગ કરી દીધી. આંખો પટપટાવી એ આજુબાજુ નજર કરે છે તો બીજાં મુસાફરો ઊતરવાની તૈયારી કરતાં હતાં અને વિમલ તેને એકીટશે નિહાળતો હતો.

'આમ શું જુઓ છો ?'

'તારી હાલત નિહાળું છું.' યુવાન પતિએ સીટબેલ્ટ છોડતાં સંભળાવ્યું : 'બીજાં બધાં કેટલાં ઉત્સાહમાં દેખાય છે, અને તું ?'

'કેવી દેખાઉં છું હું ?' સિદ્ધિએ પરાણે હસતું મોં કરીને પૂછ્યું : 'તમે તો જાણો છો, ટ્રેન હોય કે પ્લેન, મુસાફરીમાં હું ઘસઘસાટ ઊંઘી જાઉં છું.'

'ના, સિદ્ધુ ! તું ઘસઘસાટ નહોતી ઊંઘતી. હું તારા મુખભાવનું નિરીક્ષણ કરતો હતો. નિરાંતે ઊંઘતા માણસના ચહેરા પર એક પ્રકારની નિર્દોષતા-નિર્લેપતા વર્તાય છે, જ્યારે તું તો આંખો મીંચીને જંપી જવાને બદલે અજંપો વેઠી રહી હોય એવો તારો ચહેરો તરડાયેલો લાગતો હતો.'

બધાં ઊઠવા લાગ્યાં એટલે સિદ્ધિને થયું કે વાતનો અંત આવી જશે, પણ પેલો તેને એમ સખ પડવા દેવા માગતો ન હોય તેમ ચાલુ રાખ્યું :

'જો, સાંભળી લે : સફરમાં સોગિયું મોઢું રાખીને ફરવાનું નથી.'

'ભલે.'

'આપણે આનંદ કરવા નીકળ્યાં છીએ, આપણી સાથે બીજાં બાર કપલ્સ લક્ઝરી લાઇનરમાં જોડાવા મુંબઈથી બેઠાં છે.' એણે એકદમ પછવાડેની બેઠક તરફ ઇશારત કરીને કહ્યું :

'એ લોકો આખા રસ્તે મજાક-મશ્કરીની હસાહસ કરતા હતા ત્યારે તું આંખો મીંચીને પડી હતી અને હું ઉઘાડી આંખે બીજાં બધાંની હિલચાલ જોતો બૉર થતો હતો.'

શેલ્ફમાંથી સામાનના બંને થેલા ઉતારી એક પત્નીને સોંપી બીજો પોતાના ખભે લટકાવી દઈ એ બોલતો રહ્યો :

'મુંબઈથી સાથે આવેલી પેલી ટૂર કંડક્ટર વચ્ચે ખબરઅંતર પૂછવા આવેલી.'

'કોણ, પેલી અમૃતા ગુપ્તા ?'

'બહુ કહેવાય ! તને એનું નામ યાદ રહી ગયું !'

એના વખાણમાં ડંખીલો વ્યંગ હતો છતાં સિદ્ધિએ ધ્યાનમાં લીધા વગર જવાબ વાળ્યો :

'એ બાઈ બહુ ભલી છે. સતત હસ્યા કરે અને વારેવારે ખબરઅંતર પૂછ્યા કરે.'

'આ વખતે તને ઊંઘતી જોઈને એણે જરા જુદું પૂછ્યું.'

'શું પૂછ્યું ?' બધાંની પાછળપાછળ વિમાનના દરવાજા તરફ આગળ વધતી સિદ્ધિને ઉત્કંઠા જાગી : 'મને ઊંઘતી જોઈ એથી એને કંઈ ખરાબ લાગ્યું ?'

'એણે પૂછ્યું કે તમારાં મિસિસ ઉદાસ કેમ દેખાય છે ?'

'તમે શું કહ્યું ?'

'મેં કહ્યું કે છ વરસના દીકરાને બૉર્ડિંગ સ્કૂલમાં મૂકીને આવી છે એનો વિયોગ સાલે છે.' કહીને વિમલે સત્વરે ઉમેર્યું પણ ખરું :

'પછી મેં એમ પણ કહ્યું કે *આ તો એક-બે દિવસ આવું રહેશે. શિપમાં બેસીશું એટલે સમુદ્રનાં મોજાંની જેમ હરખના હિલોળા લેતી થઈ જશે એ...'*

સિદ્ધિ મૂંગીમૂંગી સીડીનાં પગથિયાં ઊતરી ગઈ એ વિમલને કઠ્યું.

'મેં બરાબર કહ્યું ને, સિદ્ધુ ?' એ પત્નીને લાડથી બોલાવવા જતો હતો, પણ ભીતરની કડવાશ જીભ પરથી ટપક્યા વિના રહેતી નહોતી : 'જોજે, સ્ટીમરમાં બેઠા પછી મને ખોટો નહીં પાડતી, સમજી ને ?'

'સમજી ગઈ !' સિદ્ધિએ પતિનું મન રાખવા કહ્યું તો ખરું, પણ મન કાંઈક જુદું જ બોલી ગયું : સ્ટીમરમાં ચડવાને વખતે હું હયાત હોઈશ તો હરખના હિલોળા લેવાની જરૂર ઊભી થશે ને ? મરવાનું છે તો પછી...'

અને કસ્ટમવાળાની સામે ઊભાં રહેવાનું આવ્યું એટલે સિદ્ધિ દેસાઈએ વિચારને બ્રેક મારી દેવી પડી.

*

હૉંગકૉંગ ઇન્ટરનૅશનલ નામની થ્રી સ્ટાર હોટેલના સાતમા માળે *ઓશનકિંગ-વન*ના તેરે-તેર કપલને મુંબઈના એજન્ટે ઉતારો આપ્યો હતો. સાતસો-સાત નંબરમાં સામાન સરખો ગોઠવીને જરા ફ્રેશ થઈ વિમલ બીજી આજુબાજુની રૂમમાં સહપ્રવાસીઓને મળવા નીકળી ગયો હતો.

જતાં-જતાં કહી ગયેલો : 'કોઈ એકાદ કપલને મારી સાથે લઈ આવું તો એને હસીને આવકાર આપજે. શિપમાં ચડતાં પહેલાં બધાંની સાથે દોસ્તી બાંધી લેવી છે... સૌને અદેખાઈ થવી જોઈએ કે આપણે કેટલાં બધાં સુખી છીએ !'

આમ કહીને જનાર પતિની પીઠ તથા બંધ થતાં બારણાંને તાકી રહેલી સિદ્ધિએ નિસાસો નાખ્યો : 'સમજી ગઈ, બધું જ સમજી ગઈ.' બબડતી એ બારી પાસે ગઈ. બારીના સ્લાઇડિંગ કાચ ખોલી બહાર નજર કરી, નીચે ધસમસતો ટ્રાફિક નિહાળ્યો, ફૂટપાથ પર ઝડપી ચાલે પગપાળા જતાં સ્ત્રી-પુરુષોને જોયાં.

'સમજી ગઈ, વિમલ, તું પ્રવાસમાં બધાં સમક્ષ મને હસતી-હરખાતી દેખાડવા માગે છે... બીજાંને સુખી કપલ હોવાનું દેખાડવા માગે છે... એટલા માટે કે તું મને દરિયામાં ફગાવી દે તો કોઈને હત્યાનો વહેમ જ ન આવે... સૌને એમ લાગે કે અકસ્માતમાં પત્ની મૃત્યુ પામી અને બિચારો પતિ ભરજુવાનીમાં વિધુર બની ગયો !'

પવનના જોરદાર સપાટાએ સિદ્ધિના વાળ ફરફરતા કરી દીધા. પવનની પાછળ-પાછળ વરસાદનું એક હળવું ઝાપટું આવ્યું ત્યારે બારી બંધ કરી દેવા માટે તેના હાથ ઊંચકાયા પણ તરત જ થંભી ગયા : 'મૃત્યુ માટે ચોઘડિયાં થોડાં જોવાનાં હોય છે !'

એ બબડતી રૂમમાં નજર ફેરવવા લાગી. રાઇટિંગ ટેબલની બાજુમાં પડેલી ટિપોય પર નજર સ્થિર થઈ. ઊંડો શ્વાસ લઈ ઝડપભેર ટિપૉય લઈ આવીને બારીની નીચે ગોઠવી દીધી.

'આટલે ઊંચેથી પડનાર પાવલું પાણીય ન માગે !' બબડતી એણે ડોકિયું કરી સાવ નીચે સડકની ફૂટપાથ સુધી દૃષ્ટિ લંબાવી. કેમ જાણે પોતે જ્યાં પડવાની છે એ જગ્યાનું નિરીક્ષણ કરી લેતી હોય !

'વિમલ, તારા હાથે મારું મોત નિપજાવીને તું મારા પાપનો બદલો વાળવા માગતો હોઈશ, તારા મોટા ભાઈ સાથેના આડા સંબંધનું વેર વાળવા તારે આ સફરનો પ્લાન ઘડવો પડ્યો... મારી હત્યા કરતાં પહેલાં તું મને કડવાં ઝેર જેવાં મહેણાં સંભળાવવા માગતો હોઈશ... તું આ બધું જાણતો હતો એ જાણ્યા પછી મારી કેવી હાલત થશે એ જોવાની તાલાવેલી તું રાખતો હોઈશ, પણ માય ડિયર હસબન્ડ, આઇ ઍમ સૉરી... મારે તને નિરાશ કરવો પડે છે.' કહેતી એ ટિપૉય પર ચડી ગઈ. ઉતાવળ કરવા જતાં સંતુલન ગુમાવીને એ નીચે પડતી-પડતી રહી ગઈ. બારીને કાચની ધાર પકડીને બૅલેન્સ મેળવી લીધું : 'બહારને બદલે અંદર પડીને હું લૂલી-લંગડી થવા નથી માગતી, વિમલ !'

ટિપૉય પરથી એક પગ ઊંચકીને તેણે બારીના કઠેડા પર ગોઠવ્યો. બીજો પગ ઊંચકીને મૂકવા માટે જોર કરતાં પહેલાં એક વાર નીચે નજર નાખવા ગઈ ત્યાં ઘંટડી રણકી ઊઠી.

ડૉરબેલની અણધારી ઘંટડીએ જાણે ધક્કો માર્યો, પણ ઊલટો ધક્કો ! બહાર ફંગોળાઈ જવાને બદલે સિદ્ધિ દેસાઈ સંતુલન ગુમાવી અંદરના ભાગમાં ગબડી પડી. હાથપગમાં ક્યાંય વાગ્યું નહોતું છતાં એની આંખોમાં આંસુ ઊભરાઈ આવ્યાં : *વિમલ કવેળાએ આવી પહોંચ્યો !*

ઝટપટ આંસુ લૂછતી, ટિપૉયને એના ઠેકાણે ગોઠવી દઈને તેણે બારણું ઉઘાડ્યું તો 'ગૂડ ઇવનિંગ, મિસિસ દેસાઈ !' કહેતી અમૃતા ગુપ્તા હસતી-હસતી ઊભી હતી.

સિદ્ધિએ પરાણે હસીને 'ગૂડ ઇવનિંગ' તો કહ્યું, પણ આંસુથી ખરડાયેલા ગાલ પેલીની ચકોર દૃષ્ટિની બહાર રહ્યા નહીં.

'હું જાણું છું તમે કેમ ઉદાસ છો, સિદ્ધિબહેન !'

એર-હૉસ્ટેસ તરીકેની ઊજળી કારકિર્દી ધરાવતી અમૃતા ગુજરાતી મહિલાને બહેન કહેવાનું અને મરાઠી પુરુષને ભાઉ કહેવાનું ચૂકતી નહીં.

'કમ ઇન પ્લીઝ.' તેને અંદર આવવાનું કહેવાને બહાને તેની સામેથી ચહેરો ફેરવી લેતી સિદ્ધિએ ઝડપથી મુખ પર હાસ્ય ઉપસાવી લીધું. *હમણાં પતિ આવી ચડશે અને આ અમૃતા સહાનુભૂતિ દર્શાવવા માટે મારી ઉદાસીનો ઉલ્લેખ કરશે તો ફરી વિમલનાં મહેણાં-ટોણા ચાલુ થઈ જવાનાં.*

'વિદેશ ફરવા જતી અનેક સ્ત્રીઓને મેં વારેવારે ઉદાસ થતી જોઈ છે, બહેન !' સિદ્ધિના હાથમાં ફૂલનો ગુચ્છો પકડાવી હૂંફાળું હસતી અમૃતા કહેવા લાગી :

'સરખેસરખાં કપલ હોંશેહોંશે વિદેશની સફરે નીકળે તો ખરાં, પણ પછી તેમને ડગલે ને પગલે સંતાનો યાદ આવે... *એમને આ દેખાડ્યું હોત, અહીંયાં એ સાથે હોત...* આવો ભાવ મનમાં વારંવાર જાગ્યા કરે એ સ્વાભાવિક છે.'

'તમારી વાત સાવ સાચી, સિસ્ટર !' સિદ્ધિએ વાત આટોપી લેતાં કહ્યું : 'તમે આવ્યાં એ વખતે હું મોઢું ધોઈને ફ્રેશ થવા જ જતી હતી.'

'હું તો ખબર-અંતર પૂછવા આવી હતી. કાંઈ જોઈતું-કારવતું હોય તો...'

'કાંઈ જ નહીં, બહેન !' સિદ્ધિ મનોમન આત્મહત્યાના ઇરાદાને ખેરાઈ જતો રોકવાની કોશિશ જારી રાખી એ બોલતી હતી : 'કાંઈ જોઈશે તો તમને *સેવન-સેવન-સેવન*માં રિંગ કરીને જરૂર કહી દઈશ.'

'ઓકે, સિદ્ધિબહેન !' કહેતી અમૃતા પાછી તો ફરી પણ દરવાજા પર અટકી ગઈ :

'બાય ધ વે, આપણે શિપ પર બૉર્ડ કરીશું ત્યાં તમને એક સરસ મજાના છોકરા સાથે ઓળખાણ કરાવીશ.'

એનું આમ અટકી જવું સિદ્ધિને ખટકી ગયું છતાં આગળ સાંભળવું પડ્યું :

'એ છોકરાનું નામ છે આત્મા... બહુ ક્યુટ છે. ભારે સ્માર્ટ, બોલકો અને બહાદુર છે.' કહેતાં એણે હળવો નિ:શ્વાસ નાખ્યો :

'પરંતુ આવો સુંદર છોકરો બિચારો નમાયો છે !' એનો કંઠ રૂંધાયો :

'ઈશ્વર આવું શું કામ કરતો હશે, બહેન ? એક તો પૃથ્વી પર મોકલે અને પછી માતાને પૃથ્વી પરથી ઊંચકી લે... બસ, માતાવિહોણું બાળક જોઉં છું ત્યારે મને સર્વશક્તિમાન ઈશ્વર બહુ નબળો લાગવા માંડે છે.'

બોલતાં-બોલતાં તેની આંખોના ખૂણા ભીંજાવા લાગ્યા એટલે એ અવાક્ બની જઈ સડસડાટ બહાર નીકળી ગઈ.

અને જેવું બારણું બંધ થયું કે તરત જ સિદ્ધિ સાતમા માળની ઉઘાડી બારી તરફ ધસી ગઈ. શરીરમાં એવું જોમ આવી ગયું કે ટિપૉય વગર પણ બારી ઉપર ચડી જવા માટે તેણે

એક પગ ઊંચક્યો. એના પરિશ્રમથી હાંફ ચડી, પણ હવે મરવાનું જ છે પછી હાંફની શું પરવા કરવી ?

પછી બીજો પગ ઊંચકવા જાય ત્યાં તેની પીઠ પર કાંઈક અફળાયું...

ઈશ્વર આવું શું કામ કરતો હશે ? એક તો બાળકને આ પૃથ્વી પર મોકલે અને પછી એની માતાને પૃથ્વા પરથી ઊંચકી લે...

પીઠ પર અફળાતા અમૃતાના એ શબ્દો કાનમાંથી હૈયા-સોંસરવા ઊતરી ગયા. છ વરસના સુકેતુનો માસૂમ ચહેરો નજર સમક્ષ તરવરી ઊઠ્યો. આંખોમાં મમતાનાં આંસુ ઊભરાવા લાગ્યાં. *મારો સુકેતુ નમાયો બની જશે ? શું કામ ? મારા પાપે ? મારા પતિના વેરભાવે ?*

ના ના ! પાછલા પગે કૂદકો મારી એણે બારીમાંથી ગાલીચા પર ઝંપલાવ્યું :

'હું મરવાની નથી.. કોઈ મને મારી શકવાનું નથી. મેં એક પાપ જરૂર કર્યું છે. હવે પુત્રને નમાયો કરી દેવાનું બીજું પાપ તો નહીં જ કરું !'

અને એ દઢ સંકલ્પે સિદ્ધિ દેસાઈને જિવાડી દીધી. પરંતુ ક્યાં સુધી ?

□

60

બપોરના ચા-કૉફીના સમયે બનેલી ઘટનાએ રાત સુધીમાં તો આખા શિપમાં ચકચાર જગાવી દીધી. રેસ્ટોરાંની વેઇટ્રેસે ઊંચકેલી ટ્રેને યોગી કૃષ્ણમૂર્તિએ માત્ર હાથના એક ઇશારાથી હવામાં અધ્ધર લટકતી કરી દીધી એ ચમત્કારની ચર્ચા દરેક રેસ્ટોરાંના ડિનર-ટેબલ પર ચર્ચાવા લાગી.

'આપણા તો માનવામાં આવતું નથી.'

'પરંતુ નજરોનજર જોનારાં પચીસ-પચીસ સાક્ષીઓ છે. એ ખોટું શું કામ બોલે ? એમાં એક તો ઇન્ડિયન ન્યુક્લિયર સાયન્ટિસ્ટ છે. કહે છે કે શિપિંગ કંપનીના *એમ.ડી.*ની પેલી સેક્રેટરીએ ઇન્ડિયન સાધુને ચૅલેન્જ ફેંકી એટલે યોગીએ તત્કાલ *મિરેકલ* કરી દેખાડ્યો.'

બીજાં બે-ચાર ટેબલ પર યોગીની ભવિષ્યવાણીએ વિવાદ જગાડ્યો હતો.

'એ કહે છે *ઓશનકિંગ-વન*ની મેઇડન વૉયેજ (મુહૂર્તની સફર) પૂરી નહીં થાય.'

'એનો અર્થ આપણે શું કરવો ? *ટિટાનિક*ની જેમ આ પણ ડૂબી જવાની ?' પચીસ વરસ પહેલાં બ્યૂટી કૉન્ટેસ્ટમાં મિસ અમેરિકા બનેલી ગ્રેટાએ ડિનર પહેલાંની વાઇનની પ્યાલી મોઢે માંડતાં કહ્યું : 'આપણે એ યોગી પાસેથી ખુલાસો માગવો જોઈએ. માગે તો ફી ચૂકવવા તૈયાર છીએ.'

ખરેખર તો બે કપલ યોગી કૃષ્ણમૂર્તિ પાસે જઈ આવ્યાં હતાં... મોટી ઉંમરનાં એ દંપતી હનીમૂન પર નીકળ્યાં હતાં. એમણે બહુ સંકોચ સાથે સમસ્યા કહી સંભળાવેલી : 'ડૉક્ટર કહે છે કે મારી પત્ની હવે માતા બની શકે તેમ નથી. આપની પાસે એવો ચમત્કાર છે જે અમને સંતાનપ્રાપ્તિ કરાવી શકે ?'

કૃષ્ણમૂર્તિએ તેમને સમજાવવાં પડેલાં : 'સંતાનપ્રાપ્તિ બાબતમાં વિજ્ઞાને જે ચમત્કારક સંશોધનો કર્યાં છે એમાં ઉંમરનો બાધ આવતો નથી. હું તો માત્ર વિદ્યાના જોરે એટલું જ કહી શકું કે તમારે સંતાનયોગ છે ખરો ? અને હોય તો ક્યારે ? બાકી એ માટે તમારે આશરો તો તબીબીવિજ્ઞાનનો જ લેવો પડે.'

'તો પછી સંતાનયોગ ક્યારે છે એ વિશે અમને જણાવો.'

પતિની આજીજી સાંભળીને યોગીજીએ કહેવું પડ્યું : 'એ માટે મારે અમુક પૂજાવિધિ કરવી પડે, બે-ચાર દિવસ જપ-તપ અને મંત્રોચ્ચાર કરવાં પડે... હૉંગકૉંગથી મુંબઈ જવા રવાના થઈએ એ અરસામાં હું જરૂર પ્રયત્ન કરીશ.'

બીજો એક પિસ્તાળીસ વરસનો અંગ્રેજ આવી ચડ્યો હતો : 'મને બ્લડ કૅન્સર છે. દર ત્રણ અઠવાડિયે લોહી બદલવાની પીડાકારક સારવારમાંથી પસાર થવું પડે છે. બૉમ્બેની હૉસ્પિટલમાં એ માટે બૂકિંગ કરાવ્યું હતું, પણ રૂટ બદલાઈ ગયો એટલે હવે હૉંગકૉંગ જઈને લોહી બદલાવવું પડશે... આપ મને એટલું જ કહો, મારી આવરદા કેટલી છે ? ક્યારેક તો જીવન ટૂંકાવી દેવાની ઇચ્છા થઈ આવે છે. રાત્રે શિપના તૂતક પર ફરતો હોઉં છું ત્યારે સમુદ્રમાં કૂદી પડવાનો વિચાર ઉદ્‌ભવે છે. એકાદ વાર તો રેલિંગ પર ચડ્યો પણ પછી હિંમત ફસકી ગઈ. મનને મનાવ્યું કે કદાચ બે-ચાર મહિનામાં બ્લડ કૅન્સરનો કોઈક સચોટ ઇલાજ શોધાઈ જાય અને એ પહેલાં જ હું આવું પગલું ભરી બેસું...'

યોગીજીએ લાગણીવશ કૅન્સરના એ દર્દીની પીઠ પસવારીને હમદર્દી-નીતરતા અવાજે કહ્યું હતું : 'અમારા શાસ્ત્રમાં આત્મહત્યાને પાપ ગણાવ્યું છે. એનાથી આ જન્મના દુ:ખમાંથી છુટકારો થાય, પણ એનો જીવ સંતાપમાં ભટક્યા કરે છે અને આવતા જન્મમાં બાકીનાં દુ:ખ ભોગવવાં જ પડે છે... માટે આત્મહત્યાનો વિચાર ક્યારેય નહીં કરતા.'

'ભલે, પણ મારી આવરદાનું શું ? શાન્તિથી મૃત્યુ પામીશ કે રિબાવું પડશે ?'

ત્યારે યોગી થોડી વાર તેને તાકતા રહ્યા. છેલ્લે કાંઈક કહેતાં પહેલાં એક નિ:શ્વાસ ગળા સુધી આવીને પાછો ફરી ગયો.

'હૉંગકૉંગથી ઊપડ્યા પછી તમને હું એક પરબી ડિયું આપીશ. તેમાં તમારા જીવનના અંત બાબત તમને કાંઈક જાણવા મળશે... પરંતુ એ માટે તમારે એક શરતનું પાલન કરવું પડશે.'

'કઈ શરત ?'

'મુંબઈ પહોંચ્યા પહેલાં પરબિડીયું ઉઘાડવાની પેરવી નહીં કરવાની.'

'એ કાંઈ આકરી શરત ન કહેવાય.' થોડી વાર માટે કૅન્સરના દર્દીના મુખ પર તેજ પ્રગટી ઊઠ્યું : 'હૉંગકૉંગથી મુંબઈ વચ્ચેની સફર માત્ર પાંચ જ દિવસની હશે. એટલા દિવસ પરબીડિયું નહીં ખોલવાનું મનોબળ તો ધરાવું જ છું હું.'

ઓમકાર-તાનિયાના ટેબલ પર ડિનર પીરસાયું ત્યાં સુધી રેસ્ટોરાંનાં બીજાં ટેબલનાં ઉતારુઓ તરફથી વારંવાર પૃચ્છા થતી રહી હતી : 'પેલા મિરેકલ-મૅન હજુ કેમ ડિનર લેવા આવ્યા નહીં ? અમારે એમને મળવું છે.' જવાબમાં પહેલાં તો તાનિયા કહેતી રહી કે 'અમેય એમની રાહ જોઈએ છીએ.' પણ ડિનર પીરસવાનો સમય થયા અગાઉ યોગીજીનો ફોન આવી ગયો : 'આજે હું ડિનર લેવા આવનાર નથી, માટે ભોજનનાં મારાં સહભાગીઓને કહેજો, મારી રાહ ન જુએ.'

છેલ્લી ઘડીએ યોગીને ડિનર માટે કૅપ્ટન તરફથી દાવત મળી : 'અમારા એમ.ડી. સર આપની સાથે ભોજન લેવાની ઇચ્છા ધરાવે છે. તમને હરકત નહીં જ હોય એવી ધારણાથી આપના માટે વેજની વાનગી તૈયાર કરાવી રાખી છે. આપ પધારશો ને ?'

એ વખતે જ યોગી કૃષ્ણમૂર્તિ કળી ગયા હતા કે સાંજની ઘટનાએ શિપિંગ કંપનીના મૅનેજિંગ ડિરેક્ટરની પણ જિજ્ઞાસા જગાડી હોવી જોઈએ. એમના નિમંત્રણને નકારવાનું કોઈ કારણ નહોતું એટલે હા પાડી દીધી અને વીસ મિનિટ પછી *એમ.ડી.*ના સ્વીટમાં પહોંચી ગયા.

'એશિયા અને ખાસ કરીને ઇન્ડિયાના સાધુઓ વિશે મેં ઘણીબધી વાતો સાંભળી છે. તમારા હિમાલયની ઠંડીમાં એ લોકો ઉઘાડા શરીરે તપશ્ચર્યા કરે છે, દિવસો સુધી સમાધિમાં લીન રહે છે, ભૂત-વર્તમાન-ભવિષ્યની સચોટ આગાહી કરવાની વિદ્યાના જાણકાર હોય છે.' ભોજનની શરૂઆતમાં કેટલીક ઔપચારિક વાતચીત પછી *એમ.ડી.* મૂળ મુદ્દા પર આવી ગયા હતા : 'એમની આ બધી શક્તિઓ પર અમે લોકો શંકા કરતા નથી, પરંતુ સાંજે તમે જે પ્રયોગ કર્યો એવું ખરેખર બન્યું હતું કે પછી જોનારાંઓનો દૃષ્ટિભ્રમ હતો ?'

'દૃષ્ટિભ્રમ એટલે તમે શું કહેવા માગો છો, મિસ્ટર વેલિંગ્ટન ?'

'જે ખરેખર બન્યું ન હોવા છતાં બન્યું હોવાનું દેખાય... તમારા ફકીરો-મદારીઓ જેને નજરબંધી કહે છે એવું કાંઈક.'

'ના, *એમ.ડી.* સર, સાંજે પેલી વેઇટ્રેસના હાથમાંથી ચા-કૉફીની ટ્રેને હવામાં અધ્ધર લટકાવી તે ન તો મદારીની નજરબંધી હતી કે ન તો જાદૂગરની હાથચાલાકી. અમારા સાધુ, સંતો અને યોગીઓ તો એના કરતાં અનેકગણી વધુ અજાયબી પમાડનારા ચમત્કારો કરી શકે છે. પરંતુ જે ચમત્કારોની વિદ્યા જાણે છે એને પહેલો પાઠ એ શીખવવામાં આવે છે કે ચમત્કારો દ્વારા લોકોને આકર્ષવાની અને તેમનામાં તમારા પ્રત્યે ભક્તિભાવ જગાડવાની પેરવી કરવી નહીં. એમ કરવાથી તમે સાચા સાધુ-યોગી મટી જઈને ધંધાદારી બની જશો. તમારી વિદ્યા જળવાઈ રહેશે પણ તમારું દૈવત તમે ગુમાવી બેસશો.'

સાંભળીને *એમ.ડી.*ની આંખો ચમકી. કોળિયો ભરવા માટે મોઢા સુધી આવેલો કાંટો સહેજ દૂર કરીને પૂછી લેવાની તક ઝડપી લીધી :

'તો પછી તમારે આવો પ્રયોગ કેમ કરવો પડ્યો ?'

'મિઝ બાર્બરાએ પડકાર ફેંકીને આવું કરવાની મને ફરજ પાડી.'

'મારી સેક્રેટરીએ તમને એવું તે શું કહ્યું, યોગી કૃષ્ણમૂર્તિ ?'

'તમારી આ શિપની પ્રથમ સફર અધૂરી રહેશે એવી મારી આગાહી તમારી એ *સો કૉલ્ડ* (કહેવાતી) સેક્રેટરીને બહુ કઠી ગઈ એટલે ઉશ્કેરાઈને મને પડકાર ફેંકવા લાગી.'

યોગીના *સો કૉલ્ડ સેક્રેટરી* શબ્દોએ મિસ્ટર વેલિંગ્ટનને ચોંકાવ્યા. *બાર્બરા અસલમાં મારી સેક્રેટરી નથી એવી મતલબનો ઇશારો આ યોગી કેમ કરી શક્યો ? શું એણે મારું માઇન્ડરીડિંગ કર્યું હશે ? ગમે તે હોય, આ ઇન્ડિયન સાધુથી ચેતવા જેવું છે.*

'મિસ્ટર યોગી, આપણી આ ડિનર મીટિંગનો મુખ્ય ઉદ્દેશ તો શિપના ઉતારુઓમાં આ સફર વિશે શંકા-કુશંકા પેદા ન થાય, ઉચાટ ન જાગે એ માટે તમારો સહકાર મેળવવાનો છે.'

'હા, યોગીજી ! *ક્યુ ઈ-ટ* (ક્વીન એલિઝાબેથ) શિપવાળા અમારી સ્પર્ધાથી ઊંચા-નીચા થવા લાગ્યા છે એટલા માટે તો જાતજાતની અફવા ફેલાવે છે.' મૅનેજિંગ ડિરેક્ટરની હાજરીને

કારણે અત્યાર સુધી મૂંગા રહેલા કૅપ્ટન બૉસના કથનમાં સૂર પુરાવવા કહેવા મંડ્યા. 'તેમાં વળી આ પ્રવાસમાં બે-ચાર દુર્ઘટના બની ગઈ એટલે તો એ લોકો બહુ લહેરમાં આવી ગયા.'

'કૅપ્ટન, તમારો ઇશારો એવો તો નથી ને કે હું *ક્યુ ઈ-ટુવાળા*નો એજન્ટ છું ?' યોગીએ સ્વીટ ડિશ પૂરી કરતાં કહ્યું : 'કારણ કે તમારા બૉસની પેલી કહેવાતી સેક્રેટરીએ મારી સાથે એવો વર્તાવ કરેલો, જાણે હું તમારા સૌનો વિઘ્નસંતોષી હોઉં.'

'જુઓ, મિસ્ટર કૃષ્ણમૂર્તિ !' મૅનેજિંગ ડિરેક્ટરે ડિનર પછીનો વાઇન પીવાની શરૂઆત કરતાં કહ્યું : 'તમે અમારા માનવંતા પૅસેન્જર છો એ સિવાય અમે તમારા વિશે વધુ કાંઈ જાણતા નથી.'

'જાણતા નથી એટલે જાણવા માગો છો ખરા.'

'એ તો તમારી આ ચમત્કારક શક્તિને કારણે.' એમ.ડી.એ ઠાવકાઈ વાપરી : 'આજે શિપમાં ચારેબાજુ તમારી જ ચર્ચા છે. ઉતારુઓ તો ઠીક, અમારા સ્ટાફના સભ્યોની જીભેય તમારું જ નામ છે.'

'કારણ કે લોકો બોધ કે ઉપદેશ કરતાં ચમત્કારથી જલદી વશ થઈ જાય છે.'

'એટલે જ તમારી દરેક વાત એ બધાં સાચી માનવા લાગશે અને શિપની અધૂરી સફરની તમારી આગાહી વિનાકારણ ગભરાટ ફેલાવશે.'

'*વિનાકારણ* શબ્દનો તમે ખોટો ઉપયોગ કર્યો, મિસ્ટર વેલિંગ્ટન.' યોગીએ મક્કમ સ્વરે કહ્યું :

'હું જે દૃઢતાપૂર્વક માનું છું એ મેં કહ્યું. મારી આગાહી ખોટી પડે તો હું સૌથી વધુ રાજી થઈશ, પરંતુ દુર્ભાગ્યે મારી એ વાણી ખરી ઠરે અને શિપનાં મુસાફરોને સહન કરવાનો વખત આવે તો મારી વાતને હસી કાઢવા બદલ તમે પસ્તાવો જ કરશો કે બીજું કાંઈ ?'

મૅનેજિંગ ડિરેક્ટર મૂંઝવણમાં મુકાઈ ગયા. *આ માણસને એમ બોલતો બંધ કરી શકાય તેમ નથી અને એ આવું બોલવાનું ચાલુ રાખશે તો કંપની પર આપત્તિ આવી પડવાની પૂરેપૂરી વકી છે. ધારો કે હૉંગકૉંગના બારામાં ગયા પછી તેની આગાહી ત્યાંના કોઈક છાપાવાળાના કાને પડે અને આવું કાંઈ ન્યૂસપેપરમાં છપાઈ જાય તો ? ખરેખર સફર પૂરી ન થવામાં કોઈ અકસ્માત કારણભૂત બને તો ઉતારુઓ મોટી રકમનું વળતર માગી બેસે... આગાહી જાણવા છતાં સાવચેતી કેમ ન લેવામાં આવી એની ઇન્ક્વાયરી ચાલે અને શિપિંગ કંપનીએ નામોશી વહોરી લેવી પડે.*

'બહુ ઊંડા વિચારમાં પડી ગયા !' યોગીએ લીંબુની ફાડને જમણા હાથનાં આંગળાં વચ્ચે નિચોવતાં પૂછ્યું : 'તમે કાંઈક કહેવા માગો છો પણ સંકોચ અનુભવો છો.'

'હા, મિસ્ટર યોગી !' વાઇનની પ્યાલી પૂરી કરી મૅનેજિંગ ડિરેક્ટરે પૂછી લીધું :

'એક વાતનું કુતૂહલ થાય છે... તમારા કહેવા પ્રમાણે શિપને કોઈ નડતર થવાનું હોય તો પછી તમે પોતે આ અપશુકનિયાળ સફરમાં જોડાયા શું કામ ? અને હજુ પ્રવાસ ચાલુ કેમ રાખ્યો ?'

'એ પણ એક યોગ જ હોઈ શકે.'

ગરમ પાણીના કટોરામાં લીંબુના રસવાળાં આંગળાં પલાળી, પેપર નૅપ્કિનથી હાથ-મોં લૂછીને એમણે કહ્યું : 'કદાચ એવુંય બને કે મુંબઈ સુધીના પ્રવાસમાં કાંઈ જ ન થવાનું હોય અથવા તો...'

'કેમ અટકી ગયા ?'

'અથવા તો મારે પણ અપશુકનની દુર્ઘટનાના ભોગ બનવું એવું નિર્માણ થયું હોય.'

'તેને બદલે હૉંગકૉંગથી બૉમ્બે સુધીનો વિમાનપ્રવાસનો યોગ કેમ ન થઈ શકે ?'

હવે કૃષ્ણમૂર્તિ મુક્તપણે હસી પડ્યા.

એમનું આમ હસવું સાહેબને મશ્કરી જેવું લાગ્યું.

'એમ.ડી. સર, હું કે તમે હૉંગકૉંગથી બૉમ્બેનો વિમાનપ્રવાસ ગોઠવીએ તેને યોગ ન કહેવાય ! એ તો આયોજન કર્યું ગણાય... આપણે યોજના ઘડીએ ત્યારે ઉપરવાળો કોઈ જુદો જ ઘાટ ઘડે એને યોગ કહેવાય, જેને આપણે ટાળવા મથીએ તોપણ ટાળી શકીએ નહીં.'

દેશની અગ્રેસર શિપિંગ કંપનીના મૅનેજિંગ ડિરેક્ટર તરીકે અમેરિકન પ્રમુખ સાથે એક કરતાં વધુ વખત ડિનર લેવાનું ગૌરવ ધરાવતા વેલિંગ્ટનસાહેબને ઇન્ડિયન યોગી સાથેની ડિનર ડિપ્લોમસી અસફળ નીવડતી લાગી. ટૂથ-પિકની સળીથી દાંત ખોતરવાનું પડતું મૂકી ઊભા થઈને કૃષ્ણમૂર્તિને વિદાય આપવા માટે એમણે હાથ લંબાવ્યો :

'હજુ હૉંગકૉંગ બે-અઢી દિવસ જેટલું દૂર છે. ત્યાં સુધીમાં વિચારજો !' કહી દરવાજા સુધી મૂકવા જઈને ઉમેર્યું :

'ત્યાં સુધીમાં મારી આપને વિનંતી છે કે ઉતારુઓમાં ગભરાટ થાય એવું કાંઈ ન કહેશો... હા, ઇન્ડિયન ફિલસૂફી પર એકાદ લેક્ચર આપીને ગમે તેવી આપત્તિનો સામનો કરવાનું મનોબળ કેળવવાની શિખામણ જરૂર આપી શકો છો.'

પરંતુ યોગીજી તેનો ઉત્તર વાળવાની પરવા કર્યા વિના જ વિદાય થઈ ગયા. હા, ગૂડ નાઇટ કહેવાનો વિવેક ચૂક્યા નહીં.

એકાદ કલાક પછી *ઓશનકિંગ-વન*ના કૅપ્ટને વાયરલેસથી લંડનના સ્કૉટલૅન્ડ યાર્ડને ભોજનના ટેબલ પર પેલા બંને વચ્ચે થયેલી વાતચીતનો સાર સાંકેતિક શબ્દોમાં કહી સંભળાવ્યો ત્યારે સામેથી આદેશ મળ્યો :

'એ યોગી કોઈ પણ ભોગે શિપ છોડી ન જવા જોઈએ.' પછી આગળ જે કાંઈ કહેવામાં આવ્યું તેનાથી કૅપ્ટન સુધ્ધાં વિસ્મયમાં એટલા ગરકાવ થઈ ગયા કે આદેશ માથે ચડાવ્યાનો યસ સર, ઍઝ યૂ સેનો પ્રતિભાવ આપવામાં જરૂર કરતાં વધુ વાર લાગી ગઈ.

*

વાગ્યા તો હતા માત્ર રાત્રિના સવા નવ જ, છતાં આકાશ ઘટ્ટ અંધકારથી ઘેરાયેલું હતું અને હિન્દી મહાસાગરનાં મોજાં ઘુઘવાટા સાથે ઊછળતાં હતાં. સાંજે યોગી કૃષ્ણમૂર્તિ સાથેની ટક્કરે બાર્બરા ડેવિસને અપસેટ કરી દીધી હતી. યોગીની ચમત્કારક શક્તિ તથા *ઓશનકિંગ-વન* પર તોળાઈ રહેલા અણુશસ્ત્રના ખતરાનો ઉલ્લેખ કોઈને પણ વિહ્વળ કરી મૂકે તેમ હતો, જ્યારે આ તો પોતે જ ષડ્યંત્રમાં સંડોવાયેલી હતી. શિપની અપશુકનિયાળ સફરની યોગીની

આગાહીને એ વખતે બાર્બરાએ ભલે હસી કાઢી, પણ અમેરિકાની મહિલા ભવિષ્યવેત્તા જીન ડિક્સનની સચોટ આગાહીના અનેક કિસ્સાથી તે વાકેફ હતી. જ્હૉન કૅનેડીની હત્યાના થોડા દિવસ અગાઉ તેને એ દુર્ઘટના અંગે આગોતરા અણસાર મળી ગયા હતા, તો પછી યોગી કૃષ્ણમૂર્તિ સચોટ આગાહીની આગવી શક્તિ કેમ ન ધરાવતા હોય ? પાછા એ તો ઇન્ડિયાના હિન્દુ સાધુ છે, જ્યાં આવી અનેક ચમત્કારક વિભૂતિઓ પેદા થતી હોય છે.

'સૉરી, મિઝ ડેવિસ !' અપર ડેકની રેલિંગ પાઇપ પર બંને હાથની કોણી ટેકવી સમુદ્રનાં પાણીની ઊથલપાથલ નિહાળતી બાર્બરાની પીઠ પાછળથી પૃચ્છા થઈ.

'સૉરી, મિઝ, હું ચાર મિનિટ લેઇટ છું.' કાંડાઘડિયાળનું લાઇટનું બટન દબાવી કાંટા પર નજર નાખી લેતા હિઝ હાઇનેસ રેલિંગ પર ઝૂકીને તેની લગોલગ ઊભા રહી ગયા છતાં બાર્બરાએ તેમના આગમનની નોંધ લીધી નહીં.

'સમુદ્રનાં મોજાંની મસ્તી નિહાળવામાં મશગૂલ છો કે પછી અમારા આ હિન્દી મહાસાગરને જોડતા પૅસિફિક સમુદ્રને લાગીને આવેલા લોસ એન્જલિસ નગરના તમારા ઘરની યાદને વાગોળો છો ?'

'ડોન્ટ ટ્રાય ટુ બી રોમૅન્ટિક.'

ઝાટકા સાથે હાઇનેસ તરફ ડોક ઘુમાવીને બાર્બરાએ સુણાવી દીધું : 'ફરજ પર નીકળી હોઉં ત્યારે લાગણીવેડાને હૃદયની નજીક ફરકવાય નથી દેતી હું.'

લંચ પછીની બપોરની પ્રથમ મુલાકાતમાં ધમકીની ભાષા ઉચ્ચારીને છૂટી પડેલી બાર્બરા તરફથી ડિનર પછી સવાનવ વાગ્યે અપર ડેક પર મળી જવાનું કહેવામાં આવ્યું ત્યારે એના અવાજમાં તુમાખી વર્તાઈ નહોતી. એટલે તો હાઇનેસ દબાતાં પગલે આવી ચડી તેની પડખોપડખ ઊભા રહેવાની ચેષ્ટા કરી શક્યા હતા, પરંતુ એમની ધારણા ગલત નીકળી. શબ્દોની આળપંપાળ-માત્રથી જ એ છંછેડાઈ ગઈ.

'ઇફ યૂ ડૉન્ટ માઇન્ડ !'

બાર્બરાની નબળાઈ પામી ગયેલા હાઇનેસે હવાના સિગારના પૅકેટમાંથી એક ચિરૂટ બહાર ખેંચી લઈ તેની સામે ધરતાં કહ્યું :

'માની લઉં છું કે સિગાર પીતાં-પીતાં વાતો કરવામાં કોઈ હરકત નહીં જ હોય.'

ત્યારે પેલીએ ઊંડો શ્વાસ છોડી સિગારની ઑફર સ્વીકારી લીધી ત્યાં સુધીમાં તો હાઇનેસે બીજા હાથે લાઇટર સળગાવી તેની સામે ધરી પણ દીધું.

'માફ કરજો, લાઇટરમાં વાગતી આ મ્યૂઝિકલ નોટ્સ રોમૅન્ટિક છે. એને તમારે સહી લેવી પડશે.'

ત્યારે બાર્બરાએ પણ ચિરૂટ સળગાવવામાં જ ધ્યાન પરોવ્યું. આમ તો હાઇનેસ સાથે મસલત કરવા માટે એ અધીર બની હતી. તત્કાલ વાત ઉખેળવાની તત્પરતા હતી, પણ ચિરૂટના બે કશ ખેંચી લેવાની તાલાવેલીમાં અધીરાઈને છુપાવી રાખી.

'તમારા ઇન્ડિયન યોગી વિશે તમે શું જાણો છો ?'

'ઓહ !' વાતનો આરંભ યોગીથી થશે એવી ધારણા રાખી નહીં હોવાથી હાઇનેસના મુખમાંથી ઓહનો ઉદ્ગાર સરી પડ્યો. પરંતુ તે તરત જ સતર્ક બની ગયા :

'ડિનર-ટેબલ પર એ જ માણસની ચર્ચા ચાલતી હતી. જે કોઈ પૅસેન્જર્સ સામાં મળે એ તેની જ પૃચ્છા કરે છે. સાંજે એણે કરી દેખાડેલા ચમત્કારની ચકચાર સાંભળ્યા પછી અફસોસ થયો કે તમારી જેમ હું ત્યાં કેમ હાજર નહોતો ?'

'અને હાજર હોત તો ડિનર-ટેબલ પર બેઠા પછી જમવાની રુચિ જ ન જાગી હોત.'

'યોગીએ કરેલી શિપની અધૂરી સફરના સંદર્ભમાં તમે આમ બોલી રહ્યાં છો ને, મિઝ !'

હાઇનેસ ઉત્સાહભેર કહેવા લાગ્યા : 'એ આગાહી તો હું અગાઉ પણ સાંભળી ચૂક્યો છું... અને સફર અધૂરી રહેવાની છે એની આપણને ખબર પણ છે.'

'નહીં હાઇનેસ, તમે બેખબર છો.' સિગારનો કશ વધારે ઊંડો લેવાઈ ગયો એટલે વચ્ચે બે-ત્રણ ખાંસી ખાઈ લેવા માટે અટકીને બાર્બરાએ સંભળાવ્યું :

'યોગીએ આડકતરી રીતે આપણા ઑપરેશનનો પણ ઇશારો કર્યો હતો... *ધારો કે આ શિપ પર અણુબૉમ્બ પડે તો ?* એવું કાંઈક એ બોલી ગયા એનો અર્થ શું કરવો ?'

ચમકી ગયા હિઝ હાઇનેસ.

'તમે *એવું કાંઈક* શબ્દો વાપર્યા એટલે યોગી શું બોલ્યા એ બરાબર યાદ કરીને કહી શકો એમ નથી ?' હાઇનેસ તેની અસાવધતા તરફ આંગળી ચીંધતા હોય તેમ પૂછી બેઠા : 'યોગી શું એવું બોલ્યા હતા કે આ શિપને અણુબૉમ્બ સાથે કોઈ સંબંધ છે ?'

'એ તો તમે તમારા પેલા ન્યુક્લિયર સાયન્ટિસ્ટને પૂછીને પાકું કરજો. યોગીની અમંગળ વાણી સાંભળીને મારી જેમ એય ચોંકી ગયો હતો.'

'ઓમકાર કેસિનોમાં મળવાનો છે. એને એક બાજુ લઈ જઈને સાવચેતીપૂર્વક પૂછી લઈશ...' કહી હાઇનેસ ઘડીભર સ્વરૂપવતી બાર્બરાના આકર્ષક મુખને તાકી રહ્યા : 'બીજું કાંઈ ?'

'બીજું એ કે યોગીની અમંગળ વાણી એને માટે જ કાળવાણી નીવડે એવું આપણે કરવાનું છે.'

'ક્યાં, ક્યારે, કેવી રીતે ?'

'હૉંગકૉંગમાં એ બહાર ફરવા જાય ત્યારે એમની કાર કે ટૅક્સી જે હોય તેને કિડનૅપ કરી જવાની.'

'અને પછી એને...' કહી ચિરૂટને ગનની જેમ પકડી, હોઠ ભીડીને ટ્રિગર દબાવવાના અભિનય સાથે હાઇનેસે ઉમેર્યું : 'વન ટુ થ્રી... એમની જીવનસફર સમાપ્ત !'

'જીવનસફર સમાપ્ત કરવાનું તો મારા બૉસ નક્કી કરશે.' ચિરૂટના છેડે વળેલી રાખને બાર્બરાએ ખંખેરી : 'આપણે તો એટલું જ ઇચ્છીએ કે ઑપરેશન પૂરું થાય ત્યાં સુધી એ અદશ્ય રહેવા જોઈએ.'

'થૅન્ક ગૉડ, આપણે સમયસર ચેતી ગયાં.'

'નહીં, એમાં એકલા ગૉડને યશ આપવાનો નથી.' પવનના સુસવાટામાં ઊડતા વાળ પર એક હાથ દાબી રાખી પેલીએ કહ્યું :

'થેન્ક બૉસ કહો, કારણ કે એમણે બધું જ તમારા ભરોસે છોડવાને બદલે મને શિપ પર વહેલી મોકલી આપી.' બાર્બરાએ ચિરૂટના ધુમાડા સાથે તેમના પર મહેણું ફંગોળ્યું :

'આમ તો હું હૉંગકૉંગથી ચડવાની હતી, પછી અધવચ્ચે મદ્રાસ પાસેથી પસાર થતી વેળાં કોઈ ઇમર્જન્સીનું બહાનું ઉપજાવીને હેલિકૉપ્ટર મંગાવી મૅનેજિંગ ડિરેક્ટર સાથે શિપ છોડી જવી એવું પ્લાનિંગ કરી રાખ્યું હતું.'

આ સાંભળી હાઇનેસને એક વાતની ધરપત થઈ ગઈ કે *ઓપરેશન કાલભૈરવ*ના મુખ્ય સૂત્રધાર તરીકે પોતાનું સ્થાન અકબંધ રહ્યું છે. આ બાઈએ કદાચ એના બૉસ સમક્ષ મારી વિરુદ્ધ બહુ ધમપછાડા કર્યા હશે, પણ હોવર્ડસાહેબે સાંકેતિક ભાષામાં લખી મોકલ્યું હશે કે *નથિંગ ડુઇંગ, એને હટાવીને બીજા કોઈને આ કામ સોંપી શકાય નહીં. તારે એની સાથે તડજોડ કરી જ લેવી પડશે...* આવો કાલ્પનિક સંવાદ વાગોળીને હરખાતા હાઇનસે હવે બાર્બરાને સારું લગાડવાની ચાલ અજમાવી :

'તમે હૉંગકૉંગ-બૉમ્બે વચ્ચે જ સફર છોડીને ચાલ્યાં જવાને બદલે છેવટ સુધી શું કામ સાથ નથી આપતાં ? આપણે બંને...'

'નો... નૉટ ઍટ ઑલ.' સહેજ સખ્તાઈપૂર્વક કહ્યા પછી બાર્બરાએ અવાજનો રણકો બદલ્યો :

'હાઇનેસ, અમારી ભૂમિકા પડદા પાછળની છે. કોઈને ગંધ ન આવવી જોઈએ કે કાશ્મીરની મુક્તિમાં સી. આઇ. એ. સંડોવાયું હતું.'

ત્યારે હાઇનેસ અંધકારમાં તાકતા મલકવા લાગ્યા. એ જાણતા હતા કે અમેરિકી સત્તાવાળા સ્વતંત્ર કાશ્મીર પર પોતાનું વર્ચસ્વ સ્થાપિત કરવા માટે આ બધું કરી રહ્યા છે. ઍટમબૉમ્બના ભયથી ઇન્ડિયા કાશ્મીરનો કબજો છોડી દે કે તરત જ અમેરિકી થાણું સ્થપાઈ જાય એવા કરાર પર માત્ર સહી-સિક્કા કરવાના જ બાકી છે. કાશ્મીરમાં અડ્ડો જમાવીને આ મહાસત્તા ભારત, પાકિસ્તાન અને ચીન જેવા ત્રણ દેશોને પોતાની ધાકમાં રાખવા માગે છે. કોઈ ચૂં-ચાં કરે તો અણુયુદ્ધની ધમકી આપીને તેને ચૂપ કરી શકાય. દુશ્મનો જો ધમકીની અવગણના કરી વળતો પ્રહાર કરવા જાય તોપણ અણુયુદ્ધ અમેરિકાની ધરતી પર ક્યાં ખેલાવાનું છે ? પારકી ભૂમિનો જ સર્વનાશ સર્જાવાનો છે ને ?

અપરડેક પર હાઇનેસ અને બાર્બરા વચ્ચે ગુપ્ત મસલત ચાલતી હતી ત્યારે લૉઅર ડેક પર તાનિયા અને ઓમકાર ડિનર લઈને લટાર મારવા નીકળી પડ્યાં હતાં. એમની સાથે આત્મા હતો તો ખરો, પણ એ આજકાલ ઇલેક્ટ્રૉનિક ગેમના હથેળી જેવડા સાધનમાં ભુલભુલામણીની રમતમાં વધારે મશગૂલ રહેતો હતો.

'આપણે જરા ડેક પર વૉક લેવા જઈશું ?'

ડિનર લઈને રેસ્ટોરાંની બહાર નીકળતાં જ તાનિયાએ પ્રસ્તાવ મૂક્યો તેમાં જ ઓમકાર રોમાંચિત બની ગયો હતો : 'જરૂર, બહાર અંધકાર પણ સરસ છે.'

સાંભળીને તાનિયાએ તેના મુખ તરફ જોયું હતું : *એણે અંધકાર પર ભાર કેમ મૂક્યો ?* પરંતુ ઓમકારના મુખભાવમાં એવું કાંઈ જોવા ન મળ્યું એટલે હસી પડેલી :

'તમે સાયન્ટિસ્ટોને અંધકારમાંય સૌન્દર્ય દેખાતું હશે એની આજે જાણ થઈ.'

'સાથે સાઇકિયાટ્રિસ્ટ હોય તો બપોરનો ધોમધખતો તાપ પણ ચાંદની જેવો લાગે.'

બોલ્યા પછી ઓમકારને સમજાયું કે પોતે બાફ્યું છે. *સાથે સાઇકિયાટ્રિસ્ટ સુંદરી* એમ બોલવું જોઈતું હતું. પરંતુ તાનિયાનું ધ્યાન તેની ભૂલ પર ગયું નહીં.

'ઓમ ! ડિનર-ટેબલ પર યોગીવાળી ચર્ચા એટલી લંબાઈ ગઈ કે બૉર થઈ જવાયું.'

'એમ !' અચરજભેર તેની સામે જોવા જતાં ઓમકાર સ્વિમિંગ પુલ પાસેની ખુરસી સાથે અફળાતો રહી ગયો.

'તાની, તું ચર્ચામાં ઊલટભેર દલીલ કરતી હતી. યોગીજીના કથનનું સમર્થન કરતી હતી અને હવે કહે છે કે બૉર થઈ જવાયું !'

'બૉર એટલા માટે થઈ જવાયું, ઓમ ! કે પેલી કેથી અને બીજાં બધાંની સામે હું એકલી જ બોલબોલ કરતી રહી ત્યારે તું મૂંગોમૂંગો ખવામાં મશગૂલ રહ્યો, કેમ જાણે તને યોગીજીની આગાહી સાથે કાંઈ જ નિસ્બત ન હોય.'

ચાલતાં-ચાલતાં ડેકની રેલિંગ સુધી પહોંચીને બંનેએ અટકી જવું પડ્યું. એમને ખ્યાલ ન રહ્યો કે આત્મા વચ્ચે બત્તીના એક થાંભલા પાસે ખુરસી પર ગોઠવાઈ જઈને ભુલભુલામણી રમવા મંડ્યો હતો.

'ધાર કે, તાની, યોગીજીની આગાહી સાચી પડે તોપણ આપણે શું કરી શકવાનાં ?'

તાનિયાને તેનું આમ બોલવું બહુ વિચિત્ર લાગ્યું.

'શું કરી શકવાનાં એટલે ?' એ જરા ઊંચા સ્વરે બોલી ગઈ : 'આપણા માર્ગમાં જોખમ છે એ જાણ્યા પછી એ રસ્તે આગળ શું કામ વધવું જોઈએ ? રસ્તો બદલી કેમ ન નાખવો ?'

'પરંતુ આ કાંઈ જમીનમાર્ગ થોડો છે કે મન પડે ત્યારે રસ્તો બદલી શકાય ?' ઓમકારની દલીલમાં તર્કનો અભાવ હતો : 'હવે તો જહાજ મુંબઈ પહોંચાડે એટલે આપણી સફર પૂરી. પછી આગળ જે થવાનું હોય તે થાય.'

'નહીં, ઓમ, હું તો હૉંગકૉંગથી જ શિપ છોડી દેવા માગું છું.'

'હેં !' જાણે પોતે કાંઈક જુદું જ સાંભળ્યું હોય એવા પ્રતિભાવ સાથે તેની સામે જોયું, પણ તાનિયાના મુખભાવમાં ગંભીરતા ઘૂંટાતી દેખાઈ.

'આર યૂ સીરિયસ, તાની ?'

'ઑફ કૉર્સ !' આકાશના તારાને તાકી રહેલી એ કહેવા લાગી : 'માત્ર હું જ નહીં, મારી સાથે આત્માનેય પ્લેનમાં લઈ જવા માગું છું.'

'આત્માને શું કામ ?'

'મારા કરતાં એની સલામતીની મને વધારે ફિકર હોય કે નહીં ?'

સાંભળીને ઓમ લાગણી-નીતરતી આંખે તેને નિહાળવા લાગ્યો. સમુદ્ર ઘૂઘવતો હોવા છતાં બંનેને એકબીજાના શ્વાસોચ્છ્વાસ સંભળાતા હતા... પરસ્પરનો વિશ્વાસ સંપાદિત કરી લેવાની... એકમેકની નિકટ આવી જવાની ઘડી આવી પહોંચી હતી.

'મારા કરતાંય તને આત્માની વધુ ફિકર હોય જ ને, તાની !' રેલિંગના સળિયા ફરતે મુઠ્ઠી

વાળેલા તાનિયાના હાથ નજીક પોતાની મુઠ્ઠી સરકાવતાં એણે કહ્યું : 'પરંતુ, તાની, આત્માની જેમ તને મારીય થોડીક ફિકર તો હોવી જોઈએ ને !'

'ફિકર તો એની કરવી પડે જે નાસમજ હોય.' સહેજ અટકીને એ બોલી ગઈ : 'તમે રહ્યા સમર્થ સાયન્ટિસ્ટ. તમે કોઈ એવી રીસર્ચમાં મશગૂલ છો કે તેમાં પાર પડવાથી નૉબેલ ઇનામ મળી જવાનું હોય.'

આ મહેણા પાછળનો ઇશારો ઓમકાર પામી ગયો. પોતે તેનાથી *ઓપરેશન કાલભૈરવ* છુપાવ્યું છે, હાઇનેસ સાથેના સંબંધનું રહસ્ય પ્રગટ કર્યું નથી અને હૉંગકૉંગ આવતાં સુધીમાં દિલ ખોલીને વાત ન કરે તો સંબંધ સમાપ્ત થઈ જવાની તાકીદ પણ એ કરી ચૂકી છે.

જે પરસ્પરને જોડવાની પળ લાગી હતી તે હવે એકબીજાને વિખૂટાં પાડી દેવાની કટોકટી જેવી લાગવા માંડી ઓમકારને.

ઘણી વાર સુધી બંને ચૂપચાપ સમુદ્રનાં મોજાં અને આકાશના તારા નિહાળવાના દેખાવ વચ્ચે ભીતરની ગડમથલ વાગોળતાં રહ્યાં.

'ઓમ, સાંજે યોગીજીએ એક અત્યંત ચિંતાજનક વાક્ય ઉચ્ચર્યું હતું.'

'ક્યું વાક્ય, તાની ?'

'*આપણી શિપને અણુશસ્ત્રનો ખતરો નડે તો ?*'

રેલિંગના આધારે ઝૂકીને ઊભેલો ઓમકાર સજ્જડ થઈ ગયો. આંચકો છુપાવવાના પ્રબળ પ્રયાસ છતાં તેની મુખરેખા તંગ થયા વિના રહી નહીં.

'યોગીજીનું એ વાક્ય સાંભળીને ત્યારે તું ચોંકી ગયેલો, પેલી બાર્બરાય સ્તબ્ધ બની ગઈ હતી અને છતાં એ વિશે તેં ન કોઈ દલીલ કરી કે ન એનો વિરોધ કર્યો... આમ કેમ, ઓમ ?'

'એટલા માટે કે...' બોલતાં-બોલતાં ઓમકારના હોઠ ભિડાઈ ગયા. તેણે ઊંડો શ્વાસ લીધો, પછી તાનિયાના પોંચા પર પોતાનો પંજો મૂકતાં કહ્યું :

'તાની, હું તારી સમક્ષ બધું જ પ્રગટ કરી દેવા માગું છું.'

'એ તો બહુ જૂની વાત થઈ ગઈ, ઓમ !' તેણે ઓમકારના સ્પર્શને ન તો આવકાર્યો કે ન તરછોડ્યો.

'તું મારાથી કાંઈ જ છુપાવવા માગતો નથી, પણ વચનબદ્ધ છો, હાઇનેસે તારી પાસે શપથ લેવડાવ્યા છે એનું જ પુનરાવર્તન કરવા માગતો હોય તો હવે ફરીથી મારે એ સાંભળવું નથી.'

'ના, તાની, હું તને બધું જ કહી દેવા માગું છું... અત્યારે જ !'

જાણે અણુબૉમ્બ ફોડવા માટે રીમોટની ચાંપ દબાવી હોય એવી ઉત્તેજના સાથે ઓમકાર બોલી ગયો. એની બાજુમાં જ બૉમ્બ ફૂટ્યો હોય તેમ તેના એ એક જ વાક્યથી તાનિયા હચમચી ઊઠી.

'તો કહી દે હમણાં જ, સાંભળવા માટે હું તલપાપડ છું.'

'એ સાંભળતાં પહેલાં તારે પણ વચનથી બંધાઈ જવું પડશે... શપથ લેવા પડશે.'

'તું કહે એના સોગંદ લેવા હું તૈયાર છું.'

'સૌથી વધુ વહાલી વ્યક્તિના નામ પર સોગંદ લેવા પડશે તારે.'

'સૌથી વધુ વહાલી વ્યક્તિ...' બબડતી તાનિયા જરા વાર વિચારમાં પડી ગઈ અને મગજમાં ઝબકારો થયો. ઝાટકા સાથે ડોક મરડીને પાછળ જોયું. બત્તીના પ્રકાશમાં ઇલેક્ટ્રૉનિક ગેમ રમવામા ઓતપ્રોત બની ગયેલા આત્મા તરફ એ ધસી ગઈ. 'જસ્ટ એ મિનિટ, આત્મા ! જરા ચાલ તો.' હાથ પકડીને તેને ઓમકાર પાસે લઈ આવી. 'અત્યારે તો આ જ છે મારી સૌથી વધુ વહાલી વ્યક્તિ, ઓમ !'

આમ કહી તેણે આત્માના માથા પર જમણો હાથ મૂકી દીધો.

'જેના મગજમાં દુનિયાદારીનાં પાપ કે કપટ પ્રવેશ્યાં નથી એવા આ બાળકના માથા પર હાથ મૂકીને સોગંદ લેવા માગું છું હું.'

સાંભળતાં જ ગદ્‌ગદ બની ગયો ઓમકાર. સૌથી વધુ વહાલી વ્યક્તિ તરીકે પોતાના પુત્રની ગણના કરી એ વાત જ હૃદય ભીંજવી નાખે તેવી હતી. ભીંજાતી પાંપણે એ તેને જોઈ રહ્યો. દિલ ખોલી નાખવાથી તાનિયાને પામવાની તાલાવેલી પાર પડી જવાની આશા બળવત્તર બની ગઈ. *તો-તો મારી આત્મા અને તાનિયાની આદર્શ ત્રિપુટી બની જાય. વર્ષોથી વીંખાયેલાં સંસારસુખનાં સપનાં ચક્રવૃદ્ધિ વ્યાજ સહિત પાર પડી જાય.*

'તો, તાની, કહે જોઈએ...' તેણે ગળું ખંખેરીને કહેવા માંડ્યું : 'હું મારા આ વહાલા આત્માના શપથ લઉં છું કે...'

ત્યારે તાનિયાએ શપથવિધિના એ શબ્દો દોહરાવ્યા એટલે ઓમકારે આગળ ચલાવ્યું :

'કે જે વાત અત્યારે મને જાણવા મળશે તે કોઈ પણ સંજોગોમાં કોઈને જ નહીં કહેવાનો હું સંકલ્પ કરું છું...'

તાનિયાએ એના જ શબ્દોમાં સંકલ્પ પૂરો કર્યો, છતાં આત્માના માથા પરથી હાથ હટાવ્યો નહીં.

'ઓમ, હવે મારા હાથ પર હાથ રાખીને તારે સોગંદપૂર્વક મને કંઈક કહેવાનું છે.'

'મારે કહેવાનું છે ?'

'એ જ કે તું મને જે કહેવાનો છે તે સંપૂર્ણપણે સત્ય હશે... તેમાં અંશભાર પણ અસત્ય કે અર્ધસત્ય નહીં હોય.'

ત્યારે આવેશમાં આવી જઈને ઓમકારે આત્માના શિરે રહેલા તાનિયાના હાથ પર પોતાનો પંજો મૂકી તો દીધો, પણ પેલીએ કહેલા શબ્દો ઉચ્ચારતાં જરા વાર લાગી.

'તાની, એક વાત જરા સમજી લે... હું જે કાંઈ જાણું છું તે બધું જ તને કહી દેવાના સોગંદ લેતો નથી, પરંતુ...'

'પરંતુ ?'

'હું જે કાંઈ કહું તે સંપૂર્ણ સત્ય હશે અને સત્ય સિવાય બીજું કાંઈ જ નહીં.'

'મને માન્ય છે.'

'તો મને શિરોમાન્ય છે.' કહેતો ઓમકાર હસ્યો.

'ત્યાં આ શું ચાલી રહ્યું છે ?'

ઓમકાર અને તાનિયાને આત્માના માથા પર હાથ રાખીને એકમેકની સામે ગંભીરભાવે ઊભેલાં જોઈ બાર્બરાએ આંચકા સાથે હાઇનેસનો હાથ પકડી લીધો.

અપર ડેકથી ફરતાં-ફરતાં એ નીચેના ડેક સુધી આવી ચડ્યાં હતાં. પેલાં બંનેને આવી અવસ્થામાં જોઈ હાઇનેસ પણ ચકિત બની ગયા.

'બંને વચ્ચે રોમાન્સ ચાલી રહ્યો છે કે શું ?'

'નહીં, હાઇનેસ, આમ છોકરાની હાજરીમાં કોઈ રોમાન્સ ન કરે.' બાર્બરાએ તેને ટપાર્યો : 'મને તો તમારો આ સાયન્ટિસ્ટ લાગણીવેડામાં સરકી રહેલો દેખાય છે.'

'એને મેં ચેતવ્યો છે... એ બાઈ સાથે ચેડાં કરવાં રહેવા દેજે.'

'છતાં ચેડાં કરશે તો ?'

'તો !' હાઇનેસે બાર્બરા સામે નજર નાખી લઈ પેલાં ત્રણે પર દૃષ્ટિ ખોડી દીધી :

'તો વચ્ચે ઊભેલા ઓમકારના છોકરા પર કબજો કરી લઈશ... એવી ગણતરીથી તો મેં છોકરાની મોંઘા ભાવની ટિકિટ ખરચીને તેને સાથે લીધો છે.'

પહેલી વાર બાર્બરાને હાઇનેસની કુનેહ માટે માન જાગ્યું.

'ધેન આઇ ઍમ નૉટ વરીડ.' કહી બાર્બરાએ પાછા ફરી જવાની ઇશારત કરી :

'હૉંગકૉંગથી બૉમ્બે જવા ઊપડીએ કે તરત જ એ સાયન્ટિસ્ટને ચેતવી દેજો : દીકરો વહાલો હોય તો હોઠ સીવેલા રાખે...' કહી તેણે પોતાના હોઠ ભીડી લઈને ઉમેર્યું : 'નહીંતર જીવતેજીવ છોકરાની ચામડી ઉતારી નાખશું અમે !'

□

61

હૉંગકૉંગના બ્રિટિશ ગવર્નરના રહેણાકથી છવ્વીસ કિલોમીટરના અંતરે આવેલી એક ઇમારતના લોખંડી ગેટમાં બારીના કાળા કાચ ચડાવેલી જાપાની કાર દાખલ થઈ.

'આપણે આવી પહોંચ્યા, ખાન !'

કારને ધીમે પાડતાં ઑલિવર બોલી ઊઠ્યો.

'હાશ !' તેની બાજુમાં બેઠેલા ઊંચો બાંધો અને ઊજળો વાન ધરાવતા ખાને નિરાંતનો શ્વાસ છોડતાં કહ્યું : 'અર્ધા કલાક પછી અંધકરામાંથી મુક્તિ મળશે.' બોલતાં-બોલતાં તેણે ડાબા હાથની આંગળી-અંગૂઠાથી આંખો પર બાંધેલી કાળી પટ્ટીને અડાડી.

કમ્પાઉન્ડમાં દાખલ થતી કારને અન્ડરગ્રાઉન્ડના ઢાળમાં ઉતારતા ઑલિવરે ચોંકીને કાંડાઘડિયાળમાં જોયું તો અહીં સુધી પહોંચતાં સાચે જ બત્રીસ મિનિટ લાગી હતી. આંખે કાળી પટ્ટી બાંધી હોવા છતાં આ માણસ *અર્ધા કલાકે અંધકારમાંથી મુક્તિ મળી* એમ કેમ કહી શક્યો ?

'તમે તાજુબ થયા ને, *મિસ્ટર જે ?*' પેલાએ હસીને પૂછ્યું : 'મેં અર્ધા કલાકનો હિસાબ કેમ માંડ્યો ?'

અન્ડરગ્રાઉન્ડમાં બે વળાંક લઈ કારને થોભાવી ઑલિવરે પેલાની આંખ પરથી પટ્ટી હટાવી.

'હા, ખાન, આપણે હોટેલથી કેટલે દૂર જઈ રહ્યા છીએ એની ગણતરી કરવા માટે મિનિટોનો હિસાબ કઈ રીતે માંડ્યો તમે ?'

'આ તો અમારા માટે રોજનું થયું.'

પેલાએ અર્ધા કલાકે ઊઘડેલી પાંપણ પટપટાવતાં કહ્યું :

'ભારતનાં સુરક્ષા દળો તથા મિલિટરી જવાનો સાથે રોજબરોજ વખત-બેવખત થતી અથડામણે અમને આવી અનેક બાબતોમાં પાવરધા કરી દીધા છે, મિસ્ટર જે !'

'એટલે કે આપણે નીકળ્યા ત્યારથી તમે એક-બે-ત્રણ-ચારની ગણતરી કરતા હતા, એમ જ ને ?'

'લગભગ એવું જ... કોઈ મંત્ર પઢતા હોઈએ તેમ એક-બે-ત્રણ-ચાર ગણું અને સાઠ થાય એટલે એક મિનિટનો હિસાબ મંડાય. એટલું સારું હતું કે આંખે પટ્ટી હતી તેમ જબાન પણ બંધ રાખવાની હતી. તમે મને વાતચીતમાં પરોવ્યો હોત તો દર સેકન્ડે એક ગણવામાં થોડીક ગફલત જરૂર થઈ જાત.'

'જોકે તમારી ગણતરીમાં બે મિનિટનોય ફરક તો પડ્યો જ.'

'માત્ર બે મિનિટ નહીં કહો, મિસ્ટર !' પેલાએ કારમાંથી ઊતરવાની અધીરાઈ હોય તેમ આજુબાજુ ડોક ઘુમાવતાં કહ્યું : 'બે મિનિટમાં તો એ. કે. ફિફ્ટી સેવન(રાઇફલ)માંથી સંખ્યાબંધ ગોળીઓ છૂટી જાય અને બે જ મિનિટની ગફલતમાં આખી ટુકડીને દુશ્મન સફાચટ કરી નાખે !'

'પરંતુ તમે અર્ધા કલાકનું કહ્યું ત્યારે મેં અચરજનો આંચકો અનુભવ્યો હોવાની જાણ તમને કઈ રીતે થઈ ?'

ત્યારે સામો માણસ પોતાની કાબેલિયતથી અંજાઈ ગયો છે એવું પોરસાતું સ્મિત તેણે ફેંક્યું :

'મારી અર્ધા કલાકવાળી વાત સાંભળીને તમારા કાર-ડ્રાઇવિંગમાં બેચાર પળ પૂરતું સંતુલન ઓછું થયું હતું અને મને તેનો હળવો થડકો લાગ્યો તેના પરથી મેં આવું અનુમાન કર્યું.'

સાંભળીને ઑલિવર ઉર્ફે મિસ્ટર જએ તેની સામે તારીફસૂચક હસી લીધું. *સતત લડતો રહેનાર માણસ મરણિયો બની જાય છે. તેની સાથોસાથ જીવવા અને જીતવા માટે પળેપળ સતર્ક રહેવામાંય પાવરધો બની જતો હોય છે. કાશ્મીરમાં આતંક ફેલાવનાર મિલિટન્ટ ટુકડીનો આ નેતા દિલાવરખાન કોઈ પણ મિલિટરીનો સેનાપતિ થઈ શકે એટલો બધો વિચક્ષણ બની ગયો હોવો જોઈએ.*

'ચાલો, આપણે જઈએ.' ઑલિવરે ઘડિયાળમાં જોઈને કારની બંને બાજુના દરવાજા ઉઘાડવા માટે ઑટોમૅટિક લૉકની ચાંપ દાબી : 'આપણે પાંચ મિનિટ વહેલા હતા એટલે કારમાં બેસી રહેવું પડ્યું.'

બંને ચાર ડગલાં આગળ વધીને એક દીવાલ પાસે ઊભા રહી ગયા. ઑલિવરે જેવું બટન દબાવ્યું એ સાથે જ દીવાલ જેવું દેખાતું પાર્ટિશન હટી ગયું અને તેની પાછળ છુપાયેલો દરવાજો દેખાયો.

'તમારું કામકાજ બધું ભેદી દેખાય છે !'

'મિસ્ટર ખાન, તમે મિલિટન્ટ ખુન્નસથી લડો છો, જ્યારે અમારે ઠંડા કલેજે ષડ્યંત્રો રચવાં પડે છે, જેમાં ભેદ પણ હોય અને ભરમ પણ !'

એ જ વખતે અંદરથી દરવાજો ઊઘડ્યો. દિલાવરખાને ઉઘાડનાર પર નજર નાખવા આંખો ચકળવકળ કરી પણ કોઈ દેખાયું નહીં. વચ્ચે એક ગોળ ટેબલ અને ચાર ખુરસી સિવાય એરકન્ડિશન્ડ ખંડ સાવ ખાલી હતો. દીવાલમાં એક પણ બારી નહોતી, ન કોઈ ફોટો લટકતો હતો કે ન તો કોઈ સજાવટ હતી.

દિલાવરખાનની સચોટ નજર ચોતરફ ફરી વળી. તેને સમજાઈ ગયું કે પોતે જ્યાં આવ્યો છે એની ચાડી ખાય એવી ઓછામાં ઓછી નિશાનીઓ આ લોકોએ રાખી છે. કદાચ આ

કોરીધાકોર ધોળી ભીંતો પણ બનાવટી હશે. કદાચ તેની પાછળ બીજું કાંઈક છુપાયેલું હોવું જોઈએ. માત્ર રાઉન્ડ ટેબલના ચિનાઈ માટીના ટૉપ પર ચીની રાક્ષસી ડ્રેગન ચીતરેલો હતો.

'પ્લીઝ ટેક યોર સીટ.' ઑલિવરે દેખાડેલી ખુરસી પર ખાને બેઠક લીધી કે તરત જ સફેદ ભીંત પાછળથી એક બુરખાધારી સ્ત્રી હાથમાં ટ્રે ઊંચકીને આવતી દેખાઈ.

'આપણે ચા-પાણી લઈએ, પછી કામકાજ આગળ વધારીએ.'

હું ચા નથી પીતો... ખાન હજુ બોલવા જાય ત્યાં બુરખાધારી ઓરતે ટેબલ પર મૂકેલી ટ્રેમાં કાવાની નાની પ્યાલી પર તેની નજર પડી :

'ઓહ, મારા માટે તમે લોકોએ કાવાનીય જોગવાઈ કરી નાખી !'

તેણે આશ્ચર્ય દર્શાવ્યું ત્યાં બીજું વિસ્મય જોવા મળ્યું. પેલી ઓરતે કીટલીમાંથી પ્યાલીમાં કાવો રેડવા હાથ લંબાવ્યો ત્યારે બુરખા બહાર નીકળેલા તેના કોણી સુધીના હાથની ચામડીનો રંગ અદલોઅદલ કાશ્મીરી સેબ (સફરજન) જેવો જ લાગ્યો. વિસ્મયપૂર્વક એ પેલીના મુખ તરફ જોવા લાગ્યો, કેમ જાણે તેની દૃષ્ટિ પરદાને વીંધીને ઓરતને ઓળખી કાઢવા મથતી હોય.

'અમારા પ્રદેશની આ બાંદી બહુ ખૂબસૂરત દેખાય છે.'

હવે ચોંકવાનો વારો ઑલિવરનો હતો. પેલી ચાની કીટલીમાંથી તેનો કપ ભરતી હતી ત્યારે ખાન એને એવી રીતે તાકી રહ્યો હતો જાણે એનું સૌન્દર્ય પી રહ્યો હોય. *તો શું એક્સ-રે-આઈ ધરાવે છે ? કે પછી રોમૅન્ટિક મૂડમાં આવી જઈ મુખ જોયા વિના જ પેલી બાઈની તારીફ કરી હશે ? કદાચ કોણી સુધીનો હાથ જોઈને એ કાશ્મીરી હોવાનું અનુમાન કર્યું હશે... ગમે તેમ હોય, આ માણસ દિમાગનો બહુ સતેજ છે અને એની આંખોમાં અંજાઈ રહેલી મસ્તી ચાડી ખાય છે કે મિજાજનો એ બહુ રંગીલો પણ હોવો જોઈએ.*

'માફ કરજો !' પેલી બાઈ ટ્રેમાં કીટલી રાખી જવા માટે પગ ઉપાડતી કાશ્મીરી જબાનમાં બોલી ઊઠી : 'હું કાશ્મીરી જરૂર છું, પણ બાંદી નથી.'

કહેતી એ સડસડાટ ચાલી ગઈ ત્યારે દિલાવર ભોંઠપના હાસ્ય સાથે પેલી નજરથી ઓજલ થઈ ત્યાં સુધી તેને જોતો રહ્યો.

'મિસ્ટર ખાન, તમારા અને અમારા બૉસ વચ્ચેની વાતચીત ઇન્ટરપ્રીટ કરવા માટે એને અહીં લઈ આવ્યા છીએ.' ઑલિવરે હસીને સમજાવ્યું : 'બાકી ચા અને કાવો પીરસવા તો એ સ્વેચ્છાએ જ આવી હતી, નોકરાણી તરીકે નહીં.'

'એટલે તમે લોકો મને છેક શ્રીનગરથી અહીં બોલાવી લાવ્યા તેમ એને પણ...'

'નહીં, મિસ્ટર ખાન, એવી પૂછપરછમાં આપણે સમય નહીં બગાડવો જોઈએ.' કહી ઑલિવરે પોતાની બ્રીફકેસ ઉઘાડીને તેમાંથી માઇક, મિની ટેપરેકૉર્ડર જેવાં બે-ત્રણ ઇલેક્ટ્રૉનિક સાધનો ટેબલ પર ગોઠવી દીધાં.

'આ શું કારવાઈ કરી રહ્યા છો, મિસ્ટર જે ?'

'આપણી મસલતની તૈયારી.'

તેની સામે જોયા વિના ઑલિવરે નાનો વિડિયો કૅમેરા ટેબલ પર મૂક્યો એટલે ખાને તેના હાથ પર પોતાનો પંજો દાબી દીધો :

'નહીં, જનાબ, આ માટે મારી મંજૂરી નથી.'

ખાનની આંખોમાં વહેમની લકીર અંજાઈ ચૂકી હતી : 'આપણી મસલત અત્યંત ગુપ્ત રહેવાની છે એવી તસલ્લી આપી હતી તમે મને.'

'મસલત ગુપ્ત રહેવાની છે, ખાન !' ઑલિવર તેના તંગ ચહેરાને તાકી હસવા લાગ્યો :

'આ તો અમારા બૉસ માટે કરવું પડે એમ છે.'

'શું કામ ?'

'બૉસ અહીં આવી શકે એમ નથી.'

'કેમ ?'

'એક અકસ્માતમાં એ બૂરી રીતે ઘવાયા છે. એમના આખા ચહેરા પર પાટાપિંડી છે, પથારીવશ છે અને કોઈની સાથે લાંબો સમય પ્રત્યક્ષ રીતે વાતચીત કરવામાં એમના બીમાર શરીરને ચેપ લાગવાનું જોખમ પણ છે.'

'એટલે કે પેલી ઓરતની જેમ એ પણ ઓજલમાં છે, એમ જ ને ?'

તેના બોલવામાં હાસ્ય કરતાં વ્યંગ વધારે હતો : 'એવું હતું તો એ સાજા થાય ત્યારે થોડા દિવસ પછી મુલાકાત ગોઠવવી હતી ને !'

'તમે જાણો છો, ખાન, આપણી પાસે એટલો સમય નથી. બે દિવસમાં સ્ટીમર હૉંગકૉંગ બંદરે લાંગરશે અને અઢી દિવસ રોકાઈને રવાના થવાની છે.' કહી ઑલિવરે ભારપૂર્વક ઉમેર્યું :

'ડૉક્ટરે તો બૉસને હલનચલનની સખત મનાઈ કરી છે, છતાં અમારે પ્લેનમાં એમને અહીં લઈ આવવા પડ્યા... માત્ર તમારી આ મુલાકાત માટે જ !'

ત્યારે બે ઘડી ખાન વિચારમાં પડી ગયો : *કાશ્મીરની આઝાદી માટે ચાર આતંકવાદી ટુકડીઓ ક્યારેક સંપીને તો ક્યારેક સામસામે ટકરાઈને જેહાદ ચલાવતી હતી. આઝાદ કાશ્મીર સિવાયનો પ્રદેશ ભારતના કબજામાંથી છોડાવવા માટે પાકિસ્તાન લશ્કરી તાલીમ તથા અસ્ત્ર-શસ્ત્રની પારાવાર સહાય કરતું હતું. તેની દાનત વિશે મૂળ કાશ્મીરી આતંકવાદીઓને આશંકા તો હતી, પણ અત્યારે તો મદદ લઈ લેવી, કામ પાર પડ્યા પછી જોયું જશે... બીજી બાજુ ભારતનું લશ્કર સિયાચીનની સરહદે કડકડતી ટાઢમાં અડ્ડો જમાવીને બેઠું હતું. પાકિસ્તાન સાથે યુદ્ધ કરવું પડે તો એની તૈયારી સાથે આ મામલાનો કાયમને માટે અન્ત લાવી દેવા માટે લશ્કર અધીરું બન્યું હતું. ત્રીજી તરફ અમેરિકાની મદદથી કાશ્મીરને ભારત અને પાકિસ્તાન બંનેના કબજામાંથી છોડાવી એક સ્વતંત્ર રાજ્ય બનાવી દેવાની મુરાદથી અમેરિકા પરદા પાછળથી પેરવી કરવા લાગ્યું હતું અને હવે બ્રિટનનું સ્કૉટલૅન્ડ યાર્ડ પોતાને વિશ્વાસમાં લઈ અમેરિકાની ચાલને નાકામિયાબ બનાવવા માટે મેદાનમાં ઊતર્યું છે. હું સાથ નહીં આપું તો અમેરિકાના ખોળે બેસી ગયેલો મારો બેટો સુવ્વર કમાલ હસન કાશ્મીરનો સૂબો બની જશે. મેં જ તૈયાર કરેલા અને પાછળથી મારી સામે જ માથું ઊંચકનાર એ હસનના બચ્ચા કમાલને હું ફાવવા નહીં દઉં.*

'ઠીક છે, તમારા બૉસ અહીં ન આવી શકે તો ભલે ઓજલમાં રહીને મલસત ચલાવે... પણ તેમાં આ કેમેરાની શું જરૂર પડી ?'

ખાનની આ પૃચ્છા વાજબી હતી. ઑલિવર એમ કહી શકે તેમ નહોતો કે બૉસ મેક્સવેલ

તારી સાથેની વાતચીત દરમિયાન તારા મુખભાવ જોઈને ચકાસણી કરવા માગે છે : તું જે બોલે છે તેમાં સાચું-ખોટું કેટલું છે ? મેક્સવેલ મુખભાવ જોઈને મન વાંચી લેવામાં પાવરધો હતો એની જાણ ખાનને તો કેમ કરાય ?

'ખાન, તમને કૅમેરા સામે વાંધો છે ?'

'અલબત્ત, સો ફીસદી વાંધો છે.' એણે મક્કમપણે કહ્યું ત્યારે ઑલિવરે બ્રીફકેસમાંથી વૉકીટૉકીનું સાધન કાઢી, બટન દબાવ્યું.

'બૉસ, મસલત કરવા માટે ખાન આવી ગયા છે...' એ તો જાણે કહેવા ખાતર જ કહ્યું. મકાનમાં કોઈ પ્રવેશ કરે ત્યારથી એની પ્રત્યેક હિલચાલની ચાડી ખાતું ક્લોઝ સરકિટ ટીવી ગુપ્તપણે કામ કરતું જ હતું અને મેક્સવેલ બંનેને ખંડમાં બેઠેલા જોઈ પણ શકતો હતો. પરંતુ ચહેરો વાંચવા માટે ખાનના ક્લોઝ અપની જરૂર હતી અને એટલા માટે વિડિયો કૅમેરા ચલાવવાનું વિચાર્યું હતું.

'તો ઇન્ટરપ્રીટરને બોલાવી વાતચીત ચાલુ કેમ નથી કરતા ?' મેક્સવેલે વૉકીટૉકીમાં પૂછવા ખાતર જ પૂછ્યું.

'બૉસ, મિસ્ટર ખાન કહે છે કે આ મસલતનો કોઈ રેકૉર્ડ ન રહેવો જોઈએ.' કહીને ઑલિવરે ઉમેર્યું : 'કૅમેરા વાપરવા સામે એમને સખત વાંધો છે.'

'ઓકે !' પાટાપિંડીવાળા નહીં પણ કપાળે, જડબાં પર એમ ચાર-છ પટ્ટીઓ લગાડેલા મુખેથી મેક્સવેલ બોલતા હતા : 'એમનો વાંધો મંજૂર રાખી કૅમેરા હટાવી દો... પણ મારી અને એની વચ્ચેની વાતચીત માટે માઇક તો વાપરવું જ પડશે.'

છેલ્લું વાક્ય વૉકીટૉકીમાંથી દિલાવરે સાંભળી લીધું અને ઑલિવરે પ્રતિભાવ માટે તેની સામે જોયું એટલે સત્વરે તેણે સંમતિ દર્શાવવા હકારમાં ડોક હલાવીને શરત પણ મૂકી :

'માઇક ભલે વાપરો પણ હું કાશ્મીરી જબાનમાં બોલતો હોઉં ત્યારે માઇક્રોફોન બંધ રાખવું પડશે. મારો અવાજ ટેપરેકૉર્ડરમાં ઝિલાશે નહીં એવી ખાતરી સાથે હું વાટાઘાટમાં સામેલ થાઉં છું. મારા ભરોસાનો ભંગ ન થાય એ જોજો.'

તેની શરતના જવાબમાં વૉકીટૉકી પર મેક્સવેલે કહ્યું, 'બાય ગૉડ તમારી શરત અમે મંજૂર રાખી છે. કોઈ પ્રકારના ખચકાટ વિના તમે છૂટથી જે કહેવું હોય તે કહી દેજો.'

અને બીજી મિનિટે બનાવટી દીવાલ પાછળના દરવાજામાંથી બુરખાધારી દુભાષિયણ ખંડમાં દાખલ થતી દેખાઈ. દિલાવરનું દિલ મહોરી ઊઠ્યું. *આ ઓરતની ચાલ કહી આપે છે કે એ માત્ર સુંદર જ નહીં, પગથી માથા સુધી સપ્રમાણ કાયા ધરાવે છે.*

રાઉન્ડ ટેબલને ફરતે ગોઠવેલી ચાર ખુરસીમાંથી બે ખાલી હતી. પેલી આવીને બાજુમાં ગોઠવાશે એવી દિલાવરખાનની ધારણા ઠગારી નીવડી. એણે તો ઑલિવરની બાજુમાં બેઠક લઈ લીધી.

'અહીં એવું નક્કી થયું છે કે મહેમાન બોલતા હોય ત્યારે માઇક બંધ રાખવું. ત્યાર પછી એમના કથનનું અંગ્રેજીમાં રૂપાંતર કરી અંદર બૉસને કહેવા માટે તેમ જ અંદરથી બૉસ જે

કહે તે સાંભળવા માટે જ આ માઇક અને ઇયર-ફોનનો તમારે ઉપયોગ કરવાનો છે.' કહી ઑલિવરે ઉમેર્યું : 'બરાબર સમજી ગયાં ને, મૅડમ !'

જવાબમાં પેલીએ હકારમાં ડોક હલાવી.

'પરંતુ વાટાઘાટ શરૂ થાય એ પહેલાં હું આની સાથે બે-ચાર વાત કરી લેવાનું પસંદ કરીશ.'

'જરૂર.' ઑલિવરે વાંધો લેવા જેવું હતું નહીં. આમ તો દિલાવરખાન કામચલાઉ અંગ્રેજી બોલી-સમજી શકતો હતો, પણ મેક્સવેલનો આગ્રહ હતો કે તેને એની જ બોલીમાં મનના ભાવ વ્યક્ત કરવા દેવા. ઉપરાંત દિલાવરખાનના દિમાગનો ભાર હળવો કરવા માટે સ્ત્રી ઇન્ટરપ્રીટરની હાજરી આવશ્યક હતી.

'તારું નામ ?' કાશ્મીરી બોલીમાં ખાને પૂછ્યું.

'અનાર...' પેલીએ રણકતા સ્વરે કહ્યું : 'અનારકલી.'

'બહુ પ્યારું નામ છે, અનાર...કલી !' એ નામ ઉચ્ચારતાં પણ દિલાવર ખાનના મોંમાં પાણી વછૂટવા લાગ્યાં.

'તું આ લોકો સાથે ક્યારથી જોડાઈ ?'

તેના જવાબમાં અનારકલીએ ડોક ધુણાવી. ઑલિવર કહેવા જતો હતો કે *કેટલાક સવાલના તમને જવાબ નહીં મળે, ખાન !* પણ દિલાવરે પોતે જ સમજી જઈને આગળ પૂછ્યું :

'ખીણમાં ક્યાંની રહેવાસી છે !'

'બડગામ.'

'ઓહ, એ તો આજકાલ મારે અડ્ડો છે. તો-તો મેં તને જરૂર જોઈ હશે, અનાર !' કહી એણે હોઠ પર જીભ ફેરવી લીધી :

'તને વાંધો ન હોય તો જરા વાર માટે તારા ચહેરા પરથી પરદો હટાવી લે. મારે તારા દીદાર કરવા છે, માત્ર અલપઝલપ !'

પેલી હમણાં ડોક ધુણાવીને ના પાડી દેશે એવી દિલાવરની દહેશત ગલત ઠરી. અનારકલીએ ઝાટકા સાથે મુખ પરથી બુરખો હટાવી લીધો અને દીવાનખંડનું આછેરું અજવાળું જાણે પુરબહારમાં ઝળહળી ઊઠ્યું.

'સુભાન અલ્લાહ !' છેક નાભિમાંથી નીકળ્યો હોય એ રીતે દિલાવરનો ઉદ્‌ગાર બહાર પડ્યો :

'મુગલે આઝમની અનારકલી જ જોઈ લો... આબેહૂબ મધુબાલા !'

એ લડાયક મરદ પોતાની નબળાઈ છુપાવી શક્યો નહીં. અનારકલીના દીદાર-માત્રથી જ એ પાણીપાણી થઈ ગયો. *આવી ઓરતનો સંગાથ હોય તો હમણાં જ આ અંગ્રેજોને કહી દઉં, વાટાઘાટ કરવાની જરૂર નથી. આ કામગીરીમાં સામેલ થવા તૈયાર છું... અબઘડી !*

આવો વિચાર વાગોળતો ખાન પેલી સામે ઉન્માદક સ્મિત ફેંકવા ગયો ત્યાં તો સામેવાળીએ પરદાથી મુખ ઢાંકી દઈ તેને ભોંઠો પાડી દીધો.

સાલી ખૂબસૂરત છે તેમ શરારતીય લાગે છે. ખાનના દિલમાં ગલીપચી થવા લાગી :

પરંતુ આમ ક્યાં સુધી સંતાકૂકડી રમી શકવાની ? કાશ્મીર હાંસલ કરવા પહેલાં તારી કલી જેવી કાયા કબજે કરવી છે મારે...

'હાં તો, ખાન, આપણે ચાલુ કરીએ ?' કહીને ઑલિવરે તેનું દિવાસ્વપ્ન ખંખેરી નાખ્યું.

'અલબત્ત, હું તૈયાર છું.' ખાને કીટલીમાં વધેલો કાવો પ્યાલીમાં ભરી હોઠ સુધી લઈ જતાં કહ્યું :

'કાશ્મીરી બોલીમાં વચ્ચેવચ્ચે અંગ્રેજી પણ બોલતો રહીશ એટલે આ ગુલબકાવલીનું કામ આસાન બની જાય.'

તેણે ઉપકાર-નીતરતી નજરે તેની સામે જોયું ત્યાં તો પેલીના ઇયર-ફોનમાં સળવળાટ થયો હોય તેમ એણે ડોક નમાવી બૉસને સાંભળવામાં ધ્યાન પરોવ્યું હોય એવું દિલાવર-ખાને અનુમાન કરી લીધું.

'જનાબ, આપ કાશ્મીરના હિતને ખાતર અમારી સાથે હાથ મિલાવવા તૈયાર થયા એ બદલ અમે ખુશ છીએ.'

અંદરથી મેક્સવેલે કરેલી ઔપચારિક શરૂઆતને કશ્મીરી બોલીમાં ઢાળીને અનારકલીએ મીઠા સ્વરે આગળ ચલાવ્યું :

'ભારત અને પાકિસ્તાનથી આઝાદ થવાની ચાલમાં કશ્મીરીઓ કદાપિ નહીં ફાવે. તમારી જ ભૂમિ પર બંને દેશો યુદ્ધ ખેલીને તમારા વતનને તબાહ કરી દેશે.'

'તો પછી અમારા માટે કયો માર્ગ ખુલ્લો છે ?'

'વચલો માર્ગ.'

'એટલે ?'

અનારકલીના માધ્યમ દ્વારા સંવાદ ચાલુ થઈ ગયા.

'અત્યારે મુક્તિ-મોરચાની ટોળકીની આગેવાની હિઝ હાઇનેસે લીધી છે.'

'એ હાઇનેસ નથી, મારી રખાતનો હરામજાદો છે.'

એના શબ્દોથી અનારની ગરદન સહેજ હલતી દેખાઈ. *રખાત* શબ્દની આ અસર હતી કે પછી *હરામજાદો* સાંભળીને એ ચોંકી ? દિલાવર ઘડીભર વિચારમાં પડી ગયો.

'જેને તમે *બાસ્ટર્ડ* (હરામજાદો) કહો છો એ આવતી કાલે કશ્મીરનો શહેનશાહ બનવાનાં ખ્વાબ જોતો સમુદ્રની સહેલગાહે નીકળ્યો છે.'

'એની જાણ મને અહીં આવતાં અગાઉ થઈ.'

દિલાવરે ખિસ્સામાંથી એક અખરોટ કાઢી બંને હાથની હથેળીમાં ભીંસીને તોડ્યું પછી અંદરના માવાના ટુકડા ચાવતાં-ચાવતાં અનાર સામે હસી લઈને કહ્યું : 'કશ્મીરના શહેનશાહ બનવાના એ હસનના બચ્ચાના ખ્વાબને ચકનાચૂર કરીને સમુદ્રમાં ડુબાડી દઈશ.'

'એ માટે જ અમે તમને મોકલી રહ્યા છીએ.'

'પરંતુ મારે કરવાનું છે શું ?'

'એ બધી માહિતી તમને અનારકલી તરફથી સ્ટીમરમાં મળતી રહેશે.'

અનારકલીએ પોતાનું નામ ઉચ્ચારતી વખતે જરા સરખોય ખચકાટ અનુભવ્યો નહીં તે દિલાવરને ગમ્યું.

'એટલે કે એ સફરમાં મારી સાથે છે ?'

'જી હા, તમારી બેટી તરીકે !'

'શું કહ્યું ?' ટેબલ પર હથેળી પછાડતો ખાન બરાડી ઊઠ્યો : 'કોઈ પણ સુંદર સ્ત્રીને આજ સુધી મેં બેટી માની નથી. આ સુંદરીનો સહવાસ એ તો કામગીરી શરૂ કરવાની પેશગી છે.'

'સહવાસ જરૂર મળશે... પરંતુ એ તમારી બાંદી બનીને નહીં રહે.' અટકીને અનારકલીએ મેક્સવેલના આગળના શબ્દો જરા શરમાઈને ઉચ્ચાર્યા હોય એવો આભાસ થયો :

'બાકી, ખાન ! એ તમારી મરદાનગી પર વારી જાય તો એ એની મુનસફીની વાત છે.'

'આજ સુધી એવું બન્યું નથી કે મારી મરદાનગી પર કોઈ ઔરત વારી ગયા વિના રહી હોય.' દિલાવરે મૂછોને વળ દેતાં કહ્યું :

'હેન્ડ-ગ્રેનેડ, મશીનગન, રૉકેટ... કોઈ હથિયાર બાકી નથી જે ચલાવ્યું ન હોય. જરૂર પડી ત્યારે તલવારથી દુશ્મનોને રહેંસી નાખ્યા છે. વીસ ગજના ફાંસલાથી છૂરીનો ઘા કરી સચોટ નિશાન લીધાં છે અને પહેલા જ ઘાએ સામેવાળાની ગરદન આરપાર છૂરી ઉતારી દીધી છે.'

આવેશમાં વધુ પડતું બોલી ગયા પછી એણે બીજી અખરોટ કાઢી હથેળીથી તોડીને ચાવતાં-ચાવતાં થોડો શ્વાસ ખાઈ લીધો, પછી મૂળ વાત પર આવી ગયો :

'જુઓ, ગોરા સાહેબ, લડાઈ અને પ્યારમાં બધું જ જાયજ (માન્ય) ગણાય છે. બાકી આ હુસ્ન-પરીને ખાતર કે વતનને વાસ્તે શહીદ થવું પડે તો બંદા પાછી પાની નહીં કરે એની ખાતરી રાખજો.'

'તો તમારા મેક-અપની પ્રૅક્ટિસ કરવા માટે બે દિવસ સુધી રોજ ચાર કલાક અહીં ગાળવા પડશે.'

'મેક-અપ ! ચાર કલાક !'

'હા, મિસ્ટર ખાન, તમારો દેખાવ કોઈ મર્દ જેવો નહીં પણ ખૂંધિયા, વૃદ્ધ અને લાકડીને ટેકે ચાલતા બીમાર આદમી જેવો હશે.'

'એ શું કામ ?'

'તમારો પેલો હુસેનનો બચ્ચો તમને ઓળખી ન જાય એ માટે.' મેક્સવેલનો જવાબ સાંભળી અનારકલી જરા અટકી, કારણ કે આગળ જે બોલવાનું હતું તેનો પ્રતિભાવ ખાન કેવો આપશે એની અટકળ કરવા માટે બે-ચાર પળ અટકી જવું પડ્યું તેણે.

'અને ક્યારેક લાકડીને બદલે તમારે અનારકલીના ખભાનો ટેકો લઈને હિલચાલ કરવાનું પણ બનશે.'

ત્યારે ખાને પેલી સામે આંખો ઉછાળી :

'એ મને બેહદ ગમશે !'

'પરંતુ બીજાને તો તમારે એમ જ દેખાડવું પડશે કે એ તમારી બેટી છે અને તમે ઓછું સાંભળતા હોવાથી કાન સુધી મોં લાવીને તેણે વાતચીત કરવી પડે છે.'

'એની સુરાહી જેવી ગરદનમાંથી વછૂટતા ગરમાગરમ શ્વાસનો સ્પર્શ કાનમાંથી સીધો મારા દિલમાં ઊતરી જશે.'

'છતાં તમારે તો અનારકલી સાથે બેટી જેવા વ્યવહારનો જ દેખાવ કરવો પડશે, જનાબ !' આ વાક્ય મેક્સવેલે ઉચ્ચાર્યું નહોતું, પણ અનારે પોતાના મનથી ઉમેર્યું હતું.

'વારંવાર બેટીવાળી વાત નહીં સંભળાવો, ગોરા સા'બ.'

સાંભળીને પરદા પાછળના અનારના મુખ પર હંસી પ્રસરી ગઈ.

'બીજી મુખ્ય વાત.'

'ફરમાવો.'

'તમારી સાથે ચોવીસ ચુનંદા કશ્મીરી યુવાનો જહાજમાં સફર કરતા હશે.'

'કશ્મીરી જવાનો ?'

'જી હા, તમારી જ ટોળીના છે એ.'

'લેકિન... લેકિન...'

'ખાનસા'બ, તમને અહીં લાવ્યા તેની સાથોસાથ એ લોકોને પણ હવાઈ જહાજમાં હૉંગકૉંગની સફરે અમે ઊંચકી લાવ્યા છીએ.'

કહીને મેક્સવેલ અટક્યા એટલી વાર અનારકલી ચૂપ રહી, પછી આગળ ચલાવ્યું :

'તમે અમારી સાથે હાથ મિલાવશો એની ખાતરી હોવાથી તમારા એ સાગરીતોને પણ તૈયાર રાખવાનું અમે મુનાસિબ માન્યું.'

'એ તમે બહુ સારું કર્યું.' ખાને હસીને ખુશી દર્શાવી : 'ક્યાં છે એ બધા ?'

'એ તમામ કાલે સવારે અહીં હાજર થઈ જશે, જેમની સામે તમારે તમારા નવા મેકઅપમાં પેશ થવાનું છે.'

'એ શું કામ ?'

'મેકઅપમાં એ તમને પિછાણી શકે છે કે નહીં તેની ખાતરી કરવા માટે.'

'એનો આધાર તો તમારા મેકઅપમૅન પર છે, જનાબ !'

'મેકઅપમૅન નહીં, મેક-અપ વુમન કહો, ખાન !' મેક્સવેલના શબ્દો અનારકલીએ રમતિયાળપણે સંભળાવ્યા : 'તમારી સામે બેઠેલી સુંદરી તમારો મેક-અપ કરે પછી જુઓ. અરીસામાં તમે પોતે જ તમને પોતાને નહીં પિછાની શકો !'

'સુભાન અલ્લાહ ! તબ તો હમ છૂપે રૂસ્તમ બન જાયેંગે ઔર યે હમારી...'

'નહીં, મિસ્ટર ખાન, આવા કામમાં વારેવારે રોમાન્સને વચ્ચે નહીં લાવો.' મેક્સવેલની તાકીદ અનારકલીના મુખેથી સાંભળવાનું ખાનને આકરું લાગ્યું, પણ મેક્સવેલે તરત જ વાત વાળી લીધી :

'મિસ્ટર ખાન, કામગીરીમાં ફતેહ મળ્યા પછી હૈદરાબાદના નિઝામની જેમ તમે આખું હરમ (જનાનખાનું) વસાવજો ને...'

'પરંતુ, જનાબ એક્સ, અમારા મુલ્કને ખાતર તમે આટલી બધી ઉપાધિ કેમ ઉઠાવો છો... એવું પૂછવાની મનાઈ તો નથી ને ?'

'પૂછવાની બિલકુલ મનાઈ નથી, ખાન !' સામેથી જવાબ મળ્યો : 'પરંતુ વિગતવાર ખુલાસો આપવાની મને મનાઈ છે ખરી.'

'બૉસના પણ કોણ બૉસ છે એવું જાણી શકું ?'

'સ્કૉટલૅન્ડ યાર્ડ... બ્રિટિશ ખુફિયા પોલીસ.'

'તો પછી બ્રિટિશ સ્કૉટલૅન્ડ યાર્ડ આમાં શું કામ ઝંપલાવે છે એ વિગતવાર નહીં તો ટૂંકમાં ફરમાવશો ખરા ?'

ત્યારે પાંચ-પંદર પળ નિરુત્તર રહ્યા પછી સામેથી સાંભળવા મળ્યું : 'કહેવાય એટલું કહી શકું તો અમે બ્રિટિશરોએ હિન્દુસ્તાનના ભાગલા પાડ્યા ત્યારે એવી આશા હતી કે બંને દેશો સુલેહ-સંપથી રહેશે... પરંતુ ચાલીસ-બેતાલીસ વરસ પછીય બંને વચ્ચે ભાઈચારો સ્થપાયો નહીં. અધૂરામાં પૂરું, બાંગ્લાદેશ નામના ત્રીજા રાષ્ટ્રનું નિર્માણ થયું.'

ખાનને આ બૅકગ્રાઉન્ડ સાંભળવામાં રસ નહોતો છતાં ધીરજ ધરી.

'હવે અમે બ્રિટિશરો ફરી આ ત્રણે દેશને અમારી પાંખમાં લેવા માગીએ છીએ... અને તે એમને ગુલામ બનાવીને નહીં પણ એ ત્રણેના મોટા ભાઈ બનીને તેમને અમે અમારી ધાકમાં રાખવા માગીએ છીએ... અને એ માટે પહેલું કદમ રાખવા અમે કશ્મીરની ધરતી પસંદ કરી છે.'

'એટલે કે અમારું કશ્મીર તમારું ગુલા...'

'નહીં-નહીં, ખાન, ગુલામ નહીં... કાશ્મીરને અમે મક્કા બનાવવા માગીએ છીએ. ધીમેધીમે શ્રીલંકા, બર્મા વગેરે દેશોને સામેલ કરી બ્રિટિશ મુત્સદ્દીગીરી દ્વારા એક એવી મહાસત્તાનું સર્જન કરવા ધાર્યું છે અમે જેને અમેરિકા, યુરોપ કે ચીને પણ સલામ કરવી પડે.'

મેક્સવેલનું નિવેદન સમાપ્ત થયા પછી થોડી વાર માટે સ્તબ્ધતા છવાઈ ગઈ. ઑલિવર દિલાવરખાનના મુખભાવ નિહાળતો હતો. મેક્સવેલે એક એવી યોજના કહી સંભળાવી હતી જેનું સાકાર થવું આજના યુગમાં અશક્ય હતું. પરંતુ ગેરીલા યુદ્ધનીતિમાં બાહોશ અને સુંદર સ્ત્રીઓને જોતાં જ આખલાની જેમ ભડકી ઊઠનારા દિલાવરનું દિમાગ મેક્સવેલના સપનાની પોકળતા પારખી શકશે નહીં એવી આશા સેવી હતી સ્કૉટલૅન્ડ યાર્ડવાળાએ...

'જનાબ, આપની મુત્સદ્દીગીરીમાં હું કાંઈ ન જાણું. એમાં મારું દિમાગ કામ ન કરે.' કહી એ થોડી વાર બુરખાધારીને તાકી રહ્યો :

'મારી તો એક જ મુરાદ છે... કશ્મીરના મામલામાં બાકીની કોઈ ટોળીની ફતેહ ન થવી જોઈએ, અને ખાસ કરીને પેલા હુસેનના બચ્ચા કમાલની તો નહીં જ !'

'તો આજની મુલાકાત ખતમ !'

'અને મારી કામગીરી શરૂ !'

ત્યારે અનારકલી માઇક ટેબલ પર મૂકીને ઊઠવા જતી હતી પણ ઑલિવરે તેને રોકી :

'પ્લીઝ, થોડી વાર બેસી રહે. હું અંદર બૉસ પાસે જાઉં છું. કદાચ એમને ખાનસા'બને કાંઈ પૂછવું-કહેવું હોય તો તારી જરૂર પડશે.'

પેલીએ જબાનને બદલે ડોક ઝુકાવીને વગર બોલ્યે સમજાવ્યું : ભલે !

ખાન આવી જ કોઈ તકની રાહ જોતો હતો. અનારકલી સાથે થોડી વારનું પણ એકાન્ત મળી જાય તો આ મુલાકાતને ચાર ચાંદ લાગી જાય.

'અનાર !' બહુ મીઠાશથી સંબોધન કરતા ખાન ખુરસી પરથી ઊભા થઈ ગયા :

'અહીં બાથરૂમ ક્યાં હશે ?'

તેણે ધારેલું કે પેલી હમણાં કહેશે, *ચાલો હું તમને દેખાડ*, પરંતુ તેને બદલે ચાલાક અનારે ઑલિવરનો હવાલો આપ્યો :

'અહીં મહેમાનને લાવવા-લઈ જવાનો ચાર્જ એકમાત્ર ઑલિવર સંભાળે છે. આપે બે મિનિટ રાહ જોવી પડશે.'

'કોઈ હરકત નહીં.' કહેતો ખાન બે ડગલાં તેના તરફ આગળ વધ્યો : 'તારી સાથેના એકાંતની હરેક પળ ચાંદની રાત જેવી માદક મહેસૂસ કરું છું હું !'

આમ કહી ખાને અચાનક જ તેના મુખ પરથી પરદો હટાવી દીધો એટલે આંચકો અનુભવતી અનાર સહેજ થથરીને ઊભી થઈ ગઈ.

'વાહ રે, ! તારા ખૂબસૂરત ચહેરાની ધ્રુજારી જોઈને પવનમાં ફરફરતાં આપણા વતનનાં ચિનારનાં વૃક્ષો યાદ આવી ગયાં. ચાંદની જેવી તું...'

આમ કહી ખાને તેની હડપચીનો સ્પર્શ કર્યો. તેણે ધારેલું કે પેલી ઝટકા સાથે મોં ફેરવી લેશે. પણ એને બદલે તો એની આંખોમાં ખુમાર ઘૂંટાવા લાગ્યો એટલે ખાનને ચાનક ચડી.

'હરિણી જેવી આ આંખો, સફરજન જેવા આ ગાલ, ગુલાબની કલી જેવા આ હોઠ... એક દિવસ બધું જ મારું બની જવાનું છે, અનાર !' એ મદહોશીમાં બોલતો હતો :

'બોલ, તને ખુશ કરવા માટે હું શું આપું ? મારા બાહુપાશમાં ખેંચી લાવવા માટે કઈ સોગાદ તારાં કદમોમાં ધરી દઉં... બોલ, મારી ગુલબકાવલી !'

અને ગરમાગરમ શ્વાસની સાથે દિલાવરખાનને દઝાડતા શબ્દો અનારકલીના મુખમાંથી ઊછળી પડ્યા :

'હિઝ હાઇનેસ કમાલ હુસેનની ડોક લાવીને મારા કદમમાં મૂકીશ ત્યારે મને બાહુપાશમાં લેવાની તારી મુરાદ પૂરી થશે, ખાનસા'બ !'

સાંભળીને ખાનની મોટી આંખો પહોળી થઈ. અનારના મુખ પર પ્રસરતી બદલાની આગની લાલીએ તેને ઘણુંબધું સમજાવી દીધું, છતાં પૂછ્યા વિના રહી શક્યો નહીં.

'હુસેનના બચ્ચા કમાલ સાથે તારે શેનું વેર છે ?' કહી તેના ગાલે ટાપલી મારતાં ઉમેર્યું :

'સમજી ગયો. એ બદમાશે તારી છેડછાડ કરી હોવી જોઈએ.' બોલતાં-બોલતાં ખાનની પોતાની આંખો રતાશ પકડવા લાગી :

'એ હરામજાદાની હવે તો ખેર નથી ! મુરઘાની જેમ એની ગરદન મરડીને તારાં ગોરા કદમોમાં રગદોળી ન દઉં તો મારું નામ દિલાવરખાન નહીં !'

આમ કહી તેણે બીજા ગાલે ટાપલી મારી લીધી ત્યાં સુધીમાં ઑલિવર બંને હાથમાં બૅગ ઊંચકીને આવી પહોંચ્યો.

'આ છે તમારો લગેજ.' નાની-મોટી બંને બૅગ મૂકતો ઑલિવર મુસ્કુરાયો :

'શિપમાં સફર કરવા માટે સામાન તો જોઈએ ને.' કહી તેણે નાની બૅગ ઉઘાડીને દિલાવર તરફ સરકાવી.

'સુભાન અલ્લાહ !' સો...સો ડૉલરની નોટોની થોકડી જોઈને ખાનની આંખોની કીકીઓ સિતારાની જેમ ચમકવા લાગી. પછી આંખો પટપટાવતાં એણે ઑલિવર સામે જોયું : 'આ દૌલત નકલી તો નથી ને ?'

'પૂરા વન હન્ડ્રેડ થાઉઝન્ડ (એક લાખ) ડૉલર્સ છે, કામગીરી પાછળ ખરચવા માટે.'

'એક લાખ ડૉલર્સ !' દિલાવરખાને નોટોની થપ્પી પર હાથ પસવારી લીધો : 'ત્રીસ-બત્રીસ લાખ રૂપિયા !'

અને ઑલિવરે બૅગ બંધ કરી દઈ તેના હાથમાં પકડાવી દીધી.

'બીજી બૅગમાં શું છે ?'

'એ હું તમને રસ્તામાં કહું છું.' કહી ઑલિવરે બીજી બૅગ ઊંચકી લઈ પગ ઉપાડ્યા : 'ચાલો, દિલાવરખાન ! મારે ફરી તમારી આંખો પર પટ્ટી બાંધવાની છે.'

ત્યારે દિલાવરે પેલા સામે આંખ મિચકારી લીધી : 'એક મિનિટ. આંખો બંધ થાય એ પહેલાં એક નજર આ જીવતાજાગતા તાજમહાલ પર નાખી લઉં !'

પરંતુ દિલાવરખાનની એ વાસના અતૃપ્ત રહી. તેનું બોલવાનું પૂરું થાય એ પહેલાં તો અનારકલી ચહેરા પર પરદો ઢાળી દઈ પીઠ ફેરવીને ચાલવા મંડી હતી.

તેની એ ચેષ્ટાથી ભોંઠા પડી ગયેલા દિલાવરના ખભા પર ઑલિવરનો હાથ પડ્યો : 'ખાન, જરા સંભાળીને.' કહી ખભો દબાવ્યો : 'આ ઓરત એક ખૂન કરી ચૂકેલી છે અને છ ઇંચનો ધારદાર છૂરો હંમેશાં પોતાની કમરમાં ખોસેલો રાખે છે.'

સાંભળીને સમસમી ગયો મરદ દિલાવરખાન !

□

62

જાપાનના હિરોશીમા-નાગાસાકી શહેરો પર અમેરિકાએ બીજા વિશ્વયુદ્ધ વખતે ફેંકેલા અણુબૉમ્બ કરતાં આ અણુબૉમ્બ માત્ર સોમા ભાગની જ વિનાશક શક્તિ ધરાવે છે એમ કહેવાથી શું હું વિનાશના અપરાધમાંથી છટકી શકું ખરો ?

બાર કલાકથી રીમોટ કન્ટ્રોલ સ્વિચ બનાવવામાં ગૂંથાઈ ગયેલા ઓમકારનું આંતરમન વારંવાર આવો પ્રશ્ન ઉઠાવી તેને ટોક્યા કરતું હતું.

આગલી સાંજે પોતાના સ્વીટમાં બોલાવી હિઝ હાઇનેસે અત્યંત ગંભીર ચહેરે અને ધીમા અવાજે *ઓમકાર, હવે જ આપણું ખરું કામ શરૂ થાય છે,* કહીને તેની સમક્ષ ડીઝાઇન ચીતરેલા બે ડ્રૉઇંગ પેપર્સ સાથે ઇલેક્ટ્રૉનિકનાં ઓજારોની સામગ્રીવાળું એક બૉક્સ તેને સોંપ્યું હતું.

'શેની ડિઝાઇન છે, યોર હાઇનેસ ?'

તેના પ્રશ્નનો જવાબ સાંભળીને એ મલક્યા તેથી પોતે અનુમાન કર્યું હતું : *એ મારી પરીક્ષા કરવા માગે છે !*

'યોર હાઇનેસ, આપે મને જે રીમોટ સ્વિચ બનાવવા કહેલું તેના કરતાં તો આ ડીઝાઇનમાં ચીતરેલો બૉમ્બ સાવ મગતરા જેવો છે.' કહી તેણે ફરી બંને ડીઝાઇનનું નિરીક્ષણ કરી લઈ દઢતાપૂર્વક દોહરાવ્યું : 'આ બૉમ્બથી તો માત્ર બેએક કિલોમીટરના વિભાગમાં વિનાશ સર્જી શકાય.'

'પહેલો પ્રયોગ આપણે આનાથી જ કરવાનો છે.' કહી હાઇનેસે તેને સમજાવેલું : 'આપણે હૉંગકૉંગ પહોંચીશું ત્યારે આ પ્રકારનો ઓછો શક્તિશાળી બૉમ્બ હૉંગકૉંગ અને ક્વોલુનને જોડતા દરિયાકાંઠાના વિસ્તારમાં ગોઠવાઈ ચૂક્યો હશે.'

ઓમકાર પૂછવાનું વિચારતો હતો કે *એ કોણે ગોઠવ્યો હશે ?* પણ આ પ્રકારની પૃચ્છા કરવાની મનાઈ હતી. હાઇનેસે ક્યારેય એ વાત પણ ઉચ્ચારી નહોતી કે 'આ ઑપરેશનમાં કોણ અને કેટલા સામેલ છે ? હું કહું એટલું તારે સાંભળી લેવાનું, એના પર આગળ-પાછળ અનુમાન

કરવાની કે અનુસંધાન જોડવાની ચેષ્ટામાં તારે નહીં પડવાનું.' એટલે તો એણે એય પૂછ્યું નહીં કે *હૉંગકૉંગમાં આવો પ્રયોગ કરવાથી શું લાભ ?*

'ઓમકાર, તારે એવું રીમોટ બનાવવાનું છે જે બે-અઢી કિલોમીટર દૂરથી ઑપરેટ થઈ શકે.' કહીને તેમણે ભારપૂર્વક ઉમેર્યું હતું :

'અને તે પણ ચોવીસ જ કલાકમાં.'

ત્યારે એ તેમની સામે તાકી રહ્યો હતો. ઘણી વાર સુધી પ્રતિભાવ દર્શાવ્યો નહીં ત્યારે હાઇનેસે તેની પાસે જઈ ખભે હાથ મૂકીને પૂછેલું :

'ઓમ, તારા મનમાં કાંઈક ગડમથલ ચાલી રહી છે... શું વાત છે ? આપણા ઑપરેશન વિશે કોઈની સમક્ષ તારાથી જીભ કચરાઈ ગઈ છે કે પછી કાર્યમાં સફળતા મળવા અંગે તને કોઈ આશંકા જાગી છે ?'

'એવું નથી, યોર હાઇનેસ !' ઊંડો શ્વાસ છોડતાંની સાથે તેણે મનની મૂંઝવણ વ્યક્ત કરી દીધી હતી : 'હૉંગકૉંગમાં બૉમ્બવિસ્ફોટ કરીને આપણે શું હાંસલ કરવા માગીએ છીએ ?'

તેનો જવાબ આપવાને બદલે હાઇનેસ એને તાકતા રહ્યા એટલે ઓમકારે આગળ વધવાની હિંમત કરી :

'એવું તો નથી ને કે રીમોટ કન્ટ્રોલની સ્વિચ બનાવવામાં હું કેવો કાબેલ છું એની ચકાસણી તમે હૉંગકૉંગમાં કરી લેવા માગો છો ?'

છતાં સામા પક્ષે ખામોશી.

'ધારો કે આ ઓછો શક્તિશાળી બૉમ્બ ફોડવામાં મારું રીમોટ ફેઈલ જાય તો તમે મને ઑપરેશનમાંથી બાકાત કરી દેશો ?' બોલતાં-બોલતાં તેના ગળામાં ખરેરી પડી ગઈ હતી : 'પછી તો તમારા ઑપરેશનની વાત લીક ન થઈ જાય એટલા ખાતર... મને બૉમ્બે પહોંચતાં પહેલાં જ ખતમ કરી નાખશો... તો મારા આત્માનું શું થશે ?'

ત્યારે હાઇનેસે તેની પીઠ પર એક જોરદાર ધબ્બો મારી અટ્ટહાસ્ય કર્યું હતું. એ હાસ્ય આમ તો એને ધરપત આપવા માટેનું હતું, પણ ઓમકારને તો એ કાનમાં થઈને છેક હૈયા સોંસરવું ભોંકાઈ ગયેલું.

'મિસ્ટર દવે, લાખો લોકોનો સર્વનાશ કરી શકે એવાં શસ્ત્રોના સંશોધક એવા તમે વિજ્ઞાનીઓ મૃત્યુથી કેટલા બધા ડરો છો... હેં !'

એ ફરી મોટેથી હસી પડ્યા હતા :

'ઓમકાર, જીવવા-મરવાનું ભાગ્યમાં સાથે જ લખાયું છે.' કહી ઝીણી આંખ કરીને હૉંગકૉંગના અખતરાનું રહસ્ય સમજાવ્યું હતું :

'ત્યાં માત્ર તારી નિપુણતાની જ કસોટી થવાની છે એવું નથી, આપણી ધાક બેસાડવા માટે આવું કરવું જરૂરી છે.'

'પરંતુ એમાં બે-પાંચ માણસોના જાન જાય, કરોડોનાં માલ-મિલકતને નુકસાન થાય, એટલું જ નહીં...'

બોલતો-બોલતો એ અટકી ગયો હતો.

'બોલ, ઓમકાર, હવે વાત છેડી જ છે તો બેધડક બોલી નાખ.'

'બૉમ્બ-વિસ્ફોટ થાય એનાથી હાહકાર મચી જાય ! હૉંગકૉંગ બ્રિટિશરોના કબજામાં છે એટલે આવી તારાજીમાં સંડોવાયેલાનું પગેરું મેળવવા એ લોકો આકાશ-પાતાળ એક કર્યા વિના રહે નહીં. અને જો એમની તપાસનો રેલો આપણા સુધી આવી પહોંચે...' શ્વાસ ખાવા રોકાઈને ઓમકારે તરડાયેલા અવાજે કહ્યું હતું :

'તો-તો આપણા ઑપરેશનનું મિસકૅરેજ થઈ જાય અને હૉંગકૉંગમાં વિનાશ કરનારા ત્રાસવાદી તરીકે આપણે જિંદગીભર તેમની જેલમાં ગોંધાઈ રહેવું પડે !'

હાઇનેસને ઓમકારની દલીલમાં વજૂદ લાગ્યું. તેમાં ડર કરતાં સાવચેતીનો સૂર હતો. પરંતુ બાર્બરા અને હાઇનેસ વચ્ચે એ બધાં જોખમોની વિસ્તૃત ચર્ચા થઈ ચૂકી હતી. હૉંગકૉંગના બૉમ્બ-વિસ્ફોટ માટે બીજા પર જવાબદારી ઢોળી દેવાની ગોઠવણ બાર્બરાના જાસૂસ બૉસે કરી લીધી હતી. ૧૯૯૭માં હૉંગકૉંગ સામ્યવાદી ચીનને સોંપવાના વિરોધમાં સ્થાનિક પ્રજા આંદોલન ચલાવતી હતી. માત્ર મોરચા-સરઘસના દેખાવો પૂરતું આ આંદોલન નહોતું, *ફાઇટ ફૉર ઇન્ડિપેન્ડન્ટ હૉંગકૉંગ* નામની એક ટોળકીએ તો હિંસક પગલાં લેવાનુંય ચાલુ કરી દીધું હતું. *ચીનાઓને હૉંગકૉંગનો કબજો મળે એ પહેલાં અમે તેનાં અનેક મુખ્ય મથકોને ઉડાવી દઈશું* એવી ધમકીઓ સંભળાવા લાગી હતી. બાર્બરાના બૉસે તેનો લાભ ઉઠાવીને બૉમ્બ-ધડાકાનો પ્રયોગ કરવાની ચાલાકી અજમાવી હતી. પરંતુ આ બધું ઓમકારને કહેવાનું હોય નહીં, માત્ર એની દહેશત દૂર કરવા પૂરતી જ ચર્ચા કરી લેવાની હતી.

'ઓમ, આજ સુધી કોઈ દેશની સામે થોડાક માણસોએ મળીને ઍટમબૉમ્બનું શસ્ત્ર ઉગામ્યું હોય એવું બન્યું છે ખરું ?'

ત્યારે ઓમકારે નકારમાં ડોક હલાવી હતી.

'તો પછી આ કાર્ય માત્ર મારા-તારા જેવા થોડાક માણસોનું છે એવું શું કામ માની લેવું જોઈએ તારે ?'

'ફૅટબૉય (અણુબૉમ્બ) હાંસલ કરવામાં તો કોઈ મહાસત્તાનો જ હાથ ને સાથ હોવો જોઈએ.'

'બસ, તો આપણને એક વિરાટ સત્તાનું પીઠબળ છે અને આપણો વાળ વાંકો ન થાય એ જોવાની જવાબદારી એમની છે.'

ત્યારે તો રશિયા હોવું જોઈએ. ઓમકાર અનુમાનને વાચા આપવા જતો હતો, પણ સામેથી હા કે નામાં જવાબ મળવાનો નહોતો એટલે બીજી વાત ઉચ્ચારી :

'હાઇનેસ, હૉંગકૉંગનો વિસ્ફોટ સફળ નીવડે તેનો લાભ આપણા ઑપરેશનને કઈ રીતે થાય એવું પૂછવાની છૂટ આપો છો ?'

ત્યારે હાઇનેસે લુચ્ચું હસી લીધું હતું.

'પૂછી લીધા પછી કહે છે કે પૂછવાની છૂટ છે ?' કહી ચિરૂટ સળગાવી થોડી વાર લાઇટરમાં વાગતી સંગીતની ધૂન સાંભળી. સિગારના એકબે કશ લઈને કહ્યું હતું :

'કરાંચી પહોંચીને પાક સરકાર સામે માગણી મૂકીએ કે આઝાદ કાશ્મીરને સાચા અર્થમાં આઝાદ કરી દો, અમને સોંપી દો... અને આ માગણીને એ લોકો હસી કાઢે ત્યારે આપણે

એમને પરચો દેખાડવા માટે હૉંગકૉંગ જેવા એક-એક નાના ધડાકા દરરોજ કરતા રહેવા પડશે. એ દરેક ધડાકો પાક સરકારને હચમચાવી મૂકશે. દરરોજ બે-પાંચ હજાર માણસોના જાન ગુમાવવાનું કોઈ સરકારને પાલવે નહીં. બીજા જ દિવસે પ્રજા રોષે ભરાઈને સરકારને ઉથલાવી નાખે... ચોતરફ હાહાકાર મચાવી દે : *વરસોથી માથાનો દુખાવો બની ગયેલા આઝાદ કાશ્મીરને ખાતર તમે કરાંચીને પાયમાલ કરવા તૈયાર થયા છો ?'*

ફરી સિગારનો દમ લેવા રોકાઈને હાઇનેસે વાત આટોપી લેતાં કહ્યું હતું :

'બોલ, ઓમ, આ રીતે નાક દાબ્યા પછી દુશ્મનોનું મોં ખૂલી ગયા વગર રહે ખરું ? એમણે કહી જ દેવું પડે : 'કબૂલ છે ! લઈ લો આઝાદ કાશ્મીર પાછું.'

આ તર્કબદ્ધ કાવતરામાં ઓમકારને ક્યાંક-ક્યાંક ગાબડાં દેખાતાં હતાં, પણ દલીલ કરવાની હિંમત ચાલતી નહોતી. આગલી રાત્રે લૉઅર ડેક પર આત્માના શપથ સાથે તાનિયાને ઑપરેશન *કાલભૈરવ*નું નામ આપ્યા વિના જે થોડીઘણી માહિતી કહી દીધી એથી એ ઘણી વાર સુધી વિચારમગ્ન બની ગયેલી. છેવટે તેના તરફ અહોભાવથી જોઈને એ બોલી હતી : 'ઓમ, તમે આવું ભગીરથ કાર્ય લઈને નીકળ્યા છો અને હું તમારા માટે જાતજાતની કુશંકાઓ કરતી રહી. હાઇનેસને ચારિત્રહીન અને અત્યાચારી તરીકે જોતી રહી. ખરેખર તો તમે બંને વીરપુરુષને છાજે એવું કાર્ય કરવા બહાર પડ્યા છો...' સાંભળીને પોતે એવા જોશમાં આવી ગયેલો કે નાચી ઊઠવાની ઉત્તેજનાને માંડમાંડ દબાવી શક્યો હતો.

તો પછી અત્યારે હૉંગકૉંગના વિસ્ફોટ માટે રીમોટ બનાવવામાં વારેવારે જીવ કેમ બળતો હતો ? નિર્દોષ માણસો જાન ગુમાવી બેસવાના હતા અને એ પાપમાં પોતે નિમિત્ત બનવાનો હતો એટલા માટે ? પરંતુ લાસ-વેગાસના ન્યુક્લિયર સેન્ટરમાં જે-જે અણુ-અખતરાઓ થયા તે બધાનો ઉપયોગ માત્ર વિશ્વશાન્તિ માટે થયો હતો એવું કેમ કહેવાય ? ગલ્ફ યુદ્ધ દરમિયાન ઇરાક પર અણુબૉમ્બ ફેંકવાની તૈયારી થઈ હતી તેમાં પોતે સામેલ થયો જ હતો ને ? જ્યારે આ ઑપરેશન તો પોતાના દેશને ખાતર થવાનું હતું, એમાં બે-પાંચ હજાર માણસોના જાન જાય એટલા ખાતર જીવ શું કામ બાળવો જોઈએ ? અરે, મહાત્મા ગાંધીજીની અહિંસક લડતમાંય હજારો માણસોએ પોતાના પ્રાણની આહુતિ આપવી પડી હતી, જ્યારે અહીં રાષ્ટ્રના હિત ખાતર બીજાના પ્રાણ લેવાના છે એટલો જ તફાવત છે કે બીજું કાંઈ ?

જોકે તાનિયાએ આગલી રાત્રે છૂટાં પડતી વખતે કહેલું કે 'તારા આ ઑપરેશન અંગે તત્કાળ પ્રતિભાવ આપવાનું વધારે પડતું વહેલું ગણાય. એના પર નિરાંતે ચર્ચા કરવા માગું છું.'

પરંતુ ઓમકાર જાણતો હતો કે એક પગલું ભરાઈ ચૂક્યા પછી હવે બીજો પગ ઉપાડ્યા વિના છૂટકો નહોતો. ચર્ચા-વિચારણા માટે અવકાશ જ ક્યાં રહ્યો છે ?

હૉંગકૉંગ માટે રીમોટ કન્ટ્રોલ સ્વિચ બનાવવામાં પરોવાયેલા ઓમકારે મન સાથે આ રીતે સમાધાન કરી લઈને ઘડિયાળમાં જોયું તો રાતનો સવા વાગવા આવ્યો હતો. પછી બાજુમાં નજર કરી : આત્મા ઘસઘસાટ ઊંઘતો હતો. આગલી રાત્રે પણ આવી જ રીતે આત્માને નવ-સવા-નવે ઊંઘાડી દઈ પોતે કામે લાગી ગયેલો તે છેક સાડા ત્રણ વાગ્યે ઊંઘવા પામ્યો હતો. આજે કદાચ સવાર સુધી જાગવું પડે તોપણ એણે મનથી તૈયારી રાખી હતી. આપેલી મુદત કરતાં

બાર કલાક વહેલું કામ કરી નાખવાના સૂત્રને તેણે જીવનમાં સજ્જડપણે જડી દીધું હતું. એટલે તો ન્યુક્લિયર સેન્ટરમાં કામ કરતા પોતાના વરિષ્ઠ અધિકારીઓ કરતાંય તે વધારે આદરપાત્ર બન્યો હતો.

અને ત્યાં જ દરવાજે ટકોરા પડ્યા હોય એવો આભાસ થયો. કામમાં લાગેલા ઓમકારના હાથ થંભી ગયા. તેણે દરવાજા પર મીટ માંડી. કદાચ પોતાને ભ્રમ થયો છે એમ માની એ ફરી કામે લાગવાનું વિચારતો હતો ત્યાં સ્પષ્ટ સંભળાય એ રીતના ટકોરા કાન પર અફળાયા.

'યસ !' કહી એણે વિચાર્યું : પીધેલી અવસ્થામાં કોઈક પૅસેન્જર ભૂલો પડી ખોટું બારણું ખખડાવી રહ્યો લાગે છે.

પરંતુ ફરી ટકોરા પડ્યા ત્યારે એણે ગંભીર બની જવું પડ્યું : *અત્યારે કોણ હશે ?* એને ફ઼ડકો પડ્યો :

'કોણ છે ?'

'હું... કૅપ્ટન !'

'ઓહ !' સફાળા ઊભા થઈ જતાં ઓમકારે કમર પર વીંટાળેલી લુંગી જરા ટાઇટ કરી : 'પ્લીઝ વેઇટ, જસ્ટ અ મિનિટ.'

કૅપ્ટનને આવા વખતે કેમ આવવાનું થયું હશે ? બીજા સંજોગો હોત તો પોતે બેધડક બારણું ઉઘાડી નાખ્યું હોત, પરંતુ અત્યારે...

એણે ઝડપથી બૉમ્બની ડીઝાઇનના કાગળ અને રીમોટ-સ્વિચની સામગ્રી પર શાલ ઢાંકી દીધી. પછી આજુબાજુ દૃષ્ટિ કરી જોઈ : આગંતુક નજર ફેરવીને જુએ તો પોતાની કામગીરીની ચાડી ખાઈ જાય એવું કાંઈ દેખાતું તો નથી ને, એની ખાતરી કરી લીધા પછી ટેપરેકૉર્ડર પર વાગતા રવિશંકરના સિતારવાદનની કૅસેટ ઑફ કરી દીધી.

'આપ !' દરવાજો ખોલી પટપટતી આંખોમાંથી આશ્ચર્ય ઢોળતાં એણે હાથ લંબાવ્યો :

'સર, આઇ હોપ એવરીથિંગ ઇઝ ઑલરાઇટ... નો બૅડ ન્યૂસ !'

'નહીં રે !' કૅપ્ટને દાઢી પર હાથ પસવારી હસીને કહ્યું : 'હું લટાર મારવા નીકળ્યો હતો.' એમણે અમસ્તી જ કૅબિનમાં નજર દોડાવી એટલે વિવેક ખાતર અંદર પધારવા કહ્યું અને કૅપ્ટન હસતાં-હસતાં દાખલ પણ થઈ ગયા :

'દરરોજ જુદાજુદા ફ્લૉર પર સરપ્રાઇઝ ચેક માટે મધરાતે રાઉન્ડ પર નીકળું છું.' એમણે ઊંઘતા આત્માને જોઈ લઈ આજુબાજુ નજર દોડાવી લીધી :

'આમેય અનિદ્રાનો રોગી છું અને ચેસની રમતનો શોખીન છું... રાઉન્ડ પર નીકળું ત્યારે કોઈ શતરંજના જાણકાર ઉતારુ ભેટી જાય તો એક-બે બાજી રમાડવા પકડીને લઈ જાઉં મારી કૅબિન પર.'

જાણે કોઈ જોક કહેતા હોય એમ એ હસ્યા એટલે ઓમકારે પણ હસી લેવું પડ્યું.

'અત્યારે અહીંથી પસાર થતાં કૅબિનમાં લાઇટ બળતી જોઈ અને સંગીત વાગતું સંભળાયું એટલે હિંમત કરી... આઇ હોપ તમને કોઈ વિક્ષેપ...'

'નહીં રે, કૅપ્ટન, યૂ આર વેલ્કમ... મને પણ ઊંઘ ન આવે ત્યારે સંગીત સાંભળવાનું રાખું છું. એ કારણે આડાઅવળા વિચારોથી બચી જવાય અને મન પ્રફુલ્લિત રહે છે.'

'ચેસની રમતનુંય એવું છે. સમય ક્યાં પસાર થઈ જાય એનું ભાન ન રહે અને મગજ સતેજ બને.'

કહી કૅપ્ટને ઓમકારનો હાથ પકડી લીધો :

'આજે તો તમારી સાથે બેઠક જમાવવી છે. હિઝ હાઇનેસ કહેતા હતા કે તમેય ચેસના શોખીન છો.'

'છું નહીં, હતો.' કહીને ઓમકારે ટાળવાનો પ્રયત્ન કર્યો, પણ કૅપ્ટને હાથ ન છોડ્યો : 'એક વાર ચેસનો શોખ લાગ્યો એ જિંદગીભર છૂટે નહીં અને એની ચાલ કદાપિ વીસરાય નહીં... તેમાં તમે પાછા ન્યુક્લિયર સાયન્ટિસ્ટ. તમારી ચાલ ભેદી હોય તેમ સામેવાળાને અચાનક પરાસ્ત કરી દેનારી પણ હોય.'

બોલતાં-બોલતાં કૅપ્ટન ચોતરફ ચકળવકળ આંખો ફેરવતા હતા એટલે ઓમકારને ફડકો પડ્યો : *કદાચ એમને કાંઈ ગંધ આવી હશે ? તો-તો બહુ આનાકાની કર્યા વિના ચેસ રમવાની ઑફર સ્વીકારી લઈ એમને અહીંથી સત્વરે રવાના કરી દેવામાં જ ડહાપણ છે.*

'ઓકે, સર !' એણે વૉર્ડરોબમાં લટકતા લેંઘાનું હૅંગર ખેંચતાં કહ્યું : 'આપ બે મિનિટ બહાર વેઇટ કરો. હું ચેન્જ કરીને આ આવ્યો.'

આમ કહી કૅપ્ટનને લગભગ બહાર હડસેલી દેવાની અધીરાઈ તેણે દર્શાવી. બારણું અટકાવી દઈને કપડાં બદલતાં પહેલાં એણે અણુબૉમ્બની ડીઝાઇનનાં પેપર્સ તથા રીમોટ સ્વિચ બનાવવાની સામગ્રીને બર્થ હેઠળ જરા અંદર સરકાવી તેના પર પોતાનો ટુવાલ પાથરી દીધો.

પોતાની એકલતા ટાળવા અને ચેસ રમવાનો શોખ પોષવા માટે અધરાતે-મધરાતે પૅસેન્જર્સને તેની કૅબિનમાં ઊંચકી જવાની કૅપ્ટનની વિચિત્ર આદત પર થોડું ગિન્નાતો અને થોડું વહેમાતો ઓમકાર ઘસઘસાટ ઊંઘતા આત્માના માથા પર હાથ પસવારી બહાર નીકળી ગયો.

'આનું નામ સ્પૉર્ટિંગ સ્પિરિટ !'

હર્ષભેર એનું કાંડું પકડી લઈને કૅપ્ટન તેને લિફ્ટ તરફ દોરી જવા લાગ્યા :

'આ રીતે કલાક-બે-કલાક એકાન્તમાં રમતાં-રમતાં પરસ્પરનાં સુખ-દુઃખની વાતો કરવાથી આત્મીયતા કેળવાય છે... કૅપ્ટન તરીકેની કારકિર્દીમાં અનેક પાત્રોને થોડાં નજીકથી ઓળખવાનું બન્યું છે.'

'તો-તો તમારે નિવૃત્ત થઈને આના પર *મેમ્વાર્સ* (સંભારણાં) લખવાં જોઈએ, કૅપ્ટન.'

'લખવાની વાત તો નિવૃત્ત થઈએ ત્યારે.' લિફ્ટ તરફનો વળાંક લેતાં એમણે કહ્યું :

'અત્યારે તો હું તમને રમતાં-રમતાં એકબે પાત્રોના વિસ્મયકારક અને હાસ્યજનક કિસ્સા જરૂર સંભળાવીશ.'

ટૉપ ફ્લૉરનું બટન દબાવી કૅપ્ટન લિફ્ટ આવવાની રાહ જોતા હતા એ જ વખતે બીજા વળાંક પાસેથી બાર્બરા શિપિંગ કંપનીના મૅનેજિંગ ડિરેક્ટર વેલિંગ્ટનસાહેબના હાથમાં હાથ નાખી લિફ્ટ તરફ આવી રહી હતી.

'કમ ઑન !' રાત્રિની સ્તબ્ધતામાં બાર્બરાના કાને કૅપ્ટનનો અવાજ અફળાયો, પછી તેની સાથે લિફ્ટમાં દાખલ થતો ઓમકાર પણ દેખાયો એટલે એ ચોંકી. ઓમકારનું કાંડું પકડીને કૅપ્ટન એવી રીતે લઈ ગયા જાણે એ હોમો (અકુદરતી સંબંધની આદત ધરાવતા) હોય !

પરંતુ ત્યાં મગજમાં બત્તી થઈ : *આ તો અમારો ન્યુક્લિયર સાયન્ટિસ્ટ...* અને શિપના કૅપ્ટન માટે સી. આઇ. એ.ના તેના બૉસે ચેતવી દીધેલી : *એ અંગ્રેજ છે એટલે સ્કૉટલૅન્ડ યાર્ડવાળા તેને સાધી લે તો નવાઈ નહીં !*

ઓત્તારીની... બાર્બરાએ મૅનેજિંગ ડિરેક્ટરનો હાથ છોડી દીધો : 'સર, મોજમસ્તી પૂરી થઈ... મારે ડ્યુટી પર લાગી જવું પડશે.'

આમ કહી એ ઝડપથી લિફ્ટ તરફ ધસી ગઈ. આમ તો કહેવા ખાતર મૅનેજિંગ ડિરેક્ટરની સેક્રેટરી હતી, બંને વચ્ચે એવી કોઈ આત્મીયતાય નહોતી, છતાં રાત્રે કેસિનોમાં સાથે રમતાં- રમતાં બંને થોડાં રંગમાં આવી ગયાં હતાં. *ચાલો જરા લટાર મારીએ...* મૅનેજિંગ ડિરેક્ટરની સુંવાળી વૃત્તિ સળવળવા લાગી હતી : *મારી આ શિપમાં એકાદ રાઉન્ડ મારી લઉં.* કહી બાર્બરાનો હાથ પકડી લીધો. એક-બે ફ્લૉર ફરી આવ્યાં ત્યાં સુધીમાં એમ. ડી.ને આશા જાગી કે તોફાની ઘોડી જેવી બાર્બરા હવે વશ થઈ જવાની... ત્યાં જ કંઈક ભાળી ગઈ હોય તેમ એ છટકી ગઈ !

'મિસ્ટર હાઇનેસ, જાગો છો કે ઊંઘમાંથી ઉઠાડ્યા ?'

'હમણાં જ કેસિનોમાંથી આવ્યો. બાથરૂમમાં કપડાં બદલતો હતો એટલે ફોન ઊંચકવામાં થોડી વાર લાગી.'

મધરાતે ફોન પર બાર્બરાનો અવાજ સાંભળીને હાઇનેસ થોડા રંગમાં આવી ગયા :

'થોડી વાર પહેલાં કેસિનોમાં તમને *એમ. ડી.* સાથે જરા ગે મૂડમાં જોયેલા.'

'એમાંથી થોડા સીરિયસ મૂડમાં આવી જવું પડ્યું.' બાર્બરા ઉતાવળમાં હતી : 'હું લૉબીમાંથી બોલી રહી છું... હજુ હમણાં જ તમારા પેલા અણુવિજ્ઞાનીને કૅપ્ટનની સાથે જતો જોયો.'

'અત્યારે !' હાઇનેસના અવાજમાં હવે ઉચાટ આવ્યો : 'ક્યાં જતો જોયો એને ?'

'કૅપ્ટનની કેબિનમાં...'

'ઓહ ! તો-તો એને ચેસ રમવા લઈ ગયા હશે.'

'હિઝ હાઇનેસ, આટલા બધા બેખબર રહેવું સારૂં નહીં. હાઇ કમાન્ડને તમારી તધુ એક ગફલતની જાણ થશે તો...'

'સમજી ગયો, મિઝ !' એમના શ્વાસનો વેગ વધી ગયો, 'ચેસ રમવાને બહાને કૅપ્ટન કદાચ ઓમકાર પાસેથી વાત કઢાવવાની પેરવી કરતા હોય.'

'એટલું જ નહીં, કદાચ તમારા એ સાથીની ગેરહાજરીમાં એની કૅબિનમાં ખાંખાંખોળા કરવાની તરકીબ કેમ ન અજમાવી હોય ?'

'તો-તો હું હમણાં જ એની કૅબિન પર પહોંચું છું.' કહી હાઇનેસ રીસીવર મૂકવા જતા હતા ત્યાં સામેથી આદેશ સંભળાયો :

'સાથે હથિયાર રાખવાનું ભૂલતા નહીં.' બાર્બરા કાનમાં કહેતી હોય એવા ધીમા છતાં તીણા સ્વરે બોલી ગઈ : 'હું કૅપ્ટનની કેબિનમાં અચાનક જઈ ચડી હોઉં એમ પહોંચું છું... મારી હાજરીથી અણુવિજ્ઞાનીની'બોલતી બંધ થઈ જશે.'

તેના છેલ્લા શબ્દો સાંભળ્યા-ન-સાંભળ્યા કરી, ફોન મૂકી દઈને નાઇટગાઉનના ખિસ્સામાં ગન સેરવી દેતા હાઇનેસ સડસડાટ બહાર નીકળી ગયા. એમના મનમાં ફડકો હતો. કૅપ્ટને

ઓમકારની કેબિનમાં ઝડતી લેવાનું કાવતરું ઘડ્યું હોય અને પોતે મોડા પડે તો-તો મહા-અનર્થ સર્જાઈ જવાનો હતો. હૉંગકૉંગમાં ફોડવાના બૉમ્બની ડીઝાઇન કે રીમોટ સ્વિચની સામગ્રી કોઈના હાથમાં ઝડપાઈ જાય તો-તો...

અધ્ધર શ્વાસે હાંફળાફાંફળા હાઇનેસ લિફ્ટમાંથી ત્રીજા માળની લૉબીમાં દાખલ થયા. ખાસ કોઈ ચહલપહલ નહોતી છતાં સાવચેતી ખાતર દબાતાં પગલે ઓમકારની કેબિન તરફ સરકવા લાગ્યા. જેમ-જેમ કેબિન નજીક આવવા લાગી તેમ-તેમ ગાઉનના ખિસ્સામાં રાખેલી ગન પર એમના હાથની ભીંસ વધવા લાગી. *કોને ખબર, કેવા પ્રકારના માણસનો સામનો કરવો પડશે ?*

કેબિનની લગોલગ આવી પહોંચ્યા એટલે શ્વાસ થંભાવી બારણા પર કાન માંડ્યા. અંદર ખાસ કોઈ સંચાર થતો લાગ્યો નહીં. હા, લાઇટ ચાલુ હતી. કદાચ પોતે વહેલા આવી પહોંચ્યા એવું વિચારીને હાઇનેસ થોડા આગળ જઈ એક વળાંકમાં લપાઈને ઊભા રહ્યા. પાંચ, સાત, દસ મિનિટ કોઈના આવવાની રાહ જોયા પછી મનમાં ચટપટી થવા લાગી. *કદાચ પોતાના આવતાં પહેલાં કોઈક કેબિનમાં ઘૂસી ગયું હોય અને અવાજ કર્યા વિના સરસામાન વીંખવા લાગ્યું હોય તો ? કદાચ પેલી ડીઝાઇનનાં પેપર્સ ચોરી લેવાને બદલે તેની નકલ કરવા બેઠો હોય એવું કેમ ન બને ?*

એમણે ફરી પગ ઉપાડ્યા. કેબિન પાસે પહોંચી દરવાજા પર અમસ્તો હાથ મૂક્યો ત્યાં જ શરીરમાં ઝણઝણાટી પસાર થઈ ગઈ. અંદરથી બારણું બંધ નહોતું, માત્ર અટકાવેલું જ હતું !

એમણે જમણા હાથે ગન કાઢીને ડાબા હાથથી દરવાજાને હળવો હડસેલો માર્યો અને એ જરા જેટલી હિલચાલે અંદર ખળભળાટ મચાવી મૂક્યો : 'કોણ ?'

ત્રીસેક વરસનો કોઈ યુવાન ઓમકારનો સામાન વીંખતો હતો. અચાનક બારણું ઊઘડ્યું એટલે *કોણ ?* કહેતો ભડકીને એ ઊભો થઈ ગયો.

'કોણ એ તો હું તને પૂછું છું !' હાઇનેસે ગન તાકી આંખોમાં કરડાકી સાથે કેબિનમાં પ્રવેશ કર્યો : 'હૅન્ડ્સ અપ !'

પેલાએ કાંપતા ચહેરે બંને હાથ ઊંચા કરી દીધા. તેના પગ પાસે ઓમકારના સામાનનો થેલો પડ્યો હતો. તેનો ઘઉંવર્ણો વાન અને નાક-નકશો ચાડી ખાતા હતા કે એ એશિયન છે.

'શું કરતો હતો ?' હાઇનેસ જાણી-જોઈને હિન્દીમાં બોલવા લાગ્યા : 'તું છે કોણ ?'

'કૂક છું... ઇન્ડિયન રસોઈયો.'

'અત્યારે અહીં શું રાંધવા આવ્યો હતો ?' હાઇનેસનો કટાક્ષ બીજા માટે વપરાયો હોત તો જરૂર એનાથી હસી જવાત, પણ રંગે હાથ પકડાઈ જવાની સજા ભોગવવાની ઘડીઓ ગણાતી હતી.

'સર, જુગારની આદતે મને આવાં કામ કરતો કરી દીધો.'

એ આજીજીના સ્વરે કહેવા લાગ્યો :

'સાચું કહું છું, દારેસલામથી ચડ્યા પછી પહેલી વાર જ આ કામ કરવા ગયો અને પકડાઈ ગયો.'

'પરંતુ આ કેબિનમાં કોઈ નથી એની જાણ તને ક્યાંથી થઈ ?'

પૂછતાં હાઇનેસે એક બર્થ પર સૂતેલા આત્મા પર નજર નાખી.

'સર, કેસિનોમાં રમીને મોડેથી કેબિનમાં પાછા ફરનારા કોઈક અંદરથી બંધ કરવાનું વીસરી

જાય એવી આશાએ દરેક કેબિન પાસેથી ફરતો-ફરતો નીકળ્યો તેમાં આનો દરવાજો જરાક હડસેલતાં જ ઊઘડી ગયો.'

કહીને એ જરા વાર અટક્યો :

'આ છોકરાને જોઈને પીછેહઠ કરવાનું વિચારતો હતો, પણ જુગાર રમવાના ચસકાએ પગને જકડી લીધા. જે કાંઈ ડૉલર્સ મળે તે લઈને છટકી જવાનું વિચારતો હતો ત્યાં આપ...'

'હં !' હાઇનેસ તેને ધ્યાનથી નિહાળવા લાગ્યા. પછી કેબિનમાં નિરીક્ષણ કરી જોયું. ખાસ કોઈ હેરાફેરી થયેલી જોવા મળી નહીં, છતાં પૂછ્યું :

'શું હાથ લાગ્યું ?'

'કાંઈ નહીં, સર !' પેલાએ જર્સી સાથે પહેરેલા જીન્સનાં ખાલી ખિસ્સાં દેખાડવા હાથ નીચે કરવાની ચેષ્ટા કરી એટલે હાઇનેસે ગન તેના તરફ લંબાવી :

'ચાલ, બહાર નીકળ !' કહી ડાબા હાથે પેલાના શરીર પર હાથ ફેરવી લીધો. કોઈ ચીજ હજુ સુધી કબજામાં આવી નહોતી, ન તો કોઈ હથિયાર તેની પાસે હતું.

'સર, મને માફ કરી દો !' પેલાએ બહાર નીકળવા માટે પગ ઉપાડતાં માફીની ભીખ માગી : 'હું ગરીબ રસોઈયો છું ! મહિના-દિવસની નોકરીમાં હજાર ડૉલર્સ કમાઈને ઘેર જવા શિપમાં ચડ્યો છું... મને પોલીસને નહીં સોંપી દેતા, ભાઈસા'બ !'

'શું નામ તારું ?'

'દિલીપ ચોપરા... પંજાબનો છું. વખાના માર્યા દરિયાની રઝળપાટ કરવી પડે છે.'

'અહીં ક્યાં રહે છે ?'

'સ્ટાફ ક્વાર્ટર્સ, ડી નાઇન્ટી ફોર.'

'અને કામ કયા કિચનમાં કરે છે ?'

'કેનેડી રેસ્ટોરાં... અત્યારે તો ઇન્ડિયન ડિશિસ માણનારાં આપના જેવાં આઠ-દસ જ પૅસેન્જર્સ છે, પણ હૉંગકૉંગથી ઘણાં ઉતારુઓ ચડવાનાં છે ત્યારે બક્ષિસ પણ ઘણી મળશે... મારા પર ઉપકાર કરો, સાહેબ, મને જવા દો !'

'જવા તો દઉં.' કહી હાઇનેસ ઘડીભર તેને તાકતા રહ્યા. અત્યારે આને ઉઘાડો પાડીને ઊહાપોહ કરવો નહોતો. બાર્બરા સાથે મસલત કરી સવારે એને સકંજામાં લેવો જોઈએ.

'એક શરતે જવા દઉં.'

'આપ કહો તે શરત માન્ય છે, સાહેબ !'

'તો હું જ્યાં બોલાવું ત્યાં હાજર થઈ જજે... અને મારું ચીંધ્યું કામ કરી આપજે.... પછી ભલે જાનનું જોખમ હોય.' કહી હળવેકથી ઉમેર્યું : 'એટલી બધી બક્ષિસ આપીશ કે તારું જિંદગીભરનું દળદર ફીટી જશે.'

'તો-તો આપના રૂપમાં ભગવાન મળ્યા એમ સમજીશ, સાહેબ !' પેલો રીતસર પગે પડી ગયો એટલે હાઇનેસે નાઇટગાઉનના ખિસ્સામાં ગન સેરવી દઈને પગેથી હળવી લાત મારીને મુક્તિ આપી દીધી :

'નાટક કરવું રહેવા દે. જા, ભાગ અહીંથી.'

ત્યારે પેલો સફાળો ઊભો થઈ જઈ, પીઠ ફેરવીને એવો નાઠો, જાણે ફરી ક્યારેય મોં દેખાડવા માગતો ન હોય.

અને ખરેખર બન્યું પણ એવું જ. સવારે જૉગિંગને બહાને સ્વીટમાંથી બહાર નીકળીને સ્ટાફ ક્વાર્ટર્સમાં ડી નાઇન્ટી ફોર નંબરની રૂમનો દરવાજો ખટખટાવ્યો તો ઊંઘરેટી આંખે બારણું ઉઘાડનાર હતો તો કૅનેડી રેસ્ટોરાંનો એક કૂક જ. એણે દિલીપ ચોપરાનું નામ હાઇનેસની જબાનેથી પહેલી જ વાર સાંભળ્યું : 'અમારે ત્યાં એક જ ઇન્ડિયન કૂક છે, એ દારેસલામથી જ ચડ્યો હતો, પણ પંજાબી નથી અને એનું નામ છે મનોહર માલપાણી... જાતનો મારવાડી છે, છતાં પંજાબી, ચાઇનીઝ - બધા જ પ્રકારની ઉમદા રસોઈ બનાવે છે.'

'સાલો...' બબડતા હાઇનેસ વીલા મોઢે પાછા ફરી ગયા. છેતરાઈ ગયાનો વહેમ તો પેલાને જતો કરીને મધરાતે સ્વીટમાં પાછા ફર્યા ત્યારથી ડંખવા લાગ્યો હતો. *પોતે ખાતરી કર્યા વિના જવા જ શું કામ દીધો ?* એટલે તો પાકું કરીને જ બાર્બરા સમક્ષ પોતાનું પરાક્રમ રજૂ કરવા માટે રાત્રે ફોન બાજુએ મૂકીને પથારીમાં લંબાવ્યું હતું અને પડખાં ફેરવીને માંડ સવાર પાડી હતી.

કદાચ પેલા માણસે ખોટી માહિતી આપી હોય. રાત્રે રંગે હાથે પકડાઈ ગયેલા કૂક દિલીપે તેના એ સાગરીતને કહી રાખ્યું હોય કે *મારા અંગે કોઈ પૂછપરછ કરે તો ખોટું બોલીને એને ભેખડે ભરાવજે, એનો પીછો છોડાવજે.*

હાઇનેસ દાંત પીસતા, પોતાની ગફલત બદલ જાતને કોસતા કૅનેડી રેસ્ટોરાં તરફ ઊપડ્યા. પેલી બાર્બરા મળે એ પહેલાં કૂકને હાથ કરવો જોઈએ. કદાચ પોતાના હાથે કાચું કપાયું છે એ નક્કી થાય તો બાર્બરાને કહી દેવાનું કે *કૅપ્ટનની સાથે ચેસ રમીને ઓમકાર એની કૅબિનમાં પાછો ફર્યો ત્યાં સુધી બીજું કોઈ જ ત્યાં ફરક્યું નહોતું. હું ખડા પગે અને ઉઘાડી આંખે લપાઈને ચોકી કરતો રહ્યો હતો !*

કૅનેડી રેસ્ટોરાંના સ્ટાફમાં આસિસ્ટન્ટ સ્ટુઅર્ડ સિવાય બીજું કોઈ હજુ આવ્યું નહોતું. એ આસિસ્ટન્ટે પણ દિલીપ નામનો કોઈ જ કૂક સ્ટાફમાં ભરતી થયો નથી અને દારેસલામથી શિપમાં ચડેલા હિન્દુસ્તાની કૂકનું નામ તો માલપાણી છે... એ જ વાત દોહરાવી ત્યારે હાઇનેસે એ માલપાણીને પકડી પાડવા તેનો રૂમ નંબર લઈ લીધો.

આ વખતે રૂમનું બારણું માલપાણીએ પોતે જ ઉઘાડ્યું. શરીરે સ્થૂળ, માથે ટાલ અને ચાલીસ-પિસ્તાળીસની ઉંમરના માલપાણીએ નાઇટ ડ્રેસમાં પાયજામો અને પહેરણ પહેર્યાં હતાં. પોતાની ઓળખાણ આપીને તેણે પણ એની એ જ વાત કરી : 'નહીં, સર, દિલીપ ચોપરા નામનો કોઈ જ કૂક આપણી શિપ પર નથી. ઇન્ડિયન કૂકમાં તો અત્યારે હું એકમાત્ર છું. હા, હૉંગકૉંગથી મુંબઈની તાજમહાલના બે રસોઈયા જોડાવાના ખરા... !'

તો પછી મધદરિયે પેલો દિલીપ મને બેવકૂફ બનાવીને ગયો ક્યાં ? મધદરિયે શિપમાંથી નાસી જવાય તેમ નથી અને હું હરતાંફરતાં દરેકના ચહેરા જોતો રહી ગમે તેમ કરીને એને પકડી પાડ્યા વિના રહેવાનો નહીં.

બબડતા હાઇનેસ સ્વીટ પર પાછા ફર્યા ત્યારે કોઈએ દરવાજામાંથી સરકાવેલી ચિઠ્ઠી

તેમના પગ હેઠળ કચરાઈ. કદાચ બાર્બરાએ ગુપ્ત સંદેશો મોકલ્યો હશે, તાકીદે મળી જવા બોલવ્યો હશે...

પરંતુ ચિઠ્ઠી લખનાર પેલો દિલીપ ચોપરા જ હતો જેને એ સવારથી શોધી રહ્યા હતા.

'સર, માફ કરજો, મારા હાથે ગુનો થતાં થતાં રહી ગયો, છતાં મારો આત્મા એટલો બધો ડંખે છે કે આ ચિઠ્ઠી લખીને સમુદ્રમાં કૂદી પડવાનો નિર્ણય લેવો પડ્યો. એક જ વાતનું દુઃખ છે કે હું આપના કોઈ જ કામમાં આવી શકીશ નહીં...' છેલ્લે ટાંક મારી હતી : 'તમે ચિઠ્ઠી વાંચતા હશો ત્યારે હું પરલોક સિધાવી ચૂક્યો હોઈશ. મહેરબાની કરી મને શોધવાનું કષ્ટ ઉઠાવશો નહીં.'

*

બે રાત તાનિયાએ ભારે બેચેનીમાં વિતાવી. પોતે પ્રેગ્નન્ટ હોવાનો વહેમ દિવસેદિવસે ખાતરીમાં પલટાતો જતો હતો. પેટમાં ફરફરાટ અનુભવવાનો આભાસ થવા લાગ્યો હતો. બીજી બાજુ ઓમકાર હવે રહસ્યમયને બદલે વહાલસોયો લાગવા માંડ્યો હતો. દેશપ્રમથી પ્રેરાઈ એ કોઈ પરાક્રમ કરવા નીકળ્યો છે એ ખ્યાલ-માત્રથી જ તેની નજરમાં ઓમ વીરનાયક બની ચૂક્યો હતો. તેના બાળકની માતા થવાનો વિચાર ગૌરવભર્યો લાગ્યો હતો તેની સાથોસાથ ઓમ આ કાર્ય પાર પાડવા જતાં વીરગતિને વરે એવો વિચાર થથરાવી મૂકતો હતો.

'તાની, એ રાત્રે આપણે બંને ભૂલ કરી બેઠેલાં.'

આત્માના માથે હાથ મૂકીને બંનેએ શપથ લીધા અને ઓમકારે કહેવાય એટલી વાત તાની સમક્ષ રજૂ કરી દીધી પછી લાગણી-નીતરતા સ્વરે કહ્યું :

'મારી જિંદગીનો કોઈ ભરોસો નથી... તું અને આત્મા મુંબઈ બંદરે ઊતરી જશો અને અમે શિપમાં કરાંચી તરફ હંકારી જઈશું. ત્યાર પછી શું બનશે એની કલ્પના થઈ શકે તેમ નથી.'

'એટલે તું કહેવા શું માગે છે, ઓમ ?'

તાનિયા આંખોમાં આંખ પરોવીને બોલી ગઈ હતી : 'આ કાર્યમાં શું હું તને ક્યાંય ખપમાં ન આવી શકું ?'

'જરૂર આવી શકે. એક જ રીતે તું ખપમાં આવે એમ હું ઇચ્છું છું.' એ લગભગ કાનમાં કહેતો હોય તેમ બોલી ગયો હતો : 'મારી મા અને આત્માની જવાબદારી ઉપાડી લે. તારા પેટમાં જો ખરેખર મારી નિશાની પાંગરતી હોય તો એનો નિકાલ કરી દેજે અને...'

'અને શું ?'

'અને મારી ગેરહયાતીથી મા તથા આત્મા ટેવાઈ જાય પછી કોઈ સુપાત્ર શોધીને ઠરીઠામ થઈ જજે, તાની !'

ત્યારે તાનિયા છેડાઈ પડી હતી :

'મારું ભવિષ્ય કેવી રીતે ઘડવું એનો અધિકાર હજુ સુધી મેં તને આપ્યો નથી, ઓમ !'

'તું અધિકારની વાત કરે છે, તાની, પણ હું તો તારા ધિક્કારમાંથી મુક્ત થઈ ગયો એટલે મોક્ષ મળ્યા જેવી નિરાંત અનુભવું છું અત્યારે !'

વાત આટલેથી અટકી પડી હતી, કારણ કે આસપાસ રમતા આત્માએ આવીને જાણ

કરેલી : હાઇનેસ અંકલ પેલી ગોરી આન્ટી સાથે ફરતા-ફરતા હમણાં અહીંથી પસાર થઈ ગયા. એ જાણ્યા પછી બંનેએ સફાળાં સાવધ થઈ જઈ વિખૂટાં પડી જવું પડ્યું હતું.

ત્યાર પછીની બબ્બે રાત તાનિયાએ તરફડાટમાં વિતાવી. વારેવારે તેને મેક્સવેલ યાદ આવી જતો. અત્યાર સુધી ઓમકાર વિલન લાગતો અને મેક્સવેલ હીરો દેખાતો હતો. હવે એકાએક જાણે પરિસ્થિતિ બદલાઈ ગઈ. ઓમ પરાક્રમી લાગવા માંડ્યો હતો અને મેક્સવેલ ?

બસ, તાનિયા એ જ નક્કી કરી શકતી નહોતી. *'મેક્સવેલ મને ઓમકારથી દૂર રહેવા માટે કેમ ચેતવે છે ? કદાચ મારી જેમ એ પણ ઓમકાર બાબતમાં ગેરમાર્ગે દોરવાઈ રહ્યો છે ? હવે તેના તરફથી કોઈ મારો સંપર્ક કેમ નથી કરતું ? પેલો આફ્રિકન યુવાન મોન્ટુ એકાએક શિપ છોડીને ચાલ્યો કેમ ગયો ? એના તરફથી મને એક જ વાર મિરેકલ પેપર દ્વારા હાઇનેસ બાબત થોડી બાતમી મળી હતી. ત્યારપછી મોન્ટુએ ઑડિયો કૅસેટ મોકલીને ઓમકાર તથા હાઇનેસ વચ્ચે થતી વાતચીતના ભાષાંતરનું કામ મને સોંપ્યું... બસ, એ પછી દારેસલામમાં બેઠેલા મેક્સવેલને મારામાં જાણે કોઈ રસ રહ્યો નહીં. હું એમના માટે કોઈ ઉપયોગી ન રહી હોઉં એમ મને જાણે સાવ તરછોડી દીધી.*

તો શું હું ઓમકારની નિકટમાં જઈ રહી છું એવું ત્યાં બેઠાં એ લોકોએ જાણી લીધું હશે ? હવે સ્કૉટલૅન્ડ યાર્ડવાળા એક્સ, વાય અને ઝેડ મને કાવતરાખોર માની બેઠા હશે ? નહીં, મારે એમનો આ ભ્રમ ભાંગી નાખવો જોઈએ. એ લોકો ઓમકારના ભગીરથ કાર્યમાં વિઘ્ન નાખે તે પહેલાં મારે કાંઈક કરી છૂટવું જોઈએ...'

અને હાથની મુઠ્ઠીઓ ભીડીને તાનિયા મક્કમ પગલે કૅપ્ટનની કૅબિનમાં પહોંચી ગઈ. સવારનો બ્રેકફાસ્ટ પતાવી કૅપ્ટનસાહેબ ટીવી પર ન્યૂસ સાંભળતા બેઠા હતા.

'વેલ્કમ, ગ્રેસિયસ લેડી !'

દાઢી ખજવાળવાનું અટકાવી હસતા મુખે એમણે આવકાર આપ્યો :

'તમારા જેવા પૅસેન્જર આ રીતે કંપની આપવા આવતાં રહે તો મારી એકલતા ઓછી થાય.'

'કૅપ્ટન, કંપની માટે તમે પત્નીને કેમ સાથે નથી લઈ આવતા ?'

'ઓહ ગૉડ ! હવે એ દરિયાથી એટલી કંટાળી ચૂકી છે કે હું ઘેર પાછો ફરીને સફરની કોઈ વાત પણ ઉચ્ચારું તો તરત જ છૂટાછેડા લેવાની ધમકી આપી દે છે.'

સાંભળીને તાનિયા હસી પડી. પછી તેને એકાએક ગંભીર બની જતી જોઈને કૅપ્ટન પણ ચૂપ થઈ ગયા.

'સર, આપને એક તકલીફ આપવાની છે,'

'બોલો, તમારા જેવી સુંદર સ્ત્રી માટે કષ્ટ ઉઠાવવાનું મને ગમશે.'

પરંતુ તાનિયાની તંગ મુખરેખા એવી જ રહી.

'સર, તમારે મને મેક્સવેલનો સંપર્ક કરાવી આપવો પડશે.'

અને કૅપ્ટન ટટ્ટાર થઈ ગયા. તેને તાકતા રહ્યા. પછી ટીવીની સ્વિચ ઑફ કરી ટિપાઈ પર પડેલું ન્યૂસપેપર વાંચવાનો ડોળ કરવા લાગ્યા.

'આપે જવાબ નહીં આપ્યો.'

'શેનો જવાબ ?' નફ્ફટપણે એ અજાણ્યા થઈ ગયા.

'મેક્સવેલનો સંપર્ક...'

'હું મેક્સવેલને ઓળખતો નથી.'

આમ કહેતા એ સફાળા ઊભા થઈ આંખે દૂરબીન લગાવી દરિયાનું નિરીક્ષણ કરવાની ચેષ્ટામાં લાગી ગયા : 'એ નામ પણ મેં આજે જ સાંભળ્યું.'

'કૅપ્ટન, હું સ્કૉટલૅન્ડ યાર્ડવાળા....'

'શટ અપ, ડૉક્ટર શાહ !'

હચમચી ગઈ તાનિયા. કૅપ્ટને પીઠ ફેરવ્યા વિના તેની સામે જોવાની તસ્દી લીધા વગર એ પોતાનું અપમાન કરી નાખે એ તેના માન્યામાં આવતું નહોતું...

'તો શું મેક્સેવેલની જેમ આ કૅપ્ટને પણ મારાથી મોં ફેરવી લીધું ?'

'શું કામ, કૅપ્ટન !'

'શું કામ એટલે શું, મૅડમ ?'

એમણે સંતાકૂકડીની રમત ચાલુ રાખી ત્યારે તાનિયા નિઃશ્વાસ નાખતી ઊભી થઈ ગઈ.

'ઠીક છે, તમે સાવ નામક્કર જાઓ છો એટલે હવે મારે માનભેર અહીંથી જવું જ રહ્યું.'

કહેતી એ ચાલવા લાગી.

'છતાં કહેતી જાઉં છું... એક અત્યંત આગત્યની બાતમી મારે એમને પહોંચાડવાની છે.'

દરવાજા પાસે અટકીને તાનિયા આટલું બોલી એટલે ઝાટકા સાથે કૅપ્ટનની ગરદન એ તરફ ઘૂમતી દેખાઈ.

'પછી મને દોષ ન દેતા કે આ બાતમી પહોંચાડવામાં હું મોડી પડી.'

'યૂ કૅન ગો, ડૉક્ટર તાનિયા શાહ.'

કૅપ્ટને તુચ્છકાર સાથે સાવ સંભળાવી દીધું ત્યારે તાનિયાને થયું કે કોઈએ એને બહાર ધકેલી દેવા માટે જોરદાર હડસેલો મારી દીધો.

'આ રીતે મારું અપમાન કરવા બદલ તમારે પાછળથી પસ્તાવું પડશે, કૅપ્ટન !'

ત્યારે એમણે શબ્દોને બદલે સ્મિતથી તેને તુચ્છકારી દીધી.

'મિસ્ટર મેક્સવેલ તમારા પર વિશ્વાસ મૂકીને પસ્તાઈ ચૂક્યા છે, તાનિયાદેવી !' આમ કહેતા કૅપ્ટન કૅબિનનો દરવાજો બંધ કરવા માગતા હોય તેમ તેની લગોલગ આવી પહોંચ્યા :

'એ માણસ હવે તમને પૂરેપૂરાં ઓળખી ચૂક્યો છે... પગથી માથા સુધી !'

આમ કહી તાનિયાની પીઠ પર ધડામ કરતું બારણું વાસી દીધું કૅપ્ટને !

□

63

હૉંગકૉંગ રેસકોર્સ વિસ્તારમાં આવેલા ફૂટબૉલ ગ્રાઉન્ડમાં બે ટીમ વચ્ચે રમાતી હૉકીની પ્રૅક્ટિસ મેચ પૂરી થઈ એટલે કુતૂહલ ખાતર રમત નિહાળવા ઊભેલા લોકો વીખરાવા લાગ્યા અને બંને ટીમના ખેલાડીઓ પોતપોતાની હૉકી સ્ટિક સાથે સામસામા ગોઠવાઈને ઊભા રહી ગયા. ભારતનાં શ્રાવણમાસનાં સરવડાં જેવાં હૉંગકૉંગનાં જાન્યુઆરીનાં હળવા વરસાદનાં ઝાપટાંએ મેદાનની આસપાસનાં હરિયાળાં ઘાસને લીલુંછમ બનાવી દીધું હતું. સવારનાં સૂર્યકિરણોમાં ચમકતા એ ઘાસ પર પાર્ક કરેલી જીપ સ્ટાર્ટ થઈને મેદાનની વચ્ચોવચ આવીને ઊભી રહી ગઈ. પાછલી બેઠકની એક બાજુથી મિસ્ટર ઑલિવર ઊતર્યા અને બીજી તરફથી ખૂંધને કારણે ઝૂકી ગયેલી ગરદનવાળો વૃદ્ધ મિલિટરીમૅન કૂદકો મારીને ઊતરવા જતાં સંતુલન ગુમાવી દઈને ભોંય પર ગબડી જતો માંડ બચ્યો ત્યારે અદબભેર ટટ્ટાર ઊભેલા હૉકી ટીમના ખેલાડીઓમાંથી કેટલાક હસવું દબાવી શક્યા નહીં. પેલા ખૂંધિયાએ મિલિટરી પોશાકમાં લટકતા ચાર-છ મેડલ્સ પર હાથ પસવારી, દાઢીના કાબરચીતરા વાળ ખંજવાળી, જરા ટટ્ટાર થવાની ચેષ્ટા સાથે ખોંખારો ખાધો ત્યારે બંને ટીમના હૉકી ખેલાડીઓ અને મૅનેજર્સ સહિત ચોવીસે-ચોવીસ જણાએ પેલાના મુખ પર નજર સ્થિર કરવાની ફરજ પડી. ખૂંધિયા મિલિટરીમૅનની આંખો તેના ચંદ્રકોની જેમ કરડાકીથી ચમકતી હતી. એની કીકીઓમાં ક્યાંય બૂઢાપાની ઝાંખપ દેખાતી નહોતી. વધુ વાર જોનારાને વીંધી નાખે એવી ધાર એ આંખોની દૃષ્ટિ ધરાવતી હતી.

'આ છે તમારા સુપર કોચ.'

સામસામે ઊભેલા ખેલાડીઓની વચ્ચે ખૂંધિયા મિલિટરીમૅનને દોરી જઈને મેક્સવેલના સાથીદાર મિસ્ટર ઑલિવરે શરૂઆત કરી :

'એમનું નામ છે કમાન્ડર સિકંદરખાન... જેઓ દિલમાં વતનપરસ્તીનું ઈમાન લઈને ફરે છે અને હથેળીમાં જાન લઈને જીવે છે.'

હવે તેમને જોઈ રહેલી ચોવીસ જણાની અડતાળીસ આંખોની કીકીઓમાં થોડી વાર પહેલાંની

અવગણનાને બદલે ઇજ્જત અંજાવા લાગી. સિકંદરખાન પણ દરેકના મુખભાવનું બારીક નિરીક્ષણ કરવા લાગ્યા હતા. ત્યાં ઊભેલા પ્રત્યેકને એ માત્ર નામથી જ નહીં, અત્યંત નિકટતાથી પિછાણતા હતાં છતાં, આ ચોવીસમાંથી એકનેય પોતાના મેકઅપ પાછળ છુપાયેલી અસલિયતનો અણસાર આવતો દેખાયો નહીં ત્યારે એ મનોમન બબડ્યા : *મિસ્ટર એક્સે સાચું જ કહ્યું હતું : આ મેકઅપમાં તમે તમને અરીસામાં જોશો તો એ પ્રતિબિંબ તમને પરાયું જ લાગશે. ખુદ તમે તમારી જાતને ઓળખી નહીં શકો, પછી પારકાની શું મજાલ છે કે તમને પિછાણી શકે ?*

'એટેન્શન !'

બંને ટીમના કોચ મનસૂર મહમ્મદે વચ્ચે આવીને આદેશ આપ્યો એટલે બાકીના ત્રેવીસે એ પોતપોતાની હૉકી સ્ટિક પગ પાસે પડતી મૂકી દઈને ગરદન ટટ્ટાર કરી દીધી.

'હવે કમાન્ડરસાહેબ તમારા દરેકની સલામી ઝીલીને પસાર થશે.' ઑલિવરે સમજાવ્યું :

'યાદ રાખજો, એ તમારા ઉસ્તાદ દિલાવરખાનના ઉસ્તાદ સિકંદરખાન છે. એમની નજરમાં નબળો પુરવાર થનાર ખેલાડી ચેમ્પિયનશિપના આ ખેલમાંથી બાકાત થઈ જશે.' કહી એણે શુભેચ્છા પાઠવી : 'ગૂડ લક ટુ એવરીબડી.'

સાંભળીને દરેક ખેલાડીના પગથી માથા સુધી ચુસ્તી પ્રસરવા લાગી અને સિકંદર ખાન સરસેનાપતિના રુઆબથી સામસામે ઊભેલા ખેલાડીઓની સલામ ઝીલતા પસાર થવા લાગ્યા.

પાંચમા જુવાન પાસેથી પસાર થતાં અચાનક પાછા ફરવાની ચેષ્ટા સાથે સિકંદરે કરાટેની ચોંપ ફટકારવા પેલા પર હાથ ઉગામ્યો. એ ખેલાડી જરા સરખો ગાફેલ હોત તો ચિત્તા જેવી એની તરાપનો અચૂક શિકાર બની જાત અને સિંકદરના તાકતવર કાંડાના એક જ પ્રહારે તેની ગરદન મરડી નાખી હોત... પરંતુ તેને બદલે પેલાએ રક્ષણાત્મક દાવ અજમાવી સુપર કોચના આક્રમક હાથને અધવચ્ચે જ અટકાવી દીધો. જોકે બુઝુર્ગ કમાન્ડરના હાથની તાકાત ધાર્યા કરતાં વધુ નીકળી એટલે વળતો પ્રહાર ઝીલવા જતાં એ યુવાન શરીરનું સંતુલન ગુમાવી બેઠો છતાં બીજા પગે જમીન પર ટકી રહી શક્યો.

'શાબાશ, અબ્દુલ !'

તેની સતર્કતા બદલ કમાન્ડરે નામ સાથે શાબાશી આપી ત્યારે માત્ર અબ્દુલ જ નહીં, બીજા સાંભળનારાય ચોંકી ગયા. *ઉસ્તાદના આ ઉસ્તાદ શું દરેકને નામથી પિછાણતા હશે ? આગલા દિવસે ઉતારવામાં આવેલી બંને ટીમના ખેલાડીઓની વિડિયો કૅસેટ એમણે જોઈ હોવી જોઈએ. હવે એની ખૂંધ સામે નહીં પણ ખબરદારી સામે જોઈને આપણે ખબરદાર રહેવું પડશે.*

'તારા નાકના જમણા નસકોરા પાસે મૂછના ત્રણ-ચાર વાળ કેમ બરાબર કાપ્યા નથી, હમીદ !'

આઠમા ક્રમે ઊભેલા જુવાનનો કાન પકડી સિકંદરે તેના ગાલે હળવી ધોલ મારી દીધી : 'દિલાવરે તને શું કહ્યું હતું યાદ છે ને ?' તેના એ શબ્દોએ સૌના કાન સરવા કરી દીધા. *આ કમાન્ડર તો દરેક બાબતથી ખબરદાર છે ! દિલાવરે આ હમીદને તેના મૂછના વાળ માટે શું કહેલું એનીય તેને ખબર છે !*

'તને કહ્યું હતું ને કે મૂછ એ માત્ર મરદાનગીની જ નહીં, ખાનદાનીની પણ નિશાની છે !

ખૂણાના વાળ પર કાતર ચલાવતી વખતે નાકને ઈજા થવાની તારી દહેશત હજુય છૂટી નહીં !' કહી પોતાના હાથનાં અંગૂઠા-આંગળી વચ્ચે તેની મૂછનો એક વાળ પકડીને ખેંચી કાઢ્યો ત્યારે પેલાને લોહીના ટશિયા ફૂટી નીકળ્યા, પણ તેણે જરાસરખો ઊંહકારો કર્યો નહીં.

'કાતરની અણીથી નાકને ઈજા થવાનો ડર સેવનારો બંદૂકની ગોળી સામે ટટ્ટાર છાતીએ કઈ રીતે ઊભો રહી શકવાનો... બોલ, દિલાવરે આમ કહ્યું હતું ને તને ?'

ત્યારે હમીદે કબૂલાતના ભાવથી બે-ત્રણ વાર ગરદન ઝુકાવીને હકાર ભણી દીધો :

'જી હા, આ વખતે ગુસ્તાખી માફ કરી દો, ઉસ્તાદના ઉસ્તાદ !' કહી એ ગરદન ઝુકાવી અદબ વાળીને ઊભો રહી ગયો : 'આપના ફરમાન પર જાન કુરબાન કરી દેવામાં મારા રૂંવાડાનેય ફરકવા નહીં દઉં, જનાબે આલી !'

હમીદ ખાનદાન ઘરનો બેટો હતો. હજુ તો મૂછો ફૂટી નહોતી ત્યારથી કૉલેજના વિદ્વાન પ્રોફેસરનો એ બેટો જમ્મુ-કાશ્મીર મુક્તિમોરચામાં જોડાઈને રાઇફલનાં નિશાન લેવા મંડ્યો હતો. મરવા-મારવાના દાવપેચમાં એ ભલે નિર્દય બની ગયો હોય, પણ એની જબાનેથી તો ખાનદાની બોલી જ સાંભળવા મળતી.

'હમીદ, મારા ફરમાન પર માત્ર જાન કુરબાન કરવાથી જ નહીં ચાલે. જરૂર પડે તો તારા પ્રોફેસર અબ્બાને તારા પોતાના હાથે જ ઠાર કરવો પડશે.... આજકાલ એ કાફિરો(હિન્દુઓ)ની વકીલાત કરવા લાગ્યો છે. હિન્દુ-મુસ્લિમ-ભાઈચારાનાં ગાણાં ગાવા મંડ્યો છે.'

ત્યારે હમીદની ગરદન વધારે ઝૂકી ગઈ. નીચલા હોઠને તેણે દાંત વચ્ચે કરડ્યો. ત્યાં લોહીનો ટશિયો ફૂટ્યો. ખૂનનો ખારો સ્વાદ થૂંકી નાખવાની ઇચ્છા થઈ, પણ કમાન્ડરની હાજરીના કારણે બાપ પ્રત્યેનો એ આક્રોશ તેણે ગળી જવો પડ્યો.

'જનાબ મન્સૂર !' છેલ્લે સિકંદરે બંને ટીમના કોચને માનભેર સંબોધીને કહ્યું : 'દૂર જીપમાં બેઠાંબેઠાં મેં હૉકીની રમત તો નિહાળી, હવે અડ્ડા પર જઈને મારે એમની નિશાનબાજી જોવી કરવી છે.'

'જેવો આપનો હુકમ, કમાન્ડર !' પેલાએ અદબથી કહ્યું : 'મારા આ ખેલાડીઓ હૉકી કરતાંય નિશાનબાજીમાં બેહદ પાવરધા છે. આપની નજરની તારીફ મેળવવાને કાબેલ છે, ઉસ્તાદ કે ઉસ્તાદ !'

સાંભળીને દિલાવર ઉર્ફે સિકંદરને ટટ્ટાર થવાની ઇચ્છા જાગી, પણ જમણા ખભાની બનાવટી ખૂંધે તેની ઇચ્છાપૂર્તિ થવા દીધી નહીં. ભૂલેચૂકેય એ ખૂંધને ભૂલી જઈને ટટ્ટાર થવાનો પ્રયાસ કરે તો બનાવટી ખૂંધની ચારે તરફ ખોસેલી ટાંકણી વાંસામાં ભોંકાય, જેની પીડા યાદ અપાવી દે કે ખૂંધિયો માણસ આ રીતે ટટ્ટાર થઈ શકે નહીં, શું સમજ્યા જનાબ !

બે-ચાર વખત ખભા નીચે અણીદાર ટાંકણીઓ ભોંકાયા પછી સિકંદરને એ બરાબર સમજાઈ ચૂક્યું હતું. જોકે પોતે પડછંદ સશક્ત મરદ હોવા છતાં કાબરચીતરી દાઢીવાળા બૂઢા ખૂંધિયા તરીકે પેશ થવાનું કઠ્યા કરતું હતું. જોકે બેએક અઠવાડિયાં પછી ફરી પોતે અસલ સ્વરૂપે અને દુશ્મનોને માત કરનાર વિજેતા તરીકે સૌની સમક્ષ ગૌરવભેર ટટ્ટાર ઊભો રહેવાનો હતો એ વિચાર થોડા દિવસનો આ અણગમતો વેશ સહી લેવાની ધરપત આપતો હતો.

'કમાન્ડર, શેલ વી મુવ ?'

ઑલિવરે બધાની હાજરીમાં સંપૂર્ણ સન્માનપૂર્વક તેની સંમતિ માગી ત્યારે તો સિકંદરને થયું કે આવો એક અંગ્રેજ આપણો આજ્ઞાંકિત બની જાય એ જ સાહ્યબીના આવી રહેલા દિવસોની આગાહી સમાન છે. વાદળાં પાછળ છુપાયેલા સૂર્યને તાકતો સિકંદર એ દિવાસ્વપ્નમાં મશગૂલ રહ્યો એટલી વારમાં જીપ તેની બાજુમાં આવીને ઊભી રહી ગઈ અને અંદરથી ઊતરેલો ચીની ડ્રાઇવર કમાન્ડરને મિલિટરી સલામ ભરીને એક બાજુ ખસી ગયો.

'આપણું વાહન આ લોકોની બંને મિની બસોની સાથોસાથ એક જ માર્ગે જવાનું છે, મિસ્ટર *ઓ* ?'

ઑલિવરને આખા નામે બોલાવવાને બદલે દિલાવર ઉર્ફે સિકંદરે *ઓ*થી કામ ચલાવી લેવાનું અપનાવી લીધું હતું.

'આપણે જ્યાં જવાનું છે ત્યાં ત્રણ રૂટથી પહોંચાય છે. એમની બે બસ અને આપણી કાર અલગઅલગ માર્ગ પકડીને મંજિલે પહોંચી જશે.'

જીપમાં બેઠા પછી ઑલિવરે સમજાવ્યું :

'એમની બસની બધી જ બારીઓના ગ્લાસ ટિન્ટેડ (ઝાંયવાળા) હોવા છતાં મંજિલથી પાંચ કિલોમીટર દૂર બ્લૅક આઉટના પરદા લાગી જશે અને બસની આગળ-પાછળ *ઑન ગવર્નર્સ સર્વિસ*નાં બૉર્ડ ગ્રીન લાઇટથી ઝબૂકવા માંડશે.'

ત્યારે સિકંદર હસી પડ્યો.

'હૉંગકૉંગ પર અંગ્રેજોનું રાજ છે તેનો તમે લોકો બરાબરનો લાભ ઉઠાવો છો, મિસ્ટર *ઓ* !'

'અમારું રાજ ક્યાં લાંબું ચાલવાનું...' ઑલિવરે ડ્રાઇવરને જીપ રોકવાની ઇશારત કરતાં કહ્યું :

'જનાબ, હૉંગકૉંગ તો અમે રેડ ચાઇનાને સોંપીને ચાલ્યા જવાના... પછી જેવાં હૉંગકૉંગનાં નસીબ.'

'જેવી રીતે તમે અમને અમારા નસીબ પર છોડી દઈ ઇન્ડિયા-પાકિસ્તાન બનાવીને ચાલ્યા ગયા હતા એમ જ...' સિકંદરે ઑલિવરની પાછળ-પાછળ જીપમાંથી ઊતરી રસ્તામાં એમની રાહ જોતી જાપાની કારમાં ગોઠવાઈને ઉમેર્યું : 'જતાં-જતાં કાશ્મીરને સ્વતંત્ર કરી જવામાં તમારા સાહેબોનું શું જવાનું હતું ?'

જવાબમાં ઑલિવર પહેલાં તો હસ્યો. ડ્રાઇવર વિશ્વાસુ હોવા છતાં આગળ-પાછળની બેઠક વચ્ચે ગ્લાસનો પડદો પાડી દઈ એણે કહ્યું :

'જનાબ, માની લો કે કાશ્મીરનો મામલો અધ્ધર રાખીને નીકળી ગયા એના પ્રાયશ્ચિત્ત-રૂપે આજે અમે તમને મદદ કરવા મથી રહ્યા છીએ.'

'હં !' સિકંદરને હવે વાર્તાલાપ લંબાવવાની જરૂર લાગી નહીં. ઑલિવરે તેને ચગળવા માટે સ્વાદિષ્ટ જવાબ આપી દીધો હતો. જેને પોતે રૂબરૂ જોયા નહોતા એ મેક્સવેલે ઑલિવર મારફત સમજાવેલી યોજના મુજબ હૉંગકૉંગથી ઊપડનારી *ઓશનકિંગ-વન*માં પોતે, પેલી અનાર

અને આ ચોવીસ ખેલાડીના કાફલાએ સામાન્ય ઉતારુઓ તરીકે સફર ખેડવાની હતી. નક્કી કર્યા મુજબનાં વિવિધ પ્રકારનાં શસ્ત્રો બ્રિટિશ ગવર્નરની મહેરબાનીથી શિપમાં ઘુસાડી દેવાનાં હતાં, જેમાં ગન, ગ્રેનેડ અને રાઇફલથી માંડીને રૉકેટ-લોન્ચરનો સુધ્ધાં સમાવેશ થવાનો હતો. શિપમાં એને સંતાડવાનો પ્રબંધ પણ અંગ્રેજ કેપ્ટન જ કરી આપવાના હતા.

'મિસ્ટર ખાન !' ખ્વાબોમાં પુલાવ ખાતાં-ખાતાં મોંમાં કાંકરો આવી જાય તેમ ઑલિવરે કોટના ખિસ્સામાંથી કાળી પટ્ટી કાઢીને સિકંદરના હાથમાં ધરી દીધી : 'જરા આંખે ચડાવી દો. આપણે બ્લૅક આઉટ એરિયામાં આવી પહોંચ્યા છીએ.'

'તમને લોકોને મારા પર પૂરો એતબાર હોવા છતાં મને બધેબધી વાત કહી દેવાને બદલે ટુકડે-ટુકડે માહિતી કેમ આપો છો, મિસ્ટર *આ* ?'

સિકંદર આ સવાલ બે દિવસમાં બાર વખત પૂછી ચૂક્યો હોવા છતાં ઑલિવર જરાય અસ્વસ્થ થયા વિના એકનો એક ઉત્તર આપતો રહ્યો હતો : 'ખાનસા'બ, તમને કહી સંભળાવેલી યોજનામાં કેટલાંક ગાબડાં પૂરવાનાં બાકી છે. શિપ પરથી સંદેશા આવે, બૉમ્બેથી બાતમી મળે, પાકિસ્તાનની હિલચાલ જાણતા જઈએ તેમ-તેમ યોજનાને નક્કર સ્વરૂપ આપવું પડે.' કહી ખાન સામે જોયું. એના જવાબથી સંતોષ થયો હોય એવું લાગ્યું નહીં એટલે ઉમેર્યું :

'દાખલા તરીકે સવારે બૉમ્બેથી આવેલા સંદેશા પ્રમાણે કદાચ શિપને મુંબઈના બારામાં લાંગરવા નહીં મળે.'

'રમખાણોને કારણે ?'

'રમખાણની ખાનાખરાબી, તારાજી તથા કર્ફ્યુની હાલાકી... આ બધું વિદેશનાં ઉતારુઓ જુએ-સાંભળે તો ઇન્ડિયાના ટૂરિઝમ પર વિપરીત અસર પડે, એટલે કદાચ શિપને બીજે ડાઈવર્ટ કરવી પડે.'

'બીજે ?' ખાનને ખટક્યું હોય એ રીતે બોલી ઊઠ્યો : 'બીજે ક્યાં ?'

'કદાચ મદ્રાસ.'

'તો પેલો હસનનો બચ્ચો પાણીમાં બેસી જશે.'

'એ તો એનું કાવતરું કેવા પ્રકારનું છે એના પર બધો આધાર છે.' કહી ઑલિવરે સિફ્તથી વાત સંકેલી લીધી : 'બાકી તમને આખી યોજના એડવાન્સમાં ન કહેવાનું બીજું કોઈ જ કારણ નથી.'

'છે, મિસ્ટર *ઓ* !' આંખ પર પટ્ટી હોવા છતાં આદત મુજબ ઑલિવર તરફ ડોક ફેરવી આછા સ્મિત સાથે ખાન બોલી ગયો : 'કદાચ હું દુશ્મનોના સકંજામાં સપડાઈ જાઉં અને ટોર્ચર સામે ઝૂકી જઈને તમારી યોજના ઓકી નાખું તો... ?'

સિકંદર જોઈ શકે તેમ નહોતો એટલે ઑલિવર મલક્યો : *એ કારણ પણ સાવ સાચું છે, દિલાવરખાન ઉર્ફે સિકંદરખાન ઉર્ફે કમાન્ડર ઉર્ફે...*

'તમારો પહેલો દરવાજો ઊઘડ્યો.'

અન્ડરગ્રાઉન્ડ અડ્ડામાં કાર પ્રવેશી રહી છે એનો અંદાજ માત્ર અવાજ પરથી જ પામી જઈને સિકંદરે કહ્યું : 'અહીં આવવામાં દિલમાં ઉમંગ ઊછળવા લાગે છે, મિસ્ટર *ઓ* !' કહી તેનો હાથ દાબ્યો :

'કારણ તો તમે જાણો છો... આંખો પરથી પટ્ટી હટે ત્યારે મધુબાલા જેવી પેલી અનારકલી સામે વેલકમની મુસ્કાન સાથે ઊભેલી દેખાય તો જંગ જીત્યા જેવું જોશ ચડી જાય !'

તેની આ ઉત્તેજના ઑલિવરને ખટકી ગઈ. *જોખમી જવાબદારી ઉઠાવનાર માણસ કોઈ સ્ત્રી પાછળ આવાં ઘેલાં કાઢે એના પર ભરોસો કેટલો થઈ શકે ? શું સ્ત્રી એ પ્રત્યેક પુરુષની નબળાઈ હશે ? મેક્સવેલ પેલી લેડી સાઇકિયાટ્રિસ્ટના મિલન માટે ક્યારેક કેટલા બધા ઉત્કટ બની જતા દેખાય છે ! એ અવારનવાર બબડતા સંભળાય છે કે મારા ચહેરાના જખમ પર આટલી બધી પટ્ટીઓ ચોંટેલી ન હોત તો હું હેલિકૉપ્ટર મોકલી એને શિપ પરથી અહીં બોલાવી લઉં... એના સહવાસથી કામ પૂરું કરવાનું મારું શૂરાતન બમણું થઈ જાય છે !*

જોકે અનારકલીના સહવાસ પછી ઑલિવરના દિલમાં પણ ન સમજાય એવી બેચેની જાગી ઊઠી હતી. એ કાશ્મીરી સુંદરીને વારંવાર જોયા કરવાની ઇચ્છા તીવ્ર બની જતી, પણ એક તો પોતે શરમાળ અને પાછી મેક્સવેલની હાજરી... સ્કૉટલૅન્ડ યાર્ડનો ડિટેક્ટિવ અજાણી ઓરત સાથે છાનગપતિયાં કરતો પકડાઈ જાય તો બીજી જ પળે એને બરતરફી મળી જાય, એટલું જ નહીં, એનો ખરડાયેલો રેકૉર્ડ બીજે જૉબ મેળવવામાંય અવરોધરૂપ બની જાય.

'મેં અનારકલીનો ઉલ્લેખ કર્યો તેમાં તમે ખામોશ થઈ જઈને વિચારમાં ગરકાવ કેમ થઈ ગયા, મિસ્ટર *ઓ* ?'

મોટરકારે બીજા દરવાજામાં પ્રવેશ કર્યો એટલે તો પોતાના હાથે જ આંખો પરથી પટ્ટી હટાવી દઈ સિકંદરે તેને સજાગ કર્યો.

એ જ વખતે અન્ડરગ્રાઉન્ડ અડ્ડાનો ત્રીજો દરવાજો ઊઘડ્યો, પણ સિકંદરે ધાર્યું હતું તેમ પેલી કાશ્મીરની કલી સ્વાગત માટે સામે ઊભી નહોતી. તેના ચહેરા પરની હતાશા ઑલિવરે પકડી પાડી : 'એ ટાર્ગેટ પ્રૅક્ટિસ હૉલમાં તૈયારીમાં લાગી હશે. તમારા ખેલાડીઓ આપણી પાછળપાછળ આવતા જ હશે.'

'નહીં, મિસ્ટર ઑલિવર !' બંનેના અચંબા વચ્ચે દીવાલ પાછળથી અચાનક ફૂટી આવેલી બુરખાધારી અનારે ખબર આપ્યા :

'એ ચોવીસે જણા તમારી અગાઉ આવીને નિશાનબાજીની પ્રૅક્ટિસમાં લાગી પણ ચૂક્યા.'

સિકંદરને નવાઈ લાગી : *ચોવીસ જુવાનિયા પાછળના હૉલમાં હાજર હોય છતાં એમની કોઈ હિલચાલ કાને પડે નહીં એ કેવું ?* પરંતુ ઑલિવર માટે એમાં નવાઈ જેવું કાંઈ જ નહોતું. નિશાનબાજીની પ્રૅક્ટિસ માટેનો હૉલ એટલો બધો સાઉન્ડપ્રૂફ હતો કે સાઇલેન્સર ચડાવ્યા વિના પણ કોઈ ગન ચલાવે તોય તેનો ધડાકો બહાર ન જાય એવી વિશેષ પ્રકારની તેની બાંધણી હતી.

દીવાનખંડમાં રાઉન્ડ ટેબલ પર અનારકલીએ *સવ* કરેલાં કાવો અને કૉફી પી લઈને બંને ટાર્ગેટ હૉલમાં દાખલ થયા ત્યારે ચોવીસમાંથી આઠેક જુવાનિયા નિશાનબાજીની પ્રૅક્ટિસમાં લાગેલા હતા, બીજા આઠ *એ-કે-ફોર્ટી-સેવન* રાઇફલની સાફસૂફી કરતા હતા અને ત્રીજા આઠ ખાલી પટ્ટામાં કારતૂસના રોલ ચડાવતા હતા.

દીવાલના સામા છેડા પર મોટી સાઇઝનો એક ચહેરો ચીતરેલો હતો જેના પર નિશાન

લેવા માટેના ઍરો ફેંકાતા હતા. ત્યાં હાજર હતા એ દરેકને માટે આ ચહેરો જાણીતો હતો અને એટલે જ નિશાન લેતી વેળાએ દરેકની આંખમાં ખુન્નસ ઊભરાઈ આવતું દેખાતું હતું. એ ચહેરો હતો હસનકા બચ્ચા કમાલ હસન એટલે કે *ઓશનકિંગ-વન*માં સફર ખેડી રહેલા હિઝ હાઇનેસ કમલસિંહ સૂર્યવંશીનો.

'શાબાશ !'

ચહેરાના લમણાનું સચોટ નિશાન લઈને એરો ફેંકનારને ખૂંધિયા સિકંદરખાને શાબાશી સંભળાવી : 'લમણામાં એક જ ગોળી કાફી છે એ ગદ્દાર માટે !'

બીજા નિશાનબાજે કમાલ હસનની આંખ પર તીર ફેંક્યું, જેથી એણે અંધાપો વેઠવો પડે. ત્રીજાએ તેના હોઠ સિવાઈ જાય એવું નિશાન તાક્યું જેથી એ મૂંગો બની જાય... એમ આઠે જુવાનોએ ચીતરેલાં ચહેરાનાં જુદાંજુદાં અંગોને જખમી કરી દઈ કમાન્ડર સામે જોયું ત્યાં કોઈને ખબર પણ ન પડે એવી અચાનક રીતે દીવાલ પરના ચહેરા પર પછવાડેથી એક ઍરો વીંઝાયો અને કમાલ હસનના ગળાની આરપાર ઊતરી ગયો.

કોણે આ નિશાન લીધું ?

ચોંકીને સૌ જોતા રહ્યા. એક બુરખાધારી સ્ત્રી બંને હાથની મુઠ્ઠીઓ વાળી, સૌએ તાકેલી નજરની પરવા કર્યા વિના ટટ્ટાર ઊભી હતી.

'કમાલ કર દિયા તૂને !'

શાબાશી આપીને ટટ્ટાર થવા જતા સિકંદરની ખૂંધમાં ખોસેલી ટાંચણી ખભામાં ભોંકાઈ એટલે સજાગ બની જવું પડ્યું. જબાન પર લગામ ચડાવી દીધી :

'જોયું તમે, જવાનો !' દરેક પર ઊડતી નજરે જોઈ લઈ સિકંદરે સહેજ ખોડંગાતી ચાલે પેલી તરફ સરકતાં કહ્યું : 'ક્યા નિશાન લિયા યે લડકીને...' કહેતાં તેની પીઠ થાબડી : 'દુશ્મનની ધોરી નસ વીંધી નાખો એટલે કામ તમામ !'

સૌ કોઈ તેને ચૂપચાપ જોતા રહ્યા, પણ ટીમના કોચ તરીકેની ભૂમિકા ભજવનાર મનસૂર મહમ્મદની જીભ સળવળ્યા વિના રહી શકી નહીં.

'ઉસ્તાદોં કા ઉસ્તાદ, આવી નિશાનબાજ ઓરતના દીદાર તો થવા જ જોઈએ ને....' કહી આંખે મિચકારવાની ગલતી કરી બેઠો : 'દેખે તો સહી, ઉનકી સૂરત તારીફે કાબિલ હૈ યા નહીં ?'

એકબે જુવાનિયાને તેની ટકોર સાંભળવામાં ગમ્મત પડી, પણ બાકીના વીસ સમસમીને કમાન્ડરના પ્રતિભાવ નિહાળવા લાગ્યા. કોઈને ખબર નહોતી કે જે કામ માટે જઈ રહ્યા છીએ તેમાં એક ઓરત પણ ભટકાઈ જવાની હતી. હજુ સુધી એણે મોં આડેથી બુરખો હટાવ્યો નહોતો, એટલે આ બાઈ કોણ છે, કેવી છે એ જાણ્યા વગર મન્સૂરે રોમૅન્ટિક બની જવાની જરૂર નહોતી.

અર્ધી મિનિટ માટે સન્નાટો છવાઈ ગયો. સૌ માનતા હતા કે બુઝુર્ગ ઉસ્તાદ હમણાં પેલાને ગુસ્તાખીની સજા ફટકારશે, પણ તેને બદલે પરદાનશીન અનાર ધીમા પણ મક્કમ પગલે તેની તરફ આગળ વધતી દેખાઈ ત્યારે સૌની ઉત્કંઠા સાથે ઉત્તેજના તીવ્ર બનવા લાગી : *શું કરશે આ ઓરત ?*

મનસૂરની સાવ લગોલગ જઈને તેણે મોં આડેથી બુરખો ઊંચો કરી ત્રાડ પાડી :

'તારે મારી સૂરત જોવી છે ને ?' કહીને તેના માથા પરની સ્પોર્ટ કૅપ ખેંચી લઈ આગળ સંભળાવ્યું :

'ઓળખી લે મને અને તૈયાર થઈ જા મરવા માટે !'

અનારના બોલ કરતાંય તેનો ચહેરો જોઈને છળી પડ્યો મનસૂર... ઊતરી ગયેલો ચહેરો સંતાડવા માટે તેણે ગરદન ફેરવી ત્યાં અનારે ઝાપટ મારી તેના વાળ મુઠ્ઠીમાં લઈને ઝાટકો આપ્યો એટલી વારમાં જ મનસૂરે માથા પર લગાડેલી વિગ ખેંચાઈ આવી. વિગની નીચે એ સાવ ટકલુ હતો.

'ઓળખી લો બધા ગદ્દારને !' એક તો અનારકલીનું રૌદ્ર સ્વરૂપ અને ઉપરથી તેણે પેલાને ગદ્દાર કહી ઉઘાડો પાડ્યો... ખુદ સિકંદરખાન જેવો મરદ પણ દિગ્મૂઢ બની ગયો.

'પીઠ કેમ ફેરવી ગયો, મનસૂર મહમ્મદ ઉર્ફે ઉસ્માન ટકલુ !'

અનારકલીના એ પડકારે સૌને વધારે ચોંકાવ્યા : *ઉસ્માન ટકલુ ! આ તો આપણી દુશ્મન છાવણીવાળા અત્તાહ ઉલ્લાહ ખાનનો જમણો હાથ ! વેશ પલટો કરીને આપણા કૅમ્પમાં જોડાઈ ગયો... ઓળખાયા વિના અહીં સુધી પહોંચી ગયો... અને આ ઓરતે એને ખરે વખતે પકડી પાડ્યો !*

આટલી વારમાં અનારકલીએ પરદા નીચે કમરમાં ખોસેલી ગન કાઢીને મનસૂર સામે તાકી દીધી હતી :

'હૅન્ડ્સ અપ !' નિશાન તાકેલું રાખી એ પાછા પગલે ધીમેધીમેન્નસૂરથી દૂર ખસતી જતી હતી : 'બંને હાથ ઊંચા કરી દે, નહીંતર પીઠથી વીંધાઈ જઈશ !' કહી એણે એક, બે, ત્રણ, ચાર... ગણવાનું ચાલુ કર્યું ત્યાં સિકંદર વચ્ચે આવીને ઊભો રહી ગયો :

'નહીં, અનાર, એ ગદ્દારને જીવતો પકડવાનો છે. એની પાસેથી બાતમી ઓકાવવાની છે. તું ગન નહીં ચલાવતી.... ગોળી નહીં છોડતી !'

પરંતુ સિકંદરખાન તેને પકડવા માટે છલાંગ મારે એ પહેલાં જ મનસૂર મહમ્મદ ચક્કર ખાઈને નીચે ગબડી પડ્યો. ઝેરની જલદ ગોળી ખાઈ જવાની તક ઝડપી લેવા ખાતર જ એણે પીઠ ફેરવી લીધી હતી.

'સાલા કમબખ્ત !' ચત્તાપાટ પડેલા ગદ્દારના ફીણ નીકળતા મોઢા પર લાત ફટકારીને સિકંદરખાને મોડા પડવાનો ખોફ ઉતાર્યો : 'અમારે એ જાણવું હતું કે તારા કેટલા સાગરીતો અમારો પીછો કરતા ફરે છે ?'

પછી બધા તરફ કરડાકીભરી એક નજર નાખી કહ્યું : 'ગદ્દારીનો અંજામ શું આવે છે એ તો તમે જોઈ લીધું અને...'

કહેતો એ અનારકલીની નજીક આવ્યો. હવે સિકંદરના ચહેરા પર અહોભાવ સ્પષ્ટ વર્તાતો હતો :

'કમાલ છે તારી નિશાનબાજી અને કાબિલે દાદ છે તારી ચકોર નજર !'

સૌને થયું કે ઘડીભર માટે એ મુખ પરથી પરદો હટાવી લે તો કમ સે કમ એના ચહેરા પર શાબાશીના પ્રતિભાવ તો જોવા મળે ! પરંતુ સહેજ મસ્તક નમાવીને શાબાશી ઝીલવા

સિવાય વિશેષ કોઈ જ ચેષ્ટા કર્યા વિના અનારકલી સૌને વિચાર કરતા રાખીને ત્યાંથી સરકી ગઈ... સડસડાટ !

*

'બસ, હવે રોપ-વેની સફર કર્યા પછી ડૉલ્ફીન શૉ જોવાનો બાકી રહે છે.'

એક ડઝન કપલને સંબોધીને અમૃતા સૌને રોપ-વે સ્ટેશન તરફ દોરી જવા લાગી.

હૉંગકૉંગથી *ઓશનકિંગ*માં જોડાનારા આ કપલ ગ્રૂપની સુવિધા સંભાળવાની જવાબદારી *કેથે પેસેફિક એરલાઇન્સ* તરફથી અમૃતાને સોંપાઈ હતી. લંડનના હીથ્રો એરપૉર્ટ પર *એરઇન્ડિયા*નું વિમાન ઉતારણ કરે એ પહેલાં તેને હાઇજૅક કરવામાં આવ્યું ત્યારે એર-હૉસ્ટેસ અમૃતાએ બહાદુરભરી કામગીરી બજાવી હતી. ઓમકારના સવાચાર વરસના આત્માને મુંબઈથી લંડન સુધી એસ્કોર્ટ કરવામાં એ છોકરા સાથે માયા બંધાઈ ગયેલી, પણ હાઇજૅકર્સને છક્કડ આપીને સત્તાવાળાને ચેતવી દઈ હવાઈ ચાંચિયાઓને મોતને ઘાટ ઉતારવામાં એ નિમિત્ત બની હોવાથી તેના માથા પર મોત ભમવા લાગ્યું હતું.

લંડનથી પાછી ફરીને મુંબઈમાં ઓમકારને ઘેર એની માતા સાથે રાત રોકાઈ ત્યારે પણ આતંકવાદીઓએ તેનો પીછો પકડ્યો હતો. કારમાં તેને કિડનૅપ કરી જઈ તેની મારફત પ્લેનમાં ટાઇમબૉમ્બ ઘુસાડી દીધેલો, પરંતુ અમૃતાની અગમચેતીથી વિમાન તત્કાળ મુંબઈ પાછું ફરી ગયું અને બૉમ્બ ફાટવાની ઘડી પહેલાં જ કાવતરું પકડાઈ ગયું હતું.

એ ઘડીએ જ અમૃતાએ એર-હૉસ્ટેસની નોકરી છોડી દેવાનો સંકલ્પ કરી રાજીનામુંય આપી દીધું, પણ '*ઓશનકિંગ-વન*માં જનારા ગ્રૂપને એસ્કોર્ટ કરવા માટે અનુભવી એર-હૉસ્ટેસની જરૂર છે' એ જાહેરખબર વાંચીને તેણે તક ઝડપી લીધી : *એ બહાને આત્મા સાથે ચાર-છ દિવસની સફર કરવા મળશે. એની કાલીઘેલી વાતો સાંભળીને દિલને તસલ્લી તો થશે...*

'મિઝ અમ્રિતા !' ઓશનપાર્કના રોપ-વે મથકે પહોંચવા માટે સૌની આગળ ચાલતી એર-હૉસ્ટેસની સાથોસાથ ચાલવાની ચેષ્ટા કરતા સિંધી નરી વાસવાણીએ હાંફતા શ્વાસે કહ્યું : 'મારી વાઇફને રોપ-વેમાં ચક્કર આવે છે.'

'તો આપણે એમને પરાણે નહીં લઈ જઈએ, મિસ્ટર વાસવાણી.'

'એ તો બરાબર, પણ ધરતી અને આકાશ વચ્ચે કેબલ પર સરકતી કારમાં એકલાં-એકલાં શું ગમ્મત પડે ?'

'તો કોઈ કપલની કંપની પકડી લો ને.'

'એ તો કબાબમાં હડ્ડી બનવા જેવું ગણાય, મિઝ !' કહી ઉશ્કેરાટમાં આવી જઈને એણે અમૃતાનું કાંડું પકડી લીધું : 'મારી જેમ તમે પણ એકલાં જ છો, મિઝ ! આપણે બંને એક કેબિનમાં જઈએ તો ઓર મજા પડી જાય.'

'આઇ ઍમ સૉરી, જેન્ટલમૅન.'

પેલો સાચા અર્થમાં સદ્‌ગૃહસ્થ નહોતો છતાં *જેન્ટલમૅન*નું સંબોધન વાપરી અમૃતાએ તેને ટાઢો ડામ આપ્યો : 'પહેલાં તો તમે મારું કાંડું છોડી દો અને પછી મારી સાથે એકાન્ત માણવાના વિચારને સત્વરે ખંખેરી નાખો.'

ત્યાં સુધીમાં રોપ-વેનું મથક આવી પહોંચ્યું એટલે નરી વાસવાણીએ રૂપાળી એસ્કોર્ટ સાથે એકાન્ત માણવાની ચટપટીને ચોળી નાખવી પડી.

'મૅડમ, અમારી સિદ્ધુ તો સવારથી રોપ-વેનું રટણ કરે છે.'

એક પછી એક કપલ કૅબલ કારમાં ગોઠવાઈ જવા લાગ્યાં અને વિમલ-સિદ્ધિનો વારો આવ્યો એટલે પતિએ કહ્યું : 'સાચું કહું, બે દિવસની તમારી કંપનીએ મારી વાઇફનો આખો ટેમ્પરામેન્ટ બદલી નાખ્યો !'

'એ તો ઘણા વખતે બહાર નીકળ્યાં એનુ કારણ છે.'

અમૃતાએ જશ લેવાને બદલે તર્ક દર્શાવ્યો : 'ત્રણત્રણ વરસ સુધી લોકો તેમને અપરાધી તરીકે વીંધી નાખતી નજરે જોતા હતા તેમાંથી છુટકારો મળે એટલે કોઈ પણ વ્યક્તિનું મન મોકળું થઈ જાય.'

એ શબ્દો પૂરા થયા અને સિદ્ધિ-વિમલની કૅબિન તેમની સામે આવીને થંભી ગઈ. પરસ્પરના હાથ પકડી બંને અંદર ગોઠવાયાં ત્યાં અમૃતાએ મીઠાશથી સંભળાવ્યું : 'હૅવ અ ગૂડ ટાઇમ.'

જવાબમાં વિમલે હાથ હલાવ્યો અને સિદ્ધિએ સ્મિત ફરકાવ્યું.

'કેવી સંસ્કારી સ્ત્રી છે !' દોરડા પર કૅબિન સરકવા લાગી એટલે સિદ્ધિથી બોલાઈ ગયું અને વિમલ તેને તાકવા લાગ્યો.

'સંસ્કારી !' બોલતો એ તુચ્છકારભર્યું હસ્યો : 'બે દિવસના સહવાસમાં કોઈને આવું સર્ટિફિકેટ કેમ આપી શકાય ?' પછી મનોમન બોલી ગયો : *એમ તો પરણ્યા પહેલાં તુંય મને સંસ્કારી જ લાગતી હતી ને... પરંતુ મારા મોટા ભાઈ અને તારી સગી બહેનના ધણી સાથે લફરું કરીને મને પરણી રહી છે એની ક્યાં ખબર હતી મને !*

'વાહ, કેવી સંધ્યા ખીલી છે !' કાચની આરપાર નજર દોડાવતી સિદ્ધિ બોલી ઊઠી : 'દૂરદૂર સમુદ્રકાંઠે જહાજો ઊભાં છે, સાવ નીચે ખીણમાં હરિયાળી છે અને સામેના પર્વતની ટોચને સૂર્યનાં કિરણો વિદાય પહેલાં ચૂમી રહ્યાં છે.'

આમ કહી તેણે પોતાનો હાથ પતિના ખભા પર સરકાવ્યો. તેની આંખોમાં વરસો પછી જાગેલી કામવૃત્તિ સળવળાટ કરવા લાગી હતી. બહારનું સૌંદર્ય નિહાળી પ્રણયચેષ્ટા કરી લેવાની હિંમત જાગી હતી. ફરતો-ફરતો સિદ્ધિનો હાથ યુવાન પતિના શર્ટનાં ઉઘાડાં બટન વચ્ચે પરોવાયો, પછી પતિના રીસ્પોન્સ માટે તેની સામે કામુક નજરે હસી...

અને ત્યાં જ કૅબલ-કાર થંભી ગઈ.

'પાવર ફેઇલ થયો છે. કોઈ ગભરાશો નહીં.' કૅબિનમાં રાખેલા બૅટરી માઇક્રોફોનમાં ધરપતનો સાદ પડ્યો : 'બે-પાંચ મિનિટમાં ફરી ચાલુ થઈ જશે. ત્યાં સુધી આસપાસનું સૃષ્ટિસૌન્દર્ય માણો.'

એનાઉન્સમેન્ટના એ શબ્દો પર સિદ્ધિ મલકી, પણ વિમલે મોઢું બગાડ્યું : 'ત્રિશંકુની જેમ આકાશ-જમીન વચ્ચે લટકતાં કરી દઈને કહે છે કે સૃષ્ટિસૌન્દર્ય માણો !'

'એમાં તમને શું વાંધો આવી ગયો ?'

પતિના શુષ્ક પ્રતિભાવ સામે સિદ્ધિએ દલીલ કરી : 'જુઓ, આપણી આગળની કૅબિનનું કપલ એકબીજાના બાહુપાશમાં...'

'શટ અપ !' સફાળા ઊભા થઈ જતાં વિમલે ત્રાડ નાખી : 'સફરમાં જોડાવા માટે છેવટ સુધી ના પાડ્યા કરતી હતી અને હજુ શિપમાં ચડ્યાં નથી ત્યાં જ રોમૅન્ટિક મૂડમાં આવી ગઈ... જિંદગી એકાએક જીવવા જેવી લાગવા માંડી તને !'

'હા, વિમલ !' પેલીએ તેની કરડાકી સામે કુમાશભર્યા ભાવે કહ્યું : 'તારા હાથે મરવાનું થાય ત્યાં સુધી હું જિંદગી ભરપૂરપણે જીવી લેવા માગું છું.'

'તારી આ હિંમત !' ઉશ્કેરાયેલા વિમલે પોતાના બંને હાથના પંજા તેના ગળા તરફ લંબાવી લાલચોળ મુખે અને ધારદાર અવાજે સંભળાવ્યું :

'મારે હાથે મરવા માગે છે તું ? તો લે !'

કહી એ ગળચી દબાવવા જતો હતો પણ સિદ્ધિએ તેને ફાવવા ન દીધો. શરીરમાં હતું એટલું જોર અજમાવી ગળા પરથી પંજાની ભીંસ ઢીલી કરી. એક હડસેલો મારીને પતિને દૂર હટાવી દીધો. પછી ઊંડા શ્વાસ છોડતી હાંફતા સ્વરે બોલી ગઈ :

'આમ અથરા ન થાઓ. ત્રીજી કૅબિનમાંથી પેલી અમૃતા દૂરબીનમાંથી આપણને નિહાળી રહી છે.'

'તો શું થયું ?' પોતાની મૂર્ખાઈ સમજાઈ જવા છતાં વિમલે કહેવા ખાતર કહ્યું : 'એના જોઈ જવાથી શું ફરક પડી જવાનો હતો ?'

'મારું મોત તમારા હાથે થયું છે એ જગજાહેર થાય એવું તમે ઇચ્છો છો ખરા...' કહી ઊંડો શ્વાસ છોડતાં બોલી ગઈ :

'અને અહીં આ કૅબિનમાં મૃત્યુ પામું તો પુરાવા શોધવા જવું ન પડે. આપોઆપ તમે અપરાધી ઠરી જાઓ અને આપણા દીકરા સુકેતુ પરથી મા-બાપ બંનેનું છત્ર એકસામટું હટી જાય તો એ બિચારો નોધારો બની જાય.'

છેલ્લા શબ્દો સાથે સિદ્ધિની આંખો વહેવા લાગી અને વીજળીનો પ્રવાહ ચાલુ થતાં કૅબલ-કાર પણ આગળ વધવા લાગી.

□

64

'લેડી સાઇકિયાટ્રિસ્ટ, તમે ઉદાસ કેમ દેખાઓ છો ?'

લેડી સ્મિથસનના સ્વીટમાં ચારેય મહિલાનું ભોજન પીરસાઈ ગયા પછી કેથેરિને તાનિયાને બોલતી કરવા પૂછ્યું : 'લેડીથી છૂટાં પડવાની ઘડીઓ નજીક આવે છે એના વિચારમાં ગુમસૂમ થઈ ગયાં કે શું ?'

'એમનો વિયોગ મને જરૂર સાલશે.' તાનિયાએ શબ્દો શોધવા પડ્યા : 'પરંતુ હું એમ કહું કે એમના વિચારમાં ઝૂરવા લાગીશ અને એમનાથી છૂટા પાડવાના ખ્યાલે ગુમસૂમ બની ગઈ છું એ કથન તો દંભ જ ગણાય.'

'બ્રેવો !' લેડી ગેટીએ સૂપનો ચમચો મોઢે માંડતાં કહ્યું : 'મને આવાં ઓનેસ્ટ માણસો બહુ ગમે છે.'

કેથીને એ પ્રશંસા કઠી, પણ લેડી ગેટીની હામાં હા ભણવા સિવાય કોઈ ચારો નહોતો. *બસ, હવે બે દિવસ જ બાકી હતા. હૉંગકૉંગની પહેલી સાંજે એમના તરફથી બર્થ ડે પાર્ટી યોજાય તેમાં લેડી એમની ફાઇવ મિલિયનની ડાયમન્ડ જ્વેલરીના શણગાર સજે એટલે પત્યું... મારો બિલ સિફતથી અસલી ઝવેરાત તફડાવીને નકલી વળગાડી દેશે ! ત્યાર પછી તો 'ગૂડ બાય ટાટા' કરવાની જ વિધિ બાકી રહેશે.*

'લેડી, એની ઓનેસ્ટીની તમે તારીફ કરી, પણ ખરી પ્રામાણિકતા તો ત્યારે જ કહેવાય જો એ એની ઉદાસીનું કારણ આપણને ફ્રેન્કલી કહી દે.'

'યૂ આર વેરી ગૂડ, કેથી !' લેડી ગેટીએ આંખ મિચકારી : 'તું કોઈ પણ ભોગે ડૉક્ટર શાહની ઉદાસીને ખોતરવા માગે છે... બટ યૂ શૂડ નો કે માણસનો જીવ ક્યારેક વિનાકારણ આનંદમાં આવી જાય, તો ક્યારેક શા માટે ગુમસૂમ બની જવાનું થયું એ પોતે જ જાણતો નથી હોતો.'

'અત્યારે મારી બાબતમાં એવું નથી.' તાનિયાએ ધાર્યું હોત તો વાતને આગળ વધારવાનું ટાળી શકત, પણ પોતાની ઉદાસી વાગોળવી જાણે ગમતી હોય તેમ કેથીને જવાબ આપતી રહી :

'મારી ઉદાસીનું કારણ હું જાણું છું, પણ એ સૌને જણાવવા જેવું નથી, બહુ અંગત છે.'

'કોઈ જેન્ટલમૅનને લગતું છે ?'

હવે લેડી ગેટીને વાત કઢાવવાની ચાનક ચડી :

'કોઈ પુરુષની વાત હોય તો આપણે હૉંગકૉંગમાં છૂટાં પડીએ એ પહેલાં જાણ કરી દેજે. મારી બર્થ-ડે પાર્ટીમાં હું જ જાહેરાત કરીશ કે ડૉક્ટર મિસિસ શાહ હવે મિસિસ એક્સ (ફલાણા) બનવાની તૈયારીમાં છે.'

મિસિસ એક્સ ! લેડી ગેટીએ તો જુદા જ અર્થમાં એમ કહ્યું, પણ તાનિયાના હૈયાને એ *જુદી રીતે ટચ કરી ગયું. સવારે કૅપ્ટનને મેક્સવેલનો સંપર્ક કરાવી આપવા વિનવણી કરી ત્યારે એ દાઢીવાળા બુઝુર્ગે મને ધુત્કારી કાઢી... મેક્સવેલ સાથે મારે હવે કોઈ લેવાદેવા રહી ન હોય તેમ મને જાકારો આપી દીધો... અત્યારની મારી ઉદાસીનું કારણ પણ એ જ છે. અને લેડી એવું બોલી ગયાં કે હવે હું મિસિસ લેડી બનવાની છું !*

'નહીં, લેડી, હું કોઈ એક્સ, વાય, ઝેડની મિસિસ બનવાની નથી.' પછી મનોમન ઉમેર્યું : *કોઈની મિસિસને બદલે અત્યારે તો કોઈકની મધર બનવાના ભણકારા સંભળાઈ રહ્યા છે... મારા પેટમાં !*

'છોડો એ વાત.' યજમાન લેડી સ્મિથસને વાત ફંટાવવા માટે કહ્યું : 'આપણે આનંદ કરવા માટે ડિનર પર મળ્યાં છીએ. બે દિવસ પછી વિખૂટાં પડતાં પહેલાં લાંબા વખત સુધી યાદ રહી જાય એવી કોઈ ગમ્મત કરી લઈએ.'

'ગમ્મત !' કેથેરિન મટન ચાવતી ગેલમાં આવી ગઈ : 'મારી પાસે ગમ્મતનો એક અફલાતૂન આઇડિયા છે !'

ત્યારે બાકીની ત્રણે તો અફલાતૂન આઇડિયા જાણવા તત્પર બની ગઈ. કોઈની કૂથલી કે ખુશામત ન કરતી હોય ત્યારે કેથેરિન ખરેખર ગમ્મત કરાવતી હતી. ખાસ કરીને સ્ત્રી-પુરુષ વચ્ચેના ઝઘડાના કિસ્સા સંવાદની શૈલીમાં સંભળાવતી ત્યારે સાંભળનારાં રસતરબોળ બની જતાં. એટલે કેથી હમણાં કાંઈક એવું જ કરશે એવી ત્રણેની ધારણા હતી.

'આજે સવારે હું પેલા મુસ્લિમ ગૉડમૅનને મળી હતી.'

'ઓહ...' એવા ઉદ્ગાર સાથે લેડી ગેટી હતાશ અવાજે કહેવા જતાં હતાં કે *ગૉડમૅનની ગમ્મતમાં શું મજા પડવાની ?*

પરંતુ તાની ઉત્સાહભેર વચ્ચે બોલી ઊઠી : 'ઓહ, તમે મૌલાના સરફરાઝ ફઝલની વાત કરો છો... એમની પ્રતિભા જ એવી છે કે એક વાર જોયા પછી મળવાની ઇચ્છા થાય જ... શું અનુભવ થયો તમને એમનો ?'

'અનુભવ !' છરી-કાંટાને પ્લેટની કિનાર પર ટેકવી દઈ બંને હાથના હલન-ચલન સાથે એણે અહોભાવ દર્શાવ્યો : 'આપણને તો માનવામાં જ ન આવે એવું એમણે કરી દેખાડ્યું !'

'પેલા યોગી કૃષ્ણમૂર્તિ જેવું ?' લેડી ગેટીએ સરખામણી કરી : 'આ તાનિયાની હાજરીમાં યોગીએ ચમત્કાર કરી દેખાડ્યો હતો એવું કાંઈક તને જોવા મળ્યું, કેથી ?'

'પ્લીઝ, લેડી !' સ્મિથસનને એ વિક્ષેપ ખટક્યો. 'તમે એને કહેવા દો ને. મેં પોતે તો

જિંદગીમાં આવા ચમત્કાર કદાપિ જોયા નથી, એટલે સાંભળવાની તાલાવેલીને રોકી શકું તેમ નથી.'

'હું એ જ તો ગમ્મત કરાવવા માગું છું.' કેથેરિન લુચ્ચું હસતી બોલી : 'એક હિન્દુ અને બીજા મુસ્લિમ ગૉડમૅન વચ્ચે ચમત્કારની કૉમ્પિટિશન કરાવી હોય તો કેવી ગમ્મત થાય એની કલ્પના કરી જુઓ.'

પેલી બંને લેડીને તેના પ્રસ્તાવે વિચારમાં નાખી દીધી, પણ તાનિયાએ કેથીને ટપારી :

'મિસિસ જેક્સન, બંને વચ્ચે *ચમત્કારની કૉમ્પિટિશન* અને *ગમ્મત* જેવી ભાષાનો ઉપયોગ કરીને તમે એમની શકિત તથા ધર્મની મજાક કરતા હો, એમના ચમત્કાર જાણે કોઈ મનોરંજનનો વિષય હોય એવું હીણપતભર્યું લાગે છે.' પછી તેનો ખભો થપથપાવીને સમજાવટથી ઉમેર્યું :

'ભૂલેચૂકેય આ લોકોની શક્તિને પડકારશો નહીં. ક્યારેક એ આપણને જ આપત્તિમાં મૂકી દે છે.'

'ઓહ માય ગૉડ !' ભયભીત બની જતી કેથીના હાથમાંથી ચમચો પડી ગયો : 'મારી બોલવામાં ભૂલ થઈ ગઈ... આ ગૉડમૅન છંછેડાય તો આપણને રસ્તે રખડતાં ભિખારી બનાવી દે એવું મેં સાંભળ્યું તો હતું, પણ એ તમારી નજર સમક્ષ માયાવી સૃષ્ટિ સર્જી શકે છે એ તો સવારે જ નજરોનજર જોવા મળ્યું.'

'શું જોવા મળ્યું એ તો કહેતી નથી !' લેડી સ્મિથસનના ચહેરાની કરચલીઓ અધીરાઈથી થરથરતી દેખાઈ : 'ક્યારની વાતમાં મોણ નાખે છે, તેને બદલે ફટાફટ બોલી નાખ ને... શું કરી દેખાડ્યું એણે ?'

'સમુદ્ર પર પહેલાં કાંઈ જ નહોતું દેખાતું તેની જગ્યાએ હજારો વહાણ તરતાં કરી દેખાડ્યાં એ મિસ્ટરે...'

'મિસ્ટરે નહીં, મૌલાના સરફરાઝ ફઝલે.' તાનિયાએ સુધાર્યું એ પણ લેડીને ખટક્યું :

'હવે કેથેરિન વાત પૂરી ન કરે ત્યાં સુધી વચ્ચે કોઈએ બોલવાનું નથી.' પછી કેથેરિનને લાડથી પૂછ્યું : 'ડિયર કેથી, તું જરા વિગતવાર વાત કર. એ બધું બન્યું કેવી રીતે ?'

'સવારે હું અપર ડેક પર જૉગિંગ કરવા નીકળી ત્યારે આ ઇસ્લામી ગૉડમૅનને પ્રેયર કરતા જોયા.'

અહીં તાનિયા *પ્રેયર*ને બદલે *નમાજ* એમ કહેવા જતી હતી, પણ લેડી સ્મિથસન ગિન્નાઈ જશે એવી દહેશતથી ચૂપ રહી.

'હું ડેકનો એક રાઉન્ડ પૂરો કરીને પાછી ફરી ત્યારે એમની પ્રેયર પૂરી થઈ ચૂકી હતી એટલે મેં એમને *ગૂડ મૉર્નિંગ* કહ્યું. એમણે હવામાં ફરફરતી એમની સફેદ દાઢી પર બંને હાથ પસવારી વાત્સલ્યથી હસીને સામું *ગૂડ મૉર્નિંગ* કહ્યું, એટલે મારી હિંમત વધી.'

'પછી ?' કેથેરિન વચ્ચે શ્વાસ ખાઈ લેવા રોકાઈ એ પણ સ્મિથસનને કઠ્યું.

'મેં એમને કહ્યું કે હૉંગકૉંગથી હું મારે વતન પાછી ફરી જવાની છું. આપ મને એવા બ્લેસિંગ આપો કે હું બહુ જલદી શ્રીમંત બની જાઉં.'

'તેં એવું કહ્યું એમને ?' આ વખતે લેડી સ્મિથસન પોતે જ વચ્ચે બોલ્યા વિના રહી શક્યાં નહીં : 'એણે તને જલદી શ્રીમંત બની જવાના બ્લેસિંગ આપ્યા ખરા ?'

'ના, એમણે તો મને ઉપદેશ આપ્યો કે જલદી પૈસાદાર બનવા માટે માણસે અનીતિ આચરવી પડે છે, માટે તું એવાં ફાંફાં મારવાં છોડી દે.'

ખરેખર તો મૌલાનાએ તેને વધારામાં એવુંય કહેલું કે *તું તારે વતન પહોંચીશ ત્યારે કાંઈક મેળવવા જતાં ઘણુંબધું ગુમાવી ચૂકી હોઈશ, માટે સાવધ રહેજે...* પણ એ યાદ આવતાં કેથીનું મોઢું કડવું થઈ ગયું. એ કડવાશ ગળી જવા માટે તેણે ચિકન-બિરયાનીનો ચમચો મોંમાં મૂકવો પડ્યો.

'એમનો ઉપદેશ સાંભળતી હું સમુદ્રનાં મોજાંને તાકી રહી એટલે એમણે પૂછ્યું : *'ત્યાં શું જોઈ રહ્યાં છો તમે ?'* એટલે સજાગ બની જઈને હું હસી : *ત્યાં પાણી સિવાય બીજું ક્યાં કાંઈ જોવાનું છે, સર !* સાંભળીને એ હસ્યા. *તમારી ભૂલ થાય છે...* મને કહેવા લાગ્યા : *સમુદ્રની સપાટી પર કેટલાં બધાં વહાણો તરી રહ્યાં છે ! જરા આંખ પટપટાવીને જુઓ તો ખરાં...* અને સાચે જ ઘડી પહેલાંના સૂના સમુદ્રની સપાટી પર ગણ્યાં ગણાય નહીં એટલાં બધાં વહાણો તરવા લાગ્યાં.'

'સાચ્ચે ?' લેડી સ્મિથસન અને લેડી ગેટી બંનેએ એકસાથે આશ્ચર્ય ઉછાળ્યું : 'તેં બરાબર જોયું હતું, કેથી ?'

'મેં બે-ત્રણ વાર આંખો મીંચી-ઉઘાડીને ખાતરી કરી હતી.'

'તો-તો એ હિપ્નોટિઝમ પણ હોઈ શકે.' તાનિયાએ સાચવીને અભિપ્રાય ઉચ્ચાર્યો : 'આવા દૃષ્ટિભ્રમના પ્રયોગ થતા હોવાનું ક્યાંક વાંચ્યું-સાંભળ્યું છે ખરું, પણ એનો અનુભવ હજુ સુધી થયો નથી.'

'મેં પણ મૌલાનાને એ જ કહ્યું કે *તમે હિપ્નોટિસ્ટ લાગો છો,* ત્યારે એ મારી મશ્કરી કરતા હોય એવું ખડખડાટ હસી પડ્યા. પછી એમણે મને બીજો પરચો દેખાડ્યો.'

'કેવો પરચો ?'

'મને પૂછ્યું કે મિસિસ જેક્સન, તમારું પર્સ ક્યાં ? એટલે મેં કહ્યું કે મારા રૂમમાં છે. તો એ કહે, *એમાં જે કોઈ મૂલ્યવાન ચીજ હોય એમાંથી એકનું નામ આપો.* એટલે મેં કહ્યું, *મારી વેડિંગ રિંગ હું પર્સમાં જ રાખું છું. ચારેક હજાર ડૉલરનો ડાયમન્ડ એમાં ફિટ કરેલો છે... પણ તમે અત્યારે આવું કેમ પૂછો છો ? શું એની ચોરી થવાની છે ?* એ દરમિયાન હવામાં હાથ ઊંચા કરી મારી સામે બંધ મુઠ્ઠી ધરીને કહેવા લાગ્યા : *લો, તમારી એ મૂલ્યવાન વીંટી અત્યારે મારા કબજામાં છે...* સાંભળીને હું ડઘાઈ જઈ એમની બંધ મુઠ્ઠીને તાકવા લાગી અને એમણે મુઠ્ઠી ખોલી તો અંદરથી મારી વેડિંગ રિંગ નીકળી !'

'હોય નહીં !' બાકીની ત્રણે પહોળી આંખે બોલી ઊઠી : 'ખરેખર એ તારી અસલ વેડિંગ રિંગ હતી ને, કેથેરિન !'

'ઑફ કોર્સ.' કહી તેણે જમણા હાથની ત્રીજી આંગળી ધરી : 'આ જ એ ડાયમન્ડ રિંગ... રૂમમાં જઈને મેં જોયું તો મારી પર્સમાંથી ગાયબ થઈ ગયેલી !'

'ઓહ માય ગૉડ !' લેડી ગેટીના શ્વાસ અધ્ધર થઈ ગયા : 'તો-તો મારી ફાઇવ મિલિયન ડૉલર્સની ડાયમંડ જ્વેલરી એ માણસ દૂર બેઠાં જ કબજે કરી લે ને.'

'એવું ન બોલતાં, લેડી.' વિહ્વળ હાવભાવ સાથે કેથીએ એમને વાર્યાં : 'મારાથી પણ એવું જ કાંઈક બોલાઈ ગયું હતું કે *તમારી આ શક્તિ દ્વારા તમે તો દુનિયા આખીનો ખજાનો કબજે કરી શકો... ઇંગ્લૅન્ડની રાણીનો રાજમુગટ પણ હાંસલ કરી શકો...* મારી શંકા સાંભળીને એમણે એવું અટ્ટહાસ્ય કરેલું કે ઘડીભર તો હું ડરી ગઈ, ડઘાઈ ગઈ... હમણાં એ ક્રોધે ભરાઈને મને શાપ આપી દેશે, પરંતુ એ સાચા ગૉડમૅન નીકળ્યા. મને કહે કે *જગતની માયાનો ત્યાગ કર્યા પછી જ સાચા ગૉડમૅન બની શકાય છે. આ શક્તિ અમને ઈશ્વરની કૃપાથી મળે છે. અને જે દિવસે અમે તેનો ઉપયોગ સ્વાર્થ કે લાલચ માટે કરીએ એ જ ઘડીએ શક્તિ ગુમાવી બેસીએ, એટલું જ નહીં, ખુદાનો ખોફ અમને પાયમાલ કરી નાખે, તારાજ કરી નાખે.'*

'ઓહ, થૅન્ક ગૉડ !' લેડી ગેટી ધરપતના ઉદ્ગાર સાથે બોલી ઊઠ્યાં : 'સારું છે કે ગૉડ લાલચુ માણસને આવી શક્તિ નથી આપતો, નહીંતર દુનિયામાં નીતિ-અનીતિ કે ન્યાય-અન્યાય જેવું કાંઈ રહેત જ નહીં.'

'અરે, લેડી, આપણે તો ગમ્મતની વાત કરતાં હતાં તેમાં નીતિ-અનીતિ પર ક્યાં ચડી બેઠાં ?'

લેડી સ્મિથસને આફ્ટર-ડિનર વાઇનની પ્યાલી ભરતાં કેથેરિન તરફ જોયું : 'હવે કહે, તું આ ગૉડમૅનની શું ગમ્મત કરવા માગે છે ?'

'ગમ્મત નહીં !' તાનિયાએ ફરી વાર સુધાર્યું : '*એમની શક્તિનો સાક્ષાત્કાર* એમ કહો, લેડી !'

'એમ તો એમ, પણ આ કેથેરિને જોયું એવું કાંઈક કરી દેખાડે તો સોસાયટીની પાર્ટીઓમાં બધાંને કહી સંભળાવીએ ત્યારે આપણો વટ પડી જાય ને.'

'એ પહેલાં તો આ શિપમાં હાજર છે એ બે હજાર માણસો પર આપણો વટ પડી જાય.' કેથી ઉત્સાહભેર બોલી ઊઠી. પછી હળવેકથી તેમણે ઉમેર્યું :

'પરંતુ તેમાં આ ડૉક્ટર શાહે પૂરો સહકાર આપવો પડશે.'

'કઈ જાતનો સહકાર, મિસિસ જેક્સન ?'

'મુસ્લિમ ગૉડમૅનને તો હું મનાવી લઉં, પણ હિન્દુ યોગીને એમની શક્તિનો કોઈ અદ્ભુત પ્રયોગ કરી દેખાડવા માટે તમારે સમજાવી લેવા પડે.'

ત્યારે તાનિયા વિચારમાં પડી ગઈ. એને આવા પ્રયોગમાં કાંઈક જોખમ હોવાના ભણકારા સંભળાવા લાગ્યા. *હિન્દુ અને મુસ્લિમ યોગી-મૌલવી વચ્ચે આવી સ્પર્ધા યોજાય તેનાથી કદાચ આપસમાં વેરભાવ સર્જાઈ જાય તો ?*

'યોગીને સમજાવવામાં તારે આટલો બધો વિચાર કેમ કરવો પડે છે, ડૉક્ટર તાનિયા ?'

લેડી ગેટીએ વાઇનની પ્યાલી ખાલી કરતાં કહ્યું : 'યોગી કૃષ્ણમૂર્તિ તારું કહ્યું ટાળશે નહીં એ હું જાણું છું... ચાલ, હમણાં જ ફોન પર એમની સંમતિ મેળવી લઈએ.'

જમીને હાથ લૂછતી તાનિયાને લેડી બાવડું ઝાલી ટેલીફોન પાસે ખેંચી ગયા ત્યારે તાનિયા આનાકાની કરી શકી નહીં. યોગીજીની કેબિનનો ઇન્ટરકૉમ જોડતી વખતે મનોમન ઇચ્છા કરી કે સામેથી કોઈ ફોન ન ઊંચકે તો હાલ પૂરતું ધર્મસંકટ ટળી જાય. પરંતુ સંકટ તો સામે ચાલીને આવવા માગતું હોય તેમ પહેલી જ ઘંટડીએ ફોન ઊંચકાયો, એટલું જ નહીં, તાનિયાનો અવાજ સાંભળીને યોગીજીએ સામેથી જ પૂછી લીધું : 'બોલો, તાનિયા, તમને મારું શું કામ પડ્યું ?'

'કામ તો એવું છે કે...' બોલતાં-બોલતાં તાનિયા સામે ઊભેલાં લેડી ગેટીને તાકવા લાગી. હજુય તેનું મન આગળ વધવાની આનાકાની કરતું હતું પણ લેડી ગેટીએ ચહેરા પર કરચલીવાળું હાસ્ય ફરકાવી તેને ખુશામતના ભાવથી સમજાવ્યું : *બોલી નાખ ને !*

'પેલા મૌલાનાસાહેબે આજ સવારે બ્યૂટિશિયન કેથેરિન જેક્સનને એકબે ચમત્કારક પરચા દેખાડ્યા.'

'એ મૌલાના પીરે-કશ્મીરના શાગીર્દ છે એટલે એમની પાસે અનેક ચમત્કારક કરિશ્મા હશે જ.'

'તો આપ પણ યોગશક્તિ ક્યાં ઓછી ધરાવો છો ?' તાનિયાએ પ્રસ્તાવ મૂકતાં પહેલાં પ્રશંસા કરવી પડી :

'એમને પીરની દુઆ છે, તો આપ પર કાલભૈરવ પ્રસન્ન છે.'

'એટલે તું કહેવા શું ધારે છે, તાનિયા ?'

'એ જ કે...' તાનિયાની જીભ થોથવાઈ : સામે લેડી ગેટી ઊભાં ન હોત તો કહી દેત, *હું રૂબરૂ આવીને સમજાવું છું,* પણ હવે પૂરું કર્યે જ છૂટકો હતો.

'અહીં મારી સામે લેડી સ્મિથસન, લેડી ગેટી તથા કેથેરિન જેક્સન હાજર છે. એમનો આગ્રહ છે કે આપ અને મૌલાના પોતપોતાની શક્તિના પરચા શિપનાં પૅસેન્જર્સને દેખાડી આ ભૌતિકવાદીઓને આપણી ભવ્ય પરંપરાની ઝાંખી કરાવો.'

'એને માટે ભવ્ય પરંપરાને વચ્ચે લાવવાની જરૂર નથી, માનસશાસ્ત્રી !' યોગીજી સહેજ હસીને કહેતા હોય એવું તાનિયાએ મહેસૂસ કર્યું : 'તમારી સૌની ઇચ્છા હોય તો હું અને મૌલાના એવા કેટલાક પ્રયોગો જરૂર કરી દેખાડશું, પરંતુ...' કહીને એ અટક્યા.

'પરંતુ શું, યોગીજી ?'

'એ માટે શિપના કૅપ્ટનની સંમતિ મેળવી લેવી જોઈએ.'

'કૅપ્ટન તો રાજી થશે.' તાનિયા ઉત્સાહભેર બોલી ગઈ : 'આજકાલ તો શિપિંગ કંપનીના એમ.ડી.સાહેબ પણ સફરમાં સાથે છે એટલે એમને આવા ચમત્કાર દેખાડીને પ્રભાવિત કરી દેવાની તક કૅપ્ટન જવા નહીં દે.'

ત્યારે સામા છેડે અર્ધી મિનિટનું મૌન છવાઈ રહ્યું. *મારી વાક્ચાતુરી પર યોગીજી મનોમન મલકતા હશે :* એવું વિચારી તાનિયાએ કહેવું પડ્યું :

'યોગીજી, મને થાય છે કે આવું કરવાથી બે ઓલિયા વચ્ચે ઘર્ષણ પેદા થવાનું જોખમ હોય તો આખી વાત જ માંડી...'

'નહીં, હવે વાત માંડી નહીં વળાય.' યોગીજીના સ્વરમાં દૃઢતા વર્તાઈ : 'તને હા પાડી

એ ઘડીએ જ સંકલ્પ થઈ ચૂક્યો હતો. બાકી આવા પરચા દેખાડનારે ક્યારેક જિંદગીનું જોખમ પણ વહોરી લેવું પડે છે.'

આમ કહી યોગીજીએ સંપર્ક કાપી નાખ્યો અને તાનિયા નક્કી ન કરી શકી કે *મને ચેતવી દેવા માટે તો એમણે જિંદગીના જોખમની વાત નહીં ઉચ્ચારી હોય ને ?*

*

સવારના નવ વાગતાં સુધીમાં *ઓશનકિંગ-વન*નો લૉઅર ડેક પૅસેન્જર્સથી ઊભરાવા લાગ્યો. અગાઉ કદાપિ જોયું ન હોય એવું કાંઈક બનવાની હવા જહાજના ખૂણેખૂણે ફેલાઈ ચૂકી હતી. આમ તો આગલી રાતથી જ વાત પ્રસરવા લાગેલી : *હિન્દુ-મુસ્લિમ ગૉડમૅન અનબીલીવેબલ મિરેકલ્સ કરી દેખાડીને એકબીજાથી ચડિયાતા પુરવાર થવાની સ્પર્ધામાં ઊતરવાના છે !*

દરેક રેસ્ટોરાં-કિચનમાં ટેબલ પર, ફ્લૉર શૉ ચાલતા હતા ત્યાં, થિયેટરમાં લેટ ફિલ્મ શૉ જોનારાંઓ વચ્ચે મધરાત પછી ભોજન પીરસતા સપર રેસ્ટોરાં સુધી મૌલાના અને યોગીના ચમત્કારોની જ ચકચાર ચાલતી રહી તે છેક સવારે જૉગિંગ-સ્વિમિંગમાં એકબીજાને મળનારાં સુધી એનો દોર લંબાતો રહ્યો... અને અત્યારે લૉઅર ડેક પર એ રોમાંચક પરચા જોવા માટે ઉતાવળે આવી પહોંચેલાં ઉતારુઓની જીભ પર કે મનમાં એ એક જ વાત ઘુમરાતી હતી : *ખરેખર આ ચમત્કાર નીકળશે કે જાદૂના ખેલ ?*

લૉઅર ડેક આમ તો પાંચસો-છસ્સો જેટલી ખુરસીનો સમાવેશ કરી શકે તેમ હતો તેને બદલે સાડાસાતસો ખુરસીઓ ખીચોખીચ અર્ધગોળાકારમાં ગોઠવાઈ ગઈ હતી. સામે એક લંબચોરસ મેજ હતું જેની બંને બાજુ બે રૉયલ ચેર મૂકવામાં આવી હતી. તેના પરથી કોઈ પણ અનુમાન કરી શકે કે પેલા બંને ગૉડમૅન ત્યાં સામસામા બિરાજીને મિરેકલ્સની ચૅલેન્જમાં ઊતરશે.

'આ કૅપ્ટન આવ્યા !'

ફર્સ્ટ અને સેકન્ડ ઑફિસરની સાથે કૅપ્ટનને દાખલ થતા જોઈ ઉતારુઓમાં સળવળાટ શરૂ થયો. બે મિનિટ પછી લિંકન શિપિંગ કંપનીના મૅનેજિંગ ડિરેક્ટર જ્યૉર્જ વેલિંગ્ટનને તેમની સેક્રેટરી બાર્બરા ડેવિસ સાથે પધારતા જોઈ ઘણાંનાં મનમાં ઘંટડી વાગવા લાગી : બસ, હવે તત્કાળ ખેલની શરૂઆત થવી જોઈએ.

'અરે, હજુ તો નવને પાંચ થઈ ત્યાં બધી ખુરસીઓ ભરાઈ ગઈ.'

ફૅશન શૉમાં આવ્યાં હોય એટલી બધી ટાપટીપ સાથે આવેલાં સાત-આઠ અમેરિકી પૅસેન્જર્સ મોડાં પડવા બદલ પોતાને દોષ દેવાને બદલે વહેલાં આવનારાંઓની નિંદા કરવા લાગ્યાં : 'લોકોને આવો તમાશો જોવામાં કેટલો બધો રસ છે કે અર્ધા કલાક અગાઉ આવીને ખુરસી પર ચીટકી ગયા ! ચાલો-ચાલો, આપણે ઉપરના ડેક પર પહોંચી જઈએ. ત્યાંથી તમાશો જોતાં-જોતાં આ બધાંની ટીખળ ઉડાવવાની મજા પડશે.'

ખરેખર તો ઉપરના ડેકની રેલિંગ ફરતે સવાસો-દોઢસો સ્ત્રી-પુરુષો પોઝિશન લઈને ઊભાં રહી ગયાં હતાં. હિઝ હાઇનેસ જેવા મહાનુભાવને પોતાના સ્વીટની બાલ્કનીમાં ઊભાં-ઊભાં વટ કે સાથ આરામથી નિરીક્ષણ કરવાની સગવડ હોવાથી એ ચિરૂટ પીતા ત્યાં ઊભા હતા, જ્યારે તેમની આજુબાજુના સ્વીટવાળી બંને લેડી લૉઅર ડેકની ફ્રન્ટ રૉમાં ગોઠવાઈ હતી

અને જાણે આખો શૉ એમણે જ સ્પૉન્સર કર્યો હોય તેમ ખુશખુશાલ દેખાતી હતી. એમની પાછળ બેઠેલી તાનિયાનો ઉચાટ હજુય ઓસર્યો નહોતો : *બનવાકાળ બની રહ્યું છે, પણ તેનો અન્ત સુખદ આવે તો સારું.*

'એન્ડ હિયર કમ્સ વન ઑફ ધી ટુ ગૉડમેન.'

કૅપ્ટને કોટના ખિસ્સામાંથી કૉર્ડલેસ માઇક કાઢી જાહેરાત કરી એટલે સૌની નજર આવનારને જોવા તલપાપડ બની ગઈ. દરેકની ડોક ડાબી તરફ વળી અને પ્રભાવશાળી પ્રતિભા ધરાવતા પડછંદ દેહધારી મૌલાનાના દીદાર-માત્રથી જ ખુશ થઈ ગયાં હોય તેમ કેટલાંકે તાળીઓથી તેમના આગમનને વધાવ્યું. કેટલાકે વળી *હેલ્લો-હાય*ના પોકાર પાડ્યા, તો થોડાકે હાથ હલાવીને તેમને આવકાર્યા.

પઠાણી પાયજામો, કુર્તો, જાકિટ અને માથે રૂંછડાંવાળી ઊંચી કાશ્મીરી કૅપમાં મૌલાના સરફરાઝ ફઝલનો રુઆબ સંત-મહંતને બદલે રાજકીય નેતા જેવો લાગતો હતો.

'સલામ આલેકુમ !'

જમણા હાથનાં પાંચ આંગળાં એકઠાં કરી સલામની અદાથી મૌલાના મુખ સુધી લઈ ગયા ત્યારે તેમને નિહાળી રહેલાં બારસો જેટલાં માણસોમાંથી કોઈને પ્રત્યુત્તર વાળવાનું સૂઝ્યું નહીં. સૌ એમને નીરખવામાં જ ખામોશ બેસી રહ્યાં.

'વાલેકુમ સલામ !'

સન્નાટો વીંધીને આવતા અવાજની દિશામાં મૌલાના સહિત દરેકની દૃષ્ટિ બાલ્કની તરફ ઊંચકાઈ. ચિરૂટ પીતાં-પીતાં હિઝ હાઇનેસે મુસ્લિમ રસમ મુજબ જવાબ વાળ્યો એ સરફરાઝ ફઝલને ગમ્યું, પણ હાથમાં સળગતી ચિરૂટ અને મોંમાંથી નીકળતી ધૂમ્રસેર મૌલાનાને કઠી હોય તેમ એમણે જમણો હાથ હવામાં હલાવ્યો.

બીજી જ પળે સૌને સમજાઈ ગયું કે કોઈ પણ જાતની જાહેરાત વિના ચમત્કારના પ્રયોગનો આરંભ થઈ ચૂક્યો છે. હવામાં હાથ હલાવવાની મૌલાનાની ચેષ્ટા જાણે હાઇનેસના હાથને વીજળીનો શૉક લાગતો હોય તેમ બે આંગળી વચ્ચે દબાયેલી સિગાર છટકીને હવામાં ફંગોળાતી દેખાઈ.

'ઓહ નો... લૂક ધેર... ફ્લાઇંગ સિગાર... ઇટ્સ અ મિરેકલ...'ના ઉદ્ગારો વચ્ચે જલતી ચિરૂટ લગભગ અડધે સુધી નીચે આવીને હવામાં લટકવા લાગી, કેમ જાણે દોરાથી બાંધીને કોઈ ચિરૂટને પતંગની જેમ હવામાં ઝુલાવતું હોય !

કેટલાંક કૅમેરાની સ્વિચ દબાવવા લાગ્યા, અનેકના વિડિયો કૅમેરા ચાલુ થઈ ગયા. અને મૌલાનાએ હાથના બીજા ઝાટકાથી જાણે સિગારને આજ્ઞા આપી હોય તેમ એ આતશબાજીની હવાઈ માફક સડસડાટ કરતી સમુદ્રમાં ખાબકી ગઈ ત્યારે કેટલાંક તો એને કૅમેરામાં ઝડપી લેવામાં મોડાં પડ્યાં હોય તેમ મોં વકાસીને જોતાં જ રહ્યાં.

પછી તો તાળીઓ અને હોકારા-દેકારા વચ્ચે કૅપ્ટને માઇક પર જાહેર કરવું પડ્યું :

'આપણે આશા રાખીએ કે સર મૌલાનાની આ તો માત્ર પ્રસ્તાવના જ છે. આના કરતાં અનેકગણા વધુ ઉત્તેજક પ્રયોગનાં આપણે સાક્ષી બની રહીશું.'

'પરંતુ બીજા ગૉડમૅન ક્યાં ?' લેડી ગેટીએ અધીરાઈ દર્શાવી. એનો જવાબ કૅપ્ટન આપે તે પહેલાં દર્શકોમાંથી જ જવાબ આવ્યો :

'એમને આ ગૉડમૅન હવામાંથી પેદા કરીને આપણી વચ્ચે હાજર કરશે.'

આવી ટકોર પર કેટલાક ખડખડાટ હસ્યા, પણ મૌલાનાની આંખોની ભ્રૂકુટિ ફરી તંગ થતી દેખાઈ.

'શટ અપ !' એમણે બ્રિટિશ શૈલીના ઇંગ્લિશમાં ધારદાર સ્વરે કહ્યું :

'આ પ્રકારની કોઈ કૉમેન્ટ ફરી ન થવી જોઈએ. આ નાટક-તમાશો કે જાદૂના ખેલ નથી. કશ્મીરના એક મહાન પીર શિરાઝ ઓલિયા પાસેથી મળેલી શક્તિની માત્ર ઝલક જ તમને દાખવી રહ્યો છું.'

ચારે તરફ નજર ઘુમાવતા એ કહી રહ્યા હતા અને સૌ તેમને સાંભળવામાં મંત્રમુગ્ધ બનતા જતા હતા :

'અમારા ઇસ્લામમાં ચમત્કારોની મનાઈ છે, છતાં તમારી સમક્ષ હું હાજર થયો તે એટલા માટે કે ઇસ્લામનો મહિમા તમને સૌને સમજાવી શકું. મારી જેમ યોગી કૃષ્ણમૂર્તિ પણ કેટલાક ચમત્કારો કરી દેખાડશે. એ જોવા માટે હું તમારા જેટલો જ આતુર છું... અને યાદ રાખજો, અમારા બંનેના મજહબ વચ્ચે કોઈ જ દુશ્મની નથી, તેમ અમે પણ તમારી સમક્ષ એકબીજાના દોસ્ત બનીને પેશ થવાના છીએ.'

એમની વાણી સૌને સ્પર્શી ગઈ. જે કાંઈ જોવા મળે એ ઓપન માઇન્ડ રાખીને નિહાળવાનો બોધપાઠ લગભગ બધાએ ગ્રહણ કરી લીધો હોય તેમ ભાવવિભોર થઈને મૌલાનાના ફરફરતી દાઢીવાળા મુખને સૌ તાકવા લાગ્યાં.

'શરૂઆત આપણે આ શિપની માલિકી ધરાવતી કંપનીના મૅનેજિંગ ડિરેક્ટરથી જ કરીએ તો કેમ ?'

બોલતાં મૌલાનાએ આગલી હરોળમાં સેક્રેટરી બાર્બરાની બાજુમાં બેઠેલા જ્યૉર્જ વેલિંગ્ટન તરફ સ્મિત ફેંક્યું :

'સર, આપની પાસે ચાલીસ-ચાલીસ વરસથી એક એવી ચીજ છે જે આપે અત્યંત ગુપ્તપણે સાચવી રાખી છે અને જ્યાં જાઓ છો ત્યાં સાથે રાખવાનું કદી ચૂકતા નથી... સાચી વાત ?'

ત્યારે વેલિંગ્ટનસાહેબ વિચારમાં પડી ગયાના દેખાવ સાથે હસવા લાગ્યા.

'નહીં, સર, આપે યાદ કરવી પડે એવી ચીજ નથી.' મૌલાનાએ સૌની સમક્ષ હાથ ઊંચા કરી મુઠ્ઠી વાળીને આગળ ચલાવ્યું :

'આમાં એક મામૂલી કિંમતનું સિગારેટ લાઇટર છે, જે એમ. ડી.સાહેબે અઢારમે વરસે પહેલું ડેટિંગ કર્યું ત્યારે એમની ગર્લફ્રેન્ડે તેમને પ્રેઝન્ટ આપ્યું હતું.'

'ઓહ માય ગૉડ !' હજુ તો મૌલાનાએ મુઠ્ઠી પણ ખોલી નહોતી ત્યાં જ્યૉર્જ વેલિંગ્ટન સફાળા ઊભા થઈ બરાડી ઊઠ્યા : 'ઇમ્પૉસિબલ ! એ લાઇટર તો મારી સૂટકેસના તળિયે એવી રીતે છુપાવીને રાખ્યું છે કે મારા સિવાય કોઈ એને હાજર ન કરી શકે !'

'તો લ્યો, સાહેબ, આપનું એ લાઇટર.' કહી સૌની સમક્ષ સળગતું લાઇટર ઊંચું કરી એમ.ડી. તરફ ફંગોળ્યું : 'સાચવીને ઝીલી લેજો... કારણ કે આપની પ્રથમ ગર્લફ્રેન્ડની યાદમાં આપ એ જીવની જેમ સાચવતા રહ્યા છો.'

મૅનેજિંગ ડિરેક્ટરે દાઝી જવાની પરવા વિના સળગતું લાઇટર ઉત્સાહભેર ઝીલી લીધું ત્યારે સૌએ મૌલાનાની ચમત્કારક શક્તિને તાળીઓથી બિરદાવવી પડી. કેટલાકે હાંક પાડીને વેલિંગ્ટનસાહેબને પૂછ્યું પણ ખરું :

'એ લાઇટર ખરેખર તમારી સૂટકેસમાં હતું ?'

'સોએ સો ટકા !'

'તો-તો પછી અહીં હાજર છે એવાં અનેક પૅસન્જર્સને પ્રેમિકા તરફથી મળેલી છાની પ્રેઝન્ટ છતી કરીને આ ગૉડમૅન આપસમાં તકરાર કરાવશે !'

કોઈની આ ટકોર પર સૌ ખડખડાટ હસી પડ્યાં. વાતાવરણ હળવું થયું ત્યાં મૌલાનાએ માઇક હાથમાં લીધું :

'સામે બેઠેલા છોરા !'

ઓમકારની પડખે બેઠેલા આત્મા પર ધ્યાન કેન્દ્રિત કરી મૌલાનાએ પૂછ્યું :

'બોલ, તારે કઈ મીઠાઈ ખાવી છે ?'

ઓમકારે પુત્રની સામે જોયું. બોલકો આત્મા વિચારમાં પડી ગયો. તેના પપ્પાએ ખભો થપથપાવીને તેને બોલતો કર્યો.

'મને તો મુંબઈના બાબુલનાથ મીઠાઈ માર્ટનાં ગુલાબજાંબુ બહુ ભાવે છે.'

સાંભળીને મૌલાના ચોંક્યા. દાઢીના વાળ પર હાથ પસવારવા લાગ્યા. પછી દર્શકોને આત્માની માગણી કહી સંભળાવતાં સ્પષ્ટતા કરી :

'દરેક ચમત્કારને મર્યાદા હોય છે. હું આ શિપના કોઈ પણ ખૂણેથી કોઈ પણ ચીજ હાજર કરી શકું... અથવા તો અહીંના એક માઇલના વિસ્તારમાંથી માગો તે પેશ કરી આપું, પરંતુ મુંબઈનાં ગુલાબજાંબુ તો અહીં આવતાં સુધીમાં તો કડવાં થઈ જાય.' કહીને એ હસ્યા, પછી હવામાં ઊંચા કરેલા હાથે દાઢી પસવારી વાળેલી મુઠ્ઠી સૌની સામે ખોલી તો અંદરથી બે લાલચટાક સ્ટ્રોબેરી નીકળી.

'આ છોકરાને સ્ટ્રોબેરી પણ ગુલાબજાંબુ જેટલી જ ભાવે છે.' કહી આત્મા પાસે જઈ તેના માથે હાથ ફેરવી બંને સ્ટ્રોબેરી તેના હાથમાં પકડાવી દીધી :

'પૂછો એને, હમણાં જ ફ્રિજમાંથી કાઢીને આપી હોય એટલી ટાઢીબોળ છે ને એ !'

સૌ આત્માને તાકી રહ્યા એટલે પેલાએ જોરપૂર્વક બે-ચાર વખત માથું હલાવી હા ભણી અને સૌએ મૌલાનાના એ કરિશ્માને વધાવી લીધો.

ત્યાર પછી તો એક પછી એક ફરમાયશ થવા લાગી. કોઈએ પોતાના ડ્રેસિંગ-ટેબલના ખાનામાં પડેલી ટાઈપિનની માગણી મૂકી તો કોઈક તરફથી કૅપ્ટનની કૅબિનમાં રહેલી ચેસની રમતની કિટ હાજર કરી આપવા કહ્યું.

અને મૌલાના દરેકની ફરમાયશ હવામાં હાથ હલાવી પલકવારમાં પૂરી કરતા રહ્યા. જોકે કોઈએ માગણી કરી કે *આ શિપમાં કોઈ હેરોઇન સ્મગલ કરી રહ્યું હોય તો એનો પણ ભેદ અહીં ખુલ્લો કરી દો...* ત્યારે મૌલાનાએ માથું ધુણાવ્યું :

'નહીં, જનાબ, ગુનાખોરીના પુરાવા શોધી આપવાનું કામ હું નથી કરતો.' કહી શિપના સિક્યુરિટી હેડ તરફ જોઈ લઈને મૌલાનાએ હળવાશથી ઉમેર્યું :

'એ કામમાં પડું તો તો મારે આખી જિંદગી પોલીસખાતામાં જ પુરાઈ રહેવું પડે.'

તેમની હળવી ટકોર પર કેટલાંક આછું-આછું હસ્યાં ત્યાં એકાએક તાળીઓના ગડગડાટથી સવારે સવાદસ વાગ્યાનું વાતાવરણ ગુંજી ઊઠ્યું.

'હિયર કમ્સ સેકન્ડ ગૉડમૅન !'

કૅપ્ટને ભગવાંવસ્ત્રધારી યોગી કૃષ્ણમૂર્તિને હર્ષભેર આવકાર્યા. મૌલાનાએ બે હાથ જોડી તેમને નમસ્કાર કર્યા. તેના જવાબમાં યોગીએ એક હાથની સલામથી આદાબ આપી.

'હવે તમે કેવા મિરેકલ્સ દેખાડવાના છો ?'

ઉપલા ડેક પરથી કોઈની ધીરજ ખૂટી હોય તેમ પોકાર પાડ્યો : 'લોકોની ચીજવસ્તુઓ હાજર કરવાના કે બીજું કાંઈ ?'

'નહીં જી !' માઇક હાથમાં લઈને યોગીએ સત્વરે જવાબ સંભળાવ્યો :

'હું મૌલાના જેવા ઉમદા પ્રયોગ કરી દેખાડવાનો નથી. એ બદલ કદાચ તમારામાંથી ઘણાં હતાશ થશે.'

કહી જરા વાર અટકી, દર્શકો તરફ દૃષ્ટિ ફેરવતાં-ફેરવતાં તાનિયા પર નજર સ્થિર કરી આગળ કહેવા લાગ્યા :

'ભારતીય સંસ્કૃતિમાં યોગશાસ્ત્રનો મહિમા અપાર છે. ભગવાન શ્રીકૃષ્ણને પણ અમે પરમયોગી તરીકે પૂજીએ છીએ... અહીં તમને હું આ યોગશાસ્ત્રના શિરમોર સમા પ્રાણાયામયોગનો એક પ્રયોગ કરી દેખાડવા માગું છું.'

એ જ વખતે બે માણસો એક ચોરસ બૉક્સ ઊંચકીને આવતા દેખાયા. સૌનું ધ્યાન એ તરફ દોરાયું એટલે યોગીજી ફરી અટક્યા. જાદૂગરો વૅનિમિંગ ટ્રિકમાં દેખાડે છે એવી પ્લાસ્ટિકની પેટી જોઈને ઘણાંનું કુતૂહલ વધી ગયું.

'આ પેટી એકદમ એરટાઇટ છે, એનો પુરાવો અહીં સામે ઊભેલા ડૉક્ટર દ'ગોલ આપી શકે એમ છે.'

એના પ્રતિભાવ-રૂપે દ'ગોલે હકારમાં ડોક હલાવી ઊંચા અવાજે કહ્યું : 'હું જાતે આ બૅગમાં પલાંઠી વાળીને બેઠો તેની દોઢ મિનિટમાં જ મારો શ્વાસ ગૂંગળાવા લાગ્યો અને મારે અંદરથી હાથ પછાડી બૉક્સ ખોલી નાખવા માટે તાકીદ કરવી પડી હતી.'

'તમારામાંથી કોઈ ખાતરી કરવા માગતું હોય તો કરી શકે છે.'

યોગીના આ પ્રસ્તાવને ટાળી દેવા માટે લેડી ગેટીએ કહી દીધું : 'નહીં, અમને આપ તેમ જ ડૉક્ટર પર સંપૂર્ણ વિશ્વાસ છે... આપ એ કહો કે એમાં પુરાઈને આપ શું કરવા ધારો છો ?'

'હું સમાધિ લેવા માગું છું.' પ્રત્યેક શબ્દ પર ભાર દઈને એ બોલી ગયા : 'ચોવીસ કલાક

સુધી આ એરટાઇટ પેટીમાં પ્રાણાયામ કરતો બેસી રહીશ અને પેટી સમુદ્રમાં શિપની સાથે કેબલથી બંધાઈને તણાતી રહેશે.'

'સમુદ્રમાં !'

'જી હા, જેથી કોઈ મને મદદ ન કરી શકે, શ્વાસોશ્વાસ માટે હું કોઈ તરકીબ ન અજમાવી શકું.'

'પછી ?'

'પછી...' યોગીએ તાનિયા સામે જોઈને કહેવા માંડ્યું : 'ચોવીસ કલાક પછી પેટીને ફરી શિપ પર લઈ આવીને ખોલજો... હું જીવતો દેખાઉં તો મારો પ્રાણાયામ સાચો, નહીંતર...'

'નહીંતર ?'

'મેં આ ફૉર્મ ભરી જ રાખ્યું છે.' કહી ઝભ્ભાના ખિસ્સામાંથી કાગળ કાઢી કૅપ્ટન તરફ ધરીને ઉમેર્યું :

'એમાં મેં આ પ્રયોગની તમામ જવાબદારી મારા શિર પર લીધી છે. મારી સહી સાથે લખ્યું છે કે *કદાચ આ પ્રયોગ કરવા જતાં હું મારા પ્રાણ ગુમાવી બેસું તો કોઈ શોક કર્યા વિના મારા મૃતદેહને સમુદ્રમાં વહાવી દેજો !'*

'નહીં... !' બરાડો પાડતી તાનિયા ઊભી થઈ ગઈ : 'હું તમને આવો જોખમી પ્રયોગ કરવા નહીં જ દઉં !'

પરંતુ યોગી કૃષ્ણમૂર્તિના મુખની એક પણ રેખા સળવળી નહીં.

'હિન્દુ ધર્મમાં સંકલ્પનો ભારે મહિમા છે, ડૉક્ટર મિસિસ શાહ !' એમણે દૃઢતાથી કહ્યું :

'હવે પછી પાંચ જ મિનિટમાં હું પેટીમાં પુરાઈ જઈશ અને તમારે સૌએ એને શિપની સાથે તણાતી મૂકવાની વિધિ નિહાળવા સિવાય બીજું કાંઈ જ કરવાનું રહેશે નહીં.'

આમ કહેતાં યોગીએ પોતાના હાથે જ એરટાઇટ પેટીનું ઢાંકણ ઉઘાડી, સૌની તરફ વિદાયની સંજ્ઞામાં હાથ હલાવી, મુક્ત હાસ્ય ફરકાવી, પલાંઠીનું આસન જમાવી દીધું. ત્યાર પછી કૅપ્ટનને ઢાંકણ બંધ કરવાનો સંકેત કર્યો એટલે એમણે ધ્રૂજતા હાથે પેટી બંધ પણ કરી દીધી.

પેટી ચારેબાજુથી એકદમ પેક છે એની પાકી ચકાસણી કરીને બીજી પંદર મિનિટ પછી કૅપ્ટનના બ્રિજ પરથી ક્રેઈનમાં લટકાવી પેટીને દરિયામાં ઉતારી ત્યારે નિકટથી એ દૃશ્ય નિહાળી રહેલી તાનિયા ધ્રુસકે-ધ્રુસકે રડ્યા સિવાય રહી શકી નહીં. સ્ટીમર સાથે કેબલના દોરડાથી જોડાઈને તણાતી આવતી પેટી ચોવીસ કલાક પછી ઊઘડશે ત્યારે પોતે શું જોવાની હતી એનો અગાઉથી અણસાર આવી ગયો હોય તેમ છેલ્લે એ પોક મૂકીને ઊંચા અવાજે રડતી સૌને સંભળાઈ.

(બીજો ભાગ સમાપ્ત)

□